'ஒரு தேசத்திற்கான கடிதங்கள்' குறித்த பாராட்டு

'முதல் அமைச்சர்களுக்கான அவரது கடிதங்களில், ஜனநாயகத்தின் மீதான ஜவஹர்லால் நேருவின் அசாத்திய நம்பிக்கை தெளிவாக வெளிப்படுகிறது... மிகச்சிறப்பான, நேர்த்தியாக ஒருங்கமைக்கப்பட்ட, திறனுடன் பதிப்பிக்கப்பட்ட ஒரு திரட்டு' - *India Today*

'கோஸ்லாவின் அறிவுத்திறனுடன் தேர்வுசெய்யப்பட்ட இந்தத் தொகுப்பு, எவ்வளவு தூரம் ஜவஹர்லால் நேருவின் தொலை நோக்குப் பார்வைக்கும், மதிநுட்பத்திற்கும், சுயக்கட்டுப்பாட்டிற்கும், பெருந்தன்மையான உணர்வுக்கும் நாம் கடன் பட்டிருக்கிறோம் என்பதற்கான உரிய நேர நினைவூட்டல்' - *Outlook*

'இந்தக் கடிதங்கள், இந்தியர்களின் தற்போதைய தலைமுறைக்கு, நவீன இந்தியாவின் மிகப்பெரிய சிந்தனையாளர்களுள் ஒருவரோடு நெருங்கி உறவாடும் வாய்ப்பைத் தருகின்றன' - *Tribune*

'இந்தத் திரட்டு... இந்தியாவின் பிரதம அமைச்சர், பல வகைகளிலும் அவரது காலத்திற்கு முன்னே இருந்தார் என்ற உண்மையை வலியுறுத்துகிறது. நேருவை மீண்டும் கண்டறிய ஒரு வாய்ப்பை அளிக்கிறது' - *Business Standard*

'அவருடைய மிகவும் எளிதாகப் புரியும் இந்தத் தொகுப்பில் கோஸ்லா, சிற்பி நேருவை நமக்கு மறுஅறிமுகம் செய்கிறார். மேலும் தொலை நோக்காளர் நேருவுக்கும், யதார்த்தவாதி நேருவுக்கும் இடையிலான ஒரு போராட்டத்தை விளக்குகிறார்' - *Mint*

'இந்தக் கடிதங்கள் வரலாற்று மாணவர்களால் படிக்கப்பட வேண்டியவை' - *Sentinel*

'இந்தக் கடிதங்கள், ஒரு தனித்துவம் மிக்க, சம காலத்திய பொருத்தம் கொண்டவை' - *Deccan Herald*

'ஒரு தேசத்திற்கான கடிதங்கள், தேச சிற்பி ஒருவரின் இடர்மிகுந்த பணி பற்றிய ஒரு சுய தகவல் தொகுப்பைத் தருகிறது' - *Sunday Guardian.*

'இந்தியாவின் சமீபத்திய வரலாறைப் புரிந்துகொள்வதை இந்த ஒற்றை தொகுதி கடிதத் திரட்டு எளிதாக்குகிறது' - *Free Press Journal*

'நேருவின் கடிதங்கள், அவர் கட்டியெழுப்பிய இந்தியாவுக்கான மாபெரும் கனவைக் காட்சிப் படுத்துகிறது' - *Pioneer*

மாதவ் கோஸ்லா

யேல் சட்டப் பள்ளி மற்றும் தேசிய சட்டப் பள்ளியில் பயின்றவர். தற்போது ஹார்வார்டு பல்கலைக்கழகத்தில் 'நவீன இந்திய அரசியல் சிந்தனை' பற்றிய முனைவர் பட்ட ஆய்வு மாணவராக இருக்கிறார். 'The Indian Constitution' -இன் (2012) நூலாசிரியர் மற்றும் 'Unstable Constitutionalism: Law and Politics in South Asia'- இன் (மார்க் துஷ்னெட் உடன், 2015இல்) இணை ஆசிரியர். தற்போது இவர், 'The Oxford Handbook of the Indian Constitution' நூலினைத் தொகுக்கும் பணியில் இணையாசிரியராக உள்ளார்.

நா. வீரபாண்டியன்

ஓய்வுபெற்ற தொலைத்தொடர்புத் துறை அதிகாரி. நாற்பதாண்டுக் கால தொழிற்சங்க செயல்பாட்டாளர். இலக்கியம் மற்றும் அரசியல் தளங்களில் இயங்கி வருபவர். 'இவர்தான் ஸ்டாலின்', கிராம்சி பற்றிய சிறு அறிமுக நூல், பேராசிரியர் நோம் சாம்ஸ்கி அறிமுகம் ஆகியவை இவரது படைப்புகள். 'எங்கள் நிலவின் நிறம் சிவப்பு' என்ற நூல் இவரது மொழிபெயர்ப்பில் வெளிவந்துள்ளது.

சொந்த ஊர் பட்டுக்கோட்டை.

தொடர்புக்கு: 948610 3262
மின்னஞ்சல்: redstarinhorizon@gmail.com

ஒரு தேசத்திற்கான கடிதங்கள்

ஜவஹர்லால் நேருவிடமிருந்து

அவரது முதல் அமைச்சர்களுக்கு

1947 – 1963

தொகுப்பு

மாதவ் கோஸ்லா

தமிழில்

நா. வீரபாண்டியன்

எதிர் வெளியீடு

ஒரு தேசத்திற்கான கடிதங்கள்
ஜவஹர்லால் நேருவிடமிருந்து அவரது முதல் அமைச்சர்களுக்கு (1947–1963)
தொகுப்பு: மாதவ் கோஸ்லா
தமிழில்: நா. வீரபாண்டியன்

முதல் பதிப்பு: ஜனவரி 2022

எதிர் வெளியீடு,
96, நியூ ஸ்கீம் ரோடு, பொள்ளாச்சி – 642 002
தொலைபேசி: 04259 226012, 99425 11302

விலை: ரூ. 499

மெய்ப்புத் திருத்தம்: மே.கா. கிட்டு

Letters for a Nation
From Jawaharlal Nehru to his Chief Ministers (1947–1963)
Edited by Madhav Khosla

Translated by Na. Veerapandiyan
First Edition: January 2022

Published by
Ethir Veliyeedu, 96, New Scheme Road, Pollachi – 642 002
email: ethirveliyedu@gmail. com
www. ethirveliyedu. in

ISBN: 978-93-90811-93-9
Cover Design: Harisankar
Printed at Jothy Enterprises, Chennai.

Original English language edition first published by Penguin Random House India.

All rights reserved. No part of this book may be reprinted or reproduced or utilised in any form or by any electronic, mechanical or other means, now known or hereafter invented, including Photocopying and recording, or in any information storage or retrieval system, without permission in writing from the Publisher.

மொழிபெயர்ப்பாளர் குறிப்பு

இந்தியாவின் முதல் பிரதமராகப் பொறுப்பேற்று ஏறத்தாழ பதினேழு ஆண்டுகள் அப்பணியில் அயராது பாடுபட்ட ஜவஹர்லால் நேரு என்னும் மாபெரும் ஆளுமையின் தாக்கமும், அவரது சிந்தனைகளின் இன்றைய பொருத்தப்பாடும் நம் காலத்தில் மிகவும் அதிகரித்து வருகின்ற அரசியல் சூழ்நிலையில், 'ஒரு தேசத்திற்கான கடிதங்கள்' என்ற அவர்தம் கடிதங்களின் தொகுப்பை நான் ஆங்கில மூலத்தில் வாசிக்க நேர்ந்தது. நூலுக்குள் புகுந்து ஆழ்ந்து வாசிக்கத் துவங்கிய சில நாட்களில், இன்றைய காலகட்டத்தில் இந்தியக் குடிமகன் ஒவ்வொருவரிடமும் இந்நூல் போய்ச் சேர வேண்டுமே என்ற ஏக்கம் என்னைப் பற்றிக் கொண்டது.

வறுமையின் நிழல் படியாத செல்வச் செழிப்பு மிக்க குடும்பத்தில் பிறந்து, இளம் வயது முதல் ஆங்கிலக் கல்வியுடன் மேனாட்டு நாகரிகப் பின்னணியில் வளர்க்கப்பட்டு, இலண்டனில் பாரிஸ்டர் பட்டம் பெற்று தாய்நாடு திரும்பிய நேரு தன் எதிர்காலம் நாட்டின் விடுதலைக்கான போராட்டத்தில் கழியப் போவதை முன்கூட்டியே அறிந்திருப்பாரா என்பது ஆய்வுக்கு உரியது. 1920ஆம் ஆண்டு ஒத்துழையாமை இயக்கத்தை அய்க்கிய மாகாணத்தில் (இன்றைய உத்தரப் பிரதேசம்) தலைமை ஏற்று நடத்தியது முதல் அவரது அரசியல் வாழ்க்கை துவங்கியது. ஆனால் அம்மாகாணத்தில் பிரதாப்கர் மாவட்டத்தில் விவசாயிகளின் வாழ்க்கையை நேரில் சென்று பார்த்த பின்னரே விடுதலை இயக்கத்தில் தீவிரமாக இறங்கினார். மோதிலால் நேரு மறைவுக்குப் பின் நேருவின் தாய், அலகாபாத் தெருவில் ஊர்வலத்தில் பிரித்தானிய காவல் துறையால் தாக்கப்பட்டு இரத்தம் சிந்தி வீழ்ந்த செய்தி, சிறையில் இருந்த நேருவுக்கு ஒரு வாரம் கழித்தே தெரிந்தது என பேராசிரியர் ஹிரேன் முகர்ஜி, நேரு பற்றிய தன் 'Gentle Colossus' நூலில் குறிப்பிடுகிறார். ஒரு கட்டத்தில் சிறை வாழ்க்கை நேருவுக்கு பழகிப் போனதுடன், அதை முழுமையாகப் பயன்படுத்தும் அளவுக்கு தன்னை அச்சூழலுக்கு தகவமைத்துக் கொண்டார். விளைவு? 'இந்திய தரிசனம்', 'உலக வரலாற்றுக் காட்சிகள்' மற்றும் 'தன் வரலாறு' என்னும் அற்புதமான இலக்கியத் தரம் வாய்ந்த படைப்புகள்

நமக்குக் கிடைத்தன. சிறை வாழ்க்கைக்கு வயது முதிர்ந்து தளர்ந்த அவரது தாயும், நோய்வாய்ப்பட்ட மனைவியும் தப்பவில்லை என்பது சோகமான வரலாறு.

விடுதலைக்கு முன்னர் முன்னணி களப்போராளியாகவும், ஏறத்தாழ ஒன்பது ஆண்டுகள் சிறைக் கைதியாகவும், இந்திய தேசியக் காங்கிரசில் தலைவர் உள்பட பல்வேறு பொறுப்புகளில் இருந்தபோதும் சரி, விடுதலைக்குப் பின்னர் அண்ணல் காந்திஜியின் அதிகாரப் பூர்வ அரசியல் வாரிசாக உருவாகி, முதல் பிரதமராகப் பொறுப்பேற்ற போதும் சரி, அவருடைய சிந்தனை முழுவதும் 'தாழ்வுற்று வறுமை மிஞ்சி, விடுதலை தவறிக் கெட்டு பாழ்பட்டு நின்ற பாரத தேசம் தன்னை' உலக அரங்கில் உன்னதமாக மிளிரும் வண்ணம் செய்ய வேண்டும் என்பதில்தான் இருந்தது. சுரண்டலற்ற சமதர்ம சோசலிச சமுதாயம்தான் அவர் கனவு. மாபெரும் ரஷியப் புரட்சியும், அதன் பின்னர் ஐந்தாண்டுத் திட்டங்கள் மூலமாக அந்நாடு அடைந்த பிரமிக்கத்தக்க வளர்ச்சியும், அதற்கு விலையாகத் தந்த சோவியத்து மக்களின் உயிர்த் தியாகமும் நேருவுக்கு பெரும் ஆதர்ஷங்களாக அமைந்தன. உலகில் அதிக மக்கள் தொகை கொண்ட சீனாவில் நடந்தேறிய அரசியல் மாற்றங்களும் அவரை மிகவும் கவர்ந்தன. நேருவின் சொல்லும் ஓய்வறியா செயலும், இந்தியாவின் ஆன்மாவாக உலக அரங்கில் பிரதிபலித்தன. பின்னாட்களில் நேருவின் முயற்சியில் நடைபெற்ற ஆசிய மாநாடு பெரும் வெற்றி பெற்றது. அம்மாநாட்டில் கலந்து கொள்ள வந்த சீனப் பிரதமர் சூ–யென்–லாயின் பேச்சுக்களும், ஒவ்வொரு அமர்விலும் அவர் காட்டிய பொறுமையும் ஈடுபாடும் அம்மாநாட்டில் பங்கேற்ற மற்ற நாட்டுப் பிரதிநிதிகளைப் போல் அவரையும் கவர்ந்தன.

இந்தியா வளர வேண்டிய தளங்களும் களங்களும் அவருக்கு அத்துபடி ஆனது. அதே நேரத்தில், தேசிய வளர்ச்சிக்கு இடையூறாக அமைந்த சர்வதேச நிகழ்வுப் போக்குகளைக் கண்டும், அரசு கொண்டு வரும் எந்தத் திட்டத்தையும் எதிர்ப்பதே தங்கள் அரசியல் கடமையாகக் கொண்டு செயல்படும் வகுப்புவாத வலதுசாரி கும்பல்களின் பொய்ப் பிரச்சாரங்களைக் கேட்டும் மனம் வெதும்பிப் போனார். அதற்கான தீர்வுகள் இதுதான் என அறுதியிட்டு சொன்னதோடு, அவர் காலத்திய மாநில/ மாகாண முதல் அமைச்சர்களுடனும் ஒன்றிய அரசின் அமைச்சர்களுடனும் பல்துறை அறிஞர்களுடனும் விவாதிக்கத் தவறியதில்லை. விரிந்து பரந்த ஜனநாயக நெறிமுறைகளில் ஆழமான நம்பிக்கை அவருக்கு இருந்தது.

மதச்சார்பற்ற அரசின் உண்மைத் தன்மையை மிகச் சரியாக எடுத்துரைத்தவர் நேரு. இரு அதிகார மையங்களாக சோவியத்து ஒன்றியமும் அமெரிக்காவும்

உருவாகி, அதன் அடிப்படையில் உலக நாடுகள் இரண்டாகப் பிரிந்து கிடந்த வேளையில் கூட்டுச் சேராக் கொள்கையை வடிவமைத்து அதிகார மையங்களின் அச்சுறுத்தல்களுக்கு அஞ்சிடாமல் கூட்டுச் சேரா இயக்கத்தை வலுப்பெறச் செய்தவர் நேரு.

ஒன்றிய அரசாங்கத்தை தலைமை ஏற்று நடத்துகையில், மாநில அரசுகளின் கருத்துகளைக் கேட்கும் பொருட்டு, தான் பொறுப்புக்கு வந்த சில மாதங்களில் இரு வாரங்களுக்கு ஒருமுறை அனைத்து மாநில முதல்வர்களோடும் கடிதப் பரிமாற்றங்களை செய்து கொள்வது என்னும் பழக்கத்தை உருவாக்கினார். அவரது முதல் கடிதம் அக்டோபர் 15, 1947 அன்று வெளியானது. எண்ணற்ற பணிகளுக்கு இடையிலும் அதைத் தொடர்ந்து விடாது செய்தார். அவர் தன் கடைசிக் கடிதத்தை டிசம்பர் 21, 1963 அன்று எழுதி முடித்த போது ஏறத்தாழ 400 கடிதங்கள் அவரால் எழுதப்பட்டு இருந்தன. இவற்றுள் முன்னரே குறிப்பிட்டபடி, தேசத்தின் ஒற்றுமையை பிளக்கும் விதமாக, மதச்சார்பின்மைக்கு ஆபத்து விளைவிக்கும் விதமாக, அறிவியல் ரீதியான அணுகுமுறையைப் புறந்தள்ளி நாட்டை கற்காலத்திற்கு கொண்டு செல்லும் விதமாக இந்திய அரசியல் களத்தில் அரங்கேறும் நிகழ்ச்சிகளுக்கு இரையாகும் இளைய பாரதத்தை மீட்டெடுக்கும் நோக்கில் அதன் சிந்தனையை தெளிவடையச் செய்யும் வகையில் தேவையான கடிதங்கள் மாதவ் கோஸ்லாவால் தெரிவு செய்யப்பட்டு, இத்தொகுப்பு நூல், ஆங்கிலத்தில் ‘ஒரு தேசத்திற்கான கடிதங்கள்’ என்னும் நூலாக 2014ஆம் ஆண்டு முதல் பதிப்பில் வெளிவந்தது.

இந்திய தேசத்தின் ஒருமைப்பாட்டையும், மத அடிப்படை வாதத்திற்கு எதிராக, மக்கள் ஒன்று திரள வேண்டும் என்னும் பெருவிருப்பையும் உளம் மேற்கொண்டு இயங்கும் ஒவ்வொரு இந்தியனின் கைகளிலும் தவழ வேண்டியது இந்நூல் என்ற உணர்வு என்னுள் கிளர்ந்தது. குறைந்தபட்சம் தமிழ் கூறும் நல்லுலகம் முழுவதும் பயணப்பட வேண்டிய இந்நூலை தமிழுக்கு மொழிபெயர்க்க பெரிதும் ஆவலாய் இருந்த வேளையில், நண்பன் அக்களூர் இரவியின் முயற்சியால் அவ்வரிய வாய்ப்பு எனக்குக் கிட்டியது. நண்பர் எதிர் வெளியீடு அனுஷ், தேவையான அனுமதியை விரைந்து பெற்றதைத் தொடர்ந்து, இப்பணியை தமிழ்ப் புத்தாண்டு அன்று தொடங்கி, (இது தற்செயலானதே தவிர வேறொன்றும் இல்லை) ஏழு மாதங்களில் முடித்தேன். இதுபோன்ற பணியை நிறைவு செய்வதில் கடந்த காலத்தில் எனக்கு உறுதுணையாகவும், உற்சாகம் தருபவராகவும் இருந்த எனது துணைவி கமலாவின் பங்கு இந்நூலிலும் இருந்தது. மொழி பெயர்ப்புப் பிரதி முழுவதையும் படித்து, தொய்வாய்த் தோன்றிய வரிகளை

நான் மீண்டும் திருத்தம் செய்வதற்கேற்ப சுட்டிக் காட்டியதில் அவர் பங்கு இருந்ததால், மொழிபெயர்ப்பு செவ்வையாய் நிறைவடைந்தது. அவருக்கு எனது நன்றிகள். ஹார்வர்ட் பல்கலைக்கழகத்தில் ஆய்வு மாணவராக இருந்து, இந்திய அரசியல் அமைப்புச் சட்டத்தின் ஆக்ஸ்போர்ட் கையேட்டை இணை ஆசிரியராக இருந்து தயாரிக்கும் பணியில் ஈடுபட்டிருக்கும் மாதவ் கோஸ்லாவின் அறிமுக உரையுடன் ஆறு பகுதிகளாக நூல் அமைந்துள்ளது. கடிதம் ஒவ்வொன்றும் ஆவண மதிப்பு மிக்கதாய் மிளிர்வதை வாசகர்கள் உணரலாம்.

ஜவஹர்லால் நேரு, இருவாரக் கடிதப்பரிமாற்றத்தை மாநில முதல்வர்களுடன் செய்யப் போவதாக அறிவித்து குறையேதுமின்றி செய்துள்ளார் என்பதை நாம் உணருகின்ற அதே வேளையில், முதல்வர்களிடமிருந்து பதிலாகப் பரிமாற்றம் நடந்தது என்பதற்கான ஆதாரங்கள் பற்றிய தகவல்கள் ஏதுமில்லாதது சற்று ஏமாற்றமே. அவ்வாறு நடந்ததா என்று ஒருவேளை, வருங்காலத்தில் ஆய்வும்கூட செய்யப்படலாம். நேரு அவர்களின் சரளமான ஆங்கில நடையும், மிகச் சாதாரணமாக அவர் கையாண்டிருக்கும் மரபுச் சொற்றொடர்களும் (Idioms and phrases) அவருடைய ஆங்கில மொழியறிவின் ஆழத்தைப் புலப்படுத்துகின்றன. தேசம் அடைய வேண்டிய சமூக மாற்றத்திற்கான அறிவுறுத்தல்கள், சீர்திருத்த கருத்துக்கள், குடிமக்கள் கடமைகள் மற்றும் உரிமைகள், திட்டமிடல் குறித்த அணுகுமுறைகள், சர்வதேச அரங்கில் நம் தேசம் ஆற்ற வேண்டிய பணிகள் என அனைத்தையும் கடித வடிவில் மக்களுக்குக் கொண்டு சேர்க்கும் இந்நூல், கடித இலக்கியத்திற்கான முழுமையான தகுதிகளுடன் வெளிவந்துள்ளது. கடித இலக்கியம் தமிழுக்குப் புதிதல்ல. பாரதி எழுதிய சீட்டுக்கவி தொடங்கி, மறைமலையடிகள், புதுமைப்பித்தன், இரசிகமணி டி.கே.சி., முனைவர் மு.வ., அண்ணா, ஜீவா, கலைஞர், கண்ணதாசன் ஆகியோரது இவ்வகை படைப்பு வரிசையில் இந்நூலும் சேரும் என்பதில் துளியும் அய்யமில்லை.

இந்நூல் வெளிவர துணை நின்ற எதிர் வெளியீடு அனுஷ் அவர்களுக்கும், செம்மையான வடிவில் அச்சேற்றிய அப்பதிப்பகத்தார்க்கும் என் மனமார்ந்த நன்றிகள்.

இவண்,

நா. வீரபாண்டியன்,

பட்டுக்கோட்டை,

15-12-2021.

உள்ளடக்கம்

அறிமுகம் 13

'ஒருங்கிணைந்த முயற்சிகளுக்கான அறைகூவல்':
நேருவின் முதல் கடிதம் 41

1. குடிமகனும் தேசமும் 47

2. ஜனநாயகத்தின் நிறுவனங்கள் 115

3. தேசியத் திட்டமிடலும் வளர்ச்சியும் 197

4. போரும் அமைதியும் 267

5. இந்தியாவும் உலகமும் 347

6. புகழுரைகள் 415

தெரிவு செய்த நூற்பட்டியல் 429

நன்றி அறிதலும் நூலாசிரியர் குறிப்பும் 432

அறிமுகம்

'அரசியல் என்னைப் பற்றி இழுத்து, அதற்குப் பலியாக என்னை ஆக்கிக்கொண்டாலும், நான் மிகச்சிறந்த அரசியல்வாதி அல்ல'[1], என ஜவஹர்லால் நேரு, இந்திய தரிசனத்தில் (*The Discovery of India*) எழுதினார். விடுதலைப் போராட்டத்திலும், தேசிய இயக்கத்திலும் ஒரு முக்கியப் புள்ளியாக, 1947 முதல் 1964 வரை விடுதலைப் பெற்ற இந்தியாவின் முதல் பிரதமராக வருவதற்கு முன், ஒரு பத்தாண்டுக்கும் நெருக்கமாக சிறையில் கழித்த ஒரு மனிதனாக, நேருவின் வாழ்க்கை, பல வழிகளிலும் அவருடைய அரசியல் வாழ்வின் மூலமாகவே வரையறுக்கப் படுகிறது. இருப்பினும் அரசியல் - அவசரமான, இடைவிடாத தேவைகளின் களமாக - அவரைப் போன்ற சுய பிரதிபலிப்புக்காக முயன்றவர்களுக்கும், தங்கள் சொந்த நடவடிக்கைகள் பற்றி கவனமாக ஆய்வு செய்ய வேண்டுபவர்களுக்கும், ஒரு கடினமான வாழ்க்கையையே வழங்கியது. பெரும்பாலும் அரசியலில் என்றும் முற்றிலும் சுகமாகவும், நிம்மதியாகவும் இருக்கமுடியாத இந்த உணர்வுதான் நேருவை, அரசியல் செயல்பாட்டை நன்கு புரிந்துகொள்ள மீண்டும் மீண்டும் துரத்தியது : அதன் இக்கட்டான சூழ்நிலைகள், அதன் ஆற்றல், அடிக்கடி புதுப்பிப்பதற்கான அதன் தேவை. இதே முறையில், நேரு, 1947 அக்டோபர் 15ஆம் தேதியன்று விடுதலைக்குப் பிறகு வெறும் இரண்டு மாதங்களிலேயே, இந்தியாவின் மாகாண அரசுகளின் தலைவர்களுக்குக் கடிதம் எழுதுவதற்கு முடிவு செய்தார்.

'இப்போது போன்ற வழக்கத்துக்கு மாறான நேரங்களில், ஒருவரோடொருவர் நெருங்கியத் தொடர்பு கொள்வது,

---

1 ஜவஹர்லால் நேரு, '*The Discovery of India*' (புது டெல்லி: பெங்குயின் நூல்கள், 2012 [கல்கத்தா சிக்னெட் அச்சகம், 1946]), பக்கம் 386

நம்மீதான பொதுவான பொறுப்பை விட அதிகமானது, அதனால், நம்மை எதிர்நோக்கியுள்ள தீவிரமான ஆபத்துகளை வெல்வதற்கு நாம் ஒருங்கிணைந்த முயற்சிகளை முன் வைக்க முடியும்', என அவர் குறிப்பிடுகிறார். 'பதினைந்து நாட்களுக்கு ஒரு முறை கடிதப்பரிமாற்றப் பழக்கத்தை உண்டாக்க' நேரு முன்மொழிந்தார், மேலும் 1964இல் அவர் இறப்பதற்கு முன் சில மாதங்கள் வரையிலும் அவர் தொடர்ந்த, ஒரு அரசியல் பழக்கத்தை அக்டோபர் 15ஆம் தேதிக் கடிதம் - இந்தப் பரிமாற்றத்தின் முதல் கடிதம் - துவங்கி வைத்தது. எப்போதாவது காலக்கெடுவைக் கடந்த மற்றும் பல்வேறு கூடுதல் கடிதங்கள் நீங்கலாக, நேரு அவரது முதல் அமைச்சர்களுக்கு ஒவ்வொரு மாதமும் முதல் தேதியும், பதினைந்தாம் தேதியும் எழுதினார் மேலும் பதினைந்து நாட்கள் இலக்கு, குறிப்பிடத்தக்க முறைமையைக் கண்டது. 1963 டிசம்பர் 21ஆம் தேதி அன்று அவர் தன் கடைசி கடிதத்தை எழுதியபோது, கிட்டத்தட்ட நானூறு கடிதங்கள் எழுதப் பட்டிருந்தன.

இந்தக் கடிதங்கள் ஏன் எழுதப்பட்டன மேலும் அவை என்ன முக்கியத்துவத்தைப் பெற்றிருக்கின்றன? விக்ரம் சேத்தின் 'ஒரு பொருத்தமான பையன்' (A Suitable Boy) இல் வரும் உள்துறை அமைச்சர், அந்தப் பதிலை அறிய மாட்டார். நேரு 'இந்த நல்ல பொருள் பொதிந்தக் கடிதங்களை... ஒவ்வொரு மாதமும் முதல் அமைச்சர்களுக்கு' எழுதுவதற்கு ஏன் சிரமம் எடுத்துக் கொண்டார் என அவர் வியப்புற்றார். 'அவற்றில் என்ன இருக்கிறது என நீங்கள் அறிவீர்களா? கொரியா பற்றியும், ஜெனரல் மெக் ஆர்தர் பதவி நீக்கம் பற்றியும் நீண்ட போதனைகள், ஜெனரல் மெக் ஆர்தர் நமக்கு என்ன வேண்டும்? - இருப்பினும் உலகின் அனைத்து துயரங்களையும் தன்னுடையதாகக் கருதும் அளவுக்கு நமது பிரதம அமைச்சர் மிகவும் உன்னதமானவராக, கூருணர்வுடையவராக இருக்கிறார். நேபாளம் மற்றும் எகிப்து பற்றி நன்றாகவே பொருள் கொள்கிறார். கடவுள் மற்றதை அறிவார், நல்லதாகப் பொருள் கொள்ள நம்மையும் எதிர் பார்க்கிறார். நிர்வாகம் பற்றி கொஞ்சமும் சிந்தனை கிடையாது ஆனால் நாம் அமைக்க வேண்டிய உணவுக் குழுக்களின் முறை பற்றி அவர் பேசுகிறார்.'[2] கடிதங்களின் கால இடைவெளி பற்றி அமைச்சர், தவறாகச் சொல்கிறார் - அவை பதினைந்து

2 விக்ரம் சேத், *A Suitable Boy* (புது டெல்லி, பெங்குயின் நூல்கள், 1993), பக்கம் 261

நாட்களுக்கு ஒருமுறையே அன்றி மாதத்திற்கு ஒருமுறை அல்ல - ஆனால் அவைகள், வழக்கமான அலுவலகக் கடிதப் போக்குவரத்து மற்றும் அரசாங்கத்தின் தினசரிப் பணிகளை விவரிக்கும் சாதாரண குறிப்பாணைகள் போல் அல்ல என சரியாகப் புரிந்து கொண்டார். அவை ஏன் முக்கியமானவை என்பதற்கு குறைந்த பட்சம் மூன்று காரணங்கள் உள்ளன.

முதலாவது, நேருவின் அரசியல் சிந்தனைகளின் ஒரு புரிதலுக்காக. நேருவின் எழுத்துக்களில், மிகமிகப் புகழ் பெற்றதாகத் தொடர்ந்து விளங்குபவை அவருடைய மூன்று நூல்கள் - *Glimpses of World History* (1934), *An Autobiography* (1936), *The Discovery of India* (1946). இந்த நூல்கள் நேருவின் சிந்தனை மீது ஒளியைப் பாய்ச்சுகின்றன. மனிதகுல வரலாறை சீரமைத்த, நாகரீகங்களின் மற்றும் ஆளுமைகளின் ஒரு கம்பீரமான ஆய்வு வழியே *Glimpses*, மேற்கத்திய உலகால் முழு ஆதிக்கம் செய்யமுடியாத மாற்றத்தின் சக்திகளைக் கொண்ட ஓர் உலகை சித்திரிக்கிறது.[3] அது, உலக வரலாற்றிலிருந்துதான் சில நாடுகள் பற்றி எழுத முடியும் என்ற கருத்துக்கு சவால்விடும் ஒரு ஆற்றல் மிக்க வழி. *An Autobiography* நேருவின் தனிப்பட்டப் பயணத்தை வடிவமைத்த நம்பிக்கைகளையும், ஏமாற்றங்களையும் மட்டுமல்ல, விடுதலை பற்றிய சிந்தனையைப் புரிந்து கொள்வதை நோக்கிய பயணத்தையும் ஆழமாகப் பதிவு செய்கிறது. இது குறித்து குறிப்பிடத்தக்க முக்கியத்துவம், பொருளாதார விடுதலை மீதான நேருவின் வலியுறுத்தல் ஆனால் அத்துடன், ரஷியாவின் வன்முறையிலான புரட்சிகர வழிமுறைகள் பற்றிய கவலைகளும்தான். 'ரஷியாவில் நடந்த அதீதம். குறிப்பாக சாதாரணக் காலங்களில் அளவுக்கு மீறிய வன்முறைப் பிரயோகம்',[4] பற்றிய விருப்பமின்மையை வெளிப்படுத்தி, 'நான் மிக அதிகமாக, மனிதாபிமான தாராளமயப் பாரம்பரியத்தால்

---

3 பல வழிகளில், மேற்கத்திய உலகம் அல்லாத ஒன்றின் முக்கியத்துவம் பற்றிய இந்த முன்னுரிமை கோரலே, நேரு தன் சொந்த நாட்டைப் புரிந்து கொள்வதற்கான ஆய்விற்கு தேவையான அடிப்படைக் கருத்தாக இருந்தது. இராமச்சந்திர குகா நோக்குவதைப் போல, நேரு நூல்களின் கால வரிசையும், இந்திய தரிசனம் என்னும் தலைப்பும், 'பெரும்பாலும் [நேரு], ஒரு நாட்டுப் பற்றாளனாக வருவதற்கு மிகவும் முன்னால் ஒரு சர்வதேசியவாதியாக இருந்தார், இந்தியாவை அவர் கண்டறிவதற்கு முன்பே, அவர் உலகத்தைக் கண்டறிந்தார்' என்பதைக் கூறுகின்றன.' இராமச்சந்திர குகா, *India after Gandhi The History of the World's Largest Democracy* (டெ ல்லி: பிக்காடோர், 2007), பக்கம்794, குறிப்பு 3

4 ஜவஹர்லால் நேரு, *An Autobiography* (புது தில்லி: பெங்குயின் நூல்கள், 2004 [இலண்டன்: ஜான் லேன், 1936]), பக்கம் 610

தாக்கத்திற்கு உள்ளானேன்' என்று எழுதினார். 'வறட்டுவாதம், காரல் மார்க்ஸின் படைப்புக்களையும், வேறெந்த நூல்களையும், அவை மறுதலிக்க முடியாதவை என்று வேதங்களைப் போல சொல்லி நடத்தும் முறை மற்றும் நவீன பொது உடைமை வாதத்தின் ஒரு அம்சம் போலக் காணப்படுகிற அடக்குமுறைக் கட்டுப்பாடு மற்றும் மாற்றுக் கருத்துக் கொண்டோரை வேட்டையாடுவது'[5] பற்றி அவருக்குக் குறிப்பாக ஒரு விருப்பமின்மை இருந்தது. மூன்றாவது நூல், The Discovery of India, இந்தியாவின் இன்றியமையா ஒற்றுமைக்கான விவாதமாகப் படிக்கப்பட்ட ஓர் உரையாகும். அதோடு மட்டுமின்றி, நேரு, இந்திய அடிமைத்தனத்தின் தற்காலிக, குழுப் போக்கையும் சுட்டிக்காட்டுவதில் மிக அதிகமாக ஆர்வம் கொண்டிருந்தார். அனைத்திற்கும் மேலாக, எப்படியிருப்பினும், அந்த நூல், தேசியவாதத்திற்கு, அது வேண்டும், விளக்க உரையைக் கொடுப்பதை நோக்கமாகக் கொண்டது. வரலாறு அடிப்படையிலான கடந்த காலங்களைக் கற்பனை செய்வது என்னும் உத்தி, பத்தொன்பதாம், இருபதாம் நூற்றாண்டு இந்தியர்களின் பழக்கம், ஆனால் வேறெந்த முயற்சியும் - வரலாற்று அடிப்படையில் கீழ் - ஜாதியினர் மீதான அடக்குமுறை பற்றி விளக்கும் அம்பேத்கரின் முயற்சிகள் அல்லது காலனியத்துவத்தின் பொருளாதாரச் சிதைவை அம்பலமாக்கும் பொருளாதார தேசியவாதிகளின் கோரிக்கைகள் - அதனுடைய நோக்கத்திலும் அளவிலும் Discovery - க்கு ஈடாகாது. மாறிவரும் அரசியல் நல்வாய்ப்புகளின் விளக்கத்தைத் தருவது மூலமாக, அது ஒரு ஒட்டுமொத்த நாட்டின் தீவிரமான அடிப்படை மாற்றத்திற்கான சாத்தியப்பாட்டை வெளிப்படுத்துகிறது.

நேருவின் மூன்று நூல்களும் முக்கியமான ஒத்த தன்மைகளைப் பகிர்கின்றன ... அவை அனைத்தும் வரலாறு பற்றி வரும்போது மிகச்செறிவாக இருக்கின்றன, அவை அனைத்தும் பெரும்பாலும் சிறையில் எழுதப்பட்டவை, அவை அனைத்தும் விடுதலைக்கு முன்பு எழுதப்பட்டவை. அதன் விளைவாக, பிரதம அமைச்சராக அவருடைய பங்கை அவை, விளக்க முற்படவில்லை மேலும் உதவிகரமாக இருக்குமெனில், நேருவின் அரசியல் பார்வை பற்றிய ஒரு முழுமையற்ற புரிதலையே அது தருகிறது. அந்தப் பங்கு பற்றிய ஒரு மதிப்பீட்டிற்கு இந்தக் கடிதங்கள் முக்கியமானவை. விடுதலைக்கு முன்பாக நேருவின்

---

[5] மேற்படி நூல், பக்கம் 591.

எழுத்துக்கள், அரசியல் மற்றும் பொருளாதார விடுதலை குறித்த அவரது அர்ப்பணிப்பை எடுத்துக் காட்டினாலும், அவர் இரண்டிற்கும் இடையே உள்ள தொடர்பை தெளிவு படுத்தினார் என்பது விடுதலைக்குப் பிறகு தான். சோசலிசம் குறித்த அவரது அர்ப்பணிப்பும், வன்முறையிலான பொது உடைமை குறித்த அதிருப்தியும் துவக்கம் முதல் இறுதி வரை உறுதியாக இருந்த பொழுது, பிரதம அமைச்சராக, ஜனநாயக ஆட்சியின் நடைமுறையிலான மற்றும் பணிமுறை சார்ந்த அம்சங்களை உள்ளடக்க அவருடைய கவலைகள் விரிந்தன. சுய அரசாங்கத்தின் உள் செயல்பாடுகள், அவை முன்னர் வரவழைத்ததை விட மிகப் பெரிய அளவிற்கான கவனத்தைப் பெற்றது மேலும் அவர் வாழ்வில் அது ஒரு கட்டத்தைக் குறித்தது, அங்கு அரசியல் விடுதலை மீது அவர் வைத்த முக்கியத்துவம், ஒரு குறிப்பிட்ட பொருளாதார தீவிரவாதத்தின் வேகத்தை மட்டுப்படுத்தியது. அரசியல் விடுதலை மீதான இந்த அழுத்தம், ஜனநாயகத்தைப் பலப்படுத்தக்கூடிய வழிகளை நோக்கி கவனத்தை திருப்பியது. இப்போது, நேரு, பிரதம அமைச்சராக, ஜனநாயகங்கள் தொடர்ந்து நீடிக்க எந்த சிறப்பு உரிமையும் பெறவில்லை என்பதை வலியுறுத்த மிகவும் சிரமம் எடுத்துக் கொண்டார். அரசியல் அமைப்புக்களின் வேறெந்த வடிவங்கள் போல அவைகள் வெற்றியோ அல்லது தோல்வியோ அடையலாம். இந்தியாவின் விடுதலை, அது சிறைபட்டிருந்ததைப் போலவே நிரந்தரமற்றது. இந்தியர்கள் ஜனநாயகத்தை வெறுமனே ஏற்றுக்கொள்ள முடியாது; அவர்கள் அதை வளர்த்தெடுக்க வேண்டும்.

பொது மக்கள் அதிகாரத்தைப் பயன்படுத்துவதற்கான விதிமுறைகளை உருவாக்குவதற்கான நேருவின் முயற்சி, எந்த அரசியல் சோதனையிலும் இருக்கும், அவர் உள்ளார்ந்து கண்ட உறுதியற்ற தன்மையை, வலுப்படுத்த முயன்றது. முறைசார் செயல்முறைகளும், கொள்கைத் தரங்களும் ஜனநாயக முறை நிர்வாகத்தில் வெறும் சடங்குகளுக்குரிய மதிப்பை விட அதிக மதிப்பு கொண்டவை - அது சட்டப்பூர்வ அதிகாரத்தை நிலைநிறுத்துகிறது, பொதுமக்கள் நம்பிக்கையைக் கட்டியெழுப்புகிறது, பொது வாழ்வில் கட்டுப்பாட்டைக் காத்துவளர்க்கிறது. நேருவின் வாழ்க்கை வரலாற்றாசிரியர், புகழ்பெற்ற சர்வபள்ளி கோபால், நேருவின் சிந்தனையின் முக்கிய அம்சங்களாக, அவருடைய கலை, இலக்கிய உணர்வு மற்றும்

எதையும் அழகுணர்வோடு சொல்லும் போக்கு, மனிதனுடைய பரிபூரணத்துவத்தில் அவருடைய நம்பிக்கை, சமூக உரிமைகள் குறித்த அவரது அர்ப்பணிப்பு, மோதல்களுக்கான அடிப்படைக் காரணம் வர்க்க வேறுபாடுகள் என்பதில் அவருடைய நம்பிக்கை ஆகியவற்றைக் குறிப்பிட்டார்.[6] கோபாலின் பட்டியலில், நாம் அய்ந்தாவது அம்சத்தையும் சேர்க்கலாம் - இந்தியாவில் ஜனநாயகத்தின் வெற்றி, தீவிரவாத அமைப்பு ரீதியிலான, தானாகவே மாய வித்தையாக செயல்படும் வடிவமைப்பின் மீதோ, எந்த ஒரு சிறப்பான ஆளுமையின் மீதோ இறுதியில் சார்ந்திருக்காது என்னும் நேருவின் உணர்வு. அதற்குப் பதிலாக, அது எந்த ஒரு ஒற்றை தனி நபரை அல்லது அமைப்பை விட ஆழமான மரபுகளை வலிந்திணைப்பதை அடிப்படையாகக் கொண்டிருக்கும். பொதுப் பகுத்தறிவு மற்றும் உடனடியான, கவர்ச்சிகரமான தீர்வுகளை எதிர்க்கும் தனிநபர் நடவடிக்கைகளை நியாயப்படுத்தும் முயற்சிகளிலிருந்து, நேரு, தேச - உருவாக்கம் எல்லையற்ற பொறுமையை வேண்டுகின்ற மிகச்சாதாரண செயல் என்றும், ஒருங்கிணைப்பதற்கான கூட்டு செயல்பாடுகள் மூலம் மட்டுமே அதன் செயல்முறைகளும், அமைப்புகளும் நீடித்திருக்க முடியும் என்று காட்டினார்.[7] ஒரு நாட்டை வெறுமனே அதை ஆள்வது என்பதைவிட, மாறாக உருவாக்குவதுதான் நேருவின் தனித்துவமான பொறுப்பாக இருந்தது. இந்தக் கடிதங்கள், தேச - உருவாக்கத்தின் சாகச முயற்சியை ஆய்வு மட்டும் செய்யவில்லை - அவைகளே அதன் ஆக்கக் கூறுகளின் ஒரு பகுதியாகவும் இருந்தன.

ஆகவே, ஏன் இந்தக் கடிதங்கள் பொருட்படுத்தக் கூடியவை என்பதற்கான இரண்டாவது காரணம், அவை தரும் வரலாற்றுப் பதிவு. விடுதலைப் பெற்ற இந்தியாவின் முதல் பதினாறு ஆண்டுகளின் சோதனைகள் மற்றும் பிழைகள், நிகழ்வுகள் மற்றும் ஆளுமைகள், நம்பிக்கைகள் மற்றும் சவால்கள் ஆகியவற்றை விளக்குவதன் மூலம், அவைகள்,

6 சர்வபள்ளி கோபால், *'Imperialists, Nationalists, Democrats: The Collected Essays* என்ற நூலில் *'The Mind of Jawaharlal Nehru'* என்னும் கட்டுரையில், தொகுப்பாசிரியர். ஸ்ரீநாத் இராகவன் (Tamil het : Permanent Black, 2013), பக்கங்கள் 171–203.

7 ஜனநாயக ஒன்று திரட்டலுக்கான நேருவின் முயற்சிகள் பற்றிய சமீபத்திய விவாதம் ஒன்றுக்கு அஷுதோஷ் வர்ஷினியின் *Battles Half Won : India's Improbable Democracy* (புது தில்லி: பெங்குயின் நூல்கள், 2013) ஐப் பார்க்கவும். பக்கங்கள் 25–29, 45–63 குறிப்பாக, ஆய்ந்து முடிவுக்கு வருவது மீதான நேருவின் வலியுறுத்தல் குறித்து அறிய சுனில் கில்நானியின், 'Nehru's Faith', *Economic and Political Weekly* 4793 (30 நவம்பர், 2002) ஐப் பார்க்கவும்.

காலத்தின் தவிர்க்க முடியாத தகவல் தொகுப்பை நமக்கு அளிக்கின்றன.[8] சுதந்திர இந்தியா துவங்கியதைப் போல, பிரிவினைக் கலகம், வகுப்புப் படுகொலையினால் வந்த அச்சமும், துயரமும்; பெருந்திரள் இடமாற்றமும், மனித வரலாறில் நேர்ந்த மிகப்பெரிய அகதிகள் நெருக்கடியும்; ஜூனாகத், ஹைதரபாத் மற்றும் காஷ்மீரின் பதற்றத்துடனான ஒருங்கிணைப்பு; வலதுசாரி தீவிரவாதம் மற்றும் காந்தியின் படுகொலை; இடதுசாரி தீவிரவாதம் மற்றும் கம்யூனிச வன்முறை; உணவுப்பஞ்ச அவசரநிலை, ஒரு அரசமைப்புச்சட்ட நகலுருவாக்கம் என இந்தக் கடிதங்களும் தொடங்குகின்றன. அவை இந்தியாவின் முதல் பொதுத்தேர்தல்கள் போன்ற உள்நாட்டின் முக்கிய நிகழ்வுகளையும், பாண்டூங் மாநாடு போன்ற உலக அரசியலை மறுவடிவமைப்புச் செய்வதற்கான சர்வதேச முயற்சிகள் பற்றியும் விளக்கிட தொடர்ந்து மேற்செல்கின்றன. பொருளாதாரத் திட்டமிடலும், அரசால் வழிகாட்டப்பட்ட வளர்ச்சி பற்றியும் நூல் முழுதும் தனி முக்கியத்துவம் தரப்படுகிறது. திட்டமிடல் மற்றும் வளர்ச்சி ஆகிய இரண்டும் அய்ந்தாண்டுத் திட்டங்களில் தெளிவான வடிவம் கண்டன, அவைகளில் முதல் இரண்டும் முறையே வேளாண்மை மற்றும், தொழில்மயப் படுத்தலின் முக்கியத்துவத்தை அடிக்கோடிட்டன. அதுபோலவே இந்தியாவின் உலகத்துடனான உறவுகள், சீனாவுடனான அதன் நட்பு மற்றும் 1962இன் போர் ஆகியவற்றையும் உள்ளடக்கி, முன்னிலைப் படுத்தப்பட்டன. நேருவை ஆக்கிரமித்த பல்வேறு நெருக்கடிகளும், பதட்டங்களும் - சிறுபான்மையினரின் உரிமைகளிலிருந்து ஒரு அரசு என்ற முறையில், பாகிஸ்தானோடு நடந்து கொண்டிருக்கும் பதட்டத்தின் வரையறைகள் வரை - நேருவின் பிரதம அமைச்சர் பதவிக் காலத்தில் வெளி வந்தது போன்றே, மீண்டும் மீண்டும் கடிதங்களில் வெளிவந்தன. பதினைந்து நாட்களுக்கு ஒருமுறை என்னும் அவற்றின் தன்மையால், 1947 இலிருந்து 1963 வரையிலான தேசத்தின் பயணத்தை மிகுந்த அக்கறையோடு இந்தக் கடிதங்கள் பட்டியலிட்டு இருக்கின்றன. இவ்வாறாக, அவைகள் சுதந்திர இந்தியாவின் வரலாற்றுக்கான தவிர்க்க முடியாத துவக்கப் புள்ளியாக இருக்கின்றன.

8 நேரு பதினேழு ஆண்டுகள் பிரதம அமைச்சராக இருந்தார். ஆனால் அவருடைய இறுதி ஆண்டான 1964 இல் ஒரு கடிதமும் எழுதப்படவில்லை.

இந்தக் கடிதங்கள் அதிகாரப்பூர்வமாக எழுதப்பட்டன ஆனால் அவைகள் அறிவுறுத்தல்கள் அல்ல. "ஒன்றுபட்ட முயற்சிகள்' மற்றும் ஒருங்கிணைந்த செயல் மீதான நேருவின் அழுத்தத்தில் அவைகளின் ஒரு பகுதி கவர்ச்சி இருக்கிறது. அவருடைய காலத்தில், அவருக்கு இருந்ததைப் போன்றே பெரும்பாலும் எதிர்ப்புக்குள்ளாகாத நேருவின் கருத்து எதுவுமில்லை. 1950 இல் சர்தார் பட்டேல் மறைவுக்கும், 1951 இல் புருஷோத்தம் தாஸ் டாண்டனின் கட்சித் தலைவராகப் பதவி விலகலுக்கும் பிறகு, காங்கிரஸ் கட்சிக்குள், அவர் எந்தப் போட்டியையும் எதிர்கொள்ளவில்லை. தேசிய அளவில், நேருவின் காலம், எதிர்க்கட்சிகளின் பல்வேறு கோட்பாடுகளின் ஒரு கலவையைக் கண்டது - சோசலிஸ்ட் கட்சி, இந்தியக் கம்யூனிஸ்ட் கட்சி, பாரதீய ஜன சங்கம், சுதந்திராக் கட்சி - ஆனால் காங்கிரஸுக்கு ஒருவரும் நீடித்த அரசியல் எதிர்ப்பை அளிக்கவில்லை. 1952, 1957, 1962 தேர்தல்களில் பாராளுமன்றத்தில் எதிர்க்கட்சிகளின் இருப்பு, உண்மையாக கால்பகுதி இலக்கைத் தாண்டியதே இல்லை. 1957 இல் கேரளாவில் கம்யூனிஸ்ட் வெற்றியுடன், இந்தியா அதன் முதலாவது காங்கிரஸ் அல்லாத மாநில அரசாங்கத்தை பெற்றபோது, அதாவது விடுதலைக்குப்பின் ஒரு பத்தாண்டு அதற்குப் பிடித்தது. இந்த நிகரற்ற அதிகாரம்தான், இந்தக் கடிதங்களில் நேருவின் தன்விளக்கத்தை, சமமானவர்களில் அவரே முதல்வராக இருப்பதாக குறிப்பிட்டுச் சொல்லுமாறு செய்தது.

முப்பது ஆண்டுகளுக்குமுன் துவக்கத்தில் காலவரிசைப்படி ஏற்பாடு செய்யப்பட்டு அய்ந்து பாகங்களாக வெளியிடப்பட்ட இந்தக் கடிதங்கள் நீண்ட காலமாக அச்சிடப்படாமலும், கிட்டத்தட்ட சேகரிக்கப்பட முடியாமலும் இருந்தன. இந்த ஒரு பாகத் தொகுப்பு, அவைகளை நோக்கிய பெருங்கவனத்தை வரவழைப்பதற்கான ஒரு முயற்சியே. அதன் கருப்பொருள்கள், சமகாலத்திய இந்தியாவின் குழப்பங்களை வடிவொத்த குழப்பங்களை எதிர்கொள்கின்றன. - அவைகளின் முக்கியத்துவத்திற்கான மூன்றாவது காரணம். நாம் இப்போதும் சந்திக்கும் அந்தச் சவால்களை ஏற்றுக்கொள்வதன் மூலம், நம் காலத்திற்கான அவசியம் படிக்க வேண்டியவை ஆகின்றன இந்தக் கடிதங்கள்.

***

அய்ந்து பெரும் கருப்பொருள்களைச் சுற்றி இந்தத் தொகுதி அமைக்கப் பட்டிருக்கிறது - குடியுரிமை, ஜனநாயக அமைப்புகள், தேசியத் திட்டமிடல் மற்றும் வளர்ச்சி, போரும் அமைதியும் மற்றும் சர்வதேச சட்டமுறைமை. ஒவ்வொரு கருப்பொருளுக்கும் உள்ளே, விடுதலை இந்தியாவின் துவக்கக் காலங்களில் நேருவின் சிந்தனை மற்றும் முக்கிய கணங்களின் வளர்ச்சிப் போக்குகளை நாம் காண்கிறோம். 1946 டிசம்பரில், அரசமைப்புச் சட்டசபை முன்பு பேசும்போது, 'இந்தியப் பிரச்சினை பற்றிய புரிதலில் கற்பனை ஏதுமில்லை என்பது தான் கடந்த காலத்தின் துரதிர்ஷ்டவசமான மரபுகளுள் ஒன்று',[9] என்று நேரு குறிப்பிட்டார். சமூகம் ஏற்றுக்கொண்ட உலக உண்மைகளாலும், அதன் சமீபத்திய சொந்த கடந்த காலத்தாலும் கட்டுப்படுத்த முடியாத ஓர் இந்தியாவின் இருப்பை கற்பனை செய்தவாறு, அவர் தன் மற்ற எழுத்துக்களில் தன் கருத்தின் மீது விளக்கமாகக் கூறினாலும், அந்தக் கணத்தில், அவர் அர்த்தப்படுத்தியதன் அடையாளங்களை மட்டுமே கொடுத்தார்.[10] ஏகாதிபத்திய மனப்பாங்கைக் குறிப்பிடாமல், மேற்கத்திய சிந்தனைக்கு இந்தியா சவால்விடும் ஒரு பிரச்சினை, வயது வந்த அனைவருக்கும் வாக்குரிமை என்பதுடன் ஜனநாயகத்தை உடன் ஏற்றுக்கொள்வதுதான், ஏழையான, சமூக அடிப்படையில் சிதைந்தும், வேறுபட்டும், படிப்பறிவற்ற, சுய அரசாட்சிக் கலையில் பயிற்றுவிப்பற்ற ஒரு நாட்டில், ஜனநாயக அரசாங்கம் என்பது சாதாரண பரிசோதனை அல்ல.

இந்தியா ஆளப்படக் கூடுவதற்கு முன்னால், எப்படியிருப்பினும், அதன் குடிமக்கள் உருவாக்கப்பட வேண்டியிருந்தது - இது மதத்தால், மொழியால், ஜாதியால் பிளவுண்டு கிடந்த ஒரு நாட்டில் ஒரு பெரிய சவால். குறிப்பிட்ட அடையாளங்களிலிருந்து விடுபட்ட குடியுரிமையின் அனைத்திலும் சிறந்த ஒரு இலட்சியத்தை பிரம்மாண்டமாகத் தழுவியதாக இந்தியாவின் அரசமைப்புச்சட்டம் இருக்கிறது ஆனால் நேருதான், ஒரு பிரதம அமைச்சராக, அரசியல் அடிப்படையில், குடிமகனுக்கும், தேசத்திற்குமான உறவைப் பராமரித்தார். இந்தப் பொறுப்பு விடுதலையின் போதே வந்தது, மேலும் தேசப் பிரிவினையின் சோகச்சூழ்நிலையில்,

---

9 ஜவஹர்லால் நேரு, 13, டிசம்பர், 1946 அரசமைப்புச் சட்டசபையில் பேசியது. *Constituent Assembly Debates, Vol.I* (தில்லி, பாராளுமன்றச் செயலகம், 2009 [1950], பக்கம் 64.
10 நேருவின் தேசியக் கண்ணோட்டம் குறித்து, சுனில் கில்நானியின் *The Idea of India* (புது தில்லி: பெங்குயின் நூல்கள், 1997); மற்றும் குகா, *India After Gandhi* ஐப் பார்க்கவும்.

இந்தியா, ராஷ்ட்ரீய சுயம்சேவக் சங்கம் போன்ற 'பிற்போக்கு சக்திகளாலும், வகுப்புவாத அமைப்புகளாலும்' அச்சுறுத்தப் படுவதையும், அகதிகள் நெருக்கடியால் திகைப்பில் ஆழ்த்தப்படுவதையும் நேரு கண்டார். வகுப்புவாத வன்முறைக்கும், மதவாத தீவிரவாதத்திற்குமான நேருவின் பதில் பல்வேறு பரிமாணங்களைக் கொண்டது. அனைத்திற்கும் மேலாக, அரசின் முறையான ஸ்தாபனக் கட்டமைப்பு விளங்கியது. An Autobiography இல் அவர் எழுதியதைப் போல, மதம் பற்றிய தெளிவற்றக் கருத்துக்களோடு வளர்ந்திருந்தாலும், பொது வாழ்க்கையில் அதன் இடம் பற்றி அவர் ஊசலாட்டம் எதுவுமின்றி இருந்தார்.[11] மதம் பற்றிய கருத்துக்களிலிருந்து, அரசின் செயல்பாட்டை பிரிப்பது, வகுப்புச் சார்புகளிலிருந்து இராணுவத்தையும், பொதுச் சேவைகளையும் விலக்கி பராமரிப்பது, சட்டம் ஒழுங்கைக் கண்டிப்பாகவும், ஒரு சார்பின்றியும் நடைமுறைப் படுத்துவதை உறுதி செய்வது ஆகிய அனைத்தும் 'அனைத்து சமூக மனிதர்களும் தங்கள் தலைகள் நிமிர நடக்கக் கூடிய மதச்சார்பற்ற அரசு' பற்றிய தொலை தூரப் பார்வையின் ஒரு பகுதியாக அமைந்தன.

நேருவுக்கு, இது போன்ற அரசு மட்டுமே கூட்டுச்செயல்பாட்டை, தனிமனித சுதந்திரத்தோடு இணங்கிப்போகச் செய்ய முடிந்த ஓர் அடையாளத்தைத் திணித்தது, 'ஒரே சீரான தன்மைக்கும், அவர்களுடைய சிந்திக்கும் முறைக்கும், வாழ்க்கைக்கும் அடிபணியக் கோரியது' அமெரிக்கர்கள் மற்றும் கம்யூனிஸ்டுகள் ஆகிய இருவரின் பிரதானத் தோல்வியாக ஆனது. அடையாள அரசியலிலிருந்து சுதந்திரமான ஒரு மாதிரி குடியுரிமை, பின்விளைவுப் பயன்களையும் கொண்டது மேலும் அரசையும் செயலூக்கம் கொண்டதாக அனுமதித்தது. இந்தியாவின் முதன்மையான பிரச்சினை பொருளாதாரமாக இருந்தது என்று அவர் உணர்ந்தார், மேலும் அதைச் சந்திக்க, ஒன்றுபட்டப் பார்வையை வேண்டியது. 'பிரிவினைவாத, குறுங்குழுவாத எண்ணங்கள் அதிகமானால், முதன்மையானப் (பொருளாதாரப்) பிரச்சினையை சமாளிப்பதை அவை கடினமாக்கி விடும். குழப்பமான சூழ்நிலைகள் நாட்டின் சில பகுதிகளில் இருந்தால், பிறகு தேசத்தின் சக்தி எல்லாம் அவற்றைச் சமாளிப்பதிலேயே பெரும்பாலும் உட்கிரகிக்கப்படும். மேலும் மற்ற விஷயங்கள், எவ்வளவுதான் முக்கியமானவையாக இருப்பினும், இரண்டாம்

---

11 நேரு, *An Autobiography,*பக்கம் 8.

நிலைக்கு வந்துவிடும்.' சமூக மோதல் சமயங்களில், அரசின் உதவிசெய்ய இயலாத நிலையை நேருவே கவனித்தார். 'நாம் எங்கோ ஒரு எரிமலையின் உச்சிக்கு அருகில் வாழ்வது போல் தோன்றுகிறது மேலும் எந்தப் பொறியும் அதன் வெடிப்பை எழுப்பிவிட முனைகிறது', என நேரு, வகுப்புமயப் படுத்தப்பட்ட அரசியல் உண்டாக்கும் நடவடிக்கைகள் மற்றும் எதிர் நடவடிக்கைகளின் 'தீய வட்டம்' மீது வேதனைப்பட்ட போது, எழுதினார். பல சமயங்களில், குறிப்பாக, 1950 இல் கிழக்கு மற்றும் மேற்கு வங்கத்திற்கு இடையேயான பரஸ்பர இடம்பெயர்தலின் போது நேரு வேதனையோடு தன் சொந்த அதிகாரமின்மையை ஒத்துக்கொண்டிருப்பதை நாம் காண்கிறோம்: நான் ஆழ்ந்த துன்பத்தாலும், தோல்வி உணர்வாலும் நிரம்பப் பெற்றிருக்கிறேன்... வரலாறு நமக்கென ஏற்படுத்தியுள்ள பணியிலிருந்து நாம் ஓடி விட முடியாது. ஆனால் ஒரு கொடூரமான விதி, நம்மைத் தொடர்ந்து வந்து நம் அனைத்து முயற்சிகளையும் பயனற்றதாக்கி விடுகிறது'.

இந்த நெருக்கடியின் தன்மை, கையில் உள்ள பிரச்சினை வெறும் அரசியல் சார்ந்ததல்ல ஆனால், உளவியலும் சார்ந்தது என்று நேருவை கவனிக்கச் செய்தது. துவக்க கால எழுத்துக்களில், இதுபோன்ற மோதல்களை எளிதாக, உள்ளார்ந்த வர்க்கப் போராட்டங்களை பிரதிநிதித்துவப் படுத்துவதாகக் கருதி இருந்தார். இன்னும் அவர் இந்த நம்பிக்கையைத் தொடர்ந்து வைத்திருக்கும் வேளையில், குடியுரிமையின் உளவியல் சார்ந்த அம்சத்திற்கு, மிகப் பெரிய அளவிலான கவனத்தை தர அவர் துவங்கி உள்ளார். இன்றைய நமது அடிப்படை பிரச்சினை, ஒரு ஒன்றுபட்ட இந்தியாவை, அச்சொல்லின் உண்மையான மற்றும் உள்ளார்ந்த பொருளில், கட்டுவதே ஆகும், அதாவது, மக்களின் ஓர் உளவியல் சார்ந்த ஒருங்கிணைப்பைக் கட்டுவதே ஆகும்' என்று 1953இல் அவர் எழுதினார். விசுவாசத்தை நிரூபிக்கக் கேட்கப்படும் குழுவினர் மீதான அச்சத்தை வெளிப்படுத்துவதிலிருந்து, உருதுவின் வீழ்ச்சி மீதான ஆழ்ந்த சிந்தனை வரை, பொது வேலைகளில் சிறுபான்மையினர் வராமை பற்றி விசாரணை செய்வது வரை, நேரு, வெளியேற்றப்படுதலின், அதிகாரப்பூர்வமற்றக் காரணங்களையும், உணர்வுவயப்பட்ட துயரத்தையும் அடிகோடிட்டுக் காட்டத் துவங்கினார். உதாரணத்திற்கு, கிழக்கு வங்கத்தில், 'மிக மிக துரதிர்ஷ்டமான அம்சம்,

இந்துக்களின் அப்பட்டமான விரக்தி உணர்வுதான்' என அவர் கண்டார் மேலும் முதல்முக்கியக் கடமை, அச்சத்தைப் போக்குவதும், நம்பிக்கையை வளர்ப்பதுமாக இருக்க வேண்டும் எனக் கருதினார். அதைப் போலவே, கலாசார சேர்க்கையை இந்தியாவின் வடகிழக்குப் பகுதியின் மீது திணிப்பது ஆபத்தாக இருக்காது எனினும், அதை எதிர்விளைவுகளாக அவர் கண்டார். எந்த சேர்க்கையும், திணிக்கப்படுவதை விடவும் மாறாக, இயற்கையாக இருக்க வேண்டும் என்றும், பல்வேறு பகுதிகளின் தனிப்பட்ட கலாசாரங்களைத் தக்கவைப்பதற்கான முயற்சிகள் மட்டுமே அந்தப் பகுதிகளுக்கு முழுத்தகுதியை அளிக்க முடியும் என்றும் அவர் நம்பினார்.

குறிப்பாக பெரும்பான்மையின் வகுப்புவாதம், ஆபத்தானதாக இருக்கும் என்று நேரு கருதினார். இந்த ஆபத்து ஓரளவுக்கு அந்தக் காலத்தில் யதேச்சையாக நிகழ்ந்த வரலாற்று உண்மைகளால் இருந்தது ஆனால், பெரும்பான்மையினர் வகுப்புவாதம், தேசம் முழுவதற்குமான பிரதிநிதித்துவத்தை கோரக்கூடும் என்பதாலும் இருந்தது. இருப்பினும் நேரு, குடியுரிமைப் பிரச்சினையை ஜனத்தொகையில் அது உட்படுத்தும் பிரிவு எதுவாக இருந்தாலும், குறிப்பிட்ட பிரச்சினை என்னவாக இருந்தாலும், அவற்றைப் பொருட்படுத்தாது, கடும் உறுதியுடன், அணுகினார். பாராளுமன்றத்தில் பெண்கள் இல்லாததன் மீதும், அரசுப் பணிகளில் மதச் சிறுபான்மையினரின் குறைந்தபட்ச பிரதிநிதித்துவம் இல்லாததன் மீதும் அவர் தன் கவலையை வெளிப்படுத்தினார், ஆனால் ஜாதி அடிப்படையிலான, வகுப்புவாரி இடஒதுக்கீட்டை மறுத்தார். இது போன்ற முறைகள் அடையாள அரசியலின் வெறும் இன்னொரு வடிவமாகவே இருந்தன, கல்வி அளிப்பதைப் போலில்லாமல், அவைகள் 'உடலுக்கு நலமோ அல்லது வலுவோ சேர்க்காத ஒரு வகை ஊன்றுகோல் போன்றவையே'. மற்றெவரையும் போல நெருக்கமாக நேரு பார்த்த, பிரிவினைக்கு முன் பிரதிநிதித்துவம் குறித்த நாற்பதாண்டுப் பிரச்சினை, அடையாளத்தின் மீது கட்டப்பட்ட அரசியலின் உள்ளார்ந்த உறுதியற்ற தன்மையை, அவர் நம்பும்படிச் செய்தது. எந்த உருவாக்க முறைமையும், பல்வேறுபட்ட குழுக்களிடையே திருப்திகரமாக இருக்க முடியாது. இது போன்றதொரு சாகச முயற்சியின் உள் தர்க்க நியாயம், பந்தங்களை வலுப்படுத்துவதற்கு மாறாக, மென்மேலும் பிரிவினைகளைப் போதுமான அளவுக்கு உண்டாக்கும். தனிப் பிரதிநிதித்துவத்திற்கான

கோரிக்கைகளுக்கும் மேலே எழும் ஓர் அரசியல்தான், இதற்கான ஒரே மாற்று, அதன் மூலமாக பன்மைத்தன்மையதாக அது இருக்கும் என நேரு வலியுறுத்தினார். டென்சிங்கின் தேசிய இனம் பற்றிய, ஹில்லேரிக்கு முன்னதாக அவர் எவரெஸ்டின் உச்சியை அடைந்தாரா என்ற விவாதங்கள் எழுந்த போது, 'ஒரு குறுகிய, வருந்தத்தக்க தேசியவாதம்' தான் பிரச்சினைகளை எப்போதும் அடையாளத்திற்கானதாகக் குறைத்து விடுகிறது என நேரு கண்டறிந்தார். சமூகங்களில் ஒன்றுக்கு எதிராக மற்றொன்றை சமனப்படுத்தும் ஏதோ ஒரு தற்காலிக முறையை வளர்த்தெடுப்பதற்கு மாறாக - இன்றுவரை வெவ்வேறு வடிவங்களில் தொடரும் ஒரு நோய் - இந்திய அரசியலில் அரிதான தாராளவாத பகுத்தறிவு என்னும் வடிவில், நேருதான், அரசியலை மதம், மொழி மற்றும் ஜாதி போன்ற கருத்துக்களிலிருந்து, விலக்க முயற்சி செய்தார். முற்றிலும் வேறுபட்ட விதிமுறைகளை அடிப்படையாகவும், நடைமுறையும் படுத்தும் அரசியல் மட்டுமே, இந்தியாவை 'ஒரு காக்கும் சக்தியாக ஆக்குவது மட்டுமின்றி, விடுதலை செய்யக்கூடிய சக்தியாகவும்' ஆக்க முடியும்.

நேருவுக்கு விடுதலை என்பது சுய அரசாங்கத்தின் மூலமாக மட்டுமே நடைபெற முடியும், ஜனநாயகம் மட்டுமே அவர் எப்போதும் ஏற்றுக்கொண்ட அரசியல் அமைப்பின் ஒரே வடிவம். துவக்கத்திலிருந்தே அதற்கு அவர் ஈடுபாட்டோடு இருந்தாலும், விடுதலைக்கு முன் நேருவின் எழுத்துக்கள், ஜனநாயக ஆட்சியின் குறிப்பிட்ட அமைப்பு அடிப்படையிலான கூறுகள் மீதான கவனத்தை விட அதிகமாக பொருளாதார வளர்ச்சியின் மீது செலுத்தின. அவர் பதவி ஏற்றதை ஒட்டி இது மாறியது. பிரதம அமைச்சராக அவர், ஜனநாயகம் என்பது செயல்முறைகளைப் பற்றியது மேலும் 'ஒரு அரசியல் அமைப்பு கட்டியெழுப்பும் ஒரு சாதாரண கட்டமைப்பு அல்ல' என வலியுறுத்தினார். மரபுகளை வலுப்படுத்தும் பெரும் பொறுப்பு அவர் மீதும், அவருடைய முதல் அமைச்சர்கள் மீதும் இருக்கிறது என்பதைக் கடுமையாக உணர்ந்த நேரு, 'இன்று நமது அரசாங்கங்கள் என்ன செய்கின்றனவோ, அவை எதிர்கால நிர்வாகங்களுக்கான தரத்தை நிர்ணயிக்கும். போதுமான காரணங்களுக்காக ஒருவேளை இன்று பயன்படுத்தும் உண்மையான அதிகாரங்கள், பின்னாளில், முற்றிலும் போதாத, ஒருவேளை ஆட்சேபணைக்குரிய காரணங்களுக்காகக் கூட

பயன்படுத்தப்படலாம்' என்பதை உணருமாறு அவர்களை வலியுறுத்தினார்.

பல்வேறு துறைகள் முழுவதிலும் மரபுகள் அவசியமானதாக இருந்தன, ஆனால் பெரும்பாலும், அது, அரசின் வலுக்கட்டாய அதிகாரம் என வரும்போது, மிகமிக அவசியமானது. எடுத்துக்காட்டாக, விசாரணையற்ற தடுப்புக்காவல் பற்றி நேரு எச்சரிக்கை விடுத்தார். ஒருமுறை இதுபோன்ற தீவிர நடவடிக்கைகளைப் பயன்படுத்துவது, அவைகள் ஆட்சிமுறையில் அங்கீகரிக்கப்பட்ட நடைமுறையாக வந்துவிடும் என நேரு கவலை அடைந்தார். அதுபோல, அதிகரிக்கும் காவல்துறை துப்பாக்கிச் சூடுகள் மீதான அதிர்ச்சி பற்றி குரல் எழுப்பினார். அவைகளை வெறும் துறைவாரி விசாரணை என்றில்லாமல், ஒரு சிறப்பு விசாரணையாகப் புலனாய்வு செய்வதற்கு அவருடைய முதல் அமைச்சர்களைத் துரிதப்படுத்தினார். இவை போன்ற அடக்குமுறை நடவடிக்கைகள், இன்னும் மேற்சென்று அவற்றைப் பயன்படுத்த ஊக்கப்படுத்தும் மேலும் அரசியல் வாதிகளை கடினமான காலங்களில் எளிதான தீர்வுகளைக் காண சபலப்படுத்தும் என நேரு அஞ்சினார். அமைப்புகளுக்கு இடையேயான உறவுகளும் கூட மரபுகளை உருவமைக்க உதவும். ஆட்சி நிர்வாக செயலை மறு ஆய்வு செய்யும் நீதியியல் அதிகாரத்தைக் கட்டுப்படுத்தும் இவ்வாறான முடிவு, அந்தக் கட்டத்தில் விவேகமுள்ளதாகத் தோன்றினாலும், 'மோசமான விளைவுகள் நிறைந்தது' என்பது நேரு கண்டறிந்த ஒரு செயல் ஆகும். இதைப்போலவே, தீவிர நிலச்சீர்திருத்தத்தைச் செயல்படுத்திய (ஆனால் பேச்சு சுதந்திர உறுதிப்பாட்டைக் குறைக்கவும் செய்தது) அரசமைப்புச்சட்டத்தின் முதல் திருத்தத்தின் மீது, திருத்தங்களைக் கைவிடக் கோரிய நீதிமன்றங்களின் முடிவுகளுக்காக, நேரு ஆத்திரம் கொள்ளவில்லை. அரசமைப்புச்சட்டத்தை விளக்குவதற்கான கடமை அவர்களுக்கு இருக்கிறது என்று நேரு உணர்ந்தார்; அந்தத் திருத்தங்கள் நியாயமானவை ஏனெனில் நீதிபதிகள் தவறாக இருக்கிறார்கள் என்பதற்காக அல்ல ஆனால் அரசமைப்புச்சட்டம், கடுமையான சமூகச் சீர்திருத்தத்திற்குத் தேவையான இலகுத்தன்மை இன்றி இருக்கிறது என்பதால்தான்.

இந்தத் திருத்தத்தை நடைமுறைப் படுத்தியபோது, நேரு செயல்முறையை ஒத்திவைத்தார், மக்கள் மத்தியில்

விளக்கினார், நடவடிக்கைக்கான காரணங்களைக் காத்துநின்றார், திருத்தங்கள் குறித்த கட்டுப்பாடுகள் 'அறிவுப்பூர்வமானவை' என்ற அடைமொழியை ஏற்றுக்கொண்டதன் மூலம் எதிர்க்கட்சியினரின் அக்கறைகளையும் இணைத்துக்கொண்டார். இருப்பினும், இந்தத் திருத்தம், அரசுக்கு, நேரு எதிர்பார்த்ததை விட மிக அதிகமான உத்தேச அதிகாரத்தை வழங்குவதற்கு உதவியாக இருந்தது. சட்டநடைமுறை அவருடைய காலங்களில் குறைவாகத் தெரிந்த ஒரு கருவியாக இருந்தபோது, ஆட்சியில் இருப்போரின் உணர்திறனை மிகவும் பெரிதாக சார்ந்திருந்த கட்டுப்பாடுடனான பயன்பாடுள்ள அது, அதனுடைய, சட்டப்பூர்வ மாற்றத்தை நோக்கிய ஒரு துணைபுரியக்கூடிய அணுகுமுறையைத் தழுவியது, உண்மையில் இது நேருவின் பார்க்க முடியாத பகுதிகளில் ஒன்றாகப் போனாலும், அமைப்புகளின் கலாசாரம் பற்றிய அவருடைய மொத்த கவனம், கடிதங்கள் முழுவதிலும் முக்கியமானதாக இருக்கிறது. எந்தப் பாராளுமன்ற முறையிலும் ஆளுநர்கள் குறைந்த பங்கையே ஆற்ற முடியும் என்பதையும், வரையறுக்கப்பட்ட இறுதி அதிகாரம் கொண்டவர்கள் என்பதையும் அங்கீகரிக்கும் வேளையில், அவருடைய முதல் அமைச்சர்களை, அரசியல் நிலைமைகளை ஆளுநர்களுக்கு முறையாகத் தெரிவிக்க வேண்டும் என்று வலியுறுத்தினார். கம்யூனிஸ்ட் கட்சியின் செயல்பாட்டின் மீதான அவருடைய தெளிவான விரக்தி இருந்தபோதும், தத்துவார்த்த அடிப்படையில் அவர்களுக்கு எதிராக நடவடிக்கை எடுப்பதை எதிர்க்க வேண்டியும், வன்முறை தொடர்புடைய வழக்குகளில் பலாத்கார பதில் நடவடிக்கைகளைக் கட்டுப்படுத்தவும் அவருடைய முதலமைச்சர்களை வலியுறுத்தினார். சண்முகம் ஷெட்டியை - ஊழல் பேர்வழி என சொல்லப்பட்ட நிதி அமைச்சரான அவர் - குற்றமற்றவர் என்று நம்பி, பதிலாக மோசமான நியாயத்தை வழங்கிய வேளையில், பொது வாழ்வில், ஒழுக்கத்திற்கான மிகமிக உயர்ந்த தரங்கள் மட்டுமே ஏற்கத்தக்கவை என்ற பின்னணியில், அவருடைய பதவி விலகலை அவர் ஏற்றுக்கொண்டார்.

அமைப்பு சார்ந்த கலாசாரங்களை நிறுவுகின்ற அவரது முயற்சிகளில், நேரு, 'உடனடியாக' மற்றும் 'சூழ்நிலைக்கு ஏற்ப' என்பவற்றை உள்ளார்ந்து நிராகரிப்பதை நாம் பார்க்கிறோம். பல நேரங்களில், நேருவின் இந்தக் குணமே, அவர் முடிவு

எடுப்பதில் தயக்கம் காட்டுகிறார் என்றும் குறிப்பிட்ட தருணங்களின் முக்கியத்துவத்தை அவர் பார்க்கத் தவறுகிறார் என்றும் சொல்லுமாறு, வெவ்வேறு விதமாக விளக்கப்படுகிறது. இது போன்ற ஒரு விமர்சனம், ஊசலாட்டத்துடன் உருவாகிக், கவனத்தைக் குழப்புகிறது; பொதுவான அதிகாரத்தைப் பயன்படுத்துவது பற்றிய நேருவின் கவலைகள் குறித்தும், மேலும் 'கண நேர உணர்ச்சிவயப் படுதலால் தவறாக வழி நடத்தப்பட நம்மை நாம் அனுமதிக்கக் கூடாது'[12] என்ற அவர் கடிதங்களிலுள்ள எச்சரிக்கையையும் அவ்விமர்சனம் முழுவதுமாக கருத்தில் கொள்ளவில்லை. இதற்கும் மேலாக, நேருவுக்கு இன்னொரு கவலையும் இருந்தது. ஜனநாயகங்கள், தவறான அனுகூலவாதத்தை ஊக்கப்படுத்தும் ஒரு புதுமையான ஆற்றலைக் கொண்டுள்ளன என்று அவர் அஞ்சினார். ஏனெனில் சாதாரணமாக இந்த அமைப்பு மொத்தமும் நியாயமானது எனக் கருதப்படுவதால், அதன் பங்கேற்பாளர்கள், திட்டத்திற்கு ஏற்றபடி செயல்கள் நடக்கின்றன என்று நம்பும்படி வழி நடத்தப்படலாம். இவ்வாறு ஜனநாயக அரசியலின் மாற்றம் தரும் ஆற்றலை அவர்கள் பார்க்கத் தவறுகிறார்கள். நாம் 'நம் சிந்தனையில் தேக்கமும், அணுகுமுறையில் சுய திருப்தி உடையவர்களாகவும் ஆகி விடுவோம்' என்று இறுதி ஆபத்தை நேரு அடையாளப் படுத்துவதுடன், மனநிறைவுடன் கூட கவலைகளும் கடிதங்களை நிரப்புகின்றன. வசதி என்பது ஒரு புதுமையான ஆனால் உண்மையான பிரச்சினை, குறிப்பாக விடுதலை அடைந்த பிறகு, மேலும் அரசியல்வாதிகளுக்கான தவறான நம்பிக்கை, 'அனைத்து சாத்தியமான உலகங்களிலும், மிகச் சிறந்த இந்த உலகில் அனைத்தும் நன்றாகவே இருக்கிறது என கற்பனை செய்வது'.

மனநிறைவு நேருவைக் கவலையடையச் செய்தது ஏனெனில், வெறும் முறைசார்ந்த தேர்தலையொட்டிய செயல்முறைகளால் அவர் என்றும் திருப்தி அடைந்ததில்லை. இந்த நடைமுறைகள் சுய அரசாங்கத்தை உறுதிப்படுத்தலாம் ஆனால் மிகவும் கணிசமான சமூகப் பொருளாதார விளைவுகள் இல்லாத விடுதலை முற்றுப்பெறாத ஒன்றாகும். *Glimpses of World History* இல் நேரு,

---

12 நேருவின் மதிப்பீடு மீதான இந்த அம்சத்தின் விரிவான ஆய்வு குறித்து, சுனில் கில்நானியின் *Political Judgement : Essays for John Dunn* என்ற நூலில், 'நேருவின் மதிப்பீடு' என்னும் கட்டுரையைப் பார்க்கவும். தொகுப்பாசிரியர்கள்: ரிச்சர்டு பாக் மற்றும் ரேமண்ட் கெஸ் (Richard Bourke and Raymond Guess) (கேம்பிரிட்ஜ்: கேம்பிரிட்ஜ் பல்கலைக்கழக அச்சகம், 2009) பக்கங்கள் 254–77.

சோவியத் பாணியிலான தேசியத் திட்டத்தின் மீதான தன் கவன ஈர்ப்பை வெளிப்படுத்தினார். அது என்றும் மங்காத கவர்ச்சி. 'நான் சிமெண்டுக் கலவையை வீசியெறியும் போது, ஒரு சாகச உணர்வு என்னை ஆட்படுத்துகிறது மேலும் சிறிது நேரத்திற்கு நம்மைச் சூழ்ந்துள்ள பல துயரங்களை நான் மறந்தேன்' என்று ஹிராகுட் அணைத் திறப்பை நினைவுபடுத்தியவாறு அவருடைய முதலமைச்சர்களுக்கு அவர் எழுதினார். உலக வரலாறிலிருந்து, குறிப்பாக ரஷியா மற்றும் ஜப்பானிடமிருந்து நேரு எடுத்துக்கொண்ட பாடம், பொருளாதாரத் தன்னிறைவு மற்றும் திட்டமிடலின் முக்கியத்துவம் தான். விடுதலையின் போது, இந்தியாவை எதிர்கொண்ட பெரும் நெருக்கடி உணவுப் பற்றாக்குறையே. இந்த நெருக்கடி உற்பத்தியோடு தொடர்புடையது ஆனால் அது பகிர்ந்தளித்தலையும் உள்ளடக்கியது. உணவைப் பகிர்ந்தளிக்க வல்ல செயலூக்கமுடைய ஓர் அரசு இயந்திரம் இல்லாமல், உற்பத்தி அதிகரிப்பு எதையும் சாதிக்காது. மேலும், சில இந்திய மாநிலங்கள் உணவுத்தானியங்களில் உபரியாக இருப்பது குறித்து பெருமை பேசினர். நேரு, தேசியப் பிரச்சினை நோக்கிய அவர்களது அலட்சியப் போக்கு குறித்தும், மாநிலங்களுக்கிடையேயான சார்ந்திருப்பு பற்றி அறிய இயலாதது குறித்தும் மனவேதனை அடைந்தார். குறுகிய காலத்திற்கு, உணவுப் பற்றாக்குறைகளை இறக்குமதிகள் மூலம் மட்டுமே எதிர்கொள்ள முடியும். ஆனால் இந்த அணுகுமுறை நம் மூலவளங்களை உட்கொண்டு விட்டது மேலும் வளர்ச்சிக்கான மிகப் பெரிய அளவு முதலீட்டை தடுத்துவிட்டது, எனவே இதன் நீண்ட காலப் பயன்பாட்டுக்கெதிராக நேருவை எச்சரித்தது. விலைவாசி உயர்வு போன்ற மற்றப் பிரச்சினைகள் மற்றும் ஒவ்வொரு பிரச்சினையோடும் இந்தக் குறிப்பிட்ட பிரச்சினை மீதும் கடிதங்கள் அதிகக் கவனம் செலுத்துகின்றன. புள்ளிவிவரங்கள் மற்றும் துல்லியமான தகவல்கள் பற்றி, முன்னேற்பாடில்லாமல் எடுக்கப்படும் முடிவுகளின் ஆபத்துகள் பற்றி, அதோடு பொருளாதார முன்னேற்றம் குறித்த ஒட்டுமொத்த திட்டமிட்ட அணுகுமுறையின் கூறுகள் பற்றி நேரு அவரது முதலமைச்சர்களைத் தொடர்ந்து நினைவூட்டி வந்தார்.

மையப்படுத்தப்பட்ட திட்டமிடல் என்பது நேருவின் காலத்தில், அதைப் பரிந்துரை செய்வதற்கு நிறைய தகுதிகளைப் பெற்றிருந்தது. 'சோவியத்துகள் பிரமாண்டமான வளர்ச்சியைக்

கண்டார்கள்; திட்டமிடல் இப்போது தவிர்க்க முடியாததாகி விட்டது. அமெரிக்க அய்க்கிய நாடுகளில் தனியார் நிறுவனங்களின் தீவிர ஆதரவாளர்கள் கூட திட்டமிடலை, மிகவும் குறிப்பாக வளர்ச்சி குறைந்த நாடுகளில், கட்டாயமாக ஏற்றுக்கொள்ள வேண்டியதாயிற்று' என நேரு 1953இல் நம்பிக்கையோடு எழுதினார். திட்டமிடல் இந்தியர்களை முக்கியமான நலன் குறித்த விஷயங்களில் முன்னேற்ற முடியும் என்பது மட்டுமல்ல அதோடு அவர்களின் சக்திகளை நெறிப்படுத்தவும் செய்கிறது. அவ்வாறு செய்யும்போது, அவர்களை, 'மாகாணவாதம், வகுப்புவாதம், ஜாதியவாதம் ஆகியவற்றின் தவறான பாதைகளிலிருந்தும், மற்றும் வேறுபல சீர்குலைக்கும், ஒற்றுமையைச் சிதைக்கின்ற போக்குகளிலிருந்தும்' அது மீட்டெடுக்க முடியும். இந்தப் பொருளாதாரப் பார்வை, ஒரு முற்புனைவுக் கோட்பாட்டால் குறைவாகவும், அதிகபட்சம் எந்த அளவுக்கு வறுமையைப் போக்க முடியும் என்ற நடைமுறைக்கேற்ற கணக்கீட்டின்படி அதிகமாகவும். ஊக்குவிக்கப் பட்டது. 1956இல் பாராளுமன்ற உரை ஒன்றில், நேரு, 'இறுக்கமான, எந்தக் கடுமையான, வறட்டுக் கோட்பாட்டுச் சிந்தனையையும்' தவிர்க்கக் கோரியதால், சோசலிசம் பற்றி வரையறுக்க மறுத்துவிட்டார். 'எந்த ஒரு வறட்டுக் கோட்பாட்டிற்கும் என் சிந்தனையை கட்டுப்படுத்துவதற்கு நான் விரும்புவதில்லை என்று சொல்லுமளவிற்கு அதிகமாக, என் வாழ்நாளிலேயே, உலக மாற்றத்தை நான் பார்த்துவிட்டேன்'[13] என்று அவர் குறிப்பிட்டார். கடிதங்களில் பல்வேறு தருணங்களில், நேரு, அரசுக் கட்டுப்பாட்டை விடவும் அதற்கு மாறாக திறமை மீதான அவருடைய மிகவும் அதிக அளவு ஆர்வத்தை விளக்கியிருக்கிறார். ஆகவேதான், எடுத்துக்காட்டாக, 'பயனுள்ளதாக இருக்க வேண்டி, கட்டுப்பாடுகள், பயனற்றுப் போகும்படியும், பெரிய அளவிலான துன்புறுத்தலுக்கு இட்டுச்செல்லுமாறும், எல்லா இடங்களிலும், பரப்பப் படக்கூடாது. செயலூக்கம் உடைய கட்டுப்பாடு என்பதன் பொருள், முக்கியமான இடங்களைக் கட்டுப்படுத்துவதும், வரையறுக்கப்பட்ட இடங்களில் சுதந்திர வர்த்தகத்தை அனுமதிப்பதும் ஆகும்.'

---

13 ஜவஹர்லால் நேரு, 23 மே,1956 பாராளுமன்ற உரையில், *ஜவஹர்லால் நேருவின் சுய சரிதையிலிருந்து*, தொகுப்பாசிரியர் சர்வபள்ளி கோபால் (புது தில்லி: ஆக்ஸ்போர்டு பல்கலைக்கழக அச்சகம், 1980), பக்கம் 313.

நேரு, முதலாளித்துவம், சோசலிசம் ஆகிய இரண்டும் அவற்றின் அசலான வடிவங்களிலிருந்து மாறி இருக்கின்றன என்று கண்டார். 'மார்க்ஸ், பல வழிகளில், தனது ஆய்வில் சரியென நிரூபிக்கப் பட்டார், ஆனால் வேறு வழிகளில், அவர் தவறு என்றும் நிரூபிக்கப் பட்டார்,' என்றும் 'முதலாளித்துவ சமூகத்தின் முரண்பாடுகளைப் பற்றி கம்யூனிசத்தில் அதிகமான பேச்சு இருக்கிறது என்றாலும்... கடுமையான கட்டமைப்பு கொண்ட கம்யூனிசத்திற்குள்ளும் வளரும் முரண்பாடுகளை நாம் காண்கிறோம்' என்று அவர் எழுதினார். அனைத்து பாரம்பரிய தத்துவார்த்த நிலைப்பாடுகளும், ஏதோ ஒரு நிலையில் தவறிப்போன ஓர் உலகில், அதிகாரத்திற்கும், இறையாண்மைக்கும் இடையேயான தொடர்பை மறுசீரமைப்பது செய்வது பற்றியதே அவருடைய பொருளாதாரப் பார்வை. அவைகளால் மக்களை ஏழ்மையிலிருந்து உயர்த்தவும் இயலவில்லை, அதோடு குடியியல் உரிமைகளை நலிவடையச் செய்ததன் மூலம் பொருளாதார தரங்களை உயர்த்திய குற்றத்தை அவை செய்தன. வெறும் செயல்முறை ஜனநாயகத்தின் மீதான கவனக்குவிப்பையும், அதே போல முடிவுகளின் மீது மையப்படுத்தப்பட்ட ஒரு கருவியாகப் பயன்படுகிற அணுகுமுறை ஆகிய இரண்டையும் நேரு எதிர்க்க வேண்டினார். அவர் இந்த அணுகுமுறையை, சோசலிசம் அல்லது கம்யூனிசம் என்பதை விட, மாறாக 'சமூக ஜனநாயகம்' என்று அழைத்தார்.

பின்னோக்கிப் பார்க்கையில், சமூகம் பற்றியும், தனிமனித விடுதலை பற்றியும் மிகவும் குறுகிய பார்வையையும், அரசு பற்றி மிகவும் பரந்துபட்ட பார்வையையும் கொண்டிருந்திருக்கலாம். ஆனால் அவர் பதிலளிக்க முயன்ற கேள்வி - ஜனநாயக வழிமுறைகள் மூலமாக எவ்வகையில் வளர்ச்சியை ஊக்கப்படுத்துவது மற்றும் நலன்சார்ந்த முடிவுகளை அடைவது - கடினமான ஒன்று; மேலும் அந்தக் காலங்களில், இருந்த சவால்களுடனும், எளிதில் கிடைத்த அறிவுசார் வளங்களுடனும், குறிப்பிட்ட பெரும் பங்கை அரசுக்கு அளிக்காத ஒரு பதிலுடன் வருவது ஏறத்தாழ இயலாத ஒன்று. நேருவின் காலத்திய நெருக்கடிகளையும், கடிதங்களையும் படிக்கையில், இந்தியப் பொருளாதாரத்தின் கடந்து போன பத்தாண்டுகள், உண்மையில் நேருவின் காலங்கள் அல்ல, ஆனால் உடன் தொடர்ந்து வந்த பத்தாண்டுகளே என்பதை அறிந்து ஒருவர் வியக்காமல் இருக்க முடியாது.

***

1947 முதல் 1963 வரை, நேரு இந்தியாவின் பிரதம அமைச்சராக மட்டுமல்ல, அதன் அயல்துறை அமைச்சராகவும் இருந்தார். இந்த ஆண்டுகளின் போது, போரும் அமைதியும், உலகில் இந்தியாவின் இடமும் நேருவின் சிந்தனையின் பெரும் பகுதியை ஆக்கிரமித்திருந்தன. ஆட்சிக்காலத்தில், நேரு, விடுதலைக்குப் பிறகு சில மாதங்களிலேயே, காஷ்மீருக்குள் ஆயுதந்தாங்கிய படையெடுப்பு, ஜூனாகத், ஹைதராபாத் ஆகிய சுதேசி மாநிலங்களின் குழப்பமான இணைப்பு, மேலும் 1950 இல் கிழக்கு மற்றும் மேற்கு வங்கத்தில் வன்முறை மற்றும் அகதிகள் பிரச்சினை என இராணுவ பலத்தை முன்னதாகவே பயன்படுத்த வேண்டி வந்தது. நேருவின் அனைத்து இராணுவ மோதல்களிலும் மிகமிக குறிப்பிடத்தக்கதாக அல்லது மாறாக சீனாவுடனான, புகழற்ற 1962 போராக இருந்தது. அவரது தோல்வி, தேசம், அந்த மனிதர் இருவரையும் வெட்கமுறச்செய்தது.

அப்போதைய உண்மைகளையும், நிகழ்வுகளையும் குறிப்பிட்டும், அதுபோலவே நீண்டகால உலகளாவியப் போக்குகளை தடங்கண்டும், எழுதிய இந்த தலைப்புகள் மீதான நேருவின் எழுத்துகள் பலதிறப்பட்டவை. எடுத்துக்காட்டாக, ஜனநாயக இந்தியாவில், ஒரு நிலப்பிரபுத்துவ ஹைதராபாத்திற்கு நேருவின் உறுதியான எதிர்ப்பு, அய்க்கிய நாடுகள் சபையில், காஷ்மீர் தொடர்பாகக் காட்டும் 'தீவிரமான பாரபட்சம்' மீதான ஏமாற்றம், பெரும் அதிகார அரசியலின் பயனற்ற தன்மையில் அவரின் நிரந்தர நம்பிக்கை ஆகியவற்றை நாம் காண்கிறோம். மிகவும் கூர்மையாக வெளிப்படுகிற அவருடைய சிந்தனையின் ஓர் அம்சம், இராணுவ பலத்தைப் பயன்படுத்துவதில் அவருடைய தயக்கம் ஆகும். ஹைதராபாத்தில், ஆட்சியின் தோல்வி வெளிப்பட்டபோது, நேரு, 'போரை நாம் தவிர்ப்போம், ஏனெனில், போர் என்பது ஓர் அச்சுறுத்தும் விஷயம். அது முன்னேற்றத்தின் குறுக்கே வருகிறது, கசப்பான தடங்களை அதன் பின்னே விட்டுச் செல்கிறது' என்று எழுதினார். கிழக்கு மற்றும் மேற்கு வங்கத்தில் முடிவற்ற வன்முறைக்கு எதிரான ஒரு மனநிலையைக் கொண்டுவர முயன்ற லியாகத் அலி கான் உடனான 1950 ஒப்பந்தத்தை, அதில் குறைபாடுகள் இருப்பினும், அவர் பெரும் அளவிற்கு ஆதரித்தார். ஒரே மாற்று ஆயுத மோதல் தான், பாகிஸ்தானை குறைசொல்வதைவிட, ஒப்பந்தத்தின் ஆன்மா மீதான அதன் சொந்த ஈடுபாட்டை எடுத்துக்காட்ட வேண்டிய பொறுப்பு இந்தியாவிற்கு இருந்தது:

'பாகிஸ்தான் என்ன செய்தாலும் அல்லது செய்யாவிட்டாலும் அதிலிருந்து நம்மை நாம் காப்பாற்ற வேண்டும் என்பது மட்டுமல்ல, நம்மிடமிருந்தே நம்மைக் காப்பாற்ற வேண்டும்.' 'நாம் மிகப் பெரிய அளவிற்கான சேதத்தை பாகிஸ்தானுக்கு ஏற்படுத்தலாம் மேலும் போரில் அதைத் தோற்கடிக்கலாம். ஆனால் இரண்டு நாடுகளும், அந்தத் தீவிரமான நடவடிக்கை எடுக்கப்பட்டிருக்கும் என்றால், நடைமுறையில் அழிக்கப்படும்' என்பதை வலியுறுத்தியவாறு, பாகிஸ்தானைப் பற்றி விவாதிக்கையில், நேரு இந்த நிலையைத் தொடர்ந்து பற்றியிருந்தார். நேருவின் பார்வையில், போர் தவிர்க்கப்பட வேண்டும் ஏனெனில், சண்டையில் இந்தியா வெல்லப்படும் என்பதற்காக அல்ல, ஆனால், அந்த மதிப்பீடுகளுக்கு அப்பாலான ஒரு முடிவின்படி, அது எதிர்க்கப்பட வேண்டும் ஏனெனில், இரண்டு பக்கங்களுமே இழப்பைச் சந்திக்கும்.

பிற்காலத்தில், சீனப்போரை புரிந்துகொள்வதில் இந்த நம்பிக்கையை மறுபரிசீலனை செய்தார். விடுதலைக்கு முன் *Glimpses* மற்றும் *Discovery* போன்ற அவருடைய படைப்புகளிலிருந்து, நேரு சீனாவை சாதகமான, நட்புடனான கண்களால் பார்த்தார் என்பது தெளிவாகிறது. இந்தியா மற்றும் சீனா இரண்டும் பழைமையான நாகரிகங்களாய் இருந்தன. அவற்றின் பயணம், அந்நிய சக்திகளால் குறுக்கீடு செய்யப்பட்டது. இப்போது இருவரும் நவீன உலகிற்குள் போய்க்கொண்டு இருக்கிறார்கள். இந்தக் கண்ணோட்டம் விடுதலைக்குப் பிந்தைய காலங்களில் தொடர்ந்து நீடித்தது. நேரு அவருடைய முதல் அமைச்சர்களுக்கு, 1954 இல் சூ - யென் - லாயின் வருகையை, 'ஆசியாவிலேயே முக்கிய நிகழ்வு அதோடு பெரும்பாலும் உலகிலேயே கூட முக்கிய நிகழ்வு' என தெரிவித்தார். இரு நாடுகளும் மேலாதிக்கத்திலிருந்து விடுதலை பெற்றன. இப்போது ஒவ்வொன்றும், 'தன் சொந்தத் தனித்தன்மையை மீட்பதற்கு முயற்சி செய்து கொண்டுள்ளது.' இருவரும் இணைந்து ஆசியாவின் உலக முக்கியத்துவம் பற்றி மீண்டும் கலந்து பேசிச் செயல்படுவார்கள். அவர்களுக்கு இடையேயான முக்கிய வேறுபாடு, பாணி பற்றிய ஒன்றாகக் குறைக்கப்பட்டு விட்டது: இந்தியாவின் பாதை ஜனநாயகமானது அதேசமயம் சீனா கம்யூனிச வழியில் சென்றது; அது 'மிகவும் ஒரு கடுமையான, அத்துடன் அதிகமான வன்முறையை'ப் பின்பற்றியது.

அறிமுகம் | 33

சீனா மீதான பெருவிருப்பை கருத்தில் கொண்டால், இந்தியாவிற்கும் சீனாவுக்கும் இடையிலான பதட்டம் படிப்படியாக அதிகரித்து வந்த போதும், 1962 போர் நேருவுக்கு ஏன் ஓர் உண்மையான வியப்பாக வந்தது எனப் பார்ப்பது ஒன்றும் கடினமாகாது. 1959 இல் கூட, உறவில் அதிகரிக்கும் விரிசலைக் கண்டறிந்தும், 'நாம் இந்தக் கட்டத்தில் எச்சரிக்கையாக இருக்க வேண்டும் அல்லது எந்த மோசமான விளைவுகளுக்கும் அஞ்ச வேண்டும்' என்பதை அவர் நம்பவில்லை. போருக்கான காரணங்களையும், இந்தியாவின் தோல்வியையும் அடையாளம் காண்பதன் மீது அதிக அளவு மை சிந்தப்பட்டு விட்டது. தொழில் ரீதியான இராணுவத்தின் இயலாமையிலிருந்து தொடங்கி, உள்நாட்டு அரசியல் நெருக்கடியின் தடுக்கும் பண்புகளுக்கு, நேருவின் சீன தத்துவம் நோக்கிய கண்மூடித்தனத்திற்கு என அனைத்துக் காரணிகளுக்கும் ஒரு பெரும் பங்கிருப்பதாக இப்போது கருதப்படுகிறது.[14] இந்தக் கடிதங்களிலேயே, நேரு, இந்திய இராணுவத்தின் தோல்விகளை அடையாளம் காண்கிறார் ஆனால் இந்த நிகழ்வை பாதுகாப்பின் திறமைகள் குறித்த ஒன்றாகக் குறுக்கவில்லை. அதற்குப் பதிலாக, அவர், சீனாவின் நடவடிக்கைகள் அதன் மிகப்பெரிய உலகளாவிய ஆசைகளாலும், அகில உலக அரசியலின் போக்குகளாலும் உந்தப்பட்டதாகப் புரிந்துகொண்டார்: 'சீனா மாபெரும் சக்தியாக வருவதற்குத் தடையாக இந்தியா ஒரு சக்தியாக வருவதை நீக்குவதே சீனக் கொள்கையின் பிரதான நோக்கம். சீனாவின் பார்வையில், கூட்டுச்சேராமையை ஒழிப்பதும் குறிப்பாக முக்கியமானதாக ஆனது. சோவியத்தின் கொள்கை தவறானது என்று காட்ட சீனா விரும்பியது.' அவரைப் பொறுத்து, சீனா 'சமாதான சகவாழ்வு என்ற தத்துவத்தை நிராகரித்து விட்டது.' மேலும் அமெரிக்க, சோவியத் முகாம்களைப் பிரிக்கும் ஒரு நடவடிக்கையில், இந்தியா ஒரு பகுதியாக இருந்தது.[15]

14 'தொழில்முறை இராணுவத்தின் போர்த்தந்திர மதிப்பீட்டின் போதாமை' குறித்த ஸ்ரீநாத் இராகவனின், *'War and Peace in Modern India: A Strategic History of the Nehru Years'* (Ranikhet: Permenant Black, 2010}, பக்கம் 272 ஐப் பார்க்கவும்.

15 சீன நடவடிக்கைகளுக்கான மாற்றுக் கோட்பாடுகளைக் கருத்தில் கொண்டு இந்தக் கடிதத்தின் முக்கியத்துவத்தை இராமச்சந்திர குகாவின், *'An Asian Clash of Civilizations? The Sino-Indian Conflict Revisited' in Patriots and Partisans'* (புது தில்லி: பெங்குயின் நூல்கள், 2012), பக்கங்கள் 149–79 இல் பார்க்கவும்.

இங்கு நாம் நேருவின் பகுத்தறியும் பாங்கைப் பார்க்கிறோம்: அகில உலக உறவுகளில் நாடுகள் செய்த வரலாற்று தவறு, அதிகாரம் சமப்படுத்தப்பட வேண்டும் என்பதை, இராணுவ பலம் வலிமையைத் தீர்மானிக்கிறது என்பதை, அதோடு மேலும் திறமைகளை ஒருவருக்கொருவர் சரிசெய்து கொள்வதன் மூலமாக அமைதி உருவாகும் என்பதை நம்பியதுதான். வலிமையைச் சமப்படுத்திக் கொள்வதற்கான முயற்சியின் தவறு அது தன் சொந்த விதிகளால் தோற்றுவிட்டது என்பதை நேரு உணர்ந்தார். இது போன்ற முயற்சி, எப்போதும் தீவிரமாகும் நிலைமைகளில், கண்டிப்பாக நாடுகளை ஈடுபடச் செய்யும் அது நாளடைவில், அவர்கள் முற்றிலும் நிலைமையைச் சமாளிக்க இயலாமல் செய்துவிடும். சமாதானம் என்பதற்கு மாறாக, அதிகரிக்கும் அவநம்பிக்கைக்கும், பாதுகாப்பின்மைக்கும் இட்டுச் செல்லுமாறு, ஒருவரை மற்றவர் சமப்படுத்துவதற்கு மாறாக, அவர்கள் ஆத்திரமூட்டுவார்கள். நேருவைப் பொறுத்தவரை, பனிப்போர், இந்த நிர்ணயிப்பை, உறுதி செய்தது. சோவியத் ஒன்றியம், 'ஒரு போர்க் குழப்பத்தால்' துரத்தப்பட்டது, மேற்குலகம், அச்சத்தால் முடக்கப்பட்டது, அதோடு இரு முகாம்களும், தங்களுக்குள் அழித்துக்கொள்ளும் சுழற்சியில் தாங்களே சிக்கிக் கொண்டன. உலக அரசியலின் இந்தச் சட்டகத்திலிருந்து தான், நேரு தப்பிக்க முனைந்தார், மேலும் அகில உலக அரசியல் தந்திரத்தில், அவருடைய தொலைநோக்குப் பார்வை முக்கிய முயற்சிகளை உள்ளடக்கியது.[16] 'ஆயுதங்களைக் குவிப்பது மட்டுமே சமநிலையை உருவாக்காது. அது அச்சத்தோடு சேர்ந்து, வெறுப்புக்கும், முற்றிலும் புரிதலற்ற நிலைக்கும் இட்டுச் செல்கிறது,' என்று ஒருமுறை அவருடைய முதல் அமைச்சர்களுக்கு அவர் எழுதினார். நேருவின், 'சமபல' தத்துவத்தின் மீதான விமர்சனமும், அகில உலக ஒத்துழைப்பிற்கான அறைகூவலும், நாடுகள் தன் - நலம் இன்றி இருந்தன என்ற அனுபவமற்ற ஒரு நம்பிக்கையிலிருந்து தோன்றவில்லை. அதற்குப் பதில், 'முன் எப்போதையும் விட மிக மிக நெருக்கமாக ஒன்றுடன் ஒன்று பின்னப்பட்ட,

16 சர்வதேச இராஜதந்திரம் பற்றிய நேருவின் அணுகுமுறை குறித்த கோட்பாட்டு அடிப்படையிலான சமீபத்திய ஆய்வு ஒன்றிற்கு, ஆண்ட்ரூ பிங்காம் கென்னடியின், '*The International Ambitions of Mao and Nehru: National Efficacy Beliefs and the Making of Foreign Policy*' (கேம்பிரிட்ஜ்: கேம்பிரிட்ஜ் பல்கலைக்கழக அச்சகம், 2012) என்னும் நூலைப் பார்க்கவும்.

அமைதியான முன்னேற்றத்திற்கும் அதேபோல ஒட்டுமொத்த அழிவிற்குமான மிகப் பெரிய வாய்ப்புகள் உள்ள ஒரு புதிய உலகை அடையாளம் கண்டதிலிருந்து அது வெளிவந்தது.' மாறிய இந்த உலகத்தில், நாடுகள் ஒத்துழைக்க வேண்டும் என்பது, அவைகள் தங்களைப் பற்றி போதுமான அக்கறை கொள்ளவில்லை என்பதற்காக அல்ல மிகச்சரியாக அவை அக்கறை கொள்கின்றன என்பதற்காகத்தான் - அவைகளை இந்தத் தன் - நலம் தான் உத்வேகப் படுத்தும். 1959 இல் நேரு குறிப்பிட்டது போல,'தொடரும் பதட்டம் மற்றும் இந்தியாவுக்கும் சீனாவுக்கும் இடையிலான சாத்தியமான மோதல் பற்றிய கருத்தாக்கத்தை நான் விரும்பவில்லை. நான் சீனாவை நேசிக்கிறேன் என்பதற்காக அல்ல, நான் இந்தியாவையும் சமாதானத்தையும் நேசிக்கிறேன் என்பதற்காகத்தான்.'

தன்னலம் கூட்டுறவை இயக்குகிறது என்னும் இந்த நம்பிக்கையைத் தான் சீனா பகிரவில்லை என்று இப்போது நேரு வேதனையுடன் ஏற்றுக்கொண்டார். இந்த அறிவுசார்ந்த சூழல் இன்றியமையாதது ஏனெனில், இது நேருவின் எதார்த்தவாதத்தைத் தெளிவு படுத்துகிறது. அவர் காலத்தின் முக்கிய அகில உலக நிகழ்ச்சிகளுக்கு எதிர் வினை ஆற்றுகையில் - இந்தோனேசியாவில் டச்சுக்காரர்கள் நடவடிக்கைகள், தென் கொரியா மீதான வட கொரியாவின் படையெடுப்பும், அமெரிக்கர், சீனர்களின் பதிலும், திபெத் மற்றும் துருக்கி மீதான முறையே சீன, சோவியத் ஒன்றியத்தின் படையெடுப்புகள் - நேரு பெரும்பாலும் பாசாங்குத் தனத்திற்காகவும், யதார்த்தவாதத்திற்காகவும் குற்றம் சுமத்தப்பட்டார். அவருடைய கூட்டு சேராக் கொள்கை, ஆசிய, ஆப்பிரிக்கத் தலைவர்களுடனான அகில உலக அரசியல் தந்திர மாநாடுகள், சமாதான சகவாழ்வின் அய்ந்து கொள்கைகள் (பஞ்ச சீலங்கள்), ஆகிய இவை அனைத்தும் அவருடைய உண்மையான நோக்கத்தை மறைப்பதற்காகவும், மிருக பலம் குறித்த அவருடைய கண்டுகொள்ளாமையை வெளிப்படுத்துவதற்காகவும் என்று கருதப்பட்டார். அவருடைய தொலைநோக்குப் பார்வை சில நேரங்களில், கூட்டுச்சேராமையின் தூய்மையற்ற பயன்பாட்டிற்கும், அகில உலக நிகழ்வுகளில் வினைபுரிவோர் அனைவரின் (International Actors) மீதான தேவையற்ற நம்பிக்கைக்கும், சமபல கருத்தமைவின் உறுதிப்பாட்டைக் குறைத்து மதிப்பீடு

செய்வதற்கும் இட்டுச்சென்றது என்பதை மறுப்பது கடினம். ஆனாலும், அது உலகளாவிய அரசியலின் எல்லைகளைத் தீவிரமான முறைகளில் கேள்விக்குள்ளாக்கியது. நேருவின் காலத்திலிருந்தும், அகில உலக அரசியல் பொருளாதாரத்தின் எழுச்சிக்குப் பின்னும், தன்னலமும், பொது நலமும் ஒன்றி வாழ முடியும் என்ற கருத்தாக்கம் புதிய முக்கியத்துவத்தைக் கண்டது.

***

இந்தத் தொகுதியின் இறுதிப் பகுதி ஏறத்தாழ ஒரு வேறுபட்ட பகுதியை, தேசிய பெரும் புள்ளிகள் மற்றும் அரசியல் ரீதியிலான சக நண்பர்கள் காலமானது குறித்து தேர்ந்தெடுத்த சிறு பகுதியை, உள்ளடக்கியது. மஹாத்மா காந்தி, சர்தார் பட்டேல், ஆசஃப் அலி மற்றும் ரஃபி அஹமத் கித்வாய் போன்ற மனிதர்களின் இறப்பை, அவர்கள் ஒவ்வொருவருடைய வாழ்வும், இந்திய வரலாறில், ஒரு கணத்தை, சற்றே நிறுத்தம் செய்யும் அளவுக்கு மதிப்புடைய கணத்தை, பற்றிப்பிடிக்குமாறு தேசிய முக்கியத்துவம் வாய்ந்ததாக நேரு கருதினார். அவருக்கு மீண்டும் என்றும் அனுபவிக்க முடியாத, அரிதான தோழமையை, வலிமையை, நெருக்கத்தை நேருவிடம் இருந்து பறித்த காந்தியின் படுகொலை, மிகவும் நிலைகுலைய வைத்த ஒன்று. பட்டேலின் மறைவு, தனிப்பட்ட முறையில் குறைவான அதிர்ச்சி தரத் தக்கதாக இருப்பினும், உடனடியாகவும், நடைமுறையிலும் மிகமிகப் பெருமளவு முக்கியத்துவம் உடையது. அது, எளிதில் நொறுங்கும், வலிமையற்ற ஓர் அரசிடமிருந்து, சிறந்த நிர்வாகத் திறமையுள்ள ஒரு வலிமையான தலைவரைப் பறித்தது. சுவிட்சர்லாந்தில், தூதர்—அமைச்சராக இருந்த ஆசஃப் அலி, ஓர் ஒன்றிய அமைச்சராக இருந்த ரஃபி அஹ்மத் கித்வாய், காலனிய மற்றும் விடுதலை இந்தியாவில் தங்களுடைய பங்கினைச் செலுத்தியவர்கள் ஆனால் குறைவாகக் குறிப்பிடத்தக்க பிரபலங்கள். அவர்கள் மறைவு குறித்து, நேரு அதிக அளவிற்கு தனிப்பட்ட முறையில் எழுத முடியும். சிறையில் இருவரோடும் காலத்தைப் பகிர்ந்ததுடன், அஹமத்நகர் சிறையில் ஆசஃப் அலியுடன் தடுப்புக் காவலில் இருந்த மூன்று ஆண்டுகள், ஒருவருக்கு மற்றவரின் சிறப்பையும், மோசமானவற்றையும் வெளிப்படுத்தியது. ரஃபி அஹ்மத் கித்வாய், அவருடைய புதிய அமைச்சரவையில் தூண் போன்றவர், மேடைப் பேச்சு என்பதைவிட அதற்கு மாறாக, அமைப்பு அடிப்படையிலான பணிகளின் மீது அதிகக் கவனம்

கொண்டவர், அவருடைய புகழ், முற்றிலும் கடின உழைப்பு மற்றும் திறமையின் விளைவே ஆகும்.'

இந்த மனிதர்களின் இறப்பைக் குறித்து, நேரு, ஆட்சி செய்வது பற்றிய விஷயங்களிலிருந்தும், கடிதங்களின் பிரதான நோக்கங்களிலிருந்தும் விலகி வேறுபட்ட வார்த்தைகளில், மிக உயர்ந்த உணர்வுடன் எழுதினார். ஆனால் அவர், அவர்களுடைய மறைவை இந்திய அரசியலில் மிகப் பெரிய அளவிலான பேசுபடு பொருள்கள் (*Themes*) மீது பிரதிபலிக்கும் வண்ணம் பயன்படுத்தினார். 'அதிர்ச்சி மற்றும் விளக்கமுடியாத வேதனையின்' தோற்றுவாயாக அமைந்த காந்தியின் மரணம், வெறுப்பு மற்றும் ஆத்திரத்தால் அமைந்த ஓர் அரசியலின் இழப்புக்களை எடுத்துக் காட்டியது. அவருடைய இழப்பு பற்றிய அவர்களுடைய உணர்வுகளைக் கட்டுப்படுத்திக் கொள்வதோடு மட்டுமல்லாமல், ஒருவருக்கொருவர் ஒரு குறிப்பிட்ட அளவாவது பரஸ்பர உணர்வை வெளிப்படுத்துவதில் இந்தியர்கள் வெற்றி பெறுவார்களா? பட்டேலின் பிரிவு, செயலூக்கத்திற்கும், கட்டுப்பாட்டிற்குமான அவசரத் தேவையின் ஒரு நினைவூட்டலாக இருந்தது. தேசக்கட்டுமானத்தில் ஈடுபடுத்திக் கொண்ட வர்களுக்கு, சோம்பிக் கிடக்கவோ, சுயதிருப்தி அடையவோ வாய்ப்பேதும் இல்லை. நேரு கண்டறிந்த வேகமாய் மறைந்துவரும் 'டெல்லியின் பண்டைய, பல்வண்ணப் பண்பாட்டின் அடையாளமான' பாரம்பரியம் மற்றும் நவீனத்துவத்தின் நேர்த்தியான கலவை ஆசஃப் அலி. ரஃபி அஹமத் கித்வாயின் ஆக்கத் திறன் உணர்வு, அவருடைய நண்பர்களுக்கு மட்டும் இழப்பல்ல தேசத்திற்கும்தான் ஏனெனில் 'இந்தியாவில், தன் முனைப்பும், துணிவும் முன் எப்போதையும் விட அதிகமாகத் தேவைப்படும் ஒரு நிலைமைக்கு நாம் வந்துள்ளோம்'. நேரு, இந்த வாழ்வுகளில் ஒவ்வொன்றையும், நவீன இந்தியாவின் மிகப் பெரும் கதையாடலாக ஒன்றிணைத்தார். மேலும் ஒவ்வொன்றிலும், அதன் மாறுபடுகின்ற சவால்கள் மற்றும் சாத்தியப்பாடுகளின் அடையாளங்களை அவை விட்டுச் செல்கின்றன.

அந்தச் சவால்களும், சாத்தியப்பாடுகளும் மாறுகின்றவையாக இருந்ததால், அவைகள், நேருவின் காலத்தில் இருந்ததைப் போலவே நம்முடைய காலத்திலும் தொடர்ந்து காணப்படுகிறது. குடியுரிமையின் குறிப்பிட்டுச் சொல்லக்கூடிய சவால்களிலிருந்து, திறமையான அரசு இயந்திரத்தின் தேவைகள் மற்றும்,

பொது வாழ்வில் நேர்மை இல்லாமை வரையிலும், நமது தற்போதைய இக்கட்டான சூழ்நிலைகளைப் பிரதிபலிக்கும் வலைதளங்களுக்குக் கடிதங்கள் வழிகாட்டுகின்றன மேலும், இன்றுவரை பேசுகின்ற ஒரு வரலாற்றுப் பதிவை நமக்கு அளிக்கின்றன. இருப்பினும், அவைகளின் இறுதியான ஈர்ப்பை மிக அதிகமாக கவலைகளின் உள்ளடக்கத்தில் காண முடியாது ஆனால், அவைகளின் தீர்வுக்காக, நேரு கொண்டுவந்த கொள்கைகளிலும், உணர்வறிதிறனிலும் காணலாம். நேருவின் வழிகாட்டும் கொள்கைகளின் பொருளும், நிதானமும் சம காலத்திய இந்தியாவின் கொந்தளிப்பான சூழலில், மறக்கப்பட்டதாகவே தெரிகிறது. அவருடைய தோல்விகள் மிகப் பெரியதாக்கப்பட்டும், அவருடைய சாதனைகளும், முயற்சிகளும் மறைக்கப்பட்டும், மேலும் பொது வாழ்க்கை மீதான அவரது அர்ப்பணிப்பு திரும்பவும் அடைய முடியாதபடி, நம்மிடமிருந்து வெகு தூரத்தில் இருக்கச் செய்தும் - நேரு கூட ஏறக்குறைய ஒரு சோக உருவமாகவே விளங்குகிறார்.[17] அவர் காலங்களின் சாதனைகள், ஒப்புக்கொள்ளப்பட்ட போதும், தனிப்பட்டவை என்பதைவிட அதிகம் சூழ்நிலை சார்ந்தவை, அதாவது உட்பொதிந்த கொள்கைகளை விடவும் மாறாக சாதகமான சூழ்நிலைகளின் செயல்பாடு எனக் கருதப்படுகிறது,[18] ஆட்சியில் உள்ளவர்களின் மிகச் சிறந்த திறமை, 'அரசை, அதற்கு தலைவர்கள் தேவையில்லை எனத் தோன்றுமளவுக்கு மிக அமைதியாக வழி நடத்துவதே[19] என்று ஒருமுறை ரூசோ குறிப்பிட்டார். பெரும்பாலும், போதுமான முரண்பாடாக, நேருவின் அமைதியான சாதனைகள்தான், அவருடைய அளவுக்குட்பட்ட சமகாலத்திய கவர்ச்சியை விளக்குகிறது. இந்திய வரலாற்றில், இந்தச் சிக்கலான தருணத்தில், பொருளாதார வளர்ச்சி, அளக்கமுடியாத ஆற்றலைக் கட்டவிழ்க்கும் போது, ஜனநாயக விருப்பங்கள் பழைய அரசியல் மரபுகளை இடம்பெயரச் செய்யும்

---

17 நேருவின் பாரம்பரியம் குறித்து இராமச்சந்திர குகாவின், *'Verdicts on Nehru: The Rise and Fall of a Reputation'* என்னும் கட்டுரையை 'Patriots and Partisan' நூலில் பக்கங்கள் 123–48 இல் பார்க்கவும்.

18 ஆயிஷா ஜலால், *'Democracy and Authoritarianism in South Asia: A Comparative and Historical Perspective'* (கேம்பிரிட்ஜ்: கேம்பிரிட்ஜ் பல்கலைக்கழக அச்சகம், 1995), பக்கம் 33.

19 ழீன்–ஜாக்கே ரூசோவின் *'Discourse to Political Economy, in Rousseau: The Social Contract and Other Lateral Political Writings'*, தொகுப்பாசிரியர்: விக்டர் காவ்ரவிட்ச் (கேம்பிரிட்ஜ்: கேம்பிரிட்ஜ் பல்கலைக்கழக அச்சகம், 1997).

போது - தனி மனித சுதந்திரத்தைச் சுற்றி கட்டப்பட்ட ஒரு தாராளமய சமூகம், செயல்முறைகளுக்கும் விதிமுறைகளுக்கும் மதிப்பளிக்கும் ஓர் அரசு, பலமும், சுய விசாரணையும் ஒன்றிணைய வேண்டிய ஒரு முன் மாதிரியான தலைமை - என நேருகால இந்தியாவின் இலட்சியங்களையும் மேலும் அவை ஒரு காலத்தில் கொண்டிருந்த வலிமையையும், பொருளையும் நினைவு கூர்வது குறிப்பிடத் தக்கதாகும்.

'ஒருங்கிணைந்த முயற்சிகளுக்கான அறைகூவல்': நேருவின் முதல் கடிதம்

புது டெல்லி
15 அக்டோபர், 1947

என் அன்பிற்குரிய தலைமை அமைச்சரே,[1]

ஏறத்தாழ ஆகஸ்ட் நடுவில், இருவாரத்திற்கு ஒருமுறை எனக்கு நீங்கள் கடிதம் எழுத வேண்டும் என்றும் பதிலுக்கு திரும்பவும் நான் உங்களுக்கு எழுதுவதாக வாக்களித்தும் சொல்லி இருந்தேன். இதன் மூலம் உங்கள் மாகாணத்தில் நிகழ்பவைகளோடு தொடர்பு கொள்ளவும் மேலும் மத்தியில் நிகழும் மிக முக்கிய நிகழ்வுகள் மட்டுமல்லாது இந்தியாவின் மற்ற பகுதிகள் மீது தாக்கத்தை ஏற்படுத்தும் மற்ற மாகாணங்களின் நிகழ்வுகளைப் பற்றியும் உங்களுக்குத் தெரிவிக்க விரும்பினேன். நம்மில் ஒருவராலும் இத்திட்டத்தை தொடர இயலவில்லை. நான், நிச்சயமாக, சில மாகாண ஆளுநர்களுடனும், தலைமை அமைச்சர்களோடும் கடிதப் போக்குவரத்து கொண்டிருந்தேன், ஆனால் அது அவ்வப்போதும் குறிப்பிட்ட பிரச்சினைகளுக்கு உட்பட்டதாகவும் மட்டுமே இருந்தது. நம்மில் அனைவரும் ஆகஸ்ட் 15 லிருந்து நடக்கும் நிகழ்வுகளின் அழுத்தத்தால் சற்றே திகைப்படைந்திருக்கிறோம் என நான் அஞ்சுகிறேன். ஆனாலும் நம்மை எதிர்நோக்கி இருக்கும் கொடும் ஆபத்துக்களை வெல்வதற்கான கூட்டுச்செயல்பாடுகளை நாம் முன்வைக்க முடியும் என்பதற்காக தற்போது போன்ற வழக்கத்திற்கு

1 1950 ஜனவரி 26 ஆம் தேதி, அரசியல் அமைப்புச் சட்டம் ஏற்கப்படும் வரை, மாகாண அரசுகளின் தலைவர்கள், பிரதம அமைச்சர்கள் அல்லது பிரீமியரகள என்று அழைக்கப்பட்டனர். அதன்பிறகு, அவர்கள் முதல் அமைச்சர்கள் என்றும், மாகாணங்கள், மாநிலங்கள் என்றும் பெயரிடப்பட்டனர்.

மாறான நெருக்கடிக் காலங்களில்தான் ஒருவரோடொருவர் நெருங்கிய தொடர்பில் இருக்கும் பொருட்டு இயல்பை விட நம் மீது அதிகமான பணி சுமத்தப்படுகிறது. ஆகவே நாம் பதினைந்து நாட்களுக்கு ஒருமுறை கடிதப் பரிமாற்றம் செய்து கொள்ளும் பழக்கத்தை ஏற்படுத்திக் கொள்ளலாம் என நான் முன்மொழிகிறேன். ஒவ்வொரு மாதமும் முதல் மற்றும் பதினைந்தாம் தேதிகளில் உங்களுக்கு எழுத நான் திட்டமிட்டுள்ளேன். நீங்கள் அவ்வாறு எழுதுவது அவசியம் என உணர்ந்தால் எழுதலாம், நீங்கள் அடிக்கடி எனக்கு எழுதக் கூடாது என்று, நிச்சயமாக அதற்குப் பொருளல்ல.

சமீபத்திய நிகழ்வுகளின் தீவிரத்தையும், முழுமையான முக்கியத்துவத்தையும் மக்கள் - குறிப்பாக பஞ்சாப் துயரத்தின் தாக்கத்தை, அதிர்ஷ்டவசமாக, உணராத அந்த மாகாணங்களில் உள்ள மக்கள் - நன்குணர்ந்து உள்ளார்களா என நான் அய்யுறுகிறேன். மேற்கு உத்தரப் பிரதேசத்தில் சீர்குலைவு வேலைகள் நிறுத்தப் பட்டிருக்காவிட்டால், இறுதியில் அவை கிழக்கு நோக்கி சரியாக பீகார் மற்றும் மேற்கு வங்காளம் வரை பரவி இருக்கும். வட இந்தியா முழுவதும் பெரும் குழப்பத்தில் ஆழ்ந்திருக்கும். அது போன்ற நிலையில் சீர்குலைவு சக்திகளை வட இந்தியாவிற்குள்ளாக கட்டுப்படுத்தி வைத்திருக்க முடியாது. முற்றிலும் அப்பாவி உயிர்கள் படுகொலை மற்றும் சொத்து அழிப்புக்கு அப்பால், பிறகு பேரளவிலான தகவல் தொடர்பில் இடையூறு, உணவு வழங்கலில் சீர்குலைவு, தொற்று வியாதிகள் பரவல் ஆகியவற்றை நாம் எதிர்கொண்டிருப்போம். உண்மையில், நாம் நாடு முழுதுமான பெருங்குழப்பத்தையும் முற்றிலும் அரசமைப்புச் சட்டப்படியிலமைந்த அரசாங்கத்தின் அழிவையும் சந்தித்திருப்போம். நாம் இந்த ஆபத்தை வென்று விட்டோம். முடிவற்ற கண்காணிப்பு இன்னும் தேவைப்படுகிறது. நம்மை எதிர்நோக்கி பல முக்கிய பிரச்சினைகள் நமக்கு இருக்கின்றன. ஆனால் நாம் இடர்களைக் கடந்து விட்டோம் என்றும் எதிர்காலத்தை நம்பிக்கையோடு எதிர்கொள்ளும் நிலையில் இருக்கிறோம் என்றும் உங்களுக்கு நான் சொல்ல முடியும் என உணர்கிறேன்.

தற்போதைய சூழ்நிலையின் சில அம்சங்கள் குறித்து உங்கள் கவனத்தை ஈர்க்கிறேன். எனது பொது அறிக்கைகளில் சிலவற்றில் அவைகளைப் பற்றிக் குறிப்பிட்டுள்ளேன், ஆனால்

மீண்டும் அவைகளை வற்புறுத்துவதற்காக நான் வருத்தப்பட வேண்டியதில்லை என்னும் அளவுக்கு அவை முக்கியமானவை.

ஏதோ ஒரு வகையில், மத்திய அரசாங்கம் வலிமை குன்றியும், முஸ்லிம்களைப் பொறுத்து அமைதி படுத்தும் கொள்கையைப் பின்பற்றுவதாகவும் நாட்டில் குறிப்பிட்ட அளவு ஓர் உணர்வு - உங்கள் மாகாணத்தில் எவ்வளவு வலிவோடு இவ்வுணர்வு இருக்கிறது என்பதை என்னைவிட நீங்கள்தான் சிறப்பாக மதிப்பீடு செய்ய முடியும் - இருக்கிறது என்பதை நான் அறிவேன். நிச்சயமாக இது முழுக்க முழுக்க அர்த்தமற்றது. பலவீனமோ அல்லது அமைதிப் படுத்துவதோ கேள்வி அல்ல. எண்ணிக்கையில் அதிகமான, அவர்களே விரும்பினால் கூட வேறெங்கும் செல்ல முடியாத ஒரு முஸ்லிம் சிறுபான்மையினரை நாம் கொண்டுள்ளோம். அவர்கள் இந்தியாவில்தான் வாழ்ந்தாக வேண்டும். அது அடிப்படையான உண்மை அதில் எந்த விவாதமும் இருக்க முடியாது. பாகிஸ்தானின் ஆத்திரமூட்டல் எதுவாக இருப்பினும், அங்கே உள்ள முஸ்லிம் அல்லாதவர்கள் மேல் இழைக்கப்படும் அவமானங்கள் மற்றும் அச்சுறுத்தல்கள் எதுவாயினும் இந்தச் சிறுபான்மையினரை நாகரிகமான முறையில்தான் நாம் நடத்தியாக வேண்டும். நாம் அவர்களுக்குப் பாதுகாப்பையும், ஒரு ஜனநாயக அரசில் குடிமக்களுக்கான உரிமைகளையும் கொடுக்க வேண்டும். அவ்வாறு செய்வதற்கு நாம் தவறினோம் என்றால், புரையோடியப் புண் வந்து உடனே நம் அரசுக் கட்டமைப்பை *(Body politic)* முழுதும் நஞ்சாக்கி, கிட்டத்தட்ட அதனை அழித்துவிடும். நாம் இன்று அகில உலக அரங்கில் தீவிர ஆய்வின் கீழ் இருக்கின்றோம். சமீபத்திய துயர நிகழ்வுகளுக்கு முன்பிருந்த, இந்தியாவின் மீதான நட்புணர்வு மாறி விட்டது. நாம் அவநம்பிக்கையோடும், பெரும்பாலும் குறிப்பிட்ட அளவு ஏளனத்தோடும் பார்க்கப்படுகிறோம் என்று அய்க்கியநாடுகள் சபைக்கான நமது பிரதிநிதிகள் சொல்வதை நான் நம்புகிறேன். நாம் இந்த உணர்வைப் புறக்கணிக்க முடியாது. நாம் பல விஷயங்களுக்கு அகில உலக நல்லெண்ணத்தைச் சார்ந்து இருக்கிறோம் - பிரிவினைக்குப் பிறகு மிக அதிகமான, தார்மீகப் பரிசீலனைகளுக்கும் அப்பாற்பட்டு, பச்சை சுயநலம், சிறுபான்மையினரை நடத்தும் விஷயத்தில், உலகின் கருத்து நம் பக்கம் இருக்க வேண்டும் எனக் கேட்கிறது.

ஆகவேதான், மிக முக்கியமான பிரச்சினையாக, நமது கொள்கையின் உண்மையான அடிப்படையை பொதுமக்களுக்கு பயனுள்ள வகையில் எடுத்துரைக்க நடவடிக்கைகளை எடுக்க உங்களை நான் கேட்க விழைகிறேன். எவ்வளவு சரியாக இந்தச் செயலை நீங்கள் செய்ய வேண்டும் என்பதை உங்கள் முடிவுக்கே நான் விட வேண்டும்; அது உள்ளூர் நிலைமைகளைச் சார்ந்திருக்க வேண்டும்.

உங்கள் கவனத்தை நான் ஈர்க்கும் இன்னொரு முக்கிய பிரச்சினை, வகுப்புவாத அரசியல் என்னும் நச்சுக் கிருமியிடம் இருந்து பொதுமக்களின் சேவைகளைக் காப்பாற்றுவதன் தலையாய அவசியமே.

பாகிஸ்தானில் அந்த சேவைகள் எல்லாம் கைமீறிப் போய்விட்டதற்கு பேரளவிலான ஆதாரம் உள்ளது மேலும் அவர்களுடைய அரசாங்கத்தின் கட்டுப்பாட்டிற்கு அவை இணங்குவதாக இல்லை. ஜின்னாவே[2], கராச்சியில் சமீபத்திய பேச்சில், சேவைத் துறைகளில்[3] புகுந்திருக்கும் ஒழுங்கின்மையை குறிப்பிட்டிருப்பதை நீங்கள் கவனித்திருக்கலாம். பாகிஸ்தானுக்கு இது முன்பே தீவிரமான தலைவலி, கிட்டத்தட்ட எதிர்காலத்தில் இது மிகவும் தீவிரமாகும். நல்வாய்ப்பாக, நம்மைப் பொருத்தவரை, ஒட்டுமொத்தப் பிரச்சினையைப் பார்க்கும்போது இந்த வகையில், நாம் நற்பேறு உடையவர்களாக இருக்கிறோம். மேலும் பொதுவாக சொல்வதெனில், நம்மால் வகுப்புவாத நச்சுக் கிருமிக்கு எதிராக சேவைகளின் ஒழுக்கத்தைக் காப்பாற்ற முடிந்துள்ளது. ஆனால் கிழக்கு பஞ்சாபில் குறைபாடுகள், குறிப்பாக காவல் துறையில் உள்ளன. நாம் விழிப்பாக இல்லையெனில் இந்த நோய் பரவலாம். பிறகு நாம் உயர்ந்தபட்ச நெருக்கடியை அதாவது, ஆளுகின்ற ஓர் அரசாங்கம் தன்னுடைய

---

2 M.A.ஜின்னா (1876–1948), 1916, 1920 ஆம் ஆண்டுகளில் முஸ்லிம் லீக்கின் தலைவர், 1934 முதல் இறக்கும் வரை பாகிஸ்தானின் தலைமை ஆளுநர்.

3 1947, அக்டோபர் 11 ஆம் தேதி, மூத்த அதிகாரிகள் இடையே பேசும்போது, ஜின்னா கூறினார், 'பெரும்பாலான ஊழியர்கள், மற்றவர்களைப் போல் கடுமையாக உழைப்பதில்லை என்பதை அறிகையில், நான் வேதனைப்பட்டேன்... அவர்களுள் சிலர், கிழக்கு பஞ்சாபிலும், டெல்லியிலும் நடந்த நிகழ்ச்சிகளால் மனம்குன்றிப் போயுள்ளனர், மேலும் மற்றவர்களிடையே, நாட்டின் சில பகுதிகளில் நிலவும் பொதுவான சட்டச் சீர்குலைவு, ஓர் ஒழுங்கின்மை உணர்வை வளர்த்துள்ளது. இந்தப் போக்குகள், தடுக்கப்படாவிட்டால், நமது வெளி எதிரிகளை விட மிகவும் ஆபத்தானவை என்பதை விரைவில் நிரூபிக்கும் மேலும் நமக்கு பேரழிவைக் கொண்டு வரும்.'

ஆணைகளை அதன் பணியாளர்களால் செயல்படுத்த முடியாத சூழ்நிலையை எதிர்கொள்ள நேரிடும்; தென் அமெரிக்கக் குடியரசுகளில் அடிக்கடி நேர்கின்ற நிகழ்வு இது. ஆகவே அரசாங்கத்தின் விசுவாசத்துடனான கொள்கை நிறைவேற்றத்தை அதன் பணியாளர்கள் செய்வதில், குறிப்பாக சிறுபான்மையினரை நியாயமாகவும், சமமாகவும் கவனிப்பதில் எந்தச் சுணக்கத்தையும் அனுமதிக்கக் கூடாது, என்று உங்களை நான் கேட்க விழைகிறேன். இந்த வகையில் குறைபாடுகளை நாம் மன்னித்தால், எதிர்காலத்தில் கடுமையான சிக்கலை நம் நாட்டிற்காக நாம் சேர்த்துக் கொண்டிருப்போம்.

கிட்டத்தட்ட சமமான மற்ற அவசரப் பிரச்சினைகளுக்கு நேரம் ஒதுக்க முடியாத அளவுக்கு பஞ்சாபில் இடைஞ்சல்களால் ஏற்பட்ட பிரச்சினைகளில் நாம் முன்னரே மிகவும் ஆட்படுத்தப் பட்டிருக்கிறோம். நமது பொருளாதார நிலைமை மிகவும் மோசமாக இருக்கிறது. கடந்த பன்னிரண்டு மாதங்களில் விலைகளில் குறிப்பிடக் கூடிய உயர்வு ஏற்பட்டிருக்கிறது; மேலும் போர் முடிந்ததால், விலைகளில் உயர்வு 57 புள்ளிகளில் இருக்கிறது. இந்த நகர்வு மாறாக சமீப மாதங்களில் வேகமாய் இருக்கிறது, ஏனெனில், இந்த ஆண்டு ஜனவரிக்கும், ஆகஸ்ட் நடுவிற்கும் இடையில், மொத்தவிற்பனை விலைக் குறியீட்டெண் 28 புள்ளிகள் உயர்ந்தது. சில்லறை விலைகளில் உயர்வு பெரும்பாலும் மிக அதிகமாக இருக்கிறது. எந்த பண அதிகரிப்பாலும் இது ஏற்படவில்லை - உண்மையில் பண சுழற்சியின் மொத்த அளவு, அது பணத் தாள்களாக இருந்தாலும் அல்லது வங்கி வைப்புகளாக இருந்தாலும், போர் முடிவுக்கு வந்ததிலிருந்து, சற்று வீழ்ந்திருக்கிறது - ஆனால் நுகர்வுப் பொருள்கள் உற்பத்தியின் ஒரு வீழ்ச்சியால் ஏற்பட்டுள்ளது. வரிசையாக துணிகளில், உருக்கில், மற்ற வெவ்வேறு விதமான பண்டங்கள் உற்பத்தியில் நாம் இழந்து கொண்டிருக்கிறோம் என்று நான் அஞ்சுகிறேன். நமது உணவு விநியோகங்களுக்கு அயல்நாட்டு ஆதாரங்கள் மீதான சார்புக்கு எந்த முடிவும் இல்லை எனத் தோன்றுகிறது. இந்தப் பிரச்சினைக்கான தீர்வு, அதிகப்படுத்துகின்ற உற்பத்தி மட்டுமே. இதன் பொருள் இந்த முடிவை நோக்கி ஆக்கப்பூர்வ பயணம் மற்றும் உற்பத்தியைத் தடுக்கும் வேலை நிறுத்தம், கதவடைப்பு போன்ற எதற்கும் எதிரான கண்காணிப்பு நடவடிக்கைகள் ஆகிய இரண்டுமே. பொருளாதாரப் பிரச்சினைகளைத் திறம்பட

கையாள நம்மை இயங்கச் செய்வதற்கான இயங்குமுறை (Machinery) குறித்து ஆய்வு செய்யவும், பரிந்துரைகளைத் தரவும் அமைச்சரவையின் துணைக்குழுவை நாம் அமைத்திருக்கிறோம். விரைவில் இந்தத் துணைக்குழு சந்திக்க இருக்கிறது. மாகாணங்களின் நலன்களுக்கான சாத்தியமான எந்த முக்கியப் பரிந்துரைகளையும் உங்களுக்கு அறியத் தருவேன். இதற்கிடையில், இந்த விஷயத்தை முக்கியமாக உங்கள் கவனத்தில் கொள்ளவும், உற்பத்தியை அதிகரிக்க மற்றும் கண்முன்னே ஆபத்தாய் தெரியும் இறங்குசுருள் முறையை (spiral process) மாற்றக் கூடிய ஒவ்வொரு நடவடிக்கையையும் பார்க்க வேண்டும் என்று உங்களை நான் கேட்க விழைகிறேன்.

குறைந்த பட்சம் அகதிகளில் ஒரு பகுதியினரை இடம்பெயர்க்கும் திட்ட வரைவைச் செயல்படுத்துவதற்கு தகவலை கேட்கின்ற, துயர் நீக்கம் மற்றும் மறுவாழ்வு அமைச்சகத்தின் செப்டம்பர் 23 தேதியிட்ட எண். ஆர் & ஆர் 1 கடிதம் குறித்து உங்கள் கவனத்தை ஈர்க்க நான் விழைகிறேன். அந்தக் கடிதத்திற்கு உங்கள் அரசாங்கம் உடனடி நடவடிக்கை எடுக்கும் என நான் நம்புகிறேன்.

மேற்கு வங்கத்தின் பகுதிகளில் சில இருப்புப்பாதை வழிகள் மீது எவ்வாறு பாகிஸ்தான் அரசாங்கம் அதிகார எல்லையைச் செலுத்துகிறது என்பதை விளக்கும் இரயில்வே அமைச்சகக் குறிப்பின் ஒரு நகலை, உங்களுடைய தகவலுக்காக, நான் இணைத்திருக்கிறேன்.[4] கிழக்கு மற்றும் மேற்கு வங்கத்தில் சட்டம் ஒழுங்கு நிலைமையின் மீது விளைவுகளை ஏற்படுத்தும் அரசுரிமை பெற்ற இரண்டு அரசாங்கங்களுக்கு இடையேயான உரசலுக்கான ஆதாரம் இதில் இருக்கிறது. தற்போதைக்கு உங்களுடைய தகவலுக்காக மட்டுமே இந்த விஷயத்தை நான் குறிப்பிடுகின்றேன். பாகிஸ்தான் அரசாங்கத்துடன் இந்த விஷயத்தைத் தொடர்ந்து நாம் பேசி வருகிறோம் மேலும் அது மென்மையாகத் தீர்க்கப்படும் என நம்புகிறோம்.

தங்கள் உண்மையுள்ள,
ஜவஹர்லால் நேரு.

4 காஞ்சரப்பாராவுக்கும், லால்கோலாகாட் நிலையங்களுக்கும் இடையே, பொங்காவன் பிரிவு, சாந்திப்பூர்– நவதீப் கிளையையும் உள்ளடக்கிய, வங்காளம்– அஸ்ஸாம் இரயில்வேயின் மொத்த வருவாய்களும் கிழக்கு பாகிஸ்தான் இரயில்வேயால் வசூல் செய்யப்பட்டன.

1
குடிமகனும் தேசமும்

'நாட்டில் அனைத்து சிறுபான்மையினரையும் இந்த அரசில் முழுதும் தங்கள் இல்லத்தில் இருப்பது போன்ற உணர்வை ஏற்படுத்தியும், அரசியல் அடிப்படையிலான பார்வையில் பெரும்பான்மையினர், சிறுபான்மையினர் என அழைக்கப்படுபவர்கள் இடையேயான அனைத்து வேறுபாட்டு உணர்வை நீக்கியும், இந்தியாவை ஒன்று படுத்துவது மட்டும்தான் நம் உண்மையான, நீண்ட காலக் கொள்கையாக இருக்க முடியும்.'

அனைத்து தனிமனிதர்களும், வகுப்பினரும் சமமாக வாழக்கூடிய இடமாகவே இந்தியாவை நேரு கற்பனை செய்தார். அவருடைய முதல் கடிதத்திலிருந்தே, நேரு வகுப்புவாத அரசியல் மீதும், விலக்கி வைக்கும் அடையாளத்துடனான (Brand) தேசியவாதத்தின் மீதும் கவனமாகவே இருந்தார். குறிப்பிட்ட அடையாளங்களின் - மத, ஜாதி அல்லது மொழி வழி - அரசியல் அச்சத்தையும் அதிருப்தியையும் தூண்டியது, மேலும் எந்த ஒரு சமூகமும், அதன் ஒரு பகுதி மக்கள் தனிமைப்பட்டதாக உணர்ந்தால், நீடித்திருக்க முடியாது. அரசின் பங்கு, குறிப்பிட்ட நலன்களுக்கு மேலாக நிற்பதும், பொதுவான சமூக பொருளாதார சவால்கள் மேல் கவனம் செலுத்துவதுமே என நேரு பின்வரும் பகுதிகளில் வாதிடுகிறார், இது போன்ற அணுகுமுறைதான் பரஸ்பரத் தன்மை இருப்பதற்கான சூழ்நிலைகளை உண்டாக்கும். குறிப்பிட்ட வகுப்பினரின் குறைந்த பிரதிநிதித்துவத்தையும், பிற்பட்ட நிலையையும் பற்றி கவலையுடனும் எழுதினார். அடையாளத்தின் மீதான கவனக்குவிப்பை மட்டுமே தீவிரப்படுத்தும் வகுப்புவாதம் அல்லது ஜாதி அடிப்படையிலான இட ஒதுக்கீடுகளை விடவும் கல்வியில்தான் தீர்வு இருக்கிறது என்று அவர் உணர்ந்தார். பின் வரும் பகுதிகள் காட்டுவது போல், நேரு முஸ்லிம் வகுப்புவாதம் பற்றி அடிக்கடி பேசினார், ஆனால் அவரது மேலோங்கிய கவனம் இந்து வகுப்புவாதத்தின் மீதும், குறைந்த அளவுக்கு சீக்கிய வகுப்புவாத சக்திகள் மீதும் இருந்தது. அந்தக் காலத்தில் இது போன்ற சக்திகள்தான் வலிமை பெற்றிருந்தன, மேலும் பெரும்பான்மையினரின் குழுக்கள்தான் தேசிய கருத்துரையாடல்களைக் கட்டுப்படுத்தும் தனித் தகுதியைப் பெற்றிருந்தனர். அவரது ஆட்சிக்காலம் முழுதும் நேரு, வகுப்புவாதம்தான் இந்தியாவுக்கான அச்சுறுத்தல்களுள் மிகப்பெரியது எனத் தொடர்ந்து கூறியபடி, அவர்களது நடவடிக்கைகள் மீது நெருங்கிய கண்காணிப்பைக் கொண்டிருந்தார்.

***

1947 நவம்பர் 22ஆம் தேதியிட்ட ஒரு கடிதத்திலிருந்து

மத்திய அல்லது மாகாண அரசாக, எந்த ஒரு குழுவுக்கோ அல்லது கட்சிக்கோ ஒருதலைப் பட்சமாக நாம் இருக்க முடியாது, இருக்கவும் கூடாது. ஆனால் ஒரு அரசாங்கமாக நாம் தனிமனிதர்களின் வெறும் ஒரு குழு அல்ல ஆனால் நாம் சில எண்ணங்களையும், கொள்கைகளையும் கொண்டுள்ளோம். அந்த எண்ணங்களையும், கொள்கைகளையும் எந்த ஒரு தனிமனிதனோ அல்லது குழுவோ சவால்விட்டாலோ எதிர்த்தாலோ அந்தச் சவாலை நாம் ஏற்றுக்கொள்ள வேண்டும். அந்த எதிர்ப்பை முழு பலத்துடன் சந்திக்க வேண்டும். அவ்வாறு செய்வதற்கு நாம் முன்மொழிகிறோம்.

கடந்த சில ஆண்டுகளாக முஸ்லிம் லீக் மற்றும் பாகிஸ்தானியரால் பின்பற்றப்படும் தீய கொள்கைகளின் பேரழிவான முடிவுகள் பற்றி உங்களுக்கு எழுத வேண்டியதன் அவசியம் எனக்கில்லை. நம்மில் அனைவரும் இதை முழுவதும் அறிவோம். இதன் விளைவுகளை நாம் பார்த்து விட்டோம். தொடர்ந்து நாம் விழிப்புடன் இருக்க வேண்டும் ஏனெனில் அந்தத் தீய கொள்கைகளின் விளைவுகள் இன்னும் தீர்ந்தபாடில்லை. இன்னும் பதட்டமும் ஆபத்தும் இருக்கின்றன மேலும் நாம் ஓய்வெடுக்க முடியாது. பெரும்பாலும் இதன் பொருள் என்ன என்பதை ஆராயாமல் மக்களில் சிலர், மாறாகப் போர் பற்றி முட்டாள்தனமாகப் பேசுகிறார்கள், இது போன்ற பேச்சில் ஈடுபடக் கூடாது. ஆனால் நாம், தற்போதைய நிலைமை ஆபத்திற்கான சாத்தியங்கள் நிறைந்ததாக இருக்கிறது என்பதை நினைவிற்கொள்ள வேண்டும். நாம் எந்தத் தற்செயல் நிகழ்வுகளுக்கும் தயாராக இருக்க வேண்டும்.

நமக்கு உள்நாட்டைப் போல் ஆபத்து அதிகமாக வெளிநாட்டிலிருந்து இல்லை. பிற்போக்கு சக்திகளும், வகுப்புவாத அமைப்புகளும் சுதந்திர இந்தியாவின் கட்டமைப்பைச் சீர்குலைக்க முயன்று கொண்டுள்ளனர். சீர்குலைவு வந்தால் இந்தச் செய்கையில் அவர்களும் துடைத்தெறியப் படுவார்கள் என்பதை அவர்கள் உணரவில்லை. ஆனால், உறுதியாக, சீர்குலைவு வராது. நாம் இந்தப் பிற்போக்கு சக்திகளை நேருக்கு நேராகவும் உறுதியாகவும் சந்திக்க வேண்டும்.

1947 டிசம்பர் 7ஆம் தேதியிட்ட ஒரு கடிதத்திலிருந்து

சில மாகாணங்களில் ஆர்.எஸ்.எஸ் - ஆல் ஏற்பாடு செய்யப்பட்ட பெரும் ஆர்ப்பாட்டங்கள் பற்றிய அறிக்கைகள் எனக்கு வந்து சேர்ந்திருக்கின்றன. 144 பிரிவு போன்ற தடை ஆணைகள் இருந்தும் அடிக்கடி இந்த ஆர்ப்பாட்டங்கள் நடத்தப் படுகின்றன. சில மாகாண அதிகாரிகள் இந்த விஷயத்தில் எந்த நடவடிக்கையும் எடுக்கவில்லை மேலும் இந்த ஆணைகள் மீறப்படுவதை வெளிப்படையாக ஒத்துக் கொள்கின்றனர். இந்த விஷயத்தில் உங்கள் முடிவில் தலையிட நான் விரும்பவில்லை. ஆனால் இந்த மீறலை ஒப்புக்கொள்ளல் மோசமான விளைவுகளை ஏற்படுத்தும் என்ற உண்மையின் மீதான உங்கள் கவனத்தைத் திருப்ப நான் விரும்புகிறேன்.

ஒரு தனியார் இராணுவத்தின் தன்மை கொண்ட ஒரு அமைப்புதான் ஆர்.எஸ்.எஸ். மேலும் அமைப்பு உத்தியைக் கூட கடைப்பிடிப்பதில் மிக மிகக் கண்டிப்பான நாஜியின் வழிகளில் உறுதியாக நடக்கும் அமைப்பு அது எனக் காட்டுவதற்கு பேரளவு ஆதாரம் நம்மிடம் உள்ளது. சமூக உரிமைகளில் தலையிடுவது நமது விருப்பமல்ல. அவர்களைப் பயன்படுத்துவதன் வெளிப்படையான நோக்கத்துடன் அதிக அளவிலான நபர்களுக்கு ஆயுதப் பயிற்சி அளிப்பது ஊக்கப்படுத்தக் கூடிய ஏதோ ஒன்றல்ல. உறுதியாகவும், உள் நோக்கத்துடனும் ஆர்.எஸ்.எஸ். தற்போதைய மத்திய மற்றும் மாகாண அரசுகளுக்கு எதிராக இருக்கிறது என்ற உண்மை, அவர்களுக்கு எதிராக நடவடிக்கை எடுக்கப் போதுமானது எனக் கருதத் தேவையில்லை மேலும் எந்த ஒரு முறையான பரப்புரையும் நிச்சயமாக அனுமதிக்கப்பட வேண்டும். ஆனால் அவர்களது நடவடிக்கை மேலும் மேலும் இந்த வரையறைகளுக்கு அப்பால் போகிறது. ஒரு விழிப்புடன் கண்காணிப்பதும், தேவையெனில் மாகாண அரசுகள் தாங்கள் கருதும் நடவடிக்கையை எடுப்பதும் நல்லது.

வகுப்பினர்க்கிடையே வெறுப்பை வளர்க்கும் பருவ வெளியீடுகளுக்கு (periodicals) எதிராக சில மாகாண அரசுகள் நடவடிக்கை எடுத்துள்ளனர். இது குறித்து பெரும்பாலும் பாகிஸ்தானுக்கு வெளியே வரும் வேறெந்த செய்தித் தாள்கள் மற்றும் பருவ வெளியீடுகளை விடவும் அதிகமாக

ஆர்.எஸ்.எஸ். செய்தித் தாள்கள் தான் பழி சுமத்துகின்றன. எப்படி இந்த வகுப்புவாத பரப்புரையை அதன் தீவிரவாத வடிவத்தில் அவைகள் தாங்கி வருகின்றன என்பது வியப்புக்குரியது.

ஜெர்மனியில் நாஜி இயக்கம் வளர்ந்த வழி பற்றி நான் சிறிது அறிவேன். புலப்படாத பொறிகளாலும் (trappings) கண்டிப்பான கட்டுப்பாட்டாலும், ரொம்பவும் புத்திசாலித்தனமற்ற, யாருக்கு வாழ்க்கை, அவர்களைக் கவர்வதற்கு ஏதும் அளிக்கவில்லை எனத் தோன்றுகிறதோ அந்தக் கீழ் நடுத்தர வர்க்க இளம் ஆண்களையும், பெண்களையும் அதிக எண்ணிக்கையில் அது கவர்ந்தது. அவ்வாறு நாஜிக் கட்சி நோக்கி அவர்கள் மெதுவாக சென்றார்கள் ஏனெனில் அதன் கொள்கையும் திட்டமும் அவர்களைப் போலவே எளிமையாக, எதிர்மறையாக மற்றும் மூளையின் சுறுசுறுப்பான வேலையை வேண்டாததாகவும் இருந்தன. நாஜிக் கட்சி ஜெர்மனிக்கு அழிவைக் கொணர்ந்தது மேலும் இந்தப் போக்குகள் பரவுவதற்கும், அதிகரிப்பதற்கும் இந்தியாவில் அனுமதிக்கப்பட்டால், அவைகள் இந்தியாவிற்கு பெரும் தீங்கைச் செய்யும் என்பதில் எனக்கு சிறிதும் அய்யமில்லை. சந்தேகமின்றி, இந்தியா வாழும். ஆனால் அது கடுமையாக சிதைக்கப்படும் மேலும் அது மீள்வதற்கு ஒரு நீண்ட காலம் எடுக்கும்.

1948 ஜனவரி 5ஆம் தேதியிட்ட ஒரு கடிதத்திலிருந்து

அய்க்கிய நாடுகளின் பாதுகாப்பு அவைக்கு காஷ்மீர் பிரச்சினையைக் கொண்டு சென்றோம்... அவ்வாறு நாம் செய்தோம் ஏனெனில் எவ்வளவு தூரம் முடியுமோ அவ்வளவுக்கு, இரு அரசுரிமை பெற்ற நாடுகளுக்கு இடையே போருக்கு இட்டுச்செல்லக் கூடிய எந்த நிகழ்வையும் தவிர்க்க நாம் விரும்பினோம். சில நேரங்களில் அது தவிர்க்க முடியாது எனினும் எப்போதும் போரை இலேசாக எண்ணிப்பார்க்க முடியாது. அதனால் ஒரு பக்கம் நாம் இராணுவம் மற்றும் வேறு விதமான அனைத்து முன்னெச்சரிக்கைகளை எடுக்கும் போது, இன்னொரு பக்கம் படையெடுப்பாளர்களை ஊக்குவிப்பதையும் அவர்களுக்கு உதவுவதையும் விலக்கிக் கொள்ள வேண்டும் என பாகிஸ்தான் அரசாங்கத்தைக்

கேட்டுக்கொள்வதற்கு பாதுகாப்பு அவையை வேண்டிக் கொண்டோம்...

நமது எல்லைகளில் உள்ள நிலைமைகளின் ஆபத்தான தாக்கங்களைப் பார்க்கையில், இந்தியா எங்கும் அமைதியும், ஒழுங்கும் நிலவ வேண்டும் என்பது மிகவும் இன்றியமையாதது குறிப்பாக இங்கே வகுப்புவாதக் குழப்பம் நடக்கவே கூடாது. எந்த வகுப்புவாத கலகங்களும் எதிரிக்கெதிராக நம் எல்லையை பலவீனப்படுத்தும் மேலும் அய்க்கிய நாடுகள் முன்னே நம்மை இழிவுபடுத்தும். ஆகவே வகுப்புவாதத்தைப் பரப்புவர்கள் அனைவரும் நாட்டிற்கு மிகப்பெரிய கெடுதலைச் செய்கின்றார்கள். இந்த காஷ்மீர் பிரச்சினை முக்கியமான ஒரு வகுப்புவாத பிரச்சினை அல்ல என்பதையும் அவ்வப்போது அங்கே ஷேக் அப்துல்லாவின் தலைமையில் காஷ்மீர் தேசிய இயக்கத்தோடு சண்டையிட்டுக் கொண்டுள்ளோம் என்பதையும் நீங்கள் நினைவிற்கொள்ள வேண்டும்... காஷ்மீர் நிலைமையின் மீதும் அதைப்போல அனைத்திந்தியத் தீர்வின் மீதும் வகுப்புவாதக் குழப்பம் பாதகமாகவே செயல்படுகிறது. அதன் எல்லைகளில் பாகிஸ்தான் என்ன செய்கிறதோ, அதை நாம் செய்ய முடியாது, செய்யவும் கூடாது...

முஸ்லிம் வகுப்புவாதம் இந்தியாவில் இப்போது தலையெடுக்க இயலாது மிகவும் பலவீனமாக உள்ளது இருப்பினும் ஊறு செய்யும் கூறுகள் இன்னும் இந்தியாவில் இருக்கின்றன. முஸ்லிம் வகுப்புவாதம் இப்போது பாகிஸ்தானில் ஒரு அரசாக செயல்படுகிறது. இந்தியாவிற்குள் இன்று சமாளிக்க வேண்டிய வகுப்புவாதம், முக்கியமாக சமீபத்தில் மேலும் மேலும் தீவிரமாகவும், சகிப்புத்தன்மை அற்றதாயும் வந்திருக்கும் இந்து மற்றும் சீக்கிய வகுப்புவாதமே. அண்மைக் கால நிகழ்வுகளில் ஆர்.எஸ்.எஸ். முக்கியப் பங்காற்றி உள்ளது மேலும் சில மிகப் பயங்கரமான நிகழ்வுகளில் அது ஈடுபட்டு உள்ளது என்பதற்கான ஆதாரங்கள் திரட்டப்பட்டு உள்ளன. அவர்களுடைய தலைவர்களால், ஆர்.எஸ்.எஸ். ஒரு அரசியல் அமைப்பு அல்ல என சொல்லப் படுகிறது ஆனால் அவர்களுடைய கொள்கை மற்றும் திட்டங்கள் அரசியல் மற்றும் தீவிர வகுப்புவாதம் சார்ந்தது அதோடு வன்முறை நடவடிக்கைகளை அடிப்படையாகக் கொண்டது என்பதில் எந்தச் சந்தேகமும் இருக்க முடியாது. அவர்கள் கட்டுப்பாட்டில்

வைக்கப்பட வேண்டும் மேலும் அவர்களது கொள்கையுடன் முற்றிலும் வேறுபடுகின்ற சமயப் பற்று மிகுந்த பணிகளால் நாம் தவறாக வழிநடத்தப்படக் கூடாது.

பாகிஸ்தானிலிருந்து வந்த அதிக அளவிலான அகதிகள் மறுவாழ்வு என்னும் பிரச்சினை, மிக மிக அதிகமான முன்னுரிமை கொண்ட ஒன்றாகக் கருதப்பட வேண்டும். நாம் எவ்வளவு தூரம் முடியுமோ அவ்வளவுக்கு மனிதத் துயர்களைத் தடுப்பது மட்டுமின்றி அதிகமாக இழந்த, கசப்புணர்வுடைய பெரும் எண்ணிக்கையிலான மக்களை வீடற்ற நாடோடிகளாக ஆவதிலிருந்தும் தடுக்க வேண்டும். அரசின் பாதுகாப்பு என்னும் பார்வையில் கூட இது விரும்பத் தக்கதல்ல. ஆக்கப்பூர்வமான செயல்பாடுகளுள்ள பல்வேறு தளங்களில் வாய்ப்பு தரப்பட்டால் மிகச் சிறப்பாக அரசுக்கு பணிபுரியக் கூடிய பலர் இந்த மக்களிடையே உள்ளனர். இந்த ஆற்றல் வளத்தை நாம் இழக்க முடியாது. மற்றவர்களும் இந்தியாவின் ஆக்கப்பூர்வமான குடிமக்களாக ஆக்கப்படவும், முன்னேறுவதற்கான வாய்ப்புகள் தரப்படவும் வேண்டும்.

இந்த மறுவாழ்வு பிரச்சினை குறித்து இரண்டு கருத்துக்களைத் தெளிவாக மனத்திற்கொள்ள வேண்டும். முதலாவதாக, அது மாபெரும் பிரச்சினை மேலும் அதைத் தீர்ப்பதில் இந்தியா முழுமையின் பரிபூரண ஒத்துழைப்பை வேண்டுகிறது. மத்திய வழிகாட்டுதலின் கீழ் இது ஒத்துழைப்பையும், ஒருங்கிணைப்பையும் வேண்டுகிறது. இரண்டாவதாக, பெரும் பிரச்சினையை எதிர்கொள்ளும் போது, முன்னுரிமைகளை வரையறுப்பது அவசியம். இல்லையெனில், எல்லாவற்றையும் ஒரே நேரத்தில் செய்வதற்கான ஒரு முயற்சி அனைத்து வழியெங்கும் தோல்வியைச் சந்திக்கும். முடிவுகளைத் தராத பரவலான நடவடிக்கையை விட உறுதியாக சிலவற்றை சாதித்து விடுவது என்பது அடுத்த கட்ட நடவடிக்கைகளில் பேருதவியாக இருக்கும். ஒரு பெரிய அளவிலான மறுவாழ்வு நடவடிக்கை என்பது பொருளாதாரத் திட்டத்திற்கான மிகச் சிறந்த வாய்ப்புகளை அளிக்கும். உண்மையில் பொருளாதாரப் பிரச்சினைகள் நம்முன் எப்போதும் உள்ளன மேலும் சமீபகாலமாக அவைகள் மிகவும் அழுத்தமாக ஆகியுள்ளன. நாம் அவற்றை முழுமையாக சந்திக்க வேண்டும் மேலும் திட்டவட்டமான கொள்கைகளை வகுக்க வேண்டும்.

1948 ஜனவரி 17ஆம் தேதியிட்ட ஒரு கடிதத்திலிருந்து

நான் கடைசியாக உங்களுக்கு எழுதியதிலிருந்து, நடந்த ஒவ்வொன்றும் முழுவதுமாக காந்திஜியின் உண்ணாவிரதத்தால் முக்கியத்துவம் இழந்து விட்டது. அது திடீரென்று நம்மீது விரைந்து வந்தது அவரை நன்கறிந்த நம்மில் பலருக்கும் கூட அதிர்ச்சியைத் தந்தது. என் மனதில், உச்சகட்ட சோகத்திலிருந்து நாம் காப்பாற்றப்பட வேண்டும் என்ற ஒரு பிரார்த்தனையோடு - இதைச் செய்வதை, உண்ணாவிரதம் பற்றி நான் கேள்விப்பட்டதிலிருந்து, நிறுத்தாமல் - நான் இந்தக் கடிதத்தை எழுதுகிறேன். உண்ணாவிரதத்திற்கு காந்திஜி எவ்வளவு முக்கியத்துவம் தருவார் என்பதை நான் உங்களுக்கு எழுதவும், விளக்கவும் தேவையில்லை; அவரே அதை செய்திருக்கிறார் மேலும் எவ்வளவுதான் அவரோடு நெருக்கமாக தொடர்புடையவராக இருந்தாலும் அவருடைய தனித்துவமான அணுகுமுறையை விளக்குவதற்கு அவரைவிட மற்றவர்களால் எப்போதும் முடியாது...

காந்திஜி மேற்கொண்ட கடைசி நீடித்த உண்ணாவிரதம் அவர் சிறைக் கைதியாக இருந்தபோது 1943இல் நடந்தது. அந்த உண்ணாவிரதம் தெருவில் இருக்கும் மனிதனும் புரிந்து கொள்ளக் கூடிய, முழுவதும் அனுதாபத்துக்கு உரிய நோக்கத்திற்காகவே. கல்கத்தாவில் அவரது சமீபத்திய உண்ணாவிரதம் கூட பெருவாரி மக்களின் ஆதரவைப் பெற்ற எளிதில் புரிந்து கொள்ளக்கூடிய நோக்கத்திற்காகவே. இப்போது அவர் மேற்கொண்டுள்ள உண்ணாவிரதம் பொது மக்கள் புரிந்துகொள்வதற்கு மிக எளிதானது; மேலும் உண்மையில் அவர்களில் ஒரு பிரிவினர் இன்னும் குறிப்பாக, அதனுடன் அனுதாபம் கொள்ளாத, உணர்வு ரீதியாக அதற்கு விரோதமாக இருக்கின்ற அகதிகளிடையே, இருக்கின்றனர். அதில்தான் அதன் முக்கியத்துவமும், அதிக நெஞ்சுரமும் அமைந்திருக்கிறது.

கடந்த சில மாதங்களின், குறிப்பாக கிழக்கு பஞ்சாபிலும், டெல்லியிலும் நடந்த நிகழ்வுகளால் உருவாக்கப் பட்டிருக்கும் உளவியல் ரீதியான பிரச்சினையை நாம் எதிர் கொண்டுள்ளோம். மக்கள் மனங்களில், அகதிகள் இடையே மட்டுமின்றி, மற்றவர்கள் இடையேயும் ஒரு

கசப்புணர்வு, ஒரு விரக்தி உணர்வு மற்றும் பழிவாங்குவதற்கான ஆசையை - சுருக்கமாக அகமனம் சார்ந்த தீவிர நோயை - இவை உருவாக்கி இருக்கின்றன. இது முழுதும் புரிந்து கொள்ளக் கூடியதே ஆனால் இருப்பினும் இது மிகமிக ஆபத்தானது. இதைக் குணமாக்க நம்மில் அனைவரும் நம்மால் முடிந்த அளவுக்கு மிகச் சிறப்பாக செய்தோம் ஆனால் ஒரு வரையறுக்கப்பட்ட அளவைத் தவிர நாம் வெற்றி பெறவில்லை. ஓரளவுக்கு, மறுவாழ்வுப் பிரச்சினையை நம்மால் திறம்படச் சமாளிக்க முடியாததாலும் - இது பற்றி இந்தக் கடிதத்தில் மேலும் நான் எழுதுவேன் - ஓரளவுக்கு, பாகிஸ்தானில் சிறுபான்மையினரை நோக்கிய பகைமை குறித்து தொடரும் சான்றாலும், காட்டுமிராண்டித்தனமான நடவடிக்கையாலும், இந்தச் சிரமங்கள் ஏற்படுகின்றன. இதன் விளைவு, இந்து வகுப்பினரில் ஒரு பிரிவினர், இந்தியாவில் முஸ்லிம் பிரச்சினை குறித்த காந்திஜியின் அணுகுமுறைக்கு இசைவாகவும், புரிந்து கொள்ளவும் இல்லை. அவர்கள் காந்திஜியின் அணுகுமுறையை வெறுக்கிறார்கள் மேலும் அவர்களது சொந்த நலன்களுக்கு அது ஏதோ ஒரு விதத்தில் தீங்கு விளைவிக்கும் என நினைக்கிறார்கள். இருப்பினும் தொலைநோக்குள்ள எந்த நபரும், காந்திஜியின் அணுகுமுறை ஒழுக்க நெறி சார்ந்து சரியானது என்பதோடு, முக்கியமாக நடைமுறை சார்ந்தது என்பதையும் காண முடியும். தேசத்தின் நலன் என்னும் அடிப்படையில் குறுகிய மற்றும் நீண்ட தூர கண்ணோட்டம் என இரு வழியிலும் நாம் சிந்தித்தால், உண்மையில் இது மட்டுமே சாத்தியமாகும் அணுகுமுறை. வேறெந்த அணுகுமுறையின் பொருள், மோதலை நிரந்தரமாக்குவதும் மற்றும் தேசிய ஒருங்கிணைப்பு மற்றும் முன்னேற்றம் என்னும் கருத்துக்களைத் தள்ளி வைப்பதும் ஆகும்.

இந்த உச்சகட்ட நடவடிக்கையை எடுக்க காந்திஜியை நிர்ப்பந்தப்படுத்தி இருக்கும் நெருக்கடிகளின் சிக்கலை ஆய்வு செய்ய - ஒருவரும் அவைகளை ஆய்வு செய்ய முடியாது - இது உகந்த நேரமல்ல ஆனால் முற்றிலும் தெளிவாக அதன் முக்கிய நோக்கம் இந்தியாவில் பெரும்பான்மை சமூகம், அதன் உள்ளத்தை ஆய்வு செய்ய வைப்பதற்கு மற்றும் அதையே வெறுப்புணர்வையும், பழிவாங்கும் ஆசையையும் களைந்தெறியச் செய்யவே. இது மேற்கொள்ளப் பட்டிருக்கும்

சூழ்நிலையில், காந்திஜி மட்டுமே காட்டக்கூடிய ஒரு வீரத்தின் அளவைக் காட்டுகிறது. கடைசி சில நாட்களில் பாகிஸ்தானில் நடந்து முடிந்த - கராச்சியில் கொலை, கண்மூடித் தனமான கொள்ளை மற்றும் மேற்கு பஞ்சாபில் குஜராத்தில் ஒரு முஸ்லிம் அல்லாத அகதிகள் இரயில் மீதான வெறுப்புணர்வுடன் கூடிய தாக்குதல் - சோக நிகழ்ச்சிகளால் இந்தச் சோதனை அவருக்கு மிகவும் மோசமானதாக ஆக்கப்பட்டிருக்கிறது. ஆனால் காந்திஜியின் கருத்துணர்வில், இந்த நிகழ்ச்சிகள் முழுவதும் பொருத்தப்பாடு அற்றவை மட்டுமல்ல, அவர் எடுத்திருக்கும் நடவடிக்கையின் தீவிரத்தை அதிகப் படுத்துவதும் ஆகும்.

உங்கள் மாகாண மக்களுக்கு அனைத்து சாத்தியமான வழிகளிலும், இந்த உண்ணாவிரதத்தின் அர்த்தத்தையும், நோக்கத்தையும் வலியுறுத்தவும், காந்திஜி இதை நிறுத்துவதற்கான சூழ்நிலையை உருவாக்க இவ்வாறு உதவுவதற்கும் உங்கள் அனைத்து ஆதாரங்களையும் நீங்கள் திரட்டுவீர்கள் என்பதில் நான் உறுதியாக இருக்கிறேன். உண்ணாவிரதத்தால் ஏற்பட்டுள்ள அவசர நிலையை, குறைந்த பட்சம் வேகமாகப் பரவும் ஆபத்தான நோயைப் போன்று நான் கருதுகிறேன்; அதை எதிர்கொள்ள நாம் இயன்றதனைத்தையும் செய்யவில்லையெனில் வரலாறு நம்மை மன்னிக்காது -

கடைசி சில நாட்களில் நாம் மறுவாழ்வுப் பிரச்சினைக்கு அதிகப்படியான கவனத்தை முழுதும் ஈடுபடுத்தத் துவங்கி இருக்கிறோம். பல இலட்சக்கணக்கான மக்களை வெளியேற்றும் பணி ஏற்படுத்தி உள்ள வேலைச்சுமைக்கிடையே, இந்தப் பிரச்சினையின் மேல் அதற்குத் தேவையான அளவு ஈடுபாட்டுடன் கவனம் செலுத்த இயலாது என நான் அஞ்சுகிறேன். அதைச் சமாளிப்பதில் மேலும் எந்தத் தாமதமும் பேரழிவு தரும் விளைவுகளுக்கு இட்டுச்செல்லும். டெல்லி மாநகரில் மட்டும் சுமார் 4,50,000 பேர் உள்ள அகதிகளின் பேரளவிலான எண்ணிக்கை பிரம்மாண்டமான பிரச்சினையாக வந்திருக்கிறது மேலும் சமீபத்தில் அங்கே குழப்பங்கள் ஏற்பட்டிருக்கின்றன. கிழக்கு பஞ்சாபில், மாகாண அரசாங்கம் சில விஷயங்களில் ஒரு குறிப்பிட்ட அளவு வெற்றி ஈட்டியிருந்தாலும், இன்னும் மிகப்பெரிய அளவு செய்ய வேண்டியிருக்கிறது. இந்தப் பிரச்சினையைச் சமாளிக்கும் நோக்கத்திற்காக போதுமான ஆதாரங்கள்

கிழக்கு பஞ்சாப் அரசாங்கத்திடம் உள்ளதா என்பது சந்தேகமாய் உள்ளது; மேலும் இந்தியாவில் உள்ள ஒவ்வொரு மாகாணமும் ஒத்துழைக்க வேண்டியது அவசியமாகிறது. ஆகவே இது முக்கியமாக மத்திய வழிகாட்டல் மற்றும் மத்திய திட்டமிடலுக்குமான ஒரு விஷயமாகும். பிரச்சினையை விரைவாக, சிறப்பாக மற்றும் ஒரு திட்டமிடப்பட்ட அடிப்படையில் செய்வதற்கேற்ப ஒரு இயங்குமுறையை (Machinery) வகுக்க வேண்டும். தொலைநோக்குப் பார்வை அவசியமாகிறது மேலும் இந்த வேலை பற்றிய அவசரக் குறிப்பு அங்கே இருக்க வேண்டும்.

1948 ஃபிப்ரவரி 20ஆம் தேதியிட்ட ஒரு கடிதத்திலிருந்து

ஒரு சுதந்திர தேசமாக நமது ஆறுமாத இருப்பை நிறைவு செய்துள்ளோம். நெருக்கடி மேல் நெருக்கடி தொடர்ந்து கொண்டிருந்த காலம் மேலும் அந்தக் காலத்தில் நாம் கடந்து சென்ற அனைத்து துயரங்களும் சோதனைகளும் உச்சகட்டப் பேரழிவான காந்திஜியின் கொலையில் முடிந்த மோசமான காலம்...

நமது அரசியல் கட்டமைப்பில் குறிப்பிடத்தக்க மாற்றங்கள் கடந்து போன ஆறு மாதங்களில் நடந்து முடிந்துள்ளன. ஓர் அரசியல் இயக்கமான, இந்து மகா சபையை அதுவே கலைத்து விட்டது. ஆர்.எஸ்.எஸ். தடை செய்யப்பட்டு விட்டது மேலும் இதன் மீது நாடு முழுவதுமான எதிர்வினை என்பது நன்றாகவே உள்ளது. உ.பி. பாராளுமன்ற முஸ்லிம் லீகும் அதைக் கலைத்து விட்டது. இனிமேல் அரசாங்கத்திடம் இருந்து எந்த புற நெருக்கடியுமில்லாமலே ஓர் அரசியல் இயக்கமாக முஸ்லிம் லீகின் கொஞ்சம் கொஞ்சமான சிதைவை நாம் எதிர்நோக்க முடியும் என நான் நினைக்கிறேன். நிச்சயமாக காந்திஜியின் படுகொலையால், இந்த நிகழ்ச்சிகள் எல்லாம் விரைவு படுத்தப்படுகின்றன, ஆனால் அவைகள் நமது அரசியல் வாழ்வில் முழுவதுமாக ஓர் ஆரோக்கியமான வளர்ச்சியைக் காட்டுகின்றன. அவை, எதை அடைய நாம் ஓய்வில்லாமல் முயற்சித்தோமோ, அது உருவாவதற்கான தேவையான நடவடிக்கைகளே, அதாவது இந்தியாவில் ஒரு ஜனநாயக மதச்சார்பற்ற அரசு.

கடைசி ஆறு மாதங்களில் இந்தியா, பாகிஸ்தான் இரண்டிலும் நடந்த நிகழ்ச்சிகளை ஒருவர் பார்த்தார் என்றால், அவை, இரண்டு குடியாட்சிகளிலும் வகுப்புவாத பிற்போக்கு சக்திகளுக்கும், முற்போக்கு சக்திகளுக்கும் இடையே நடைபெறும் மோதலின் வெளிப்பாடு என்பதை ஒருவர் பார்க்க முடியும். இந்தியாவில் முற்போக்கு சக்திகள் வெற்றி பெற்றுக் கொண்டிருக்கிறார்கள் என நாம் சொல்ல முடியும் என்று நான் நினைக்கிறேன். கலகம் நடந்த காலங்களில் இந்த சக்திகள் பயங்கரமான சிரமத்திற்கு ஆளாகி இருக்கிறார்கள் ஆனால் காந்திஜியின் குறிப்பிடத்தக்க மேதைமைக்கும், அவர் நம்மை நிலைக்க வைத்ததற்கான மனோதைரியத்திற்கும், இலட்சியத்திற்கும் நன்றி, பிற்போக்கு சக்திகள் மேலோங்கி என்றும் வென்றதில்லை. நான் உறுதியாகச் சொல்கிறேன் நாம் பதட்டமில்லாமலும், ஓய்வெடுக்காமலும் இருந்தால் மட்டுமே, காந்திஜி நம்முன் நிறுத்திய இலட்சியத்தை நாம் அடைய முடியும். இன்னொரு பக்கம் பாகிஸ்தானில், அந்தக் கணத்தில் பிற்போக்குச் சக்திகள் வெற்றி பெறுகின்றன என்பதே அனைத்து அறிகுறிகளும்,

திரு.ஜின்னா, ஷாரியத் சட்டத்தின் அடிப்படையிலான இஸ்லாமிய அரசு பற்றியே மேலும் மேலும் பேசிக் கொண்டிருக்கிறார்; பாகிஸ்தானில் மேலும் குறுகிய மாகாண அடிப்படையிலான பொறாமை எண்ணங்கள், அவர் கடுமையான எச்சரிக்கை விடும் அளவுக்குத் தீவிரமடைந்து விட்டதாகத் தோன்றுகிறது. பாகிஸ்தானில் உள்ள முற்போக்கு சக்திகள் அரசாங்கத்தை ஆதிக்கம் செய்யும் நிலையை அடைய எவ்வளவு காலம் பிடிக்கும், அதை முன்னறிவிப்பு செய்வது இயலாது, ஆனால் அதற்கு குறிப்பிட்ட காலம் பிடிக்கும் என்பது போலத் தோன்றுகிறது. ஆனால் பாகிஸ்தானில் எது நடந்தாலும், இந்தியாவில் நமது பணி முற்றிலும் தெளிவாக இருக்கிறது; அனைத்து வகுப்பு மனிதர்களும் அவர்களின் தலைகளை உயர்த்தி நடைபோடக்கூடிய ஒரு மதச்சார்பற்ற அரசை அமைப்பதில் கடந்த காலத்தை விட மிக அதிகமான உறுதியுடன் நாம் நமது முயற்சிகளை மேற்கொள்ள வேண்டும்.

1948 ஆகஸ்ட் 16ஆம் தேதியிட்ட ஒரு கடிதத்திலிருந்து

காஷ்மீர் மற்றும் ஹைதராபாத் குறித்த முடிவுகள் எதுவாகவும் இருக்கலாம், மாகாண அரசாங்கங்கள் அவர்கள் பகுதிகளுக்குள் சாத்தியமான எதிர்வினைகள் பற்றி முழு விழிப்புடன் இருக்க வேண்டும். நான் மேலே குறிப்பிட்டது போல, இந்தியாவின் வெவ்வேறு பகுதிகளில், வகுப்புவாத நடவடிக்கை மீண்டும் திரும்பி உள்ளதாகத் தெரிகிறது. இது இந்து அல்லது முஸ்லிம் அல்லது சீக்கிய வகுப்புவாத நடவடிக்கையாக இருந்தாலும் நிறுத்தப்பட வேண்டும் மேலும் எந்தத் தீங்கும் செய்வதிலிருந்து தடுக்கப்பட வேண்டும். துரதிர்ஷ்டவசமாக சீக்கியர்களின் தலைவர்கள் சிலர் மிகவும் விவேகமற்ற ஒரு கொள்கையைத் தூக்கிப் பிடித்துக்கொண்டும், நிதானமற்ற சொற்பொழிவுகளை ஆற்றிக்கொண்டும் இருக்கின்றனர். இந்து மகா சபை மீண்டும் அரசியலில் தொடர்வதற்கு திட்டமிட்டுள்ளது என்பதை நீங்கள் கவனித்திருக்கலாம். இது ஒரு விரும்பத்தகாத செயல் மேலும் இது கவனமாகக் கண்காணிக்கப்பட வேண்டும். நீங்கள் அறிந்தாற்போல், அரசாங்கம், எந்த ஒரு வகுப்புவாத அமைப்பையும் ஊக்குவிக்கக் கூடாது என தீர்மானித்துள்ளது. அதாவது இன்னும் சொல்லப் போனால், அரசாங்கமோ அல்லது அரசாங்க ஊழியரோ, மத்தியில் இருந்தாலும், மாகாணத்தில் இருந்தாலும் இது போன்ற இந்து மகா சபையுடனோ அல்லது வேறெந்த வகுப்புவாத அமைப்புடனோ, எந்த வேறுபட்ட உடையை அது அணிந்திருந்தாலும், தொடர்பெதுவும் வைத்துக் கொள்ளக் கூடாது.

ஒரு மாகாண பிரதமர் எனக்கு எழுதிய கடிதத்தில், இராணுவ அமைப்புக்கள் மாகாண அடிப்படையில் உருவாக்கப்பட வேண்டும் என்றும் மாகாண ரீதியான பெயர்களைத் தரலாம் என்று கருத்து தெரிவிக்கப் பட்டிருந்தது. மாகாணத்தைப் பொறுத்தவரை இது பெரிய உற்சாகத்தை தரும் என நினைத்ததால், இவ்வாறு முன்மொழியப் பட்டது. பாதுகாப்பு அமைச்சகம் இந்த யோசனையை முற்றிலுமாக எதிர்த்தனர். அது இப்போதைய இராணுவத்தின் அமைப்பை சீர்குலைக்கும் என்று சுட்டிக் காட்டினர். அவர்களோடு நான் முழுவதுமாக உடன்படுகிறேன். இப்போது இருப்பது போல் நம்மிடம் போதுமான மாகாணவாத உணர்வு இருக்கிறது. அதை மேலும் அதிகமாக நாம் ஊக்கப்படுத்தவும், குறிப்பாக இராணுவத்தில்,

ஊக்கப்படுத்தவும் கூடாது. இராணுவம் என்பது ஒரே மாதிரியான இந்திய இராணுவம்தான் அது மாகாண இராணுவங்களின் தொகுப்பு அல்ல. எந்தப் பிரிவினை வாதப் போக்குகளும், வகுப்பு வாதமாக அல்லது மாகாண வாதமாக இருப்பினும், அவை இராணுவத்திற்குள் வருவதற்கு அனுமதிக்கப்படக் கூடாது என்பது மிகவும் முக்கியமானது. தற்போதைய ஆளெடுப்பு, மாகாண அடிப்படையில் என்பதற்கு மாறாக, மண்டல அடிப்படையில் செய்யப் படுகிறது. இதை நாம் மாற்றினால் மேலும் இராணுவத்தில் உள்ள மக்களை, ஒரு அனைத்திந்திய பார்வையை வளர்த்துக் கொள்வதிலிருந்து தடுத்தால், அது மிகப்பெரிய சோகம் ஆகும்.

1948 டிசம்பர் 6ஆம் தேதியிட்ட ஒரு கடிதத்திலிருந்து

ஆர்.எஸ்.எஸ். நடவடிக்கைகள் மற்றும் எதிர்வரும் காலத்தில் இயலுமானால் ஜெய்ப்பூரில் காங்கிரஸ் அமர்வு நடக்கவிருக்கும் சமயத்தில், நமது அமைச்சர்களில் பலரும் மற்றவர்களும் அவர்களின் தலைமையகத்திலிருந்து வெளியே இருக்கும்போது, சத்யாகிரகம் துவங்க அவர்களுடைய திட்டம் ஆகியவை பற்றிய பெரும் எண்ணிக்கையிலான எச்சரிக்கைகள் நமக்கு வந்துள்ளன. ஆர்.எஸ்.எஸ். சத்யாகிரகம் பற்றி பேசுவது என்பது பெரிதளவு அடிப்படையில் முரண்பாடான ஒன்று ஏனெனில், ஆர்.எஸ்.எஸ். ஏறக்குறைய மற்றெந்த அமைப்பைப் போலவே சத்யாகிரகத்தின் உணர்விலிருந்து முற்றிலும் வேறுபட்டது. ஆர்.எஸ்.எஸ். பொதுவான முகத்தோற்றத்துடன், முக்கியமாக ஆர்.எஸ்.எஸ். உறுப்பினர் விதிகள் ஏதுமின்றி, பதிவேடுகள் எதுவும் இல்லாமல், பெரிய அளவுக்கு நிதி திரட்டப் பட்டாலும், கணக்குகள் எதுவுமின்றி செயல்படும் ஒரு இரகசிய அமைப்பாகும். அமைதியான முறைகளையோ அல்லது சத்யாகிரகத்தையோ அவர்கள் நம்புவதில்லை. பொதுவெளியில் அவர்கள் சொல்லும் எதுவும், அந்தரங்கமாக அவர்கள் செய்யும் எதற்கும் எதிராகவே இருக்கும். அவர்கள் நடவடிக்கைகள் பற்றிய ஏராளமான அனுபவத்தை ஒவ்வொரு மாகாண அரசாங்கமும் பெற்றிருக்கிறது. ஒருவர் எதிரியைப் பொருட்படுத்த மாட்டார் அல்லது எந்த அளவாயினும் ஏற்றுக்கொள்வார். இளைஞர்களை அதிக அளவிற்குக் கொண்டுள்ள எந்த ஒரு அமைப்பும், முற்றிலும் குறுகிய

புத்தியோடும், தொலைநோக்குப் பார்வை மட்டுமல்ல பொதுவான உணர்வு அல்லது பொதுவான புரிதலும் இன்றி இருக்க வேண்டும் என்பது வேதனை அளிக்கிறது. ஆர்.எஸ்.எஸ், இந்த வகையில் ஃபாசிசத்திற்கு ஆதரவாக அய்ரோப்பாவின் பல்வேறு பகுதிகளில் வளர்ந்த அமைப்பைப் போன்ற இயல்பை உடையது.

சீக்கிய உரிமைகள் பற்றிய பொருத்தமற்ற பேச்சு கிழக்கு பஞ்சாபிலும் வேறிடங்களிலும் சில சீக்கிய தலைவர்களிடையே இருக்கிறது. நமது அறிவிக்கப்பட்ட கொள்கைக்கு முழுவதும் எதிராகப் போகும் மற்றும் வகுப்புவாதத்தை முற்றிலும் ஏற்பது என்னும் அடிப்படையைக் கொண்ட உரிமைக் கோரல்கள் உருவாக்கப் படுகின்றன[1]. இந்தத் தலைப்பு மீது நாம் எதுவும் சொல்லவில்லை ஏனெனில் பொதுவெளியில் தேவையற்ற சர்ச்சையைத் தவிர்க்க நாம் விரும்புகிறோம் மேலும் அரசாங்கத்தின் நிலைப்பாடு முற்றிலும் தெளிவாக உள்ளது. நமது அரசமைப்புச் சட்டத்திலோ அல்லது வேறெங்குமோ, எந்தக் காரணமின்றியும், விளைவுகள் என்னவாகினும், இந்த வடிவிலான வகுப்புவாதத்தை நாம் ஏற்றுகொள்ளப் போவதில்லை என மீண்டும் சொல்ல நான் விரும்புகிறேன். மிரட்டுகின்ற மொழியில் பேசுமளவுக்கு சில சீக்கியத் தலைவர்கள் முழுவதும் பொறுப்பின்றி வந்திருப்பது எனக்கு ஆழ்ந்த வருத்தத்தைத் தரும் விஷயமாகும். சீக்கிய சமூகம் நம் இந்தியாவின் ஒருங்கிணைந்த பகுதியை உருவாக்கிய வீரம் செறிந்த, மகத்தான ஒன்றாகும். கடந்த காலத்தில் அவர்கள் வருந்தத்தக்க அளவில் தவறாக வழி நடத்தப் பட்டார்கள். இதனால் பெரிய அளவில் அவர்கள் பாதிக்கப்பட்டார்கள். இந்தத் தவறாக வழி நடத்தும் வேலை இப்பவும் தொடர்கிறது, இது தடுக்கப் படாவிட்டால் அங்கே அவர்களுக்கும் நமக்கும் தொல்லை காத்திருக்கிறது. ஆனால் நமது அரசமைப்புக் கட்டமைப்பில் வகுப்புவாதத்தை அறிமுகப் படுத்துவது குறித்த கொள்கை மீதான பிரச்சினையில், நம் பங்கில் சமரசமும் இல்லை, விட்டுக்கொடுப்பதும் இல்லை என ஆகப் போகிறது. சரியாக அதுதான் பாகிஸ்தானுக்கும் அதைத் தொடர்ந்த

1 மதச்சிறுபான்மையினரை அங்கீகரிக்கக் கூடாது என்ற காங்கிரசின் முடிவை விமர்சித்து வெளியிட்ட அகாலி தள தலைவர், மாஸ்டர் தாரா சிங், அறிக்கைகளையும் அரசியலமைப்புச் சட்டசபையில், சட்டமியற்றும் மற்றும் நிர்வாகப் பதவிகளிலும் பொதுச் சேவைகளிலும் சீக்கியர்களுக்கு இட ஒதுக்கீட்டிற்கான கோரிக்கைகளையும் ஒட்டி குறிப்பிடப்பட்டவை இவை.

சிக்கலுக்கும் வழி காட்டியது. இந்தியாவில், பழைய முஸ்லிம் லீக் முன் வைக்கும் வழக்கமான கோரிக்கையை இப்போது முன் வைக்கும் யாரேனும் ஒரு நபர் இருக்க வேண்டும் என்பது விதியின் வினோத முரண்.

பெரும் விவாதத்திற்கு உரிய பொருளாக மொழிப் பிரச்சினை இருக்கிறது. அதன் பல்வேறு அம்சங்களில் ஆய்வு செய்ய நான் விரும்பவில்லை ஆனால் ஓர் அம்சத்தை மட்டும் நான் வலியுறுத்த விரும்புகிறேன். அது குழந்தையின் தாய் மொழியில், அது எந்த மொழியாக இருப்பினும், அதைச் சாதகமாக எடுத்துக் கொள்ளும் அளவிற்கு, நிச்சயமாக, போதுமான எண்ணிக்கையில் குழந்தைகள் இருக்கும் பட்சத்தில், தொடக்கக் கல்வியை ஊக்கப்படுத்த அரசின் அடிப்படைக் கொள்கையாக அது இருக்க வேண்டும். அரசு மொழி என்னவாக இருக்கும், மாகாணங்களின் மொழிகள் என்னவாக இருக்கும் என்பதில் இக்கொள்கை ஏதும் செய்ய முடியாது. எடுத்துக்காட்டாக, கல்கத்தாவிலும், பம்பாயிலும் கணிசமான எண்ணிக்கையில் தமிழ்க் குழந்தைகள் இருப்பின், தமிழில் தொடக்கக் கல்வி அரசால் கொடுக்கப் படுவதற்கான உரிமை அவர்களுக்கு உண்டு. சற்று பிந்தைய நிலையில், மாகாண அல்லது (மத்திய) அரசின் அலுவல் மொழி, உறுதியாக அவர்களுக்குக் கற்பிக்கப்பட வேண்டும். ஆனால் அவர்களுடைய தொடக்கக் கல்வியை அவர்களுக்கு அந்நியமான மொழியில் கற்க வேண்டும் என அவர்கள் வற்புறுத்தப் படுவது பொதுவாக ஏற்றுக்கொண்ட கொள்கைகளுக்கு எதிரானதும் தவறானதும் ஆகும். பெரிய நகரங்களில் அரசை அதனுடைய தொடக்கப் பள்ளிகளை வெவ்வேறு மொழிகளில் நடத்த இது ஈடுபடுத்தலாம். அங்கீகரிக்கப்பட்ட இந்திய மொழிகளில் மற்றும் அதைக் கேட்பதற்கு போதுமான குழந்தைகள் அங்கே இருக்கும் போது மட்டும் இது செய்யப்படும். இந்தக் கொள்கை புரியப்பட்டிருக்கும் என்றால், நமது மொழிச் சண்டைகளில் சில நின்று போயிருக்கும் என நான் நினைக்கிறேன். இந்தக் கொள்கைக்கு நேரடியாகவே நாம் செயல்வடிவம் கொடுக்க நம்மால் முடியாமல் போகலாம். ஆயினும் இது மட்டும்தான் சரியான முறை என ஏற்றுக்கொள்ளப்பட வேண்டும்.

1949 ஏப்ரல் 16ஆம் தேதியிட்ட ஒரு கடிதத்திலிருந்து

பணிகளில் வகுப்புவாரி விகிதம் பற்றி கேள்வி எழுந்திருக்கிறது. இது கடந்த காலத்தின் துரதிர்ஷ்டவசமான பாரம்பரியங்களுள் ஒன்று. பெரும்பாலும் நாம் திடீரென அவைகளை விட்டுவிட முடியாது. ஆனால் இந்த வகுப்புவாத வேலை எல்லாம் போயாக வேண்டும் என்பதை நாம் எப்போதும் மனதிற்கொள்ள வேண்டும். ஆகவே இப்போதுள்ள தீமையானது குறைவதற்கு எங்கெங்கு நம்மால் முடியுமோ, அங்கெல்லாம் நாம் பெருமுயற்சி எடுக்க வேண்டும். சரியான அணுகுமுறை என்பது வகுப்புவாத அணுகுமுறை அல்ல ஆனால் பிற்பட்ட வகுப்பினர் மற்றவர்கள் அளவுக்கு மேலே வருவதற்கு உதவும் ஓர் அணுகுமுறையே சரியான அணுகுமுறை.

1950 ஜனவரி 4ஆம் தேதியிட்ட ஒரு கடிதத்திலிருந்து

வெகு விரைவில் நீங்கள் புதிய பாராளுமன்றத்திற்கான தேர்தல்களைச் சந்தித்தாக வேண்டும். போதுமான எண்ணிக்கையுள்ள பெண் உறுப்பினர்கள் தேர்ந்தெடுக்கப் படுவதற்கான அவசியம் பற்றி உங்களுக்கு நான் எழுதிக் கொண்டிருக்கிறேன். அரசமைப்புச் சட்ட சபையில் கூட பெண் உறுப்பினர்கள் மிகவும் குறைவாகவே இருந்தார்கள். இவர்களில் சிலர் வேறுபல காரணங்களுக்காக விலகி விட்டனர். அவர்களது இடங்கள் ஆண்களால் நிரப்பப்பட்டன. நாம் பாராளுமன்றத்தில் பெண்களின் எண்ணிக்கையை உயர்த்தவும், அதைத் தொடரவும் வேண்டும் என்பது முக்கியமானது என நான் நினைக்கிறேன். ஒவ்வொரு கண்ணோட்டத்தில் இருந்து பார்த்தாலும் இது விரும்பத் தக்கது. ஒரு போதுமான எண்ணிக்கை உடைய, குறைந்த பட்சம் ஆண்களைப் போல திறமையான, பொருத்தமான பெண்கள் கிடைப்பார்கள் என்பதில் எனக்கு அய்யமில்லை.

இந்த விஷயத்தில், பெரும்பாலும், அரசமைப்புச் சட்டசபையில் இருக்கின்ற மாகாண சட்டசபைகளின் உறுப்பினர்கள் குறித்து நாம் முன்வைத்த பொதுவான சட்டத்திற்கு ஒரு விதிவிலக்கு உண்டாக்கப்பட வேண்டும். அதாவது, இது போன்ற பெண்களைப் பொறுத்தவரை, அது விரும்பத் தக்கது எனக் கருதினால், பாராளுமன்றத்திற்கு நிற்கும் பொருட்டு

மாகாண சட்டசபைகளிலிருந்து பதவி விலக அவர்கள் அனுமதிக்கப்படலாம். இது போன்ற சூழ்நிலைகள் மிகவும் சொற்பமாகவே இருக்கும்.

1950 ஃபிப்ரவரி 16ஆம் தேதியிட்ட ஒரு கடிதத்திலிருந்து

கடைசி பதினைந்து நாட்களின் போது இந்தியாவில் முதன்மையான நிகழ்ச்சி, மிகவும் பெரிய அளவில் கிழக்கு வங்காளத்திலும், கல்கத்தாவிலும் மீண்டும் கிளர்ந்த வகுப்புவாத யுத்தமே. கிழக்கு பாகிஸ்தானில் சில நிகழ்வுகள் குறித்து எனது கடைசிக் கடிதத்தில் நான் குறிப்பிட்டிருந்ததை நீங்கள் நினைவிற்கொண்டு இருக்கலாம். இது பெரிய அளவிலான நபர்களைக் குறிப்பாக மனச்சோர்வடைந்த பிரிவினரை இந்தியாவிற்கு இடம்பெயரச் செய்தது. குல்னா மாவட்டத்தில் நடந்த அட்டூழியங்கள் மற்றும் அகதிகளின் அவல நிலையின் கதைகளும், கல்கத்தாவில் மக்களை உணர்ச்சிவசப்பட வைத்தது, நிச்சயமாக, அங்கே சில முஸ்லிம் இருப்பிடங்களில் சில கலகங்கள் நடைபெற்றன. அங்கே மிகவும் பேரளவில் தீவைப்பும், கொள்ளையும் நடந்தன மேலும் மக்கள் பலர் கொல்லப்பட்டனர். கிழக்கு பாகிஸ்தானில் இந்தச் செய்திகள், முன்னரே போதுமான அளவிற்கு மோசமாக இருக்கும் பிரச்சினையை, இன்னும் மோசமாக்கி விட்டது. குறிப்பாக டாக்காவிலும் மற்ற இடங்களிலும் கணிசமான இந்துக்கள் கொலையும், தீவைப்பும், கொள்ளையும் நடந்துள்ளன. இங்கே நான் எந்த விவரங்களையும் உங்களுக்குத் தராததற்கு ஓரளவுக் காரணம் அவைகள் செய்தி ஊடகங்களில் வந்து கொண்டிருக்கின்றன மேலும் ஓரளவுக் காரணம் சரியான உண்மைகள் இன்னும் அறியப்படவில்லை. ஆனால் 1947 இலிருந்து இதுவரை நடந்ததை விட கிழக்கு வங்காளத்தில் நடந்திருப்பது மிகப் பெரிய அளவிலானது. கல்கத்தாவிலும் நடந்தது கணிசமான அளவில் என்றாலும் நமக்குக் கிடைத்த இது போன்ற மதிப்பீடுகள்படி, கொல்லப்பட்ட நபர்கள் அதிகமில்லை. கிழக்கு பாகிஸ்தானிலும் சரி, கல்கத்தாவிலும் சரி நிலைமை இன்னும் மாமூல் நிலைக்கு வெகு தூரத்திலேயே உள்ளது. மேற்கொண்டு கலகம் பற்றிய பயம் இருந்து கொண்டிருக்கிறது. கிழக்கு பாகிஸ்தான் பற்றி இந்த சூழ்நிலையில் நான் அதிகம் சொல்ல முடியாது ஏனெனில்

அங்கிருந்து வரும் செய்திகள் மிகவும் சொற்பம். சிறுசிறு சம்பவங்கள் தொடர்ந்து நடக்கும் பொழுதும், பொதுவான நிலைமை நன்றாகக் கட்டுக்குள் இருக்கிறது என கல்கத்தா பற்றி நான் சொல்ல முடியும். முதலமைச்சரும் அவரது அரசாங்கமும் சுறுசுறுப்புடனும், விரைவாகவும் நிலைமையைக் கையாளுகிறார்கள் என நான் நினைக்கிறேன். இன்று மவுலானா அபுல் கலாம் ஆசாத் கல்கத்தாவிற்குச் சென்றார். இப்போது கல்கத்தாவில் பிரதான நெருக்கடி, பெரிய எண்ணிக்கையிலான, அவர்களுடைய வீடுகளை விட்டுச் சென்ற, மற்ற இடங்களில் பாதுகாப்பு கருதி ஒன்றாகக் கூடியிருக்கும் முஸ்லிம்களே. இது போன்ற தெருக்களில் சில எரிக்கப் பட்டிருக்கின்றன. எப்படியிருப்பினும், இவர்களில் பெரும்பான்மை முஸ்லிம்கள் அவர்களுடைய பழைய வீடுகளுக்கு திரும்பிச் செல்வார்களென நம்பப்படுகிறது.

கிழக்கு வங்காளத்தில், அதன் விளைவுகளோடு கல்கத்தாவில், நடந்தது போதுமான அளவுக்குத் தீவிரமானது. அது பரவலாகவும் தொடர்ந்தும் நடந்திருக்கும் என்ற அளவில், அது மோசமாகப் போயிருக்கும் அவ்வாறு போகாததே ஓரளவு ஆறுதலாகும். நிலைமை இன்னும் அசாதாரணமாகவே இருப்பதால், நிச்சயமாக மேற்கொண்டு என்ன பின்விளைவுகள் நடக்கும் என்பதில் உறுதியாக இருக்க முடியும் என்பது கடினமே. எரிமலையின் உச்சிக்கு அருகே எங்கோ வாழ்ந்து கொண்டிருப்பது போலவும் ஒரு சிறு பொறியும் அதை வெடிக்கத் தூண்டிவிடும் போலத் தோன்றுகிறது. மீண்டும் அதை அடைத்து வைப்பதில் கிட்டத் தட்ட நாம் வென்றிருக்கிறோம். ஆனால் எரிமலை இன்னும் இருக்கிறது நாம் அதன் குமுறலைக் கேட்கிறோம். கிழக்கு வங்காளத்தில் நடக்கும் பயங்கர நிகழ்ச்சிகள் பற்றிய செய்தியால் இங்குள்ள மக்கள் கலக்கமடைவது இயற்கையே. பிறகு இந்த முனையில் அதற்கான பதிலடி நடக்கும் போது அதன் செய்திகள் அந்த முனையில் உள்ள மக்களைக் கலக்கமடையவும், ஆத்திரமடையவும் செய்கிறது. திரும்பத் திரும்ப இந்தச் செயலும், எதிர்ச்செயலும் அங்கே தொடர்கின்றன. மேலும் ஒரு தீய வட்டம் உருவாக்கப் படுகிறது. இதிலிருந்து நாம் எப்படி வெளியே வருவது?

பல ஆண்டுகளுக்கு முன்னால், பழைய முஸ்லிம் லீக், பாகிஸ்தானையும், இரு தேசக் கோட்பாட்டையும் உபதேசிக்கத்

துவங்கிய போது வெறுப்பு மற்றும் வன்முறையெனும் வட்டத்தில் நாம் சிக்கிக் கொண்டோம். அது பிரிவினைக்கும், தொடர்ந்து வந்த பயங்கர விளைவுகளுக்கும் இட்டுச்சென்றது. வேதனையும், புண்படவும் செய்த பிரிவினை இனி தீய வட்டத்திலிருந்து நம்மை வெளியே கொண்டு வரும் என நாம் நம்பியிருந்தோம். ஆனால் பிறகு அந்த பயங்கர நிகழ்ச்சிகள் பாகிஸ்தானிலும் வட இந்தியாவிலும் *1947* ஆகஸ்ட் மற்றும் செப்டம்பரில் நடந்தன. மிக அதிகமான விலையை நாம் கொடுத்தோம். காந்திஜியின் இருப்பு அந்தச் சிக்கலான நேரத்தில் கல்கத்தாவிலும், வங்காளத்திலும் மட்டுமல்ல, கொஞ்சம் தாமதமாக, வட இந்தியாவிலும் நிலைமையைக் காப்பாற்றியது என்பதில் எனக்கு சந்தேகம் இல்லை. ஆனால் அந்தக் காயம் ரொம்பவும் ஆழமானது மேலும் தொடர்ந்த ஆத்திரமூட்டலால், குணப்படுத்தும் வேலையைத் துவங்கக் கூட முடியவில்லை. விலையை கொடுத்தவாறே இருக்கிறோம் மேலும் எப்பொழுது, எவ்வாறு இந்த சிக்கல் முடியும் என்பது முற்றிலும் தெளிவாக இல்லை. சில பேர், முக்கியமாக இந்து மற்றும் சீக்கிய வகுப்புவாத அமைப்புகளில் இருப்பவர்கள் மீண்டும் பலவந்தமாக நாட்டை ஒன்று படுத்துவது பற்றி பேசுகிறார்கள். வேறு சிலர், பாகிஸ்தான் குறித்து அவர்கள் அழைக்கும், அரசாங்கத்தின் பலவீனமான கொள்கைக்காக, அதனை விமர்சிக்கிறார்கள். போர் என்பதைத் தவிர, நாம் பின்பற்றிக் கொண்டிருக்கும் கொள்கையை விட வேறெந்தக் கொள்கை பின்பற்றப்பட அவர்கள் விரும்புகிறார்கள் என்பது முற்றிலும் தெளிவாக இல்லை. போர் நம்மீது திணிக்கப்பட்டால், ஒரு சுய மரியாதையுடைய, பெருமைக்குரிய தேசமாக, நமது அனைத்து வலிமையுடனும் அதைச் சந்திப்போம் மேலும் அதற்கான வாய்ப்பு இருப்பதால், இந்தத் தொந்தரவுகளும், பதட்டமும் நீடிக்கும் வரையிலும் நாம் கண்காணிப்புடனும், தயாராகவும் இருக்க வேண்டும். ஆனால் பெரும்பாலான மக்கள், நவீன யுத்தத்தின் பொருள் என்ன என்பதை உணரவில்லை. அது ஒரு பயங்கரமான விவகாரம், மேலும் பெரும்பாலும் சம்பந்தப்பட்ட அனைத்துத் தரப்பினர்க்கும் அழிவைக் கொண்டுவரும் முடிவில்லாத விஷயம். அந்நியத் தலையீடு என்று அதற்குப் பொருள், மேலும் எந்த வகையிலும் தேசத்தின் எந்த ஒரு உண்மையான முன்னேற்றத்திற்கும், ஒரு நீண்ட காலத்திற்கு விடை கொடுத்து

விடுவது என்று பொருளாகும். முற்றிலும் ஓர் இராணுவத்தின் பார்வையில், நான் போருக்கு அஞ்சவில்லை. ஆனால் மொத்த சூழ்நிலையைப் பார்க்கையில், எந்த அளவு முடியுமோ அந்த அளவுக்கு, போரைத் தவிர்ப்பது நம் பொறுப்பு மிக்கக் கடமை என நான் நம்புகிறேன். ஆகவே நாம் உறுதித் தன்மை வாய்ந்த கொள்கையையும் மேலும் அதே வேளை, போர் தவிர்த்தல் என்னும் கொள்கையையும் பின்பற்றுகிறோம்.

இந்தப் பிரச்சினைக்கு இன்னொரு அம்சம் இருக்கிறது. நாம் போர் புரிந்தாலோ, அல்லது போர் வருவதற்கான காரணம் வேறெதுவும் இருந்தாலோ, மற்ற பின்விளைவுகள் எதுவாக இருந்தாலும், நம்மை உதவிக்கு எதிர்நோக்கும் கிழக்கு வங்காளத்தில் உள்ள அந்த பெரும் எண்ணிக்கையிலான மக்களுக்கு உதவவோ அல்லது காப்பாற்றவோ நம்மால் முடியாது என்பது தெளிவு. அவர்கள் முழுவதுமாக மூர்க்கத்தனமான பகைஉணர்வு கொண்ட பகுதிகளில் அடைக்கப் படுவார்கள். அவர்களைக் காப்பாற்ற அங்கே ஒருவரும் இருக்க மாட்டார்கள். ஒரு நாட்டில் அல்லது வேறெங்கும் பதிலடி கொடுக்கும் நடவடிக்கை ஒவ்வொன்றும் நிலைமையை மோசமாக்குவதற்கும், உணர்ச்சிகள் தூண்டப்படுவதால், பெரும்பான்மையினரிடம் இருந்து சிறுபான்மையினருக்கு மிகப் பெரும் ஆபத்து வருவதற்கும் இட்டுச்செல்லும். நம்மை, உதவிக்காக எதிர்நோக்கி இருக்கும் அவர்களுக்கு உரிய உதவி செய்ய இயலாமல் அந்தத் தீங்கிழைக்கும் வட்டத்திற்குள் ஆழமாக நாம் சிக்க வைக்கப் பட்டிருக்கிறோம். இந்த வட்டத்தில் இருந்து வெளியே வருவதற்கான ஒரே வழி, கொள்கையில், அதன் நடைமுறை ஏற்பாடுகளில் என இரு வழிகளிலும் தவறான எதையும், இன்னொரு பக்கம் நிலைமையை மோசமாக்கும் எதையும் செய்யாதிருப்பதே ஆகும். அனைத்திற்கும் மேலாக, இது போன்ற சிக்கலான நிலைமைகள் நம்மை எதிர் நோக்கையில், நாம் அமைதியாக இருக்க வேண்டும். யாருக்கும் எந்த நன்மையும் செய்யாத, குறைந்த பட்சம் நமக்கு நன்மை செய்யாத அந்தக் கணத்தின் உணர்வுகளால் பதட்டப்பட நம்மை அனுமதிக்காமல் இருக்க வேண்டும் என்பது இன்றியமையாதது.

1950 மார்ச் 1ஆம் தேதியிட்ட ஒரு கடிதத்திலிருந்து

இந்தியா முன்னேற வேண்டுமெனில், நாம் இந்தியாவில் இருக்கும் வெவ்வேறான சிறுபான்மையினரை குறிப்பாக முஸ்லிம்களை உள்ளிழுக்கவும், அவர்களை நம்மவர்களாக்கிக் கொள்ளவும் வேண்டும். இந்து மகா சபை மற்றும் வேறு வகுப்புவாத அமைப்புகளின் பார்வை இதற்கு எதிராக இருக்கிறது. இந்து மகா சபையின் கொள்கை இந்தியாவிற்கு ஆபத்தானது என்பதில் நான் உறுதியாக இருக்கிறேன். பிரிவினைக்கு முற்றுப்புள்ளி வைக்க வேண்டுகின்ற அவர்களுடைய பேச்சு அதிகபட்ச முட்டாள்தனம் ஆகும். நாம் அவ்வாறு செய்ய முடியாது, அவ்வாறு செய்வதற்கு முயலவும் கூடாது. ஏதோ ஒரு சந்தர்ப்பத்தில், இரண்டு பக்கமும் இப்போதுள்ள உணர்வுகள் தொடரும் போது, பிரிவினை முடிக்கப்பட்டால், நமக்கு எதிர்கொள்ள மிகப் பிரம்மாண்டமான பிரச்சினைகள் இருக்கின்றன என்று அதற்குப் பொருள். எப்போதையும் விட நாம் மிக மோசமாக ஆகி விடுவோம். ஆகவே, பிரிவினைக்கு முற்றுப்புள்ளி வைக்க வேண்டும் என்ற, அகண்ட பாரதத்தை அடைய வேண்டும் என்ற சிந்தனையே இருக்கக் கூடாது.

நம்மில் சிலர் மத்தியில் இந்தியாவில் இருக்கும் முஸ்லிம்களிடம் விசுவாசத்தைக் கோருகின்ற போக்கும், பாகிஸ்தானியருக்கு ஆதரவாக இருக்கும் அவர்களுடைய போக்கினைக் கண்டிக்கின்ற போக்கும் இருக்கிறது. உறுதியாக, இந்தப் போக்குகள் தவறானவை மேலும் கண்டிக்கப்பட வேண்டியவை. ஆனால், இந்தியாவில் உள்ள முஸ்லிம்கள் சார்பாக விசுவாசத்தின் மீது எப்போதும் அழுத்தம் தருவது தவறென்று நான் நினைக்கிறேன். விசுவாசம், ஆணையாலோ, அச்சத்தினாலோ உருவாக்கப் படுவதில்லை. ஒருவரைக் கவரும் ஓர் உணர்வாக மட்டுமின்றி, நீண்ட காலப் போக்கில் இலாபகரமானதாகவும் விசுவாசத்தை ஆக்கும் சூழ்நிலைகளிலிருந்து ஓர் இயற்கையான வளர்ச்சியாக அது வருகிறது. இவ்வாறு உருவாக்கப்படும் உணர்வுக்கு இட்டுச்செல்லும் நிலைமைகளை நாம் உருவாக்க வேண்டும். எந்த ஒரு நிகழ்விலும், சிறுபான்மையினர் மீது விமர்சனம் செய்வதும், அற்பத்தனமான ஆட்சேபணைகளைச் செய்வதும், உதவி செய்யாது.

சூழ்நிலை எப்போதும் மாறிக் கொண்டிருக்கும் ஒன்றாக இருக்கும் போது, நீண்ட காலக் கொள்கைகள் பற்றி எண்ணிப் பார்ப்பது கடினமாகும். நாம் பெறக் கூடிய ஒரே நீண்ட காலக் கொள்கை என்பது நாட்டில் உள்ள அனைத்து சிறுபான்மையினருக்கும் இந்த அரசில் முழுதும் வசதியாக வீட்டில் இருப்பது போன்ற உணர்வை ஏற்படுத்துவதன் மூலமும், முன்னர் பெரும்பான்மையினர் மற்றும் சிறுபான்மையினர் என அழைக்கப்பட்டவர்கள் இடையேயான அனைத்து வேற்றுமை உணர்வுகளை உண்மையில் களைவதன் மூலமும் இந்தியாவை ஒன்று திரட்டுவதுதான். அய்யமின்றி, அதற்கு சில காலம் பிடிக்கும். அதுதான் அடைவதற்கான ஒரே இலக்கு, மேலும் எடுக்கப்படும் ஒவ்வொரு நடவடிக்கையும் அதைக் கருத்தில் கொள்ள வேண்டும். ஓர் உடனடியான குறுகிய காலக் கொள்கை, அரசாங்கங்கள் மீது அவர்களால் எந்த அளவுக்கு முடியுமோ அந்த அளவுக்கு, சிறுபான்மையினருக்கான பாதுகாப்பை உறுதி செய்யும் வகையில், இருபுறமும் அழுத்தத்தைத் தர வேண்டும். தற்போதைய சூழலில், பாதிக்கப் பட்டவர்களுக்கு ஈட்டுத் தொகை தருவதும், சமீபத்திய கலகங்களின் போது வீட்டிலிருந்து வெளியே விரட்டி அடிக்கப்பட்டவர்களுக்கு மறுவாழ்வு தருவதும் தான் இதன் பொருள். அவர்கள் இடம் பெயர்ந்திருந்தால், அவர்களுடைய இல்லங்களுக்குத் திரும்பிப் போக அவர்கள் அழைக்கப்பட வேண்டும். வீடுகள் அழிக்கப்பட்டு இருந்தால், புதிய வீடுகளைக் கொடுக்க அரசாங்கங்கள் உதவ வேண்டும். குற்றவாளிகள் தண்டிக்கப்பட வேண்டும் என்பதும், கலகங்களை உண்டாக்கவும், கொள்ளையடிக்கவும், கொல்லவும் அரசாங்கம் பணம் தராது என்பதை அவர்கள் உணரும்படி செய்வதும் கூட இன்றியமையாதது. கடத்தப்பட்ட பெண்கள் நமது தனிக்கவனம் பெற்றவர்களாய் இருக்க வேண்டும் மேலும் அவர்கள் மீட்கப்பட வேண்டும். கட்டாயப் படுத்தப்பட்ட மாற்றங்கள் அங்கீகரிக்கப்பட முடியாது. இதற்கு ஒத்துக்கொண்டாலும், பாகிஸ்தான் அரசாங்கம், இந்தக் கொள்கையின் முழு பலனையும் தராது போகலாம். இந்தச் சூழ்நிலைகளில் நாம் செய்ய வேண்டியது என்ன என்பதை கொஞ்சம் கொஞ்சமாகப் பரிசீலிக்க வேண்டும்.

இந்த விஷயத்தை மேற்கொண்டு பார்க்கையில், சிறுபான்மையினர், எங்கே இருக்கிறார்களோ அங்கே இருக்கவும், பணி புரியவும் வேண்டுமெனில், அவர்கள் அரசாங்கத்திலும், வேறெங்கிலும் பிரதிநிதித்துவப் படுத்த வேண்டும். ஒரு பெரிய அளவிலான பிரிவு மக்கள் தொகை, அரசாங்கத்திலும், அரசுப் பணிகளிலும் அதற்குக் குரல் இல்லை என உணர்வது ஒவ்வொரு வழியிலும் தவறானது. பிரிவினைக்குப் பிறகு வகுப்புவாரி அடிப்படையில் சேவைகளை பஞ்சாபில் பிரித்தது, நிச்சயமாக ஒரு தவறுதான்.

1950 மார்ச் 19ஆம் தேதியிட்ட ஒரு கடிதத்திலிருந்து

ஏறத்தாழ கடந்த மூன்று வாரங்களாக கிழக்கு அல்லது மேற்கு வங்காளத்தில் பெரிய சம்பவம் எதுவும் நடக்கவில்லை என்பதைச் சொல்லியாக வேண்டும். நிச்சயமாக கிழக்கு வங்காளத்தில் சில தொலைதூர கிராமங்களில் என்ன நடந்திருக்கும் அல்லது என்ன நடந்து கொண்டிருக்கிறது என்பது பற்றி, நாம் உறுதியாகக் கூற முடியாது. பல்வேறு ஆதாரங்களிலிருந்து கிடைக்கும் இது போன்ற தகவலில் இருந்து மட்டுமே நான் அறிக்கை அளிக்கிறேன். ஆனால் இரு வங்கங்களிலும் பெரிய சம்பவம் எதுவும் நடக்கவில்லை என சொல்வதில் உண்மை இருக்கிறது என நான் எண்ணுகிறேன்.

பயணம் செய்வதற்கான நிலைமைகள், கிழக்கு மற்றும் மேற்கு வங்காளத்திற்கிடையே, இன்னும் கட்டுப்பாடுகளும், முழுக்க முழுக்க இடர்ப்பாடுகளும் இருந்தாலும், ஒப்பீட்டளவில் மிக எளிதாக ஆகியிருக்கிறது. இது, கிழக்கு வங்கத்திலிருந்து மேற்கு வங்கத்திற்கு இந்து அகதிகள் தொடர்ந்து திரளாக வருவதில் முடிந்துள்ளது. கணிசமான முஸ்லிம்களும் கல்கத்தாவிலிருந்து கிழக்கு வங்கத்திற்கும், சிலர் உ.பி. மற்றும் பீஹாருக்கும் போயிருக்கின்றனர். இந்த உள்வருதலும் வெளிப்போதலும் தொடர்கிறது மேலும் வேறு ஏதேனும் நடந்தாலொழிய, இவை தொடரவே வாய்ப்பிருக்கும். கிழக்கு வங்கத்தில் உள்ள ஓர் இந்து கூட தற்போது எந்தப் பாதுகாப்பு உணர்வையும் உணரவில்லை மேலும் அவர் அங்கிருந்து வெளியேறவே ஆசைப்படுகிறார் என்று சொல்லலாம். கிழக்கு வங்கத்தில் உள்ள இந்துக்கள் எண்ணிக்கை இன்னும் பன்னிரண்டு மில்லியன்களுக்கும் அதிகம் என்பதை நாம்

நினைவிற்கொள்ளும் போது, பிரச்சினையின் நீட்சியை உணரலாம். அவர்களின் வீடுகளிலிருந்து பெயர்த்தெறியப்பட்ட இந்த பெரும் அளவிலான மக்கள் தொகையை, மாதா மாதம், வருடா வருடம் ஏற்றுக்கொண்டே போவது என்பது இயலாது எனத் தெளிவாக எனக்குத் தோன்றுகிறது. இன்னொரு பக்கம், அவருடைய / அவளுடைய பெருந்துன்பத்தின் போது, நம்மை உதவிக்காக எதிர்நோக்கும், ஒரு நபருக்கு உள்ளே நுழைதலை நாம் மறுக்க முடியாது என்பதும் அதே அளவுக்குத் தெளிவாகும். இந்த மாபெரும் இடம்பெயர்தல்கள் தொடரும் என்றால், சகிக்க முடியாத சுமையை நம்மீது ஏற்றுகிறது என்பதற்கு அப்பால், இந்தியாவின் ஒட்டுமொத்த சமூக ஒருங்கிணைவை அவை உருக்குலைக்கும்.

இதைத் தீர்ப்பதற்கு ஒரே சரியான வழி, சிறுபான்மையினர் எங்கிருந்தாலும், அவர்கள் வீடுகளில், வாழ்வதற்கு முழு பாதுகாப்பைக் கொடுப்பதற்கான சூழ்நிலைகளை உருவாக்குவதே. இது பற்றிய வாக்குறுதிகள், அடிக்கடி அரசுரிமை பெற்ற (Inter - Dominion) நாடுகளின் (இந்திய, பாகிஸ்தானின் -மொ-ர்) மாநாடுகளிலும், அது போன்றவைகளிலும் கொடுக்கப்பட்டன. உண்மையில், இந்தியப் பிரிவினை இது போன்றதொரு வாக்குறுதியை ஏற்றுக்கொண்டது. ஆயினும் இந்து சிறுபான்மையினர், பாகிஸ்தானிலிருந்து தொடர்ச்சியாக பலவந்தமாக வெளியேற்றப் படுகின்றனர். பிறகு எப்படி நாம் இந்தப் பிரச்சினையை எதிர் கொள்வது - பாதுகாப்பு கொடுப்பது என்ற உடனடி பிரச்சினை மட்டுமல்ல, இந்த உடனடி பிரச்சினை எதிலிருந்து எழுந்தது என்ற மிகவும் அடிப்படையான பிரச்சினையையும்தான்? பாகிஸ்தானில், ஓர் இஸ்லாமிய அரசு என்னும் கருத்தாக்கத்திற்கு இட்டுச்சென்ற வகுப்புவாத, குறுகியக் கண்ணோட்டத்தில் இருந்துதான் இந்த அடிப்படையான பிரச்சினை எழுந்திருக்கிறது என எண்ணுவதில் நமக்கு நியாயமிருக்கிறது என்று நான் நினைக்கிறேன்.

இந்த மிகப்பெரிய பிரச்சினையின் முக்கியமான அம்சங்களில் சிலவற்றை மட்டும் நான் உங்களுக்குச் சொல்லியிருக்கிறேன். இப்போது அதைச் சந்திக்க நாம் என்ன செய்ய வேண்டும் என்பதை நான் சொல்லத் துணியமாட்டேன், ஏனெனில் நாம் எடுக்க வேண்டிய எந்த முடிவும் கடினமான ஒன்று.

நாம் அதில் முழுமையான அக்கறையைச் செலுத்திக் கொண்டிருக்கிறோம். சொல்லப்பட்ட சில தீர்வுகள் பெரிய பாதிப்பையும் ஆபத்தையும் தரக் கூடியவை. இருந்தாலும் அவை சொல்லப்பட்டன என்ற சாதாரண உண்மை, நோயின் ஆழமாய் வேரோடியிருக்கும் தன்மையைக் காட்டுகிறது. இதற்கிடையே, கிழக்கு வங்கத்திலிருந்து வந்து கொண்டிருக்கும் அகதிகளைக் கவனித்துக் கொள்வதற்கென சில ஏற்பாடுகளை நாம் செய்திருக்கிறோம். வங்க எல்லையில் நமது பாதுகாப்புகளை நாம் பலப்படுத்தி இருக்கிறோம். வங்கப் பிரச்சினையையும், அதைப் போலவே அதற்கு முன்பு போன, அதைத் தொடர்ந்து பின்னால் வருவதற்கு சாத்தியமான அனைத்துப் பிரச்சினைகளையும் எண்ணிப் பார்க்கும்போது நான் ஆழ்ந்த துயரத்தாலும், தோல்வி உணர்வாலும் நிரம்பியிருக்கிறேன். கடந்த காலத்தில் நாம் எதற்காக நின்றோமோ அந்த இலட்சியங்கள் எல்லாம் கொஞ்சம் கொஞ்சமாக வலுவிழந்து வருவது போல் தோன்றுகிறது. புதிய உந்துதல்களும், உணர்வுகளும் மக்களை நிரப்பி உள்ளன. சூழ்நிலைகள் நம்மை ஒரு இடத்திலிருந்து இன்னொரு இடத்திற்கு முன்னோக்கி துரத்துகின்றன, வழக்கமாக நமக்கு உறுதியென நாம் கருதியவற்றிலிருந்து, ஒவ்வொன்றும் நம்மை தொலை தூரத்திற்கு துரத்துகின்றன. வரலாறு நமக்கென வரையறுத்த பணியிலிருந்து நாம் ஓடிவிட முடியாது. ஆனால் ஒரு கொடுமையான விதி நம்மைத் தொடர்கிறது மேலும் நமது முயற்சிகளைப் பயனற்றுப் போகச் செய்கின்றது.

1950 ஏப்ரல் 1ஆம் தேதியிட்ட ஒரு கடிதத்திலிருந்து

[பெரிய அளவிலான இந்துக்கள் மற்றும் முஸ்லிம்கள் இடப் பெயர்ச்சி] எதைக் காட்டுகிறது? கிழக்கு பாகிஸ்தானில் நடந்த கொலை, தீவைப்பு மற்றும் ஆள்கடத்தல்கள், மேலும் கட்டாய மத மாற்றங்கள், கொள்ளைகள், மற்றும் மேற்கு வங்கத்திலும் இந்தியாவின் சில பகுதிகளிலும் நடந்த கொலை, தீ வைப்பு மற்றும் கொள்ளைக்கு முற்றிலும் அப்பால் கிழக்கு பாகிஸ்தானின் இந்துக்கள் அங்கே தங்கியிருக்க தங்களுக்கு சாத்தியம் இல்லை என்ற பெரும் உண்மை தனித்து நிற்கிறது. அவர்களுக்கு பாதுகாப்பு உணர்வு இல்லை, முன்னேறுவதற்கான வாய்ப்புடன் சாதாரண வாழ்க்கையை

வாழ்வதற்கான பாதுகாப்பு கொஞ்சம் கூட இல்லை. மேற்கு வங்கத்தின் முஸ்லிம்களும், ஒரு குறிப்பிட்ட அளவுக்கு, உ.பி. யின் வடக்கு மற்றும் வடமேற்குப் பகுதிகளில் உள்ளவர்களும் அனைத்து பாதுகாப்பு உணர்வையும் இழந்து விட்டனர் என்பது மற்றொரு பெரிய உண்மை. பாகிஸ்தான், அதன் அடிப்படைக் கொள்கையால், அதிகமாக அங்கே நடந்த சம்பவங்களுக்கு குற்றம் சுமத்தப்பட வேண்டும். ஆனால் நாம் குற்றத்திலிருந்து விடுபட்டு இருக்கிறோமா? மேலும் தவிர்க்க முடியாத எதிர் நடவடிக்கைகள், பின்விளைவுகள் என்னும் பெயரில் ஒவ்வொன்றையும் நாம் மன்னிக்க முடியுமா? அந்த வாதத்தை நான் ஏற்க மாட்டேன். சட்டம் ஒழுங்கைக் காக்க நாம் தவறி விட்டோம் மேலும் அதிக எண்ணிக்கையிலான நமது நாட்டவர்களான முஸ்லிம்களுக்கு பாதுகாப்பையும், பாதுகாப்பு உணர்வையும் தருவதற்கும் தவறி விட்டோம். நமது தோல்வியை விளக்கலாம் ஆனால் இருப்பினும், நமக்கு எந்தப் புகழையும் கொண்டு வராத தோல்வி அது.

இந்தியாவில் மக்கள் மனங்களில் ஒரு பெரும் மாற்றத்தை நாம் பார்த்துக் கொண்டிருக்கிறோம். இந்த மாற்றம் பிரிவினைக் காலத்திலோ அல்லது முன்னரோ தோன்றியது அது பல்வேறு நிலைகளில் தொடர்கிறது. இப்போது அது ஒரு புதிய உச்சத்தை அடைந்திருக்கிறது. நமக்கு தெளிவு படுத்த வேண்டிய முதல் விஷயம், நமது குறிக்கோள். நமது பழைய குறிக்கோள்களை நாம் உயர்த்திப் பிடிக்கப் போகிறோமா அல்லது அவைகளை மாற்றுவதற்கு விரும்புகிறோமா? நாம் எதைச் செய்தாலும், ஒழுங்கற்ற வகையிலும் உணர்வுக்கு ஆட்பட்டும் அல்லாது, ஒரு நோக்கத்துடனும், சிந்தித்த பிறகும் அது செய்யப்பட வேண்டும். என் பங்கிற்கு, நமது பழைய இலட்சியங்களையும், பழைய குறிக்கோள்களையும் நான் உயர்த்திப் பிடிக்கிறேன். ஏனெனில் அவைகள் சரியானவை என்று நான் நினைக்கிறேன் அத்துடன் வேறு எந்த வழியிலான நடவடிக்கையும் நமது மக்களுக்கு அழிவைக் கொண்டு வரும் என நான் நம்புகிறேன். கடைசி ஆய்வில், வகுப்புவாத பிரச்சினைக்கு காந்தீய அணுகுமுறையில்தான் தீர்க்க முடியும் என நான் உறுதியாக நம்புகிறேன். சூழ்நிலைகளுக்கு ஏற்ப அந்த அணுகுமுறை மாறுபடலாம் ஆனால் அதன் அடிப்படைக் கோட்பாடுகள் பின்பற்றப்பட வேண்டும்.

ஆனால் இன்று இந்த அணுகுமுறை எள்ளளவும் இருப்பதாகத் தெரியவில்லை. பெரிய அளவிலான உணர்ச்சிவசப்பட்ட விமர்சனம், முக்கியமாக இந்தியாவிலும் அல்லது அதன் பகுதியிலும் உள்ள பத்திரிகைத் துறையிலிருந்து என் மீது வீசப்படுகிறது. அந்த விமர்சனம், நமது (நங்கூரத்தை) உறுதியானக் கொள்கைகளை இன்னும் வேகமாகப் பற்றிப் பிடிக்க வேண்டும் என்ற இன்னும் ஓர் வலுவான நம்பிக்கைக்கு என்னை இட்டுச் செல்கிறது. அந்த உறுதியான (கொள்கைகள்) நங்கூரம் நழுவிச் செல்லுமெனில், பிறகு எனக்கு செயல்படுவதற்கோ அல்லது வாழ்வதற்கோ குறிப்பிட்ட இலட்சியம் ஏதும் இல்லை. ஆகவே, என்னை விமர்சிப்பவர்கள் எதுவாக உணர்ந்தாலும் அல்லது சொன்னாலும், அந்த நங்கூரத்தைப் பிடித்துக் கொள்ள நான் விரும்புகிறேன். வேறெந்த வழியிலும் நான் செயல்பட முடியாது...

வங்கப் பிரச்சினையையும், மற்றெங்கும் அதன் விளைவுகளையும் உங்களுக்கு நான் எழுதுகிறேன். அதை ஆராய்கின்ற போது, இன்றைய பரந்த உலகச் சூழலை நாம் மறக்க முடியாது. நாம் ஒரு சிதைந்து கொண்டிருக்கும் உலகில் வாழ்வது போன்றும், போருக்கான போக்குகளை வெல்லக்கூடிய அமைதிக்கான சக்திகளின் வாய்ப்பு சமீபத்தில் ஏதும் இல்லை என்றும் தோன்றுகிறது. உலகில் அமைதிக்காக முன் நிற்பவர்களாய் தலைநிமிர்ந்து நின்றோம், இன்று, இப்போது நாம் சிறுமைப்படுத்தப் படுவதாக உணர்கிறோம். நமது சொந்த நாட்டில் அமைதியையும், விடுதலையையும் காக்க நம்மால் முடியாது எனில், வேறிடங்களில் அவைகளை எப்படி நாம் காப்பாற்ற முடியும்? இந்தியாவில் வகுப்புவாதத்தைச் சகித்துக் கொள்கிறோம் என்றால், வேறிடங்களில் எப்படி நாம் அதைக் கண்டிக்க முடியும்?

1950 ஜூலை 2ஆம் தேதியிட்ட ஒரு கடிதத்திலிருந்து

நான் அதிக முக்கியத்துவம் தரும் விஷயம், இந்தியாவிலோ அல்லது பாகிஸ்தானிலோ மசூதிகள், கோயில்கள், குருத்வாராக்கள் ஆகியவற்றிலிருந்து, அவற்றை கைவசப்படுத்தி உள்ள அகதிகளையும் மற்றவர்களையும் வெளியேற்றுவதும், இந்தக் கட்டடங்களை அந்தந்த மத மக்களிடம் அதாவது முறையாக அவற்றைப் பராமரிக்க முடிந்தவர்களிடம்,

ஒப்படைக்க வேண்டியதும் ஆகும். டெல்லியில் உள்ள மசூதிகளைப் பொறுத்தவரை ஒரு நல்ல வேலை நடந்துள்ளது, ஆனால் பஞ்சாபிலும் மற்ற இடங்களிலும் பல மசூதிகள் இன்னும் இந்துக்கள் அல்லது சீக்கியர்கள் வசம்தான் உள்ளன என நான் நம்புகிறேன். அதைப் போலவே பாகிஸ்தானின் மேற்கிலும், கிழக்கிலும் பல கோயில்களும், குருத்வாராக்களும் இன்னும் முஸ்லிம்களின் வசமே உள்ளன. இந்த மத சம்பந்தமான கண்கவர் கட்டடங்கள் மேல் நாம் கவனம் செலுத்த வேண்டும் மேலும் இந்த வகையான கட்டாய ஆக்கிரமிப்பிலிருந்து அவற்றை விடுவிக்க வேண்டும் என நான் கருதுகிறேன். இது ஒரு நடைமுறை முக்கியத்துவம் மற்றும் சிறந்த உணர்வு பூர்வமான தனித்துவம் ஆகிய இரண்டையும் கொண்டது.

பாகிஸ்தானில் அல்லது இந்தியாவில் உள்ள சிறுபான்மையினரின் பிரச்சினை பல அம்சங்களைக் கொண்டது. ஆனால் மிகவும் முக்கியமான ஒன்று, உளவியல் சார்ந்த அம்சமாகும். இந்த நாடு ஒவ்வொன்றிலும், சிறுபான்மையினரின் மனங்களில் ஒரு முழுமையான பாதுகாப்பு உணர்வு ஏற்படுவதற்கான சூழ்நிலைகள் உருவாக்கப்பட வேண்டும். அரசாங்கம் அதிகமாகவே செய்ய முடியும். அலுவலர்கள் மிகப் பெரிய வேலையைச் செய்ய முடியும், பொதுமக்கள், உறுதியாக, பெரிய அளவுக்கு எந்தத் திட்டத்தையும் ஆக்கவோ அழிக்கவோ முடியும். ஆனால் அனைத்திற்கும் மேலாக, சிறுபான்மையினரின் மன உறுதியை அதிகப்படுத்த நாம் முயல வேண்டும். அந்த மன உறுதியை அவர்கள் பெற்றாலொழிய, வெளியிலிருந்து தரும் பாதுகாப்பு கூட எந்த நன்மையும் செய்ய முடியாது. கிழக்கு வங்கத்தில் கடந்த சில காலமாகவும், இன்றும் மிக மிக துரதிர்ஷ்டவசமான அம்சமாக இருப்பது இந்துக்களின் முழுமையான மனஉறுதி இன்மைதான். ஆகவே இந்த உதவியின்மை மற்றும் அச்ச உணர்வைத் தகர்ப்பதும், எல்லா இடங்களிலும் இருக்கும் சிறுபான்மையினரை மேலும் தற்சார்புள்ளவர்களாக ஆக்குவதும்தான் நமது முதல் கடமையாக இருக்க வேண்டும். இந்த வகையில் பத்திரிகைத் துறை பெரும் பங்காற்ற முடியும். துயரங்களின் நெடுங்கதைகளை ஒப்புவிப்பதும், அவைகள் உண்மையாக இருந்த போதும் மேலும் சம்பந்தப்பட்ட மக்களின் உதவியற்றத்

தன்மையைச் சுட்டிக்காட்டுவதும் இன்னும் அதிகமாக மன உறுதியைச் சீர்குலைக்கும் வேலையைச் செய்யும். ஒரு வேறுபட்ட உளவியல் அணுகுமுறை தேவைப்படுகிறது. இந்துக்களுக்கு நீண்ட போதனையை உபதேசம் செய்வது பாகிஸ்தானில் உள்ள முஸ்லிம்களுக்கு எந்த வழியிலும் நல்லதல்ல; முஸ்லிம்களுக்கு நீண்ட போதனையை உபதேசம் செய்வது அதே அளவுக்கு, எந்த வழியிலும் இந்தியாவில் உள்ள இந்துக்களுக்கும் நல்லதல்ல. பெரும்பான்மைச் சமூகத்தின் பிரசங்கங்களால் அல்லாது, அதன் நடத்தையால் மட்டுமே அது தீர்மானிக்கப்படும். இறுதியில், அதற்கான சோதனை, அந்த நடத்தைக்கு சிறுபான்மை சமூகத்தின் எதிர்வினையே. பாகிஸ்தானைப் போலவே நமது இந்தியாவின் முழுமையான எதிர்காலம், இந்த மன உறுதியின் வளர்ச்சியைச் சார்ந்துதான் இருக்கிறது. அச்சுறுத்தப்படும் வெகு ஜனமும், மன உறுதியற்ற அகதிகளும், அவர்களுக்கும் அல்லது அவர்கள் செல்கின்ற நாட்டிற்கும் சிறிதளவும் நன்மை செய்ய முடியாது...

இந்தியாவுக்கும், மேற்கு பாகிஸ்தானுக்கும் இடையே அனுமதி முறையின் (Permit system) செயல்படும் தன்மையில் தளர்த்துவது மற்றும் தாராளமயமாக்குவது குறித்த விருப்பமுடைமை மீது உங்கள் கவனத்தை ஈர்த்திருக்கிறேன். வெளியேற்றப் படுபவர்களின் சொத்து சம்பந்தப்பட்ட சட்டங்களின் தாராளமான ஒரு விளக்கம் குறித்தும் உங்கள் கவனத்தை ஈர்க்கிறேன். தனிநபர்கள் கடுமையாகவும், நியாயமற்ற முறையிலும் நடத்தப்படும் முறை பற்றிய சம்பவங்கள் குறித்த தகவல்கள் என் முன்னால் தொடர்ந்து வருகின்றன. வெளியேற்றப் படுபவர்களின் சொத்துக்கள் சம்பந்தமான அசாதாரண சட்டத்தைக் கை விடுவது என்பது சாத்தியமே என நான் நம்புகிறேன். இடையில் நாம் அதை சற்று மட்டுப்படுத்த வேண்டும் மேலும் அதைச் செயல்படுத்துவதில் தாராளம் காட்ட வேண்டும்.

1951 ஆகஸ்ட் 1ஆம் தேதியிட்ட ஒரு கடிதத்திலிருந்து

இந்தியாவில் வகுப்புவாதம் எந்த மாதிரியான தீங்கைச் செய்தாலும், அது ஒரு சீர்குலைவு மற்றும் சிறுமைப்படுத்தும் சக்தியாக இருப்பதால் மிகப் பெரிய தீங்கைச் செய்தாலும், இந்தியாவுக்கு மற்ற நாடுகளில் அது செய்யும் தீங்கு

பிரம்மாண்டமானது. அவர்கள் கண்களில் உடனடியாக நாம் கட்டிய உயர்ந்த மாளிகை வெடிக்கவும், ஆட்டங்காணவும் துவங்கி உள்ளது. நாம் குறுகிய மனமுள்ள, உலகத்தில் யாரும் புரிந்துகொள்ள முடியாத, பாராட்டாத சமூக வழக்கங்களைப் பின்பற்றும் பிடிவாதக்காரர்கள் என அவர்களுக்குத் தோன்றுகிறோம். நாம் உயர்ந்த தத்துவங்கள் பற்றியும், நமது பழம்பெருமைகளைப் பற்றியும் பேசுகிறோம் ஆனால் பழைய சுவட்டிலேயே நடைபோடுகிறோம், நம் பக்கத்து நாட்டவரிடம் சகிப்பற்ற தன்மையைக் காட்டுகிறோம். இவைகள் கவனத்தில் கொள்ள வேண்டிய நமக்கான அடிப்படைக் கேள்விகள், ஏனெனில் அவைகளுக்கு நாம் தரும் பதிலில்தான் நமது எதிர்காலம் அடங்கி இருக்கிறது...

பெரும்பாலும், வருகின்ற தேர்தல்களின் காரணமாக வகுப்புவாத அமைப்புகள், புதியனவும், பழையனவும், இப்போதெல்லாம் கொஞ்சம் வேகத்தோடு செயல்படுகின்றன. அவர்களுக்குப் போதுமான நிதியும் இருப்பதாகத் தெரிகிறது. அங்கே போதுமான பிற்போக்கு மற்றும் சமூக விரோத சக்திகள், இந்த நிதியைத் தருவதற்கு இருக்கிறார்கள். அவர்கள் மதத்தின் பெயரையும், பண்டைய கலாசாரத்தையும் எப்போதும் தவறாகப் பயன்படுத்த முடிகிறது. அவர்களுடைய கவர்ச்சி, முக்கியமாக இந்தியாவின் எதிர்காலத்திற்கு ஆபத்தானது ஏனெனில் மற்றெந்தக் கவர்ச்சிகளை விடவும், வெளிப்படையாக ஆபத்தான பகுதிகளிலிருந்து வருகின்ற இது நயவஞ்சகத் தனமானது. பாகிஸ்தானுடனான பதட்டம் அதிகரிக்கும் போதெல்லாம், இந்த வகுப்புவாத அமைப்புகள், அவர்களின் தவறாக வழி நடத்தப்படும் கருத்துக்களை உபதேசிக்க இதைச் சாதகமாக எடுத்துக் கொள்கிறார்கள். பிரிவினைக்கு முன் முஸ்லிம் லீக் செய்தது போல, வெறுப்பு மற்றும் பிரிவினை வாதம் என்னும் போதனையை உபதேசிக்கின்றனர். முஸ்லிம்கள் நம்பப்படக் கூடாதவர்கள் என தொடர்ச்சியாக அவர்கள் சொல்லிக்கொண்டு போகிறார்கள் மேலும் இவ்வாறு, அவர்களுக்கு எதிராக பொதுவெளியில் கருத்துக்களை உண்டாக்குகிறார்கள். நம்பப்படக் கூடாத முஸ்லிம்கள் இருக்கலாம். ஆனால் பாகிஸ்தானோடு மோதல் வரும் சமயத்தில், ஆபத்தான சக்தி, வகுப்புவாத இந்து சக்தி அதுதான் சிறுபான்மையினருக்கு எதிரான அதனுடைய

அறிவிக்கப்பட்ட கொள்கைகளின்படி செயலாற்ற முயலும் என்பதில் நான் முற்றிலும் உறுதியாக இருக்கிறேன். ஆகவே இது போன்ற சிக்கலான தருணங்களில், குறிப்பாக வகுப்புவாத அமைப்புகளின் நடவடிக்கைகளின் மீது நாம் கவனமாக இருக்க வேண்டும்.

1951 நவம்பர் 1ஆம் தேதியிட்ட ஒரு கடிதத்திலிருந்து

பல தருணங்களில் நான் சொன்னது போல, இன்று மிகமிக ஆபத்தான வளர்ச்சி, வகுப்புவாதம் மற்றும் பிரிவினைவாத வளர்ச்சி என நான் நினைக்கிறேன். இதனால் சிலபேர் என்னை விமர்சிக்கிறார்கள். இந்தியாவில் வகுப்புவாதம் என்று ஒன்றும் இல்லை என உறுதிபடத் தெரிவிக்கிறார்கள். இது கடந்த காலத்தின் ஒரு விஷயம். இந்த விமர்சகர்களில் பெரும்பாலோர், இன்று வகுப்புவாத அமைப்புகளில் பணிபுரிய நேர்ந்திருக்கிறது. அவர்களே அளவுக்கதிகமாக குறுகிய எண்ணத்துடனான, வகுப்புவாத வேலையைச் செய்கிறார்கள். அவர்கள் தங்கள் மீதும், அவர்களின் சொந்த நடவடிக்கைகள் மீதும் எந்தத் தவறையும் கண்டறியவில்லை என்பதைப் புரிந்துகொள்ள முடிகிறது. அவர்கள் மற்ற சில குழுவினரின் வகுப்புவாதத்தை மட்டும் பார்க்க முடிகிறது ஆனால் அவர்கள் தங்களுடையதைப் பார்ப்பதில்லை.

பிரிவினையும் அதன் விளைவுகளும், பாகிஸ்தானில் மிக அதிகமாக பின்னாளில் வேகமாய் வளர்ந்த முஸ்லிம் வகுப்புவாதத்தை, இங்கிருந்து பெரிய அளவில் வெளியேற்றி, அதை பாகிஸ்தானுக்கு அனுப்பிய வேளையில், இந்தியாவில் இந்து மற்றும் சீக்கிய வகுப்புவாதத்தையும், வேறு பல பிரிவினைவாதப் போக்குகளையும் கூட ஊக்கப்படுத்துவதில் முடிந்தது என்பது உண்மை. இவைகள் தேசியவாதம் மற்றும் கலாசாரம் என்னும் பெயரில் செழித்து வளர்ந்தன. அவர்கள் பாகிஸ்தானுக்கு எதிராக போர் உள்பட, கடும் நடவடிக்கையை எடுக்க அவர்கள் உரத்துக் கோரினர். அரசாங்கக் கொள்கையைப் பாகிஸ்தானை திருப்திப்படுத்தும் ஒன்றென விமர்சித்தனர். இந்தப் பேர்வழிகள், அவர்களுள் பெரும்பாலோர், இந்திய விடுதலைக்கானப் போராட்டத்தில் சிறிதும் ஏதும் செய்யாதவர்கள், இந்தியாவின் முரட்டுத்தனமான ஆதரவாளர்களாக ஆகியிருக்கிறார்கள் -

அவர்களுடைய இந்தியா, உண்மையில், அவர்களோடு ஒத்துப் போகிறவர்களுக்குள் அடங்கி விட்டது.

இந்தக் குறுகிய மனம் கொண்டவர்களின் எழுச்சி, பிரிவினைவாத உணர்வை நாடு முழுதும் வெவ்வேறு வடிவங்களில் பரப்பியது மேலும் காங்கிரஸ் கட்டியமைக்க அதன் குறிக்கோளாக இருந்த, அவ்வாறு கட்டியதில் பரவலான வெற்றி பெற்ற தேசிய ஒற்றுமைக்கு ஊறு விளைவித்தது. சீக்கியர்கள் தனி அரசு அல்லது குறைந்த பட்சம் ஒரு தனி மாகாணத்தைக் கோரினார்கள். மொழிவாரி மாகாணங்களுக்கான கோரிக்கைகள், சில அடிப்படை உண்மைகளையும், உடன்பாடுகளையும் பொருட்படுத்தாது பெருங்குரலாய் மாறின. சாதியக் குழுக்கள் எந்த மிகப்பெரிய தேசியப் பிரச்சினையை விட அவர்களைப் பற்றியே அதிகம் சிந்திக்கத் துவங்கினார்கள். இந்தப் போக்குகளால் காங்கிரஸ் கூட பாதிக்கப்பட்டது மேலும் காங்கிரசில் பலர் அவற்றிற்கு இரையானார்கள்.

வகுப்புவாதமும், பிரிவினைவாதமும் முக்கியமானவை அல்ல என்றும், இந்தியாவின் உண்மையான பிரச்சினை வறுமையும் வேலையில்லாமையும் அவைகளைப் போன்ற மற்றவையும் என நமக்கு சொல்லப்படுகிறது. உண்மையில், இந்தியாவின் அடிப்படை பிரச்சினை பொருளாதாரம் சார்ந்தது. மற்ற ஒவ்வொன்றும் இரண்டாம் இடத்தில் இருக்கிறது. ஆனால் அந்தப் பிரச்சினையை திறமையுடன் சமாளிப்பதற்கு சிந்தனையிலும், செயலிலும் சிறிது ஒற்றுமை இருக்க வேண்டும். பிரிவினைவாத, குறுகியவாத எண்ணங்கள் அதிகரித்தால், அவை அந்த முக்கியப் பிரச்சினையை சமாளிப்பதில் சிக்கலை உண்டாக்கும். நாட்டின் சில பகுதிகளில் குழப்பமான சூழ்நிலைகள் நிலவும்போது தேசத்தின் சக்தி பரவலாக அவைகளைச் சமாளிப்பதிலேயே கிரகிக்கப்பட்டு விடுகிறது. மற்ற விஷயங்கள் எவ்வளவு முக்கியமானவையாக இருந்தாலும், அவை இரண்டாம் தரமானவையாகி விடுகின்றன. ஆகவே, இந்தியாவின் பொருளாதாரப் பாதிப்புகள் பற்றிய பிரதானமான பிரச்சினையோடு மேலே தொடர்ந்து செல்லும் பொருட்டு, இந்த வகுப்புவாத மற்றும் பிரிவினைவாதப் போக்குகளுக்கு முட்டுக்கட்டைப் போடுவதும், ஒரு முடிவு கட்டுவதற்கு முயற்சிப்பதும்தான் மிகமிக முக்கியமானது.

இந்த இரண்டும் ஒன்றோடொன்று தொடர்புடையவை மேலும் ஒன்று மற்றொன்றைப் பாதிக்கக் கூடியது அதோடு ஒரு குறிப்பிட்ட அளவு, இரண்டையும் ஒன்றாகச் சமாளிக்க வேண்டும். ஆனால் நாம் வகுப்புவாத உணர்வு வளர்வதற்கு அனுமதித்தால், பிறகு தவிர்க்கமுடியாதபடி சமூகத்தின் எதிர்வினையையும் வளர்க்கும். மேலும் பொருளாதார முன்னேற்றத்தையும் தடுக்கும். கடந்த காலத்தில் சிறிது வகுப்புவாதப் பின்னணிகொண்ட காங்கிரசல்லாத நபர்களிடம் இருந்து வரும் இந்த விமர்சனங்களை நான் புரிந்து கொள்ள முடியும். ஆனால் இந்த ஆபத்தானப் போக்குகளை நாம் புறக்கணிக்கலாம் என்னும் அளவுக்கு எந்த ஒரு காங்கிரஸ்காரர் தன்னையும் மற்றவர்களையும் சிந்திக்கும் அளவிற்கு தவறாக வழி நடத்தினால் அதுதான் என்னை வியப்படைய வைக்கிறது. அவைகளை நாம் ஓரளவே புறக்கணித்ததால், அவை வளர்ந்து நாடெங்கும் ஓர் இருளைக் கவியச் செய்தன. அதோடு காங்கிரசிலேயே ஓர் உள்பலவீனத்தையும் ஏற்படுத்தின. இந்தப் பிரச்சினை நோக்கிய நேர்மையான மற்றும் நேரடி அணுகுமுறையால் இப்போது ஒரு மாற்றம் வந்திருக்கிறது மேலும் தவறான திசையில் தங்களை தடம்புரள அனுமதித்த பெரும்பாலான மக்கள், தாங்களே தங்களைத் தடுத்து நிறுத்தி உள்ளனர்.. இந்த முயற்சியில் தளர்வு எதுவும் இருக்கக் கூடாது, இருக்கவும் முடியாது. நமது தேசிய இயக்கத்திற்கு அடிப்படையாக இருக்கும் சிலவற்றைக் கைவிடுவதைவிட தேர்தல்களில் தோற்பது மிகச் சிறந்தது என்பதை திரும்பத் திரும்பச் சொல்ல நான் விரும்புகிறேன். அதுதான் இந்தியாவின் அனைத்து முன்னேற்றத்தின் அடிப்படையாகும்.

1952 அக்டோபர் 17ஆம் தேதியிட்ட ஒரு கடிதத்திலிருந்து

சில நேரங்களில் அயல்நாடு மற்றும் இந்திய கிறிஸ்துவ சபைகளில் இருந்தும், சமயப் பரப்பாளர்களிடம் இருந்தும், சில மாநிலங்களில் அவர்களுக்குக் கொடுக்கப்படுகின்ற வித்தியாசமான நடத்தும்முறை (treatment) பற்றி நான் புகார்கள் வரப்பெறுகிறேன். எப்போதாவது சில வகை தொல்லைகளும் இருப்பதாக சொல்லப்படுகிறது. இந்த வகையான சில நிகழ்வுகள் எனது கவனத்திற்கு வந்திருக்கின்றன. உங்கள் அரசாங்கம், இது போன்ற பாகுபாடுகள் இல்லாமலும், அறவே

எந்தத் தொல்லையும் இல்லாமலும் இருக்க தனிக்கவனம் எடுப்பீர்கள் என நான் நம்புகிறேன். கிறிஸ்துவ சபைகளுக்கும், சமயப் பரப்பாளர்களுக்கும் எதிராக இப்பவும் தொடரும் தப்பெண்ணம் பற்றி நான் அறிவேன். பண்டைய நாட்களில், தொலைதூர தெற்கில் நீங்கலாக, உள்ளூர்க்காரர்களாக இருந்த அவர்களில் பலர், அந்நிய ஆட்சியை பிரதிநிதித்துவப் படுத்தியும், சில நேரங்களில் கிட்டத்தட்ட அவர்களின் முகவர்களாகக் கூட செயல்பட்டும் இருக்கிறார்கள். அவர்களில் சிலர் வடகிழக்கில், பிரிவினை மற்றும் சீர்குலைவு இயக்கங்களையும் ஊக்கப்படுத்தினார்கள் என்பதையும் நான் அறிவேன். அந்தக் கட்டம் முடிந்துவிட்டது. இந்தியரோ அல்லது அந்நியரோ, யார் ஒருவர் அதே வழியில் இப்போதும் நடப்பார் எனில், நாம் தகுந்த நடவடிக்கை எடுக்க வேண்டும். ஆனால் இந்தியாவில் கிறிஸ்துவம் பெரிய எண்ணிக்கையிலான மக்களின் மதம் என்பதையும், இந்தியாவின் தெற்குப் பகுதிக்கு அது இரண்டாயிரம் ஆண்டுகளுக்கு முன்பாகவே வந்தது என்பதையும் நாம் நினைவிற்கொள்ள வேண்டும். மற்ற மதங்களைப் போல் அதற்கும் இந்திய வரலாற்று நிகழ்வில் ஒரு பங்கிருக்கிறது. நமது மதச் சமத்துவம், சிறுபான்மையினர் பாதுகாப்பு என்ற கொள்கை பாகுபாடாக நடத்தப்படுவது அல்லது துன்புறுத்தப்படுவது ஆகியவற்றால் பாதிக்கப்படவோ, மாசுபடுத்தப்படவோ கூடாது. அரசியல் ரீதியான பார்வையில், கிறிஸ்துவ சமயப் பரப்பாளர்கள் ஆட்சேபத்திற்குரிய வகையில் சில நேரங்களில் நடந்த பொழுதும், சமூகத் துறைகளில், இந்தியாவிற்கு அவர்கள், சந்தேகத்திற்கு இடமின்றி பெரும்பணி ஆற்றியுள்ளார்கள் மேலும் அந்தப் பணியைத் தொடர்ந்து அளிக்கிறார்கள். பழங்குடியினர் பகுதிகளில், அவர்களில் பலர் தங்கள் வாழ்வைப் பழங்குடி மக்களுக்காக பெரும்பாலும் அர்ப்பணிக்கிறார்கள். இதே வழியில் அங்குள்ள பழங்குடி மக்களுக்குப் பணியாற்ற விரும்புகின்ற இந்தியர்கள் அங்கே இருக்கவேண்டும் என நான் ஆசைப்படுகிறேன். இப்போது அங்கே இந்தியர்கள் சிலர் இதைச் செய்வதற்கு இருக்கிறார்கள் என நான் அறிவேன் ஆனாலும் அவர்களுள் இன்னும் பலரும் அவ்வாறு அதைச் செய்ய வேண்டும் என நான் விரும்புகிறேன். கிறிஸ்துவ சமூகம், பொதுவாக, ஏழையாகவே இருக்கிறது மேலும் சில நேரங்களில், பொருளாதார அடிப்படையில்,

பிற்பட்ட அல்லது தாழ்த்தப்பட்ட வகுப்பினரின் மட்டத்திற்கே இருக்கிறது.

நமது அரசமைப்புச் சட்டப்படி, கருத்து மற்றும் நம்பிக்கை சுதந்திரத்தை மட்டுமின்றி, மதமாற்றத்தையும் நாம் அனுமதிக்கிறோம். தனிப்பட்ட முறையில் நான் மத மாற்றத்தை விரும்புவதில்லை மேலும் இந்த விஷயத்தில் இது பண்டைய இந்தியக் கண்ணோட்டத்தில் ஒன்றான வாழு, வாழ விடு என்பதற்கு எதிரானது. மற்ற மக்களின் வழிகளில், அவைகள் வேறெந்த உணர்வு அடிப்படையிலும் ஆட்சேபத்திற்கு உரியதாய் இல்லையெனில், குறுக்கிட நான் விரும்பவில்லை. குறிப்பாக, எந்த வடிவான உண்மையான சமூகத் தொண்டை, சமயப் பரப்பாளர்களாக இருந்தாலும், இல்லாவிட்டாலும், யார் செய்தாலும் நான் அதை வரவேற்பேன். எப்படியிருப்பினும், எவ்வளவு தூரத்திற்கு வெளி நாட்டவர்களை மதம் பரப்பும் வேலைக்கென மட்டுமே இங்கே வருவதற்கு நாம் ஊக்கப்படுத்தப் போகிறோம் என்றொரு கேள்வியும் எழுகிறது. பெரும்பாலும் இந்த அயல் நாட்டு சமயப் பரப்பாளர்கள், காட்டுமிராண்டியான பிற சமயத்தவரை மாற்றுவது என்னும் பெயரில், அயல் நாடுகளில் நிதி திரட்டுகிறார்கள். என்னைக் காட்டுமிராண்டியான புற மதத்தினன் என பார்க்கும் எவரும் இங்கு வருவதற்கு நான் விரும்பவில்லை, வேறு எவராலும் நான் ஒரு புற சமயத்தினன் அல்லது சிறுபான்மை மதத்தினன் என அழைக்கப்படுகிறேன் என்பதற்காக அல்ல. ஆனால் அவர்கள் நாடுகளில் நம்மை ஏளனமாகப் பார்க்கின்ற, பேசுகின்ற எந்த வெளி நாட்டவரும் இங்கு வருவதற்கு நான் விரும்பவில்லை. ஆனால் சமூகத் தொண்டுக்கென இங்கு வர விரும்பினால், எந்த வெளிநாட்டினரையும் நான் வரவேற்பேன்.

1952 அக்டோபர் 30ஆம் தேதியிட்ட ஒரு கடிதத்திலிருந்து

நாம் பழங்குடியினரின் பிரச்சினையை ஒரு சமூகப் பிரச்சினையாகப் பார்க்கிறோம், உண்மையில் அது சமூகப் பிரச்சினைதான். ஆனால் இந்த வடகிழக்கு எல்லைக்கோட்டுப் பகுதிகளில், எல்லைக்கோட்டுப் பகுதியாக இருப்பதாலும், இந்தப்பகுதி மக்கள் கலாசார ரீதியாக எல்லைக்கு இன்னொரு பக்கம் உள்ள மக்களோடு தொடர்புள்ளவர்களாக இருப்பதாலும், அது ரொம்பவும் ஒரு

அரசியல் பிரச்சினையாகவும் இருக்கிறது. எ.டு. திபெத்தியர்கள் அல்லது பர்மியர்கள். இந்த முழுப் பகுதியும், அனைத்து உண்மையான எல்லைக்கோட்டுப் பகுதிகளைப் போல, இந்தக் கலப்பு இன வகைகளைக் கொண்ட, மங்கோலியக் கூறு பெரும் அளவில் அல்லது குறைவாகவும் கொண்ட, மக்களால் நிரம்பி உள்ளது. அவர்கள் பேசும் மொழிகள் எண்ணற்றவை. அவைகளுக்கு எழுதப்பட்ட வரிவடிவம் கிடையாது. சமயப் பரப்பாளர்கள்தான் அவர்களுக்கு இலத்தீன் வரிவடிவத்தைக் கற்றுத் தந்ததுடன், அவர்களுக்காக இலக்கணத்தையும், அகராதியையும் எழுதினார்கள்.

நினைவிற்கொள்ள வேண்டிய இன்னொரு உண்மை, இந்த அனைத்து பழங்குடியினரும், இந்தப் பகுதிகளில் இருந்த மற்ற மக்களும் பெரும்பாலும் முழுவதுமாக, எஞ்சிய இந்தியாவிலிருந்து, பிரிட்டிஷார் ஆட்சிக் காலத்தில் துண்டிக்கப்பட்டு இருந்தனர். அவர்களில் சிலர் அவர்கள் பகுதிகளிலிருந்து வெளியே வந்தார்கள் மேலும் சிலர் வெளியிலிருந்து அங்கே சென்றனர். இங்கும் அங்குமான இந்தப் பிரயாணத்தை பிரிட்டிஷார் விரும்பவில்லை. இவ்வாறு அவர்கள் இந்தியா என அழைக்கப்பட்ட ஒரு நாட்டில் இருந்ததற்கான ஓர் உணர்வை என்றும் அனுபவித்ததில்லை. மேலும் இந்தியாவில் அவர்கள் விடுதலைக்கானப் போராட்டம் அல்லது மற்ற இயக்கங்களின் செல்வாக்குக்கு உட்படவில்லை. வெளியாட்களின் தலையாய அனுபவம், பொதுவாக அவர்களை இந்திய எதிர்ப்பாளராக மாற்ற முயற்சி செய்த பிரிட்டிஷ் அதிகாரிகள் மற்றும் கிறிஸ்துவ சமயப் பரப்பாளர்களின் அனுபவம் போன்றது. இந்திய விடுதலை கொஞ்சம் கொஞ்சமாக நெருங்கியதாலும், இந்தியாவில் பிரிட்டிஷ் ஆட்சி ஒரு முடிவுக்கு வந்து கொண்டிருந்தது என்பது உறுதியாக வரத் துவங்கியதாலும், இந்தப் பிரிட்டிஷ் அதிகாரிகள் மற்றும் சமயப் பரப்பாளர்களில் சிலர், அவர்களைச் சுதந்திரம் என்னும் அடிப்படையில் சிந்திக்கத் தூண்டினார்கள். இது நாகர்களின் சில பிரிவுகள் மீது சில பாதிப்புகளை ஏற்படுத்தியது.

பொதுவாகச் சொன்னால், இந்தப் பழங்குடி மக்களுக்கு குறிப்பிட்ட அடையாளங்களுடனான பழக்க வழக்கங்களும், வாழ்க்கை முறைகளும் இருக்கின்றன, அவை அஸ்ஸாமியப் பழங்குடி மக்களுடையதிலிருந்து வேறுபட்டு இருந்தன

இதனால் அவர்கள் கலக்க முடியவில்லை மேலும் இப்போதும் கூட சமூகத் தளத்தில் எளிதாகக் கலப்பதில்லை. இந்தப் பழங்குடியினர் மத்தியில் தாங்கள் தனிமைப்பட்டிருப்பதான உணர்வும், இந்திய மனிதகுலக் கடலோடு அவர்கள் ஒன்றிணைக்கப்பட்டு விடுவார்கள் என்ற - அவர்களுடைய பழக்க வழக்கங்களையும், வாழ்க்கை முறையையும் கைவிட்டு விட வேண்டும் என்ற - அவர்களிடமிருந்து அவர்களுடைய நிலங்கள் எடுத்துக் கொள்ளப்படும் என்ற அச்சமும் சற்றே இருந்தது.

அஸ்ஸாமில் இந்த அனைத்துப் பழங்குடியினர் ஒன்றிணைப்பு மற்றும் ஒரே விதமான மாநிலம் உருவாக்கப்படுதலுக்கான போக்கு இருக்கிறது. கலாசாரம் மற்றும் அது போன்ற உணர்வு அடிப்படையில் அஸ்ஸாமியரோடு பழங்குடி மக்களை ஒன்றிணைப்பது என்பதுதான் இதன் உண்மையான பொருள்.

இந்த இடமாற்றம் என்பது விரும்பத்தக்கதல்ல மேலும் அதனுடைய குறிக்கோளை அடைவதற்குப் பதிலாக அது மோதல்களுக்கும், இடர்ப்பாடுகளுக்கும் இட்டுச்செல்லும் என்று நான் நினைக்கிறேன். ஒருங்கிணைக்கும் செயல் நடைபெற்றாக வேண்டும், ஆனால் அது, எந்தவொரு தனிவகையான முயற்சியும் இல்லாமல், கல்வி மற்றும் தொடர்புகள் மூலமாக தன்னால் வளர்த்தெடுக்கப்பட வேண்டும். உண்மையிலேயே, அந்த முயற்சி என்பது, அவர்களுடைய தனிப்பட்ட கலாசாரத்தைத் தக்கவைப்பதன் மேல் இருக்க வேண்டும், அதில் பல அம்சங்கள் நிச்சயமாக தக்கவைப்பதற்கான தகுதி உடையவை. அவர்கள் உள்ளார்ந்த கலை உணர்வு உடையவர்கள் மேலும் வலிமையும் துணிவும் கொண்ட மக்கள். மற்ற சில வழிகளில் அவர்கள் முன்னேற முடியும் என்றாலும், இந்த வகையில் அவர்கள் கீழான நிலைக்குக் கொண்டு வரப்பட்டால், அது மிகப் பெரிய சோகமாகும்.

அங்கே நாம் சந்திக்க வேண்டிய முதல் பிரச்சினை அவர்களை நம்பிக்கையுடன் ஊக்கப்படுத்துவதும், இந்தியாவுடன் ஒன்றாக இருக்கும் உணர்வை உண்டாக்குவதும், அவர்கள் இந்தியாவின் ஒரு பகுதியாக இருக்கிறார்கள் என்பதையும், அதில் பெருமைமிகு இடம் அவர்களுக்கு இருக்கிறது என்பதையும் உணரச்செய்வதும் தான். அவர்களுடைய

சொந்த கலாசாரப் பண்புகளையும், பழக்க வழக்கங்களையும் தக்கவைத்துக் கொள்ள அவர்களை அனுமதிப்பதன் மூலமும், வெளியிலிருந்து எந்த நிர்ப்பந்தமும் இன்றி அவர்களின் சொந்த வழிகளில் வளர்ச்சியடைய அவர்களை விடுவதன் மூலமும் மட்டுமே இதைச் செய்ய முடியும்.

இவ்வாறு இந்தப் பகுதிகளின் பிரச்சினை அந்த மக்களை, அவர்கள் தங்கள்வாழ்க்கையை வாழ்வதற்கு முழுமையான சுதந்திரத்தைப் பெற்றிருக்கிறார்கள் என்பதையும் தங்கள் விருப்பங்களுக்கும் மேதமைக்கும் ஏற்ப வளர முடியும் என்பதையும் உணரச் செய்வதே ஆகும். அவர்களுக்கு இந்தியா ஒரு பாதுகாக்கும் சக்தி என்பது மட்டுமின்றி, அவர்களை விடுவிக்கும் ஒரு சக்தி என்பதையும் தெரிவிக்க வேண்டும். இந்தியா அவர்களை ஆள்கிறது மேலும், அவர்கள் ஆளப்படுபவர்கள் என்ற, அத்துடன் அவர்களுக்குப் பழக்கமில்லாத பழக்கவழக்கங்கள் அவர்கள் மீது திணிக்கப்படப் போகின்றன என்ற எந்தக் கருத்தும், அவர்களைத் தனிமைப் படுத்தும். நமது எல்லைப் பிரச்சினைகளை மேலும் சிக்கலாக்கும்.

1953 ஜூலை 2ஆம் தேதியிட்ட ஒரு கடிதத்திலிருந்து

விஷயங்களைப் மிகவும் பரந்த நோக்கில் பார்ப்பதற்கு, எப்போதும் உதவுவது போல், எனது அயல்நாட்டுப் பயணம் எனக்கு உதவியது. இந்தியாவிலிருந்து என்பதை விடவும் இன்னும் அதிகமாக, ஜம்மு & காஷ்மீர் குறித்த பிரஜா பரிஷத் - ஜன சங்கத்தின் போராட்டம் முற்றிலும் எவ்வளவு தவறானது என்றும், ஆபத்தானது என்றும் அங்கிருந்து, நான் உணர்ந்தேன். அயல்நாட்டில் இருக்கும் ஒருவருக்கும் அது புரியவில்லை. அது அவர்களுக்கு ஒரு குறுகியதன்மை மற்றும் மிகவும் அளவுக்குட்பட்ட, பாகிஸ்தானை அழிவுக்கருகே கொண்டு சென்ற ஒரு வகைக் கண்ணோட்டத்திற்கான ஒரு அடையாளமாகத் தோன்றுகிறது. நமது நாட்டில் உள்ள சில பலவீனங்களைக் காட்டுகிறது என்பதைத் தவிர, இந்தப் போராட்டத்திற்கு அயல்நாட்டவர் எவரும் கொஞ்சமும் முக்கியத்துவம் தரவில்லை. அயல் நாட்டிலிருந்து தெளிவாகத் தெரியும் இன்னொரு விஷயம் மாகாணவாதத்தின் ஆபத்து. மீண்டும் இது, கண்ணோட்டத்தின் குறுகிய தன்மை, சிறியவற்றிற்காக பெரிய விஷயங்களை மறப்பது, அரசியல்

சிந்தனையின் முதிர்ச்சியின்மை ஆகியவற்றின் ஆதாரமே. இதனால் நமது மாநிலங்களின் சீரமைப்பு இருக்காது என்பது அதன் பொருளல்ல, ஆனால் இந்தப் போராட்டத்தின் பின்னணி, அளவுக்குட்பட்ட, குறுகிய கண்ணோட்டத்திலிருந்து துவங்குகிறது, இது இந்தியாவின் மிகச்சிறந்த நலன்களுக்கு எதிரானது என்று பொருள். இந்த சிதைவுண்டாக்கும் போக்கால், திறமையான மனிதர்கள் அடித்துச் செல்லப்படுவார்கள் என்பது எனக்கு அதிர்ச்சி அளிக்கிறது.

நம்மைப் பொறுத்தவரை, ஆந்திர மாநிலம் நன்கு அமைக்கப்பட்ட பிறகு, மாநிலங்களின் மறுசீரமைப்பு பிரச்சினை பற்றி அதன் அனைத்து அம்சங்களையும் பரிசீலிக்க உயர் அதிகார ஆணையத்தை நாம் அமைப்போம் எனத் தெளிவாக நாம் அறிவித்துள்ளோம். ஒரு மாநிலப் பிரச்சினையைத் தனியாக இப்போது பரிசீலிக்க நாம் முன்மொழியவில்லை. உண்மையில், இது போன்ற ஒவ்வொரு நிகழ்விலும் பல மாநிலங்கள் சம்பந்தப் பட்டிருப்பதால், இதை அவ்வாறு பரிசீலிக்கப்பட முடியாது. மொழியும், கலாசாரமும் அவசியமான முக்கியத்துவம் கொண்டவை என்றாலும், இந்த விஷயத்தை, முழுதும் மொழியின் தளத்தின் மீது வைத்துப் பரிசீலிக்கவும் நாம் முன்மொழியவில்லை. மற்றப் பரிசீலனைகளும் அவ்வாறே. இது போன்றதொரு ஆணையம் பற்றி என்னுடைய தெளிவான அறிவிப்பு இருந்தாலும், அந்தப் போராட்டங்கள் நாட்டின் சில பகுதிகளில் தொடர்கின்றன. சில நேரங்களில் மக்கள் உண்ணாவிரதப் போராட்டம் போன்ற போராட்டங்களிலும் ஈடுபடுகிறார்கள் என்பதை நான் காண்கிறேன். இந்திய நாடும், அதன் கொள்கைகளும் இது போன்ற முறையில் கட்டுப்படுத்தப்படும் அல்லது தாக்கத்திற்கு உட்படுத்தப்படும் என்றால், பிறகு உண்மையில், நாம் எந்த வகை முன்னேற்றத்திற்கும், ஒற்றுமைக்கும் விடைகொடுத்து அனுப்ப வேண்டியிருக்கும். என்னைப் பொறுத்தவரை, இது போன்ற முறைகளால், நமது அரசின் கொள்கைகள் தாக்கம் பெறுவதை நான் முன்மொழியவில்லை.. எந்த ஒரு தனித்த மொழிவாரி மாநிலத்தின் பிரச்சினையையும் நான் முன்மொழியவில்லை. ஹைதராபாத் மாநிலம் குறித்து திடீரென்று சில பேர் தங்களைத் தாங்களே நடவடிக்கையில் ஈடுபடுத்திக் கொண்டு, அதைப் பிரிப்பதற்குக் கோருகிறார்கள்.

ஆந்திர மாநில உருவாக்கத்தோடு அதற்குக் கொஞ்சம் தொடர்பு இருந்தாலொழிய, இதைச் செய்வதற்கு இந்தக் குறிப்பிட்ட கணத்தை ஏன் தேர்ந்தெடுத்தனர் என்பது எனக்குத் தெளிவாகத் தெரியவில்லை. இதற்காக நான் வருந்துகிறேன் ஏனெனில், எந்தவகை அனுதாபமும் அதனுடன் நான் கொள்ளாத ஒரு கண்ணோட்டத்தை இது குறிக்கிறது, இதைத் தடையின்றி செயல்பட அனுமதித்தால், இந்தியாவின் பெரும் பகுதியில் முழுக் குழப்பத்தைக் கொண்டு வரும் மேலும் மற்ற பேரழிவைத்தரும் பின்விளைவுகளுக்கு இட்டுச் செல்லும் என்பதில் நான் உறுதியாக இருக்கிறேன். காங்கிரஸ்காரர்கள் மற்றும் காங்கிரஸ் குழுக்களும் கூட இந்தப் பொறிக்குள் வீழ்ந்து விட்டனர் என்பது எனக்கு ஆழ்ந்த வருத்தம் தரும் விஷயமாகும்.

எவரெஸ்ட்டில் இறுதியாக ஏறியது என்பது ஒரு பெரிய சாதனை ஆகும். அதில் நாம் அனைவரும் பெருமைப்பட வேண்டும். இங்கும் மீண்டும் அற்பத்தன்மையும், சில நபர்களால் வெளிப்படுத்தப்படும் மிகமிகக் குறுகிய வகை தேசியவாதமும் உள்ளது. டென்சிங் முதலில் அங்கு சென்றாரா அல்லது ஹில்லேரியா என்றும் டென்சிங் இந்திய நாட்டவரா அல்லது நேப்பாள நாட்டவரா என்பது குறித்தும் சர்ச்சைகள் எழும்புகின்றன. இந்தத் தகராறுகள் பற்றியும், அவை மீது காட்டப்படும் பதட்டம் குறித்தும் அறிகையில் நான் வியப்படைகிறேன். டென்சிங் உச்சியை முதலில் அடைந்தாரா அல்லது ஹில்லேரியா என்பதில் ஒருவருக்கும் மிகச் சிறிதும் வேறுபாட்டை அது ஏற்படுத்தவில்லை. மற்றவரின் உதவி இல்லாமல் ஒருவர் அவ்வாறு செய்திருக்க முடியாது. அந்தக் குழு முழுவதன் உதவி இல்லாமல் இருவரும் அவ்வாறு செய்திருக்க முடியாது. மேலும் இந்தக் கருத்தை கொஞ்சம் மேலே நான் கொண்டுசென்றால், எவரெஸ்டை அடைய முயற்சித்த அவர்களுடைய முன்னோடிகள் அனைவரின் திரட்டப்பட்ட அனுபவமும், உழைப்பும், தியாகமும் இல்லாமல், அந்த முழுக் குழுவும் அவ்வாறு செய்திருக்க முடியாது. எண்ணற்ற மக்கள் பங்கெடுக்கும் இணைந்த அரும் முயற்சியின் விளைவாகவே எப்போதும் மனிதகுலத்தின் மிகப்பெரிய சாதனைகள் இருக்கின்றன. ஒரு நபர் இறுதி அடியை எடுத்து வைத்திருக்கலாம் ஆனால் மற்ற நபர்களின் அடிகளும்

எண்ணப்படும் மேலும் அவர்களையும் மறக்கக் கூடாது. நம்மைப் பொறுத்து, இது போன்ற விஷயங்களில் ஒரு குறுகிய மற்றும் மோசமான தேசிய வாதத்தைக் காட்டுவது என்பது நமக்குப் புகழை சேர்க்காது ஆனால் நாம் கண்ணோட்டத்தில் அற்பர்களாகவும், ஒரு வகையான தாழ்வு மனப்பான்மையினால் பாதிக்கப்பட்டிருக்கிறோம் என எண்ணுவதற்கு மக்களை இட்டுச் செல்லும்...

உங்களுக்கு இதை நான் எழுதத் துணிந்தேன் ஏனெனில், அடக்கத்துடனான பெருமை மற்றும் மகிழ்ச்சியுடன் தொடர்ந்து வளர்ந்து வரும் பொறுப்பு மற்றும் பணிவுடனும், உலகத்தில் இந்தியக் கவுரவத்தின் வளர்ச்சியை, நான் கண்காணித்துக் கொண்டு வருகிறேன். இதைப் பற்றிப் பேசுவது நமக்காக அல்ல மேலும் நான் வேண்டுமென்றே இந்தியாவைப் புகழ்வதற்கோ அல்லது அதன் கொள்கையில் அது சாதித்திருக்கும் ஏதேனும் வெற்றியைப் பற்றி அதிகம் பேசுவதற்கோ நான் முயலவில்லை. அந்தப் புகழ் என் சிந்தையிலும், மனதிலும் பூட்டப்பட்டு இருக்கும். நாம் மதிப்பு மிக்கதாகக் கருதும் நமது நாட்டு நலனுக்காக பெரும் முயற்சி எடுப்பதற்கு எனக்கு வலிமையைத் தரும். இதை ஏன் நாம் மற்றவர்களுக்குச் சொல்ல வேண்டும்? அவர்கள் அவ்வாறு தேர்ந்தெடுத்தால், அவ்வாறு செய்வது அவர்களுக்காக. புகழ்ச்சியையும், இகழ்ச்சியையும் விட உண்மைகள் மிகவும் இன்றியமையாதவை, மேலும் பெரிய அளவிலான நிகழ்ச்சிப் போக்குகளில், உண்மைகள் ஒரு புதிய அந்தஸ்தையும், இடத்தையும் இந்தியாவுக்குக் கொடுக்க உலகை வற்புறுத்துகின்றன. ஆனால் இது, மகிழ்ச்சியாக இருப்பினும், கொஞ்சம் அச்சுறுத்தவும் செய்கிறது, ஏனெனில் அது பிரம்மாண்டமானப் பொறுப்புக்களை இயற்கையாகவே கொண்டு வருகிறது. மொழிவாரி மாகாணங்கள், வகுப்பு ரீதியானப் போராட்டங்கள், ஜாதியம், டென்சிங் மற்றும் ஹில்லேரி பற்றிய நமது அனைத்து அற்ப சர்ச்சைகளுடன், மிக விரைவாகவும், விரிவாகவும் நமக்கு வருகின்ற இந்தப் பொறுப்புகளை தாங்குவதற்குப் போதுமான அளவுக்கு முற்றிலும் பெரியவர்களாக நாம் இருக்கிறோமா? இதை முழுமையான ஆத்மப் பணிவுடன் நாம் எண்ணிப்பார்ப்பது நல்லது.

1953 செப்டம்பர் 20ஆம் தேதியிட்ட ஒரு கடிதத்திலிருந்து

என்னுள் வளர்ந்து கொண்டிருக்கும் ஒரு விளக்க இயலாத அச்சத்தை உங்களுடன் நான் பகிர்ந்து கொள்ள விரும்புகிறேன். இந்தியாவில் சிறுபான்மைக் குழுவினர் தொடர்பான நிலை பல வழிகளிலும் சீரழிந்து வருகிறது என நான் உணர்கிறேன். நமது அரசமைப்புச் சட்டம் சிறப்பானது மேலும் நமது விதிகளிலும், ஒழுங்குமுறைகளிலும் மற்றும் சட்டங்களிலும் எந்த ஒரு வேறுபாட்டையும் நாம் ஏற்படுத்தவில்லை. ஆனால், நடைமுறையில், மாற்றங்கள், நிர்வாக நடைமுறைகள் அல்லது அலுவலர்களால் மெதுவாக நகர்கின்றன. பெரும்பாலும் இந்த மாற்றங்கள் வேண்டுமென்றே நடப்பதில்லை, சில சமயங்களில் அவ்வாறு நடக்கின்றன.

அரசுப் பணிகளில், பொதுவாகச் சொன்னால், சிறுபான்மை வகுப்பினரின் பிரதிநிதித்துவம் குறைந்து கொண்டிருக்கிறது. சில தளங்களில், உண்மையிலேயே, இது மிகவும் மோசமாக இருக்கிறது. இந்த மண்ணில் மிக மிக உயர்வான பதவிகள் சில, இந்த சிறுபான்மை வகுப்புக்களைச் சேர்ந்த உறுப்பினர்களால் நிரப்பப் பட்டிருக்கிறது என்பது உண்மைதான். வெளிநாட்டுப் பணிகளிலும் அவர்கள் உயர்ந்த இடங்களில் பணியாற்றுகிறார்கள். ஆனால் மத்திய அரசின் புள்ளி விவரங்கள் அதுபோல வேறு சில புள்ளி விவரங்கள் வழியே பார்க்கையில், நிலைமை அவர்களுக்கு, முக்கியமாக, முஸ்லிம்களுக்கும், சில நேரங்களில் மற்றவர்களுக்கும், மிகவும் பாதகமாகவே இருக்கிறது என்பதைக் காண்பதற்கு நான் துயரடைகிறேன்.

நமது பாதுகாப்புப் பணிகளில், எந்த முஸ்லிம்களும் விடப்படவில்லை. டெல்லியின் பரந்த மத்தியச் செயலகத்தில், மிகவும் சொற்பமான முஸ்லிம்களே உள்ளனர். பெரும்பாலும் மாகாணங்களில் நிலைமை சற்று சிறப்பாக இருக்கிறது, ஆனாலும் மிகவும் அதிகமாக இல்லை. இந்த நிலையை மாற்றி மேம்படச் செய்ய எந்த முயற்சியும் மேற்கொள்ளப் படவில்லை, இந்த நிலை, தடுக்கப்படாவிட்டால் இன்னும் மோசமாகப் போக வாய்ப்பிருக்கிறது என்பதுதான் எனக்கு மிகுந்த கவலை அளிக்கிறது.

பணி நியமனங்களில் வகுப்புவாரி மற்றும் அது போன்ற சலுகைகளில், நாம் கவனம் செலுத்த மாட்டோம் எனச் சொல்வது நமக்கு நன்றாகவே இருக்கிறது. வகுப்புவாதத்தையும் அதன் செயல்பாடுகளையும் நான் நேசிப்பவன் அல்ல. உண்மையில் நான், அது இந்தியாவில் மிக மிக ஆபத்தானப் போக்கு என்றும் அனைத்து முனைகளிலும் எதிர்க்கப்பட வேண்டும் என கருதுகிறேன். ஆனால், அதே வேளையில், ஒரு பரந்த, பல்வேறுபட்ட மக்களைக் கொண்ட இந்தியா போன்ற ஒரு நாட்டில், நாம் சமச்சீரான, நியாயமாக நடத்தும் முறை மற்றும் எதிர்கால வாய்ப்புக்களுக்கான உறுதிப்பாட்டுக்கான உணர்வை நாட்டின் அனைத்துப் பகுதிகளிலும், இந்தியாவின் அனைத்து சமூகங்களிடமும் நாம் உண்டாக்க வேண்டும் என்று நாம் உணர வேண்டும். எந்தவொரு போக்கும் சமநிலையைக் கவிழ்த்தால் அல்லது ஒரு அம்சத்தின் மீது, இன்னொன்றைப் புறக்கணித்து, முக்கியத்துவம் தந்தால், முடிவு பெரிய அளவு குழுவினரிடையே சமநிலை இன்மையும், அதிருப்தியும், விரக்தியும்தான்.

இதுதான் உண்மையில் நடந்து கொண்டிருக்கிறது, இது நல்லதொரு விஷயமல்ல. அரசுப் பணிகளைப் பொறுத்தவரை, இந்தத் தவறான போக்கை தடுத்து நிறுத்த நாம் தனிப்பட்ட முயற்சி எடுக்க வேண்டும் என நான் கருதுகிறேன். இந்தியாவின் அமைப்பு முறையில், அரசுப்பணிகள் என்பது ஒரு முக்கியமான பகுதி என்றாலும், இந்தப் பிரச்சினை அரசுப்பணிகளை விட மிகவும் பரந்துபட்டது. நாட்டில் உள்ள ஒவ்வொரு குழுவிலும், தனிநபர்களிடமும், கூட்டுப்பங்காளித்துவ உணர்வையும், அளிக்கப்படுகின்ற பலன்களிலும், வாய்ப்புகளிலும் முழு பங்குதாரர்களாக இருக்கின்ற உணர்வையும் நாம் உருவாக்க வேண்டும். அதன் பிறகு மட்டுமே நாம் மனத்தின் சரியான அணுகுமுறையை உருவாக்குகிறோம். 'விசுவாசம்' என்பது அனைவரும் நம்மோடு சேர்ந்தே அடியெடுத்து வைப்பது என்னும் பொருள்பட, மற்றவர்களுக்கு விசுவாசத்தைப் போதிப்பது மிகவும் பொருத்தமற்றதாக எதுவும் எனக்குத் தோன்றவில்லை. இது மிகவும், உலகின் சில பகுதிகளில் கம்யூனிஸ்டுகளின் அணுகுமுறையைப் போலவும், உலகின் மற்ற பகுதிகளில் அமெரிக்கர்களின் அணுகுமுறையைப் போலவும் இருக்கிறது, ஒவ்வொருவரின் அணுகுமுறையும், அவர்கள் சிந்திக்கும் முறைக்கும், வாழ்க்கை முறைக்கும்

ஒத்திசைவையும், அடிபணிதலையும் கோருகிறது. உள்ளார்ந்த முறையில் தவறாக இருப்பதற்கும் அப்பால், அது சர்வதேச அரங்கில் மோதலைக் கொண்டு வருகிறது, தேசிய அரங்கிலும் அது போன்ற அணுகுமுறை, தவிர்க்க இயலாமல் மோதலுக்கு இட்டுச் சென்றே தீரும்.

மேலே நான் முஸ்லிம்களைக் குறிப்பிட்டேன், ஆனால் இது கிறிஸ்தவர்களுக்கும் மற்றவர்களுக்கும் கூடப் பொருந்தும். துரதிர்ஷ்ட வசமாக, நமது நாட்டின் பெரும் எண்ணிக்கையிலான கிறிஸ்தவ ஆண்கள், மற்றும் பெண்கள் இடையே ஒரு அச்ச உணர்வு இருக்கிறது. எதிர்காலத்தில், இந்தியாவில் அவர்களுக்கான இடம் உறுதியற்றதாகவே அவர்களில் பலர் உணர்கின்றனர். இந்தியா ஓர் ஒருங்கிணைக்கப்பட்ட நாடு, மதத்தில், பழக்க வழக்கங்களில், மொழிகளில், வாழ்க்கை முறைகளில் என பல வழிகளில் ஒருங்கிணைக்கப்பட்டது என்பதை நினைவிற்கொள்ள வேண்டும். பெரும்பான்மை குழுவினர், அவர்களே மற்றவர்கள் மீது அதிகாரத்தைத் திணிக்கும் முயற்சி, உள் மோதல்களுக்கு மட்டுமே இட்டுச்செல்ல முடியும், அவை வெளி மோதல்களைப் போலவே மோசமானவை. இந்தியாவில் இன்று நமக்கான அடிப்படை பிரச்சினை, ஒன்றுபட்ட இந்தியாவை, அந்தச் சொல்லின் உண்மையான, உள்ளார்ந்த பொருளில், கட்டுவதுதான், அதாவது, நமது மக்களின் உளவியல் அடிப்படையிலான ஒருங்கிணைப்பைக் கட்டுவதுதான்.

சமீபத்தில் அதில் ஒரு முன்னேற்றம் இருப்பதாக நான் கருதிய போதும், மொழியையொட்டிய அணுகுமுறை பெரும்பாலும் மிகவும் மகிழ்ச்சியுடையதாக இல்லை எனக் காண்கிறேன். இந்தியை நாம் தேசிய மொழியாக்க விரும்பினோம். மேலும் அவ்வாறு அது இருக்க வேண்டும் என்பது முற்றிலும் அவசியமானது என நான் கருதுகிறேன். அதற்காக நாம் வேலை செய்ய வேண்டும். ஆனால் அதற்கான வேலை செய்யும் முறை மிகவும் முக்கியமானது. அந்த முறை சரியான ஒன்றாக இல்லையெனில், அந்த இலக்கிலிருந்து மேலும் விலகி விடுவோம். மொழியின் மீதான கவர்ச்சி என்பது ஒரு மிக நெருக்கமான, பெரும் தாக்கத்தை ஏற்படுத்தக்கூடிய ஒன்று மேலும் மிக மிகக் கவனமாகக் கையாளப்பட வேண்டும். அய்ரோப்பாவின் வரலாற்றைப் படிக்கின்ற எவரும், மொழி

மோதல்கள் பெரும்பாலும் மற்ற எதையும் விட அதிகமான சிரமங்களை ஏற்படுத்தின என்பதைக் கண்டுகொள்வார். ஒரு மொழியை நசுக்குவதற்கான ஒவ்வொரு முயற்சியும் எதிர் விளைவுகளைப் பெறும் என்பதை அவர் காண்பார். அவர்களுக்குப் பின்னால் இருக்கும் இந்த அனுபவத்துடன், அய்ரோப்பியர்கள் இப்போது அடக்குமுறை அல்லது மோதலின் எந்தவொரு தோற்றத்தையும் தவிர்க்கவேண்டி, பல்வேறு மொழிகளையும் ஏற்றுக்கொள்ள முனைகின்றனர். சிறிய நாடுகள் பல மொழிகளை அதிகாரப் பூர்வமாகவும், சில சமயங்களில் ஒன்றுக்கும் மேற்பட்ட வரிவடிவங்களை அங்கீகரிக்கிறார்கள்.

சரியான அணுகுமுறை என்பது எப்போதும் இந்தி போன்ற மொழிகளை ஊக்கப்படுத்துவதும், எந்த மொழியையும் எப்போதும் ஊக்கம் குன்றச் செய்யாதிருப்பதும், வேறெந்த மொழிக்கும் எதிராக பாகுபாடு காட்டாமல் இருப்பது என்னும் நேர்மறையான அணுகுமுறை ஆகும். நாம் ஒவ்வொரு மொழிக்கும் முழுமையாக நியாயமாக நடந்தும், அதன் வளர்ச்சிக்கான சுதந்திரத்தையும் கொடுத்தால், முழுமையான மொழிவாரி மாகாணங்கள் என்னும் பிரச்சினை அதனோடு இணைந்திருக்கும் வேட்கையைக் குறைந்த பட்சம் ஓரளவுக்குத் தணிக்கும்.

உருது மொழிப் பிரச்சினையும், இந்தியாவின் பல பகுதிகளில் அது நடத்தப்பட்ட விதமும், எனக்கு மிகுந்த துயரம் அளித்தது. இது கலாசார காரணங்களுக்காக மட்டுமல்ல ஆனால் இன்னும் அதிகமாக அது அடிப்படையான அரசியல் காரணங்களுக்காகவும்தான். இந்தப் பிரச்சினையின் நற்கூறுகளுக்குள்(*merits*) நான் செல்ல முடியும் மேலும் இந்த நற்கூறுகள் கணிசமானவை. ஆனால் இது போன்ற விஷயங்களில் நற்கூறை மட்டுமே கணக்கில் கொள்வதில்லை. ஆனால் உருவாக்கப்படும் ஓர் உளவியலையும் பெரும் எண்ணிக்கையிலான மக்கள் இடையே உருவாக்கப்படும் மனம் சார்ந்த எதிர்வினையையும்தான் கணக்கில் கொள்ள வேண்டும். உருதுவைப் பேசுகின்ற, எழுதுகின்ற மக்கள் பெரும் எண்ணிக்கையில் இருக்கிறார்கள் என்பதில் துளியும் அய்யம் இல்லை. பஞ்சாபில், டெல்லியில், வடக்கு உ.பி. யில் மிகவும் கருதத்தக்க எண்ணிக்கையிலான மக்கள்

அவ்வாறு இருக்கிறார்கள். இந்தியாவில் வேறு பல பகுதிகளில் பெருங்குழுக்களாக, குறிப்பாக பெரும் நகரங்களில் இருக்கிறார்கள். உண்மையில், இந்தியா முழுவதும் இது போன்ற குழுக்கள் இருக்கிறார்கள். சில நேரங்களில் அந்த எண்ணிக்கை மிகவும் அதிகமாகவே இருக்கிறது. தெற்கில், குறிப்பாக ஹைதராபாத் மற்றும் ஆந்திராவின் எல்லைப் பிரதேசங்களில், உருதுவைப் பேசுகின்ற, எழுதுகின்ற மக்களின் எண்ணிக்கையைக் கண்டு நான் வியப்படைந்தேன். நான் அங்கு போகும்போது, என்னுடைய மொழி மிகமிக அதிகமான மக்களால் புரிந்து கொள்ளப்படுகிறது.

உருது மொழி, இந்தியாவில் ஒருவகை ஆற்றலைப் பெற்றிருக்கிறது என்று காட்டும் அந்த உண்மை மட்டுமே முக்கியமானது. மேலும் நாம் அதற்கு எதிர்ப்பாக இருக்கிறோம் என்னும் எண்ணத்தை உருவாக்குவது என்பது பெரும் எண்ணிக்கையிலான அந்த மக்களைப் புண்படுத்தும் மேலும் அவர்கள் நேசிக்கும் ஒன்றுக்கு நாம் எதிராக இருக்கிறோம் என்று அவர்களை உணரச் செய்யும். இந்தச் சோதனை, மற்ற விஷயங்களைப் போலவே, நாம் என்ன உணர்கிறோம் என்பதல்ல; ஆனால் எவ்வாறு ஒரு சிறுபான்மையினர் எதிர்வினை ஆற்றுகிறார்கள் என்பதுதான், ஏனெனில் எப்போதும் நமது நோக்கம், சிறுபான்மையினர் மனதில் நிறைவான உணர்வை ஏற்படுத்துவதுதான்.

நான் உருது பற்றி பேசும் போது, உருது அல்லது பாரசீக வரிவடிவத்தைச் சேர்க்கிறேன். சில வரலாற்று அடிப்படையில், இது நமக்கு அந்நியமாக இருக்கலாம், ஆனால் இது ஒரு கணிசமான அளவுக்கு இந்தியாவில் பல நூற்றுக்கணக்கான ஆண்டுகளாக பயன்பாட்டில் இருக்கிறது. மேற்கு ஆசிய உலகத்துடனும், ஒரு பகுதி மத்திய ஆசிய உலகத்துடனும் ஓர் இணைப்பாக இருந்திருக்கிறது, இன்றும் இருக்கிறது. அரசியல் அடிப்படையில் நம்மை இணைக்கிறது. வேறுவிதமாக சொல்வதெனில், யாருடைய நட்பு நமக்கு முக்கியமோ, அந்த நாடுகளுடன் நம்மை இணைக்கிறது.

கலாசாரப் பார்வையிலிருந்து, உருது, கடந்த காலத்தில் இந்தியைப் பலப்படுத்திய சில போக்குகளை உள்ளே கொண்டு வருகிறது மேலும் எதிர்காலத்திலும் அதை நன்றாகவே செய்யும். உண்மையில் அது இந்திக்கு ஓர்

எதிரி அல்ல; அவ்வாறு இருக்கவும் முடியாது. இந்தியாவில் எதிர்காலத்தில் அதன் முக்கியத்துவம் கொஞ்சம் கொஞ்சமாகக் குறையலாம். அது வரலாற்று அடிப்படையிலான வளர்ச்சியாக இருக்கும். கொஞ்சம் கொஞ்சமாக இந்தியும், உருதுவும் சொற்றொடர்களிலும், அமைப்பிலும் ஏறத்தாழ ஒரே மாதிரியாகும். நாகரி வரிவடிவம், மிக அதிகமான அளவுக்கு, அது பரவலாக வர வேண்டிய அளவுக்கு, பரவலாகக் கொண்டு வர வேண்டும். ஆனால் இதைச் செய்வதற்கு கடும் முயற்சி எடுக்க, உருதுவையும் அதன் வரிவடிவத்தையும் நசுக்குவது என்னும் எண்ணத்தை உண்டாக்குவது ஒரு மோசமான கொள்கையாகும். நமது கலாசாரக் கண்ணோட்டத்தை குறுக்குவது ஆகும். அத்துடன் அது நமது அரசமைப்புச்சட்ட முறைமைக்கு எதிரானது.

ஆனால் நான் பெரும் எண்ணிக்கையின் மீதான விளைவுகள் பற்றி மிக அதிகமாகக் கவலைப் படுகிறேன். அந்த விளைவு, நமக்கு நியாயமற்றதாகத் தோன்றினாலும், அரசியல் மற்றும் கலாசாரம் என இருவகைப் பார்வையிலிருந்தும் அது கணக்கில் கொள்ளப்பட வேண்டிய ஓர் உண்மை ஆகும். அந்த நிலைமையைப் புத்திசாலித்தனமாக நாம் சந்திக்க வேண்டும். அங்கு மிகப் பலமான அச்சம் மற்றும் விரக்தி உணர்வும் இருக்கின்றன என்பதில் சந்தேகம் இருக்க முடியாது, உருது மற்றும் அதன் வரிவடிவம் தொடர்பாகப் பின்பற்றப்படும் தற்போதைய கொள்கைகள் குறித்த அந்த உணர்வு முஸ்லிம்களுக்கு மட்டுமே உட்படுத்தப்பட்டது அல்ல, அது கணிசமான எண்ணிக்கையில் இந்துக்களாலும், மற்றவர்களாலும் பகிர்ந்து கொள்ளப்படுகிறது. சில மாகாணங்களில், அரசாங்கம் உருதுவை வெளியேற்ற உறுதியான நடவடிக்கைகள் எடுக்கின்றது மேலும் உருது கற்றுக் கொடுக்கப்படும் பள்ளிகளுக்கு உதவி செய்வதை நிறுத்தி விடுகிறது. உருதுவைக் கற்க விரும்பும் அநேகக் குழந்தைகளுக்கும் அவர்தம் பெற்றோர்களுக்கும் அவ்வாறு கற்கும் வாய்ப்பு இல்லை. உருது, நமது அணிகள் மத்தியில் ஏதோ ஆபத்தான எதிரியைப் போல, பல இடங்களில் செயலூக்கமிக்க, முரட்டுத்தனமான பிரச்சாரங்கள், உருதுக்கு எதிராகப் போய்க் கொண்டிருக்கின்றன. அது அப்படி இருக்குமென்றால், பிறகு அதில் நம்பிக்கை கொள்பவர்களை, நாம் அவர்களை வருத்தமுறச் செய்வது மட்டுமல்ல, மாறாக

விரோதமாக உணருமாறும் செய்ய முனைவோம். இந்த விஷயம் குறித்து நான் கடுமையாக உணர்கிறேன் ஏனெனில் எனது அனைத்து கலாசார தரங்களும் அதனால் பாதிக்கப்பட்டு இருக்கின்றன. அதோடு கூடவும் இந்தியாவின் எதிர்கால ஒருமைப்பாடு பாதிப்பதாகவும் எனக்குத் தோன்றுகிறது. நமது நாட்டின் முக்கியமான சில பிரச்சினைகளுக்கு காந்திஜியின் அணுகுமுறையில் உத்வேகத்தைத் தந்த ஞானத்தை நம்மில் பெரும்பாலோர் மறந்து விட்டதாகத் தோன்றுகிறது. அவைகளுக்கிடையே மொழிப் பிரச்சினை இருந்தது. அவர் உருது மொழியை நாம் உற்சாகப்படுத்துவது குறித்து மாபெரும் அழுத்தத்தை இட்டார். அப்போதிலிருந்து நிலைமைகள் மாறின. மேலும் இந்த வகையில், நாம் போகவேண்டுமென்று காந்திஜி விரும்பிய தூரத்திற்கு பெரும்பாலும் நாம் போக முடியாது. ஆனால் அடிப்படை அணுகுமுறை இன்னும் அப்படியே இருக்கிறது. இதிலும் அல்லது வேறெந்த விஷயத்திலும் நாம் பிரபலமானவர்களின் உரத்தக் கூச்சலுக்கும், தவறான எண்ணத்திற்கும் சரணடைந்தால், அது ஒரு மோசமான நாளாகவே இருக்கும்.

தேசியவாதம் என்னும் உணர்வு தனி நபருக்கும், தேசத்திற்கும் ஒரு பெரிதாகின்ற மற்றும் விரிவடைகின்ற அனுபவம். இன்னும் சிறப்பாக சொல்வதெனில், ஒரு நாடு அந்நியர் ஆதிக்கத்தின் கீழ் இருக்கும்போது, தேசியவாதம் ஒரு வலிமைப் படுத்தும் மற்றும் ஒன்று படுத்தும் சக்தியாகிறது. ஆனால் அது ஒரு குறுகிய பார்வையிலான செல்வாக்கிற்கு உட்படும்போது ஒரு சூழ்நிலை உருவாகிறது. சில நேரங்களில், அய்ரோப்பாவைப் போல, அது முரட்டுத்தனமாகவும், மேலாதிக்கம் செலுத்துவதாகவும் மாறுகிறது மேலும் அதை மற்ற நாடுகள் மீதும், மற்ற மக்கள் மீதும் செலுத்த அது விரும்புகிறது. அவர்களே தேர்ந்தவர்கள், மற்றவர்களை விட சிறந்தவர்கள் என்னும் புதுமையான தவறான நம்பிக்கையால் அனைத்து மக்களும் பாதிக்கப் படுகிறார்கள். அவர்கள் பலமாகவும், அதிகாரம் நிறைந்தவர்களாகவும் மாறும்போது, அவற்றையும், அவர்களது வழிகளையும் மற்றவர்கள் மீது அவர்களே திணிக்கிறார்கள். அவ்வாறு செய்வதற்கான முயற்சியில், எப்போதாவது ஒரு சமயம், அவர்கள் சக்திக்கு மீறி அவர்களே அதிக தூரம்

சென்று, தடுமாறி விழுகிறார்கள். அதுதான், ஜெர்மனி மற்றும் ஜப்பானின் தீவிர தேசியவாதத்தின் விதியாகி இருக்கிறது.

ஆனால் தேசியவாதத்தின் மிகவும் கேடுதரும் ஒரு வடிவம் என்பது, ஒரு பெரும்பான்மை தன்னையே ஒட்டுமொத்த தேசமாகக் கருதும்வேளையில் ஒரு நாட்டிற்குள் அது வளர்க்கும் சிந்தனையின் குறுகிய பார்வையே மேலும் சிறுபான்மையினரை உட்கிரகிக்கின்ற அதனுடைய முயற்சியில் உண்மையிலேயே அவர்களை இன்னும் அதிகமாகவே பிரிக்கிறது. இந்தியாவில், நாம், நமது ஜாதி மற்றும் பிரிவினைவாதப் பாரம்பரியத்தால், இன்னும் குறிப்பாக கவனத்துடன் இருக்க வேண்டும். தனிப்பட்ட குழுக்களுக்குள் வீழ்கின்ற மற்றும் பரந்த ஒற்றுமையை மறக்கின்ற ஒரு போக்கை நாம் கொண்டிருக்கிறோம்.

தேசியவாதம் என்னும் போர்வையில் மிகுந்த செருக்குடன் நடைபோடும் தீவிர குறுகியவாதக் கண்ணோட்டத்தின் மிகமிகத் தெளிவான எடுத்துக்காட்டுகளே வகுப்புவாத அமைப்புகள். ஒற்றுமை என்னும் பெயரில் அவர்கள் பிரிக்கவும் அழிக்கவும் செய்கிறார்கள். சமூகத் தகுதி நிலையில், அவர்கள் மிக மோசமான ஒருவகைப் பிற்போக்குத் தனத்தை பிரதிநிதித்துவப் படுத்துகிறார்கள். நாம் இந்த வகுப்புவாத அமைப்புகளை கண்டனம் செய்யலாம் ஆனால் இந்த குறுகியவாதத்தின் செல்வாக்கிலிருந்து விடுபடாத வேறு பலர் இருக்கிறார்கள். முற்றிலும் வித்தியாசமாக, இந்தியாவின் மிகப் பெரிய நிலப்பரப்பானது, அதுவே அதைப் பொறுத்து ஒரு உலகமாக, மக்களை அதில் மனநிறைவோடும் மாறாக உலகின் மற்ற பகுதி பற்றிய அறிவின்மையோடும், குறுகிய மனதோடும் வாழ்வதற்குத் தயார் செய்ய முனைகிறது. இந்தச் சக்திகளுக்கு எதிராக நாம் போராட வேண்டும்...

இன்னொரு வேறுபட்ட விஷயம் இருக்கிறது அது குறித்து உங்கள் கவனத்தை ஈர்க்க நான் விரும்புகிறேன். அது பெண்கள் சம்பந்தப்பட்டது. கடந்த பொதுத்தேர்தலின் போது, நான் பெண் வேட்பாளர்களை நிறுத்துவது குறித்து மிகஅதிகமாக வலியுறுத்தினேன். எனது முயற்சிகள் இருந்தபோதும். ஒப்பீட்டளவில் சில பெண்களே வேட்பாளர்களாக போடப்பட்டார்கள் அல்லது தேர்ந்தெடுக்கப்பட்டார்கள்.

இன்று நமது அரசியல் அமைப்புகளில் அதிகமான பெண்கள் பணிபுரிய வருவதில்லை. இருந்த போதிலும் இந்தியப் பெண்மையின் தரம் உயர்வாகவே இருக்கிறது. பெரும்பாலும் ஆண்களை விட இந்தியப் பெண்கள், உலகில் அதிகப் பெருமையை நமக்குக் கொண்டு வந்துள்ளனர். ஒரு நாடு, அதன் பெண்களுக்கு முழுமையான வாய்ப்பை தந்தால் ஒழிய, தொலைதூரத்திற்குப் போக முடியாது. பல வழிகளில் சீனாவின் தீர்மானம் முக்கியமானது, ஆனால் அதன் ஒரு அம்சமானது, அது பெரும்பாலும் மிகவும் நன்கு அறியப்படாதது, பெண்களின் சமூக நிலைமையில் அது கொண்டு வந்த மிகப்பெரிய மாற்றம்தான். இதுதான் அடிப்படை புரட்சி.

இந்தக் காரணங்களுக்கு அப்பால், வாக்காளர்களில் சுமார் பாதியளவு, பெண்களாக அமைந்ததுதான் கண்டிப்பான அரசியல் காரணம். அவர்களுக்கு வாக்கினைத் தந்த பிறகு, அவர்களுக்கு மற்ற வாயில்களைத் திறப்பதன் மூலம், நாம் அதைப் பின்தொடர வேண்டும். இந்த வாய்ப்புகளை அவர்களுக்கு நாம் கொடுக்கவில்லை எனில், பிறகு நாம் பாதிஅளவு வாக்காளர்களைப் புறக்கணிக்கிறோம், நிச்சயமாக அதுதான் அறிவின்மையின் உச்சகட்டம்.

1953 டிசம்பர் 1ஆம் தேதியிட்ட ஒரு கடிதத்திலிருந்து

மேற்கு பாகிஸ்தானிலிருந்து வரும் அகதிகளின் பிரச்சினை முழுவதுமாக தீர்க்கப்படவில்லை. ஆனால், அதைத் தீர்ப்பதை நோக்கி நாம் வெகுதூரம் சென்று விட்டோம். இன்னும் பன்னிரண்டு அல்லது அதற்கடுத்த மாதங்களில், அதன் கடுமையான பகுதி மட்டுமே மிஞ்சியிருக்கும். எப்படி இருப்பினும், வங்கத்தில் கிழக்கு பாகிஸ்தானிலிருந்து வரும் அகதிகளின் மற்ற பிரச்சினை ஓரளவுக்கு இன்னும் ஓர் உறுதியற்ற நிலையில் தான் இருக்கிறது. நிச்சயமாக முன்னேற்றம் ஏற்பட்டிருக்கிறது மேலும் பொதுவான சூழ்நிலை அமைதியாக இருக்கிறது, ஆனால் செய்யப்பட வேண்டியது நிறைய இருக்கிறது. கிழக்கு பாகிஸ்தானிலிருந்து கொஞ்சம் கொஞ்சமாக வெளியேற்றப்பட்டவர்கள் மேற்கு வங்கத்திற்கு வருவது தொடர்கிறது. எண்ணிக்கை பெரிதாக இல்லை. மற்றொரு பக்கம், ஓரளவுக்கு அதிகமான எண்ணிக்கையுடைய

முஸ்லிம்கள், இந்தியாவிலிருந்து பாகிஸ்தானுக்கு தினமும் இராஜஸ்தான் மற்றும் சிந்து வழியாகக் கடந்து செல்கின்றனர்.

ஏன் இந்த முஸ்லிம்கள் பாகிஸ்தானுக்கு ஒரு மாதத்திற்கு மூவாயிரம் அல்லது நான்காயிரம் என்ற விகிதத்தில் கடந்து போக வேண்டும்? இது விசாரிக்கப்பட வேண்டிய ஒன்று, ஏனெனில் அது இவ்வாறு இருக்கும் என்பது நமக்கு பெருமை சேர்க்காது. பெரும்பாலும் அவர்கள் உத்தரப் பிரதேசம், இராஜஸ்தான் மற்றும் டெல்லியிலிருந்து வருகிறார்கள். சிறிது அச்சம் அல்லது அவர்கள் மீதான கெடுபிடி இருந்தாலொழிய, அங்கே அவர்கள் போக மாட்டார்கள் என்பது தெளிவு. சிலர் வேலைக்கான நம்பிக்கையில் அங்கு போகலாம். ஆனால் அவர்களில் பலர், இந்தியாவில் அவர்களுக்கு எதிர்காலம் இல்லை என உணர்வதாகவே தோன்றுகிறது. அரசாங்கப் பணியின் வழியில் உள்ள இடர்ப்பாடுகள் பற்றி உங்கள் கவனத்தை நான் முன்பே ஈர்த்திருக்கிறேன். மற்றொரு காரணம், வெளியேற்றப் படுபவர்களின் சொத்து சட்டங்கள் பற்றிய அச்சம். இந்தியாவிலும், பாகிஸ்தானிலும் என இரு நாடுகளிலும் உள்ள இந்தச் சட்டங்கள் மிகவும் தவறானவை, நியாயமற்றவை என நான் கருதுகிறேன். சில குற்றவாளி நபர்களை தண்டிக்க முயல்கையில், நாம் பெருவாரியான குறையற்ற அப்பாவி மக்களைத் தண்டிக்கிறோம் அல்லது புண்படுத்துகிறோம். நமக்கு முன்னால் வரும் வழக்குகளை மட்டும் வைத்தோ அல்லது யாருக்கு எதிராக நடவடிக்கை எடுக்கப்பட்டிருக்கிறதோ அவர்களை மட்டும் வைத்தோ நாம் முடிவெடுக்கக் கூடாது. பெரும்பாலும் இந்தியாவில் சில பகுதிகளில் இருக்கும் அனைத்து முஸ்லிம்கள் மீதும் 'வெளியேறுவோர் சொத்துச் சட்டங்களின் அழுத்தம் பிரயோகிக்கப்படுகிறது. அவைகளை இந்தச் சட்டத்தின் நீண்ட கை, தன் பிடிக்குள் வைத்திருக்க முடியாது என்ற அச்சத்தால், அவர்கள் தங்களுடைய சொத்தை எளிதாக விற்க முடியாது அல்லது மேலும் வியாபாரத்தைத் தொடர முடியாது என்று தொடர்கின்ற இந்த அச்சம்தான் வழக்கமான வேலையிலும், வழக்கமான வியாபாரத்திலும் குறுக்கே வருகிறது. இந்தியாவில் குறிப்பாக வடக்கிலும் மேற்கிலும் இருக்கும் முஸ்லிம்களின் பெரும் எண்ணிக்கையின் மீது வலிமை மிக்க அழுத்தத்தைப் பிரயோகிக்கிறது. அங்கே சந்தேகத்திற்கிடமின்றி அநீதி இழைக்கப்படுகின்ற சம்பவங்கள்

எனக்குச் சொல்லப்படுகின்றன. ஆனால் சட்டம் என்றால் சட்டம்தான், வேறு எதுவும் அந்த அநீதியைக் களைய முடியாது என எனக்குச் சொல்லப்படுகிறது. மற்ற நிகழ்வுகள் பற்றியும் எனக்குச் செய்தி வருகிறது அங்கே பொறுப்பு வகிக்கும் அதிகாரிகள் மட்டுமீறிய அவமரியாதையோடு நடந்து கொள்வதாக சொல்லப்படுகின்ற மற்ற சம்பவங்களும் எனது கவனத்திற்கு வந்துள்ளன. அது மேலும் நமது நாட்டிற்கும் நமது அரசாங்கத்திற்கும் கெட்ட பெயரைக் கொடுக்கிறது. உங்கள் மாநிலத்தில் இது நிகழாதவாறு தனித்த கவனம் நீங்கள் எடுப்பீர்கள் என்றும் அத்துடன், உண்மையில், இந்தச் சட்டங்கள் தொடர வேண்டுமென்றால், அவர்கள் இயன்ற அளவுக்குக் கருணையோடும், மிகச்சிறப்பாகவும் செயல்படுவார்கள் என்றும் நான் நம்புகிறேன்.

இந்தச் சட்டங்கள் தொடர வேண்டுமா? இது இருபுறமும் செய்ய வேண்டிய ஒரு விஷயம். மேலும் பாகிஸ்தான் இதைப்போலவே செய்தால் மட்டுமே நாம் அவைகளை முற்றிலும் கைவிடத் தயாராக இருக்கிறோம் என்பதே ஒரு சாதாரண பதிலாக இருக்கும். இது ஒரு திருப்திகரமான பதில் அல்ல, ஏனெனில் அதன் பொருள், அதற்கான முயற்சி பாகிஸ்தான் வசமே உள்ளது நம்மிடம் இல்லை என்பது. பாகிஸ்தானின் முழுமையான அணுகுமுறையும், கொள்கையும் நம்முடையவையிலிருந்து வேறுபட்டவை. அவர்கள் என்ன செய்கிறார்களோ அது அந்தக் கொள்கையோடு பொருந்திப் போகலாம், ஆனால் அதே செயல் நமது கொள்கைக்கு ஊறு விளைவிக்கலாம். இந்தப் பிரச்சினையைச் சந்திக்கும் நேரம் வந்து விட்டது மேலும் இந்தியாவில் வெளியேற்றப்பட்டவர் சொத்துச் சட்டங்களின் எதிர்காலச் செயல்பாட்டிற்கு முற்றுப்புள்ளி வைக்க வேண்டும் என நான் கருதுகிறேன். அனைத்திற்கும் மேலாக, அய்ரோப்பா, அமெரிக்கா மேலும் மற்ற இடங்களில் இருந்து, தங்களுடைய சொத்துக்களைத் தங்கள் விருப்பம் போல் விற்பதற்கான முழுமையான சுதந்திரம் கொண்ட, ஏராளமான வெளிநாட்டவர் இந்தியாவில் இருக்கிறார்கள். இந்தியாவில் இருக்கும் மக்களுக்கு, அவர்களில் சிலர் பின்னாளில் பாகிஸ்தானுக்குப் போக வேண்டியிருந்தாலும், அந்தச் சுதந்திரம் ஏன் மறுக்கப்பட வேண்டும்? பொருளாதாரக் கோணத்தில் அது அதிக வேறுபாட்டை ஏற்படுத்த முடியாது

ஆனால் அரசியல் மற்றும் உளவியல் பார்வையில் ஒரு பெரிய வேறுபாட்டை ஏற்படுத்தும். இந்தச் சட்டங்களின் கீழ் என்ன முன்னர் செய்யப்பட்டதோ, அதை அழித்துவிட முடியாது. வேறு சில ஏற்பாட்டைக் கண்டறியும் வரை, பாதுகாவலர்களின் கட்டுப்பாட்டில் வைக்கப்பட்டிருக்கும் பெரும் அளவிலான சொத்துக்கள், அவர்கள் வசம் வைக்கப்படுவது தொடரும். ஆனால், இந்தச் சட்டங்களின் எதிர்காலச் செயல்பாட்டை நிறுத்த வேண்டும் என நாம் உறுதியாகக் கூற முடியும் மேலும் ஒருவர் இங்கு இருந்தாலும் அல்லது பாகிஸ்தானுக்குச் சென்றாலும், அவருக்கெதிராக வழக்குத் தொடரப்பட மாட்டாது. நாம் எடுக்க வேண்டும் என நான் கருதியது போல, இந்த நடவடிக்கையை நாம் எடுத்தால், இந்தியாவில் இருக்கும் பெரும் எண்ணிக்கையிலான முஸ்லிம்களுக்கு பிரம்மாண்டமான நிவாரணத்தைக் கொண்டுவரும். ஒரு மிக நல்ல அரசியல் விளைவை இந்தியாவிலும், பாகிஸ்தானிலும் ஏற்படுத்தும்.

1954 ஏப்ரல் 26ஆம் தேதியிட்ட ஒரு கடிதத்திலிருந்து

என்னைப் பெரிதும் துன்புறுத்திய, தொடர்ந்து என் சிந்தனையை ஆட்டி வைக்கும் ஒரு விஷயம் பற்றி உங்களுக்கு முன்பு எழுதியிருந்தேன். இது இந்தியாவில் சிறுபான்மையினர் பிரச்சினை. நமது அரசுப் பணிகளுக்கு இந்த சிறுபான்மையினரின் ஆளெடுப்பு பற்றிய புள்ளிவிவரங்களைக் கண்டறிய நான் ஒருமுறை உங்களைக் கேட்டேன். நான் பெற்ற புள்ளிவிவரங்கள் அதிருப்திகரமாக இருக்கின்றன. நமது அரசமைப்புச் சட்டம் மிகவும் நன்றாகவே இருக்கிறது. மேலும் நமது சட்டங்களும், விதிகள் மற்றும் ஒழுங்குமுறைகளும் கூட சிறந்தவைதான். ஆனால் நடைமுறையில், நமது சிறுபான்மையினரில் சிலர், குறிப்பாக முஸ்லிம்கள், ஆழ்ந்த விரக்தி உணர்வால் பாதிக்கப் பட்டிருக்கிறார்கள் என்பதே உண்மையாக உள்ளது. பாதுகாப்பு, காவல் துறைகளாக இருந்தாலும் அல்லது குடிமைப் பணிகளாக இருந்தாலும், பணிகள் என்பது அவர்களுக்கு எந்தக் குறிப்பிட்ட அளவிலும் உண்மையில் வாய்ப்பளிக்கப்படவில்லை என அவர்கள் வருத்தமுறுகிறார்கள். அடிக்கடி பயன்படுத்தப்படவில்லை எனினும், துரதிர்ஷ்டவசமாக தொடரும் வெளியேற்றப்பட்டவர்

மீதான சட்டங்கள், வியாபாரத்தில், அவர்களை நெருக்குகின்றன மேலும் அவர்களின் வாய்ப்புகளைக் கட்டுப்படுத்துகின்றன. சட்டசபைகளுக்கான, பாராளுமன்றத்திற்கான தேர்தல்களில், உள்ளே வருவது முஸ்லிம்களுக்கு எளிதல்ல. பொது அமைப்புக்களில் கூட முஸ்லிம்களுக்கான பிரதிநிதித்துவம் என்பது வரவர மிகக் கடினமாகியிருக்கிறது. காங்கிரசிலும் இவ்வாறு ஆகியிருக்கிறது என்பதை நான் அறிவேன். காங்கிரசில் அடிப்படை உறுப்பினர் ஆவது என்பது எவருக்கும் எளிதான ஒன்று ஆனால் எந்த ஒரு தேர்ந்தெடுக்கப்படும் பதவி என்று வரும்போது, ஒரு முஸ்லிம் அனுகூலமற்ற இடத்தில்தான் இருக்கிறார் மேலும் இப்போது எங்கும் இட ஒதுக்கீடுகள் இல்லை. இது மற்ற அரசியல் அமைப்புகளுக்கும் அது போன்ற அமைப்புகளுக்கும் கூடப் பொருந்தும் என நான் நினைக்கிறேன். சில நேரங்களில் இந்த உணர்வு இருக்கிறது என்றாலும், இது போன்ற முஸ்லிம் எதிர்ப்பு உணர்வு எதுவும் இருக்கிறது என்பதல்ல. உள்ளூர் மற்றும் ஜாதிய உணர்வுகளின் திரும்பத் திரும்ப வரும் எழுச்சியால் இது அதிகமாகிறது.

இது முஸ்லிம்களைப் பொறுத்தவரை, இன்னும் அதிகமாக அவ்வாறு இருக்கிறது. திருவாங்கூர் - கொச்சி மாநிலம் போன்ற தெற்கு மண்டலங்களுக்கு அப்பால், மிகச் சிறிய அளவுக்கு, கிறிஸ்தவர்களைப் பொறுத்தும் அவ்வாறு இருக்கிறது. கட்சிப் பார்வையில் அல்லாது, ஆனால் அகில இந்தியப் பார்வையில் இந்தப் பிரச்சினைகளைப் பார்க்கையில், இது ஒரு மோசமான வளர்ச்சிப் போக்கு, இதையொட்டி நாம் தீவிரமாக சிந்திக்க வேண்டும் ஏனெனில், அது மிகமிக துரதிர்ஷ்டவசமான விளைவுகளுக்கு நன்கு இட்டுச்செல்லும். சிறுபான்மை சமூகத்தினரை விமர்சிப்பதிலும், அவர்கள் சரிவர நடப்பதில்லை எனச் சொல்வதிலும் எந்த நன்மையும் இல்லை. நியாயமாகவும், பெருந்தன்மையோடும் அவர்களை நடத்துவதன் மூலம், அவர்களின் நல்லெண்ணத்தை வெல்வது பெரும்பான்மையினரின் கடமையும், தேவையுமாகும். மிகப் பெரும்பாலும் பெரும்பான்மையினர், சிறுபான்மையினரை மறப்பது மட்டுமல்ல, நெடுந்தூரம் அது ஏற்படுத்தும் விளைவுகளை உணராமல், குறுகிய மனப்போக்கு வழியில் செயல்படுகிறார்கள் என நான் அஞ்சுகிறேன். விரைவுடனும், தொலைநோக்குப் பார்வை மற்றும் வீரியத்துடனும் இந்த

நிலைமையை நாம் சமாளிக்காவிட்டால், இந்தியாவின் ஒட்டுமொத்தக் கட்டமைப்பும், மிக முக்கியமாக உணர்வுப்பூர்வமான ஒன்றிணைப்புக்கான செயல்முறையும், மிக மோசமாகப் பாதிக்கப்படும். நமது விடுதலைப் போராட்டத்தின் துணிவுமிக்க பழைய முஸ்லிம் பிரபலங்களில் சிலர் கூட தாங்களே இன்று ஒதுக்கப்பட்டதாகவும், பலமான குரலற்றுப் போனதாகவும் உணர்கிறார்கள்.

ஒரு மதச்சார்பற்ற அரசைப் பெற்றதில் நாம் பெருமை கொள்கிறோம் என்பதை நாம் எப்போதும் மறக்கக் கூடாது. சிறுபான்மைக் குழுவினரை விட மிகவும் அதிகமாக பெரும்பான்மைக் குழுக்கள் ஆற்ற வேண்டிய கடமைகளையும், பொறுப்புக்களையும், கட்டாயத் தேவைகளையும் அது கொண்டு வருகிறது. ஆனால் தத்துவத்திற்கும், ஒரு குறிப்பிட்ட கொள்கையின் சரியான தன்மைக்கும் அப்பால், வேறெந்தக் கொள்கையின் நடைமுறை பின்விளைவுகள் மிக முக்கியமானவை ஏனெனில் வேறெந்தக் கொள்கையும் தவிர்க்க முடியாதபடி, சீர்குலைவுப் போக்குகளின் ஊக்கத்திற்கு இட்டுச்செல்லும். இந்த விஷயத்தை பெரிதுபடுத்த நான் விரும்பவில்லை மேலும் அது இன்னும் ஆழமாகப் போய் விட்டது என நான் கருதவில்லை. ஆனால் இந்தப் போக்குகளின் இருப்பு மட்டுமே ஆபத்தானது. நம்மில் பலர் இதன் மீது அதிக முக்கியத்துவம் கொடுக்காத விதம்தான் என்னை மிகவும் கவலையுறச் செய்கிறது. செய்ய வேண்டிய முதல் வேலை, இந்தப் பிரச்சினையின் முக்கியத்துவத்தை உணர்வதும், பொதுவான மற்றும் வேறு நடவடிக்கைகளின் அனைத்து அம்சங்களிலும் இதை எவ்வாறு சமாளிப்பது என்ற சிந்தனையைத் துவக்குவதும் தான். உலகப் பிரச்சினைகளில், நாம் மிகப் பெரிய பங்கை அதிக அளவில் செலுத்துகிறோம். நமது குரல் மதிக்கப்படுகிறது. ஆனால் அத்துடன், நமது நிலையின் வலிமையும் இந்தியாவிற்கு வெளியே அது ஈட்டும் மரியாதையும், நம் நாட்டிற்குள் என்ன செய்கிறோம் என்பதைச் சார்ந்திருக்கும்.

1954 ஜூன் 15ஆம் தேதியிட்ட ஒரு கடிதத்திலிருந்து

மொழிவாரி மாநிலங்கள் குறித்த சர்ச்சை எடுத்திருக்கும் புதிய திருப்பத்தால் நான் ஆழ்ந்த துயருற்று இருக்கிறேன்.

இந்த விவாதத்தை, கூர் அறிவு மற்றும் பகுத்துணர்தலின் வரம்புக்குள் வைப்பதற்கான நமது அனைத்துமுயற்சிகள் இருந்தாலும், மக்கள் மேலும் மேலும் உணர்வுவயப்படவும், முரட்டுத்தனமாகவும் முனைகிறார்கள். சிலசமயங்களில் மிகமிக அசாதாரணமான கோரிக்கைகள் வைக்கப்படுகின்றன. உலக வரலாற்றின் இந்தக் குறிப்பிட்ட கட்டத்தில் இது முக்கியமாக துரதிர்ஷ்டமானது. நாம் இந்தப் பிரச்சினையை நட்புறவோடும், விருப்பு வெறுப்பற்ற வழியிலும் தான் சமாளிக்க வேண்டும் என்பதை நமது மக்களும், மிகவும் முக்கியமாக நமது அரசாங்கங்களும் புரிந்துகொள்ளுமாறு செய்வதைத் தவிர அதைப் பொறுத்து நாம் என்ன செய்ய முடியும் என்பதை நான் அறியேன். தர்க்க அடிப்படையில், சிலர் கவர்ச்சிகரமான திட்டங்களை உருவாக்குகிறார்கள் ஆனால் முழுக்க முழுக்கப் பொது அறிவில்லாமல் செய்கிறார்கள். சில குறைந்த பட்ச தர்க்க நியாயம் தேவைப்படுவதால், நமது வரலாறு முழுவதையுமே வேரொடு நாம் பெயர்த்தெறிய முடியாது தேவையான மாற்றங்கள் உறுதியாக செய்யப்பட வேண்டும், ஆனால் குறைவான மாற்றங்களே சிறந்தவை.

என்னைத் துன்புறுத்தும் இன்னொரு விஷயம், சமயப் பரப்பாளர்கள் பற்றிய விவாதம். மத ரீதியான அளவில், இது பரிசீலிக்கப்பட்டால், அது துரதிர்ஷ்டமாகும். அதைத் தவிரவும், இது நமது அரசமைப்புச் சட்டத்தோடு பொருந்தாததாலும், நாம் ஒரு மதச்சார்பற்ற அரசாக இருப்பதாலும், நமது மக்கள் மத்தியில் அனைத்து வகையான முரட்டுத்தனமான போக்குகளை ஊக்கப்படுத்தும் என்று நான் கருதுகிறேன்.

ஆகவே, நான் அரசியல் மட்டத்தில் மட்டுமே, அதாவது அரசியல் மற்றும் அது போன்ற காரணங்களைக் கொண்டு, எவ்வளவு தூரம் போவதற்கு அவர்களை அனுமதிக்கலாம் மேலும் எல்லைப்புறம் மற்றும் அதுபோன்ற பகுதிகளில் எங்கு போக அவர்களை அனுமதிக்கலாம் என்று அரசியல் மட்டத்தில் அதைக் கையாள வேண்டுமென பெருமுயற்சி செய்தேன், அரசியல் காரணங்களுக்காக, பெரிய அளவிலான சமயப் பரப்பாளர்களை நாம் வைத்திருப்பது ஆபத்தானது என நான் கருதுகிறேன். தனிப்பட்ட முறையில் சமயப் பரப்பாளர்களின் கிறிஸ்துவ மதம் பரப்பும் நடவடிக்கைகள் என்னைக் கவரவில்லை என்பதைத் தவிர, மதக் காரணங்கள்

குறித்து எனக்கு எந்த ஆட்சேபணையும் இல்லை. பிரிட்டிஷ் ஆட்சியின் கீழிருந்தும், அனைத்தும் சமயப் பரப்பாளர்களுக்கு சாதகமாக இருந்தும் கூட, இந்தியாவில் அவர்களது வெற்றி மகத்தானது இல்லை. இப்போது நிலைமைகள் முற்றிலும் வேறுபட்டிருக்கின்றன. பெரும்பாலான நமது அரசாங்கங்கள் இது போன்ற நடவடிக்கைகள் குறித்து உதவும் வகையில் பார்ப்பது இல்லை மேலும் பொதுக்கருத்து அவர்களுக்கு எதிராக இருக்கிறது. ஆகவே அதிகமாக எதுவும் நடக்காது, மேலும் கிறிஸ்துவ சமயப் பரப்பாளர்கள் என்ன செய்து விடுவார்கள் என்பது பற்றிய இந்த எல்லா அச்சமும், பதட்டமும் மொத்தத்தில் மிகைப்படுத்தப் பட்டதாகவே தோன்றுகிறது. பழங்குடியினர் பகுதிகள் சிலவற்றில், கலகங்கள் உருவாக்கப் படலாம் என்பது உண்மை. அதற்கெதிராக நாம் காக்க முடியும்.

அது சகிப்புத் தன்மையின் அடையாளமல்ல அல்லது மிகவும் மரியாதையோடு நான் அவ்வாறு சொல்ல வேண்டுமென்றால், இது போன்ற விஷயங்களில் பதட்டம் அடைவது எந்த உயர்ந்த கலாசாரத்தின் அடையாளம் அல்ல. மிகவும் புண்படச் செய்வது வெளிநாட்டவர் அல்ல ஆனால் நமது தவறான நடவடிக்கைகளும், சகிப்பின்மையும்தான். ஒரு மதமாற்றம் செய்யும் மதமாக இல்லாத இந்துத்துவம் கூட, சில முரட்டுத்தனமான மாற்றம் மற்றும் மறுமாற்றம் செய்யும் கிளைகளை வளர்த்துள்ளது. சுத்தி இயக்கத்தையும் அதனுடைய விளைவுகளையும் ஒருவர் கேள்விப் பட்டிருக்கலாம். இந்து மகா சபையும், ஆர்.எஸ்.எஸ். அமைப்பும் முரட்டுத்தனமான இந்து அமைப்புகள். மேலும் இந்து அல்லாதவர்களை விரும்புவதில்லை. அதோடு உண்மையில் அவர்களை இந்தியாவில் ஒருவகை வேற்றுகிரக வாசிகளாகக் கருதுகின்றன. இதுதான் நமக்கு ஆபத்து ஏனெனில் இந்துக்கள் இந்தியாவில் ஆதிக்க சக்தி. சிறுபான்மை குழுக்களுக்கு அவர்கள் மிகமிக முழுமையான சகிப்புத்தன்மையைக் காட்டாவிடில், பிறகு அது நமக்கு மோசமானதாக இருக்கும்.

இந்தியாவில் சிறுபான்மையினரின் நிலைமை பற்றி, அதிலும் குறிப்பாக இன்னும் இங்கு அதிக அளவில் உள்ள முஸ்லிம்கள் பற்றி உங்கள் கவனத்தை முன்னரே நான் ஈர்த்திருந்தேன். அரசுப்பணிகளிலும் வேறெங்கிலும் அவர்களது

வாய்ப்புகள் படிபடியாகக் குறைக்கப் பட்டிருக்கிறது. நாம் மதச்சார்பற்ற, உறுதியான, மற்றும் வலுவான அரசாக இருக்கவேண்டுமெனில், நாம் முதலில் கருத்தில் கொள்ள வேண்டியது, சிறுபான்மையினருக்கு முழுமையான நியாயத்தை வழங்குவதும், மேலும் இதனால் இந்தியாவில் முற்றிலும் சுகமாகவும், பதட்டமின்றியும் இருப்பதை அவர்கள் உணருமாறு செய்வதும் தான். அவர்கள் என்ன செய்ய வேண்டும் என்பது பற்றி மிகவும் அதிகமாக அவர்களுக்கு உபதேசிக்க நாம் பொருத்தமானவர்களாக இருக்கிறோம் மேலும் சிலர் அவர்களைக் கண்டனம் செய்கிறார்கள். அது உதவாது. பெரும் எண்ணிக்கையிலான மக்களின் உளவியல் அடிப்படையிலான எதிர்வினைகளை நாம் சந்தித்தாக வேண்டும். நமது நடவடிக்கைகளால், தவறான எதிர்வினைகளை, அச்சத்தை மற்றும் கவலையை நாம் உருவாக்கினால், நாம் கொடுக்கும் தர்க்க ரீதியான நியாயம் எதுவானாலும், பிறகு நாம் தோல்வி அடைந்து விடுவோம். உண்மையில், சரியான ஒரே அணுகுமுறை, நம்மால் நமது நம்பிக்கை எனக்கருதப்படும் இந்த சிறுபான்மை சமூகங்களுக்கு பெருந்தன்மையைக் காட்டுவதே.

1955 அக்டோபர் 26ஆம் தேதியிட்ட ஒரு கடிதத்திலிருந்து

இந்தியாவில் பரந்த அரசியல் அறிவை, மாநிலங்களின் மறுசீரமைப்பு ஆணையத்தின் அறிக்கையும் அது ஏற்படுத்திய எதிர்வினைகளும் முற்றிலும் மூடி மறைத்து விட்டது. அது அளித்த பல்வேறு முன்மொழிவுகளின் நிறைகளை இங்கு விவாதிக்க நான் முனையவில்லை. நீங்கள் அறிந்தது போல, நாம் மிகமிக கவனத்துடனான கருத்துக்களை தந்துகொண்டிருக்கிறோம் மேலும் அவ்வாறு செய்வதைத் தொடர்வோம். பெரும்பாலும் ஒன்றோடொன்று உடன்பாடில்லாத பல்வேறு மாநிலங்களின் பிரதிநிதிகளோடு நாம் ஆலோசித்தோம். இது போன்ற விஷயங்களில், சில வகை தர்க்கம் மற்றும் அறிவியல் அடிப்படையிலான அணுகுமுறை, விரும்பப்படக் கூடியதாய் இருப்பினும், வெகுதூரம் நம்மை வழி நடத்தாது. பல்வேறு விதமான காரணிகளை ஒருவர் கருத்தில் கொள்ள வேண்டும். இந்தக் குழுவை அல்லது அந்தக் குழுவை சமாதானப் படுத்துவது ஒரு பிரச்சினை

அல்ல, ஆனால், மாறாக, ஒப்பந்தத்தின் பெரும்பகுதியை செயல்படுத்துவதற்கு ஏற்பவும், எவ்வளவு தூரம் இயலுமோ, அந்த அளவுக்கு, சிறிதளவு நிர்ப்பந்தத்தையும் தவிர்க்கும் ஒன்றை வளர்த்தெடுப்பதே பிரச்சினை...

இந்த மாநிலங்களின் மறுசீரமைப்பு பற்றி, அது உள்ளடக்கியுள்ள கொள்கைகள் மற்றும் நடைமுறை சாத்தியமான ஆலோசனைகள் என இரு கண்ணோட்டங்களிலிருந்தும் இயற்கையாகவே நம்மில் ஒவ்வொருவரும் சில பார்வையைக் கொண்டுள்ளோம். அது முற்றிலும் இயற்கையானது. ஆனால், வேறு சில நடவடிக்கையினால் வரும் அச்சுறுத்தல்களைக் குறிப்பிட முடியாத பொறுப்பில் நான் இருப்பதால், இந்தப் பிரச்சினை ஏன் இவ்வளவு அதிகமான வெறியையும், பதட்டமான விவாதத்தையும் எழுப்ப வேண்டும் என்பதைப் புரிந்துகொள்ள நான் தவறி இருக்கிறேன். இன்று என் முன்னால் இருக்கும் இந்தியாவை எண்ணிப்பார்க்கையில், நான் வருத்தமும், வேதனையும் அடைகிறேன். அது, நாம் நிலை கொண்டிருக்கும் கொள்கைகளுக்கும், நாம் நோக்கியிருக்கும் இலட்சியங்களுக்கும் எதிராகப் போவதாகத் தெரிகிறது. கருத்துக்களை வெளியிடுவதற்கும், விவாதிப்பதற்கும் மிகமிக முழுமையான சுதந்திரம் ஒரு ஜனநாயகத்தில் இருக்க வேண்டும். ஏற்கப்படும் இறுதி முடிவெடுப்பதற்கு ஏதோ ஒரு முறையும் இருக்க வேண்டும். மக்கள் தங்களுடைய கருத்துக்களுக்கு ஏற்ப முடிவு இருந்தாலொழிய, வேறெந்த முடிவையும் ஏற்க மாட்டோம் என சொல்லிக்கொண்டு போனால், பிறகு அதுதான் ஜனநாயக மறுப்பாகும். அது, இந்திய ஒற்றுமை என்பதன் கருத்தாக்கத்தை குறைத்து மதிப்பிடுகிறது. நமது விருப்பத்திற்கேற்ப ஒற்றுமை வடிவமைக்கப்படுகிறது என்றால், நாம் ஒற்றுமையை ஏற்கத் தயாராக இருக்கிறோம், இல்லையெனில் அந்த ஒற்றுமையை நாம் புறக்கணிப்போம் என்று அதற்குப் பொருள். மாகாணம், மொழி மற்றும் சமூகம் சார்ந்த, தேசிய அளவைவிடக் குறைந்த சில சூழ்நிலைமைகள், பரந்த தேசிய அணுகுமுறையைவிட முதலிடம் பெற்றுள்ளன என்று அதற்குப் பொருள். உண்மையில், எது தேசிய அணுகுமுறை என்பதில் நாம் வேறுபடலாம். ஒவ்வொருவரும் அவருடைய சொந்த அணுகுமுறைதான் உண்மையான தேசிய அணுகுமுறை எனக் கருதலாம். யார் இதைத் தீர்மானிப்பது?

உறுதியாக, சாதாரண ஜனநாயக நெறிமுறைகளால் மட்டுமே, முடிவு எடுக்கப்பட முடியும் இல்லையெனில், ஒற்றுமையையும் சேர்த்து நாம் ஜனநாயகத்திற்கு விடை கொடுப்போம்.

1956 ஜனவரி 16ஆம் தேதியிட்ட ஒரு கடிதத்திலிருந்து

மொழிவாரி சிறுபான்மையினருக்கும் மற்றவர்களுக்குமான பாதுகாப்புகளுக்கு மிக அதிக முக்கியத்துவதை நாம் கொடுத்திருக்கிறோம் மேலும் நாம் நிறைவேற்ற இருக்கும் சட்டத்திலும் இது முக்கிய இடத்தை வகிக்கும் என நான் நம்புகிறேன். இந்த பாதுகாப்புகள் போதுமானவை என்றால், முழுமையாக நடைமுறை படுத்தப்பட்டால், மொழிவாரி அல்லது மற்ற சிறுபான்மையினரால் சில நேரங்களில் உணரப்படும் குறை உணர்வு பிறகு பெரிதும் மறைந்து விடும். ஆனால், அத்துடன், இந்தப் பாதுகாப்புகளை நடைமுறை படுத்தவேண்டும் என்ற விருப்பம் இருந்தாலொழிய, எந்த பாதுகாப்புகளும் போதாதவைதான். இந்தக் கடினமானப் பணியை நல்ல நம்பிக்கையுடனும், நியாயம் வழங்க வேண்டும் என்ற ஆசையுடனும், சிறுபான்மையினர் என்ற நிலையில் இருப்பவர்களுக்கு நியாயத்தை விட இன்னும் அதிகமாக செய்ய வேண்டும் என்றவாறு அணுக வேண்டும் என்னும் அளவிற்கு இது மிகவும் இன்றியமையாதது.

சிறுபான்மையினர் தொல்லை தருபவர்களாக இருக்கலாம், சில நேரங்களில் தொல்லை தருகிறார்கள் மேலும் மிகைப்படுத்தப்பட்ட உரிமைகளைக் கோருகிறார்கள். எவ்வாறாயினும், ஜனநாயகத்தில் பெரும்பான்மையின் விருப்பமே மேலோங்குகிறது. ஆகவே சிறுபான்மையினருக்கு நீதி வழங்குவது மட்டுமல்ல, ஆனால் மிக மிக முக்கியமாக, மொழி, மதம் மற்ற வேறெந்த அடிப்படையிலான சிறுபான்மைக் குழுவினராக இருப்பினும் அவர்களுடைய நல்லெண்ணத்தையும், நம்பிக்கையையும் வெல்வதற்குமான பொறுப்பு, பெரும்பான்மையினர் மீது விழுகிறது...

மறுசீரமைப்பின் கடினமான பிரச்சினைகளைக் கருத்தில் கொள்ளும்போது, நாம் குறைவான மற்றும் மிகப்பெரிய மாநிலங்களைப் பெற வேண்டும் என மேலும் மேலும் நான் உணர்ந்தேன். இப்போது எந்த மாற்றத்தையும் நான்

சொல்லவில்லை. மாற்றங்களை எதிர்கொள்வதில் நமக்குப் போதுமான அனுபவம் இருக்கிறது. ஆனால் இரண்டு அல்லது சில சமயங்களில் அதற்கும் மேற்பட்ட மாநிலங்கள் இணைந்து ஒரு பெரிய மாநிலமாக உருவெடுப்பது பின்னாளில் பயனுள்ள முன்னேற்றமாக இருக்கும் என நான் கருதுகிறேன். மேற்கு வங்கமும், பீகாரும் ஒரு பெரிய மாநிலமாக வேண்டும் என்று ஒரு கருத்து வந்தது. எந்தப் பொருளாதாரம் அல்லது திட்டக் கண்ணோட்டத்தில் இருந்து பார்த்தாலும் இது உறுதியாக விரும்பத் தக்கதே. இந்தியாவின் சிறந்த தொழில் பகுதி பீகாரில் ஓரளவும், வங்கத்தில் ஓரளவும் உள்ளது. நதிப் பள்ளத்தாக்குத் திட்டங்கள் ஒன்றை ஒன்று மேவுகின்றன. வங்கம் அதன் முன்னால் பரப்பிலிருந்து மிகச்சிறிதாகக் குறைக்கப்படுகிறது. வங்கம் மற்றும் பீகாரின் ஒத்துழைப்பு என்பது இரண்டிற்கும் நன்மை பயப்பதாய் இருக்கும் என நான் உறுதியாக உணர்கிறேன். இந்த நிலைமையில் உறுதியாக எதுவும் அது பற்றி செய்ய முடியாது எனினும், இந்தக் கருத்து, சாதகமான எதிர்வினையைச் சந்தித்தது கண்டு நான் மகிழ்வுற்றேன் மேலும் இதற்கு கவனமான பரிசீலனை தேவைப்படுகிறது. அதைப் போலவே, பிந்தைய காலத்தில், தென் இந்தியாவில் சில மாநிலங்கள் ஒன்றாக இணைவதை நாம் சாத்தியமாக்கலாம்.

மாநிலங்கள் மறுசீரமைப்பின் முழுமையான பிரச்சினை, ஒரு மிகமிகக் கடினமானப் பிரச்சினையையும், ஒரு சிக்கலான சூழ்நிலையையும் நம்மில் அனைவருக்கும் ஏற்படுத்தி உள்ளது என சொல்வது உண்மை என்று நான் கருதுகிறேன். திடீரென நமது பலவீனங்கள் முன்னுக்கு வருகின்றன. நம்மை விரும்பாதவர்கள் இந்தப் போக்குகளில் மகிழ்ச்சி அடைகிறார்கள். இந்த நெருக்கடியை ஒரு மக்களாக எப்படி எதிர்கொள்கிறோம் என்பது மிகவும் முக்கியமானது. மாகாண அல்லது மொழி அடிப்படையிலான அவசியமானவைகளுக்கும், விருப்பங்களுக்கும் மேலே நாம் எழவும், இந்தியாவின் ஒட்டுமொத்த பிரச்சினையாகப் பரிசீலிக்கவும் முடியுமா? நமது நற்பெயர் மட்டுமின்றி எதிர்காலமும் ஆபத்தில் இருக்கிறது. நமது மாநிலத்தைப் பாதிக்கும் எந்தக் குறிப்பிட்ட விஷயம் பற்றியும் நாம் உணர்வது எப்படி பலமாக இருப்பினும், நம்மில் பலரும் எடுக்கப்பட்ட முடிவுகளை இப்போது பின்பற்றி,

பலமாக உணரும் வேறுபாடுகளுக்கும் மேலே நாம் உயர முடியும் என நமக்கும், உலகிற்கும், காட்டுவோம் என்பதை நான் உறுதியாக நம்புகிறேன்.

1958 மார்ச் 26ஆம் தேதியிட்ட ஒரு கடிதத்திலிருந்து

நெடுங்காலமாக என்னை மிகவும் துன்புறுத்தி வந்த விஷயம் பற்றி நான் உங்களுக்கு எழுதிக் கொண்டிருக்கிறேன். அது இந்தியாவில் சிறுபான்மை சமூகங்களின் நிலைதான் நமது அரசமைப்புச் சட்டம், மிக நல்ல முன்னேற்பாடுகளை இட்டிருக்கின்றது, மேலும் நமது சிறுபான்மை சமூகத்தினரை எவ்வளவு நன்றாக நாம் எதிர்கொள்கிறோம் என்பதை சொல்லிக் கொள்வதில் நாம் என்றும் சோர்வடைந்தது இல்லை... ஒரு குறிப்பிட்ட பொருள் மீது நான் அழுத்தம் தர விரும்புகிறேன். இது அரசுப் பணிகள் தொடர்புடையது. இந்தியாவில் இப்போதுள்ள நம் சூழ்நிலையில், அரசுப் பணிகளுக்கான ஆளெடுப்பில், சிறுபான்மைக் குழுவினரின் மனதில் ஒரு திருப்திகரமான உணர்வை அல்லது அதற்கு மாறான உணர்வை உண்டுபண்ணுவதில், ஒரு முக்கியப் பங்கை ஆற்றுகிறது. சில சமயங்களில் நான் ஆளெடுப்பு குறித்த விவரங்களைக் கேட்கிறேன், சிறுபான்மையினரைப் பொறுத்தவரை, இவை மிகவும் அதிருப்திகரமாக இருக்கிறது.

ஒரு விளக்கத்தை நான் கேட்கும் பொழுது, ஆளெடுப்பு தேர்வுகள் மூலம் செய்யப்படுகிறது மக்கள் சோதனையில் வெல்லவில்லை எனில் அது யார் தவறும் இல்லை என எனக்குச் சொல்லப்படுகிறது.

அது ஒரு போதுமான அளவிற்கு நல்ல விளக்கம் அல்ல. முதலாவதாக, சிறுபான்மை குழுவினருக்கு போதுமான எண்ணிக்கையில் இந்தத் தேர்வுகளுக்கு வரக்கூடாது என்ற போக்கு இருக்கிறது ஏனெனில், அங்கே விஷயங்கள் அவர்களுக்கு எதிராக மதிப்பிடப் படுகின்றன என நினைக்கிறார்கள். இரண்டாவதாக, பாடங்களும், தேர்வுகளும் அவர்கள் வழியில் குறுக்கிடுகின்றன. எடுத்துக்காட்டாக, இந்தி பேசும் பகுதிகளில் குறிப்பாக, இந்தி கட்டாயப் பாடம் மேலும் தேவையான இந்தியின் வகை உயர் ரகமானது, கடினமானது. எளிமையான இந்தி தெரிந்த மக்கள், முற்றிலும்

நன்றாக, அந்தக் குறிப்பிட்ட தேர்வில் எளிதில் வெற்றி பெற முடியாது. இது பெரும்பாலும் இந்தி பேசும் பகுதிகளில் உள்ள முஸ்லிம்களுக்குப் பொருந்துகிறது. உருது வடிவிலான இந்தி அவர்களுக்குத் தெரியும், அவர்கள் தேவநாகரி போன்றவற்றை கற்கிறார்கள் மேலும் அவர்களுடைய மொழி அறிவை பெருக்கிக் கொள்ள கடினமாக முயற்சிக்கிறார்கள். ஆனால் ஒரு குறிப்பிட்ட வயதுக்குப் பின் இது எளிதான விஷயமல்ல. மற்ற பாடங்களில் அவர்கள் முற்றிலும் நன்றாக செய்தாலும், இந்தியில் தவறுகிறார்கள் என்பதுதான் பெரும்பாலான முடிவு.

1959 மே 18ஆம் தேதியிட்ட ஒரு கடிதத்திலிருந்து

இந்தியாவில் இருக்கும் முஸ்லிம்கள், இங்குள்ள சூழ்நிலையில், முரட்டுத்தனமான அணுகுமுறைகளை மேற்கொள்ள முடியாது என்பதைக் கண்டுணர வேண்டும். தனி நபர்கள் அவ்வாறு செய்யலாம் அல்லது எப்போதாவது சிறு குழுக்கள் அவ்வாறு செய்யலாம். ஆனால் இந்தியாவில் நிலைமைகள், அவர்கள் எண்ணிக்கை ஒப்பீட்டளவில் மிகவும் சிறியதாக இருப்பதால், முரட்டுத்தனமான எந்த நடவடிக்கையும், அவர்கள் மீது பின்னடைவை ஏற்படுத்தும். அவர்கள் அச்சப்படும்போது மட்டுமே அந்த அவநம்பிக்கை அவர்களைப் பற்றிப் பிடிக்கிறது, பிறகுதான் அவர்கள் தவறாகவோ அல்லது முரட்டுத்தனமாகவோ செயல்படுகிறார்கள். இந்த உண்மையை மனத்திற் கொள்ள வேண்டும் ஏனெனில் இதை உணரவில்லையானால், சரியாகச் செயல்படவும், உரிய நடவடிக்கைகள் எடுக்கவும் நாம் தவறி விடுவோம். அடிப்படையில், சமூக அமைதிக்கான பொறுப்பு, பெரும்பான்மை சமூகத்தின் மீது, அதாவது, இந்துக்கள் மீது இருக்கிறது. அமைதி மீறல் நடந்தால், பயத்திற்கும், மோதலுக்கும் இட்டுச்செல்லும் ஒரு சூழ்நிலையை உண்டாக்கிய இந்து வகுப்புவாத சக்திகள்தான் காரணம் என்ற அனுமானத்துடன் நான் துவங்குவேன். உண்மையில், இது இந்து அல்லது முஸ்லிம் பிரச்சினை அல்ல, ஆனால், எப்போதும் இது போன்ற செயல்களுக்கு பெரும்பான்மையினரே பொறுப்பு என்பதால், இது பெரும்பான்மையினரின் பிரச்சினை.

சிவில் அல்லது காவல்துறை அல்லது இராணுவம் என எதுவாக இருந்தாலும், இன்று நமது அரசுப் பணிகளில் முஸ்லிம்கள் மிகக் குறைவாகவே பிரதிநிதித்துவப் படுத்தப்படுகிறார்கள் என்பதை

நாம் நினைவிற் கொள்ள வேண்டும். இதனால் அவர்களுக்கு ஒரு தனிமை உணர்வு இருக்கிறது. நமது படைவீரர்களில் பலர், எவ்வளவு அதிகமாக ஏற்றத்தாழ்வு பார்க்காமல், அவர்கள் செயல்படும் போது, இருக்கவேண்டும் என்று முயன்றாலும், இன்னும் சில தப்பெண்ணம் கொள்வதற்கான பின்னணி அவர்களுக்கு இருக்கிறது. இதனால் மாநில அரசாங்கங்கள், மாவட்ட அதிகாரிகள் மற்றும் காவல்துறையினர் இந்தப் பின்னணியை எப்போதும் நினைவிற்கொள்ளவும், முழுமையான விழிப்புடன் இருக்கவும் வேண்டும். பேச்சிலோ அல்லது துண்டுப் பிரசுரங்களிலோ எந்தவிதமான வகுப்புவாதப் பிரச்சாரத்தையும் அவர்கள் அனுமதிக்கக் கூடாது மேலும் முளையிலேயே இதைக் கிள்ளிவிட வேண்டும். இது வழக்கமாகச் செய்யப்படுவதில்லை. நான், மிகவும் ஆட்சேபத்திற்குரிய துண்டுப் பிரசுரங்களையும், பேச்சுக்கள் பற்றிய அறிக்கைகளையும் பார்த்திருக்கிறேன். இருப்பினும் ஒன்றும் செய்யப்படவில்லை. மாவட்ட நீதிபதிகளும், காவல் கண்காணிப்பாளர்களும் அவர்கள் பகுதிகளில் நடக்கும் எந்தத் தவறான நிகழ்வுக்கும் அல்லது இடையூறுக்கும் மிகவும் குறிப்பாக பொறுப்பேற்க வேண்டியவர்கள். மாவட்ட அதிகாரிகள் ஆற்றலுடனும், மிக விழிப்புடனும் இருந்தால், அங்கே வகுப்புவாத இடையூறுகள் வருவதில்லை என்பதில் நான் நீண்ட நாட்களாகவே நம்பிக்கையுடன் இருக்கிறேன். இந்த நம்பிக்கையினால்தான், எங்கே ஒரு இடையூறு வந்தாலும், குறைந்த பட்சம் ஓரளவுக்கு, மாவட்ட அதிகாரிகள் தவறிவிடுகிறார்கள் என்ற அனுமானத்துடன் நான் துவங்குகிறேன். இதை முழுவதுமாக மாவட்ட அதிகாரிகள் உணரும்படி செய்தால், இது மிகவும் ஒரு நல்ல விஷயமாக இருக்கும். குறிப்பாக, சிறுபான்மை வகுப்பினரைப் பாதுகாப்பதும், அவர்களின் நல்லெண்ணத்தைப் பெறுதலும் தங்களது கடமை என அவர்கள் உணர வேண்டும்...

யதார்த்த உண்மைகள் என்னவாக இருப்பினும், காவல்துறையினர் பாரபட்சமின்றி இல்லை என்ற எண்ணம் உருவாக்கப்பட்டால் கூட, அதுவும் மோசம்தான். பாரபட்சமின்மை மற்றும் நல்ல சேவைக்கான ஒரு நற்பெயரை தோற்றுவிப்பதே காவல்துறையின் வேலையாக இருக்க வேண்டும்.

எப்போது ஏதேனும் பெரிய அளவிலான வகுப்புக் கலவரங்கள் நடந்தாலும், அங்கே விசாரணை நடத்த வேண்டும். இது போன்ற விஷயங்களில், ஒரு இரகசியக் கொள்கையைப் பின்பற்றுவதும், விசாரணை நடந்தால், துறையின் மனவுறுதி சீர்குலையும் என்ற பயமும் நமக்கு சரியானதல்ல என நான் கருதுகிறேன். தவறான செய்கைகள் நடப்பதற்கு அனுமதிப்பதும், பிறகு அவை குறித்து அமைதி காப்பதும் மனவுறுதியை அதிகமாகப் பாதிக்கும்.

1961 ஜூன் 27ஆம் தேதியிட்ட ஒரு கடிதத்திலிருந்து

நான் மேலே திறமை பற்றியும், பழக்கமான நமது பழைய சுவடுகளிலிருந்து வெளியே வருவது பற்றியும் குறிப்பிட்டிருந்தேன். இந்த ஜாதிக்கோ அல்லது அந்தக் குழுவுக்கோ குறிப்பிட்ட சலுகைகளைத் தருவதிலிருந்தும், இட ஒதுக்கீடு என்னும் பழைய பழக்கத்திலிருந்தும் வெளியே வருவதற்கு இது தேவைப்படுகிறது. தேசிய ஒருங்கிணைப்பு பற்றி ஆய்வு செய்ய, சமீபத்தில் இங்கே நாம் நடத்திய, முதலமைச்சர்களும் கலந்து கொண்ட கூட்டம், உதவி, பொருளாதார ஆய்வுகளின்படி கொடுக்கப்பட வேண்டுமே அல்லாது ஜாதியின் படி கூடாது என்ற கருத்தை முன் வைத்தது. பட்டியலின ஜாதியினர் மற்றும் பழங்குடியினருக்கு உதவுவது பற்றி சில விதிகளோடும், மரபுகளோடும் நாம் பிணைக்கப் பட்டிருக்கிறோம் என்பது உண்மை. அவர்கள் உதவிக்குத் தகுதி உள்ளவர்கள், அப்படி இருந்தும், எந்த வகையான இட ஒதுக்கீட்டையும், குறிப்பாக அரசுப் பணிகளில், நான் விரும்பவில்லை. திறமையின்மைக்கும், இரண்டாம் நிலை தரங்களுக்கும் இட்டுச்செல்லும் எதையும் நான் வன்மையாக எதிர்க்கிறேன். ஒவ்வொன்றிலும் எனது நாடு முதல் வகை நாடாக இருக்க வேண்டுமென நான் விரும்புகிறேன். இரண்டாம் நிலையை நாம் ஊக்கப்படுத்தும் அந்தக் கணத்தில், நாம் தோற்று விடுகிறோம்.

ஒரு பிற்பட்டக் குழுவிற்கு உதவுவதற்கு உண்மையான ஒரே வழி, நல்ல கல்விக்கான வாய்ப்புகளைக் கொடுப்பதுதான், இது மேலும் மேலும் முக்கியமானதாக வந்து கொண்டிருக்கும் தொழில்நுட்பக் கல்வியையும் உள்ளடக்குகிறது. மற்றவை எல்லாம் உடலுக்கு வலிவையும், ஆரோக்கியத்தையும் சேர்க்காத சில வகை ஊன்றுகோல்களைக் கொடுப்பது போன்றது. சமீபத்தில் நாம் இரண்டு மிக முக்கியமான முடிவுகளை

எடுத்தோம்: ஒன்று, அனைவருக்கும் பொதுவான இலவச தொடக்கக் கல்வி, அதுதான் அடிப்படை; இரண்டாவது அறிவுக் கூர்மை மிக்க பையன்களுக்கும், பெண்களுக்கும் கல்வியின் ஒவ்வொரு படிநிலையிலும் மிகப் பரந்த அளவிலான கல்வி உதவித்தொகைகள், மேலும் இது இலக்கியக் கல்விக்கு மட்டுமல்ல, ஆனால் அதைப்போல் இன்னும் அதிகமாக தொழில்நுட்ப, அறிவியல் மற்றும் மருத்துவப் பயிற்சிக்கும் இது பொருந்தும். அறிவுக் கூர்மை மிக்க, திறமையான பையன்கள் மீதும், பெண்கள் மீதும் நான் அழுத்தம் தருகிறேன் ஏனெனில் அவர்கள் மட்டுமே நமது தரங்களை உயர்த்துவார்கள். நாம் அதற்கு வாய்ப்பு கொடுக்க முடிந்தால் மட்டுமே, இந்த நாட்டில் ஆற்றல் வளம் மிக்க திறமையின் மிகப்பெரிய களஞ்சியம் இருக்கிறது என்பதில் எனக்கு அய்யமில்லை.

ஆனால் நாம் வகுப்பு மற்றும் ஜாதி அடிப்படையிலான இட ஒதுக்கிட்டிற்குள் நுழைந்தால், நாம் அறிவுக் கூர்மையும் திறமையும் மிக்க மக்களை மூழ்கடித்து விடுவோம் மேலும் இரண்டாம் தரம் அல்லது மூன்றாம் தரத்தில்தான் இருப்போம். வகுப்பு அடிப்படையிலான இந்த இட ஒதுக்கீட்டு நடவடிக்கைகள் எவ்வளவு தூரம் போகிறது என்பதை அறிகையில், நான் கவலையுறுகிறேன். சில நேரங்களில் பதவி உயர்வுகள் கூட வகுப்பு அல்லது ஜாதியைக் கருத்தில்கொண்ட அடிப்படையில் இருக்கிறது என்பதை அறிகையில் அது எனக்கு வியப்பைத் தருகிறது. இந்தப் பாதை அறிவற்று மட்டுமல்ல, பேரழிவிலும் செல்கிறது. பிற்பட்ட குழுவினருக்கு அனைத்து வழிகளிலும் நாம் உதவுவோம் ஆனால் எப்போதும் திறமையை விலையாகக் கொடுத்து அல்ல.

2
ஜனநாயகத்தின் நிறுவனங்கள்

'நமது அரசாங்கங்கள் இன்று என்ன செய்கின்றனவோ, அவைதான் எதிர்கால நிர்வாகங்களுக்குக்கான சூழ்நிலையை அமைத்துத் தரும் என்பதை நாம் நினைவிற்கொள்ள வேண்டும். பெரும்பாலும் இன்று போதுமான காரணங்களுக்காக, பயன்படுத்தப்படும் இந்த அதிகாரங்கள் கூட, பின்னாளில் முற்றிலும் போதாத, ஒருவேளை மறுக்கப்படக் கூடிய காரணங்களுக்காகவும் பயன்படுத்தப் படலாம். கொள்கைகள் மீது வலிமை குன்றுவது எப்போதும் பாதுகாப்பு அற்றது.'

விடுதலை பெற்ற இந்தியாவின் முதல் பிரதம அமைச்சராக நேரு, அதன் ஜனநாயகக் கட்டமைப்பை வலுவூட்டுவதற்கான பொறுப்பை ஏற்றார். தன் - அரசாங்கம் என்னும் இலட்சியத்திற்கு எவ்வாறு நேரு ஓர் உறுதியான வடிவத்தை தந்தார் என்பதை, பின்வரும் பகுதியில் நாம் காண்கிறோம். ஜனநாயக ஆட்சியுடன் அவர் இணைத்த கொள்கைகளின் பட்டியலில், சட்டம் மற்றும் நடைமுறைப் படுத்தும் கருவிகள் மீதான கண்டிப்பான கண்காணிப்பு தான் மேலே இருந்தது. பாதுகாப்புச் சட்டங்களின் தவறான பயன்பாடு மீதான அவருடைய அக்கறையிலும், முன் - செய்தித் தணிக்கைக்கு எதிரான மறுப்புக்களிலும், அல்லது வன்முறையிலான எதிர்ப்புகள் நோக்கிய நிதானமான அணுகுமுறைக்கான வேண்டுகோளிலும் அரசு அதிகாரத்தின் கவனத்துடனானப் பயன்படுத்தலை நேரு வலியுறுத்தினார். நிலச்சீர்திருத்தம் மற்றும் அதைச் சூழ்ந்த அரசமைப்பு சர்ச்சைகள் மீதான பகுதிகளில் வெளிப்படுவது போல, ஜனநாயகப் பங்கெடுப்பிற்கும், நம்பிக்கைக்கும், பொதுவான தர்க்க ரீதியான அறிவும், நியாயப்படுத்தலும் மையமானது எனவும் அவர் வலியுறுத்தினார். ஜனநாயகம் தொடர்ந்து ஊட்டி வளர்க்க வேண்டிய தேவையில் இருந்தது எனவும் நேரு அழுத்தமாகக் கூறினார். மாபெரும் கோட்பாட்டை விடவும் மாறாக, அரசியல் பயிற்சி மட்டுமே பொதுமக்கள் நம்பிக்கையையும், உறுதியையும் உருவாக்க முடியும். இந்த இலட்சியம், இலஞ்ச ஊழலால், அதிகார முறைகேட்டால், அனைத்திற்கும் மேலாக, 'அறவுணர்வின் ஒரு பொதுவான வலிமை குன்றலால்' எளிதாக சிதைக்கப்படக் கூடும்.

***

1947 நவம்பர் 22ஆம் தேதியிட்ட ஒரு கடிதத்திலிருந்து

நான் குறிப்பாக உங்களுக்கு சொல்ல விரும்பிய ஒரு விஷயம் இருக்கிறது, ஒவ்வொரு மாகாணத்திலும் ஆளுநருக்கும், அமைச்சர்களுக்குமான உறவு தான் அது. இப்போது, ஆளுநர், அரசமைப்பின் தலைவர் மேலும் பொறுப்புச் சுமை அமைச்சகத்தின் மேல் விழுகிறது. ஆனால் ஆளுநர் புறக்கணிக்கப்பட வேண்டும் என்பது நிச்சயமாக அதன் பொருளல்ல. இப்போதுள்ள ஆளுநர்களில் பலர் நம் பழைய மதிக்கத்தக்க சக நண்பர்கள். அவர்களை நாம் மாகாணங்களுக்கு அனுப்பினோம். ஏனெனில், மாகாணங்களுக்கு அனைத்து உதவிகளையும் செய்ய நாம் விரும்பினோம். மாகாணங்களில் சில ஒரு புதிய ஆளுநரின் இருப்பால் பெரிய அளவிற்கான பயன் அடைந்துள்ளன. அமைச்சகத்திற்கும், ஆளுநருக்கும் இடையே நல்ல ஒத்துழைப்பு இருந்து வருகிறது மேலும் அவர், அமைச்சகத்திற்கு உதவியையும், அறிவுரையையும் செய்ய முடிகிறது. இருப்பினும் சில சூழ்நிலைகளில், ஆளுநர் மாறாக, தனிமைப்படுத்தப் படுகிறார். ஆவணங்களை அவருக்கு அனுப்பியும், அவருடைய அறிவுரையைக் கேட்டும் கலந்து பேசும் பழக்கத்தை அமைச்சகம் வளர்த்துக் கொள்ளவில்லை. இது மிகவும் துரதிர்ஷ்டவசமானது அத்துடன், பெரும்பாலும் வேறெங்கும் இன்னும் அதிகமாக பயன்படும் வண்ணம் அவர்களை பணிபுரிய வைக்க முடியும் என்னும் வேளையில், நமது மிகச் சிறந்த மனிதர்களில் சிலரை வீணடிக்கிறோம் என்பது அதன் பொருள். ஒரு குறிப்பிட்ட மாகாணத்தில் போதுமான அளவிற்கு ஓர் ஆளுநர் பயன்படுத்தப்படவில்லை என நாம் கண்டால், பிறகு அவரை அந்த மாகாணத்திலிருந்து அகற்றுவது பற்றியும், செய்வதற்கு இன்னும் கொஞ்சம் அதிகமான பயனுள்ள பணியை அவருக்குக் கொடுப்பதற்குமான பிரச்சினையைப் பரிசீலிக்க வேண்டும்.

கண்டிப்பான அரசியலமைப்பு நடைமுறையில், அனைத்து முக்கியமான நிகழ்வுகளும் ஆளுநருக்குத் தெரியப்படுத்தி வைத்திருக்க வேண்டும் அத்துடன் பிரதம அமைச்சராலும், மற்ற அமைச்சர்களாலும், சட்டமியற்றல், பொருளாதாரக் கொள்கை மற்றும் அவை போன்ற பணிகளில் எடுக்கப்பட்ட முக்கிய முடிவுகள் குறித்தும் அவருடன் கலந்து ஆலோசிக்கப்பட வேண்டும். நாம் எதிர்கொள்வதற்கு என கடினமான

பிரச்சினைகள் பிரம்மாண்டமான அளவில் உள்ளன. அமைச்சகம், நல்ல அனுபவம் வாய்ந்த, நம்பிக்கைக்குரிய ஆளுநர் தரக்கூடிய உதவியையும், அறிவுரையையும் வரவேற்க வேண்டும். ஆகவே, ஆளுநருக்கும் அமைச்சகத்திற்கும் எங்கு இந்த முழு ஒத்துழைப்பு இல்லையோ, அங்கு அடிக்கடி கலந்தாலோசிப்பதற்கும், ஒத்துழைப்புக்கும் இட்டுச்செல்லுமாறு ஒரு மாற்றம் நிகழும் என நான் நம்புகிறேன்.

1948 ஏப்ரல் 1ஆம் தேதியிட்ட ஒரு கடிதத்திலிருந்து

நமது உள்நாட்டு அரசியலில், காங்கிரஸ் கட்சியிலிருந்து சோசலிஸ்ட்டுக் கட்சியின் உறுப்பினர்கள் விலகியிருப்பது ஒரு முக்கிய நிகழ்வாக இருக்கிறது. எப்படி இருப்பினும், பல பழைய காங்கிரஸ்காரர்கள், பழைய பிடிப்புகளிலிருந்து விலகிச் செல்வது அவசியம் என முடிவு செய்திருப்பது பொதுவாக வருத்தம் தருகிறது என்றே நம்மில் பெரும்பாலோர் இதைப் பார்க்க வேண்டும். மற்ற அனைத்துப் பார்வையிலிருந்தும், உருவாக்கப் பட்டிருக்கும் இந்தப் பிளவை அதிகரிக்கும் வேறொன்றையும் சொல்லவோ, செய்யவோ வேண்டியதில்லை என்பதே விரும்பத்தக்கது. நமது வேறுபாடுகளுடனும், இடர்ப்பாடுகளுடனும் சேர்ந்து நமக்கான காலச் சூழ்நிலைகளும் கூட சிக்கலாகி இருக்கிறது...

ஒரு வேலை நிறுத்தத்தில், கல்கத்தாவிலும், அதுபோல நாட்டின் மற்ற பகுதிகளிலும், கம்யூனிஸ்ட்டுக் கட்சி தலைமைப் பாத்திரத்தை வகிக்கிறது. அவர்களின் பல உறுப்பினர்கள் வெளிப்படையாகவே, அரசாங்கத்தை அனைத்து வழிகளிலும் எதிர்த்துப் போராட வெளியே வந்திருப்பதாக அறிவித்திருக்கிறார்கள். மேற்கு வங்க அரசாங்கம், நீங்கள் அறிந்தது போல, கம்யூனிஸ்ட்டுக் கட்சியைத் தடை செய்திருக்கிறது. நமக்கு தெரிவிக்காமலேயே இது செய்யப்பட்டு உள்ளது. இயல்பாக இந்த நடைமுறை விரும்பத்தக்கதல்ல ஏனெனில், இது போன்ற நடவடிக்கை பின்விளைவுகளுக்கு இட்டுச் செல்லும் ஆகவே அதன் பரந்துபட்ட சூழலில், பரிசீலிக்கப்பட வேண்டும். அரசாங்கம், அதன் மாகாண அரசுகளுக்கு, கம்யூனிஸ்ட்டுக் கட்சியின் எந்த உறுப்பினராவது, இன்னும் குறிப்பாக பாதுகாப்புப் பணிகளில் இருப்பவர் பிரச்சினையை உண்டுபண்ணுவதாக சந்தேகப் பட்டால்,

கைது செய்யப்பட்டு சிறையிலடைக்கப்பட வேண்டும் என அறிவுறுத்தியது. கம்யூனிஸ்ட்டுக் கட்சியைத் தடை செய்யும் நோக்கமோ அல்லது பெரிய அளவு கைதுகளுக்கான நோக்கமோ இல்லை. உங்கள் அரசாங்கம் இதைக் கருத்தில் கொள்ளும் என்றும் அத்துடன் ஆபத்தான நடவடிக்கைகளில் அவர்கள் ஈடுபடுகிறார்கள் என்று அவர்களுக்கு எதிரான சான்றுகள் உங்களிடம் இருந்தால், அது போன்ற நபர்களை மட்டும் சிறையிலிடுவீர்கள் என்றும் நான் நம்புகிறேன்.

1948 ஏப்ரல் 15ஆம் தேதியிட்ட ஒரு கடிதத்திலிருந்து

பல்வேறு மாகாணங்களில், சமீபத்தில், ஏராளமான கம்யூனிஸ்ட்டுக் கட்சி உறுப்பினர்கள் கைது செய்யப் பட்டிருக்கிறார்கள். இவ்வாறாக மேற்கு வங்க அரசாங்கத்தால் அல்லாது, வேறெங்கும் கம்யூனிஸ்ட்டுக் கட்சி தடை செய்யப்படவில்லை, மேலும் அதைத் தடை செய்யவோ அல்லது அதன் முறையான நடவடிக்கைகளில் தலையிடவோ நோக்கம் ஒன்றுமில்லை. ஆனால் கடந்த சில காலமாக, சில நடவடிக்கைகள் முறையானவற்றிலிருந்து நெடுந்தூரம் விலகி விட்டன அதோடு பயங்கர குழப்பத்தை உருவாக்கி விட்டன. ஆயுதத் திரட்டலுக்கும், வன்முறைக்கும் வெளிப்படையான தூண்டுதல் இருக்கிறது, பெரும் சேதம் விளையும் என்று அஞ்சப்படுகிறது. பர்மாவில் சமீபத்தில் நடந்ததுதான் இங்கு என்ன நேரும் என்பதற்கான அடையாளம். மக்களைக் கைது செய்வது மற்றும் நடமாட்டத்தைக் கட்டுப்படுத்துவது போன்ற நடவடிக்கைகள் அரசாங்கத்தால் மிகமிக வேதனையுடன் எடுக்கப்பட்டன. நீங்கள் உணர்வது போல, வழக்கத்திற்கு மாறாக இது நடக்கிறது, மேலும் முடிந்த அளவுக்கு நாம் அதைக் குறைப்பதற்கு விரும்புகிறோம். அனைத்து முயற்சிகள் எடுத்தாலும், உள்ளூர் அதிகாரிகளால் தவறுகள் உண்டாக்கப்படுகின்றன. ஒரு மாகாணத்தில் இது போன்ற தவறுக்கு ஒரு தெளிவான எடுத்துக்காட்டு, அங்கு நீண்ட நாட்கள் நோய்வாய்ப் பட்டிருந்த, உண்மையில் அதிக உடல் வெப்பநிலையில் இருந்த ஒரு முன்னணி கம்யூனிஸ்ட்டுக் கட்சி உறுப்பினர் கைது செய்யப்பட்டார். ஒரு சில நாட்களுக்குப் பிறகு அவர் சிறையிலேயே இறந்து விட்டார். கடும் ஜுரத்தில் இருந்த ஒரு மனிதனைக் கைது செய்வது உண்மையில் முற்றிலும்

தேவையற்றது, விரும்பத்தகாதது, சிந்தனையற்ற தன்மையால் இது போன்ற சம்பவங்கள் நடக்கும்போது, அரசாங்கத் தரப்பு, தவிர்க்கமுடியாதபடி வலிமை குன்றிவிடுகிறது. அடக்குமுறை நடவடிக்கைகளுக்கு போகும்போது, நாம் மிகவும் கவனமாக இருக்க வேண்டும் ஏனெனில் அவற்றைப் பயன்படுத்தும் போது மேலும் வேட்கை அதிகமாகிறது, அத்துடன் சிரமப்படுவதை விட இது எளிதான வழியாகத் தோன்றுகிறது. ஆனால், குடிமக்கள் சுதந்திரத்தின் மீது நம்பிக்கை கொண்டவர்கள் அறிந்தது போல, பின்விளைவுகள் மோசமானதாகப் போய் விடும், மேலும் நம்மைப் போன்ற ஒரு புகழ்பெற்ற அரசாங்கம் குறிப்பாகக் கவனமாக இருக்க வேண்டும்.

1948 மே 5ஆம் தேதியிட்ட ஒரு கடிதத்திலிருந்து

இந்திய சுதேசி மாநிலங்களுக்கு இருக்கும் மிகப் பெரிய ஆபத்துக்களுள் ஒன்று - அதிலிருந்து இந்திய மாகாணங்களில் பெரிய அளவிற்கு நாம் தப்பி விட்டோம் - ஆகஸ்ட் 15 இலிருந்து உருவாக்கப்பட்ட நிர்வாக வெற்றிடம். சில சுதேசி மாநிலங்கள் தேசக் கட்டமைப்பு நடவடிக்கைகளை மேற்கொள்ளும் முறையான நிர்வாக இயந்திரத்தை அல்லது துறைகளைக் கொண்டுள்ளன. ஆதிக்கம் செலுத்தும் ஆட்சி நடைமுறையில் இருந்தவரை, ஓர் உறுதியான, ஓரளவுக்கு நிர்வாகத்தின் தரம் குறைவாகப் பராமரிக்கப்பட்டது. ஆனாலும் கீழ் மட்டத்தில் இயந்திரம் இயங்கியது, மேலும் ஆதிக்க ஆட்சி, ஓரளவுக்கு தவறான நிர்வாகத்தால் ஏற்படும் அதிருப்தியைக் கட்டுப்படுத்தியது. இந்த மேலாதிக்கம் இல்லாத மற்றும் புகழ்மிக்க சக்திகள் கட்டவிழும் சூழலில், மக்கள் தொகையின் தேவைகளைத் திறமையோடும் அனுதாபத்தோடும் கையாளும் வகையில், ஒரு நிர்வாக இயந்திரத்தை சுதேசி மாநிலங்களில் உருவாக்க வேண்டியது மிகமிக இன்றியமையாதது. ஒன்றியங்கள் அமைக்கப்படும்போது, இது போன்ற இயந்திரம் உருவாக்கப்படுவதன் தேவை மிகவும் அதிகமாகிறது, ஏனெனில் ஓர் ஒன்றியம் என்னும் கருத்தாக்கம், புதியதொரு நம்பிக்கையை உள்ளடக்கிய புதியதொரு கருத்தாக்கம் ஆகும்.

உண்மையில் அரசாங்கத்தின் நிர்வாக இயந்திரத்தை செப்பனிடும் பிரச்சினை பெரிய அளவில் நம் முன் உள்ளது. இங்கே எனது அனுபவம், நமது தற்போதைய இயந்திரம்

ஓரளவுக்கு பழமையானது, மேலும் உறுதியாக, விஷயங்களை விரைவாகவும், திறமையாகவும் கையாளுவதற்கு உகந்ததாக இல்லை என்னும் முடிவுக்கு இட்டுச்சென்றுள்ளது. அங்கே பெரிய அளவில், ஒன்றிணைப்பு இன்மை, சிவப்பு நாடா முறை மற்றும் தேவையற்ற குறிப்பெழுதுதல் ஆகியவை உள்ளன. அங்கே முட்டுக்கட்டைகள் உள்ளன, மேலும் மிகச் சிறந்த திட்டங்கள் வாரக் கணக்கிலும், மாதக் கணக்கிலும் கூட எங்கோ தேங்கிக்கிடக்கின்றன...

உங்கள் மாகாணத்திலும், அரசு இயந்திரம் அதிகபட்சம் இயலக்கூடிய அளவு திறமையுடன் செயல்படுகிறதா என்பதைப் பார்க்கும் நோக்கில், அதை மறுசீரமைக்கும் பிரச்சினையில், சில கருத்துக்களை நீங்கள் கூறுவதற்கு நான் விரும்புகிறேன். நமது திறமையின்மை, அணுக முடியாமை, தாமதங்கள், அனைத்திற்கும் மேலாக, இலஞ்ச ஊழல் பற்றி பொது மக்களிடமிருந்து பெரும் அளவில் புகார்கள் இருக்கின்றன. இந்தப் புகார்களில் பலவும் நியாயமானவை என நான் அஞ்சுகிறேன். நம்மில் அனைவரையும் போலவே, அவரவர்களுக்கு உரிய நமது அலுவல்களில் நாம் பெரும்பாலும் பரபரப்பாகவே இருக்கிறோம். மாறாக, சுய திருப்தியை வளர்த்துக் கொள்வதிலும், சாத்தியமான அனைத்து உலகங்களிலும் மிகச்சிறந்த இந்த உலகில் எல்லாம் நன்றாகவே இருக்கிறது என்று கற்பனை செய்வதிலும் நாம் பொருத்தமானவர்களாகவே இருக்கிறோம். நாம் அனைவரும் எப்போதும் அதிகாரம் பற்றிய லார்ட் ஆக்டனின் புகழ்பெற்ற மூதுரையை நினைவிற்கொள்ள வேண்டும் என்று நான் பரிந்துரைக்கிறேன்.

இது, மத்திய மற்றும் மாகாண அரசாங்கங்களால் எடுக்கப்பட்ட பல்வேறு பாதுகாப்பு நடவடிக்கைகளுக்கு என்னை இட்டுச்சென்றது.[1] முக்கியமாக, இவைகள் அவசியமானவை என்பதில் எனக்குச் சந்தேகமில்லை. பர்மாவில் அரசாங்கத்தின் தரப்பில் ஏற்பட்ட சிறு சுணக்கம் பரந்த அளவிலான குழப்பத்திற்கும், கிளர்ச்சிக்கும் கூட எப்படி இட்டுச்சென்றது என்று நாம் பார்த்தோம். பஞ்சாபிலும், மற்ற இடங்களிலும்

---

1 பொதுமக்கள் பாதுகாப்புச் சட்டங்களின் (Public Safety Acts) கீழ் கைது செய்யவும், தடுப்புக் காவலில் வைக்கவும் பரந்துபட்ட அதிகாரங்கள் உள்ளூர் காவல்துறைக்கு அளிக்கப்பட்டிருந்தன.

நடந்த சம்பவங்களின் பின்விளைவுகள் ஏற்படுத்தியுள்ள ஒரு புதிரான, இயல்புக்கு மாறான சூழ்நிலையில், இந்தியாவில் நாம் வாழ்கிறோம். முழுவதும் கசப்புணர்வோடு பெரும் அளவில் அகதிகள் இங்கே இருக்கிறார்கள். கண்காணிப்பைத் தளர்த்துவது, பேரழிவுதரும் பின்விளைவுகளை ஏற்படுத்தலாம்.

ஆயினும், அதிகளவில் அதிகாரங்கள் நிர்வாக, மற்றும் காவல்துறை அதிகாரிகளுக்கு ஒருமுறை கொடுக்கப்பட்டால், அவைகள் தவறாகப் பயன்படுத்துவதற்கான வாய்ப்பு இருக்கிறது என்பது உண்மையாக இருக்கிறது. உண்மையிலேயே, இதுபோன்ற தவறாகப் பயன்படுத்திய பல நிகழ்ச்சிகளை நான் அறிந்துள்ளேன். குடிமக்கள் உரிமை மற்றும் சுதந்திரத்தின் பாதுகாவலர்களாக கடந்த காலத்தில் நாம் ஈட்டிய அனைத்து நற்பெயர்களும் மங்கிப் போய்க் கொண்டிருக்கின்றன என்று சொல்வதில் நான் வருத்தமுறுகிறேன்.

கொஞ்ச காலத்திற்கு முன்பு, இந்திய அரசாங்கம், நாசம் விளைவிக்கும் ஆபத்தான நடவடிக்கைகளில் சந்தேகப்படும் குறிப்பிட்ட தனி நபர்களைக் கைது செய்யவும், சிறையிலடைக்கவும் வேண்டும் என்று மாகாண அரசாங்கங்களுக்குப் பரிந்துரைத்தது. நிலைமை மோசமான ஒன்றாக இருந்தது மேலும் அப்போது பெரிய அளவிற்கான கலகத்திற்கு சாத்தியம் இருந்தது. இந்தக் கைதுகளைச் செய்யும்போது, மாகாண அரசாங்கங்கள் ஒரு வேறுபட்ட நடைமுறையை மேற்கொண்டனர். சிலர், அவர்கள் குறிப்பாக சந்தேகப்பட்ட ஒரு சிலரைக் கைது செய்தார்கள், மற்றவர்கள், தனிப்பட்ட காரணங்கள் மீது, நியாயப்படுத்த முடியாத பெரிய அளவு கைதுகளைச் செய்தார்கள்.

நாம் விரும்பாத மக்களுக்கு எதிராக, இந்தியா எங்கும் தனிவகை நடவடிக்கைகளை எடுக்கும் இந்த போக்கு பற்றி நான் சற்றே கவலைப் படுகிறேன். தற்காலிகமாக நியாயப்படுத்தப் பட்டாலும், இது தவறான வகைப் பின்னணியை உருவாக்குகிறது, அத்துடன் மேலும் மேலும் நாம் இந்த தனிவகை நடைமுறைகளையும், காவலர்களையும் சார்ந்து நிற்கிறோம். நீண்ட காலப்போக்கில், குறுகிய காலப்போக்கிலும் கூட, நாட்டிற்கும், மக்களுக்கும், மேலும் பொறுப்பேற்க வேண்டிய காங்கிரஸுக்கும் இது மோசமான ஒன்று. ஆகவே இந்த விஷயத்தை கவனத்துடன்

ஆய்வுசெய்ய வேண்டும் என்று நான் உங்களைக் கெஞ்சிக் கேட்கிறேன். உங்கள் மாகாணங்களுக்கான பொறுப்பு, உண்மையில், உங்களுடையதே, எந்த வழியிலும் அதில் தலையிட நாங்கள் விரும்ப மாட்டோம்.

மத்தியில், மாகாணங்கள் என இரண்டிலும் இலஞ்ச ஊழல் வளர்வது குறித்து, நான் குறிப்பாகக் கவலையுறுகிறேன். திறமையுடன் இது சமாளிக்கப்பட வேண்டும் இல்லையெனில், நாம் இந்தச் சேற்றில் புதைந்து விடுவோம். நமது உடனடிப் பிரச்சினைகளுள் ஒன்று போக்குவரத்து. சரக்குப் பெட்டிகள், ரெயில் எஞ்சின்கள் மற்றவைகள் நமக்குப் பற்றாக்குறையாக உள்ளன, ஆனால் இலஞ்ச ஊழலின் கூறு நீக்கப்பட்டால், ஒரு குறிப்பிடத்தக்க முன்னேற்றம் ஏற்பட முடியும் என்று நான் எண்ணுகிறேன். உண்மையில், இது அனைத்து துறைகளுக்கும் பொருந்தும். ஏதோ ஒரு அலுவலருக்கு ஏதோ ஒருவகை இலஞ்சம் இல்லாமல் அவர்கள் எதையும் செய்து கொள்ள முடியாது என்று பொதுவாக மக்களால் சொல்லப்படுகிறது.

1948 ஆகஸ்ட் 3ஆம் தேதியிட்ட ஒரு கடிதத்திலிருந்து

தடுப்புக்காவல்கள் பற்றி அல்லது சிறையில் வைக்கப்பட்டுள்ள மக்கள் அல்லது விசாரணையின்றி தடுப்புக் காவல் குறித்த விஷயம் மீது உங்களுக்குப் பெரும்பாலும் போதுமான அளவுக்கு நான் எழுதி இருக்கிறேன். இதைச் செய்வதற்கு சூழ்நிலைகள் நம்மை வற்புறுத்தி இருக்கக் கூடும். இந்தியாவில் இன்று சூழ்நிலைகள் மோசமாக இருக்கின்றன மேலும் நாம் கொடுமையான விளைவுகளுக்கு இட்டுச்செல்லும் ஆபத்தான செயலை மேற்கொள்ள மாட்டோம். இதற்கு உட்பட்டு, மக்களை விசாரணையின்றி தடுப்புக் காவலில் நீண்ட காலம் வைத்திருப்பது எந்த அளவுக்கு விரும்பத்தக்கது என்பதைப் பரிசீலிக்க வேண்டும் என்று மீண்டும் உங்களை நான் கேட்கிறேன். நமது நற்பெயர் மீது இது ஒரு மோசமான விளைவை ஏற்படுத்தி உள்ளது மேலும் உலகின் ஒவ்வொரு பகுதியிலிருந்தும் பெரும் எண்ணிக்கையிலான எதிர்ப்புகளை நான் தொடர்ந்து பெற்று வருகிறேன். நான் உங்களுக்கு அறிவுரைக்க முடியாது ஏனெனில் பொறுப்பு உங்களுடையது அத்துடன் இறுதியாக நீங்கள்தான் முடிவு செய்ய வேண்டும். இறுதியாகப் பெரும்பாலும் காவல்துறை

அதிகாரிகளின் மற்றும் அது போன்றவர்களின் முடிவைச் சார்ந்து இருக்கும், அரசாங்கத்தின் ஒரு நடைமுறையாகவே நிலைநிறுத்திக்கொள்ள முயலும் ஒரு கொள்கையைத் தொடர்வதால் வரும் ஆபத்துக்களை உங்களுக்கு குறிப்பிட்டுச் சொல்ல மட்டும் நான் விழைகிறேன். இது அரசாங்கத்தின் அல்லது நிர்வாகத்தின் முறையான நடைமுறை இல்லை என்பதை எப்போதும் நினைவில் கொள்ளப்பட வேண்டும் மேலும் தீவிரமான அவசரகாலச் சூழ்நிலைகளில் மட்டுமே அதை நடைமுறைப் படுத்த வேண்டும். இந்தியாவில் இன்று அந்த அவசரச்சூழல் இருக்கிறது என்பது உண்மை. சில மாகாணங்கள் என்ன செய்தன என்பது பற்றியும், மூத்த நீதித்துறை அதிகாரிகள், பெரும்பாலும் உயர்நீதி மன்ற நீதிபதிகள் கொண்ட குழு, தனியாக, அனைத்து தடுப்புக் காவல் வழக்குகளையும் ஆய்வு செய்யுமாறு கேட்டுக் கொள்ளப்பட்டு, அவை சம்பந்தமான என்ன நடவடிக்கைகள் எடுக்க வேண்டும் என்பதை அரசாங்கத்திற்கு அறிவுறுத்த வேண்டும் என்பதையும் உங்களுக்கு நான் சொல்ல வேண்டும். இது போன்ற விஷயங்கள் உயர்நீதி மன்றங்கள் முன் கொண்டுவரப்படும் போது, அவர்கள் அரசாங்கத்தின் மீது கண்டனங்களைத் தெரிவிக்கும் அளவுக்கு அரசாங்கத்தின் கவுரவத்திற்கு வெளிப்படையாகக் கொஞ்சமும் பங்களிக்காத ஒன்றுதான் இது.

1948 ஆகஸ்ட் 16ஆம் தேதியிட்ட ஒரு கடிதத்திலிருந்து

இந்தக் கடிதத்தை நீங்கள் பெறும் முன், நமது நிதி அமைச்சர் திரு.சண்முகம் செட்டியாரின் பதவி விலகலையும், அதற்கு நமது ஒப்புதலையும் நீங்கள் அறிவீர்கள்.[2] திரு.சண்முகம் செட்டியாரின் நேர்மையில் நமது சந்தேகம் என்ற கேள்விக்கே இடமில்லை என்பதை நான் தெளிவு படுத்தினேன். ஆயினும், மதிப்பீடு செய்வதின் மோசமான தவறே இது என்று மட்டும் விவரிக்கக் கூடிய அளவிற்கு சில செயல்கள் செய்யப்பட்டன. இது போன்ற விஷயங்களில், பொது வாழ்க்கையின் நடத்தையில், மிகமிக உயர்ந்த தரத்தை நாம் பெற்றிருக்க வேண்டும் என்று நாம் உணர்கிறோம், ஆகவே அவருடைய பதவி விலகலை ஏற்றுக்கொள்ள ஆழ்ந்த வருத்தத்துடன்,

---

2 அந்த அமைச்சர், சில தொழிலதிபர்களுக்கு எதிரான வருமான வரி வழக்குகளை விலக்கிக்கொண்டது குறித்த சர்ச்சையில் ஈடுபடுத்தப்பட்டார்.

நான் சம்மதித்தேன். பொது விவகாரங்களில், மிகமிக உயர்ந்த தரம் காப்பாற்றப்பட வேண்டும் என்பதையும், நேர்மையான தவறுகள் கூட சகித்துக் கொள்ளப்பட முடியாது என்பதையும் நமது மாகாண அமைச்சரவைகளும், பொதுமக்களும் உணர்ந்து கொள்வதில் இந்த நிகழ்ச்சி உதவும் என்று நான் நம்புகிறேன்... சமீபத்தில், ஒரு மாகாணத்தில், உயர்நீதி மன்றங்களின் இயல்பான அதிகாரங்களை அவர்களிடமிருந்து விலக்க முயலும் சில சட்ட நடவடிக்கைகள் மீது பெரும் விமர்சனம் வந்திருக்கின்றது. சில நேரங்களில் அவசரச் சட்டங்கள் வெளியிடப்படுகின்றன, மற்ற நேரங்களில் மாகாண சட்டசபை இந்தப் பிரச்சினையைச் சமாளிக்கின்றது. தனிநபர் மற்றும் குழு சுதந்திரத்தைக் கட்டுப்படுத்துவதற்கான அதிகரிக்கும் போக்கைப் பற்றி பல சமயங்களில் நான் உங்களுக்கு எழுதி இருக்கிறேன். ஒரு நெருக்கடியில், இதற்கான நியாயம் பற்றி நிறைய சொல்லப்படுகிறது, மேலும் நாம் நெருக்கடிகளின் காலத்தில் வாழ்கிறோம். ஆயினும் அடியெடுத்து வைக்க இது ஓர் ஆபத்தான பாதை. அரசாங்கங்கள் இதுபோன்ற மிகவும் தனித்த நடவடிக்கைகளை, பின்னர் அவற்றைச் செய்யாமல் இருக்க முடியாதபடி அவற்றுக்குத் தங்களைப் பழக்கப்படுத்திக் கொள்கின்றனர். குடிமக்கள் சுதந்திரம் குறித்த நமது கடந்த கால செயல்பாடுகளுக்கு எதிராக, நமக்கு, இது ஓர் இயல்புக்கு மாறான வெறுக்கத்தக்கப் போக்கு.

எந்த நிகழ்விலும், ஓர் உயர்நீதி மன்றத்தின் அதிகாரங்களைக் கட்டுப்படுத்தும் எந்த முயற்சியும் அல்லது இயல்பான முறையில் நிர்வாகத்தின் நடவடிக்கைகளை மதிப்பிடுவதிலிருந்து அதைத் தடுப்பதும் மோசமான பின்விளைவுகள் நிறைந்ததாகி விடும். நீதிமன்ற அமைப்புகள் தான் சட்டத்திற்குள்ளாக, சுதந்திரத்தைக் காப்பாற்றுபவர்கள் என்று கருதப்படுகிறது. இதைக் கூட அவர்கள் செய்ய முடியவில்லை என்றால், பிறகு அவர்களுடைய முதன்மையான பணிகளுள் ஒன்று மறைந்து விடுகிறது. உயர்ந்த நிலையில் உள்ள உயர்நீதி மன்றங்களின், நற்பெயர் பாதிக்கிறது. ஆகவே, நாம் இதை நினைவிற்கொள்ள வேண்டும் என்றும், உயர்நீதி மன்ற தன்விருப்புரிமையில் தலையிடவோ, தனிமனித சுதந்திரத்தின் மீது அளவுக்கு மீறிய கட்டுப்பாடுகளை விதிக்கவோ வேண்டாம் என்று உங்களை அக்கறையோடு நான் வேண்டிக் கொள்கிறேன்.

இது குறிப்பாக ஆட்கொணர்வு விண்ணப்பங்களுக்கும், தொழிற் சங்கத்தில் இணைவதற்கான சுதந்திரம் இன்ன பிறவற்றிற்கும் பொருந்தும். இன்று உலகில் பல நாடுகளில், தொழிலாளர் மற்றும் அரை - தொழிலாளர் அரசாங்கங்கள் உள்ளன. தொழிற்சங்கங்கள் சுதந்திரத்தைப் பெற்றிருக்க வேண்டும் என்பது அவர்களுக்கு ஒரு மத நம்பிக்கை போன்றது. ஆகவே அதைக் குறைக்கின்ற எதுவும் அவர்களால் ஆட்சேபிக்கப்படுகிறது. அந்நிய நாடுகளிலிருந்தும், குறிப்பாக அந்நிய நாடுகளில் உள்ள தொழிற்சங்கங்கள் இடமிருந்தும், நமது அரசாங்கம் செய்த சில செயல்கள் மீது அவர்களின் வியப்பையும், கலக்கத்தையும் வெளிப்படுத்தும் எதிர்ப்புக் கடிதங்களையும், தொலைவரிச் செய்திகளையும் நான் தொடர்ந்து வரப்பெறுகிறேன்.

உயர்நீதி மன்றங்களைப் பொறுத்தவரை, ஆட்கொணர்வு மனுவின் மீதான அழைப்பாணையை (*Writ*) வழங்கும் ஓர் உயர்நீதி மன்றத்தின் வழியில் ஓர் அவசரச் சட்டமோ அல்லது வேறு வகையான சட்டமோ குறுக்கிடும் என்றால், உயர்நீதி மன்றங்களின் உரிமை இது குறித்து பாதிக்கப்படாது என்று உயர் நீதித்துறை அதிகாரியால், நாம் அறிவுறுத்தப் பட்டுள்ளோம். நமது நகல் அரசமைப்புச் சட்டம் உயர்நீதி மன்றங்களின் இந்த உரிமையை வெளிப்படையாகவே பாதுகாக்கிறது. ஆகவே, பொதுமக்கள் பாதுகாப்புச் சட்டத்தின் கீழ், ஆட்கொணர்வு மனுக்களில் உயர்நீதி மன்றங்களின் அதிகார வரம்பைப் புறக்கணிப்பது விரும்பத் தக்கதல்ல என்று நாம் அதிகாரப்பூர்வமாக மாகாண அரசாங்கங்களுக்கு அறிவுறுத்தி இருக்கிறோம்.

1948 செப்டம்பர் 1ஆம் தேதியிட்ட ஒரு கடிதத்திலிருந்து

நீங்கள் அறிந்தது போல, நமது நிதி அமைச்சர் திரு. சண்முகம் செட்டியார், கொஞ்ச காலத்திற்கு முன்பு தனது உயர்ந்த, பொறுப்புள்ள பதவியிலிருந்து விலகி விட்டார். நான் சட்டசபையில் சொன்னது போல, திரு.செட்டியார், மதிப்பீடு செய்ததில் ஏற்பட்ட பெரும் பிழைக்கும் அதிகமாக வேறெந்தக் குற்றமும் செய்தவர் என்று நான் கருதவில்லை. ஆயினும் பதவி விலகுவது அவருக்கு முக்கியமானதாக ஆயிற்று. இந்த வழியில் ஒரு திறமையான நண்பரின் பிரிவுக்காக நான்

வருந்தும்போது, நமது பொது வாழ்வில் உயர்ந்த தரங்களைக் காப்பதற்கான நமது ஆசையை சம்பந்தப்பட்ட அனைவருக்கும் இந்த நிகழ்வு சுட்டிக் காட்டும் என்று நான் நம்புகிறேன். சில நேரங்களில், பிழைகளைப் பொறுத்துக் கொள்ளும் மற்றும் கண்டும் காணாமலும் இருக்கும் ஒரு போக்கு இருக்கிறது. தனி நபர்கள் எப்போதாவது பாதித்தாலும் கூட, பொதுமக்கள் மீதான அக்கறையில், அவ்வாறு செய்யாமல் இருப்பதே சிறந்தது. ஒரு சுதந்திர ஜனநாயக நாட்டின் ஒழுக்கத்தை இன்னும் நாம் வளர்க்க வேண்டி உள்ளது... நம் சார்பாக ஒரு வகையான நேர்மறையான நடவடிக்கை தேவைப்படலாம் என்னும் நிலைக்கு ஹைதராபாத் சூழ்நிலை[3] வந்துள்ளது. உள்நாட்டு பாதுகாப்பிற்கான அனைத்து தேவையான நடவடிக்கைகளையும் எடுப்பதற்கு நான் உங்களை எச்சரிக்கை மட்டும் செய்வேன். இங்கும் அங்குமாக சில முஸ்லிம்களின் இரகசியத் திட்டங்கள் பற்றிய அறிக்கைகள் சில நேரங்களில் நமக்கு வந்து சேர்கின்றன. இது போன்ற சில இரகசியத் திட்டங்கள் இருக்கலாம் ஆனால், முஸ்லிம்களிடமிருந்து பெரிய அளவில் இது போன்றவை இந்தியாவில் அளவுக்கு மீறி உருவாவதற்கு சாத்தியமில்லை என்பது தெளிவு. ஹைதராபாத் நிகழ்வுகளுக்கு எதிர்வினையாக முஸ்லிம் அல்லாதவர்களால் வகுப்புக் கலவரம் துவக்கப் படுவதற்கான வாய்ப்புகள் மிக அதிகமான அளவுக்கு இருக்கின்றன. அது கண்டிப்பாக எதிர்த்து தடுக்கப்பட வேண்டும் ஏனெனில், இது போன்ற நிகழ்வுகள் நடப்பதற்கு அனுமதிப்பது அபாயகரமானது. நமது சிறுபான்மையினரைக் காப்பதற்கு நாம் ஒரு சிறப்புக் கடமையைக் கொண்டிருக்கிறோம். தனிநபர்களோ, அல்லது குழுவினரோ சட்டத்தை தங்கள் சொந்தக் கைகளில் எடுத்துக் கொள்வதை, குறிப்பாக தேசிய நெருக்கடியின் ஒரு தருணத்தில், நாம் அனுமதிக்க முடியாது. ஒரு சிறிய அளவில் சம்பவங்கள் தவறாகப் போவதற்கு நாம் அனுமதித்தாலும், பின்னாளில் அவற்றைச் சரி செய்வது நமக்கு கடினமாகி விடும்...

இன்று உலக அரங்கில் நாம் கண்ணைப் பறிக்கும் ஆரவாரப் புகழ் ஒளியில், செயல்படுகிறோம். வெளிஉலகில் விமர்சிக்கப்படுகிற அல்லது கண்டனம் செய்யப்படுகிற எதுவும் இந்தியாவில் நடந்தாலும், மிகவும் அதிகமாக நமக்கு பாதகமாக அமையுமாறு

---

[3] இரஸாக்கர்கள் செய்த கொடுஞ்செயல்கள் குறித்த அறிக்கைகள் வரப்பெற்றுள்ளன.

அது எதிர்வினை புரியும். ஆகவே நாம் என்ன செய்தாலும், சரியான பாதையைத்தான் பின்பற்ற வேண்டும் மேலும் அது நம்மை வழி தவறச் செய்தாலும், ஒரு குறுகிய சந்தர்ப்பவாதம் இறுதியில் நமக்கு ஒருவேளை பலனைத் தரலாம் என்று கற்பனை செய்யக் கூடாது. ஒரு ஜனநாயக அரசாங்கமாக, பொது மக்களுக்கு நாம் ஏவலாட்களாக இருக்கிறோம் மேலும் அவர்களுடைய விருப்பங்களை நாம் நடைமுறைப்படுத்த வேண்டும். ஆனால் தவறான செயல்கள் செய்யப்படுவதற்கு நாம் அனுமதிக்க வேண்டும் என்று இதன் பொருளல்ல ஏனெனில் பொதுமக்களின் உறுப்பினர்கள் அவற்றைச் செய்வதற்கு சிந்திக்காமல் நம்மைக் கேட்கிறார்கள். சரியான கொள்கையைக் கடைப்பிடிப்பதால் தான் ஒரு கட்சியோ அல்லது தேசமோ கவுரவம், வெற்றி ஆகிய இரண்டையும், அது உடனடி பலனைக் கொண்டு வராவிட்டாலும், ஈட்ட முடிகிறது.

1948 அக்டோபர் 4ஆம் தேதியிட்ட ஒரு கடிதத்திலிருந்து

ஹைதராபாத்தை ஒருங்கிணைத்தது, பிரிட்டிஷ் ஆட்சியின் பழைய இணைப்பு முறைக்கு திரும்புவதல்ல ஏனெனில் அது போன்ற இணைப்பு, ஓர் அந்நிய அதிகாரத்தால் அல்லது யதேச்சாதிகார ஆட்சியால் மட்டுமே கையாளப்பட முடியும். ஒரு ஜனநாயக இந்தியாவில் அதற்கு இடமில்லை, ஏனெனில் இந்தியாவின் ஒவ்வொரு பகுதியும் மற்ற பகுதியைப் போல ஒரே மாதிரியான சுதந்திரம் மற்றும் ஒரே மாதிரியான தகுதியைப் பெற வேண்டும். ஆகவே ஒவ்வொரு மாநிலமும் ஒரு மாகாணத்தைப் போல பிரதிநிதித்துவ அமைப்புகள் அல்லது தனிநபர் சுதந்திரத்தைப் பொறுத்து ஒரே தகுதி நிலையைப் பெற்றிருக்கிறது அல்லது பெறும். வேறு சொற்களில் சொல்வதெனில், இந்தியா, பரந்த அளவிலான சுயாட்சியைப் பெற்றிருக்கும் மாகாணங்கள் மற்றும் மாநிலங்களின் ஒரு சுதந்திர கூட்டாண்மையாக விளங்கும், ஆனால் அதே நேரத்தில், அவர்கள் மத்திய அரசாங்கத்துடன் நெருக்கமாகப் பிணைக்கப்பட்டிருப்பார்கள் அதன் வழிகாட்டலில் அவர்கள் அனைவரும் பகிர்ந்து கொள்வார்கள்...

பிரிவினை நடந்ததிலிருந்தும் அதைப் பின் தொடர்ந்து நடந்த பயங்கர சம்பவங்களுக்குப் பிறகும் இந்தியாவில் முஸ்லிம்கள்

கடுமையாகப் பாதிக்கப் பட்டுள்ளனர், மற்றவற்றால் அவ்வாறு என்பதை விடவும் மிகவும் அதிகமாக உளவியல் ரீதியாகப் பாதிக்கப் பட்டுள்ளனர். இந்த நாட்டில் அவர்களுடைய நிலை பற்றி உறுதியாக அவர்கள் உணரவில்லை. கொஞ்சம் கொஞ்சமாக சூழ்நிலைகள் மேம்பட்டு வருகின்றன. ஹைதராபாத் இந்தச் செயல்முறையில் மிகப் பெரிய அளவில் உதவி செய்துள்ளது. இந்தப் புதிய சூழ்நிலையை முழுதும் சாதகமாக இப்போது நாம் தான் எடுக்க வேண்டும். முழுமையான பாதுகாப்பு உணர்வை முஸ்லிம்கள் மற்றும் சிறுபான்மையினரின் மனங்களின் ஏற்படுத்த வேண்டும். சிறுபான்மையினருக்கு இது போன்றதொரு கடமையைச் செய்ய எப்போதும் பெரும்பான்மையினர் கடன் பட்டிருக்கிறார்கள். பாகிஸ்தான் செய்ததை அப்படியே செய்வது என்னும் அடிப்படையில் அல்லது பதிலடி தருவதை நாம் நினைக்கக் கூடாது. இந்து முஸ்லிம் இருவரும், அதைப் போலவே சீக்கியர்களும், கிறிஸ்துவர்களும் பார்சிக்களும் மற்றெவரையும் போல அவர்களும் இந்தியாவின் நல்ல குடிமக்கள் என்று நம்ப வேண்டும். ஆகவே, நாம் கண்காணிப்பில் ஈடுபடும்போது, நாம் தாராள மனப்பான்மையுடன் செயல்பட வேண்டும் மேலும் அச்சத்தை விட வேண்டும். இந்த வழியில் நமது அரசாங்கங்கள் செயல்படும் எனில், மற்ற மனங்களிலிருந்து அச்சம் தரும் உள்ளுணர்வைப் போக்குவதில் அவர்கள் உதவியும் செய்வார்கள்.

நாம் இன்னொரு சிக்கலையும் எதிர்கொள்ள வேண்டும் அது கிளர்ச்சியை உருவாக்குவதற்கான கம்யூனிஸ்ட்டுகளின் முயற்சி. அதிர்ஷ்டவசமாக, இந்தியாவில் இந்த முயற்சி வெற்றி பெறவில்லை, ஆனால் இது போன்ற கிளர்ச்சிக்கான முயற்சிகளைச் சந்திக்க முற்றிலும் தயாராக இருக்க வேண்டும். இவைகள் முளையிலேயே கிள்ளி எறியப்பட வேண்டும் மேலும் வளர்வதற்கு அனுமதிக்கப்பட முடியாது. பிரிவினையுடன் வந்த வன்முறை மற்றும் கலகச் சூழ்நிலையிலிருந்து நம்மை நாமே இன்னும் விடுவித்துக் கொள்ளவில்லை. ஆகவே இப்போது வன்முறையைத் தூண்டும் எந்த நடவடிக்கையும் மிகவும் அமைதியான சூழ்நிலையில் நடப்பதை விட மிகவும் ஆபத்தானது. நாம், அனைத்து வன்முறையிலான வெளிப்பாடுகளைக் கட்டுப்படுத்துவதில் கவனமாக இருக்க

வேண்டும், அதே அளவுக்கு அமைதியான போராட்டத்தை ஒட்டி நமது எல்லைக் கோட்டை வரையறுப்பதிலும் கவனமாக இருக்க வேண்டும். குடிமக்கள் உரிமைகளை அடக்குவதில் கவனத்தையும், கட்டுப்பாட்டையும் கைக்கொள்ள வேண்டும் என்று உங்களுக்கு அடிக்கடி நான் எழுதியிருக்கின்றேன். குடிமக்கள் உரிமையை ஓர் ஆயிரம் தருணங்களில் போதிக்கும் நமக்கு, எந்தவொரு அடக்குமுறையும் வருத்தம் தரத் தக்கது. அரசின் முக்கியமான தேவைகள், இது போன்ற அடக்குமுறையை வேண்டும் போது, அது மேற்கொள்ளப்பட வேண்டும், ஆனால் ஒரு சூழ்நிலையின் தேவைகளை மீறுகின்ற ஓர் ஆபத்து அதில் எப்போதும் இருக்கிறது. அவசரச் சட்டத்தின் மூலம் விரைவாக சட்டங்களை மாற்றும் அதிகாரத்துடனான ஒரு அரசாங்கம், சமயோசிதமாய் அடிக்கடி அந்த அதிகாரத்தை அதிகமாய்ப் பயன்படுத்துகிறது.

அவசரச் சட்டம் மூலம் சட்டமியற்றலையும் அவ்வாறு இல்லையெனில், குடிமக்கள் உரிமைகள் குறித்து படிப்படியாக அவை கடுமையாகிக் கொண்டு வருவதையும் நான் பார்க்கிறேன். இதற்கான சாத்தியப்பாடு காரணமாக நான் பெருமளவிற்கு குழப்பம் அடைந்திருக்கிறேன் என்பதை நான் ஒத்துக்கொள்ள வேண்டும். இது போன்ற சட்டமியற்றல் இயல்பாகவே இந்திய அரசாங்கத்திற்கு குறிப்பிடாமல் அதாவது உள்துறை அமைச்சகத்திற்குக் குறிப்பிடாமல் தொடரப்படக் கூடாது. இந்தியாவில் சட்டம் ஒழுங்கு பிரச்சினை ஒருங்கிணைந்த ஒன்று. எந்த ஒரு பெரும் வெற்றியுடன் தனித்த முறையில் கையாள முடியாது என்பது வெளிப்படையானது. எந்த ஒரு திட்டமிட்ட சீர்குலைவு நடவடிக்கையும் கூட ஓர் அனைத்திந்திய பிரச்சினைதான் என்பதும் வெளிப்படையானது. ஆகவே, இந்திய அரசாங்கத்திற்கு அனைத்தும் முழுமையாக அவ்வப்போது மாகாண அரசாங்கங்களால் தெரிவிக்கப்பட வேண்டும்.

மாகாண அரசாங்கங்கள் அவ்வாறு செய்வதில்லை மேலும் இந்திய அரசாங்கத்திற்கு எந்தக் குறிப்புமின்றி சட்டம் இயற்றுவதை செய்கின்றனர் என்று நான் கண்டறிந்தேன். அவைகளை அவர்கள் தெரிவிப்பது என்பது பிறகுதான். மாகாண அரசுகள் இவ்வாறு செய்வதில், அவர்களுடைய அதிகாரத்தை நான் கேள்விக்கு உள்ளாக்கவில்லை, ஆனால்

சட்டமியற்றுவது என்ற நோக்கில் இது போன்ற எந்த நடவடிக்கையும் எடுக்கப்படுவதற்கு முன்னால், மத்திய அரசை எப்போதும் கலந்து ஆலோசிக்க வேண்டும் என்னும் கண்ணியத்தை நான் சுட்டிக்காட்ட விரும்புகிறேன்...

தனி நபர் சுதந்திரம் குறித்த உயர்நீதி மன்றங்களின் அதிகாரத்தை ஒன்றுமில்லாமல் செய்து விடுவது என்பது குறிப்பாக விரும்பத் தகாதது. ஒரு நிர்வாகத்திற்கு அது என்றும் பலவீனத்தின் ஓர் அடையாளம்... இரகசிய விஷயங்களை நீதி மன்றத்தின் முன் வைப்பது இதில் சம்பந்தப் படுவதால், அனைத்து வழக்குகளிலும் ஓர் உயர்நீதி மன்றத்தில் இயல்பான நடைமுறைகள் என்பது விரும்பத் தகாததாக இருக்கலாம். ஆனால் உயர்நீதி மன்ற நீதிபதியைத் தனியாகக் கலந்து ஆலோசிப்பது எப்போதும் இயலுமாறு இருக்க வேண்டும். உண்மையில் மாகாணங்களின் பல அவசரச் சட்டங்களிலும் அல்லது நடைமுறைக்கு வராத (Acts) சட்டங்களிலும் இது போன்ற சில நடைமுறை வகுக்கப் பட்டிருக்கிறது. எப்படியாயினும், ஏன் இந்த கலந்து ஆலோசிப்பது தாமதப்படுத்தப்பட வேண்டும் என்று எனக்குப் புரியவில்லை. பல வேளைகளில் இருப்பது போல, சிலநேரங்களில், உண்மையில், இந்த தாமதத்தின் காலம் சட்டத்தின் மூலம் நீட்டிக்கப்படுகிறது. இது, ஒரு மாகாண அரசாங்கமாய் ஆகாமல் இருக்கும் உயர்நீதி மன்றத்தின் மீதான அல்லது உயர்நீதி மன்றத்தின் நீதிபதி மீதான அச்சத்தைக் காட்டுகிறது.

இன்று நமது அரசுகள் என்ன செய்கின்றனவோ, அவை அனைத்தும் எதிர்கால நிர்வாகங்களுக்கான அடிப்படையை அமைக்கும் என்பதை நாம் நினைவிற்கொள்ள வேண்டும். பெரும்பாலும் இன்று போதுமான காரணங்களுக்காகப் பயன்படுத்தப்படும் அதிகாரங்கள் கூட, வரும் நாட்களில் முற்றிலும் போதாத, பெரும்பாலும் ஆட்சேபத்திற்குரிய காரணங்களுக்காகக் கூட பயன்படுத்தப்படலாம். கொள்கைகளில் பலவீனமாவது எப்போதும் பாதுகாப்பற்றது...

உங்கள் சிறப்பானக் கவனத்தை நான் ஈர்க்க வேண்டிய அளவுக்கு ஒரு விஷயம் இருக்கிறது. உரிமங்கள், ஒப்பந்தங்கள், இன்ன பிற தொடர்பாக மத்திய, மாகாண அரசுகள் இரண்டும் பெரிய அளவிற்குப் பொருளாதார ஆதரவு தருவது

அவர்கள் வசம் இருக்கிறது. இந்தப் பொருளாதார ஆதரவு, வருமான வரி செலுத்தியது குறித்த ஆவணம் மோசமாக இருக்கும் எந்தத் தனி நபருக்கும் போய் விடக்கூடாது என்பது முக்கியமாகும். இந்த விஷயம், குறிப்பாக இந்திய அரசின் பல்வேறு துறைகள் தொடர்பானது. இது குறித்து அவர்கள் கவனத்தை ஈர்த்துள்ளேன். இது போன்ற எந்த ஒரு பொருளாதார ஆதரவு அளிப்பது குறித்தும் நமது வருமான வரித் துறையுடன் நெருங்கிய தொடர்பு வைத்துக் கொள்ள அவர்களை நான் கேட்டுள்ளேன். இது உங்கள் அரசுக்கும் பொருந்தும் என்பதால், இதை போதுமான அளவிற்கு நீங்கள் மனதில் கொள்ள வேண்டும். அரசின் வருவாயை மோசடி செய்யும் சந்தேகத்திற்கு உள்ளாகும் ஆட்கள், அரசின் பொருளாதார உதவியைப் பெறக்கூடியவர்களாக ஆக்கப்படக் கூடாது.

1948 நவம்பர் 16ஆம் தேதியிட்ட ஒரு கடிதத்திலிருந்து

என்னைக் கடுமையாக சிந்திக்க வைத்த ஒரு விஷயம் இருக்கிறது மேலும் என்னுடைய அச்சத்தை உங்களுடன் பகிர்ந்துகொள்ள விரும்புகிறேன். நமது பொதுச் சேவைகளின் பணியில், ஒரு சீரழிவு ஏற்பட்டிருக்கிறது என்று நான் கருதுகிறேன். இங்கு ஏற்பட்ட விரைவான மாற்றங்களாலும், அவைகளைத் தொடர்ந்த விரைவான பதவி உயர்வுகளாலும் பெரும்பாலும் ஒரு குறிப்பிட்ட அளவுக்கு இது தவிர்க்க முடியாததாக இருந்தது, ஆயினும் அது ஒரு கவலை தரும் போக்காக இருக்கிறது. அதற்கெதிராக நாம் பாதுகாப்புடன் இருக்க வேண்டும். இந்தச் சீரழிவுக்குக் காரணம் ஓர் அளவுக்கதிகமான மாகாணவாதம் என்று எனக்குத் தோன்றுகிறது அது சில சமயங்களில், ஒரே மாகாணத்திலிருந்து வரும் யாரோ ஒரு ஆளுக்கு சாதகமாக தரத்தைப் பலியிடுகிறது. நமது சேவைப்பணிகளில், பல முதல் தர மனிதர்களை நாம் பெற்றிருக்கிறோம். ஆனால் இந்தியா போன்ற ஒரு நாட்டிற்கு சிறந்த மனிதர்களின் எண்ணிக்கை உண்மையில் குறைவாக இருக்கிறது என்பது உண்மையாக இருக்கிறது. நாம் ஏற்றுக் கொண்ட கொள்கை எதுவாயினும், இறுதியில் அது இன்றியமையாத மனிதன் என்னும் பொருள் பற்றியே. நாம் இந்தப் பொருளின் முக்கியத்துவத்தை குறைத்தால், நமது வேலை கடுமையாகப்

பாதிக்கப்படும். இந்தியாவில் பிரிட்டிஷ் அரசாங்கம், அதற்கு எண்ணற்ற தோல்விகள் இருப்பினும், அவர்கள் பார்வையில் கொண்டிருந்த நோக்கங்களுக்காக ஏறத்தாழ ஒரு திறமையான நிர்வாகத்தை அமைத்தார்கள். அந்த நோக்கங்கள் எப்போதும் நமக்குப் பிடித்தமானவை அல்ல மேலும் அவற்றில் சில நமது குறிக்கோள்களுக்கு நேரடியாகவே எதிரானவை. ஆயினும் ஒரு திறமையான நிர்வாகம் என்பது பயனுள்ளதும், நல்லதொரு விஷயமுமாகும். இந்தப் பாரம்பரியத்தை நாம் இழப்பதும், நமது நிர்வாகம் சீரழிவதற்கு அனுமதிப்பதும் மிகவும் துரதிர்ஷ்ட வசமாகும். நாம், உண்மையிலேயே, அந்த நிர்வாகத்தின் அடிப்படையை மாற்ற வேண்டும் மேலும் அதற்கு வேறுவகையான குறிக்கோள்களை அளிக்க வேண்டும். ஆனாலும் திறமை நீடிக்க வேண்டும் இல்லையெனில், வேலை அனைத்தும் ஒழுங்கற்றும், மோசமானதாகவும் போய்விடும். ஆகவே, இந்த விஷயத்தில், மாகாணவாதம் போன்ற மற்றெந்த சலுகைகளும் குறுக்கே வருவதற்கு அனுமதிக்கப்பட முடியாது.

மிகவும் சிறப்பாக, எந்தவொரு வகையான நிபுணர்களும் தேவைப்படுகின்ற பணிகள் மற்றும் மருத்துவம், அறிவியல், தொழில்நுட்பம் ஆகிய இன்ன பிற செயல்பாட்டின் பிரிவுகளுக்கு இது பொருந்தும். திறமையான, அனுபவம் மிகுந்த மருத்துவ நபர்களை அவர்களுடைய பதவிகளிலிருந்து, தங்கள் மாகாணத்தைச் சேர்ந்த, அவ்வளவு திறமை இல்லாதவர் என்று தெளிவாகத் தெரிந்த சில நபர்களுக்கு இடம் அளிப்பதற்காக நீக்குகின்ற ஒரு போக்கை நான் பார்க்கிறேன். இந்தப் போக்கை நீங்கள் ஊக்கப்படுத்த மாட்டீர்கள் என்று நான் நம்புகிறேன்.

1949 ஏப்ரல் 16ஆம் தேதியிட்ட ஒரு கடிதத்திலிருந்து

சமீபத்திய மாநாட்டில்... கம்யூனிஸ்ட்டுக் கட்சி பற்றிய பிரச்சினை விவாதிக்கப்பட்டது. கம்யூனிஸ்ட்டுக் கட்சி தடை செய்யப்பட வேண்டுமா அல்லது வேண்டாமா என்று பரிசீலிக்கப்பட்டது... இந்தியக் கம்யூனிஸ்ட்டுக் கட்சியின் மிகவும் ஆபத்தான நடவடிக்கைகள் பற்றி யாருக்கும் துளியும் சந்தேகம் இல்லை. நான் பாராளுமன்றத்தில் உரைத்தது போல, அந்த நடவடிக்கைகள் ஒரு வெளிப்படையான புரட்சி என்ற எல்லை வரை வந்துவிட்டன மேலும் கொஞ்சம் கொஞ்சமாக, சீர்குலைவு மற்றும் பயங்கரவாதம் என்னும் வடிவத்தையும்

எடுத்து விட்டன. இதனால் மத்திய அரசும், மாகாண அரசுகளும் இந்திய கம்யூனிஸ்ட்டுக் கட்சி உறுப்பினர்கள் மீது கடும் நடவடிக்கை எடுக்கிறார்கள். இந்தச் சூழ்நிலைக்கு, தேவைப்படும் வரை அந்த நடவடிக்கை தொடரும்.

இந்தியாவில் கட்சியைத் தடை செய்வது, அய்யத்திற்கிடமான வகையில், மிகவும் சாதகமான முடிவுகளைத் தருமா, அரசின் கைகளை வலுப்படுத்துமா அல்லது வலுப்படுத்தாதா என்பதுதான் பிரச்சினையாக இருக்கிறது. தடை செய்தல் என்பது, சீரழிவுச் சக்திகளைச் சமாளிக்க அதிகாரிகளுக்கு எளிதாகக் கைகொடுக்கும் என்று ஓரளவுக்கு சொல்லலாம். இன்னொரு வகையில், அந்த சுதந்திரம் அதிகாரிகளுக்குக் கொடுக்கப்பட்டு, பரந்த அளவிலான நடவடிக்கை எடுக்கப்பட்டது. இந்தியக் கம்யூனிஸ்ட்டுக் கட்சி, சட்டவிரோதமானது இல்லை என்றாலும், ஏறக்குறைய நடைமுறையில், ஒரு பொது இயக்கத்தின் தோற்றத்துடன், ஆனால் தலைமறைவு இயக்கம் போலவே செயல்படுகிறது. தடைசெய்தல் என்பது இதற்குப் பெரும் வேறுபாட்டை ஏற்படுத்தாது மேலும் தலைமறைவு நடவடிக்கைகள் மட்டும் தீவிரப்படுத்தப்படும்.

நினைவிற்கொள்ள வேண்டிய, வெளிக்கொணர வேண்டிய ஓர் உண்மை, இந்தியாவில் உள்ள கம்யூனிஸ்ட்டுக் கட்சி உறுப்பினர்கள் சீர்குலைவு மற்றும் பயங்கரவாதக் கொள்கையைக் கடைப்பிடிக்கிறார்கள். கட்சியை நாம் தடை செய்தால், இந்தச் சீர்குலைவு மற்றும் பயங்கரவாத அம்சமானது, மாறாக, மக்கள் மனங்களிலிருந்து மறைந்து விடும். இந்தத் தடை என்பது தத்துவார்த்தக் காரணங்களுக்காக என்று கருதப்படும். இங்குள்ள மற்றும் வேறெங்குமுள்ள கம்யூனிஸ்ட்டுகள், ஒரு தத்துவத்தின் காவலர்களாக எழுந்து நிற்பார்கள் மேலும் இந்த உடைக்குள் தங்கள் சீரழிவு மற்றும் பயங்கரவாதச் செயல்களை மறைக்க முயல்வார்கள். நாம் இந்த இரண்டையும் பிரித்தறிய வேண்டும் மேலும் அவர்களுடைய தற்போதைய சீரழிவு மற்றும் பயங்கரவாதக் கொள்கையின் மீது அழுத்தம் தர வேண்டும் அத்துடன் அவர்களது தாக்குதலின் மையத்தை மாற்றுவதற்கு நாம் அவர்களை அனுமதிக்கக் கூடாது ஆகிய இவைதான் இப்போது முக்கியமானது...

ஆகவே, பொதுவாகச் சொன்னால், அடிப்படையில் தலைமறைவாக இயங்கும் ஓர் இயக்கத்தை தடைசெய்வது என்பது, அதைச் சமாளிப்பதற்கான எந்தவொரு மிகப்பெரும் அதிகாரத்தையும் தராது. மாறாக, தடைசெய்தலுக்கு இருக்கும் சற்றுச் சாதகமான நிலையையும், சீர்குலைவாளர் மற்றும் பயங்கரவாதிகள் என்பதற்குப் பதில், அவர்கள் தத்துவார்த்த தியாகிகள் என்று காட்டப்பட்டு கம்யூனிஸ்ட்டுகள் விஞ்சிவிடுவர்.

1949 மே *14*ஆம் தேதியிட்ட ஒரு கடிதத்திலிருந்து

சட்டம் ஒழுங்குப் பிரச்சினை (சமீபத்திய ஆளுநர்களின்)... மாநாட்டில் விரிவாக விவாதிக்கப்பட்டது. சட்டம் ஒழுங்கைக் காப்பதும், அதற்கு இடப்படும் எந்த சவாலையும் சந்திப்பதும் அரசாங்கங்களின் முக்கியக் கடமை என்பது தெளிவானது. கம்யூனிஸ்ட்டுக் கட்சி அந்த சவாலைச் செய்வதால், அது திறமையுடன் சந்திக்கப்பட வேண்டும். எப்படியிருப்பினும் இரண்டு கருத்துக்கள் வலியுறுத்தப் படுகின்றன. இந்தியாவில் அவர்களுடைய இயல்பான தத்துவார்த்த அணுகுமுறையிலிருந்து, கம்யூனிஸ்ட்டுகளுடைய திட்டத்தின் வன்முறை மற்றும் சீர்குலைவுப் பகுதியைப் பிரிப்பதற்கு நாம் முயல வேண்டும் என்பது ஒன்று. அதாவது கம்யூனிஸ்ட்டுகளுக்கு எதிரான நமது நடவடிக்கை என்பது, அவர்கள் வன்முறையிலும், சீர்குலைவிலும் ஈடுபடுகிறார்கள். அவரது சுற்றறிக்கைகள் மற்றும் இன்ன பிறவற்றில் வெளிப்படையாக அவ்வாறு சொல்கிறார்கள் என்பதற்காகவே அன்றி அவர்கள் சில கருத்துக்களைக் கொண்டிருக்கிறார்கள் என்பதற்காக அல்ல. இந்த வேறுபாட்டை ஏற்படுத்த வேண்டும், இல்லையெனில், சில பேர், நாம் ஒரு சிந்திக்கும் முறையைத் தாக்குகிறோம், அரசுக்கு எதிரான வன்முறை நடவடிக்கைகளை அல்ல என்று சிந்திக்குமாறு தவறாக வழி நடத்தப்படுவர் என்பது முக்கியமானது.

காவல்துறை மற்றும் அது போன்ற நடவடிக்கைகள் அரசுக்கான சவாலைச் சந்திக்க அடிப்படையானவை என்னும் அதே சமயம், குறைகளைக் களைவதற்கான நேர்மறையானக் கொள்கையும், மக்களுடனானத் தொடர்பைக் காப்பதும் இன்னும் அதிகமாகத் தேவை என்பது குறிப்பிடப்பட்ட இரண்டாவது

கருத்து. துரதிர்ஷ்டவசமாக, நம்மில் பலரும், மக்கள்திரள் உடனானத் தொடர்பை இழக்கப் போகும் அளவுக்கு நிர்வாகம் அல்லது மற்ற வேலைகளில் சிக்கிக் கொண்டிருக்கிறோம். இது அவர்களை எந்த வகையான போராட்டத்திற்கும் இரையாக்கி விடுகிறது. ஆகவே மக்கள்திரளோடு முழுமையான தொடர்பை வளர்த்துக் கொள்வதும், நமது சிக்கல்களை அவர்களுக்கு விளக்குவதும், அவர்களுடைய ஒத்துழைப்பைக் கோருவதும், அடிப்படையானவை; அத்துடன், அவர்களுடைய முன்னேற்றத்திற்காக தீர்க்கமான, நேர்மறைக் கொள்கையை உருவாக்குவதும் அடிப்படையானது.

மேலும், கடினமான சூழ்நிலைகளைச் சந்திக்கையில், மாகாண அரசுகளுக்கு இடையே, அரசின் அடக்குமுறைத் தன்மையை அதிகமாகச் சார்ந்து நிற்கும் போக்கு காணப்படுகிறது என்பதும் ஆளுநர்கள் மாநாட்டில் சுட்டிக் காட்டப் பட்டது. சில சூழ்நிலைகளில் இது தவிர்க்க முடியாததாக இருந்த போதும், எந்த விஷயத்தையும் கையாள்வதற்கு இது இயல்பாகவே ஆகச் சிறந்ததும், மிகமிகப் பாதுகாப்பானதுமான வழி அல்ல. ஒவ்வொரு காங்கிரஸ்காரரும் தன் சொந்த அனுபவத்தால் அறிவது போல எந்தக் கருத்தோ அல்லது எந்த ஒரு ஆர்வமுள்ள நபரோ அடக்குமுறை கொண்டு நசுக்கப் படுவது என்பது அரிதானது. நாம் நம்மீதான அடக்குமுறையால்தான் வளர்ந்தோம். இது எப்போதும் மனதில் வைக்கப்பட வேண்டியது இல்லையெனில், நாம் மேலும் மேலும் ஒரு தீய வட்டத்திற்குள் சிக்கிக் கொள்வோம். சமீபத்தில் துப்பாக்கிச் சூடுகள் நடந்தன அதன் விளைவாகப் பெண்கள் இறந்தார்கள். உள்ளபடியே அந்தப் பெண்கள் மிகவும் ஒரு மூர்க்கமான முறையில் நடந்து கொண்டார்கள், காவல் துறைப் பக்கம் சேதங்களை விளைவித்தார்கள். அவர்களே தாக்கப்படும் போது, காவல் துறையினருக்கு சுடுவது தவிர்க்க இயலாததாக ஆனது. ஆயினும் பெண்கள் சுடப்பட்டு, கொல்லப்பட்ட செயல், மக்களின் மனங்களில் ஒரு மிக மோசமான உணர்வை விட்டுச்சென்றிருக்கிறது மேலும் அரசுகள் மீதான கவுரவம் இந்தியாவிலும், அயல் நாடுகளிலும் உள்ள மக்கள் கண்களில் உயராது. ஆகவே, நாம் ஒரு நடுநிலையை மேற்கொள்ள வேண்டும். இதுபோன்ற தீவிரமான நடவடிக்கைகளை மேற்கொள்ளாதவாறு, இயன்ற அளவுக்கு

இந்த நிலைமைகளைக் கையாளுவதன் முக்கியத்துவத்தை, காவல்துறையினரும் மற்றவர்களும் மறந்துவிடக் கூடாது என்பதில் நாம் கண்காணிப்புடன் இருக்க வேண்டும்.

1949 ஜூன் 3ஆம் தேதியிட்ட ஒரு கடிதத்திலிருந்து

அரசுகளுக்கு எதிராகவும், காங்கிரஸுக்கு எதிராகவும் பல்வேறு குழுக்களால் இந்தியாவின் பல்வேறு பகுதிகளிலும் மிகப் பெரிய அளவில் இப்போது கிளர்ச்சி நடந்து கொண்டிருக்கிறது. துரதிர்ஷ்டவசமாக, இந்தியாவின் பெரும்பாலான பகுதிகளில் காங்கிரஸ்காரர்கள் தரப்பில் போதுமான வேலை செய்யப்படவில்லை. காங்கிரஸ் செயல்பட வேண்டிய அளவுக்கு அதேபோல் அரசு செயல்பட முடியாது. ஆகவே, நாம் எழுகின்ற பிரச்சினைகளையும், உருவாக்கப்படும் விமர்சனங்களை ஆக்கப்பூர்வமாகப் பார்த்தும் நாம் சமாளிக்க வேண்டியதும் அவசரத் தேவையாக வந்து விட்டது. அரசின் பாதுகாப்புக்கு சவால் விடப்படும் போது அடக்குமுறை தவிர்க்க முடியாததாகி விடுகிறது என்றாலும், அதனால் மட்டுமே பெரும் சிக்கலைத் தீர்த்துவிட முடியாது. பொருளாதாரத் திட்டங்களையும், இயன்ற அளவுக்கு, பொதுமக்கள் எதிர்கொள்ளும் சிக்கல்களைப் போக்குவது பற்றியும் நாம் கருத்தில் கொள்ள வேண்டும். துரதிர்ஷ்ட வசமாக இதை திடீரென செய்துவிட முடியாது. ஆனால் இதற்கப்பாலும், வழக்கமாக காங்கிரஸ்காரர்கள் கடந்த காலத்தில் திறமையாக அவ்வாறு ஒரு தனிப்பட்ட, மனிதாபிமானத் தொடர்பை குறிப்பாக கிராமங்களில் உள்ள மக்களோடு ஏற்படுத்தியதை வளர்க்க வேண்டியது அவசியமாகிறது. நமது மக்கள் நிலைமையை விளக்கியவாறும், நமது சிக்கல்களைச் சுட்டிக் காட்டியவாறும், கிராமங்களையும் மற்ற இடங்களையும் நோக்கி நமது மக்கள் செல்ல வேண்டும். இந்தத் தனிப்பட்ட தொடர்பு, நட்புறவுடனும், மனிதாபிமான வழியிலும் கொண்டு செல்லப்பட்டால், போதுமானது. அந்தத் தொடர்பை நாம் இழந்துவிட்டதாகத் தெரிகிறது மேலும் மிகக் குறைவான நபர்கள், பழைய காலங்களில் வழக்கமாகச் சென்றதைப் போல, கிராமங்களை நோக்கிப் போகிறார்கள். விளைவு, பொதுமக்கள், அரசை விமர்சிப்பவர்களோடும், எதிர்ப்பவர்களோடும் மட்டும் தொடர்பு கொள்கிறார்கள்,

காங்கிரஸை ஒரு அரசு இயந்திரமாக மட்டும் பார்க்கிறார்கள். நம்முன் இருக்கும் இந்தப் பிரச்சினையின் அம்சம், நமது அமைச்சர்கள் மற்றும் காங்கிரஸில் உள்ள நமது நண்பர்கள் என இரு தரப்பாராலும் பரிசீலிக்கப்பட வேண்டியது முக்கியமான தேவையாகும்... கம்யூனிஸ்ட்டுகளைப் பொறுத்தவரை, எந்த ஒரு பொருளாதாரத் தத்துவத்தை அல்லது தத்துவார்த்த அணுகுமுறையை, நாம் அதை ஏற்றுக் கொள்கிறோமோ இல்லையோ, போராடுவதல்ல நம்முன் உள்ள பிரச்சினை என்று உங்களுக்கு அடிக்கடி நான் சுட்டிக் காட்டி உள்ளேன், ஒரு வெளிப்படையான, உள்நோக்கமுடைய, முரட்டுத்தனமான, வன்முறையிலான, அரசின் அடிப்படைக்கே விடப்படும் சவாலையே இன்று நாம் எதிர்த்து போராட வேண்டியது. அது ஒரு வகையான புரட்சி, அதனுடைய எல்லைக்குள் பல வகையான வன்முறை, கொலை, கொள்ளை மற்றும் சீர்குலைவு ஆகியவற்றை உள்ளடக்குகிறது, இதைத்தான் நாம் எதிர்த்துப் போராட வேண்டும். வேறெந்த தத்துவத்தை அல்லது கருத்தியலை எதிர்த்து அல்ல. இந்த உண்மை வலியுறுத்தப்பட வேண்டும் ஏனெனில், இந்தியாவிலும் அயல் நாடுகளிலும் உள்ள மக்கள், நாம் கருத்து வேறுபாடுகளையே நசுக்குகிறோம் என்று வேறுவிதமாக கற்பனை செய்வார்கள். உண்மையில் அரசை எதிர்க்கின்ற கால இதழ்களைப் படிக்கின்ற எவரும், எவ்வளவு மோசமான அளவிற்கு உக்கிரமான மற்றும் தவறான விமர்சனமும் கூட தொடர்வதற்கு அனுமதிக்கப்படுகிறது என்பதை உணர்ந்து கொள்வார்கள். எவ்வளவு கடுமையாக இருப்பினும், நான் விமர்சனத்தைப் பொருட்படுத்துவதில்லை. ஆனால் பொய்மையையும், இன்னும் அதிகமாக ஆபாசத்தையும் நான் கடுமையாக மறுக்கிறேன். நமது செய்தி ஊடகத்தின் ஒட்டுமொத்த தரத்தையும் கீழிறங்கச் செய்யுமாறு, நமது செய்தித் தாள்கள் மற்றும் கால இதழ்களில் சில இந்தப் பொய்மைக்கும், ஆபாசத்திற்கும் தலை வணங்குகிறார்கள் என்பதை நான் பார்க்கையில், மனச்சோர்வு அடையும் உணர்வை நான் ஒப்புக்கொண்டே ஆக வேண்டும். உண்மையில் இது பல செய்தித் தாள்களுக்கும், கால இதழ்களுக்கும் பொருந்தாது.

ஜனநாயகத்தின் நிறுவனங்கள்

1949 ஜூன் 4ஆம் தேதியிட்ட ஒரு கடிதத்திலிருந்து

நாம் கம்யூனிசம் பற்றி விவாதிக்கிறோம். இந்தியாவில் கம்யூனிஸ்ட்டுக் கட்சியின் வன்முறை மற்றும் சீர்குலைவு நடவடிக்கைகளுக்கு எதிராக நடவடிக்கைகள் எடுக்க வேண்டும். அது இயல்பானது, தவிர்க்கமுடியாதது. இருப்பினும் உண்மையான பிரச்சினை கம்யூனிசத்தை விட மிகப் பெரிய ஒன்று - அது கம்யூனிசத்திற்கும் அப்பால் இருக்கக் கூடிய ஒன்று, அது, எதிர்பார்ப்புகள் தூண்டிவிடப்பட்டு, மக்களின் பெரும் திரளானவர்கள் இடையே ஒரு வகை அரசியல் உணர்வு உருவாகி வரும் ஒரு காலத்தின் போது வந்துகொண்டிருக்கும் ஒரு பொருளாதாரக் கோளாறு...

பெரும்பாலான காங்கிரஸ்காரர்கள், ஆசியாவில் இந்த ஆபத்தான வளர்ச்சிகள் குறித்து அறியாமல் இருப்பதாகத் தோன்றுகிறது, அல்லது அவர்கள் அறிந்திருந்தால், இந்தியா தொடர்பாக, அந்தப் பிரச்சினைகளுக்குப் போதுமான முக்கியத்துவம் அவர்கள் தரவில்லை என்று தோன்றுகிறது. சோசலிஸ்ட்டுகள் சிறு கிளர்ச்சிகளையும், சத்தியாக்கிரகங்களையும் நடத்துகிறார்கள், மேலும் இந்த அடிப்படையான நிலைமையை, அதே அளவுக்கு அறியாமல் இருக்கிறார்கள். பெரும்பாலான மக்கள், வர இருக்கும் தேர்தலை ஒட்டியே சிந்திக்கிறார்கள். ஆனால் இந்த தேர்தல்களுக்கு முன்னால் எதுவும் நடக்கலாம். சில காலத்திற்கு முன்பு ஒரு பத்திரிகைப் பேட்டியில், சோசலிஸ்ட்டுகள் தங்கள் பார்வையில் முற்றிலும் தேக்கமடைந்து விட்டனர் என்று துணிந்து சொன்னேன். அவர்களின் புரட்சிகர முழக்கங்கள் இருப்பினும், இது முழுக்க முழுக்க உண்மை என்று நான் கருதுகிறேன். காங்கிரஸ்காரர்களும் அதே அளவுக்கு பெரும்பாலும் தேக்கமடைந்து உள்ளனர் என்பதையும் நான் சொல்ல வேண்டும். வேகமாய் மாறிவரும் ஒரு உலகில் சிந்தனைத் தேக்க நிலையும், சுய திருப்தியை விட மிகவும் ஆபத்தானது வேறொன்றுமில்லை. அரசாங்கப் பொறுப்புக்களால் சுமை ஏற்றப் பட்டுள்ள நாம், அன்றாடம் வரும் பல்வேறு விதமான பிரச்சினைகளை எதிர்கொள்கிறோம் மேலும் அவற்றை தீர்ப்பதற்கு நாம் இயன்றதனைத்தும் செய்கிறோம். அடிப்படைப் பிரச்சினைகள் பற்றி சிந்திக்க நமக்கு நேரமில்லை. சில நேரங்களில், சந்தேகத்திற்கிடமின்றி முக்கியமான விஷயங்கள்...

ஆனாலும் பிரச்சினைகளின் தற்போதைய சூழ்நிலையில் பொருத்தமற்றவை மட்டுமின்றி, ஆபத்து நிறைந்தவையுமான அவற்றைப் பற்றி நாம் கவலை அடைகிறோம். இவ்வாறாக, பிரிவினைவாதப் போக்குகளும் மாகாணவாதமும், மொழிவாரி மாகாணங்கள், மொழிப் பிரச்சினையுங்கூட, அதோடு சட்டத்தால் அல்லது கட்டாயத்தால் மக்களை இன்னும் ஒழுக்கமுடையவர்களாக ஆக்குவதற்கான சிறு சீர்திருத்தங்கள் ஆகியன நம் மனங்களை ஈர்த்திருக்கின்றன. சுதந்திரத்திற்கான நமது போர் முடிந்து விட்டது என்றும் இப்போது மற்ற விஷயங்களைப் பற்றி கடும் விவாதங்களை வசதியாகச் செய்யமுடியும் என்றும் கருதுவதாகத் தோன்றுகிறது. அச்சொல்லின் உள்ளார்ந்த பொருளில், நாம் அரசியல் அடிப்படையில் விடுதலை அடைந்தாலும், சுதந்திரத்திற்கான இந்த போர், முடியவில்லை. பொருளாதார அடிப்படையில் அது முடியவில்லை மேலும் அரசியல் ரீதியாகவும் நாம் தொடர்ந்து கண்காணிப்புடன் இருக்க வேண்டும். பாகிஸ்தான் தலைவர்களின் சிந்தனைகளிலும், பாகிஸ்தானிலும் நிலவும் வழக்கத்திற்கு மாறான சூழ்நிலைகளால் மட்டுமின்றி, அதைவிட இன்னும் அதிகமாக, நான் மேலே குறிப்பிட்ட மற்ற அடிப்படை காரணிகளுக்காகவும் இந்தக் கண்காணிப்பு அவசியமாகிறது. மக்கள் திரளுடனான நமது தொடர்புகள் குறைகிறது. நாம் அவர்களை மிக எளிதாக எடுத்துக் கொள்கிறோம் மேலும் நாம் அவ்வாறு செய்வது என்பது ஆபத்தான செயல் ஆகும். நாம் நமது பழைய பெருமைகள் மற்றும் சாதனைகள் மீதே சார்ந்திருக்கிறோம். அதில் ஏதோ கொஞ்சம் இருக்கிறது. உண்மையிலேயே அதனால்தான் நாம் தொடர்ந்து போகிறோம். ஆனால் கடந்த கால மூலதனம் எப்போதும் நீடித்திருக்காது மேலும் எதையும் சம்பாதிக்காமல் மூலதனத்திலேயே வாழ்வது என்பது திவால் நிலைக்கு இட்டுச்செல்லத் தக்கது.

நான் உங்களுக்கு எழுதிய இருவாரத்திற்கு ஒருமுறையான கடிதத்தில் எழுதியிருந்தது போல், உணவு நிலைமையில் கூட, பிரச்சினை பற்றியும், நமது கடமை பற்றியும் கடுமையான விழிப்புணர்வு இல்லை. நமது மக்களையும், நமது நிர்வாகத்தையும், நம்மையும் நம்மில் சிலர், தொடர்ந்து தாழ்த்திப் பேசுகின்ற பழக்கத்திற்கு உள்ளாகியிருப்பதை நான் அடிக்கடி விமர்சித்திருக்கிறேன். சந்தேகத்திற்கிடமின்றி, இந்த

தீங்குகள் தொடர்ந்தாலும், இவைகளை எதிர்த்துப் போராட வேண்டும் என்றாலும், இவை அனைத்தும் மிகைப்படுத்தப் படுகிறது என்று நான் கருதுகிறேன். ஆனால் உண்மையான தீங்கு, ஊழலோ அல்லது அதிகார முறைகேடோ அல்ல, ஆனால் பொதுவாக ஒரு தார்மீக பலம் குன்றி வருவதுதான். அது தன்னைப் பல வழிகளில் வெளிக் காட்டுகிறது. கடமை உணர்வையும், ஒரு இலட்சியத்திற்காக தியாகம் செய்யும் விருப்பத்தையும் அடிப்படையாகக் கொண்டு கடந்த கால் நூற்றாண்டின் போது நம்மை முன்னோக்கிக் கொண்டு சென்ற மிகச்சிறந்த வேட்கையுணர்வு, சில அரிதான தனிநபர்களில் தவிர வேறெங்கிலும் காணமுடியவில்லை.

இதே முறையில் உங்களுக்கு நான் எழுதுவதற்குத் துணிந்தேன் ஏனெனில், நீங்களும் உங்கள் சக நண்பர்களும், உங்கள் மூலமாக மற்றவர்களும் இந்த அனைத்து விஷயங்கள் குறித்து சீரிய சிந்தனையைச் செலுத்த வேண்டும் என்று நான் கவலைப்படுகிறேன். இந்தியாவின் மீது நான் மிக உயர்ந்த நம்பிக்கை வைத்துள்ளேன், நம் தரப்பிலான தவறுகள் மற்றும் பயனற்றவைகளின் ஒரு குவியலையும் விஞ்சக் கூடிய நம்பிக்கை அது. ஆயினும், நமது சீரிய மற்றும் ஒருமுகப்பட்ட முயற்சிகளாலும், சிறு மோதல்களாலும், கண நேர ஆசைகளாலும் இங்கும் அங்கும் அலைக்கழிக்கப்படாத தொலைநோக்குப் பார்வையுடைய ஆண்களாக, பெண்களாக நாம் செயல்படுவதாலும் மட்டுமே இந்தியா முன்னேற முடியும். நாம் இந்த தொலைநோக்குப் பார்வையை இழக்கும் போதும், அற்ப முறைகளில் சிந்திக்கும் போதும் ஃபாசிசம் எழுகிறது மேலும் வளர்கிறது. வகுப்புவாதமும், ஆர்.எஸ்.எஸ். இயக்கமும் இதனுடைய விளைவுகள் மேலும் ஒரு சந்தர்ப்பவாதப் பார்வையிலிருந்தும் கூட, ஒரு வியக்கத்தக்க அளவில் குறுகியக் கண்ணோட்டத்தை வெளிப்படுத்துகின்றன. உறுதியாக, கம்யூனிசம் இலட்சியவாதிகளையும் அதே போல் சந்தர்ப்பவாதிகளையும் கவர்கிறது. ஆனால் அது செயல்படும் முறை, முற்றிலும் எந்த ஒரு தார்மீகத் தரமும், இந்தியாவின் நலனுக்கான எந்த ஒரு சிந்தனையும் கூட இல்லாமல் இருக்கிறது. அது வேறு வழிகளில் சிந்திக்கிறது. இருப்பினும், இலட்சியவாதக் கூறுகள் அதில் இருப்பதால், ஊக்கமுள்ள இளம் ஆண்களையும், பெண்களையும் அது கவர்ந்திழுக்கிறது. ஒரு இலட்சியத்தின் மீதான நம்பிக்கையால் தூண்டப்படுகிறவர்கள், உயர்ந்த

பலத்தால் நசுக்கப்பட முடியும் என்பது அரிது. மிக உயர்ந்த இலட்சியத்தாலும் அதே போல இந்த நோக்கங்களைப் பிரதிநிதித்துவப் படுத்துகின்ற இலட்சியத்துக்காக உழைக்கக் கூடிய பார்வையாலும், திறமையாலும்தான் அவர்களைத் தோற்கடிக்க முடியும்.

1949 ஜூலை 1ஆம் தேதியிட்ட ஒரு கடிதத்திலிருந்து

கடந்த இரண்டு ஆண்டுகளில் மிகவும் கடினமான சட்டம் ஒழுங்குப் பிரச்சினைகளை நாம் சமாளிக்க வேண்டி இருந்தது. மத்தியிலும், மாகாணங்களிலும், அடக்குமுறைச் சட்டம் என்ற வகையிலான சட்டத்தை நாம், வலுக்கட்டாயமாக இயற்ற வேண்டி வந்தது. மிகப் பெரும் தயக்கத்துடன் நாம் அவ்வாறு செய்தோம் ஏனெனில் அரசின் பாதுகாப்பு, மிக முக்கியமான கருத்தில் கொள்ளத்தக்க ஒன்றாக நமக்கு இருந்தது. மொத்தத்தில், நாம் ஆபத்தான சமூக விரோத சக்திகளைக் கட்டுப்படுத்துவதில் வெற்றி அடைந்தோம். எப்படியிருப்பினும், மத்தியில், மாகாணங்களில் என இரண்டிலும் இந்த சட்டமியற்றலுக்காக, நாம் கடுமையாக விமர்சிக்கப் பட்டோம் என்பது உண்மை, மேலும் பெருமளவு எண்ணிக்கையிலான மக்கள் தடுப்புக் காவலின் கீழ் வைக்கப்பட்டார்கள் என்ற உண்மை, அரசாங்கங்கள் என்ற முறையில் நமக்குப் பொதுவான நற்பெயரைச் சேர்க்கவில்லை.

இந்த நிலைமையை முழுவதும் நாம் மறு ஆய்வு செய்வதற்கு இதுதான் தருணம் என்று நான் கருதுகிறேன். வெளிநாடுகளில் ஆபத்தான சக்திகள் இருக்கின்றன என்பது உண்மை. இந்தியக் கம்யூனிஸ்ட்டுக் கட்சி, சீர்குலைவையும், குழப்பத்தையும் ஏற்படுத்த, வன்முறையிலான வழிகளைப் பின்பற்ற வெளிப்படையாக உட்படுத்தப் படுகிறது. அவர்களுடைய நோக்கம் முற்றிலும் எதிர்மறையான ஒன்று எனத் தோன்றுகிறது, ஏனெனில், அவர்கள் ஜனநாயக வழிகளில் நடந்தால், இந்தியாவில் பெரும் வேறுபாட்டை உண்டாக்க முடியாது என்பது தெளிவு. இந்தியாவில் எந்த பொதுத் தேர்தலிலும், அவர்கள் பெரும் வேறுபாட்டை உண்டாக்க முடியாது. ஆகவே மத்திய அரசோ அல்லது எந்த ஒரு மாகாண அரசோ அதன் கண்காணிப்பைக் குறைக்க முடியாது. அரசின் நலன்களைப் பொறுத்தவரை நாம் எந்த ஆபத்தையும்

வலிந்து எடுத்துக் கொள்ள முடியாது. இன்னும் குறிப்பாக, வன்முறைக்கான எந்த முயற்சியும் கடுமையாக நிறுத்தப்பட வேண்டும். அரசுக்கெதிரான எந்த வன்முறையிலான வழிகளும் மிகமிக உறுதியுடன் எதிர்கொள்ளப்படும் என்பது முற்றிலும் தெளிவாக்கப்பட வேண்டும். அதே சமயம், எங்கு வன்முறை உட்படுத்தப்படவில்லையோ, அங்கு நாம் மிகமிகப் பெருந்தன்மையான போக்கை மேற்கொள்ள வேண்டும். உயர்நீதி மன்றங்களால் நாம் பெரிய அளவுக்கு விமர்சிக்கப் படுகிறோம், மேலும், ஆட்கொணர்வு சட்ட ஏற்பாடுகளின் கீழ் செய்யப்படுகிற விண்ணப்பங்கள் மீது, தடுப்புக் காவலில் வைக்கப்பட்டுள்ள பல பேர், உயர்நீதி மன்றங்களால் விடுவிக்கப் படுகின்றனர். இந்த உண்மையை நாம் நினைவிற்கொள்ள வேண்டும். பாதுகாப்புச் சட்டத்தில் உள்ள சில ஏற்பாடுகள் தொழிலாளர் அமைப்புகள் மற்றும் இன்ன பிறவற்றுக்கு தடையாக வருகின்றன என்றும் சொல்லப்படுகிறது. இவைகளும் மறுஆய்வு செய்யப்பட வேண்டும். வேறு சொற்களில் சொல்வதெனில், வன்முறையிலான ஒவ்வொரு முயற்சியையும் உறுதியாகக் கையாளும்போது, மற்ற விஷயங்கள் குறித்து, எந்த அளவுக்கு முடியுமோ அவ்வளவுக்கு, அடக்குமுறை நடவடிக்கையிலிருந்து நாம் விலகி இருக்க வேண்டும். இயல்பாகவே, எது முற்றிலும் தேவை, எது முற்றிலும் தேவையற்றது என்பதை முடிவு செய்வது மாகாண அரசுகளுக்கானது. முடிவு செய்கையில், பொதுமக்கள் கருத்து மீதான விளைவையும் அதேபோல், தொடர்ந்த அடக்குமுறை, தடுப்பு நடவடிக்கை என்பதன் மதிப்பை இழக்கத்தக்கது என்பதையும் அவர்கள் கருத்தில் கொள்ள வேண்டும்.

உங்களுடைய தனிப்பட்ட கவனத்தை நான் ஈர்க்க விரும்பிய இன்னொரு கருத்து, அரசுத் துறைகளில் ஊழல், இன்னும் குறிப்பாக, குடிமைப்பொருள் வழங்கல், உரிமங்கள், மற்றும் இன்னபிற துறைகளில் ஊழல் பற்றிய குற்றச்சாட்டு குறித்தது. இந்தக் குற்றச்சாட்டுகளில் பல தெளிவற்று இருக்கின்றன மேலும் அவற்றை விசாரணை செய்வது கடினமாக உள்ளது. ஆனால் எங்கெல்லாம் ஒரு குறிப்பிட்ட குற்றச்சாட்டு செய்யப்படுகிறதோ, அங்கு அது விசாரணை செய்யப்பட வேண்டும். இந்தியாவில் ஒவ்வொரு அரசும், எந்த வடிவில் அல்லது உருவிலான ஊழலுக்கு முற்றுப்புள்ளி வைக்க

கவலையோடும், ஆர்வத்தோடும், விழிப்போடும் இருக்கிறது என்று பொதுமக்கள் உணரச் செய்யப்பட வேண்டும். பல எளிய மக்களுக்கெதிராக குற்றம் சுமத்தப்பட்டு, தண்டிக்கப்படுகிறார்கள், ஆனால் பெரிய குற்றவாளிகள் தப்பித்து விடுகிறார்கள் என்பதுதான் வழக்கமாக நடக்கிறது. உண்மையில் பெரிய குற்றவாளிகளே முக்கியம் தவிர மீச்சிறுப் பொறிகள் அல்ல.

1949 ஆகஸ்ட் 15ஆம் தேதியிட்ட ஒரு கடிதத்திலிருந்து

முப்பது ஆண்டுகளுக்கு முன்பும் அதைத் தொடர்ந்தும் வரும் காலத்தையும் திரும்பிப் பார்க்கிறேன் மேலும் அப்போது இந்த நாட்டில் நிரம்பியிருந்த உணர்வை மீண்டும் அறிவதற்கு முயல்கிறேன். அது நம் தலைவரிடத்தில், அவர்தம் குறிக்கோளில், நம்மில், மேலும் நம் நாட்டின் எதிர்காலத்தில் உள்ள நம்பிக்கை உணர்வுதான். பொருளாதார செல்வங்கள் அல்லது பலம் என்ற வடிவில் நாம் குறைவாகப் பெற்றிருந்தோம், இருப்பினும் ஒரு பெருமைக்குரிய பேரரசின் வலிமைக்கு நாம் சவால் விடத் துணிந்தோம். நமது விடுதலையைப் பெறுவதில் வெற்றியடைந்தோம், இன்று நாம் மிகப் பெரும் பலத்தைப் பெற்றுள்ளோம், அனைத்திற்கும் மேலாக நமது விதியைத் திட்டமிட நாம் விடுதலையைப் பெற்றிருக்கிறோம். பிறகு ஏன் உடல் சோர்வாலும், மனச் சோர்வாலும் நாம் பீடிக்கப்பட வேண்டும்? நம்முடைய விருப்பப்படி நாமே தீர்மானித்து வடிவமைக்கும் அந்த எதிர்காலத்தை நாம் ஏன் சந்தேகிக்க வேண்டும்?

பல தளங்களில், மூலதனப் பொருட்களில், பொருளாதார வளங்களில் மற்றும் இன்ன பிறவற்றில் இந்தியாவின் பற்றாக்குறையைப் பற்றி நாம் பேசுகிறோம் மேலும் நமது பிரச்சினைகளைத் தீர்க்க வெளிநாட்டு ஆதாரங்களிடமிருந்து நாம் உதவியைப் பெறவேண்டும் என்று நம் மக்களில் பெரும்பாலோரிடையே ஓர் உணர்வு பரவுகிறது. இந்த உதவியை நாம் பெறக் கூடாது என்பதற்கு எந்தக் காரணமும் இல்லை இருப்பினும், நமது செயல்பாட்டுச் சுதந்திரத்தை எந்த வகையிலும் மீறாத கவுரவமான விதிமுறைகள் சார்ந்து அந்த உதவி இருக்க வேண்டும். நவீன உலகத்தில் எந்த நாடும் தனிமைப் படுத்தப்பட்ட வாழ்க்கையை வாழ முடியாது.

இருப்பினும், நம்மைச் சார்ந்தே நாம் இருக்க வேண்டும் மேலும் உதவிக்காக மற்றவர்களை மிக அதிகமாக எதிர்பார்க்கக் கூடாது என்று நம் தேசப்பிதா நமக்குக் கற்றுத் தந்த பாடத்தை நினைவில் கொள்வது நல்லது. ஒரு நாட்டின் வலிமை அதன் உள்ளிருந்தே வருகிறது, வெளியிலிருந்து அல்ல. நம்மை நாம் சார்ந்திருப்பதன் மூலம்தான் நாம் வெற்றி அடைகிறோம். நம் முன்னால் உள்ள பிரச்சினை, அரசியல், பொருளாதாரம், சமூகம் மற்றும் இன்ன பிற என்று பல அம்சங்களைக் கொண்டது. ஆனால் பெரும்பாலும் அதன் முக்கியமான அம்சம் உளவியல் சார்ந்தது. நம்மை நாம் சார்ந்திருந்தால், நம் மீதும், நம் விதியின் மீதும் நாம் நம்பிக்கை வைத்தால், மற்றவை அனைத்தும் தொடர்ந்து வரும். அது இல்லை என்றால், பிறகு எது வந்தாலும், அது பெரிய உதவியாக இருக்காது.

நாம் சரியானது என்று நம்புகிற பாதையில் அடியெடுத்து வைத்தால் மட்டுமே, நம்பிக்கை முழு அளவில் வர முடியும். காந்திஜியின் வழிகாட்டலில் நாம் கடைப்பிடித்த, நம் இலட்சியத்தின் மற்றும் வழிமுறைகளின் தார்மீக நியாயத்தின் மீதான அடிப்படை நம்பிக்கைதான், சுதந்திரத்தைக் கொண்டு வருவதற்கான வலிமையைக் கடந்த காலத்தில் நமக்குத் தந்தது. ஆகவே நாம் அந்த தார்மீக மனஎழுச்சியை ஒரு மாபெரும், அடிப்படை இலட்சியத்திற்காக, புதிதாக வளர்க்க அல்லது மீண்டும் புதுப்பிக்க வேண்டும், அது மக்களை இயக்கும் போது, அதுவே அற்புதமான முடிவுகளை விளைவிக்கும். ஒழுக்கம் என்பது, மற்ற மக்களின் வாழ்வில் தலையிடக் கோருகின்ற பிடிவாதக்காரர்கள் அல்லது கடுந்தூய்மைவாதிகளின் அற்ப ஒழுக்கம் என்று பொருளாகாது. மாறாக அதன் பொருள், பாடுபடுவதற்கென ஓர் உயர்ந்த இலட்சியத்தைப் பெறுவதற்கான மற்றும் கவுரவமான வழிகளைப் பின்பற்றுவதற்கான மிக உயர்ந்த ஒழுக்கம் என்று அதன் பொருள். இந்த மாபெரும் நாட்டின் மற்றும் உலகத்தின் மிகப் பரந்த ஒரு பார்வையை ஏற்பதும், வகுப்புவாதம், மாகாணவாதம், குழுப்போக்கு ஆகிய சிறுமைத்தனத்திற்கும் மேலே எழுவதும் அதன் பொருள்.

மகாத்மா காந்தி உண்மை, அகிம்சை என்ற பாடத்தை திரும்பத் திரும்ப எண்ணற்ற முறை நமக்குப் போதித்தார். உண்மை என்றால் என்னவென்று நாம் வாதிக்கலாம், அகிம்சையின் தத்துவம் பற்றியும் இன்றைய நாளின் முழுமையற்ற உலகிற்கு

எவ்வளவு தூரம் அது பொருந்தும் என்பதையும் விவாதிக்கலாம், ஆனால் அந்தப் போதனையின் அடிப்படைகள் போதுமான அளவிற்குத் தெளிவாகவே உள்ளன மேலும் எனக்கு நாளுக்கு நாள் அது இன்னும் அதிகமாகத் தெளிவாகிக் கொண்டு வருவதாகத் தோன்றுகிறது. அந்த அடிப்படைகளைப் பின்பற்ற ஒரு தீவிர முயற்சியை நாம் மேற்கொண்டால், இந்தியாவும், உலகமும் சக்திவாய்ந்த பாதிப்புக்கு உள்ளாகும். நமது வெளிஉலக அரசியலில் எந்த அளவுக்குப் பயன்படுத்தினாலும், அது நமது உள்நாட்டு வளர்ச்சிக்கு தவிர்க்க முடியாத தேவையாகும் என்பது நிச்சயம். இந்தியாவில் எந்த வடிவிலும் அல்லது உருவிலும் அல்லது எந்த நோக்கத்திற்காகவும் வன்முறையைத் தூண்டும் அந்த மனிதர்கள், தீய சக்திகளையும், இந்த நாட்டில் சீர்குலைவையும் தூண்டுகிறார்கள். இந்தச் சீர்குலைவால் எந்த நன்மையும் வர முடியாது.

இடதுசாரி ஒற்றுமை என அழைக்கப்படும் ஒன்றைப் பற்றி ஒரு பெரிய அளவிலான பேச்சு இருக்கிறது. முற்றிலும் வேறுபட்ட ஒருவகை மனிதர்கள், இடதுசாரி ஒற்றுமை என்னும் முழக்கத்தின் கீழ் ஒன்றிணைந்து ஒத்துழைக்க முயற்சிப்பதை ஒருவர் காண முடிகிறது. பல்வேறு வழிகளில் விளக்கப்படக் கூடிய ஒரு தெளிவற்ற சொல்லே இடதுசாரியம் *(Leftism)*. இருந்த போதிலும், அது சில முக்கியத்துவத்தையும், ஒரு சில ஆக்கப்பூர்வக் கொள்கையைக் கொண்டுள்ளது. இந்த சொல்லின் பொருள், மிகமிக முழுமையான அரசியல் மற்றும் பொருளாதார ஜனநாயகம் என்பதுடன் மக்கள் திரளின் நலன் என்றிருந்தாலும், இந்தியாவில் மகத்தான காங்கிரஸ் இயக்கத்தோடு இணைப்புற்ற நம்மில் எவரும், இடதுசாரியம் குறித்து உறுதியாக அஞ்சவில்லை. ஆனால் இடதுசாரியம், தற்போதைய தருணத்தில், இந்தியாவில், காங்கிரஸ் எதிர்ப்புக்கு சற்று அப்பால் இருப்பதாகவே எனக்குத் தோன்றுகிறது. விரக்தி உணர்வினால் வளர்க்கப்பட்ட அது, நேர்மறையான தத்துவம் அல்லது கொள்கையற்ற ஒரு சிறுபிள்ளைத்தனமான நூதன நிகழ்வு மேலும் கண்ணோட்டத்தில் அது சாகசம் நிறைந்தது. அது துரதிர்ஷ்டவசமானது ஏனெனில் இந்தியாவில் எதிர்க் கட்சிகள் ஆக்கப்பூர்வமான கொள்கைகளோடு வளர்வது நல்லதொரு செயலாக இருக்கும். எந்தவொரு எதிர்க்கட்சியும் இல்லாமல், சுய திருப்தி அத்துடன் சிந்தனை மற்றும் ஒழுக்கச்

சீரழிவு நோக்கிய ஒரு போக்கு எப்போதும் இருக்கிறது. துரதிர்ஷ்டவசமாக, எப்படியாயினும், இந்தியாவில் நாம் காணும் இடதுசாரியத்தின் வகை, காங்கிரஸையும், அரசாங்கத்தையும் விரும்பாத, அவர்கள் எதற்காக நிற்பதாகச் சொல்லப்படுகிறதோ அந்த ஒவ்வொரு கொள்கையையும் கைவிடத் தயாரான, அவர்களுடன் அணிவகுக்க மற்றவர்களைத் தேடுகின்ற, வேறுபட்ட சக்திகளின் சற்றே ஓர் ஒன்றுகூடல்தான் என்று தோன்றுகிறது.

ஒரு குறிப்பிட்ட அளவுக்கு தவறு, குறைந்தபட்சம், காங்கிரஸிடமும், இந்திய அரசாங்கங்களிடமும் அமைந்திருக்கலாம். பொதுவாக அரசாங்கத்திலும், பொதுவாழ்க்கையிலும் ஒரு விஞ்சி நிற்கும் குழுவாக, இயன்ற அளவுக்கு அதிகமான மக்களின் ஒத்துழைப்பை வெல்ல வேண்டிய அவசியம் காங்கிரஸுக்கு இருக்கிறது. கொள்கை மற்றும் வழிமுறைகள் என இரண்டும் குறித்த அவர்களுக்கிடையேயான அடிப்படை மோதல் இருந்ததால், சிலரை அவர்கள் வென்றெடுக்க முடியவில்லை, ஆனால் மற்றவர்களுக்கு கதவு அகலத் திறந்தே இருக்க வேண்டும்...

எப்போதும் மக்களைச் சார்ந்தே இருக்க வேண்டும் என்பதும், மக்களுடைய நலனை எப்போதும் சிந்திப்பதே நோக்கமாகக் கொள்ளக்கூடிய முக்கியமான குறிக்கோள் என்பதும் மகாத்மாஜி நமக்குக் கற்றுக் கொடுத்த இன்னொரு முக்கிய பாடம். நாம் வர்க்கப் போராட்டத்தைத் தூண்ட மாட்டோம் மேலும் எந்தக் குழுவையும், வர்க்கத்தையும் புண்படுத்த விரும்ப மாட்டோம். ஆனால் எங்கே நலன்கள் மோதுகிறதோ, அங்கே பொதுமக்கள் நலன்கள் மேலோங்கச் செய்ய வேண்டும் என்பது தவிர்க்க முடியாது. இது நல்ல ஒழுக்கம் மட்டுமல்ல பொதுவான நல்லறிவும் கூட. இதுதான் ஜனநாயகத்தின் வெளிப்படையான விளைவு ஆகும். வேறெந்தக் கொள்கையும் பெரும் மோதல்களுக்கும், சீர்குலைவுக்கும் இட்டுச் செல்லும்.

1950 ஜனவரி 18ஆம் தேதியிட்ட ஒரு கடிதத்திலிருந்து

குடியரசுக்கு மாறுவதற்கு முன்பாக இதுதான் உங்களுக்கு எனது கடைசிக் கடிதம். இந்த மாற்றம் படிப்படியாகவும் தவிர்க்க முடியாமலும் வந்து கொண்டிருக்கும். பெரும்பாலும்

இதனால், அதன் முக்கியத்துவம் போதுமான அளவுக்கு உணரப்படுவதில்லை. ஆயினும் குடியரசு ஆவதென்பது நம் நாட்டின் வரலாற்றில் ஒரு முக்கிய நிகழ்வு மேலும் ஒரு புதிய யுகத்தின் துவக்கம். கடந்த பல தலைமுறைகளாக பெரும் எண்ணிக்கையிலான இந்தியர்களின், குறைந்த பட்சம் அரசியல் தரப்பிலான, கனவின் நிறைவேற்றத்தை அது கொண்டு வருகிறது. நமது உறுதிமொழியின் நிறைவேற்றம் அது. இருப்பினும், நமது பயணம் இன்னும் முடியவில்லை என்றும், உறுதிமொழியின் ஒரு முக்கியமான பகுதி இன்னும் அடையவேண்டி எஞ்சி நிற்கிறது என்றும் நாம் அனைவரும் அறிவோம். அது மக்களின் பொருளாதார நிலைமையுடன் தொடர்புடையது.

பெரிய அளவிலான பிரச்சினைகள் நம்மைச் சூழ்ந்துள்ளன. நம்மில் பலர், சில நேரங்களில், இந்தப் பிரச்சினைகளாலும், அவற்றுக்கான தீர்வு நோக்கி முன்னேறுவதிலான மந்தநிலையாலும், சற்றே சோர்ந்து போவதற்கும், நம்பிக்கையற்றுப் போவதற்கும் ஏதுவாகிறது. சிறந்த செயல்களுக்கும், வேகமான முன்னேற்றத்திற்கும் மிகவும் அவசியமான ஆவேச உற்சாகம் நாட்டில் இல்லை. ஒரு நீண்ட காலத்திற்கு மக்களை உள்ளக் கிளர்ச்சியிலேயே வைத்திருப்பது கடினமாகும். எப்படியிருப்பினும், எங்கு சுற்றிப் பார்த்தும், நிலைமையை உணர்வுவயப்படாமல் பார்க்கையில், மெதுவாக இருந்தாலும், இந்தியா வெற்றிகரமாகப் போய்க் கொண்டிருக்கிறது என்றும் இந்தியாவின் எதிர்காலம் ஒளி மிக்க ஒன்றாகப் போகிறது என்றும் நான் உறுதியாக நம்புகிறேன். அடுத்த இரண்டு மூன்று ஆண்டுகள் கடினமானவைகளாக இருக்கலாம், ஆனால் இறுதி விளைவு என்பது நிச்சயம். ஆகவே, நீண்டகாலம் வேண்டிய இந்தியாவின் குடியரசு நடைமுறைக்கு வரும்போது, உறுதியான மனதுடனும், நம் மீதும் நம் தாய் நாட்டின் மீதுமான நம்பிக்கையுடனும் நாம் எதிர்காலத்தை நோக்குவோம் என்று நான் நம்புகிறேன். நமது அணிகளை ஆக்கிரமித்த மோதல்களையும், பிரிவினையையும், நமது பணிக்குள் சில நேரங்களில் ஊடுறுவிய கசப்புணர்வையும் மிகவும் இயன்றளவுக்கு மறக்க நாம் முயல வேண்டும். நம்மிடமிருந்து வேறுபட நேர்ந்தவர்களையும், திறந்த மனங்களோடும், திறந்த இதயங்களோடும் புதிதாக அணுகத் தொடங்க நாம் முயற்சிக்க

வேண்டும். சந்தேகப்படுபவர்களையும், அற்ப வினாக்கள் எழுப்புவோரையும் கூட காந்திஜி கவரவும், மாற்றங்கொள்ளவும் செய்த தனக்கே உரித்த உயர்ந்த வழி அதுவாகவே இருந்தது. அவ்வாறு இன்னும் அதிகமாக நமது சொந்த மனங்களுக்குள் நாமே பார்க்கவும், எங்கே நாம் தவறு செய்தோம் என்றும் நாம் என்ன செய்யாமல் விட்டோம் என்றும் பார்க்கவும் வேண்டும். நாம் சரியாகவும், கருத்தொற்றுமையுடனும் பணிபுரிந்தால், மற்ற சரியான முடிவுகள் தொடர்ந்து வரும்...

பஞ்சாபில் அகாலிகள், இந்த அரசமைப்புச் சட்டத்தை ஏற்கவில்லை என்று அறிவித்திருக்கிறார்கள் மேலும் அதன் எந்தவிதக் கொண்டாட்டத்தை புறக்கணிக்கவும் தீர்மானித்திருக்கிறார்கள்.[4] அவ்வாறு செய்வது அவர்களுக்கு வரவேற்கத் தக்கதாக இருக்கிறது, ஆனால் சில பின்விளைவுகள் தொடரும் என்பது வெளிப்படை. கடந்த காலத்தில் அவர்களது கொள்கை வழக்கத்திற்கு மாறாக உறுதியற்ற ஒன்றாக இருந்தது. அவர்களுக்கு நோக்கமும், தொலைநோக்குப் பார்வையும் இல்லாதது மற்றும் பெரும் தேசியப் பிரச்சினைகளை மிகக் குறுகிய கண்ணோட்டத்திலிருந்து அணுகுவது கண்டும் நான் வருத்தமடைகிறேன். வேறு சிலர் இந்த அரசமைப்புச் சட்டத்தைக் கண்டிப்பதாகவும் அறிவித்துள்ளனர். அரசமைப்புச் சட்டத்தையும் அல்லது வேறெந்த சட்டத்தையும் விரும்புவதும் வெறுப்பதும் எவருக்கும் வரவேற்கத் தக்கதாக இருக்கலாம். ஆனால், எந்த தனிநபருக்கும் அல்லது எந்தக் குழுவினருக்கும் அதை ஒரு விரோதமான முறையில் அணுகுவதும், உருவாக்கப்பட்ட அரசமைப்புச் சட்டத்தைப் புறக்கணிக்கும் அளவுக்கே போவதும் ஆபத்தான நடைமுறையாகும். எந்த நபரும் அமைதியாக அரசமைப்புச் சட்டத்தை மாற்றப் பணிபுரியலாம், ஆனால் நாம் அதற்கான எந்த அவமதிப்பையும் சகித்துக் கொள்ள முடியாது.

---

4 சிரோமணி அகாலிதளம், அரசமைப்புச் சட்டத்தை, மத்திய அரசுக்கு அது அளித்த அளவிறந்த அதிகாரங்கள், நீதித் துறைக்கு அளிக்கப்பட்டதாக அது கருதிய வரையறுக்கப்பட்ட பாத்திரம், தனிநபர் சுதந்திரத்தின் மீது அது வைத்த கட்டுப்பாடுகள், மேலும் அவசர காலங்களின் போது நிர்வாகத் துறைக்கு அது அளித்த அசாதாரண அதிகாரம் ஆகியவற்றையும் சேர்த்து, களத்திலேயே புறக்கணித்தது.

1950 ஃபிப்ரவரி 2ஆம் தேதியிட்ட ஒரு கடிதத்திலிருந்து

கோலாகல விழாக்களும், அரசு முறைச் சடங்குகளும் முடிவுற்றன. நாம் நமது உற்சாகமற்ற நடவடிக்கைகளுக்கும், கடின வேலைகளுக்கும் என இயல்பு வாழ்க்கைக்குத் திரும்ப வேண்டும். ஒரே வேறுபாட்டுடன். இதுபோன்ற பெரிய மாற்றம், நாம் எதைக் குறிக்கோளாகக் கொண்டிருக்கிறோம் - குறிக்கோள்கள் மற்றும் முடிவுகள், இலட்சியங்கள், கொள்கைகள் மற்றும் வழிகள் - அவற்றை அடைய நாம் எப்படி முன்மொழிகிறோம் என்பது பற்றி ஒருவரை சிந்திக்க வலியுறுத்துகிறது. கடந்த காலத்தை திரும்பிப் பார்க்கும், துவக்க நிகழ்வுகளை எண்ணிப் பார்க்கும் போக்கு, முன்னோக்கிப் பார்க்கும் போக்கு, ஆக எல்லாவற்றுக்கும் மேலாக, தற்போது நம்மைச் சூழ்ந்துள்ள பிரச்சினைகளைப் பார்க்கின்ற போக்கு அங்கே தென்படுகிறது. நமது சாத்னைகளின் மிகவும் நீண்ட பட்டியலைத் தயாரிக்க முடியும்; அதற்கு நிகராக நமது சாதனைகள் இல்லாமை பற்றிய நீண்ட பட்டியலையும் தயாரிக்க முடியும். பெரும்பாலும் மிகமிகப் பெரிய இல்லாமை என்பது உளவியல் சார்ந்த ஒன்று. குடியரசு நாள் கொண்டாட்ட நிகழ்வின் போது இருந்தது போல, நம் மக்களிடையே அவ்வப்போது உற்சாகப் பீறிடல்கள் இருப்பினும், பொதுவாகப் பேசினால், அங்கே ஒரு மெத்தனப் போக்கும், செயலற்ற தன்மையும் மேலும் முழு உற்சாகமின்மையும் மக்களிடையே காணப்படுகிறது. நமது வரலாற்றின் ஒரு புதிய கட்டத்தை ஒட்டி, நம் வசம் உள்ள கடமைகளுக்கு - நம்பிக்கை, மனவுறுதி, சக்தி, ஒருங்கிணைந்த முயற்சியின் உணர்வு - மிகமிக அதிகமாகத் தேவைப்படுவது ஆவேசத்துடனான உற்சாகம். இவைகளுள் எதையாவது இந்தியாவில் நாம் காண்கிறோமா? உறுதியாக சில பேர்களிடம் சிறிதளவில். ஆனால், பெரும்பாலான நேரங்களில் பெரும்பாலான மக்களிடம் அவைகளுள் அனைத்தும் இல்லாததையும் கூட உறுதியாகக் காண்கிறோம். சீர்குலைவு சக்திகள் வளர்கின்றன மேலும் மக்களின் சிந்தனைகள், அவர்கள் என்ன செய்ய வேண்டும் என்பது குறித்த சந்தேகத்தால் நிரம்பி இருக்கிறது, ஆகவே அவர்களே மேலும் எதையும் செய்யாமல் மற்றவர்கள் பற்றிய விமர்சனத்திற்கு அவர்கள் திரும்புகிறார்கள். நம் பொது வாழ்க்கையின் தரம் கீழே போகிறது. நாம் முன்பு செய்தது போல காந்தியின் பெயரை

பயன்படுத்துகிறோம் மேலும் சந்தேகமின்றி, எதிர்காலத்திலும் இவ்வாறு செய்வதைத் தொடரப் போகிறோம், இருப்பினும், நம்மை இப்போது பார்த்தால் அத்துடன் இந்தியாவின் நிலையை நோக்கினால் அவர் என்ன சொல்வார் என்று நான் அடிக்கடி வியப்படைகிறேன்.

நாம் கடுமையாக உழைக்கிறோம், மேலும் நாமே களைப்படைகிறோம் அத்துடன் அதுவே நமக்கு சிறிது திருப்தியை அளிக்கிறது. நமது கடும் உழைப்பை மக்கள் பாராட்டாவிட்டால், நாம் அவர்களைக் குற்றம் சொல்ல முயல்கிறோம். அவர்கள் நம்மிடம் நியாயமின்றி இருக்கின்றனர் என்று நினைக்கிறோம். இருப்பினும் ஜனநாயக செயல்பாட்டின் சாரம், நாம் நல்ல செயல்களைச் செய்கிறோம் என்பது மட்டுமே அல்ல மற்றவர்கள் அதை பாராட்டச் செய்வதும் தான். கருவிகள் நன்றாக இல்லை என்ற போதிலும், ஒரு நல்ல வேலைக்காரன், அவனது கருவிகளைக் குற்றம் சொல்ல மாட்டான். மனிதரிலும், மற்ற பொருள்களிலும் நாம் பெற்ற கருவிகளைக் கொண்டு, நாம் பணிபுரிய வேண்டும்.

நாம் பொருளாதார மற்றும் அரசியல் அடிப்படையிலான பெரிய பிரச்சினைகளைச் சந்திக்கிறோம், இருப்பினும், அனைத்திலும் மிகப் பெரிய பிரச்சினை, மக்களின் மன உறுதியை உயர்த்திடும், அதை உற்சாகமிக்க முயற்சியாக திருப்புகின்ற உளவியல் பிரச்சினை தான். இந்தியாவில் பலர், மிகவும் ஏழையாகவே வாழ்கிறார்கள். ஒரு வகையான பாதிப்பும், மகிழ்ச்சி இன்மையும் அவர்களின் விதியாக இருக்கிறது. உறுதியாக, மாய தந்திரம் போன்று இதற்கு திடீரென்று நாம் முடிவு கட்டிவிட முடியாது. பெரும்பாலும், ஒரு நாட்டின் படிப்படியான முன்னேற்றத்திற்கு ஒரு குறிப்பிட்ட தவிர்க்கமுடியாமை இருக்கிறது. அந்தப் படிப்படியான தன்மை எப்படியோ விரைவு படுத்தப்பட வேண்டும், ஆனால் எங்கே பல கோடிக்கணக்கான மக்களின் ஒட்டுமொத்த நாடும் பயிற்சி அளிக்கப்பட வேண்டியிருக்கிறதோ, அதைச் செய்வதற்கு அங்கே மாயத் தந்திர வழி எதுவும் இல்லை. அங்கே ஓர் இயக்கம் இருக்கிறது, அது சரியான வழியில் செல்கிறது என்றால், சில நேரங்களில் சீரான வேகம் குறைந்தாலும் அதனால் நாம் சோர்வடைய வேண்டியதில்லை. தீய சக்திகள் அணி வகுத்துச் செல்லும் போது, அந்தச் சீரான வேகமும் முக்கியமான ஒன்று

என்பது உண்மை, ஏனெனில் நாம் போதுமான வேகத்தில் செல்லவில்லை என்றால், அந்தத் தீய சக்திகள் நம்மை முந்திச் சென்று திகைப்பில் நம்மை ஆழ்த்தி விடும்.

நமது திசை சரிதானா, நமது குறிக்கோள்கள் என்ன மேலும் நமது வேகம் போதுமானதா? சந்தேகமின்றி இந்த கேள்விகள், எனக்கு வந்தது போலவே உங்களுக்கும் வருகின்றன. அச்சத்தாலும், வெறுப்பாலும் அத்துடன் வன்முறை உணர்வாலும் குருடாக்கப்பட்ட ஓர் உலகில் நாம் வாழ்கிறோம். அப்படி இருந்தாலும், நாம் காந்தியைப் பற்றி பேசுகிறோம், அடிக்கடி நம் சொந்தக் கண்கள் போதுமான அளவுக்கு மறைக்கப் படுகின்றன மேலும் போதுமான அளவுக்கு வன்முறையும், அச்சமும், வெறுப்பும் நம்மைச் சுற்றிச் சூழ்ந்துள்ளன. என்னே நாம் பெற்ற பாரம்பரியம்!

பிறகு நாம் என்ன செய்ய வேண்டும்? எல்லாவற்றிற்கும் முதலாவதாக, நமது சிந்தனையில் தேக்கம் வந்துவிட நம்மை என்றும் அனுமதிக்கவும், நம் அணுகுமுறையில் மட்டற்ற சுயதிருப்தி அடைவதும் கூடாது. அதைவிட பெரிய ஆபத்து வேறொன்றும் கிடையாது. நமது மக்கள் திரளோடு தொடர்பு வைத்திருக்க வேண்டும், அவர்களின் நம்பிக்கையை வென்றெடுக்க முயல வேண்டும். அந்த இலக்கை நோக்கி வேலை செய்தால் மட்டுமே நாம் அவ்வாறு செய்ய முடியும். சில முடிவுகளை ஏற்படுத்த முடியும். நான் உங்களுக்கு முன்னர் சொன்னது போல, மக்களுக்காக வேலை செய்வது மட்டுமே கூடாது அவர்களோடு சேர்ந்தும் வேலை செய்ய வேண்டும் என்று கருதுகிறேன். அனைத்து வர்க்கத்தினரின் ஒத்துழைப்பை நாம் விரும்புகிறோம், இருப்பினும் இறுதி ஆய்வில், நாம், நம் மக்களின் பெரும் திரளானவர்களுக்கு முதல் இடம் கொடுக்க வேண்டும்.

கடந்த இரண்டு ஆண்டுகளின் போது செய்த நம் வேலையின் வரவு செலவு அறிக்கையை (Balance - sheet) நாம் தயார் செய்தால், அகில உலக அரங்கில் இந்தியா, பெரும் முன்னேற்றம் அடைந்திருக்கிறது மேலும் அதற்கு ஒரு உறுதியான இடத்தைக் கண்டுள்ளது என்று நியாயமாக நாம் சொல்ல முடியும் என்று நான் கருதுகிறேன். இந்தியாவில் மாநிலங்களை ஒன்றிணைத்தது ஒரு குறிப்பிடத்தக்க சாதனை என்று நாம் சொல்ல முடியும். மற்ற

உள்நாட்டு நடவடிக்கைகளைப் பொறுத்தவரை, போக்குவரத்து முன்னேற்றத்தில் நாம் சிறப்பாக செய்திருக்கிறோம் என்று நினைக்கிறேன். உணவுத் துறையில் நாம் தாமதமாக குறிப்பிட்ட முன்னேற்றத்தை அடைந்தோம். மாகாணங்களில் சில மிகவும் முக்கியமான ஜமீன்தார் முறை பற்றிய சட்டமியற்றுதலில் முன்னேறிச் சென்றுள்ளோம். பெரும்பாலும், நம்மை அபாயகரமான சூழ்நிலைகளும், ஆபத்துகளும் சூழ்ந்திருந்த போதும், நாம் ஏறத்தாழ வெற்றியுடன் நடந்திருக்கிறோம் என்ற உண்மை கூட, ஒன்றும் மோசமான சாதனை அல்ல என்றும் நாம் சொல்ல முடியும். அது வரவுப் பக்கம். செலவுப் பக்கமும் கலக்கமுறச் செய்வதாக இருக்கிறது.

1950 ஃபிப்ரவரி 16ஆம் தேதியிட்ட ஒரு கடிதத்திலிருந்து

இந்தியாவின் பல்வேறு பகுதிகளில், சில சமயங்களில் சிறைக்கு உள்ளேயும், சில சமயங்களில் வெளியேயும் திரும்பத்திரும்ப நடந்த துப்பாக்கிச் சூடுகளால் நான் மன உளைச்சலும், துயரமும் அடைந்திருக்கிறேன். கல்கத்தாவில் நடந்து கொண்டிருப்பதை நான் குறிப்பிடவில்லை ஏனெனில் அங்கு ஓர் ஆபத்தான சூழ்நிலை எழுந்துள்ளது மேலும் அது பரவுவதைத் தடுப்பதற்காக, நம் வசம் முடிந்த அனைத்து வழிகளிலும் அது கட்டுப்படுத்தப்பட வேண்டும். வேறிடங்களில், இந்த மோதல்களில் பல, அவர்கள் வசம் முடிந்த அனைத்து வழிகளிலும் கிளர்ச்சியை உருவாக்க கம்யூனிஸ்ட்டுகள் அமைத்த கொள்கையால் நடைபெறுகின்றன. எங்கு உருவாக்கப் பட்டாலும், இந்தச் சவாலை சந்திக்க வேண்டும். எப்படியிருப்பினும், அதைச் சந்திக்கையில், நமது அரசுகளைக் களங்கப்படுத்த விரும்பும் அந்தக் குறிப்பிட்ட கம்யூனிஸ்ட்டுகளுக்கு நாம் சாதகமாகப் போகாதவாறு, நாம் கவனமாக இருக்க வேண்டும். கம்யூனிஸ்ட்டுகளுக்கு அப்பால், பொதுமக்கள் மீதான துப்பாக்கிச் சூட்டில் வேறு சம்பவங்கள் நடக்கின்றன. இவைகளுக்குப் போதுமான நியாயங்கள் இருந்தன என்று நான் நன்கு நம்ப முடியும். இருப்பினும், இந்த வகையான நிகழ்வு, நம்மீதான ஒரு மோசமான மதிப்பீட்டை உருவாக்கி கொண்டிருக்கிறது மேலும் மக்கள் இடையே நமது காவல் படை தன் நற்பெயரை இழக்கச் செய்கிறது என்ற உண்மை எஞ்சி நிற்கிறது. பொது வெளியில் காவல்துறைக்கு

எதிரான பழைய உணர்வுகள் புதுப்பிக்கப்பட்டால், அது ஒரு சோகமாக இருக்கும். இது ஒரு வளரும் ஆபத்து என்று நான் அஞ்சுவதால், இந்தப் பொருள் மீது நீங்கள் சிந்தனையைச் செலுத்த நான் விரும்புகிறேன். இந்த நிலைமையை எந்த அளவுக்கு சிறப்பாக சமாளிக்க முடியும் என்பது பற்றி உங்கள் சக நண்பர்களையும், முக்கிய அதிகாரிகளையும் பெரும்பாலும் நீங்கள் கலந்து ஆலோசிக்க வேண்டும். சட்டம் ஒழுங்கு பாதுகாக்கப்பட வேண்டும். ஆனால் அதே வேளை, பொதுமக்கள் கருத்து திருப்தியுறச் செய்ய வேண்டும். அரசாங்கத்துடன் அது இசைவாக இருக்கச் செய்ய வேண்டும். நான் உங்களுக்கு தர விரும்பிய ஆலோசனை, உண்மையில் அதை நான் முன்பே தந்திருக்கிறேன், ஒவ்வொரு பெரும் துப்பாக்கிச்சூடு சம்பவத்திலும், துறை ரீதியான விசாரணையை விட மற்ற முறையான விசாரணை வேண்டும் என்பது தான். அந்தக் கோரிக்கை தான் மக்கள் சார்பாக எப்போதும் வைக்கப்படும் கோரிக்கை மேலும் கடந்த காலங்களில் நாமே அடிக்கடி அதைச் செய்திருக்கிறோம். இந்த நடைமுறைக்கு ஒரு மரபை உருவாக்குவது பயனுள்ளதாகும் ஏனெனில், பிறகு ஒரு விசாரணைக்கு குறிப்பிட்ட நிகழ்வுகளை மட்டுமே தேர்ந்தெடுப்பது என்ற சொல்லுக்கு இடமிருக்காது.

1951 ஃபிப்ரவரி 1ஆம் தேதியிட்ட ஒரு கடிதத்திலிருந்து

உ.பி. சட்ட சபை, நீண்ட உழைப்பிற்குப் பின் அவர்களுடைய ஜமீன்தார் முறை ஒழிப்பு மசோதாவை நிறைவேற்றினார்கள். ஆளுநரால் அவருக்கு ஒரு குறிப்பு அனுப்பப் பட்டதால், குடியரசுத் தலைவரால் அதற்கு ஒப்புதல் அளிக்கப்பட்டது. இது நடந்து முடிந்த உடனேயே, பெரிய அளவில் ஜமீன்தார்கள், இந்தச் சட்டம் நடைமுறைக்கு வருவதைத் தடுப்பதற்காக, உயர் நீதி மன்றத்தில் விண்ணப்பித்து, தடையுத்தரவைப் பெற்றார்கள். இது மிக முக்கிய விஷயங்களைக் கிளப்பி இருக்கிறது. மக்களின் விருப்பை பிரதிநிதித்துவப் படுத்துகிற பாராளுமன்றம், சில அடிப்படையான சமூக சீர்திருத்தங்கள் குறித்து தீர்மானிக்கிறது. பிறகு இவை, அரசமைப்புச் சட்டத்தை விளக்கும் முறையால், நீதித்துறையால் முடக்கப் படுகின்றன. மாநிலங்களின் கிராமப்புற பகுதிகளைப் பொறுத்தவரை, விளைவு பெரிய அளவில் கிளர்ச்சியாக இருக்கலாம்.

அரசமைப்புச் சட்டத்தை விளக்குவதும், நடைமுறைப் படுத்துவதும் நீதித்துறையின் உரிமை மேலும் நம்மில் எவரும் அதைக் கேள்வி கேட்க முடியாது அல்லது கூடாது. ஆனால், அரசமைப்புச் சட்டமே நமக்குக் குறுக்கே வருமானால், பிறகு உறுதியாக அந்த அளவிற்கு அரசமைப்புச் சட்டத்தை மாற்றுவதற்கு அதுவே தருணம். நீதிமன்றங்களின் விளக்கத்தின் படி, அரசமைப்புச் சட்டம் குறுக்கே வருவதால், முக்கியமான சமூக மாற்றங்களைச் செயலிழக்க வைப்பது இயலாததாகும். பீகாரிலும் இது நடந்துள்ளது. இது, அரசமைப்புச் சட்டத்தில் ஒரு மாற்றத்தை வேண்டியதாக இருப்பினும், நாம் ஒரு தீர்வை கண்டு பிடித்தாக வேண்டும்.[5]

1951 மார்ச் 21ஆம் தேதியிட்ட ஒரு கடிதத்திலிருந்து

ஜமீன்தார் முறை ஒழிப்பு பற்றிய பாட்னா உயர்நீதி மன்றத்தின் சமீபத்திய முடிவு, நம் அனைவருக்கும் ஓரளவு முக்கியமான பிரச்சினைகளை எழுப்பி இருக்கிறது.[6] பல ஆண்டுகளாக காங்கிரஸ் திட்டத்தில், ஜமீன்தார் முறை ஒழிப்பு என்பது ஏற்றுக்கொள்ளப்பட்ட தலையாய கொள்கையாக இருந்து வருகிறது என்பது நன்கு அறிந்ததே. உண்மையில் ஆசியாவில் முற்போக்கான விவசாய சீர்திருத்தம் என்பது அடிப்படையான பிரச்சினை என்று நன்றாகவே சொல்லப்படுகிறது. இது தடுக்கப்பட வேண்டும் என்றால், பிறகு நம் சமூக, பொருளாதாரக் கொள்கை முற்றிலும் தோல்வி அடையும் மேலும் கோடிக்கணக்கான விவசாயிகளும், வேளாண்மக்களும், வாக்குறுதியை மோசமாக மீறியதாக நம்மை நன்றாகவே குற்றம் சாட்ட முடியும். ஒரு சகிக்க முடியாத நிலைமை உருவாக்கப்படும். அதே நேரத்தில், அரசமைப்புச் சட்டத்தை விளக்குவது நமது மேலமை நீதிமன்றங்களின் ஒரு வேலை என்பது வெளிப்படையான ஒன்று. நீதிமன்றங்களின் முடிவுகளை நாம் மதிக்க வேண்டும், ஏனெனில் அவ்வாறு செய்யாமல் போவது என்பது நமது அரசமைப்புச் சட்ட

5 ஜூன், 1951 இல் நிறைவேற்றப்பட்ட அரசமைப்புச் (முதல் திருத்தம்) சட்டம், நீதிமன்றங்களின் அதிகார வரம்பிலிருந்து, ஜமீன்தார் முறை பற்றிய சட்டங்களை அகற்றியது.

6 மார்ச் 12, 1951 அன்று, பாட்னா உயர்நீதி மன்றம், பீஹார் நிலச்சீர்திருத்தங்கள் சட்டத்தை, ‘இந்திய எல்லைக்குள், அரசு, சட்டங்களின் முன்பான சமத்துவத்தையும், சட்டத்தின் சமமான பாதுகாப்பையும் எந்த நபருக்கும் மறுக்காது’ என்று போடப்பட்ட அரசமைப்புச் சட்டம், பிரிவு 14 ஐ மீறிவிட்டது என்ற காரணத்திற்காக, அரசமைப்புக்கு எதிரானது என்று அறிவித்தது.

கட்டமைப்பின் அடித்தளத்தையே தகர்ப்பதாகும். அவர்கள் தனியாகவும் தற்சார்புடனும் பணியாற்றிய போதும், நிர்வாகத் துறையும் நீதித்துறையும் ஒன்றாகவே இணைந்து செயல்பட வேண்டும். அரசமைப்புச் சட்டத்தை விளக்கும் உரிமை நீதிமன்றங்கள் பெறுகின்ற வேளை, நாம் அவர்களின் முடிவுகளை மதிக்கும் மற்றும் மரியாதை செலுத்தும் வேளை, நாட்டின் பரந்த சமூகக் கொள்கை பாராளுமன்றம் அல்லது மாநில சட்டசபைகளால் தீர்மானிக்கப் படுகிறது என்ற உண்மை விஞ்சி நிற்கிறது. வேறெந்த செயலும், ஜனநாயகத்தை மறுப்பதும், அதன் மிகமிக முக்கியமான வேலையைச் செய்வதில் அரசுத் தரப்பின் ஒரு தோல்வியும் ஆகும். அன்றாடப் பணிகளை சற்றே மேற்கொண்டு செல்லும் ஒரு முகமையாக அரசாங்கம் இனி தொடர முடியாது. அது சமூகக் கொள்கைகளை வகுக்க வேண்டும் மேலும் அவற்றை நடைமுறைப் படுத்தவும் வேண்டும். ஆகவே, அரசமைப்புச் சட்டத்தின் ஒரு திருத்தத்தை, வெளிப்படையாக அதனுள்ளே பரவியுள்ள இடைவெளிகளை நீக்குவதற்கேற்ப, பரிசீலிக்க வேண்டியது நமக்கு அவசியமாக வந்து விட்டது...

இந்தியாவில், ஒப்பீட்டளவில் பேசினால், நாம் உறுதியான, நன்கு அமைக்கப்பட்ட ஓர் அரசாங்கம். நம்மை விமர்சிப்பவர்கள் பலர் மேலும் அவர்களுடைய விமர்சனங்கள் பெரும்பாலும் நியாயமானவையாக இருக்கலாம், ஆனால் நாம் ஒரு குறிப்பிடத்தக்க அளவு வெற்றியுடன் - எந்த மாதிரியான ஒப்பீட்டு தரங்களைக் கொண்டு இதை நாம் முடிவு செய்ய முடிந்தாலும் - பணிபுரிந்து கொண்டிருக்கிறோம் என்ற உண்மை விஞ்சியே நிற்கிறது. பல வழிகளிலும் நிலைமை வன்முறை வெடிக்கக் கூடியதாக இருக்கிறது என்ற உண்மை தொடர்கிறது மேலும் நான், இது பற்றிய பொதுவான உணர்தல் இன்மை குறித்து துயருறுகிறேன். தேர்தல்கள் குறித்து மனநிறைவாய்ப் பேசுகிறோம், சட்டசபைகளிலும், பாராளுமன்றத்திலும், இரண்டாம் தர விஷயங்கள் பற்றி மட்டுமீறிய அளவுக்கு விவாதிக்கிறோம், இவை அனைத்தும் குறிப்பிட்ட சில அனுமானங்களின் அடிப்படையில் தான் என்பதை மறந்து, நமது ஜனநாயக நடைமுறைகள் மீது நாமே பெருமை கொள்கிறோம். இந்த அனுமானங்கள் போகும் என்றால், பிறகு ஜனநாயகமும் போய்விடுகிறது மேலும் அதன்

சாதனங்கள் அனைத்தும் கீழே உருண்டு விடுகின்றன. இன்று உலகம் ஒரு பிரம்மாண்டமான பிரச்சினையின் பிடியில் இருக்கிறது. அரசியல் பிரச்சினைகள் இருக்கின்றன. இன்னும் அதிகமாக பொருளாதார மற்றும் சமூகப் பிரச்சினைகளும் இருக்கின்றன, அத்துடன் அவை அனைத்திற்கும் அப்பால் மிகப்பெரிய அளவில் உளவியல் அடிப்படையிலான மோதல்கள் இருக்கின்றன. மனித உணர்வு கடும் உழைப்பில் இருக்கிறது. தீய சக்திகள் உலகை திக்குமுக்காட வைக்க முயற்சிக்கின்றன மேலும் அறிந்தோ அறியாமலோ, நாம் எங்கிருக்க வேண்டி இருந்தாலும், தொடர்ந்து உயிர் வாழ்தலுக்கு நாம் கடும் முயற்சி செய்து கொண்டு இருக்கிறோம். இந்தத் தீய சக்திகளை எந்த நாட்டிலும் ஓரளவுக்கு நிறுத்தி வைத்திருக்கும் தடையரண்கள் மக்கள் கற்பனை செய்வது போல அவ்வளவு திடமாக இல்லை. அந்தத் தடையரண்கள் போய் விட்டால், போக வேண்டும் என்று வரும் போது, பிறகு அது உலகிற்கும் அல்லது எந்த நாட்டிற்கும் மோசமான ஒரு நாளாக இருக்கும்.

இந்தியாவில் நாம் அதே அளவுக்கு உயிர் வாழ்தலுக்கான இந்தப் போராட்டத்தை சந்திக்கிறோம். நான் மிகைப் படுத்தவில்லை மேலும் நான் எந்த வகையிலும் அவநம்பிக்கையாளன் கிடையாது. இந்தியாவின் எதிர்காலத்தில் நான் நம்பிக்கை கொண்டிருக்கிறேன், ஆனால் என்னைச் சுற்றிலும் நான் பார்க்கின்ற எண்ணற்ற சீர்குலைவு மற்றும் பிளவு உண்டாக்கும் சக்திகளை, மக்களின் புதிரான விழிப்புணர்வு இன்மையை மேலும் முக்கியமான நோக்கங்களை மறந்தவாறு, அற்பமான விஷயங்களில் அவர்களின் ஈடுபாட்டை நான் புறக்கணிக்க முடியாது. நமது ஜனநாயகம், ஞானத்தாலும், பராமரிப்பாலும் ஊட்டத்தோடு வளர்க்கப்பட வேண்டிய, மேலும் அதன் செயல்முறைகள் மற்றும் வரைமுறை பற்றிய பெரிய அளவிலான ஒரு புரிதலை வேண்டுகின்ற இளம் தளிர். அது, அரசமைப்புச் சட்டம் கட்டி எழுப்பிய ஏதோ வெறும் கட்டமைப்பு அல்ல. அதற்கு வாழ்வையும், குறிக்கோளையும் நாம் கொடுக்க வேண்டும். அந்த வாழ்வு, நம்மை எழுச்சியுறச் செய்யும் உணர்வாகவும், ஒழுக்கமாகவும் இருக்க வேண்டும்; அந்த குறிக்கோள், நமது முயற்சிகளையும், ஆற்றலையும் அதை அடைவதற்கென திருப்புகின்றவாறு, நன்கு அறியப்பட்ட சமூகக் குறிக்கோளாக இருக்க வேண்டும்.

1951 மே 2ஆம் தேதியிட்ட ஒரு கடிதத்திலிருந்து

பாராளுமன்றம், அதன் நீண்ட நெடும் அமர்வுகளுள் ஒன்றைத் தொடர்ந்து கொண்டிருக்கின்றது. பெரும்பாலும் அதன் பணியை இந்த மாத இறுதி வரை அது தொடரும். சில முக்கியமான நடவடிக்கைகளை நாம் நிறைவேற்றியாக வேண்டும்...

ஒரு மிக முக்கியமான நடவடிக்கை, அரசமைப்புச் சட்டத்தை திருத்துகின்ற ஒன்று.[7] இந்தத் திருத்தத்தின் போது, சில இடைவெளிகள் நிரப்பப்பட நாம் கடும் முயற்சி எடுக்க வேண்டும். ஆனால் இந்தத் திருத்தத்தின் முக்கிய நோக்கம் இரு மடங்கானது: ஒன்று, அடிப்படை உரிமைகளின் நீதித்துறை விளக்கம் தொடர்பான சில இடர்ப்பாடுகளை நீக்குவது; கீழமை நீதிமன்றங்களின் சமீபத்திய சில முடிவுகள், இந்த விளக்கத்தை இயல்பு மீறிய தொலைவிற்கு கொண்டு சென்றுள்ளன. உடனடி திருத்தத்தை வேண்டுகின்ற அரசமைப்புச் சட்டத்தின் இன்னொரு பகுதி, பல்வேறு மாநில சட்டசபைகள் நிறைவேற்றிய, நீதித்துறை முடிவுகளால் நிறுத்தி வைக்கப்பட்ட நிலம் தொடர்பான சமூக நடவடிக்கைகள் தொடர்புடையது.

விவசாய சீர்திருத்தம் மொத்தத்தில் நமது பிரச்சினைகளுள் முக்கியமானதும், அவசரமானதும் ஆகும். கடந்த இருபது ஆண்டுகளுக்கு அல்லது அதற்கும் மேலாக, தேசிய காங்கிரஸ் இதில் ஆர்வம் காட்டி வருகிறது. தற்போதைய நிலைமை தொடர முடியாது என்பதில் சந்தேகம் இருக்க முடியாது. முன்மொழியப்பட்ட சீர்திருத்தங்கள் நெடுங்காலம் எதிர்பார்க்கப் பட்டவை. ஆகவே, இதுபோன்ற விவசாய சீர்திருத்தங்கள் குறித்து எப்படி ஆயினும், அரசமைப்புச் சட்டத்தின் நோக்கத்தை விரிவு படுத்த வேண்டியது அவசியமாகிறது.

7 பிரிவு 19 மற்றும் 31 ஆகியவற்றின் திருத்தங்கள் மூலம், பொது ஒழுங்கின் நலன் கருதி, பேச்சு சுதந்திரத்தின் மீது கட்டுப்பாடுகளை இடவும், ஜமீன்தார் முறை ஒழிப்புச் சட்டங்களை நடைமுறைப் படுத்துவதில் உள்ள தடைகளை நீக்கவும், மாநிலங்கள் செயல்படுத்தக் கூடுமாறு செய்யப்பட வேண்டும்.

1951 ஜூன் 2ஆம் தேதியிட்ட ஒரு கடிதத்திலிருந்து

கடந்த இரு வாரங்களாக, இந்திய பத்திரிகைகள் முழுவதும் அரசமைப்புச் சட்டத் திருத்த மசோதாவால் நிரம்பி இருந்தன. பாராளுமன்றத்தில் நாம் அனைவரும் கடுமையாக உழைக்க வேண்டியிருந்தது மேலும் அந்த சிரமம், நீண்ட அமர்வுக்குப் பின்னர், மிகவும் பெரிதாக இருக்கிறது. நான் உங்களுக்கு எழுதியது போல, அரசமைப்புச் சட்டத்திருத்த மசோதா அதன் இறுதி நிலைகளில் உள்ளது...

பிரிவு 19 க்கான திருத்தம், மிகப் பெரிய விவாதத்திற்கும், மிகக் கடுமையான சர்ச்சைக்கும் காரணமாகிறது.[8] நீங்கள் அறிந்தது போல, இந்தத் தனிப்பிரிவு பேச்சு மற்றும் கருத்து சுதந்திரத்தை விளக்குகிறது. பத்திரிகைத்துறையை கட்டுப்படுத்தி, அதன் குரல்வளையை நெறிப்பதாகவும் மேலும் அது குறித்து ஒரு யதேச்சாதிகார முறையில் நடந்து கொள்ள முயல்வதாகவும் நாம் குற்றம் சுமத்தப் படுகிறோம். அந்தச் சவாலை நாம் சந்தித்தோம், அத்துடன், அது போன்ற நோக்கமோ, முயற்சியோ இல்லை என்று நியாயமான முழு மனநிறைவு அடையுமளவுக்கு, நாம் மெய்ப்பித்து இருக்கிறோம் என நான் கருதுகிறேன். ஆயினும் பத்திரிகை பிரச்சாரம் இந்தத் திருத்தங்களுக்கு எதிராகப் போய்க்கொண்டு இருக்கிறது. சில அந்நிய நாட்டு செய்தித்தாள்கள் இதை மிகுந்த ஆர்வத்தோடு, நம்மைக் கண்டனம் செய்வதற்கு சாதகமாக எடுத்துக்கொண்டு உள்ளன...

பத்திரிகைகளின் மனங்களில் ஒரு சில அச்சம் இருப்பதை நான் புரிந்து கொள்ள முடியும். உண்மையில் அந்த உரிமைகள் கொஞ்சம் கூட அச்சுறுத்தப் படவில்லை என்ற போதிலும் கூட, அவர்களுடைய உரிமைகளுக்கான அவர்களின் போராட்டத்தை நான் பாராட்ட முடியும். ஆனால் இந்த எதிர்ப்பின் கடும் ஆவேசத்தால் நான் வியப்புறுகிறேன் என்பதை நான் ஒப்புக் கொள்கிறேன்...

---

8 பிரிவு 19 இன் உட்கூறு 2, அரசமைப்புச் (முதல் திருத்தம்) சட்டம், 1951 மூலம் பேச்சு மற்றும் கருத்து சுதந்திரத்தின் மீது கட்டுப்பாட்டிற்கான புதிய காரணத்தை அறிமுகம் செய்வதற்காக திருத்தப்பட்டது. ஆனால், பாராளுமன்றத்தில், எதிர்க்கட்சிகளால் சொல்லப்பட்ட அச்சங்களைக் கருத்தில் கொண்டு, திருத்தத்தில் குறிப்பிடப்பட்ட அனைத்துக் காரணங்களையும் செயல்படுத்தும் விதமாக, 'நியாயமான கட்டுப்பாடுகள்' என்ற சொற்களைச் சேர்த்ததன் மூலம், திருத்தம் மாற்றம் செய்யப்பட்டது.

பத்திரிகைகளிலும், நாட்டிலும் அது பற்றிய மிகப் பெரும் விவாதம் நடந்து கொண்டிருக்கிறது. இதுபோன்ற பொதுவெளியிலான விவாதங்கள், மக்களை விழிப்படையச் செய்கிறது. சிந்தனையின் திசைவழி எப்போதும் சரியான ஒன்றாக இருக்காது என்றாலும், அவர்களை சிந்திக்க கட்டாயப் படுத்துகின்றன. அரசுத் தரப்பில் அல்லது மக்கள் தரப்பிலான தன் மனநிறைவை விட மோசமான ஒன்று ஜனநாயகத்தில் இல்லை. துரதிர்ஷ்டவசமாக கடும் சொற்களைப் பயன்படுத்துவது தவிர தன் மனநிறைவு மற்றும் செயலற்ற தன்மை என்ற அந்தப் போக்கு இருக்கிறது. நமது காங்கிரஸ் அரசியலும் சற்று போலியாகவே இருக்க முனைகிறது. பிரிவினை பற்றியும், பிரபலமான ஆட்கள் காங்கிரஸிலிருந்து விலகுவது பற்றியும் பெரும் அளவிலான பேச்சு இருக்கிறது, ஆனாலும் எந்தப் பிரச்சினை மீதும் உண்மையிலேயே பொதுவெளியில் விவாதம் என்பது அறவே இல்லை. இதுபோன்ற முக்கியப் பிரச்சினைகள் நாட்டின் முன் இருக்கும் போது, அனைத்திந்திய காங்கிரஸ் குழுவில்(Committee), கடந்த காலங்களில் வழக்கமாக இருந்தது போல, கடுமையான விவாதம் இருக்கும் என்று ஒருவர் எண்ணியிருக்கலாம். ஆனால் அ.இ.கா.க. ஓர் உற்சாகமற்ற முறையில் சந்திக்கிறது, வழக்கமான வேலையைச் செய்கிறது. நாட்டையும், காங்கிரஸையும் பீடித்திருக்கும் நோய் என்ன என்பது பற்றி அதன் நடவடிக்கைகளின் போது, எதுவும் குறிப்பிடப் படவில்லை. இந்த வளர்ச்சிப் போக்கில் ஏதோ தவறு இருப்பதாகத் தோன்றுகிறது. நமது அரசியல் படிப்படியாக பொழுதுபோக்கும் வகையிலாக வந்திருக்கிறது. எந்த ஒரு ஆரோக்கியமான வளர்ச்சிக்கும் தீங்கு விளைவிக்கும் இந்த ஆழ்தடத்திலிருந்து நம்மை நாமே விலக்கிக் கொள்வோம் என்று நான் நம்புகிறேன்.

அரசமைப்புச் சட்ட திருத்தங்களுக்கு திரும்பி வந்தால், இவை நம்மீது ஒரு பெருஞ் சுமையை ஏற்றியுள்ளன. சில நீதிமன்ற அறிவிப்புக்களால் தற்சமயத்திற்கு, செயல்பட முடியாத அனைத்து பழைய விதிகளை நாம் பயன்படுத்த முடியும் என்று நான் கற்பனை செய்யக்கூடாது. இந்த விஷயம் பற்றி நாட்டிற்கும் பாராளுமன்றத்திற்கும் பல வாக்குறுதிகளை நாம் அளித்திருக்கிறோம். அனைத்து பழைய விதிகளும், குறிப்பாக பத்திரிகைகளுக்காகப் பயன்படுத்தும் விதிகளும் இயன்ற

அளவுக்கு தூர விலக்கி வைக்கப்பட வேண்டும். இப்போதுள்ளது போன்ற, பழைய நாட்களில் பயன்படுத்தப்பட்டது போன்ற தேசதுரோகச் சட்டம், நமது சட்டப் புத்தகத்தில் இடம் பெறாது. ஆனால் தொடர்ந்து இடம் பெற வேண்டியதும், நடவடிக்கை எடுக்கப்பட வேண்டியதும், இன மற்றும் வகுப்புவாத வெறுப்பைப் பரப்புவதை கையாளுகின்ற சட்டம். இது குறித்து, நாம் கவனமாக இருக்க வேண்டும் மேலும் முன்பு சீர்குலைக்கப் பட்டிருப்பதை விட இன்னும் அதிகமாக சீர்குலைக்கப்படாமல் சூழ்நிலையைத் தடுக்க வேண்டும்...

இன்று மோசமான ஆபத்து, பெரும்பாலும் அளவுகடந்த தாழ்ந்த தரத்தையுடைய, அநாகரீகத்தின் உச்சத்தில் ஈடுபடும் எண்ணற்ற சிறு செய்தித் தாள்களின் வளர்ச்சியே. பெரும்பாலும் இது அரசியல் நோக்கங்களுக்காகப் பயன்படுத்தப் பட்டாலும், அரசியலுக்கு எதுவும் செய்யப் போவதில்லை. நமது உள்நாட்டுக் கொள்கையின் அல்லது வெளிநாட்டுக் கொள்கையின் மீதான மிகத் தீவிரமான அரசியல் விமர்சனத்தை நாம் தடுக்க மாட்டோம் என்று பாராளுமன்றத்தில் நான் அதை தெளிவுபடுத்தி இருக்கிறேன். நமக்கும் இன்னொரு நாட்டிற்கும் இடையே ஓர் ஆபத்தான நிலைமை ஏற்படுவதற்கு இட்டுச் செல்லும், அல்லது போரை நோக்கிச் செல்லத் தூண்டும் எந்த விமர்சனத்தையும் தடுப்பது என்பதன்றி, அந்நிய நாட்டுக் கொள்கைகளின் மீதான எந்த விமர்சனத்தையும் தடுக்க நாம் விரும்பவில்லை என்பதையும் நான் சொல்லி இருக்கிறேன். இன்று பயன்பாட்டில் இல்லாத ஒரு காலம் கடந்த சட்டத்தைத் தவிர அந்நிய நாடுகள் மீதான விமர்சனம் தொடர்பான எந்த சட்டமும் இன்று இல்லை. அந்நிய நாடுகளைப் பாதிக்கக் கூடிய எந்தச் சட்டத்தையும் உருவாக்குவது நமது நோக்கமல்ல.

பாராளுமன்றத்தில் விவாதத்தின் போது, புதிய திருத்தங்கள் குறித்து மட்டும் சட்டங்கள் இயற்ற பாராளுமன்றத்தை அனுமதிப்பதற்கு சாதகமாக அதிக அளவிற்கு பேசப்பட்டது. எல்லா மாநில அரசுகள் மற்றும் சட்டசபைகளின் மீது இல்லாமல், உண்மையில் சிலவற்றின் மீது ஒரு குறிப்பிட்ட அவநம்பிக்கையும், சந்தேகமும் இருந்தது. இதுபோன்ற சட்டங்கள் இந்தியா முழுவதும் ஒரே மாதிரியாக இருக்க வேண்டும் என்ற வாதமும் இருந்தது. மாநிலங்களில் பெரிய அளவிலான வேற்றுமை இருப்பதால், இந்த வாதங்களில்

சில நியாயம் இருந்தது. புதிய மசோதா நிறைவேற்றப்பட்டுக் கொண்டிருப்பதால், அதிகாரம் மாநிலங்களோடு தொடர்கிறது. ஆனால் பொருள்கள் ஒன்றாக இருப்பதால், இயற்றப்படும் எந்தச் சட்டமும், மத்திய அரசின் கூராய்வுக்காகவும், ஒரே சட்டத்தின் இரு வேறு வடிவங்களுக்கு இடையேயான மோதலைத் தவிர்ப்பதற்காகவும் வர வேண்டும் என்பது தவிர்க்க முடியாது.

ஆகவே, இந்தத் திருத்தங்களின் விளைவாக, எங்களுக்கு குறிப்பு ஏதுமின்றி ஏதேனும் நடவடிக்கை எடுக்கையில் கவனமாக இருக்க வேண்டும் என்று உங்களுக்கு நான் ஆலோசனை சொல்கிறேன். அதிலும் குறிப்பாக, அளவுக்கதிமான ஆபாசம் மற்றும் அவதூறு வழக்குகள் நீங்கலாக, பத்திரிகை சுதந்திரத்தில் எந்தவித தலையீடும் தவிர்க்கப்பட வேண்டும். இது போன்ற வழக்குகளில், குற்றவியல் சட்டத்தின் உதவியை நாடுவது விரும்பத் தக்கது. தவறான குற்றச்சாட்டுகள், பதிலளிக்கப்படாமல் தொடர்வதற்கு அனுமதிப்பது முறையாகாது.

முன் தணிக்கை பற்றி நிறைய சொல்லப்பட்டது. இது சரியாக ஆட்சேபிக்கப் படுகிறது மேலும் எந்தச் சூழ்நிலையிலும் அது ஈடுபடுத்தப்படக் கூடாது என்று நான் கருதுகிறேன்.

இந்தத் திருத்தப்படும் சட்டம் ஏற்கப்படுவதோடு, பல ஜமீன்தார்முறை மற்றும் நில சட்டங்கள் சரிபார்த்தலுக்குப் பின் ஏற்கத் தக்கதாகின்றன. இது மிகப்பெரிய ஆதாயம், ஏனெனில் நிலச் சீர்திருத்தங்கள் மற்றும் ஜமீன்தார்முறை ஒழிப்பு ஆகியவற்றோடு தொடர்ந்து மேலே செல்வதற்கு மாநிலங்களைப் பொறுத்தவரை சாத்தியமாகிறது. தற்போதைய இந்தச் சட்டத்தின் முதல் நிலை, முக்கியமாக ஜமீன்தார்முறை மற்றும் மிகப்பெரிய பண்ணைகள் ஒழிப்பு சம்பந்தப்பட்டதே என்பதை நினைவில் கொள்ள வேண்டும். ஒப்பீட்டளவில் சிறிய இரயத்துகள் அல்லது இப்போது உள்ளது போன்ற இரயத்துவாரி முறைக்கு எதிராகப் பயன்படுத்த வேண்டும் என்று இதன் பொருள் அல்ல. பஞ்சாபில் விவசாயி - உரிமையாளர்கள், ஜமீன்தார்கள் என அழைக்கப்படுகின்றனர். இந்தப் புதிய சட்டம் இப்போது உள்ளவாறு அவர்களுக்கும், வேறெங்கும் அவர்களைப் போல் உள்ளவர்களுக்கும் பொருந்தாது. ஆனால்

நிலச் சீர்திருத்தத்தின் எந்தத் திட்டத்திலும், பெரும் ஜமீன்தார் முறை ஒழிப்பு மட்டுமின்றி அதற்கும் அதிகமாக வேறொன்றின் மீதும் குறி வைக்க வேண்டும் என்பது தெளிவாகிறது. முன்னரே சில மாநிலங்களில் விவசாயி - உரிமையாளர்கள் வைத்துக்கொள்ளும் அதிகபட்ச நிலத்தின் எண்ணிக்கை வரையறுக்கப் பட்டுள்ளது. இது ஐம்பது ஏக்கர்கள் அல்லது அதற்குக் குறைவானது. நிலச்சீர்திருத்தம், இந்தத் திசையில் போகும் என்பது மட்டும் அல்ல, கூட்டுறவுப் பண்ணை விவசாயம் என்பதை குறிக்கோளாக்கவும் வேண்டும், அது இல்லையெனில் திறமையான, இலாபகரமான விவசாயம் மற்றும் மிகப் பெரும் உணவு உற்பத்தி என்பது சொற்ப நம்பிக்கையாகவே இருக்கும். இருப்பினும் இப்போதைக்கு, நாம் உடனடி பிரச்சினை மீது கவனம் குவிக்க வேண்டும், அது ஜாகீர்தார் மற்றும் ஜமீன்தார் முறைகள் ஒழிப்பும் அது போன்ற மற்றவையும் தான்.

சில மாநிலங்களில், ஏதோ ஒரு சட்டத்தின் இந்தச் செயலால், உள்ளூர் உயர்நீதி மன்றங்களால், தங்கள் அதிகாரத்திற்கு அப்பாற்பட்டதென அறிவிக்கப்பட்ட, சரிபார்த்து ஏற்பது என்பது (Validation), ஓரளவு சிக்கலான நிலைமையை நன்கு ஏற்படுத்தி விடும். இந்தச் சட்டங்கள், அவைகள், அதிகாரத்திற்கு அப்பாற்பட்டது என்ற அறிவிப்புக்குப் பின்னர், இந்த இடைவெளியின் போது இயற்றப் பட்டிருக்க வேண்டும். பிறகு அவைகளைப் பொறுத்து நாம் இப்போது என்ன செய்ய வேண்டும்? இந்த விஷயங்கள் அனைத்தும் கவனமுடன் ஆராயப்பட வேண்டும் மேலும் சட்டென்றும், சஞ்சலப் படுத்தும் நடவடிக்கை எடுக்கப்படக் கூடாது என நான் பரிந்துரைக்கிறேன். புதிய ஜமீன்தார்முறை ஒழிப்புச் சட்டங்கள், தனிப்பட்ட நடவடிக்கைகளில், என்ன அநீதி, ஏதேனும் இருந்தால், இழைக்கப் பட்டிருக்கிறது என்பதைக் கண்டறிய, ஆய்வு செய்யப்பட வேண்டும் என்றும் நான் பரிந்துரைக்கிறேன். சட்டத்தின் விரிவான அம்சங்களில், தனிநபர் அநீதி குறித்த சில வழக்குகள் எழும் என்பது தவிர்க்க இயலாது. நான் அதற்கு உதவ முடியாது ஆனால் இந்த அநீதியை நிர்வாக நடவடிக்கையாலோ அல்லது மசோதாவை சிறிது திருத்தம் செய்தால் கூடவோ, எங்கே இந்த அநீதியை நீக்க முடியுமோ, அங்கு இது கருத்தில் கொள்ளப்பட

வேண்டும். இதில் உங்களுக்கு, எங்களால் எந்த அளவுக்கு முடியுமோ அந்த அளவுக்கு மகிழ்ச்சியாக உதவுவோம். தொடர்ந்த வழக்காடலை நாம் தவிர்க்க விரும்புகிறோம். உண்மையில், இது முழுமையாக நம் அதிகாரத்தில் இல்லை மேலும் இந்தத் திருத்திய சட்டங்களும் கூட ஏதோ ஒரு வழியில் நீதிமன்றங்களில், எதிர்க்கப் படுவதற்கு முற்றிலும் சாத்தியம் உள்ளது. அப்படியானால், அந்த எதிர்ப்பை நாம் சந்திப்போம். நமது பெரும் சமூகத் திட்டங்கள் முடக்கப் படுவதற்கு கூடுமானவரை நாம் அனுமதிக்க முடியாது.

1951 ஜூன் 15ஆம் தேதியிட்ட ஒரு கடிதத்திலிருந்து

அரசமைப்புச் சட்டத்தால் நமக்கு உறுதி அளிக்கப்பட்ட சுதந்திரங்களில் ஏதாவது ஒன்று ஆபத்தில் இருப்பதாகச் சொல்லப்படும் ஒரு தறுவாயின் போது, பாராளுமன்ற உறுப்பினர்களும், பத்திரிகைத் துறையும் கண்காணிப்பாக இருக்க வேண்டும் என்பது சரியானது என்று நான் கருதுகிறேன். மசோதாவின் சொல்லமைப்பின் மீது மிகவும் அதிகமான அடிப்படையைக் கொள்ளாமல், அதன் ஏதோ ஓர் அதீதக் கற்பனையை அடிப்படையாகக் கொண்டது போல் தோன்றும் தாக்குதல்களின் பண்பையும், ஆவேசத்தையும் பார்த்து நான் வியப்புற்றேன். முக்கியமாக அந்த மசோதா, ஜமீன்தார்முறை ஒழிப்பிற்கான நமது சட்டத்திற்கான தடைகளைக் களைவதை நோக்கமாகக் கொண்டு வரப்பட்டது. அரசியல் மற்றும் சமூகம் என்ற இரு பார்வையிலிருந்தும், நமது நிலச் சீர்திருத்தத்தின் முக்கியக் கொள்கைகள் விரைவாக நடைமுறைக்கு வர வேண்டும் என்பதற்கேற்ப அவசரமான மற்றும் மிக முக்கிய விஷயமாக இது ஆகி விட்டது. இது அடிக்கடி திரும்பத்திரும்ப சொல்லப்படும் ஒரு பழைய உறுதிமொழி; நிகழ்வுகளின் சூழலில் இன்றியமையாத ஒன்றாகவும் அது ஆகிவிட்டது. தனிப்பிரிவு 19 க்கான திருத்தம், உண்மையில், செயல்படுத்தக் கூடிய, எளிய மொழியில் எழுதப்பட்ட ஒன்று. ஆனால் இது 'பகுத்தறிவுக்கு உகந்த' (reasonable) என்ற சொல்லால், கட்டுப்படுத்தப் பட்டது. இவ்வாறு அது நீதிமன்றத்தில் முடிவு செய்யத் தக்கதாக ஆக்கப்பட்டது. சட்ட நீதி மன்றங்களின் சில சற்றே நம்புவதற்குக் கடினமான அரசமைப்புச் சட்டத்தின் விளக்கங்கள், நம் வழியில் மோசமான இடர்ப்பாடுகளை

வைத்துள்ளன, ஆகவே, நிலையைத் தெளிவாக்க அது மிகவும் அவசியமாகிறது. அவ்வாறு செய்யும் போது, எந்தக் கருத்தையும் மற்றும் எந்த எதிர்ப்பையும் வெளியிடுவதைப் பொறுத்தவரை, பத்திரிகை சுதந்திரத்தை தடை செய்வதற்கு நம் தரப்பில் எந்த நோக்கமும் இல்லை. ஆனால் பத்திரிகை துறையின் ஒரு பொறுப்பற்ற பிரிவினர் இடையில், அளவுக்கு மீறிய ஆபாசம் மற்றும் அவதூறான எழுத்தில் ஈடுபடுவது ஓர் அதிகரிக்கும் போக்காக இருக்கிறது என்பது உண்மை. அரசியல் ரீதியாக, இது முக்கியத்துவமற்றதாக இருக்கலாம் ஆனால் எந்த ஒரு பண்பாட்டு தரங்களின் பார்வையிலும், இது பெரும் துன்பம் தரத் தக்கது. தரங்கள் அடக்குமுறைச் சட்டத்தால் உயர்த்தப்பட முடியாது என்பதும், மேலும் இந்த நோக்கத்திற்கு வேறு வழிகள் பயன்படுத்தப்பட வேண்டும் என்பதும் முற்றிலும் உண்மை. ஆனால் நாம் ஒரு நிச்சயமற்ற மற்றும் ஆபத்தான காலத்தில் வாழ்கிறோம் மேலும் பாராளுமன்றம், உருவாகும் எந்த ஆபத்தான நிலைமையையும் சமாளிப்பதற்கேற்ப அதிகாரத்தைப் பெற்றிருக்க வேண்டும் என்பது அரசின் பாதுகாப்புக்கு அநேகமாகத் தேவைப்படும் என்று நமக்குத் தோன்றுகிறது.

ஓர் எழுதப்பட்ட அரசமைப்புச் சட்டம் நமக்குத் தேவைப்பட்டது. இந்தச் சூழ்நிலைகளில், அது தவிர்க்க இயலாததாக ஆனது, மேலும் நாம் ஒரு எழுதப்பட்ட அரசமைப்புச் சட்டத்தைப் பெற்றதால், அதனுடன் நாம் அடிப்படை உரிமைகளை இணைக்க வேண்டியதாயிற்று. ஆயினும், ஒரு மாறிவரும் காலத்தில், ஓர் இறுக்கமான அரசமைப்புச் சட்டம் மாற்றத்தை தடுப்பதற்கு நன்கு வரலாம். ஓர் அரசமைப்புச் சட்டம் மரியாதையோடு நடத்தப்பட வேண்டும், ஆனால் அது காலத்தின் உணர்வை அல்லது மக்களின் வலிமைவாய்ந்த வேட்கைகளைப் பிரதிநிதித்துவப் படுத்துவதை நிறுத்தினால் அல்லது அவற்றின் குறுக்கே வந்தால், பிறகு இடர்ப்பாடுகளும், மோதல்களும் உருவாகும். ஆகவே, குறிக்கோளின் நிலையானத் தன்மையையும், உறுதித்தன்மையையும் பெறுவதோடு, ஓர் அரசமைப்புச் சட்டத்தில் ஓரளவு இலகுத்தன்மையோடும், வளைந்து கொடுக்கும் தன்மையோடும் இருப்பதும்தான் அறிவுடமை ஆகும்.

பத்திரிகை சுதந்திரத்தைக் கட்டுப்படுத்துவது நம்முடைய நோக்கமாக இருந்ததும் இல்லை, இப்போதும் இல்லை மேலும் மாநில அரசுகள் சில காலத்திற்கொவ்வாத சட்டத்தை பயன்படுத்துவதில் புதிய திருத்தத்தைச் சாதகமாக எடுத்துக் கொள்வதை நாம் விரும்பவில்லை. உண்மையில், இப்போது நாம் எடுக்க வேண்டிய முதல் நடவடிக்கைகளில் ஒன்று, விவாதத்தின் போது அடிக்கடி குறிப்பிடப்பட்ட காலத்திற்கொவ்வாத இந்த சட்டங்களுள் சிலவற்றுக்கு முற்றுப்புள்ளி வைப்பதுதான். எடுத்துக் காட்டாக, பழைய தேச துரோகச் சட்டம் சட்டப் புத்தகத்தில் தொடர்வதற்கு நம்மில் எவரும் விரும்பவில்லை. அது ஒரு மோசமான வரலாறைக் கொண்டுள்ளது மேலும் சோகமான நினைவுகளைக் கொண்டு வருகிறது. நிச்சயமாக, பத்திரிகைத்துறையின், முழு கருத்துச் சுதந்திரத்தை உறுதி செய்யும் போது, தரங்களைத் தொடர்வதிலும், அந்தச் சுதந்திரத்தின் தவறான பயன்பாட்டை தடுப்பதிலும் உதவக்கூடிய எந்தச் சட்டங்களை இயற்ற வேண்டும் என்பதை நாம் கருத்திற்கொள்ள வேண்டும்.

ஜமீன்தார்முறை சட்டத்தைப் பொறுத்தவரை, நாம் இயன்ற அளவுக்கு விரைவாக முன் நோக்கி செல்ல வேண்டும். அப்போது கூட, ஒவ்வொரு நடவடிக்கையையும் முழு பரிசீலனைக்குப் பிறகும், இயன்ற அளவுக்கு பெரிய அளவிலான ஒத்துழைப்போடும் எடுக்க வேண்டும் என்பது விரும்பத்தக்கது. இதைப் பொறுத்து, நாம் முன்னே போவதிலிருந்து நம்மைத் தடுக்கும் ஒரு பிரிவு மக்களின் எந்த ஒத்துழைப்பு இல்லாமையையும், உண்மையில், நாம் அனுமதிக்க முடியாது. ஆனால் நாம் விமர்சனங்களைக் கருத்தில் கொண்டால், மேலும் அங்கே அவை ஏற்கத்தக்கதாக இருந்தால், நிர்வாக நடவடிக்கை மூலம் அல்லது சில சட்டத் திருத்தத்தின் மூலம் கூட, அவற்றை எதிர் கொண்டால், அது பெரும்பாலும் வேகமாகப் போகும்.

1951 செப்டம்பர் 22ஆம் தேதியிட்ட ஒரு கடிதத்திலிருந்து

உள்துறை அமைச்சகக் கடிதம் நோக்கி உங்கள் சிறப்புக் கவனத்தை ஈர்க்க நான் விழைகிறேன்... தேர்தல் பரப்புரையுடன் தொடர்புடைய அமைச்சர்களின் சுற்றுப்பயணம் குறித்த கடிதம். மிகச்சிறந்த அரசியல் மரபை அடிப்படையாகக் கொண்ட இந்தக் கருத்துக்கள், உங்கள் சக நண்பர்களுக்கும்,

உங்களுக்கும் முற்றிலும் ஏற்கத்தக்கவையே மேலும் தேர்தல்களின் போது, கட்சிக்கு சாதகமாக அமைச்சர்கள் அவர்களின் அரசுப்பதவியைத் தவறாகப் பயன்படுத்துகிறார்கள் என்ற விமர்சனத்தை தவிர்க்கும் வகையில் உங்கள் சுற்றுப்பயண ஏற்பாட்டை முறைப்படுத்திக் கொள்வீர்கள் என்பதில் எனக்கு சிறிதும் ஐயமில்லை.

உள்துறை அமைச்சகக் கடிதம், தேர்தல் பரப்புரையை முக்கிய நோக்கமாகக் கொண்ட அமைச்சர்களின் சுற்றுப் பயணங்களுக்கான பயணப்படிகள் பிரச்சினை பற்றி எதுவும் குறிப்பிடவில்லை. இதுபோன்ற பயணங்களுக்கு பயணப்படிகள் அல்லது தினப்படிகள் அமைச்சர்களால் கட்டணம் வசூல் செய்யப்படக் கூடாது என்பதை நீங்கள் ஒத்துக் கொள்வீர்கள் என்பதில் நான் உறுதியாக இருக்கிறேன். இந்தக் கருத்து, தோராயமாகவே, நியாயமான, அறிவுப்பூர்வமான ஒன்று; இது, அரசமைப்புச் சட்டத்தின் நடைமுறைப் பின்னணியிலான விளக்கங்கள் அடிப்படையில், தலைமைக் கணக்காளர் மற்றும் தணிக்கையாளர் (Comptroller and Auditor - general) கருத்தும் கூட.

உள்துறை அமைச்சகக் கடிதத்தில் குறிப்பிடப் பட்டிருக்கும் பொதுவான கொள்கைகள் இப்போதிருந்து பயன்படுத்தப்பட வேண்டும். அரசின் கொள்கைகள் மற்றும் அது போன்றவைகளை விளக்கும் பொருட்டான கூட்டங்களையும், முழுவதுமான தேர்தல் கூட்டங்களையும் பிரிப்பது எளிதாக இருக்க வேண்டும். ஆயினும் நீண்ட நெடுங்கால இடைவெளியில் இது சாத்தியமாகாது மேலும் இரண்டும் ஒரே மாதிரியாகவே இருக்கும். அரசு அதிகாரிகள், பாதுகாப்பு மற்றும் ஒழுங்குக்கான காரணங்களுக்கு சில உதவிகளைச் செய்த போதும், பொதுவாகச் சொன்னால், பொதுக் கூட்டங்கள், அரசு அதிகாரமற்ற வகையில், தனிப்பட்டவர்களால் ஏற்பாடு செய்யப்பட வேண்டும்.

1951 அக்டோபர் 4ஆம் தேதியிட்ட ஒரு கடிதத்திலிருந்து

நாம் ஆட்சிக்கு வந்ததிலிருந்து, உண்மையில் அதற்கு முன்பிருந்தே நமது முக்கியக் கொள்கை ஜமீன்தார்முறை ஒழிப்பு என்பதாகவே இருந்தது. நம் தரப்பில் மிகுந்த தாமதம் ஏதுமில்லை மேலும் பல மாநில அரசாங்கங்கள், ஆட்சிப்பொறுப்பை ஏற்றவுடன், இந்தச்

சட்டமியற்றலை மேற்கொண்டார்கள். இந்தப் பிரச்சினை சிக்கலானது. பல்வேறு குழுவினர்(Committees) இதை ஆய்வு செய்தனர். இழப்பீட்டுத்தொகை பற்றிய பிரச்சினை ஒரு பெரும் இடறலை ஏற்படுத்தியது. வெவ்வேறு மாநிலங்கள் இதை வெவ்வேறு வழிகளில் எதிர் கொண்டனர். இறுதியில், சில மாநிலங்கள் இந்த ஜமீன்தார்முறை ஒழிப்புச் சட்டத்தை நிறைவேற்றினார்கள், ஆனால் பிறகு நீதிமன்றங்கள் குறுக்கே வந்து தடைகள் மற்றும் அவை போன்றவற்றை வழங்கினார்கள். நீங்கள் அறிந்தது போல, நமது அரசமைப்புச் சட்டத்தைத் திருத்துவதற்கான முக்கியமான காரணங்களுள் இதுவும் ஒன்று..

இன்று ஆசியாவில் விவசாய சீர்திருத்தம், மிகமிக முக்கியமான பிரச்சினை என்று அடிக்கடி சொல்லப்படுகிறது. நீண்ட காலத்திற்கு முன்பே நாம் இதை உணர்ந்தோம் மேலும் அதை நோக்கி நடவடிக்கைகளையும் எடுத்தோம். ஆனால் அரசமைப்புச் சட்டமும், நாம் உருவாக்கிய சட்டங்களும், நமக்கு முன்னேற்றத்தின் வேகத்தை அதிகப்படுத்துவதில் சிக்கலை ஏற்படுத்தி விட்டன.

இந்து ஒருங்கிணைந்த சட்ட மசோதா (The Hindu Code Bill), இதற்கு முன்னரே நடந்த நீண்ட ஆய்வுகளுக்கும் அப்பால், நான்கைந்து ஆண்டுகளாக முற்றுப்பெறாமல் இருக்கிறது. பாராளுமன்றத்திற்கு முன்பாக திரும்பத்திரும்ப விவாதத்திற்கு வருகிறது மேலும் முடிவற்ற சொற்பொழிவுகள் நிகழ்த்தப் படுகின்றன. அது வெளிப்படையாகவே ஒரு சர்ச்சைக்குரிய நடவடிக்கைதான் மேலும் விவாதத்தைத் தடுப்பதோ அல்லது இதை ஒரு கொறடாவின் ஆணையை வேண்டுகின்ற கண்டிப்பான ஒரு கட்சி நடவடிக்கையாகக் கொள்வதோ கூட நமது விருப்பமல்ல. ஒவ்வொரு முயற்சிக்குப் பிறகும், அதன் ஒரு பகுதி கூட நிறைவேறாத அளவுக்கு இவ்வாறு நாம் தோல்வி அடைந்து விட்டோம். இந்த அமர்விலேயே ஏதாவது ஒன்றைச் செய்ய வேண்டும் என்பதற்காக, பகுதி இரண்டை மட்டும் அதாவது திருமணம் மற்றும் மண முறிவு ஆகியவற்றை மட்டும் எடுத்துக் கொள்ள தீர்மானித்தோம். அதுவும் தாமதப்படுத்தப் பட்டது, மிக அதிகளவிலான தயக்கத்துடன், இந்த அமர்வில் அதற்கான சற்றே நேரம் இல்லை என்பதால், அதன் பரிசீலனையை நாம் தள்ளிப் போட வேண்டியதாயிற்று. ஒரு குறிப்பிட்ட அளவு பெரும்பான்மையினர், பாராளுமன்றத்தில்

இந்த மசோதாவை சில மாற்றங்களுடன் நிறைவேற்ற விரும்பினர். ஆனால் ஒரு தீர்மானத்துடன் இருந்த ஒரு சிறுபான்மைக்கு முன்பாக, அந்தப் பெரும்பான்மை ஏதும் செய்ய இயலாமல் போனது மேலும் குறைந்த பட்சம் அந்தக் கணத்தில் நமது தோல்வியை ஒப்புக் கொண்டாக வேண்டும்.

இருந்தும், இந்த இந்து மசோதா மீதான நேரம் அனைத்தும் வீணாக்கப்பட்டது என நான் கருதவில்லை. அது மக்கள் முன் இந்த முக்கியமான பொருளை வைத்து, மக்கள் அதைப்பற்றி சிந்திக்கவும் செய்திருக்கிறது. இந்தியாவில் முக்கியமான பிரச்சினைகளுள் ஒன்றாக அதை ஆக்கி இருக்கிறது மேலும் அது விவாதத்திற்கு எடுத்துக் கொள்ளப்பட வேண்டும் அத்துடன் ஒருகாலத்தில் அல்லது மற்றொரு காலத்தில் அது நிறைவேற்றப் பட்டாக வேண்டும் என்பதில் எனக்கு சிறிதும் சந்தேகம் இல்லை. என்னைப் பொறுத்து, இந்தியாவில் முன்னேற்றம் என்பது - அரசியல், பொருளாதாரம் மற்றும் சமூகம் - ஆகிய அனைத்து முனைகளிலும் என்று நான் நம்புகிறேன். இது நடந்தால் ஒழிய, நாம் தேக்கம் அடைந்து விடுவோம். சில பேர், சமூக அம்சத்தை தள்ளி வைத்து விடவேண்டும் என்றும் அரசியல், பொருளாதார அம்சங்கள் மீது கவனம் குவிக்க வேண்டும் என்றும் கருதுகிறார்கள். இதுபோன்ற ஒரு பிரிவு இருக்க முடியாது. நமது சமூக அமைப்பு கடந்த காலத்தில் நல்லதும் தீயதுமான இரு பழக்க வழக்கங்களையும் காட்டி உள்ளது. அது வியக்கத்தக்க ஒத்திசைவையும், இடையறாத தொடர்ச்சியையும் வெளிக்காட்டி உள்ளது. சமூகத் தளத்தில் மற்ற பின்விளைவுகளுக்கு அப்பால், அது படிப்படியாக அரசியல் மற்றும் பொருளாதார அமைப்பு முறையை பலவீனப்படுத்தி உள்ளது. கடந்த காலத்தில் அதன் நல்ல பழக்க வழக்கங்கள் எப்படியிருப்பினும், தற்போது முக்கிய மாற்றங்கள் அவசியமாகிறது என்பது தெளிவாகிறது. ஒருங்கிணைந்த இந்து மசோதா, சமூக அமைப்பை மிக அதிகமாக அசைக்காமல், சில மாற்றங்களைக் கொண்டு வருவதற்கான முயற்சியை பிரதிநிதித்துவப் படுத்துகிறது. அந்த மசோதா, நகலில் உள்ளது போல, முழுமையானது அல்ல மேலும் நிச்சயமாக மாற்றங்களைச் செய்யவும் முடியும். ஆனால் அதன் உள்ளே இருக்கும் அடிப்படையான கொள்கைகள் முக்கியமானவை.

அவைகளை விட்டு விட முடியாது. இந்த மாற்றங்கள் அடைவதற்கான போராட்டம் தொடரச் செய்ய வேண்டும்.

இந்தக் கடிதத்தை நான் எழுதுகிற போது, பாராளுமன்றத்தில் பத்திரிகை மசோதா சூடாக விவாதிக்கப் படுகிறது. பத்திரிகைகளில் அதன் மீது ஒரு கடுமையான தாக்குதல் நடக்கிறது மேலும் மிகவும் தவறான சித்தரிப்பு ஈடுபடுத்தப் படுகிறது. பிரதமரும், உள்துறை அமைச்சரும் அவர்கள் கொடுத்த உறுதிமொழியை முறித்து விட்டார்களா என்று சொல்லப்படுகிறது. இது முற்றிலும் உண்மைக்கு மாறானது. எங்களில் பலர், அதில் நானும் ஒருவன், பத்திரிகை சுதந்திரத்தையும், கருத்து சுதந்திரத்தையும் கட்டுப்படுத்தும் சட்டங்களை நிறைவேற்ற மிகவும் அதிகமாகத் தயங்குகிறோம். ஆனால் எனக்குத் தெளிவாக தெரிகிறது, பத்திரிகைத்துறை குறித்து இப்போதைய நிலையைத் தெளிவுபடுத்த ஏதாவது செய்தாக வேண்டும் என்பது உண்மையில், பொதுவாக அங்கீகரிக்கப் படுகிறது. இப்போதைய நிலை குழப்பம் நிறைந்தது. பல்வேறு பார்வைகளில் இருந்தும், பத்திரிகைத் துறையில் சில பிரிவுகள் மிகவும் ஆபத்தான நோக்கங்களுக்காகப் பயன்படுத்தப் படுகின்றன என்பதும் பொதுவாக ஏற்றுக்கொள்ளப் படுகிறது. அவர்கள் வகுப்புவாதத்தை அணிகளுக்குப் போதிக்கின்றன மேலும் மக்களின் சிந்தனைகளையும், வேட்கைகளையும் தீவிரப்படுத்துகின்றன. அவற்றின் நன்னெறிப் பண்புகளின் தரம் மிகவும் மோசமாக உள்ளது மேலும் பெரும்பாலும், இந்த அவமதிக்கத்தக்கப் பத்திரிகைகளில் சிலவற்றின் நோக்கம் முழுமையாக பலனை உள்ளடக்கிய அச்சுறுத்தல் மட்டுமே. இது பற்றி ஏதேனும் செய்யப்பட வேண்டும்.

பத்திரிகை சட்டங்கள், நிர்வாகத்தை அளவுக்கதிகமான அதிகாரங்களுடன் தயார் செய்திருக்கின்றன என்பதும், அப்போது நிர்வாகம் பொறுப்பற்ற ஒன்றாக இருந்தது என்பதும் அவற்றுக்கு எதிரான முக்கிய ஆட்சேபணையாகும். இன்று அதிகாரிகள் பிரபலமானவர்களாகவும், பொறுப்பு உள்ளவர்களாகவும் இருக்கிறார்கள், அவ்வாறு இருந்தும், பத்திரிகை மசோதா, நடவடிக்கை எடுப்பதற்கான எந்த இறுதி அதிகாரத்தையும் நிர்வாகத்திற்குத் தரவில்லை. நீதிமன்ற நடைமுறைகள் மூலமே முடிவு இருக்க வேண்டும். இதுவே பழைய பத்திரிகை சட்டங்களிலிருந்து வந்த ஒரு

பிரம்மாண்டமான மாற்றம். ஆகவே விவாதத்திற்கு உரிய பிரச்சினை, என்ன செய்யக்கூடாது என்பதை வரையறுப்பதில் எவ்வளவு தொலைவு நாம் போக வேண்டும் என்னும் அளவுக்கு மிகவும் கட்டுப்படுத்தப்பட்ட ஒன்றாக இருக்க வேண்டும். இந்த வரையறுப்புகள் கறாராக வரைமுறைப் படுத்தப் பட்டிருக்கின்றன என்பதையும் அரசு பத்திரிகை சுதந்திரத்திலும், வேறு எந்த நியாயமான விமர்சனத்திலும் தலையிட விரும்புகிறது என்று சொல்வது நியாயம் ஆகாது என்பதையும் நீங்கள் கண்டு கொள்வீர்கள் என நான் கருதுகிறேன். சட்டம் எவ்வளவு தான் நல்லதாக இருப்பினும், தவறான நடவடிக்கை எடுக்கப்படுவதற்கான ஆபத்து எப்போதும் இருக்கிறது. நன்னெறிப் பண்பற்ற இதழியலின் ஒரு பிரிவால் நமது பொது வாழ்வுக்குக் கேடு சூழும் மிகவும் வெளிப்படையான ஓர் ஆபத்தும் இருக்கிறது. எவரும் ஒரு செய்தித் தாளை வெளிக்கொணர முடியும்; எந்தப் பணம் படைத்த நபரும், பத்திரிகை துறையை தன் சொந்தத் தனிப்பட்ட நலனுக்காகப் பயன்படுத்த முடியும்...

இதைச் சொல்கையில், நாம் பத்திரிகை துறையை கட்டுப்படுத்த முயலும் போது, ஆபத்தான தளத்திற்குள் நுழைகிறோம் என்றும் கொடுக்கப்படுகின்ற எந்த அதிகாரத்தையும் தவறாகப் பயன்படுத்தாமல் இருக்க மிகுந்த கவனம் எடுக்கப்பட வேண்டும் என்றும் உங்களுக்கு நான் சொல்ல விரும்புகிறேன்.

1952 ஏப்ரல் 15ஆம் தேதியிட்ட ஒரு கடிதத்திலிருந்து

இன்று உங்களுக்கு நான் அனுப்பும் இருவாரக் கடிதத்தில், தடுப்புக்காவல் கைதிகள் பற்றிய பிரச்சினையைக் குறிப்பிட்டு இருக்கிறேன். இதுபற்றி இன்னும் அதிகமானவற்றை சொல்வதற்கு நான் விரும்பினேன், ஏனெனில் முடிந்த அளவுக்கு விரைவாக நடவடிக்கை எடுக்கப்பட வேண்டும்.

கடந்த மாதம் நான் கல்கத்தாவில் இருந்தபோது, அனைத்து தடுப்புக்காவல் கைதிகளையும் விடுவிக்க என்னை வலியுறுத்திய ஒரு தூதுக்குழுவை நான் சந்தித்தேன். இந்தத் தூதுக்குழு கம்யூனிஸ்ட்டுக் கட்சி உறுப்பினர் ஒருவரையும், வேறு பல அமைப்புகளின் பிரதிநிதிகளையும், மேலும் மிக நன்கு அறியப்பட்ட தனிநபர்களையும் கொண்டது. சாதாரண

மிதவாத வட்டாரங்களுக்கு இடையேயும் ஆட்களின் காலவரையற்ற தடுப்புக் காவலுக்கு எதிரான ஒரு ஆழ்ந்த உணர்வு இருக்கிறது என்பதில் சந்தேகமில்லை. அது கடந்த காலத்தில் நாமே வளர்த்து வந்த உணர்வு தான் மேலும் அது புரிந்து கொள்ளக்கூடியதே ஆகும்.

இந்தத் தடுப்புக்காவல் சட்டம் கம்யூனிஸ்ட்டுகளுக்காக மட்டுமே பயன்படுத்தப்படவில்லை ஆனால் கறுப்புச் சந்தைக் காரர்கள், அந்நிய நாட்டு உளவாளிகள் மற்றும் சௌராஷ்ட்ராவில் உள்ளது போல, சமஸ்தானம் மற்றும் ஜாகீர்தார் அமைப்பின் சில உறுப்பினர்களுக்காகவும் கூட பயன்படுத்தப் படுகிறது. இந்த மக்களை எல்லாம் நாங்கள் விடுவிக்க வேண்டும் என்று விரும்புகிறீர்களா என அவர்களைக் கேட்டேன். அழுத்தம் திருத்தமாக, வேண்டாம் என அவர்கள் சொன்னார்கள்...

கம்யூனிஸ்ட்டுகளையும் அவர்கள் போன்ற மற்றவர்களையும் பொறுத்தவரை, நமது கொள்கை, இரண்டு கருதுகோள்களை அடிப்படையாகக் கொண்டது என்று அவர்களிடம் பின்னர் சொன்னேன்.

1) எந்தக் கருத்தையும் அமைதிவழியில் கொண்டிருப்பதாலும் அல்லது பேசுவதாலும் ஒருவர் தடுப்புக்காவலில் வைக்கப்படக் கூடாது என்பது. வன்முறையை நியாயப் படுத்தும் போதும் அல்லது அதில் ஈடுபடும்போதும் மட்டுமே நாம் நடவடிக்கை எடுக்க விழைகிறோம்.

2) இன்றைய மாறிய சூழ்நிலைகளில், இயன்ற அளவுக்குப் மிகவும் அதிக அளவிலான தடுப்புக்காவல் கைதிகளை விடுவிக்கும் நோக்கத்துடன், ஒட்டுமொத்த நிலைமையை நாம் மறுஆய்வு செய்ய வேண்டும் என்ற கருத்துடன் நாம் இருந்தோம்...

ஆயினும், சமீபத்திய வளர்ச்சிப் போக்குகளால், குறைந்த பட்சம் தற்போது, இந்தியக் கம்யூனிஸ்ட்டுக் கட்சியின் இப்போதையக் கொள்கை ஒரு மாற்றத்திற்கு உள்ளாகி இருக்கிறது. ஒட்டுமொத்தமாக, இப்போது அங்கே வன்முறை இல்லை என செ॥ல்லி விடலாம். பல மாதங்களாக, நடைமுறையில் ஒன்று கூட இல்லை...

சில இடங்களில், மக்கள் இரண்டு அல்லது மூன்று ஆண்டுகளாகவும், அதற்கு மேலும் காவலில் வைக்கப்பட்டுள்ளனர் என்பதை நான் கண்டேன். பொதுவாகச் சொன்னால், இது தவறு என்று எனக்குத் தோன்றுகிறது. பெரும்பாலும் அவர்கள் மீது சுமத்தப்பட்ட குற்றத்திற்காக அவர்கள் தண்டனை பெற்றிருந்தால், அவர்கள் தண்டனைக் காலம் முடிந்திருக்க வேண்டும். இரண்டு அல்லது மூன்று ஆண்டுகளுக்கு முன் நடந்த ஏதோ ஒன்றிற்காக அல்லது நடப்பதற்கு சாத்தியம் இருந்ததற்காக, இந்த நீண்ட தொடர்ச்சியான தடுப்புக் காவலை நாம் நியாயப்படுத்த முடியாது. நிலைமைகள் மாறியிருக்கின்றன. சாதாரணமாக, உயர்நீதிமன்ற நீதிபதி ஒருவரைக் கொண்ட, சீராய்வு செய்யும் சில வகை அதிகாரக் குழுக்கள் இருக்கின்றன. அந்தச் சீராய்வு செய்யும் அதிகாரக் குழு, உண்மையான தடுப்புக் காவலின் போது, அதன் முன் வைக்கப்பட்ட உண்மைகளை அல்லது தகவல்களை மட்டுமே கருத்தில் எடுக்க முடியும். தொடர்ந்து நடந்தவைகளை அது கருத்தில் கொள்ள முடியாது ஏனெனில், ஒரு தனி நபர் தொடர்பாக, அவருடைய தடுப்புக்காவலுக்குப் பிறகு அதிகமாக எதுவும் நடந்திருக்க முடியாது. ஆகவே சீராய்வுக் குழுவிற்கு முன் அதே பழைய உண்மைகளை வைப்பது உதவி செய்யாது. இந்தப் பிரச்சினை புதிதாக ஆய்வு செய்யப்பட வேண்டும் என்றால், உருவாகி இருக்கும் புதிய நிலைமையின் விளைவாக, இது செய்யப்பட வேண்டும் மேலும் இதை அரசுதான் ஆய்வு செய்ய முடியும்.

மிகவும் தனிவகையான மற்றும் வெளிப்படையான சம்பவங்கள் தவிர்த்து, எந்தப் பார்வையிலிருந்தும், தடுப்புக்காவலில் ஆட்களை வைப்பது இனியும் நன்மையானதோ அல்லது விரும்பத் தக்கதோ அல்ல என்பதுதான், இந்த வழிச் சிந்தனையின் முடிவாக இருக்கிறது. பொதுவாகச் சொன்னால், இந்தக் காவலைத் தொடர்வது, காவலில் வைக்கப்பட்ட அந்த ஆட்கள் எதற்காக நின்றார்களோ, அந்த உடனடி நோக்கத்திற்கு உதவுகிறது. அவர்களை விடுவிப்பதில் இருக்கும் ஆபத்து, அவர்களைக் காவலில் வைத்திருப்பதில் உள்ள வேறு ஆபத்துக்களை விடக் குறைவானது. ஆகவே அவர்களை விடுவிப்பதற்கு துரிதமான நடவடிக்கைகளை எடுப்பது விரும்பத்தக்கது.

சட்டம் ஒழுங்குக்கான பொறுப்பை உங்கள் அரசாங்கம் சுமக்க வேண்டும் ஆகவே, இந்த விஷயத்தை முழுவதுமாக பரிசீலிப்பது உங்களிடம் தான் இருக்கிறது. எந்த வழியிலும் உங்களைக் கட்டாயப்படுத்தி செய்யச் சொல்வதற்கு நாங்கள் விரும்பவில்லை. ஆனால் எங்கள் ஆய்ந்து தேர்ந்த கருத்து, மிகமிக தாராளமாக, இந்த ஒட்டுமொத்த பிரச்சினையையும் மறு ஆய்வு செய்வதற்கான நேரம் வந்து விட்டது என்பது தான். இப்போது அவ்வாறு நாம் செய்தால், பின்னால் எந்த நடவடிக்கையையும், அது அவசியம் என வந்தால், எடுப்பது நமக்கு மிக எளிதாகி விடும். மறுபுறம், தற்போதைய காவல்களை நாம் தொடர்ந்தால், பிறகு நாம் ஒரு தொடர்ந்த கிளர்ச்சியையும், கூக்குரலையும் எதிர் கொள்ள வேண்டும் மேலும் பொதுமக்கள் கருத்து நமக்கு எதிராக அதிகரிக்கும். மாநில சட்ட சபைகளிலும், அதே போல் மத்தியப் பாராளுமன்றத்திலும் இந்தப் பிரச்சினைகள் திரும்பத்திரும்ப கொண்டு வரப்படும். அப்போது நெருக்கடிக்குப் பணிந்து போவதற்குப் பதிலாக, முன்னரே நடவடிக்கை எடுப்பது நமக்கு மிகவும் நல்லது.

கம்யூனிஸ்ட்டுக் கட்சியைத் தடை செய்வது என்ற பிரச்சினையும் இருக்கிறது. இதற்கு எதிராக நமது நீதிமன்றங்கள் முன்னரே அறிவித்து விட்டன. ஆகவே, தலமட்ட உயர்நீதி மன்றத்தின் ஏதோ ஒரு முடிவால், நாம் தடைகளை நீக்குவதற்குக் கட்டாயப் படுத்தப் படுவதற்கு முன்னால், அந்தத் தடைகளை நீக்குவதே விரும்பத்தக்கது.

1952 மே 18ஆம் தேதியிட்ட ஒரு கடிதத்திலிருந்து

உங்களுக்கு நான் இறுதியாக எழுதியதற்குப் பின், புதிய அரசாங்கம் உருவாகி இருக்கிறது...

இவ்வாறு வரலாற்றில் ஒரு புதிய அத்தியாயத்தைத் துவங்குகிறோம். திரும்பவும் பெரும் பொறுப்புக்களைச் சந்திக்கிறோம். இன்று உலகில் எந்த நாட்டிலும் அரசாள்வது என்பது எளிதான செயல் அல்ல; பெரும்பாலும் இந்தியா போன்ற ஒரு மிகப்பெரிய, பல வகைகளில் வேறுபட்ட ஒரு நாட்டை ஆள்வது உலகில் வேறெந்தக் கடினமான ஒரு பணியையும் போன்றது. இந்த ஆள்வதுடன் ஒருங்கிணைக்கப்பட்ட எந்த நபரும், இந்தக் கடினமான

பணியை அடக்கத்துடனும் அதே போல ஓரளவுக்கு நம்பிக்கையுடனும் அணுக வேண்டும். நாம் சிறிய மனிதர்களாக அல்லது பெரியவர்களாக இருந்தாலும், பேரளவிலான மனித உயிர்களின் வாழ்வையும், எதிர் காலத்தையும் பாதிக்கின்ற மிகப்பெரிய பொறுப்புக்களில் நம்மை ஈடுபடுத்தி இருக்கிறோம். எந்த மனிதனும், அவனுக்கு வெற்றி வந்து சேரும் என்று ஓர் உறுதியோடு சொல்ல முடியாது, ஆனால் ஒவ்வொரு மனிதனும் வெற்றியை அடைவதற்கு அவனுடைய அதிகபட்ச முயற்சியை செய்யத் தீர்மானிக்க முடியும். நாம் வெற்றியையும், எதிர் காலத்தையும் சில கண்கூடான தர அளவீடுகளாலும், புள்ளியியல் முறைகளாலும் அளக்க முடியும். ஆனால் அந்தத் தர அளவீடுகளும், முறைகளும் சில அருவமான மற்றும் அளக்க இயலாத, இறுதியில் மற்ற எதையும்விட மிகவும் அதிக முக்கியத்துவம் வாய்ந்த அந்தப் பொருள்களைப் புறக்கணிக்கின்றன. மக்களின் புலன் உணர்பொருள், (Material) பண்பாடு, தார்மீக ஒழுக்கம் மற்றும் ஆன்மிகம் ஆகியவற்றின் மட்டத்தை உயர்த்துவதே வெற்றி என்று பொருள். இறுதியில், வெற்றியின் ஓர் உணர்வே, சாதனைக்கான ஒரு சோதனை. ஒரு நாட்டை ஆள்வது என்பது உயர்ந்த அலுவலகத்தில் இருந்து கொண்டு ஆணைகளை இடுவது மட்டும் அல்ல, மாறாக, திருப்திகரமான மனித உறவுகளைக் கொண்டு வருவதில் மக்கள் திரள்களின் சிந்தனைகளையும், உள்ளங்களையும் சென்று சேர்வதிலும் இருக்கிறது. இறுதியில் பெரும்பாலும் ஒவ்வொரு பிரச்சினையும், மனித உறவுகளுள் ஒன்றின் மூலம் தீர்வு காண முடியும் - அவை ஒரு தனிநபரின், இன்னொருவருடனான, உறவுமுறை ஆகும். தனிநபர், ஒரு குழுவினர் உடனான உறவுமுறை மற்றும் ஒரு குழுவின், இன்னொரு குழுவினர் உடனான உறவுமுறை. அந்தக் குழு ஒரு தேசியக் குழு ஆகலாம். பிறகு நாம் அகில உலக உறவுகளைப் பெறுகிறோம். நாம் மனிதர்களையும், மனிதாபிமானத்தையும் சமாளிக்க வேண்டும். மேலும் ஒவ்வொரு பிரச்சினையின் மனிதாபிமான அம்சத்தை எப்போதும் நாம் கருத்தில் கொண்டிருந்தால் மட்டுமே, அவைகளை நாம் சமாளிக்க முடியும். நமது அரசு அலுவலகங்களில் எங்கோ ஒரு மூலையில் தனியறையில், யதார்த்தமான பிரச்சினைகளை, யதார்த்தமற்ற வழியில் அணுகியவாறு வாழ்வதும், மானிட நேசமின்றி கோப்புகளையும், ஆவணங்களையும் அணுகுவதும், நாம் இந்த

மனிதாபிமான அம்சத்தை மறப்பதற்கு ஏதுவாகிறது, ஆனால் இந்தக் கோப்புகளுக்கும், ஆவணங்களுக்கும் அத்துடன் அவைகளில் விவாதிக்கப்படுகிற பிரச்சினைகளுக்கும் அப்பால், மனிதர்கள் இருக்கிறார்கள்...

புதிய அரசு அமைக்கப்பட்டுள்ளது மேலும் இப்போது துறைகளின் பொறுப்பு அமைச்சர்களின் இயல்பான ஒருங்கிணைவு இருக்கிறது. இது வரையில், நான் உதவி அமைச்சர்களையும், துணை அமைச்சர்களையும் சேர்க்கவில்லை. ஆனால் அவ்வாறு செய்வது என் நோக்கமாக இருக்கிறது ஏனெனில், அதற்கு மிகப்பெரும் அளவிலான வேலை தேவைப்படுகிறது. ஏனெனில் அரசாங்கத்தின் செயல்முறையில், இந்த நிலைகளிலான பயிற்சியைப் பெறுவது, அரசாங்கத்தின் ஜனநாயக முறைமையின் ஓர் இன்றியமையாத பகுதியும் கூட என்று நான் கருதுகிறேன். ஒரு குடியரசும் அல்லது எந்த ஜனநாயக அரசும் ஒரு தனிநபரையோ அல்லது சில தனிநபர்களையோ சார்ந்து இருக்காது. அது வெற்றி பெற வேண்டுமானால், யாரேனும் வெளியே போனாலோ அல்லது மறைந்தாலோ, அவ்வப்போது அவர்கள் போவதும், மறைவதும் நடக்கும் என்பதால், மற்றவர்கள் அவர்கள் இடத்தை ஒப்புதலோடு ஏற்க முடியும் என்பதற்கேற்ப பெரும் அளவில் பயிற்சி பெற்ற மக்களைப் பெற்றிருக்க வேண்டும்.

இது மாநில அரசுகளுக்கும் அதே அளவு மத்திய அரசுக்கும் பொருந்தும். ஆயினும் துணை அமைச்சர்கள் மற்றும் அவர் போன்றவர்களின் நியமனங்கள், இந்தக் குழுவையோ அல்லது அந்தத் தனிநபரையோ, தகுதி அடிப்படையில் அல்லாது, திருப்தி படுத்துவதற்காக, பொருத்தமற்ற காரணிகளால் நிர்வகிக்கப் படுகிறது என்பதை வருத்தத்துடன் நான் பார்க்கிறேன். இதுபோன்ற காரணிகள் கருத்தில் எடுத்துக் கொள்ளப்பட வேண்டும். இவை ஜனநாயகத்தில் புறக்கணிக்கப்பட முடியாது ஆனால் அவைகள் இரண்டாம் பட்சமாகவே இருக்க வேண்டும். தகுதி பாதிக்கும் என்றால், அந்தத் தகுதியை உடைய மக்களுக்கு அதைப் பயன்படுத்திக் கொள்ளும் வாய்ப்பு அளிக்கப் படாவிட்டால், பிறகு தரங்கள் தாழ்ந்து போகும் மேலும் நாடும் அவைகளுடன் தாழ்ந்து போகும்...

நமது இராணுவத்தில் மேலும் பெரும்பாலும் மற்ற மூத்தவர் நியமனங்களில், ஒரு நபர் மூத்தவராகவும், பொருத்தமானவராகவும் இருந்தால், அவர் நியமனம் செய்யப்பட வேண்டும் என்று விதி இருப்பதாகத் தோன்றுகிறது. பொருத்தம் என்பது ஓரளவு எதிர்மறையான தகுதியாக இருக்கிறது, அதாவது, பொருத்தம் இன்மையைக் காட்ட எதுவும் இல்லை என்று அதன் பொருளாகிறது. தகுதி அடிப்படையில், சற்றே இளையவராக இருக்கும் யாரோ ஒருவர் மிகச் சிறந்தவராக இருக்கலாம். ஆனால் வயதில் மூத்தோர் என்பது விதியாகத் தொடர்கிறது. நமது இராணுவத்தில் உள்ளவர்களுக்கும், மற்றவர்களுக்கும், மூப்புநிலை என்பதை மதிக்க வேண்டிய பொழுது, ஒவ்வொரு உயர் நியமனத்திலும் தகுதி என்பதுதான் மிக முக்கியமான காரணியாக இருக்க வேண்டும் என்று, திரும்பத்திரும்ப நான் சுட்டிக் காட்டுகிறேன். சமீபத்திய முக்கியப் போர்களில் ஏறத்தாழ அனைத்து மூத்த தளபதிகளும் தூக்கி எறியப்பட வேண்டியதாயிற்று மேலும் போரின் துவக்க நிலையில், புதிய மற்றும் மிகவும் இளையவர்கள் அவர்களுடைய இடத்தைப் பிடித்தார்கள் என்பது விசித்திரமான உண்மை. அமைதிக்கால பதவி உயர்வுகள், போர் நெருக்கடியின் போது, தங்களை நியாயப்படுத்த இயலவில்லை.

ஆளுநர் நியமனங்களில் உண்மையில், தகுதிக்கு அப்பால், நாம் கடைப்பிடிக்கும் இரண்டு பொதுவான விதிகள் உள்ளன. ஒரே மாகாணத்தில் இருந்து ஒருவரை நியமனம் செய்வது தவிர்க்கப்பட வேண்டும் என்பது ஒரு விதி, இதுபோன்ற பதவியில், அதன் ஒரு முழுமையான காலத்திற்கு மேல் அதிகமாக ஓர் ஆளுநர் இருக்கக்கூடாது என்பது மற்றொன்று. இந்த இரண்டு விதிகளுமே நலம் பயக்கக்கூடியது மேலும் அவை உறுதி வாய்ந்த மரபுகளாக ஆக்கப்பட வேண்டும்...

பல ஆண்டுகளாகப் பணிபுரிகின்ற நமது ஆளுநர்களின் அனுபவத்தை நாம் பெற்றிருக்கிறோம். பெரும்பாலும் சமூகம் சார்ந்த பணிகளைத் தவிர வேறெந்த இன்றியமையாத பணிகளும் இல்லாத அலங்காரமான மாநிலத் தலைவர்தானே அன்றி, ஆளுநர் பெயரளவுக்கு இருக்கிறார் என சில பேர் நினைக்கிறார்கள். அரசமைப்புச் சட்டம் அல்லது வேறு எந்தக் கோணங்களிலிருந்து பார்த்தாலும், இது சரி அல்ல. உண்மையில்,

ஆளுநர் அரசியலமைப்புச் சட்ட அடிப்படையில் தலைவர் ஆவார் மேலும் அவர், மாநில சட்டசபைக்கு பொறுப்பேற்கும் அவரது அமைச்சரவையின் முடிவுகளை மீறுவதோ அல்லது அவற்றில் தலையிடுவதோ கூடாது என்பதோடு முடியாது. ஆனாலும், தலையீடு இல்லாமலே, அவர் ஆற்றுவதற்குப் பல நல்ல பணிகள் உள்ளன. அவர் நிர்வாகத்தோடு, முழுமையான தொடர்பில் வைக்கப்பட்டிருக்க வேண்டும். அமைச்சர்கள் பரிசீலிக்கும் முக்கியமான ஆவணங்கள் அனைத்தையும் அவர் பார்க்க வேண்டும். எந்த பொருள் குறித்தும், எப்போது அது தேவை என்று அவர் கருதினாலும், அவருடைய அறிவுரையை அவர் தரவேண்டும். அவருடைய அறிவுரையை ஏற்பதும் அல்லது மறுப்பதும் அமைச்சர்களின் விருப்பம். ஆனால் அவருடைய அறிவுரையை, முறையாக அல்லது முறை சாராது, தருவது அவருடைய இன்றியமையாக் கடமை ஆகும், அதைப் பரிசீலிப்பது அமைச்சர்களின் இன்றியமையாக் கடமை. ஆளுநர் மக்களோடும் தொடர்பு கொண்டிருக்க வேண்டும். அவர் மாநிலத்தின் சமூகத் தலைவராக இருக்க வேண்டும் என்பது மட்டும் அன்றி, அனைத்து வகுப்பாரோடும் நெருங்கியத் தொடர்பை உடைய மனிதனாகவும் இருக்க வேண்டும். அவர் சுற்றுப்பயணம், மிகவும் குறிப்பாக, கிராமப் பகுதிகளிலும், ஒதுக்கப் படுவதற்கு வாய்ப்பு உள்ள இடங்களிலும், மேற்கொள்ள வேண்டும். அரசிலும், சட்டசபையிலும் குழுவினர்களுக்கு அல்லது தனிநபர்களுக்கு இடையேயான உரசலைப் போக்குவதற்கு தன் செல்வாக்கைப் பயன்படுத்த வேண்டும். குறிப்பாக, பிற்படுத்தப்பட்ட வகுப்பினர், பழங்குடி மக்கள் மற்றும் இன்ன பிற மக்கள் மீது அதிகக் கவனம் செலுத்த வேண்டும். இந்த மக்கள் தொடர்பான அரசாங்கத்தின் எந்த முடிவும், அரசாங்கத்தால் அவசியம் நடைமுறைப் படுத்தப்பட வேண்டும், ஆனால் ஓர் ஆளுநர், ஒரு தனிப்பட்ட மற்றும் மனித நேய உணர்வை இந்தப் பணிக்குக் கொண்டு வர முடியும் மேலும் துரதிர்ஷ்டவசமான, ஓரளவுக்கு மரபடிப்படையில் உரிமையற்ற இந்த மக்கள், இன்றைய நமது இந்தியாவில் அவர்கள் மரியாதைக்குரிய இடத்தைப் பெற்றிருக்கிறார்கள் என்று உணருமாறு அவர் செய்ய முடியும். இயல்பாகவே, ஒரு தனிமைபட்ட, புறக்கணிக்கப்பட்ட வாழ்க்கையை வாழ்கின்ற, நம்மிடமிருந்து மிக அதிகமான உதவியையும், அனுதாபத்தையும் பெறத் தகுதியுள்ள பழங்குடி

மக்கள் இடையே நம்மில் சில ஆளுநர்கள் செய்யும் சுற்றுப் பயணங்களை நான் மிகவும் பாராட்டுகிறேன்.

ஆளுநர் அல்லது அரசப் பிரமுகர், சட்டசபைக்கு அவருடைய சொற்பொழிவை ஆற்ற வரும்போது, சட்டசபைகளின் சில உறுப்பினர்களால், வெளிநடப்பு செய்கையில், ஏற்கப்பட்ட சமீபத்திய நடைமுறையை நான் வேதனையோடு பார்க்கிறேன். இந்த மாதிரியான ஒரு மிகமிக மோசமான நிகழ்வு, மதராஸில் நடந்துள்ளது, அங்கே எதிர்க்கட்சியின் ஒரு முன்னணி உறுப்பினர், உண்மையில், ஆளுநரை இடைமறித்தார், எழுந்து நின்றார், ஓர் அறிக்கையை அளித்தார் பிறகு தனது சக உறுப்பினர்களோடு, வெளிநடப்பு செய்தார். இது ஆளுநர் என்ற தனிநபருக்கு இழைத்த தனிப்பட்ட வெறும் அவமதிப்பு அல்ல ஆனால் இது நமது அரசமைப்புச் சட்டத்திற்கு இழைத்த அவமதிப்பு என்று நான் கருதுகிறேன். ஆளுநர் சட்டசபைக்குப் போகிறார் மேலும் மாநில அரசின் தலைவராகப் பணிபுரிகிறார். அவர் அரசின் ஓர் அடையாளம், அவரை ஒருவர் விரும்புகிறார் அல்லது வெறுக்கிறார் என்பது ஒரு பிரச்சினை அல்ல... உண்மையில், கண்ணியத்துடன் நடக்கும் எனில், நாம் விரும்புவது போல அதிகமான விவாதத்தையும் அரசியல் அடிப்படையிலான மோதலையும் கூட நடத்தலாம். ஆனால் அரசு மற்றும் அரசமைப்புச் சட்டத்தின் அடிப்படைக்கு சவால் விடுவது என்பது இன்னொரு பொருள்...

நாம் மரியாதை நிமித்தமான 'மரியாதைக்குரிய', 'மேன்மை தங்கிய' போன்ற பட்டங்களை விட்டு விடுவதற்கு முடிவு செய்துள்ளோம் என்பதை நீங்கள் பார்த்திருப்பீர்கள். அரசில் மிகமிக உயர்ந்த இடத்தில் இருக்கும் நமது குடியரசுத்தலைவர், இது போன்ற பட்டத்தை அல்லது முன்னடை மொழியை அவருடன் இணைத்துக் கொள்ளவில்லை மேலும் மனிதர்களின் தற்பெருமை என்பது தவிர, ஏன் மற்றவர்கள் இணைத்துக் கொள்ள வேண்டும் என்பதில் எந்த ஒரு குறிப்பிட்டக் காரணமும் இல்லை. ஆகவே, நாம் இதை விட்டு விட்டது என்பது நல்லதொரு செயலே.

நமது புதிய பாராளுமன்ற உறுப்பினர்களை நான் சந்தித்து வருகிறேன். இரண்டு அவைகளுக்கும் இடையே அவர்களில் சுமார் எழுநூறுக்கும் மேலாக இருக்கிறார்கள். எப்படி சில

பெண்களே தேர்ந்தெடுக்கப் பட்டார்கள் என்பதை பெரும் வேதனையோடு நான் பார்க்கிறேன். மாநில சட்டசபைகளிலும், ஆலோசனை சபைகளிலும் இவ்வாறு தான் இருக்கிறது என்று நான் சொல்கிறேன். நாம் மிகப்பெரும் அளவுக்கு குற்றம் சுமத்தப்பட வேண்டும் என்று நான் கருதுகிறேன். அது, எவருக்கும் தயவு காட்டுவது என்றோ அல்லது ஓர் அநீதி என்றோ பொருளல்ல மாறாக நம் நாட்டின் எதிர்கால வளர்ச்சிக்கு உகந்ததாக இல்லாத ஏதோ ஒன்றை செய்வது என்று பொருளாகும். பெண்கள் அவர்களுடைய பொது வாழ்க்கையில் அவர்கள் பங்கை அளிக்க முழுமையான வாய்ப்பைப் பெறும் போது மட்டுமே நமது உண்மையான, அடிப்படையான வளர்ச்சி வரும் என்பதில் நான் முற்றிலும் உறுதியாக இருக்கிறேன். எங்கெல்லாம் இந்த வாய்ப்பை அவர்கள் பெறுகிறார்களோ அங்கு, அவர்கள் முழுவதுமாக, நன்றாகவே செய்கிறார்கள், நான் அவ்வாறு சொல்வதென்றால், சராசரி ஆணை விட மேலும் சிறப்பாகவே செய்கிறார்கள். நமது சட்டங்கள் ஆணால் இயற்றப்பட்டவை, நம் சமூகம் ஆணால் மேலாதிக்கம் செய்யப்படுகிறது. ஆகவே நம்மில் பலரும் இயற்கையாகவே மிகவும் ஒரு சார்பான பார்வையையே இந்த விஷயத்தில் கொண்டிருக்கிறோம். ஒரே மாதிரியான சிந்தனை மற்றும் செயலின் மாறாத ஆழ்தடங்களிலேயே நாம் வளர்ந்து வந்ததால், நாம் இலட்சிய நோக்குடையவர்களாக இருக்க முடியாது. ஆனால் இந்தியாவின் எதிர் காலம் பெரும்பாலும் இறுதியில் ஆண்களை விட பெண்களையே மிக அதிகமாகச் சார்ந்திருக்கும்.

1952 ஜூன் 16ஆம் தேதியிட்ட ஒரு கடிதத்திலிருந்து

சீனாவுக்கு நமது கலாசாரத் தூதுக்குழு சென்று திரும்பியதை அடுத்து, அந்தக் குழுவின் உறுப்பினர்களிடம் இருந்து, புதிய சீனம் பற்றி டெல்லி பெரும் அளவு கேள்விப் பட்டது. ஒட்டுமொத்தமாக, விமர்சனங்கள் இருந்த போதிலும், நாம் சீனாவைப் பற்றிக் கேள்விப்பட்டது மிகவும் பாராட்டத்தக்கதாகவே இருந்தது. அங்கே இருக்கும் ஒரு விஷயத்தைக் குறித்து முழுமையான உடன்பாடு இருந்தது. அது சீன மக்களின் புதிய உணர்வும் உற்சாகமும் ஆகும். எந்த மக்களுக்கும் அது ஒரு பெரிய சொத்து. சீனர்களுக்கோ,

அவர்களுடைய கடின உழைப்பின் அபாரத் திறமை மற்றும் ஒத்திசைந்து இயங்கும் கடும் முயற்சியோடு, அதன் பொருள், இன்னும் அதிகமான ஏதோ ஒன்று ஆகும். சீனாவில் சமீபத்திய வளர்ச்சிகள் பற்றி நிறைய நாம் கேள்விப்பட்ட போதிலும், நமக்கு இன்னும் தெளிவற்றதாகத் தொடர்கிறது மேலும் நிலைமை இன்னும் தெளிவாகத் தெரியவில்லை. நாம் அங்கே நடக்கும் நிகழ்வுகள், அவர்கள் பொருளாதாரம், அவர்களின் பொறியியல் வெற்றி, அவர்களுடைய கல்வி மற்றும் இன்ன பிறவற்றின் பின்னணி பற்றி இன்னும் அதிகமாகத் தெரிந்து கொள்வது உதவிகரமாக இருக்கும் ஏனெனில், இவை அனைத்திலும் இருந்து சிலவற்றை நாம் கற்றுணர முடியும். நாற்பது ஆண்டுகளுக்கு முன்பு, சீனா உள்நாட்டுப் போர்கள் மற்றும் அக மோதல்களின் காலத்தைத் துவக்கியது. இந்த ஆண்டுகளின் போது, அது உண்மையான அமைதியைப் பெறவில்லை ஆனால் பெரும்போர்களைச் சந்தித்தது. இதனால் உறுதியாக எந்த வளர்ச்சியும் நடைபெறவில்லை மேலும் நாட்டின் பெரும்பகுதிகள் பேரழிவுக்கு ஆளாகின. புதிய அரசு அதிகாரத்திற்கு வந்தபோது, நாற்பதாண்டு மோதல்களின் ஒன்று குவிக்கப்பட்ட அழிவை அவர்கள் சமாளிக்க வேண்டி வந்தது மேலும் பெரும்பாலும் அழிவிலிருந்து துவங்க வேண்டி வந்தது. மஞ்சூரியாவில் மட்டும் ஜப்பானியர்களால் கட்டியெழுப்பப்பட்ட உயர்ந்த தொழில் மயப்படுத்தப்பட்ட பகுதி இருந்தது. ஆனால் அங்கும் கூட, இறுதிப் போருக்குப் பின் சாதனங்களின் பாகங்கள் பெரும்பாலும் இரஷ்யர்களால் நீக்கப்பட்டிருந்தன. நம்பிக்கையையும் உற்சாகத்தையும் தவிர, சீனாவில் புதிய ஆட்சி அனைத்து பாதகங்களோடு துவங்கியது. இதற்குப் பின்னர் உடனேயே மற்ற நாடுகளுடன், உரசல் ஏற்பட்டது. இதனால் சோவியத் ஒன்றியத்தைத் (USSR) தவிர எந்த வெளி நாடுகளிடமிருந்தும் எந்த வகையான உதவியையும் அவர்கள் பெற இயலவில்லை. ஆகவே இந்தக் கடினமான நிலைமைகளில் அவர்கள் என்ன செய்தார்கள் என்பதுதான் நமக்கு மிகவும் ஆர்வமான ஒன்று. யதேச்சாதிகார முறைகள், அவற்றின் உடனடி மற்றும் நீண்ட தூர பாதகங்கள் எப்படி இருக்கும் போதிலும், முடிவுகளைச் சற்று வேகமாகவே விளைவித்தன. ஆயினும், முக்கியமாக அவர்களின் சொந்த முயற்சிகளால், இந்தப் பன்மடங்கு இடர்ப்பாடுகளைச் சந்திப்பதும், அவைகளை வெல்வதும் ஒரு சாதனையாகும்.

நாம் இந்தியாவை அய்ரோப்பிய நாடுகளுடன் அல்லது அமெரிக்க நாடுகளுடன் ஒப்பிட முடியாது. இந்த முன்னேறிய நாடுகள், நீண்ட கால வளர்ச்சியையும், தொழில் மயமாதலையும் கொண்டவை மேலும் அவைகள் மிகமிகக் குறைந்த மக்கள் தொகையைக் கொண்டவை. சோவியத் ஒன்றியத்தோடு கூட ஒப்பிடுவது நியாயமாக இருக்காது ஏனெனில், சோவியத் ஒன்றியம் முப்பது ஆண்டுகளுக்கும் மேலாக, படிப்படியான வளர்ச்சியைப் பெற்றது. அதோடு சோவியத் ஒன்றியம் பெரும் நிலப்பரப்பைக் கொண்டது, மேலும் இந்தியாவுடன் ஒப்பிட்டால், மிகமிக் குறைந்த மக்கள் தொகையைக் கொண்டது. ஆனால் இந்தியாவுக்கும், சீனாவுக்கும் இடையே மிக அதிக அம்சங்களில் ஒற்றுமை உள்ளது, அவைகளுள் மிகப்பெரும் அளவு மக்கள் தொகையும், பொருளாதாரப் பின்தங்கிய நிலையும் ஒன்றாக இருக்கின்றன. ஆகவேதான், இந்தப் பொருளாதார நிலைமைகளை சீனர்கள் எப்படி வென்றனர், அவர்கள் நாட்டை தொழில் மயப்படுத்தினர், பெரும் செல்வத்தைப் படைத்தனர் மேலும் எப்படி பெருமளவில் அவற்றைச் சமமாகப் பகிர்ந்தனர் என்பதுதான் நமக்கு மிகவும் ஆர்வத்தைக் கொடுக்கக் கூடியது. ஜனநாயக மற்றும் பாராளுமன்ற அமைப்புக்களில் நாம் உறுதியாக இருக்கிறோம் மேலும் நாம் சரியாக அவ்வாறு இருக்கிறோம் எனக் கருதுகிறேன். ஜனநாயகம், இறுக்கமாக இருக்க வேண்டும், அது மாறுகின்ற நிலைமைகளுக்கு தன்னை தகவமைத்துக் கொள்ள இயலாது என்ற கட்டாயமான பொருளாகாது. ஜனநாயகம், அதன் அமைப்புகளுக்கு அப்பால், அரசாங்கத்தின் ஒரு முறை மேலும் வாழ்வுக்கான முறையும் கூட. அது சர்வாதிகாரத்தையும், யதேச்சாதிகார முறையையும் விட மிகச்சிறந்த முறை என்று நான் உறுதியாக நம்புகிறேன். நீண்ட காலப் போக்கில், சர்வாதிகாரம், நாட்டின் வளர்ச்சியையே குன்றச் செய்துவிடும் என நான் கருதுகிறேன். வெளிப்படையாகத் தெரியும் துவக்க நிலை நன்மைகள் இருக்கின்றன மேலும் முன்னேற்றத்தின் வெளிப்புற வேகம், விரைவாக இருப்பது போல் தோன்றுகிறது. ஆனால் யதேச்சாதிகார முறையின் கீழ், மனிதனின் படைப்பாற்றல் உணர்வு என்னும், மனித முன்னேற்றத்திற்குத் தேவையான அடிப்படைத் தகுதி, போதுமான அளவில் வளர முடியுமா என்பது மிகவும் சந்தேகத்திற்குரியதாகவே இருக்கிறது. ஒரு குறிப்பிட்ட அளவுக்கு, இதுபோன்ற

யதேச்சாதிகார முறைகள், பொருளாதார சமத்துவத்தை தங்கள் இலக்காகக் கொண்டிருப்பதால், துவக்கத்தில் உற்பத்தி சக்திகளை விடுவித்து, பிரம்மாண்டமான மக்கள் சக்தியை வெளிப்படுத்துகிறது. அது மிகவும் சாதகமான ஒன்று. ஆனால் சர்வாதிகாரம் தொடர்ந்தால், படைப்பாற்றல் உணர்வு படிப்படியாக மறைந்துவிடும். இந்தப் படைப்பாற்றல் உணர்வை ஜனநாயகம் ஊட்டி வளர்க்க வேண்டும் என சொல்லப் படுகிறது ஆனால் அது மனிதகுலத்தின் பெரும் திரள்களை, ஏழ்மையிலிருந்து வெளிக்கொண்டு வர முடியாவிட்டால், பிறகு அந்தப் படைப்பாற்றல் உணர்வு ஒரு சிலரிடம் மட்டுமே வேலை செய்யும். அனைத்திற்கும் மேலாக, ஏழ்மை என்பது அதிகம் கட்டுப்படுத்தக் கூடியது மேலும் மற்ற எதையும் விட வரையறுக்கக் கூடியது. ஏழ்மையும் தாழ்ந்த தரங்களும் தொடருமென்றால், பிறகு ஜனநாயகம், அதன் அருமையான அமைப்புகள் மற்றும் இலட்சியங்கள் இருந்தபோதும், ஒரு விடுவிக்கும் சக்தியாக இருப்பதிலிருந்து அது நின்றுவிடும். ஆகவே அது தொடர்ச்சியாக ஏழ்மையையும் அதன் துணைவனான வேலை இல்லாமையையும் ஒழிப்பதை நோக்கமாகக் கொள்ள வேண்டும். வேறு சொற்களில் சொல்வதெனில், அரசியல் ஜனநாயகம் என்பது போதாது. அது பொருளாதார ஜனநாயகமாக வளரவும் வேண்டும். இந்த வளர்ச்சியை எவ்வளவு இயலுமோ அந்த அளவுக்கு விரைவாகக் கொண்டு வருவதுதான் இந்தியாவுக்கு முன் இருக்கும் பிரச்சினை. இறுதியான ஆய்வில், இந்த உலகம் கோட்பாடுகளால் ஆளப்படப் போவதில்லை ஆனால் உண்மையாக அடையக்கூடிய முடிவுகளால் ஆளப்படும். அரசியல் ஜனநாயக முறைமையின் கீழ் இந்த முடிவுகளை இந்தியா சாதிக்கும் என்றால், உண்மையிலேயே இந்தியாவுக்கு மட்டும் அல்ல ஜனநாயகத்திற்குமான மாபெரும் வெற்றி ஆகும். சீனா தன்னுடைய சொந்த முறைகளில் வெற்றி அடைந்தால், பிறகு அந்த முறைகள் பெரும் எண்ணிக்கையிலான மக்களைக் கவரும்.

பாராளுமன்ற முறைமையின் கீழ், போருக்குப் பின், மேற்கத்திய நாடுகளில் சில, குறிப்பாக அய்க்கிய முடியரசு (United Kingdom), இந்தப் பொருளாதார ஜனநாயகத்தை வளர்ப்பதற்கு அவர்கள் தங்களால் இயன்ற அளவு முயற்சித்தனர். கட்டுப்பாடற்ற

தனியார் நிறுவனங்கள் மற்றும் பழைய முதலாளித்துவம் ஆகியவற்றுக்கும், சோசலிச முறைமைக்கும் இடையிலான ஒரு நடுவழியைக் காண அவர்கள் முயற்சித்தனர். எண்ணற்ற இடர்ப்பாடுகள் இருந்த போதிலும், இங்கிலாந்தால் அடையப்பெற்ற முன்னேற்றம் குறிப்பிடத்தக்கது. அதன் அரசாங்கத்திற்கும், மக்களுக்கும் அது அனைத்து புகழையும் சேர்த்தது. அதன் சமூகநலத் திட்டங்களை விரிவுபடுத்துவதில், அது தன்னால் இயலும் வழிகளுக்கு அப்பால் இயங்க வேண்டியதாயிற்று மேலும் அதனால் இப்போது பாதிக்கப்பட்டிருக்கிறது என்று சொல்லப்படுகிறது. இது ஓரளவு உண்மையாக இருக்கலாம், ஆனால் அது அவ்வாறு செய்யாமல் இருந்திருந்தால், அதன் விதி மிக மோசமானதாக இருந்திருக்கும் என்பதில் நான் உறுதியாக இருக்கிறேன். உலகெங்கிலும் இருந்து பல்வேறு வடிவங்களில் பாராட்டுக்கள் அதற்கு வழங்கப்பட்ட வேளை, அது பழைய பேரரசின் நாட்களிலிருந்து, இன்னும் பேரரசின் சில நினைவுச் சின்னங்கள் தொடர்ந்த போதும், மிகவும் வேறுபட்ட அதன் புதிய நிலைமைக்கான ஒரு பிரம்மாண்டமான மாற்றத்தைக் கொண்டுவர வேண்டி இருந்தது. அதன் அரசாங்கம் அவர்கள் பணத்தையும், சக்தியையும் மக்களின் செல்வாதாரத்தைப் பெருக்குவதற்கும், வேலையில்லாமைக்கு முற்றுப்புள்ளி வைப்பதற்கும், மிகமிக அதிகமான உற்பத்தி போன்றவற்றில் ஈடுபடவும் செலவிட முடிவு செய்தது. அவர்கள் பெரும் அளவுக்கு வெற்றி பெற்றார்கள். பெரும்பாலும் இந்த முயற்சி ஓரளவுக்குக் மிகவும் பெரியது தான் ஆனால் இத்துடன் கூடுதலாக, இங்கிலாந்து போர்த் தளவாடங்களுக்காக பெரும் அளவிற்கு பணத்தை செலவு செய்ய வேண்டி இருந்தது என்பது நினைவுகூரத் தக்கது. அது நியாயமானதா அல்லது இல்லையா என்பதை நான் கூற இயலாது. இந்தப் போர்த் தளவாடங்களின் கூடுதல் சுமைதான், இன்று அது எதிர்கொள்ள வேண்டிய மோசமான நெருக்கடியை விரைவுபடுத்தியது. அப்படி இருந்தும், இன்று இங்கிலாந்து, மிக மிக உறுதியாகவும், கட்டுப்பாடாகவும் மேலும் ஒரு விதத்தில், அய்ரோப்பாவில் உள்ள வேறெந்த நாட்டையும் விட மன நிறைவோடும் உள்ள நாடு. வேறேங்கிலும்விட அங்கே பாராளுமன்ற ஜனநாயகம் அதிகமாகவே தன்னை நியாயப்படுத்திக் கொண்டுள்ளது. அந்தச் சுமை அது தாங்குவதற்கு மிக அதிகமாகவே இருக்கலாம்.

ஆனால், அது இன்னும் தன்னுள் வலிமையின் மாபெரும் ஆதாரங்களையும், தன்னை தகவமைத்துக் கொள்ளும் ஒரு மாபெரும் திறமையையும் கொண்டுள்ளது என்று நான் உணர்கிறேன்.

இந்தியாவின் பிரச்சினைகளை நாம் கருத்தில் கொள்ளும் வேளையில், நம் முன் உள்ள நவீன உலகின் மாறுகின்ற, ஆற்றல் மிக்க, கவர்ச்சிகரமான மேலும் சில சமயங்களில், அச்சுறுத்தும் வல்லமை மிக்க இந்த அம்சங்களை நாம் தக்க வைக்க வேண்டும் மேலும் அவற்றிலிருந்து கற்றறிய முயலவும், புலப்படாத ஆபத்துக்களைத் தவிர்க்கவும் வேண்டும். பல்வேறு கொள்கைகளை நாம் விவாதிக்கலாம் ஆனால் என்ன மாதிரியான கொள்கையை நாம் ஏற்றாலும், நமது விருப்பம் என்பது தற்போதைய நமது திறமையால் இறுதியில் கட்டுப்படுத்தப் படுகிறது. அய்யமின்றி அந்தத் திறமை வளரும். அது நேரத்தை எடுத்துக் கொள்ளும் மேலும் நமது பிரச்சினைகளுக்கு மாயாஜால தீர்வு இருக்க முடியாது. நாம் சரியான குறிக்கோளைக் கொண்டிருக்கிறோம் என்பதும், அந்தத் திசையில் போகிறோம் என்பதும், சூழ்நிலைகள் நம்மை அனுமதிக்கும் அளவுக்கு இயன்ற அளவு வேகமாகப் போகிறோம் என்பதும் இன்றியமையாத விஷயமாகும். ஒரு குறிப்பிட்ட அளவு, இந்த சூழ்நிலைகளை நாம் அளக்கவும், எடை போடவும் முடியும் ஆனாலும், அவைகளில் எப்போதும் பல்வேறு உறுதியற்ற தேசியம் மற்றும் சர்வதேசம் என இருவகைக் காரணிகள் உள்ளன. எந்தக் குறிப்பிட்ட கொள்கை குறித்தும் நமது சொந்த மக்களின் பதில் நடவடிக்கை என்பதுதான் மிகப்பெரிய உறுதியற்ற ஒரு காரணி. இறுதியில், பணம் என்பது முக்கியமல்ல ஆனால் உழைப்பும், உற்சாகமும் மக்களின் பெருவிருப்பமும் தான் முக்கியம்.

1952 ஜூலை 25ஆம் தேதியிட்ட ஒரு கடிதத்திலிருந்து

தடுப்புக் காவல் மசோதா தேர்வுக் குழுவுக்குப் போய் இருக்கிறது மேலும் சந்தேகமின்றி, அது பின்னால் நமது நேரத்தின் பெரும் பகுதியை எடுத்துக் கொள்ளும்... இந்த மசோதாவில் பிரச்சினைக்கு உரிய உண்மையான விஷயம், இங்கும் அங்குமுள்ள ஒரு தனிநபர் வழக்கல்ல, ஆனால் நமது அரசாங்கங்களுக்கு இந்த அதிகாரம் கொடுக்கப்பட வேண்டுமா

என்பதுதான். ஒவ்வொரு மாநில அரசும், இந்த அதிகாரத்தைக் கோருகின்றன.

மேலும் மத்திய அரசாங்கம் அதை அளிக்கவில்லை என்றால், அந்தப் பொருள் குறித்து பெரும்பாலும் பல்வேறு மாநில சட்டங்கள் வந்து விடும். அது துரதிர்ஷ்டவசமானது. அனைத்து மாநிலங்களிலும் ஒரே சீரான தன்மையைக் கொண்டு வரும், கவனத்துடன் சிந்தித்து ஒரு மாதிரி மத்திய சட்டத்தைப் பெறுவதே மிகமிகச் சிறந்தது.

இந்த முக்கியமான காரணத்திற்கும் அப்பால், சமூக விரோத நடவடிக்கைகள் பற்றிய சிறப்பு வழக்குகளைக் கையாள இது போன்ற நடவடிக்கையை எடுப்பதற்கு போதுமான நியாயம் இருக்கிறது என்று நான் கருதுகிறேன். கறுப்புச் சந்தைக்காரர்களில் முற்றிலும் ஒரு கணிசமான எண்ணிக்கை உள்ளவர்கள் இந்தக் கடந்த விதியின் கீழ் கையாளப்பட முடியும் என்று பலர் அறியவில்லை. உளவுபார்த்தல் குறித்த வழக்குகளும் உள்ளன மேலும் சௌராஷ்ட்ராவில் உள்ளது போல, கொள்ளைக்கார கும்பல்களோடு நெருங்கிய கூட்டுடன், பெரிய ஜாகீர்தார்களைக் கொண்ட நன்கு திரட்டப்பட்ட ஓர் இயக்கம் குறித்த வழக்குகளும் உள்ளன. தடுப்புச் சட்டம் இல்லை என்றால், அவர்களைச் சமாளிப்பது மிகவும் கடினமாகிவிடும்.

முக்கியமாக இந்தச் சட்டம் கம்யூனிஸ்ட்டுகளுக்காகவே என்று சிலரால் சொல்லப்படுகிறது. கம்யூனிஸ்ட்டுகளுக்கு எதிராக, மிகவும் குறிப்பாக ஹைதராபாத்திலும், வங்காளத்திலும் ஒரு பெரிய அளவில் பயன்படுத்தப் பட்டாலும், அது உண்மை இல்லை. ஹைதராபாத்தில், வெளிப்படையாக அரசுக்கெதிரான வன்முறைக் கிளர்ச்சியின் தன்மையைப் போன்ற ஒன்று நடந்தது. வேறெங்கும் எந்த அரசாங்கமும் சாதாரண குடிமையியல் சட்டத்தின் கீழ் இதுபோன்ற வன்முறை கிளர்ச்சியைச் சமாளிக்க முடியுமா என்று நான் மிகவும் அய்யம் கொள்கிறேன். நிலைமை மிக மோசமான ஒன்றாக இருந்தது மேலும் மலேயாவில் என்ன நடந்து கொண்டிருக்கிறது என்பதோடு நாம் ஒப்பிடும் போது, அதன் முக்கியத்துவம் உணரப்படக் கூடும். மலேயாவின் நிலைமை மிகப் பெரிதான ஒன்று மேலும் கையாளுவது மிகவும் கடினம்

என்பதில் எனக்கு அய்யமில்லை. ஆயினும் அடிப்படையில் இரண்டும் மிகப்பெரிய ஒற்றுமையைப் பெற்றுள்ளன. மலேயாவில் பயன்படுத்தப்படும் சிறப்பு சட்டங்களும், ஒழுங்கு முறைகளும், இதுவரையில் பெரிய வெற்றி ஏதும் இல்லாமல், ஹைதராபாத்தில் செய்யப்பட்ட எதையும் விட எல்லையற்ற அளவு மிகக் கடுமையானது. ஹைதராபாத்தில் காவல்துறை அத்துமீறல்கள் இருந்தன என்பது உண்மை என நான் கருதுகிறேன் மேலும் அது குறித்து நான் துயருறுகிறேன். ஆனால் அந்தப் பக்கத்தில் நடந்த பயங்கரமான அத்துமீறல்களையும், காவல்துறை அனுபவித்த இடர்ப்பாடுகளையும் ஒருவர் நினைவிற்கொள்ள வேண்டும்.

நாம் கம்யூனிஸ்ட்டுகளைப் பற்றி சற்றே தெளிவின்றிப் பேசுகிறோம். உண்மையில் மரபுவழி கம்யூனிஸ்ட்டுகள் இருக்கிறார்கள் அதாவது இந்தியக் கம்யூனிஸ்ட்டுக் கட்சியின் உறுப்பினர்கள். ஆனால், அவர்களுக்கு அப்பால், கம்யூனிஸ்ட்டுகளில், அவர்களுக்குத் தாங்களே ஒரு சட்டம் என்று எண்ணும் வகையினரும், வித்தியாசமானவர்களும் இருக்கிறார்கள். அவர்களில் பலர் பின்னர், தாங்கள் வன்முறையில் ஈடுபடுவோம் என்று இப்போதும் தொடர்ந்து அறிவிக்கிறார்கள். வங்காளத்தில் கம்யூனிஸ்ட்டுக் கட்சியின் ஒவ்வொரு உறுப்பினரும் விடுவிக்கப்பட்டு இருக்கிறார்கள். ஆனால் காவலில் இன்னும் தொடர்ந்து இந்த வேறு வகை கம்யூனிஸ்ட்டுகளில் சிலர் காவலில் இருக்கிறார்கள் ஏனெனில், காவலில் இருக்கும் போதே அவர்கள், தாங்கள் வெளியே வரும் வேளை, வெடிகுண்டு வீசுதல், மக்களைக் கொல்லுதல் மற்றும் கொள்ளையடித்தல் போன்ற அவர்களுடைய புதிய வகை வன்முறைக்கு திரும்புவோம் என அவர்கள் சொல்கிறார்கள்.

அனைத்து சூழ்நிலைகள் குறித்தும், இதுபோன்ற ஒரு தடுப்புக் காவல் சட்டத்தை நாம் பெற வேண்டுமா அல்லது வேண்டாமா என்பதுதான் நமக்கு முன் உள்ள பிரச்சினை. அது தேவை என்று நான் கருதுகிறேன். அந்தச் சட்டத்தின் தன்மை எவ்வாறு இருக்க வேண்டும் மேலும் நமது கடந்த கால அனுபவத்தால் எப்படி நாம் பயனடைய முடியும் என்பது பிறகு கவனமுடன் கருத்தில் கொள்ளப்பட வேண்டிய இன்னொரு பிரச்சினை ஆகும்; நாம் கட்டுப்பாடுகளையும், பாதுகாப்பு அம்சங்களையும் வழங்க வேண்டும். உறுதியாக கடந்த கால மசோதாவிலிருந்து

திருத்தம் பெற்ற ஒன்று என்னும்படி தற்போதைய மசோதா குறித்து ஒரு முயற்சி மேற்கொள்ளப்பட்டது. தேர்வுக் குழுவில் அது இன்னும் மேற்கொண்டு திருத்தம் செய்யப்படலாம்.

இதை எல்லாம் சொல்லி, இது போன்ற ஒரு சட்டம் மிகப்பெரும் எச்சரிக்கையுடன் பயன்படுத்தப்பட வேண்டும் என்பதை நான் உங்களுக்கு நன்கு புரிய வைக்க விரும்புகிறேன். இயல்பாக இது பயன்படுத்தப்படக் கூடாது மேலும் குறிப்பிட்ட வழக்குகளில் மட்டுமே இது நடைமுறைப் படுத்தப்பட வேண்டும். ஒரு நபரை சிறையில் இடுவது இயன்ற அளவு எளிதாகும் மேலும் இது நமது மாவட்ட அல்லது மற்ற அதிகாரிகளில் சிலருக்கு நன்கு பழக்கமாக வந்து விடும். இவ்வாறு நடப்பதை நாம் தடுக்க வேண்டும். இந்தச் சட்டத்தை சில தனிநபர்களுக்கு எதிராகப் பகிரங்கமாகவே தவறாகப் பயன்படுத்துவதாக எனக்குத் தோன்றும் சில வழக்குகளை நான் பார்த்திருக்கிறேன்.

1954 அக்டோபர் 9ஆம் தேதியிட்ட ஒரு கடிதத்திலிருந்து

மாநில அரசாங்கங்களாலும், இங்குள்ள அமைச்சகங்களாலும், அரசமைப்புச் சட்டத்தை திருத்த அளித்த பல்வேறு முன்மொழிவுகளை நாம் கருத்தில் கொண்டிருக்கிறோம். அவைகளுள் ஒன்று, உச்சநீதிமன்றம் பிரிவு 31 ஐ விளக்கிய முறையால் முக்கியப் பிரச்சினையாக வந்துள்ள பிரிவு[9] 31 மற்றும் அது தொடர்புடைய பிரிவுகள் 31A மற்றும் 31B[10] ஆகியவற்றின் மீதான திருத்தமாகும்...

இந்த முடிவுகளில், உச்ச நீதிமன்றம், பிரிவு 31 உட்பிரிவு (2) இல் இருக்கும், 'சொத்தை கையகப் படுத்துவது அல்லது சொத்தை அடைவது' என்ற சொல்லுக்கு மிகவும் பரந்த ஒரு பொருளை வழங்கி உள்ளது மேலும் அதே பிரிவின் உட்பிரிவு (1) இல் குறிப்பிடப்பட்ட 'பறிப்பது' என்பது மிகச்சரியாக அதே பொருள் கொண்டது எனக் கருதுகிறது. அரசின் நடவடிக்கை உரிமையாளரின் கட்டுப்பாட்டிலிருந்தும், அனுபவத்திலிருந்தும் எந்தச் சொத்தையும் முடக்கியும்,

9 பிரிவு 31, தனிநபரின், அரசால் பறிக்கப்பட்டால், இழப்பீட்டிற்கான உரிமையை அவருக்கு வழங்கும் சொத்துரிமையை உறுதி செய்தது.

10 இந்தப் பிரிவுகள், 1951, முதல் திருத்தச் சட்டம் மூலம் சேர்க்கப்பட்டன, ஏனெனில் அவைகள், அடிப்படை உரிமைகளுடன் ஏதேனும் முரண்பாடு இருப்பினும், அரசுக்கு ஒட்டுமொத்த சொத்துக்களையும் கையகப்படுத்தும் உரிமையைத் தந்தன.

அல்லது அதனுடைய பொருளாய் மதிப்பைக் குறைத்தும், உரிமையாளரின் உரிமைகளைக் குறைத்தால், 'பறிப்பது' ஆகும் என அது கூறுகிறது மேலும் அதுபோன்ற ஒவ்வொரு வழக்கிலும், சட்டம், உரிமையாளருக்கு இழப்பீடு வழங்க வேண்டும். நீதிமன்றம், 'சொத்து' என்னும் சொல்லுக்கும், ஒப்பந்த உரிமைகளையும் சேர்ப்பதற்கு ஏற்ப மிகவும் பரந்த பொருளை அளித்துள்ளது. இதன் விளைவாக, இந்தச் சட்டத்தின் கீழ், ஒவ்வொரு சொத்துரிமை குறைப்பும், இழப்பீடு செய்யப்பட்டாக வேண்டும். சட்டசபையால் இழப்பீட்டைத் தீர்மானிப்பதற்காக இடப்பட்டக் கொள்கைகள், உரிமையாளர் இழந்ததற்கு சரிசமமான இழப்பீட்டை உறுதி செய்ய வேண்டும் மேலும் அந்தக் கொள்கைகள், சொத்தின் உண்மை மதிப்பை முழுமையாக சரிசெய்யக் கூடிய அனைத்துக் கூறுகளையும் கணக்கில் எடுத்ததா என்னும் கேள்வி நியாயமான ஒன்று.

பிரிவு 31 இன் உட்பிரிவுகள் (1) மற்றும் (2), கருத்தில் கொள்ளப்பட்டு, சட்டசபையால் நிறைவேற்றப்பட்ட போது, அவைகள் நீதிமன்றங்களால் இந்த முறையில் விளக்கப்படும் என்று நாங்கள் நிச்சயமாக நினைக்கவில்லை. அது எப்படி இருந்தாலும், தனிப்பிரிவின் இந்த மிகவும் தாராள உருவாக்கம், நாம் சிந்தனையில் கொண்டிருந்த வழியில் சமூக நலச் சட்டத்தை நிறைவேற்றுவதன் குறுக்கே ஆபத்தான இடர்ப்பாடுகளை ஏற்படுத்தி இருக்கிறது. இந்தக் கண்ணோட்டத்தில் பார்க்கையில், பின்வரும் பொருள்கள் தனிச்சிறப்பான முக்கியம் வாய்ந்தவையாகத் தோன்றுகின்றன.

i) ஜமீன்தார்முறையையும், அரசுக்கும் நிலத்தை உழுபவருக்கும் இடையே உள்ள இடைத் தரகர்களையும், தனிப்பிரிவுகள் 31A மற்றும் 31B உதவியுடன் ஒழிப்பது எட்டப்படும் வேளை, பண்ணை நிலங்களுக்கு உட்படாத அதிக அளவிலான விவசாய நிலங்களின் உடைமையாளர் தம் உரிமைகளை மாற்றம் செய்கிற, சில பிரச்சினைகளில் அவற்றை முடிவுக்குக் கொண்டு வருவதற்கான அதிகாரம், நமது நிலச் சீர்திருத்த திட்டத்தை நிறைவு செய்யத் தேவையாகிறது. விவசாய நிலங்களின் அளவுக்கு உச்சபட்ச வரம்பை நிலை நிறுத்தவும், இந்த உச்சபட்ச அளவுக்கு அதிகமாகக் கொண்டுள்ள எந்த நிலங்களையும் உரிய முறையில் மறுபங்கீடு செய்து வழங்குவதற்கும் அது தேவையாகிறது.

ii) இடம் பெயர்ந்த மக்களின் துயர் நீக்கவும், மறுவாழ்வுக்காகவும், அசையா சொத்தை கையகப்படுத்துவதையும், கோருவதையும் அனுமதிக்கும் ஒரு மத்திய சட்டமும், இரண்டு மாநில சட்டங்களும், அந்தச் சட்டங்களில் சொல்லப்பட்ட இழப்பீட்டைத் தீர்மானிப்பதற்கான கொள்கைகள் சரியல்ல என்ற அடிப்படையில் ஒரு பகுதி செல்லாது என அறிவிக்கப்பட்டது. இதே நோக்கத்திற்காக நிறைவேற்றப்பட்ட வேறு இரண்டு அல்லது மூன்று மாநில சட்டங்கள் அதே அடிப்படையில் எதிர்க்கப்படுவதற்கு வாய்ப்புகள் இருக்கின்றன. இந்தச் சட்டங்கள் செல்லத்தக்கதாக ஆக்கப்பட வேண்டும் என்பது அவசியமாகும்.

1956 ஆகஸ்ட் 26ஆம் தேதியிட்ட ஒரு கடிதத்திலிருந்து

உச்ச கட்டமாக குஜராத்திலும், அகமதாபாத்திலும், இந்தியாவின் பல்வேறு பகுதிகளிலும் சமீபத்தில் நாம் கண்ட கிளர்ச்சிகளில், ஓர் உண்மை வெளிப்பட்டுள்ளது: பொது மக்கள் ஆர்ப்பாட்டம் ஒன்று நடைபெறுகிறது; அது வன்முறை ஆவதற்கு முனைகிறது; வன்முறை அதிகரிக்கிறது மேலும் தீவைப்பும், கல்லெறிதலும் அங்கு நடக்கிறது; காவல்துறையுடன் மோதல் நடக்கிறது; ஒரு சில நபர்களின் இறப்புகளிலும், வேறு பலர் காயமடைந்ததிலும் முடிந்த, துப்பாக்கிச் சூடு காவல்துறையால் நடத்தப்படுகிறது. பெரும்பாலும் இறந்த நபர்கள் முற்றிலும் அப்பாவிகள்; சில நேரங்களில் ஒரு பெண்ணும் அல்லது குழந்தையும் இறக்கின்றார்கள். இது நடந்த உடனே, மிகவும் அதிகமாக உண்மையான காரணத்திற்காக அல்லாது, துப்பாக்கிச் சூட்டிற்காகவும், தோற்றத்தில் அப்பாவிகளான மக்களின் மரணங்குறித்தும் சாமானிய மக்களின் உணர்வு பெரிதும் தூண்டப்பெறுகிறது. அப்போது மிகவும் அதிகமான வன்முறையும், காவல்துறையுடன் அதிகமான மோதல்களும் நடந்தன. மேலும் இவ்வாறு இந்தக் கேடு விளைவிக்கும் கூட்டம், மோதல்களையும், கசப்புணர்வையும், ஒருபக்கம் அரசாங்கம் மற்றும் நிர்வாகம், மறுபக்கம் மக்கள் என இடையே ஒரு சுவரையும் உண்டாக்கிக் கொண்டே போனது.

இந்தியாவின் பல்வேறு பகுதிகளில் திரும்பத்திரும்ப அடிக்கடி நிகழும் கதையாக இருந்தது. மக்களுடைய பார்வையிலும், அரசாங்கத்தின் பார்வையிலும் இது ஒரு மோசமான கதையாக இருந்தது. அது பற்றி நாம் வாதம் செய்யலாம் மேலும் அரசு என்ன செய்தது என்பதை ஆதரித்துப் பேசலாம், ஆனால் அதன் மோசமான தன்மையை அது அகற்றுவது இல்லை. இதுபோன்ற நிலைமையைச் சமாளிக்க வேறு ஏதேனும் வழியை நாம் கண்டறிய வேண்டும். உறுதியாக, நிர்வாகத்திற்கும், மக்களுக்கும் இடையே நெருங்கிய தொடர்பும், புரிதலும் இருக்கும் போது இது நடக்காது. ஆனால் சமூக விரோதிகளும், மற்ற சக்திகளும் இருக்கின்றனர். அவர்கள் இருந்தபோதிலும் அந்தத் தொடர்பில் விரிசலை உண்டாக்குகின்றனர் அல்லது வன்முறைச் செயல்களுக்கு மக்களைத் தூண்டுகின்றனர். அரசாங்கத் தரப்பில் அந்த வன்முறையை வன்முறையால் எதிர்கொண்டால், கிளர்ச்சியை விரும்புவோருக்கு நாம் உதவுவதாகப் போய்விடுகிறது மேலும் அரசுக்கும் மக்களுக்குமான இடைவெளியை நாம் விரிவுபடுத்தி விடுகிறோம். துப்பாக்கிச் சூடும் மரணங்களும் எங்கே நிகழ்கிறதோ அங்கே அந்தத் துப்பாக்கிச் சூடு நியாயமாகவே இருக்கும் போதிலும், அரசுக்கு எதிரான அனைத்துத்தரப்பு மக்களுக்கிடையே ஓர் உடனடியான, வலிமைமிக்க எதிர்வினை ஏற்படுகிறது.

காவல்துறையால் நடந்த சில துப்பாக்கிச்சூடு மீது விசாரணை நடைபெற்ற சமீப நிகழ்வுகளும் நடந்துள்ளன. பெரும்பாலும் விசாரணை, துப்பாக்கிச் சூடு நியாயமற்றது என்னும் ஒரு கண்டுபிடிப்பிற்கு இட்டுச் சென்றது. எப்பொழுதெல்லாம் காவல்துறையின் துப்பாக்கிச்சூடு நடக்கிறதோ, அங்கே ஒரு விசாரணைக்கான கோரிக்கை எழுகிறது. பம்பாயில் நடைபெற்றது போன்ற சம்பவங்களில், விசாரணை பயனுள்ளதாக இருக்க முடியும் என்று உறுதியாக எனக்குத் தோன்றுகிறது ஏனெனில், சில தனிப்பட்ட சம்பவத்திற்கான துப்பாக்கிச் சூட்டை விட அது விரிந்து பரவும் ஒரு புரட்சியின் தன்மையில் அதிகமானது. ஆனால், இயல்பாகவே, ஒரு விசாரணை இருக்க வேண்டும் என்பது எனக்கு விரும்பத் தக்கதாகவே தோன்றுகிறது. காவல்துறையினர் மேலுள்ள அக்கறையில் கூட, அது விரும்பத் தக்கதாக இருக்கிறது

ஏனெனில், வேறுவகையில், பொதுமக்கள் மனத்தில் அவர்கள் தவிர்க்க இயலாதபடி கண்டனத்திற்கு உள்ளாவார்கள்.

ஆனால் இதைவிட மிகமிக முக்கியமானது, துப்பாக்கிச் சூட்டை தவிர்ப்பது தான். சூழ்நிலைகள் ஏதுமின்றி துப்பாக்கிச் சூடு நடந்தது என்று நாம் சொல்ல முடியாது, ஏனெனில் சில நேரங்களில் அதற்கான வாய்ப்பே இருக்காது மேலும் இதைச் செய்யாமல் இருப்பது என்பது ஒரு மாநகரத்தை வன்முறையான மற்றும் ஒழுங்கற்ற கும்பலின் கைகளில் கொடுத்து விடுவதும், அரசின் பணிகளைக் கைவிட்டு விடுவதும் ஆகும். அதே நேரத்தில், துப்பாக்கிச் சூட்டிற்கான தேவை இருக்கின்றது என்பதை விட துப்பாக்கிச் சூட்டை காவல்துறை மிகவும் அடிக்கடி நாடுவது இங்கே நடக்கிறது என்ற உணர்வு எனக்கு இருக்கிறது. நமது காவல்துறை ஓரளவுக்கு மிகவும் அதிகமாக ஓர் எதிர் மனநிலையைக் கொண்டதாக மாறி வருவதாகத் தோன்றுகிறது. மிகவும் அதிகமான நாடுகளில் காவலர்கள் சுழல் துப்பாக்கிகள் கூட வைத்திருப்பதில்லை. அவர்களின் முக்கிய பணி போக்குவரத்தை ஒழுங்கு படுத்துவதும் மற்றும் அது போன்றவையும் இல்லையெனில் குற்றவாளிகளைச் சமாளிப்பதும் ஆகும். காவல்துறைக்கும் மக்களுக்கும் இடையே திரும்பத்திரும்ப நடக்கும் இந்த வகை மோதல்கள், பொதுவாக இருவர் பார்வையிலும் மிக மோசமாக இருக்கிறது, மேலும் ஒருவர் மற்றவரை எதிரியாகப் பார்க்கத் துவங்கி இருக்கிறார். துப்பாக்கிச் சூடும் மரணமும் எங்கே நடக்கின்றதோ, அங்கே தீவிர கசப்புணர்வு இன்னும் ஓர் அம்சமாக வந்து சேர்கிறது. உண்மையில், காவல்துறை பாதிக்கிறது மாறாக அதைப்போலவே அரசும் பாதிக்கிறது. இருந்த போதிலும், அமைச்சர்களாக இருக்கின்ற நம்மில் ஒருவரும் இது போன்ற நிகழ்ச்சியை விரும்புவதில்லை மேலும் இதுபோன்ற துப்பாக்கிச் சூடு பற்றிய ஒவ்வொரு அறிக்கையும், இன்னும் குறிப்பாக இளம் ஆண்களும், பெண்களும் அதற்குப் பலியாகும் போது நம்மை துயரப்படுத்துகிறது...

ஆகவே, நாம் இந்த விஷயத்தை கவனமாக ஆய்வு செய்ய வேண்டும் மேலும் நமது காவல்துறையினர், மிகமிக மோசமான ஆபத்தின் கீழ் அல்லாது, துப்பாக்கிகளைப் பயன்படுத்தக் கூடாது என்று நமது காவல்துறைக்குக் கண்டிப்பான தனை உத்தரவை வெளியிட வேண்டும் என நான் கருதுகிறேன்,

மேலும் நீங்கள் என்னுடன் சம்மதிப்பீர்கள் என நான் உறுதியாக இருக்கிறேன். நாம் துப்பாக்கிகளைப் பயன்படுத்துவதற்கு ஒப்புதல் அளிக்கவில்லை என்பது அவர்களுக்கு சுட்டிக் காட்டப்பட வேண்டும் மேலும் ஒவ்வொரு நிகழ்ச்சியையும் நாம் மிகவும் கறாராக ஆய்வு செய்ய வேண்டும். துப்பாக்கிச் சூடு, துணையாகத் தேர்ந்தெடுக்கப்பட்ட போது, இந்தூரில் உயர்நீதிமன்றம் எரிக்கப்பட்டதைப் போன்ற ஒரு நிகழ்ச்சியை நான் கற்பனை செய்ய முடியும்; அல்லது தொடர்ந்து நடந்து கொண்டிருக்கும் மிகப்பரவலான தீவைப்பு அல்லது தனிநபர் கொலை என வேறு வழி ஏதுமின்றி, இந்த வழியில்தான் சந்திக்க முடியும் என்னும் மற்ற சில நிகழ்ச்சிகளையும் கற்பனை செய்ய முடியும். ஆனால், பொதுவாகப் பேசினால், காவல்துறை நடத்தும் துப்பாக்கிச் சூட்டிற்கு முற்றுப்புள்ளி வைக்க நாம் முயற்சி செய்ய வேண்டும். இது குறித்து மிகமிகக் கறாரான தடை உத்தரவு வெளியிடப்பட வேண்டும். காவலர்கள் தங்களுடைய பிரம்பு அல்லது மூங்கில் தடிகளைப் பயன்படுத்த முடியும், இருந்தாலும் அதுவும் கூட மிதமான முறையில் செய்யப்பட வேண்டும். எங்காவது தேவையெனக் கருதப்பட்டால், அவர்கள் கண்ணீர்ப்புகைக் குண்டுகளைப் பயன்படுத்தலாம். ஆனால், இதுபோன்ற பேரழிவான விளைவுகளுக்கு இட்டுச் செல்லும், துப்பாக்கிச் சூடு மற்றும் கொல்லுதல் என்னும் இந்தத் தீய தொடர் நிகழ்ச்சிகளுக்கு முற்றுப்புள்ளி வைக்க நாம் முயற்சி செய்வோம்.

1958 டிசம்பர் 31ஆம் தேதியிட்ட ஒரு கடிதத்திலிருந்து

என்னை மிகவும் கணிசமான அளவுக்குக் கவலையுறச் செய்யும் விஷயம் ஒன்று உள்ளது. நீதிமன்றப் பணி சார்ந்த தாமதங்கள். சில உயர்நீதி மன்றங்களில் நான் காண்கின்ற பணி நிலுவைகள் குறித்த புள்ளி விவரங்கள் திகைக்க வைக்கின்றன. நமது சட்ட ஆணையத்தால் இந்த விஷயம் பரிசீலிக்கப்பட்டு வருகின்றது. அந்த ஆணையம் சிறந்த மனிதர்களைக் கொண்டது. ஆனால் நாம் ஓர் அடித்தளமாகக் கட்டி எழுப்பிய இந்தப் பெருஞ்செலவு பிடிக்கும் முறைமையை அவர்கள் பழைய வழக்கப்படியே இருந்தாலும், ஏற்றுக்கொள்ள நினைக்கிறார்கள் என்று நான் கருதுகிறேன். உயர் நீதிமன்ற நீதிபதிகளின் எண்ணிக்கையை நாம் அதிகப்படுத்தி இருக்கிறோம், ஆனால் நிலுவைகளின்

குவியலில் இது சிறு வேறுபாட்டையும் ஏற்படுத்தவில்லை. இன்னும் அதிகமான நீதிபதிகளுக்கான கோரிக்கைகள் வருகின்றன. தேவைப்பட்டால், நாம் அதிமான நீதிபதிகளைப் பெற முடியும். ஆனால் இன்னும் அதிகமாக எவ்வளவு பேர்? இந்த நிலுவைச் சுமை மீதான ஏதோ ஒருவகை உண்மையான முன்னேற்றத்தை நாம் ஏற்படுத்த வேண்டும் என்றால், இன்னும் அதிகமாக சுமார் நூறு நீதிபதிகள் நமக்குத் தேவை என யாரோ ஒருவர் கணக்கிட்டார். இந்த விஷயத்தில், மற்ற விஷயங்களைப் போல, பார்க்கின்சன் விதி பயன்படும். அதிமான நீதிபதிகள், அதிகமான வழக்கறிஞர்கள், அதிகமான வேலை, அதிகமான தாமதம் - மேலும் நீதிபதிகளுக்கான அதிகமான கோரிக்கை.

உறுதியாக, நடைமுறைகள் எளிமையாக்கப்பட வேண்டும் என்ற தவிர்க்க முடியாத முடிவுக்கு இது இட்டுச் செல்கிறது. இது என்ன வழியில் செய்யப்பட வேண்டும் என்பதைச் சொல்ல எனக்குத் துணிவில்லை, ஆனால் அதன் நடைமுறையுடனான தற்போதைய இந்த முறைமை, சில நேரங்களில் நியாயமாக இருப்பது என்பதை முடக்கும் அளவுக்கு நியாயம் வழங்குவதை மிக அதிகமாகத் தாமதப்படுத்துகிறது என்ற உண்மை நீடிக்கிறது.

நீதிமன்ற விஷயங்களில், பற்பல மற்ற விஷயங்களைப் போல, அடிக்கடி நாம் அமைப்பு அடிப்படையான மாற்றங்களைச் சிந்திக்க வேண்டும். அரசு ஒரு சாவதானமான வழியில் இயங்கியபோது அல்லது கிட்டத்தட்ட முடங்கிய கடந்த காலத்தின்போது, நல்லது என்றும் பொருத்தமானது என்றும் இருந்தது, வந்து கொண்டிருக்கும் மற்றும் சமூகத்தை விரைவாக மாற்றும் வேகமான மாற்றங்களோடு, உறுதியாகப் பொருந்தாது. நாம் விஷயங்களை எளிதாக எடுத்துக் கொள்ள முடியாது ஏனெனில் அவை நமக்கு மிக முக்கியமான ஒன்றாகி விட்டது.

3
தேசியத் திட்டமிடலும் வளர்ச்சியும்

'மென்மேலும் உலகின் மற்ற பகுதிகளில், இந்தியாவில் நாம் பேராற்றல்மிக்க சாகசத்தில் ஈடுபட்டிருக்கிறோம் என்பது புரிந்து கொள்ளப்படுகிறது. இந்த அளவுக்கு ஜனநாயக வழியில், இந்தத் தேசத்தை கட்டி எழுப்புவதும், ஏழ்மை மற்றும் வேலையின்மை பிரச்சினைகளைத் தீர்ப்பதும் வேறெங்கும் செய்யப்படாத ஒன்றாகும்.'

மேற்கத்திய உலகம், ஒன்று பொருளாதார சுதந்திரத்திற்கு, போதாத அளவு கவனத்தை செலுத்தியது அல்லது தனிமனித உரிமைகளை விலையாகத் தந்து அதை அடைந்தது என்று நேரு நம்பினார். சமூகப் பொருளாதார சுதந்திரம் இல்லாமல், பிரிட்டிஷ் ஆட்சியின் வெளியேற்றம் கோடிக்கணக்கான இந்தியர்களின் வாழ்க்கைத் தரத்தில் சொற்பத் தாக்கத்தையே ஏற்படுத்தியது. ஒரு மக்கள் நல அரசை ஜனநாயகத்துடன் ஒன்றிணைக்கும் நேருவின் அருமுயற்சியின் இதயமாகத் திட்டமிடல் இருந்தது. ரஷியாவின் அரசியல் சுதந்திரங்களைத் தடைசெய்தல் என்பதை அவர் ஏற்கவில்லை என்ற போதிலும், பொருளாதாரத் தன்னிறைவை அடைவதில் அதனுடைய தீர்மானத்தையும், உறுதியையும் மிகப்பெரிய தூண்டுகோலாக அவர் எடுத்தார். பின்வரும் பகுதிகளில், நேருவின் பொருளாதார சிந்தனையின் மூன்று அம்சங்களை நாம் பார்க்கிறோம். முதலாவதாக, அரசாங்கத்தின் கொள்கையை நோக்கி ஒரு விஞ்ஞான பகுத்தறிவு அணுகுமுறையை நேரு வலியுறுத்தினார். நீண்ட சொற்பொழிவுகளுக்கும், உரத்த விவாதங்களுக்கும் இடையே, போதுமான தகவல்களும், செய்தியும் இல்லாமல் வரையறுக்கப்படும் கொள்கை ஆபத்தானது. இதுபோன்ற ஒரு செயல்திட்டம், யூகத்தின் அடிப்படையிலான வேலையை ஒத்தது மேலும் ஆள்வது என்பதை அதிர்ஷ்டத்திடம் விட்டு விட்டு விலகி நிற்பது என்று நேரு உணர்ந்தார். இரண்டாவதாக, சீரிய தகவல் திரட்டலும், புள்ளிவிவரப் பணியும் தெளிவான கொள்கையை உருவாக்க முடிந்த வேளையில், இந்தியாவின் மிகப்பெரிய சவாலே அதன் திட்டங்களை நடைமுறைப் படுத்துவதில் இருந்தது. ஒரு பொருளாதாரக் கொள்கையை எளிதாக ஏற்பது என்பதாலேயோ அல்லது எளிதாகவோ முன்னேற்றத்தைக் கொண்டு வராது. இறுதியாக, பொருளாதாரம் பற்றிய ஓர் இறுக்கமான ஏட்டுப்படிப்பு அணுகுமுறைக்கு எதிராக அவர் வலியுறுத்தினார். எடுத்துக்காட்டாக, கட்டுப்பாடுகள் என்பதை இவ்வாறு மதிப்பீடு செய்ய முடியாது. ஒரு திட்டமிட்டப்

பொருளாதாரமே இந்தியாவை வறுமையிலிருந்து மேலே உயர்த்த முடியும், ஆனால் அரசு முறைப்படுத்தல் முக்கியத்துவம் பெறும் மேலும் பொதுத்துறையின் பங்கு என்பது கொள்கை அடிப்படையிலான முக்கியத்துவம் வாய்ந்த துறைகளைத் தன்னகப் படுத்துவதாக இருந்தது.

***

1947 டிசம்பர் 19ஆம் தேதியிட்ட ஒரு கடிதத்திலிருந்து

அலகாபாத், கான்பூர் மற்றும் கல்கத்தாவுக்கு குறும்பயணம் சென்று விட்டு இப்போது தான் நான் திரும்பினேன். எனக்கு இது ஒரு மறக்க முடியாத அனுபவம். நூற்றுக்கணக்கான ஆயிரக்கணக்கான முகங்களை நான் பார்த்தேன் - கல்கத்தா மைதானத்தில் மட்டுமே சுமார் பத்து இலட்சம் பேர் இருந்தனர் - மிகவும் ஆர்வமும் மகிழ்ச்சியும் நிறைந்த நிகழ்ச்சி... ஒரு மகத்தான கிட்டத்தட்ட பெரும் ஆற்றல் வாய்ந்த பொறுப்புணர்வை நான் உணர்ந்தேன். பலரின் உடல்கள் பலவீனமாயும், மெலிந்தும், ஆடைகள் கந்தலாகவும் இருந்தன மேலும் இலட்சக்கணக்கான இவர்கள், நாம் உணவும், உடைகளும், இருப்பிடமும் அவர்களுக்குக் கொடுப்பதற்காக, பெரும்பாலும் குழந்தையைப் போன்ற எளிமையுடனான நம்பிக்கையுடன் நம்மை எதிர்பார்க்கிறார்கள். கடந்த காலத்தில், பிரிட்டிஷ் ஆட்சிக்கு எதிரான அரசியல் போராட்டத்தில் பங்கெடுக்கையில், உண்மையாகவே, நமது நடவடிக்கையின் இயக்கு சக்தியாக இருந்த உடல் மெலிந்தும், துயரத்தோடும் இருந்த இவர்களுடன் இடையறாத தொடர்பில் நாம் இருந்தோம். ஆனால், அதிகாரங்களின் இருக்கைகளில் நாம் இருக்கின்றோம் என்ற இந்த நிலையில், இனியும் இந்தப் பிரச்சினையின் தீர்வில் எந்தத் தாமதத்தையும் நாம் தாங்க முடியாது. அது ஒரு நம்பிக்கை துரோகமாகவே இருக்கும் மேலும் அது நாட்டிற்கு பேரழிவைத் தரும்.

மத்திய அரசு கடந்த சில நாட்களாக, வறுமையின் அடிப்படை பிரச்சினை பற்றி மேலும் மேலும் சிந்தித்துக் கொண்டிருக்கிறது - வகுப்புக் கலவரத்தின் மீதான நமது தொடர்ந்த கவலைக்கிடையே, அதைத் தற்காலிகமாக நாம் இரண்டாம் இடத்தில் வைத்திருந்தோம்...

நாட்டில் பொருளாதார நிலைமைகளின் பொருள் குறித்து பேசுகையில், நான் 'அதிக - உணவு - விளைவி - இயக்கம்'[1] பற்றிய பிரச்சினை குறித்து உங்கள் கவனத்தை ஈர்க்க விரும்புகிறேன். நமது வேளாண் அமைச்சகத்தின் அதிகாரி ஒருவர், பல்வேறு மாகாணங்களுக்கு, இந்த இயக்கம் இது போன்று ஏன் தோல்வி அடைந்தது மேலும் அதை மீண்டும் சரியான பாதையில் கொண்டு போக என்ன செய்ய முடியும் என்பதைக் கண்டறியும் நோக்கத்தோடு, சுற்றுப்பயணம் கிளம்பி உள்ளார். சந்தேகமின்றி அது ஒரு தோல்வி என்பதை ஒப்புக்கொள்கிற ஓர் உண்மை கண்டு நான் அஞ்சுகிறேன் இருந்தாலும், ஒவ்வொருவரும் அதை வெற்றிகரமாக்க வேண்டியதன் அவசியத்தை அறிந்திருக்கிறார்கள் மேலும் மாகாண அரசுகள் மற்றும் மத்திய அரசின் செல்வாதாரங்கள் அனைத்தும் அதை வெற்றிகரமாக்கப் பயன்படுத்தப்பட்டது என்பதை கருத்தில் கொள்கையில், அது ஒரு தோல்வியாக ஆகி இருக்கிறது என்பது வியப்பாக இருக்கிறது. இந்த விஷயம், அனைத்து மாகாண அரசுகளின் தரப்பில் உடனடி மறுஆய்வு செய்யத் தேவையாகிறது.

'அதிக - உணவு - விளைவி' இயக்கம் பற்றி உரிய மதிப்பீடு, தகவல்கள் போதாமையால், இன்னும் சில பகுதிகளில் புள்ளியியல் அடிப்படையிலான விவரங்கள் முற்றிலும் இல்லாமையால் இடர்ப்பாட்டிற்கு உள்ளாக்கப் பட்டது என்பதை நான் அறிகிறேன்...

உங்கள் அரசு, கிராம, வட்ட, மாவட்ட பதிவேடுகளில் பயன்பாடின்றிக் கிடக்கும் அனைத்து புள்ளியியல் அடிப்படையிலான தகவல்களைத் திரட்ட இயன்ற அனைத்து நடவடிக்கைகளையும் எடுக்கும் என்றும் முன்னர் இதுபோன்று இல்லாமலிருக்கும் தகவல்களை ஒன்று திரட்ட சிறப்பு விசாரணைகளை மேற்கொள்ளும் என்றும் நான் நம்புகிறேன்.

---

1 இரண்டாம் உலகப் போரின் போது, பர்மாவிலிருந்து அரிசி கிடைக்காது என்று அச்சப்பட்டு, ஏப்ரல் 1942இல் இந்தப் பரப்புரை இயக்கத்தை இந்திய அரசு துவக்கியது. போருக்குப் பிறகு, செப்டம்பர் 1946இல், இடைக்கால அரசு, இன்னுமொரு அய்ந்து ஆண்டுகளுக்கு இந்த இயக்கத்தைத் தொடர்வதற்கு தீர்மானித்தது.

1948 ஏப்ரல் 15ஆம் தேதியிட்ட ஒரு கடிதத்திலிருந்து

ஒரிஸ்ஸாவுக்கு குறுகிய இரண்டு - நாள் பயணத்திற்குப் பிறகு நான் இப்போதுதான் திரும்பி இருக்கிறேன். ஹிராகுட் அணைக் கட்டும் பணியைத் துவக்கி வைக்கவும், புவனேஸ்வரத்தில் ஒரிஸ்ஸாவின் புதிய தலைநகருக்கு அடிக்கல் நாட்டவும் அங்கு நான் சென்றேன்...

ஆற்றுப் பள்ளத்தாக்கு விரிவாக்கத்தின் மாபெரும் மகாநதித் திட்டத்தின் பகுதியே ஹிராகுட் அணை. அந்த முழுமையான திட்டம் வலிமை மிக்க ஒன்று மேலும் அது முழுமையும் நிறைவடையும் போது, மாகாணத்தின் ஒட்டுமொத்த முகத்தையும் அது மாற்றியாக வேண்டும். ஒரிஸ்ஸாவை அவ்வப்போது திணற அடித்து பேரழிவு தரும் வெள்ளங்கள் என்பது ஒரு கடந்த கால நிகழ்வாக இருக்கும். பெரியளவில் புதிய பகுதிகள் சாகுபடிக்கு கொண்டு வரப்படும். மண் அரிப்பு நிறுத்தப்படும் மேலும் இருபது இலட்சம் கிலோ வாட்டுகளுக்கும் அதிகமான மின் சக்தி, தொழில் மற்றும் வேறு பயன்பாடுகளுக்குக் கிடைக்கும். கடலுடன் இணைக்கும் உள்நாட்டு நீர்வழிப் போக்குவரத்துக்கான ஓர் ஆழமான கால்வாயை அமைப்பது என்றும் முன்மொழியப் பட்டிருக்கிறது. இவை அனைத்தும், ஒருவரை உற்சாகங்கொள்ளச் செய்யும் எதிர்கால கண்கவர் இலட்சியம். மாபெரும் ஹிராகுட் அணையின் அடித்தளத்தை அமைப்பதற்கென கான்கிரீட் கலவையை வீசியெறிந்த போது, ஒரு சாகச உணர்வு என்னைப் பற்றிக் கொண்டது மேலும் சற்று நேரம் நம்மைச் சூழ்ந்திருக்கும் பல இன்னல்களை நான் மறந்தேன். இந்த இன்னல்கள் கடந்து போகும் ஆனால் இந்த மாபெரும் அணையும் அதைத் தொடர்ந்து வரும் அனைத்தும் வரவிருக்கும் காலங்களில் நிலைத்து நிற்கும் என்று நான் உணர்ந்தேன். நமது மாபெரும் திட்டங்களில் முதன் முதலான திட்டம் இது, அதன் மீதான பணி உள்ளபடியே துவங்கி விட்டது. தாமோதர் நதிப் பள்ளத்தாக்குத் திட்டமும் மேலும் நீண்ட காலமாக நாம் சிந்தித்து வரும் வேறு பல திட்டங்களும் விரைவில் துவக்கப்படும். துரதிர்ஷ்டவசமாக, இந்தத் திட்டங்களும், திட்டப்பணிகளும், முழுமை அடைவதற்கான செயல் முறையில், பல நீண்ட ஆண்டுகளை, சில நேரங்களில் முப்பது அல்லது நாற்பது ஆண்டுகள் நீளும் அளவுக்கு, எடுத்துக் கொள்கின்றன.

மகாநதி திட்டப்பணி ஒரு விதிவிலக்கு ஏனெனில், முதன் முதலில் மூன்று அல்லது நான்கு ஆண்டுகளுக்கு முன்பு தான் அது ஆலோசிக்கப் பட்டது. அப்போதிலிருந்து பெரிய அளவில் வேலை முடிந்துவிட்டது.

1948 ஆகஸ்ட் 3ஆம் தேதியிட்ட ஒரு கடிதத்திலிருந்து

பொருளாதார சூழ்நிலை, முன்னேற்றத்திற்கான எந்த அறிகுறியையும் காட்டவில்லை மேலும் மற்ற பிரச்சினைகளுக்கு இடையே கட்டுப்பாடுகள் குறித்த ஒட்டுமொத்த பிரச்சினையும் மறு ஆய்வுக்கு வந்திருக்கிறது. பருத்தித்துணிக் கொள்கையைப் பொறுத்தவரை, எல்லா நடைமுறை நோக்கங்களுக்காகவும், கட்டுப்பாடு மீண்டும் திணிக்கப்பட்டுள்ளது. இந்தக் கட்டுப்பாட்டை நீக்கிய போது நாம் தவறான நடவடிக்கையை எடுத்து விட்டோம், அல்லது, எவ்வாறாயினும், அதை தவறான முறையில் எடுத்தோம் என்பதை ஒப்புக் கொள்ள வேண்டும். அதனால் முடிவுகள் மிகவும் தீமை தருவதாக ஆகியிருக்கிறது. ஒரு சிறு எண்ணிக்கையிலான மக்கள், உற்பத்தியாளர்கள் மற்றும் விற்பனையாளர்கள் பணம் சம்பாதித்த போது, பெரும் எண்ணிக்கையிலான மற்றவர்கள் கடுமையாகப் பாதிக்கப்பட்டார்கள். ஏதேனும் ஒரு வழியில் வருமானத்தில் ஏற்றத்தாழ்வு அதிகரிக்கும் போதும், அங்கே தவிர்க்க முடியாத சிக்கல் வந்து விடுகிறது. இன்று அனைத்து சட்டம் மற்றும் பொருளாதாரக் கொள்கைகளும், எவ்வளவு தூரம் இயலுமோ அந்த அளவுக்கு, இந்த ஏற்றத்தாழ்வுகளை நீக்குவதையும் மேலும் ஒரு பொதுவான அளவு வருமானத்தை அடைய கொஞ்சம் கொஞ்சமாக பணிபுரிவதையும் அல்லது எந்த வழியிலும் வருமானங்கள் மிகவும் அதிகமான வேறுபாடு இல்லாமல் இருப்பதையும் குறிக்கோளாகக் கொள்ள வேண்டும். கட்டுப்பாடுகளை நீக்குதல் வேறு வழியில் வேலை செய்கிறது, மேலும் நடுத்தர வர்க்கம் மற்றும் மிகவும் ஏழ்மை வர்க்கம் என இருவரையும் கடுமையாகப் பாதிப்பதற்கு அப்பால், அவை மக்களிடையே ஒரு தீவிர அதிருப்தி மனநிலையை அறிமுகப்படுத்தி விட்டது. சமூகத்தின் பல்வேறு பிரிவினர் சுமையை சமமாகத் தாங்க மாட்டார்கள் என்று நான் உணர்கிறேன்.

இந்தத் துணிகள் மீதான கட்டுப்பாடுகளை மீண்டும் திணித்தது, மாகாணங்கள் மீது ஒரு கடும் சுமையை ஏற்படுத்தியது. அங்கே அதன் வெற்றி, திறமையான அதன் நடைமுறைப்படுத்தலையும், மொத்த விற்பனையாளர்களையும், சில்லறை விற்பனையாளர்களையும் உரியவாறு தேர்ந்தெடுப்பதையும் சார்ந்தே இருக்கிறது. கட்டுப்பாடுகளை மீறும் வழக்குகள் விரைவாக விசாரிக்கப்பட்டு, குற்றவாளிகள் கடுமையாகத் தண்டிக்கப்படுவது அவசியமாகிறது. இந்த விஷயத்தில் கருணை காட்டுவது, ஒரு தடுப்பு நடவடிக்கை என்பதை நிரூபிப்பதற்குப் பதில், உண்மையில் சட்ட மீறலை ஊக்கப்படுத்துவதாகும்.

விலைவாசி நிலையில் திடீர் உயர்வு, குறிப்பாக அரசு ஊழியர், வணிகப் பணியாளர், தொழிற்சாலை தொழிலாளர் மற்றும் இன்னபிற போன்ற நிரந்தர வருமானங்கள் உடைய மக்களை கடுமையாகத் தாக்குகிறது. நுகர்வோர் கூட்டுறவு சங்கங்கள், குறிப்பாக இந்த மக்களின் தேவைகளை சந்திக்க ஊக்கப்படுத்தப்பட வேண்டும். சில குறிப்பிட்ட வருமானம் பெறும் பிரிவுகளைச் சார்ந்தவர்களுக்கு மட்டும் என்று அரசு கட்டுப்பாட்டில் உள்ள கடைகளில் விற்பனையைக் கட்டுப்படுத்த வேண்டும். அரசால் வழங்கப்படும் விலைச்சலுகை சீட்டுகள் அடிப்படையில் இம்மக்களுக்கு வழங்கல்கள் இருக்க வேண்டும்.

துணிகள் மீதான இந்தக் கட்டுப்பாடு நாம் எதிர்கொள்ளும் பொருளாதாரப் பிரச்சினையின் ஒரு சிறிய பகுதி மட்டுமே. இந்தப் பிரச்சினையை சமாளிக்க நம் அனைவரின் அறிவும், ஆற்றலும் தேவைப்படும் என்று சொல்வதைத் தவிர இங்கு இதைப்பற்றி மேலும் நான் எழுத மாட்டேன். பொருளாதார நிலை மிக மோசமாகப் போனதற்கான பலவாறான காரணிகளை நாம் சுட்டிக் காட்டலாம், மேலும் நாம் சரியாகவும் இருக்கலாம், ஆனால் காரணங்கள் காலம் காலமானவை. ஆகவே, தீர்வுகள் அவைகளோடு பொருந்திப் போக வேண்டும்.

1949 ஃபிப்ரவரி 3ஆம் தேதியிட்ட ஒரு கடிதத்திலிருந்து

பெரும்பாலும் பொருளாதாரப் பார்வையில், நமக்கு மிகமிக முக்கியமான பிரச்சினை உணவுப் பிரச்சினையாக இருக்கிறது.

இதைப் பொறுத்தவரை நமக்கு வெற்றிகரமான ஆதாரம் ஏதும் இல்லை மேலும் மோசமான இடர்ப்பாடுகளை நாம் எதிர் கொள்ள வேண்டும் என நான் அஞ்சுகிறேன். துறை வழியிலான முறையில் அல்லாது, அவசரநிலைகளைச் சமாளிப்பது போல இதை நாம் புதிய முறையில், சமாளிக்க வேண்டும். அது அடிப்படையில் ஒரு பிரச்சினை, அது வேண்டுவது:

i) கொள்கை மற்றும் நடைமுறைப்படுத்தல் என இரண்டு குறித்தும் விரைவாக சமாளிக்கும் ஓர் அதிகாரம்

ii) மாகாண அரசுகளுக்கும், மத்திய அரசுக்கும் இடையேயான முழுமையான ஒத்துழைப்பு

iii) முடிவுகளை, புள்ளியியல் மற்றும் வேறு முறைகளில் தொடர்ந்த கண்காணிப்பு

iv) பொதுமக்களின் ஒத்துழைப்பு, அதாவது அவர்கள் எப்படி ஒத்துழைக்க முடியும் என்பதையும் மேலும், அதை செய்வதற்குத் துணையாக எடுக்கப்பட்ட நடவடிக்கைகள் பற்றியும் அவர்களுக்குத் தெரிவிக்கும் வண்ணம் பொதுமக்களுடனான தொடர்ச்சியான அணுகுமுறை...

பல்வேறு - கடைசி உலகப்போர், தேசப் பிரிவினை மற்றும் இன்ன பிற - காரணங்களால், நாம் சந்திக்க வேண்டிய நிலைமை, ஒரு தற்காலிக மனக்கலக்கத்தை ஏற்படுத்துவது அல்ல மாறாக இன்னும் அதிகமான தீவிர மாற்றங்களை ஏற்படுத்தும் ஒன்று என்பது தெளிவாகிறது. நாம் உணவுப் பொருட்களை வெளியிலிருந்து, இந்தியாவில் பற்றாக்குறையை நிறைக்க இறக்குமதி செய்ய வேண்டும் மேலும் அவ்வாறு செய்கின்ற வேளை, வெளியிலிருக்கும் ஆதாரங்களை காலவரையின்றி நாம் சார்ந்திருப்பது இயலாது என்பதும் தெளிவாகிறது. வெளியிலிருந்து பெரிய அளவிலான உணவு இறக்குமதி என்பது நம் பொருளாதாரத்தின் மீது பேரழிவைத் தரும் விளைவை ஏற்படுத்தும். உணவில் தன்னிறைவு அடைவது ஒரு நாட்டிற்கு முற்றிலும் அவசியமானதல்ல. ஆனால் பெரும் பற்றாக்குறை ஆபத்தான ஒன்று. உணவுக்காக நாம் வெளி ஆதாரங்களை சார்ந்திராமல் இருப்பது குறித்தும், நமது சொந்த இருப்பைக் கொண்டு, சூழ்நிலைகளுக்கு ஏற்றவாறு வாழ்க்கை முறையையும் சரிசெய்து கொள்வது குறித்தும்

காந்திஜி தொடர்ந்து வலியுறுத்தி வந்தார். இந்த முடிவுக்குப் போதுமான முயற்சியை நாம் மேற்கொள்ளவில்லை என்று நான் கருதுகிறேன். 'அதிக உணவு விளைவி' பற்றி ஒரு பெரிய அளவில் பேச்சு இருக்கிறது, ஆனால் இந்த இயக்கத்தின் விளைவுகள் என்ன ஆகி இருக்கிறது என்பது கொஞ்சம் கூட தெளிவாக இல்லை. வெளியிலிருந்து உணவுக்காக மேலும் மேலும் நாம் சார்ந்திருப்பதென வந்து விட்டோம், அதன் பொருள் டாலர்கள். அது மிகவும் ஓர் ஆரோக்கியமற்ற சூழ்நிலை. இந்த வழியில் ஒன்றிரண்டு ஆண்டுகளுக்கு நாம் போக முடியும், ஆனால் ஒரு குறிப்பிட்ட காலத்திற்குள், அதற்கு ஒரு முற்றுப்புள்ளி வைக்க ஏதாவது செய்யப்பட வேண்டும்.

முன்னால் சொன்னது போல, நாம் தொழில் வளர்ச்சியை நிறுத்த வேண்டும் அல்லது அதைக் குறைந்த அளவுக்குக் குறைக்க வேண்டும் மேலும் நமது முழு பலத்தையும் உணவு உற்பத்தி மேல் முழுமையாக செலுத்த வேண்டும் என்று அதன் பொருள் அல்ல. அது ஒரு சமச்சீரற்ற பொருளாதாரத்தை உற்பத்தி செய்யும் மேலும் இந்தியாவின் முன்னேற்றம் பின்னுக்குத் தள்ளப்படும். ஆகவே நாம் உழவுக்கும், தொழிலுக்கும் இடையே ஒரு சமச்சீரான தன்மையை நோக்கமாகக் கொள்ள வேண்டும்.

நாம், செயல்பட்டுக் கொண்டிருக்கும் அல்லது உருவாக்கத்தில் இருக்கும் பல பெரிய திட்டங்களைக் கொண்டுள்ளோம் அவை அதிக உணவு உற்பத்திக்கு இட்டுச்செல்லும். அதே நேரம், மக்கள் தொகை பெருகிக் கொண்டிருக்கிறது என்பதைக் கருத்தில் கொள்ள வேண்டும் மேலும் அது அனைத்து உபரி உணவையும், இடைவெளியை நிரப்பாமல் நுகர்ந்து விடும். மக்கள் தொகைப் பிரச்சினை என்பது இன்னொரு முக்கியமான பிரச்சினை. இங்கே அதனுள் நான் செல்ல வேண்டிய தேவையில்லை. உண்மையில் நாம் நமது பெரிய திட்டங்களைத் தொடர வேண்டும், அதே நேரத்தில் மிக விரைவான முடிவுகளைக் கொண்டு வரும் மிகச் சிறிய திட்டங்களையும் கருத்தில் கொள்ள வேண்டும். உண்மையில், 'அதிக உணவு விளைவி' இயக்கம் இந்த மிகச் சிறிய திட்டங்களை, குறிக்கோளாகக் கொண்டது. ஆனால் தற்போது நம்மிடம் உள்ள தகவல்களைக் கொண்டு, எவ்வளவு தூரம் அது வெற்றி அடைந்திருக்கிறது என்பதைக் கண்டறிவது இயலாது. விளைவுகள் போதுமானதாக இல்லை மேலும் வழங்கப்பட்ட

அதிக அளவுப் பணம் வீணாக்கப் பட்டிருக்கிறது அல்லது பயனுள்ளவாறு செலவு செய்யப்படவில்லை என்ற ஓர் எண்ணம் இருந்து வருகிறது. இந்த விஷயங்கள் அனைத்தும் ஆய்வு செய்யப்பட வேண்டும்.

காந்திஜி எப்போதும் குறிப்பிடும் இந்தப் பிரச்சினையின் ஓர் அம்சம், நிலவுகின்ற யதார்த்தங்களோடு அதிகமாகப் பொருந்திப் போவதற்கேற்ப அவைகளைக் கொண்டு வருவதற்காக, நமது உணவுப் பழக்கங்களை மாற்றுவதற்கான ஒரு முயற்சி ஆகும். போதுமான அரிசி இல்லை என்றால், அதிக கோதுமை உட்கொள்ளப்பட வேண்டும். கோதுமை மற்றும் அரிசி இரண்டும் போதவில்லை என்றால், பிறகு நாம் ஓரளவுக்கு வேறெதையேனும் எடுத்துக் கொள்ள வேண்டும். கடந்த போரின் போது, உணவுப் பற்றாக்குறையால், மற்ற நாடுகள் பெருமளவில் பாதிக்கப்பட்டன என்பதை நினைவில் கொள்ள வேண்டும். பங்கீட்டு முறையால் மட்டும் அவர்கள் நிலைமையை எதிர்கொள்ளவில்லை, கிடைக்கக்கூடிய மற்ற வகை உணவுகளை எடுத்துக் கொள்ள பொதுமக்களைத் தூண்டியதன் மூலமாகவும் எதிர் கொண்டனர். உண்மையில், அது குறித்து வேறு தெரிவு ஏதும் இல்லை. ஒரு மாற்றத்திற்கு நம்மை எளிதாக நாம் தகவமைத்துக் கொள்வதில்லை என்னும் நம் நீண்ட காலப் பழக்கங்களுக்கு நாம் பழக்கப்பட்டு இருக்கிறோம், ஆனால் இன்று சூழ்நிலைகள் அவ்வாறு செய்வதற்கு நம்மை வற்புறுத்துகின்றன. உண்மையில், தேக ஆரோக்கியம் என்ற பார்வையில், நம் உணவுப் பழக்கங்களில் சில, ஒரு மாற்றத்தை வேண்டுகின்றன என்பது நன்றாகத் தெரிந்ததுதான்.

1949 ஆகஸ்ட் 15ஆம் தேதியிட்ட ஒரு கடிதத்திலிருந்து

அணுகுமுறைகளில் மற்றும் குறிக்கோளாகக் கொண்ட இலட்சியங்களில் முற்றிலும் வேறுபட்ட உருஷ்யர்கள் மற்றும் ஜப்பானியர் ஆகிய இருவரின் எடுத்துக்காட்டும், ஒரு நாட்டின் மக்களால், அவர்கள் கட்டுப்பாடுடையவர்களாகவும், கடுமையாக உழைக்கக் கூடியவர்களாகவும் இருந்தால், என்ன செய்ய முடியும் மேலும் திட்டமிடவும் முடியும் என்ற பல பாடங்களை நமக்கு கற்பிக்கிறது. பெரும்பாலும் ஜப்பான் இந்த வகையில் நமக்குக் கற்பிக்க இன்னும் அதிகமாக வைத்துள்ளது,

ஏனெனில் ரஷியா பலவற்றை நாம் விரும்பும் வண்ணமும், பலவற்றை நாம் விரும்பாவண்ணமும் இருக்கின்ற மிகவும் சிக்கலான ஒரு படத்தை நமக்குக் காட்டுகிறது. ஜப்பானிலும் கூட, நாம் விரும்பாதவை நிறைய உள்ளன. ஆனால் எந்தக் கணிசமான வெளி உதவியும் இன்றி, சாதிப்பதற்கான, சாதனைக்கான மன உறுதி என்பதுதான் கற்க வேண்டிய பாடம். இவ்விரு நாடுகளும் தங்களது சமூக மூலதனத்தை அவர்களது சொந்த முயற்சிகள் மூலமே கட்டியெழுப்பினர். வெளிநாட்டு உதவி கிடைக்கும் என்றால், செயல்முறை மிக வேகமாக இருக்கும் ஆகவே வெளிநாட்டு உதவி வரவேற்கப்பட வேண்டும். ஆனால் மிகவும் அதிகமாக வெளி நாட்டு உதவியைச் சார்ந்திருத்தல் என்பது உதவி இல்லாத நிலையில், உதவியற்றவர்களாகி விட்டோம் என்னும் ஓர் உணர்வில் வந்து முடியும் மேலும் அது ஆபத்தானதும், தீங்கு தருவதுமான ஓர் உணர்வு. ஆகவே, நமது சொந்த முயற்சி முக்கியமான ஒன்றாக இருக்கையில், வெளிநாட்டு உதவியை நாம் ஒரு துணையாக மட்டுமே எண்ண வேண்டும். அந்த முயற்சி கட்டுப்பாடுடையதாக இருக்க வேண்டும் என்பது மட்டுமல்ல திட்டமிட்ட ஒன்றாகவும் இருக்க வேண்டும் இல்லையெனில், அது வீணாகிவிடும். ரஷியா, ஜப்பான் ஆகிய இரண்டும் நமக்குக் கற்பிப்பது, இந்த கவனம் நிறைந்த திட்டமிடல் தான்.

நமது நாட்டில், அது அமைந்திருப்பது போல, நமது தேசியப் பொருளாதாரத்தில் ஒரு பெரும் பகுதி, தனியார் நிறுவனங்களுக்கு விடப்பட்டாலும் கூட, பெரிய அளவுக்கான இந்தத் திட்டமிடலில், அரசு உதவி செய்ய வேண்டும் என்பது தவிர்க்க இயலாது. ஆனால் தங்களுக்குத் தாங்களே உதவி செய்யும் மற்றும் இந்தப் பணிக்கு ஓர் உறுதியான ஊக்கத்தைக் கொண்டு வரும் மக்களுக்கு மட்டுமே அரசு உதவி செய்ய முடியும். அவர்கள் நிரந்தரமான ஒன்றைக் கட்டிக் கொண்டு இருக்கிறார்கள் என்ற, உண்மையில் புதிய இந்தியாவின் சிற்பிகள் அவர்கள் என்ற உணர்வை அவர்கள் பெற வேண்டும். இந்த உணர்வு அவர்களை நிறைத்தால், பிறகு ஓர் உறுதியான திருப்தியைக் கொண்டு வந்து, அனைத்துப் பணிகளும் மகிழ்ச்சி தரும் ஒன்றாய் ஆகும் மேலும் அனைத்து சிரமங்களும் ஒரு பொருட்டாகாது.

நீங்கள் அறிந்தது போல, மேற்கிலிருந்து மிகச் சிறந்தவைகளை நாம் எடுத்துக் கொள்வதில் நான் நம்பிக்கை கொண்டிருக்கிறேன். குறுகிய தேசியவாதத்தில் நான் நம்பிக்கை கொள்ளவில்லை, மேலும் இந்தியா கடந்த காலத்தில் அதன் கண்ணோட்டத்தில் குறுகியத் தன்மையாலும், குறுகியத் தன்மையையும், பிரத்யேகத் தன்மையையும் வளர்த்த, வளர்ந்த பல தீய வழக்கங்களாலும், நாடுகள் என்னும் அளவில் தாழ்ந்து போனது என நான் கருதுகிறேன். ஆயினும், மேற்கத்திய முறைகளையும், வாழ்க்கை நெறிகளையும் அப்படியே பார்த்துச் செய்ய முயல்வதால், நாம் உண்மையான முன்னேற்றத்தை உருவாக்க முடியாது என்பது என் மனதில் தெளிவாக இருக்கிறது. நமது பிடி நமக்குள் இருக்க வேண்டும் மேலும் நமது சொந்த அடித்தளங்களை நாம் கட்ட வேண்டும். அந்த அடித்தளங்கள் நன்றாக இருந்தன. அவை காந்திஜியால் இடப்பட்டவை...

நம்மைத் தொடர்ந்து வரும் இந்தத் துன்பங்களாலும், இடர்ப்பாடுகளாலும், மேலும் நம் சொந்தத் தோல்விகளாலும், குறுமதியாலும், நம்பிக்கை இன்மையாலும் சில நேரங்களில் நம்மில் பலர் சிறிது சோர்வடைந்ததாகவும், சிறிது மனம் வாடியதாகவும் உணரக்கூடும் மேலும் எப்போதும், பலன் தரும் என்று தோன்றாத, இந்தக் கடும் உழைப்பிலிருந்து தப்பிச் செல்லும் ஒரு போக்கு கூட இருக்கக் கூடும். இருப்பினும் தப்பித்தல் என்பது இல்லை மேலும் தப்பித்தல் என்பது இருக்கவும் முடியாது ஏனெனில் ஓர் இலட்சியத்திற்குக் கடமைப்பட்டிருக்கிறோம், உறுதி ஏற்றிருக்கிறோம், அர்ப்பணிக்கப் பட்டிருக்கிறோம் மேலும் அந்த இலட்சியத்திற்காக உழைப்பது தவிர மகிழ்ச்சி என்பது இல்லை. மேலும் சிறந்த உழைப்பும், நேர்மையான உழைப்பும் நிச்சயம் பலன் தரும். அதில் நான் உறுதியாக இருக்கிறேன்.

1949 டிசம்பர் 1ஆம் தேதியிட்ட ஒரு கடிதத்திலிருந்து

திட்டமிடல் மூலம் உடனடியாக எந்த வியக்கத்தக்க விளைவுகளையும் நாம் எதிர்பார்க்கக் கூடாது. அமைப்புமுறைமைகள் (machinery) கட்டப்பட வேண்டும், அனுபவத்தைத் திரட்ட வேண்டும் மேலும் எப்படி திறமையாக செயல்படுவது என்று, மீண்டும் மீண்டும் 'சோதனை மூலம் தவறு களைதல்' (trial and error) மூலம் கற்க வேண்டும். ஆனால்

அந்த அமைப்பு முறைமையின் தேவை வெளிப்படையானது. உண்மையில், ஒவ்வொன்றும் மனிதக் காரணியையும், அமைப்பைக் கையாளுகிற மனிதர்களின் தரத்தையும் சார்ந்திருக்கிறது...

திட்டமிடுவதற்கான அதிகாரம் மத்தியில் நிறுவப்பட்டால், மத்திய அதிகாரத்தோடு நெருக்கமாக இணைக்கப் பட்டிருக்கும் அதனுடைய சக சமநிலையினரை, ஒவ்வொரு மாகாணம் அல்லது மாநிலமும் பெற்றிருக்க வேண்டும் என்பது இயற்கையாகவே அடுத்து வருகிறது. இந்த வகையில், மாகாணங்களுக்கும், மத்திய அரசுக்கும் இடையே மிக அதிக நெருக்கமான ஒத்துழைப்பு வேண்டும் என்பதும் அடுத்து வருகிறது. அத்துடன் மேலும், அரசாங்கத்தின் ஒவ்வொரு துறையும், மத்தியில் இருந்தாலும், மாகாணங்களில் இருந்தாலும், மற்ற துறைகளுடன் அதன் நடவடிக்கைகளை ஒருங்கிணைக்க வேண்டும் என்பதும் தொடர்ந்து வருகிறது. எல்லா இடங்களிலும் மிகவும் அதிகமான அளவில் சுதந்திரமான பணி நடைபெறுகிறது, மேலும் சில நேரங்களில், ஒரு துறை, அதற்குத் தொடர்புடைய சில விஷயத்தில், வேறொரு துறை என்ன செய்து கொண்டிருக்கிறது என்பதைக் கூட அறிவதில்லை. மாகாணங்கள் சுயாட்சி கொண்டவை மேலும் நான் மாகாண சுயாட்சியிலும், ஒரு பெரும் அளவு அதிகாரப் பரவலிலும் நிச்சயமாக நம்பிக்கை கொள்கிறேன். ஆனால் சுயாட்சி என்ற பெயரில், ஒருங்கிணைந்த பணியை தடுக்கின்ற சில போக்குகள் அங்கே இருக்கின்றன. அது எனக்கு ஆபத்தானதாகவும், தீங்குதரக் கூடியதாகவும் தோன்றுகிறது. மொழிவாரி மாகாணங்கள் மற்றும் மாகாண எல்லைகளைப் புதிதாக வரையறுப்பதற்கான பேச்சு கூட, பலவகைகளிலும் அது நியாயமானதாக இருப்பதால், அவை கிட்டத்தட்ட சுதந்திரமான தனித்த அமைப்புகளாக இருப்பது போலவும், பொதுப் பிரச்சினைகளில் பங்குதாரர்களாக இல்லாதது போலவும் மாகாணங்களின் தனித்தன்மையை வலியுறுத்துகிறது.

இன்னொரு விஷயம்... அதிகாரத்திற்கும், பொறுப்புக்கும் அடிக்கடி ஏற்படுகின்ற பிரிவினை ஆகும்... இந்த இடைவெளியால், அரசாங்கங்கள் எவ்வளவு மெதுவாக வேலை செய்கிறது என்பதை நானே பார்க்கிறேன். எந்த ஒரு பெரிய நிறுவனமோ அல்லது தொழிலோ இந்த அடிப்படையில்

நடத்தப்பட முடியாது. உண்மையில், சோதிப்பதும், நிரந்தர மேற்பார்வையும் அங்கே இருக்க வேண்டும். ஆனால், தொலைவில் இருக்கும் அதிகாரியின் சிறு அனுமதிக்காக, வேலையை நிறுத்துவது என்பது தாமதப்படுத்தப் படுவது மட்டுமல்ல பணத்தையும், ஆற்றலையும் வீணாக்குவதும் ஆகும். இந்த இடத்தில் நேரம் தான் பணம் என்பது போதுமான அளவுக்கு உணரப்படுவதில்லை. ஒரு திட்டத்தில் ஒவ்வொரு தாமதமும் எப்போதும் பணத்தையே விலையாக்குகிறது. தொழிலில் அல்லது இராணுவ விஷயங்களில், கொள்கை வகுக்கப் படுகிறது, உரிய அதிகாரிகள் பொறுக்கி எடுக்கப் படுகின்றனர். ஒரு பெரிய அளவிலான செயல் சுதந்திரம், அந்தக் கொள்கை மற்றும் திசைவழியின் வரையறைகளுக்குள், கொடுக்கப்படுகிறது. நிரந்தர மேற்பார்வை, உண்மையில், எப்போதும் தேவை ஆனால் பணியைத் தடுக்காமல் இருக்குமாறு தேவைப்படுகிறது.

நம்பகமான புள்ளி விவரங்களில் இருந்து பெறப்படும் உரிய தகவலே திட்டமிடலின் அடிப்படையாக இருக்க வேண்டும். நாம் இந்த புள்ளி விவரங்கள் இல்லாது இருக்கிறோம். அதனால், உணவு உற்பத்தி போன்ற ஒரு முக்கியமான விஷயத்தில் கூட, நாம் இருளில் துழாவுகிறோம் மேலும் அனுமானத்தின் அடிப்படையிலான விவரங்களை வைத்து மேலே செல்கிறோம். நாம் ஓர் அதிகமான அறிவியல் அடிப்படையில் பணிபுரிய வேண்டும். ஆகவே, புள்ளியியல் பணியை கட்டியெழுப்புவது, மிக மிக இன்றியமையாததாக இருக்கிறது. இதில் உங்கள் முழுமையான ஒத்துழைப்பை நாங்கள் பெறுவோம் என்று நான் நம்புகிறேன்.

1950 ஆகஸ்ட் 3ஆம் தேதியிட்ட ஒரு கடிதத்திலிருந்து

உணவு நிலைமை திடீரென மிக மோசமாக வளர்ந்து விட்டது... குறிப்பாக மதராஸ், பீகார் மற்றும் பம்பாயில் உள்ளூர் பகுதிகளிலேயே, பல்வேறு காரணங்களால் மோசமான பற்றாக்குறை ஏற்பட்டிருக்கிறது. சில இடங்களில் மழை இல்லாமலும், பீகார், சௌராஷ்ட்ராவில் வெள்ளமாகவும் இருக்கிறது. ஆனால் கொள்முதல் மற்றும் விநியோகத்தைக் கையாளுவதற்கான பழுதடைந்த நிர்வாக இயந்திரமே முக்கிய இடர்ப்பாடாக இருக்கிறது. நமக்கு இது மிகவும் ஓர் அவசரமான

பிரச்சினையாக வந்து விட்டது ஏனெனில், மாநிலங்களில் உள்ள அரசு இயந்திரம், உணவு உற்பத்தியை அதற்கு சாதகமாக எடுக்க முடியவில்லை என்றால், நாம் எந்த அளவு முன்னேற்றத்தை உற்பத்தியில் ஏற்படுத்தினாலும் இல்லை என்றாலும், அது பெரிய விஷயம் ஆகாது. பீகாரில் உள்ள நிலைமை இன்னும் குறிப்பாக நம்மை கடுமையாக சிந்திக்க வைக்கிறது. நமது உணவு அமைச்சர், திரு. K.M. முன்ஷி, பீகாரிலேயே அதைச் சுற்றிலும் ஏராளமான உணவுப் பொருள் இருக்கிறது என்பதில் முழு நம்பிக்கையுடன் இருக்கிறார். ஆனால் சமூக விரோத சக்திகள் அவற்றைப் பறித்து, மக்கள் பசியுடன் இருக்கையில், பதுக்கி வைக்கின்றனர். இந்த நிலைமையை நாம் எப்படிச் சமாளிப்பது? ஒப்பீட்டளவில் மக்களில் சிறு குழுவினர், ஒட்டுமொத்த சமூகத்தையும் பிணையாகப் பிடித்து வைத்திருக்கும் நடவடிக்கைகளைப் பார்த்துக் கொண்டு நாம் வாளாயிருக்க முடியாது. இந்த நிலைமையைச் சந்திக்க தற்போது உள்ள சட்டம் போதுமானதாக இல்லை என்றால், இதைவிட அதிகமாக ஏதோ ஒன்று வகுக்கப்பட வேண்டும். உண்மையில், எங்கே அரசு இயந்திரம் முறையாக செயல்படவில்லையோ அத்துடன் எங்கே மிகுந்த பற்றாக்குறையும், பெருந்துன்பமும் நீடிக்கிறதோ, அந்தக் குறிப்பிட்ட வட்டாரத்தில் ஓர் அவசர நிலையை அறிவிப்பது அவசியமாகலாம்...

மத்திய அரசு இந்தப் பிரச்சினையைச் சமாளிப்பதில் உள்ள இடர்ப்பாடுகளை உணவு அமைச்சர் சுட்டிக் காட்டினார். உண்மையில், மத்திய அரசு அனைத்து குற்றச்சாட்டுகளையும் ஏற்றுக் கொள்கிறது மேலும் ஒவ்வொரு மாநிலமும் எல்லா நேரங்களிலும் அனைத்து வகையான உதவிகளையும் மத்திய அரசாங்கத்திடம் கேட்கிறது. ஆனால் மத்திய அரசு தேவையான ஒவ்வொன்றையும் கொடுக்க வற்றாக் களஞ்சிய சாலை அல்ல. மாநிலங்களிலிருந்து வாழ்வாதாரங்களைப் பெறும் ஓர் ஒருங்கிணைக்கும் காரணி மட்டுமே. மாநிலங்கள் தங்கள் கடமையைச் செய்வதற்குத் தவறினால், மத்திய அரசு தன் பணிகளைச் செய்ய முடியாது. சில மாநிலங்களில், மேலும் குறிப்பிடத்தக்க அளவில் உபரி மாநிலங்கள் என அழைக்கப்படும் மாநிலங்களில் நிரம்பவும் அதிகமான மந்தநிலை காணப்படுகிறது. சில மாநிலங்களில் (எல்லாவற்றிலும் அல்ல) பெருகிய உற்பத்தியிலிருந்து இலாபம் ஈட்டவும், அதைக்

கொள்முதல் செய்யவும் எந்த ஓர் உண்மையான முயற்சியும் இல்லாமல் இருக்கிறது. அலுவலக அதிகார இயந்திரம் வலுவிழந்தும், சில நேரங்களில் பெரும்பாலும் இல்லாமலும் இருக்கிறது. வெளிப்படையாக, ஏதேனும் பயன்விளைவிக்கும் நடவடிக்கை எடுக்கப் படுமானால், வாக்குகள் உருவில் அரசியல் அடிப்படையிலான பின்விளைவுகள் விரும்பத்தகாததாக இருக்கும் என்ற அச்சம் இருக்கிறது. மாநிலம் எந்த இடரையும் தான் ஏற்பதில்லை மேலும் மத்திய அரசின் மீது குற்றச்சாட்டை வீசுகிறது என்பது தான் முடிவாக இருக்கிறது. இது மிகவும் அதிருப்தி அளிக்கும் ஒரு சூழ்நிலை ஆகும்.

ஒருவரை ஒருவர் நாம் குற்றம் சொல்வது மிகவும் நல்லதல்ல. இந்தச் சூழ்நிலையை நாம் புரிந்து கொள்ள வேண்டும் மேலும் தற்போதைக்கு தேர்தல்களையும், மற்ற அனைத்தையும் மறந்துவிட வேண்டும். இதைச் செய்வதில் நாம் தவறினால், பிறகு நாம் தானாகவே ஒவ்வொன்றிலும் காலம் கடந்த தோல்வி அடைவோம். கொள்முதலுக்காகவும், விநியோகத்திற்காகவும் உரிய அமைப்பை உருவாக்குவதில் அதன் அனைத்து ஆற்றலையும் ஒவ்வொரு மாநிலமும் எவ்வளவு சிறப்பாக செலுத்த முடியும் என்பது மிக முக்கியமாகக் கருத்தில் கொள்ள வேண்டிய ஒரு விஷயம் ஆகும். அந்த இயந்திரம் குறைபாடு அடைந்தால், நமது ‘அதிக - உணவு - விளைவி’ திட்டங்கள் அனைத்தும் வீழ்ந்து விடும். எங்கெல்லாம் தேவைப்படுகிறதோ, அங்கே பொறுப்பை ஏற்றுக்கொள்ள மத்திய அரசு முற்றிலும் தயாராக இருக்கிறது. தற்போது, அதிகாரமின்றியே அதிகமாகச் செய்வதற்கு ஒவ்வொரு மாநிலத்திற்கும் சந்தேகத்திற்கிடமில்லாத வகையில் பொறுப்பு இருக்கிறது. இது போல நான் எழுதுவதற்கும், மாநிலங்களைப் பற்றி பொதுமைப் படுத்துவதற்கும் நீங்கள் என்னை மன்னிப்பீர்கள். எதிர்பார்த்த அளவுக்கு மேலே வராத சில குறிப்பிட்ட மாநிலங்களைச் சுட்டிக் காட்டுவதைத் தவிர்க்க நான் முயற்சிக்கிறேன். உண்மையில் மற்றவர்கள் நன்றாகவே செயல் பட்டார்கள். ஓர் ஆபத்தான வெள்ள நிலைமையை திறமையாக சௌராஷ்ட்ரா அரசாங்கம் சந்தித்த முறையை தனிச்சிறப்பாகக் குறிப்பிட நான் விரும்புகிறேன். பொதுவாக நமது அரசு இயந்திரம் அது பணிபுரிய வேண்டிய அளவுக்குப் பணிபுரியவில்லை என்று நான் அழுத்தமாக உணர்கிறேன் மேலும் இது சில மாநிலங்களைப் பற்றிய

குறிப்பிடத்தக்க உண்மையாகும். இப்போது இதை நாம் முடிவுக்குக் கொண்டுவரவில்லை என்றால், மிக ஆபத்தான விளைவுகளால் நாம் பாதிப்படைய வேண்டும்...

ஜாகீர்தார் மற்றும் ஜமீன்தார்முறை ஒழிப்புப் பிரச்சினையுடன் பெரும்பாலான மாநிலங்கள் போராடிக் கொண்டிருக்கின்றன. இவை, உண்மையில், காங்கிரஸின் கொள்கை மற்றும் திட்டத்தில் முக்கியமான பகுதிகள். முன்னரே நமது வாக்குறுதிகளை நடைமுறைப் படுத்துவதில் பெரும் தாமதம் ஏற்பட்டிருக்கிறது. அந்தப் பிரச்சினையின் இயல்பு மீறிய சிக்கல்களால், மேலும் குறிப்பிடத்தக்க வகையில் ஈட்டுத்தொகை குறித்து, நாம் தடுக்கப் பட்டிருக்கிறோம். பல்வேறு மாநிலங்கள் தங்கள் சொந்த வழியில் சென்றிருக்கிறார்கள். சிலர் முழுவதுமாக முடக்கப்பட்டு இருக்கிறார்கள். இது போன்ற ஒரு பிரச்சினை ஒட்டுமொத்தமாகப் பார்க்கப்பட வேண்டும் அதன் பிறகுதான் சீரிய நடவடிக்கைகள் எடுக்கப்பட முடியும். ஒரு முதல் நடவடிக்கை சிந்திக்கப் படுகிறது. எஞ்சியவை எதிர்கால கருத்தாய்வுக்காக விடப்படுகிறது என்பதுதான் சில சமயங்களில் நடக்கிறது. உயர்நீதி மன்றங்கள் சில நேரங்களில் தலையிட்டு, மாநில சட்டங்களை, அதிகார வரம்பிற்கு அப்பாற்பட்டது என அறிவிக்கின்றன. ஜமீன்தார்முறையை ஒழிக்கும் இந்தத் திட்டத்தை நாம் வெற்றிகரமாகவும், அனைத்து தாமதத்தைத் தவிர்க்கவும் செயல்படுத்த வேண்டும், ஏனெனில் தாமதம் என்பது ஆபத்தானது என்பது தெளிவாகிறது. துரதிர்ஷ்டவசமாக விதிகளும், அரசமைப்புச் சட்டமும் சில சமயங்களில் குறுக்கே வருகின்றன. அரசமைப்புச் சட்டத்துடன் ஒத்துப்போகின்ற முறைகளை நாம் கண்டறிய முடியும் என நான் கருதுகிறேன். சட்டம் குறுக்கே வந்தால், இறுதியாக சட்டம் மாற்றப்பட வேண்டும், ஏனெனில் இந்த வேளாண்மை சீர்திருத்தம் வெற்றிகரமாகக் கொண்டுவரப்பட வேண்டியது மிகமிக முக்கியமானது என்பது நிச்சயமான ஒன்று.

1950 ஆகஸ்ட் 18ஆம் தேதியிட்ட ஒரு கடிதத்திலிருந்து

உணவு மற்றும் விலைவாசி உயர்வுப் பிரச்சினை, நமது ஒட்டுமொத்த பொருளாதாரமும், எதிர்காலமும் அதைச் சார்ந்திருப்பதால், அது ஓர் உச்சகட்ட விஷயமாக ஆகி இருக்கிறது. இந்தப் பிரச்சினையின் இரண்டு முக்கிய

அம்சங்கள் இருக்கின்றன. ஒன்று கட்டுப்பாட்டுக் கொள்கை மற்றும் அதற்கு செயல்வடிவம் எப்படிக் கொடுப்பது என்பது, மற்றொன்று சட்டங்களையும், விதிகளையும் உதாசீனப்படுத்தியும், முறிக்கவும் செய்கின்ற, கறுப்புச் சந்தையில் ஈடுபடுகின்ற, அவ்வாறு செய்வதற்கு வாய்ப்பு கிடைக்கும் போதெல்லாம் வேண்டுமென்றே விலைகளை உயர்த்துகின்ற நபர்களை எப்படிச் சமாளிப்பது என்பது. கட்டுப்பாடுகளைப் பொறுத்தவரை, இப்போது இருக்கும் சூழ்நிலைகளில், முக்கியக் கட்டுப்பாடுகள் இயன்ற அளவு கூட நீக்கப்பட முடியாது. சில பேர், நமது பல இடர்ப்பாடுகளுக்குக் கட்டுப்பாடுகள் காரணம் என்று தெளிவின்றி கற்பனை செய்கின்றனர். கட்டுப்பாடுகள், ஓரளவு ஊழலைக் கொண்டு வருகிறது ஏன்பது உண்மை தான். ஆனால் கட்டுப்பாடுகளை நீக்குதல் அழிவை அழைத்து வருவதற்கே என்பதும் அதே அளவு உண்மை. ஆகவே இந்தக் கருத்தில் எந்த சந்தேகமும் இருக்கக்கூடாது.

சாத்தியமாகும் ஓர் உலக யுத்தத்தின் விளிம்பின் மீது நாம் வாழ்கிறோம். மனித குலத்தின் துரதிர்ஷ்டமாக, இது வரும் என்றால், பிறகு எந்த உணவுப்பொருளையும் இறக்குமதி செய்வது என்பது நமக்கு அளவற்ற சிரமமாகும். நம்மிடம் என்ன இருக்கிறது அல்லது நாம் என்ன உற்பத்தி செய்ய முடியும் என்பதிலிருந்து மிகச் சிறந்தவற்றை நாம் உருவாக்க வேண்டும். இது போதுமான அளவு வெளிப்படையாக இருக்கிறது, அது திரும்பத்திரும்ப வலியுறுத்தும்படி அவசியமாகிறது. பெரிய அளவிற்கான பணம் நமக்கு செலவழிகிறது என்றாலும், வெளிநாட்டிலிருந்து உணவைப் பெறுவது என்னும் எளிமையான பழக்கத்திற்கு நாம் உள்ளாகி இருக்கிறோம். அதை வெளிநாட்டிலிருந்து நாம் பெற முடியவில்லை என்னும் போது, நாம் என்ன செய்வோம்? ஒரு யுத்த அவசரநிலை என்ற பார்வையிலிருந்து இந்தப் பிரச்சினையை நாம் கருத்தில் கொள்ள வேண்டிய நேரம் இது. நாம் அனைவரும், உற்பத்தியாளராக அல்லது நுகர்வோராக, அலுவலர்களாக அல்லது அலுவலர் அல்லாதவர்களாக, விற்பவராக அல்லது வாங்குபவராக இருப்பினும், இந்த வகையில் பீதியுற்ற மனநிலை உடையவராக வேண்டும். இந்த நிலைமையை ஒரு அவசர உணர்வோடு சமாளிக்க வேண்டும். இதிலிருந்து மீள்வதற்கு நமக்கு சாத்தியமான வழி, நமது செல்வாதாரங்களை ஒன்று

திரட்டி அவற்றை நியாயமாகப் பகிர்வது தான். எந்த மாநிலமும் தனக்காக மட்டும் செயல்படவும், பக்கத்து மாநிலத்தை மறப்பதும் முடியாது. தன்னைப் பற்றி ஒவ்வொரு மாநிலமும் முதலில் சிந்திப்பது இயற்கை தான். மற்ற மாநிலங்களுக்குக் கேடு விளைவிக்குமாறு அது செயல்பட்டால், பிறகு இந்தியாவின் இலட்சியத்திற்கு அது மோசமான சேவையை செய்வதாகும். மற்றவர்களைப் போல் உபரி மாநிலங்களும் வயிற்றை இறுகக் கட்டிக்கொண்டு, மற்ற மாநிலங்களுக்கு அவற்றின் மிகுதியை பெருந்தன்மையோடு அளிக்க வேண்டும். செயலூக்கம் மிக்கக் கொள்முதல் அவசியமாகிறது. சில மாநிலங்கள் திறன்மிக்க கொள்முதல் முறைமைகளைக் கொண்டுள்ளன, மற்றவை இதற்குக் கொஞ்சமும் கவனம் செலுத்துவதில்லை அல்லது எந்த அளவிலும் விளைவுகளை ஏற்படுத்துவதில்லை. இது கொஞ்சமும் நல்லதல்ல. உண்மையில், ஒரு மாநிலத்திற்குள்ளேயே பற்றாக்குறையை நாம் பார்க்கிறோம் அதே வேளை, இலாபம் பெறும் நம்பிக்கையில் பதுக்கும் நபர்களிடம் இப்பவும் உணவு இருக்கிறது. இந்த வகையான விஷயத்தை சாத்தியமற்றதாக்க வேண்டும். டெல்லி மாநாட்டில் இந்த விஷயங்களை நீங்கள், அய்யமின்றி, விவாதிப்பீர்கள். மாநாடு, நீண்ட சொற்பொழிவுகளை மட்டுமே கொண்டு இருக்காது, இந்த நெருக்கடியை என்ன விலையானாலும், அதைச் சந்திக்கவும், வெல்லவும் மன உறுதியுடன் இருக்கும் ஆட்களின் செயல்முனைப்புடனான ஓர் அணுகுமுறையையும் காட்டும். அடுத்த ஆண்டு வர இருக்கும் பொதுத் தேர்தல்களின் அடிப்படையில் பல பேர் சிந்திக்கிறார்கள். பெரும்பாலும் அதைத் தவிர்ப்பதும் சிரமம் தான். ஆனால் அதன் பயங்கர விளைவுகளுடனான ஒரு நெருக்கடியை எதிர் கொள்வதில் ஏற்படும் தோல்வி, எந்த ஒரு கொள்முதல் முறையை விடவும், அது கடினமாக இருந்த போதும், அந்தத் தேர்தல்களை மிக மிக அதிகமாகப் பாதிக்கும்.

இந்தப் பிரச்சினையின் இன்னொரு அம்சம், உணவோடு மட்டுமின்றி, மற்ற இன்றியமையாப் பொருட்களோடும், விலைவாசி உயர்வோடும் தொடர்புடையது. முக்கியமாக யுத்தம் பற்றிய வதந்திகளாலும், அதைப் போலவே சில ஆட்களின் பொறுப்பற்ற அறிக்கைகளாலும் சமீபத்தில் விலைகள் உயர்ந்தன. அன்றொரு நாள் ஒரு நாடாளுமன்ற

உறுப்பினர், வங்கத்திற்குப் பஞ்சம் வந்து கொண்டிருக்கிறது என அறிவித்தார். அந்த அறிக்கையில் எந்த நியாயமும் இல்லை. ஆனால் அது தன் தீய விளைவை ஏற்படுத்தியது. உடனே அது பதுக்கலுக்கு இட்டுச் சென்று இவ்வாறு ஒரு நெருக்கடியைக் கொண்டு வந்து விட்டது. இந்தப் பதுக்கல் காரர்களையும், சமூக விரோத வியாபாரிகளையும் நாம் எவ்வாறு சமாளிப்பது? சமீபத்திய சட்டம், இந்த விஷயத்தைச் சமாளிக்க நாடாளுமன்றத்திற்கு அதிகாரத்தைக் கொடுத்ததுடன், குற்றவாளிகளுக்குக் கடும் தண்டனைகளையும் வகுத்திருக்கிறது. ஆயினும், எது இன்னும் தேவையெனில், குற்றம் செய்பவர்களைப் பிடிக்கவும், தண்டனை தரவும் ஏதோ ஒரு விரைவான முறையே. உங்களுடனும் மற்ற முதல் அமைச்சர்களுடனும் கலந்து பேசி, இந்த முறைகளை விரைவில் வளர்த்தெடுக்க முடியும் என்று நான் நம்புகிறேன்.

1951 ஏப்ரல் 21ஆம் தேதியிட்ட ஒரு கடிதத்திலிருந்து

உணவு நிலைமை இரண்டு அம்சங்களைக் கொண்டிருக்கிறது - (1) இப்போதைய நெருக்கடியை எப்படிச் சந்திப்பது? (2) அடிப்படையில் இந்தப் பிரச்சினையை எவ்வாறு தீர்ப்பது? முதலாவது நம் கவனத்தைக் கவர்வது இயற்கையானது, ஆனால் இரண்டாவதும் சமமான முக்கியத்துவம் வாய்ந்தது மேலும் இப்போதிருந்தே அது சமாளிக்கப்பட வேண்டும். உடனடி இடர்ப்பாடு, தவிர்க்க இயலாதபடி, பெரிய அளவிலான உணவு தானியங்களின் இறக்குமதிகள் மூலம் எதிர் கொள்ளப்பட வேண்டும்; நீங்கள் அறிந்தது போல, அவைகளை உலகின் நான்கு மூலைகளிலிருந்தும் பெறுவதற்கு நாம் முயன்று வருகிறோம். ஏறத்தாழ நாற்பது இலட்சம் டன்கள் வாங்கி இருப்பதோடு மேலும் மேலும் பெறுவதற்கு முயன்று கொண்டிருக்கிறோம். கப்பல் போக்குவரத்து போதுமானதாக இல்லாததால், நாம் வாங்கியவற்றை கூட எளிதாக இங்கே கொண்டு வரப்பட முடியவில்லை. தேவையான கப்பல்களை நாம் பெறும் வண்ணம் சிறப்பு நடவடிக்கைகள் எடுத்து பார்த்துக் கொண்ட பிரிட்டிஷ் அரசாங்கத்தால் நாம் பெருமளவு உதவி செய்யப்பட்டிருக்கிறோம் என்பதை நான் சொல்ல விரும்புகிறேன். சமீபத்தில், அமெரிக்க அய்க்கிய நாட்டின் அரசு கூட அவர்களுடைய பயன்பாடின்றிக் கிடக்கும்

தங்களின் சில பழைய கப்பல்களைப் பயன்படுத்திக் கொள்ள நம்மை அனுமதித்தார்கள். ஆகவே கப்பல் போக்குவரத்து நிலைமையில் சில முன்னேற்றம் வந்திருக்கிறது மேலும் போதுமான அளவு உணவு தானியங்கள் உள்ளே வந்து சேரும் என நாங்கள் நம்புகிறோம். இருப்பினும், பருவமழைக் காலத்திற்கும், தற்போதைய காலத்திற்கும் உள்ள இடைவெளி, குறுகிய ஒன்றாக இருக்கிறது.

தற்போது சில மாதங்களாக, அமெரிக்காவிலிருந்து அன்பளிப்புகளாக முன்மொழியப்பட்ட உணவு தானியங்கள் இன்னும் வந்து சேரவில்லை. நாம் கேட்டது ஓர் அன்பளிப்பை அல்ல ஆனால் எளிதாகவும், நீண்ட காலத்திற்கும் பணம் செலுத்தும் வழிமுறைகளையே என்பதை நீங்கள் நினைவில் கொள்வீர்கள். அன்பளிப்பு வந்தால் அதை நாம் மறுக்கப் போவதில்லை. ஆனால் எவ்வளவு அதிகமாக நமக்கு அவை தேவைப் பட்டாலும், வெளிநாட்டிலிருந்து வரும் அன்பளிப்புகளுக்காக, நமது உள்நாட்டு மற்றும் அயல்நாட்டுக் கொள்கைகளை விட்டுக் கொடுக்க மாட்டோம் என்பதை திரும்பத்திரும்ப நாம் தெளிவு படுத்தி இருக்கிறோம். அது ஒரு கடினமான விருப்பம் தான் ஆனால் தவிர்க்க முடியாத ஒன்று...

இதற்கிடையில், சோவியத் ஒன்றியம், சீனா ஆகிய இரண்டு பேரையும் நாம் அணுகி இருக்கிறோம். இருவரும் உணவு தானியங்களுக்குக் கணிசமான விலைச்சலுகையை நமக்குத் தந்திருக்கிறார்கள். விலையைப் பொறுத்துப் பார்க்கையில், சீனாவின் சலுகை, மிகக் கவர்ச்சியான ஒன்றாக இருக்கிறது. அங்கேயும் கப்பல்கள்தான் சிரமமாக இருக்கிறது. நமது அதிகாரிகளுள் ஒருவரை, பிரச்சினைகளைச் சரிசெய்ய பீகிங்கிற்கு (பெய்ஜிங்) நாங்கள் அனுப்பி இருக்கிறோம். தென் சீனாவிலிருந்து சிறிதளவு அரிசியை உடனடியாக வாங்கி இருக்கிறோம். ரஷியாவின் சலுகையில் ஓர் அனுகூலம் உள்ளது - தேவையான கப்பல்களில் பெரும்பாலானவற்றை சோவியத்துகள் வழங்குவார்கள். ஆனால் கோதுமைக்கு குறிக்கப்பட்டுள்ள விலை மிக அதிகமாக இருக்கிறது. கச்சா சணல் மற்றும் கச்சா பருத்தி போன்ற நமக்கே போதாமல் இருக்கும் சில பொருள்களை நாம் வழங்குவது குறித்து ஒரு நெருக்குதல் இருக்கிறது. பர்மா மற்றும் சயாம் ஆகிய இரண்டிலிருந்தும் அரிசியைப் பெற நாம் முயற்சி செய்து

கொண்டிருக்கிறோம். நமது உணவு அமைச்சர், இந்தப் பணிக்காக விரைவில் இரங்கூனுக்குப் போக வாய்ப்பிருக்கிறது.

உங்கள் தனிப்பட்ட கவனத்திற்கு, ஒரு விஷயத்தைக் கொண்டு வர நான் விழைகிறேன். இந்தியாவின் ஒரு கணிசமான பகுதி வறுமையிலும், சில சமயங்களில் கிட்டத்தட்ட பசியிலும் வாடும்போது, மற்ற சில பகுதிகளில் உணவு தானியங்கள் உபரியாக இருக்கின்றன என்பது இப்போதும் உண்மையாக இருக்கிறது. அப்படியே அதுபோல் இருந்தாலும், இந்த உபரியை நாம் கைப்பற்ற முடியாது. சில பகுதிகளில் இந்த உபரி, கட்டுப்படுத்தப்பட்ட விலைகளுக்கும் மேலே அற்பத்தனமாக ஒளிவு மறைவின்றி விற்கப்படுகிறது. இந்த விசித்திரமான நிலைமை, பெருந்துயரமானது இல்லை என்றாலும், கோமாளித் தனமானது (*Gilbertian*). இந்தப் பகுதிகளிலிருந்து மத்திய அரசாங்கம், நேரடியாகக் கொள்முதல் செய்ய முடியாது. மாகாண அரசுகளும், கொள்முதல் செய்ய மாட்டார்கள், செய்யவும் முடியாது. இந்த நெருக்கடி நேரத்தில், உணவில் நம் அனைத்து வள ஆதாரங்களையும் பயன்படுத்துவதற்குக் குறுக்கே எதுவும் வர அனுமதிக்கப்படக் கூடாது என நான் கருதியிருக்க வேண்டும். ஆனால் நம் மாநில அரசுகளில் சில, இந்தியாவின் மற்ற பகுதிகளுக்கு நேர்பவை, இறுதியில் அவர்களையும் கடுமையாகப் பாதிக்கும் என்பதை பெரும்பாலும் முற்றிலும் உணராமல், இந்தியாவின் எஞ்சிய பகுதியைவிட தங்கள் மாநிலங்களைப் பற்றி அதிகம் சிந்திக்கிறார்கள். இது மிக முக்கியமான விஷயம், இதற்கு உங்கள் சீரிய சிந்தனையைச் செலுத்த வேண்டும் என நான் விழைகிறேன். உபரியை வைத்திருக்கும் பகுதிகள், இந்த உபரியின் ஒரு பெரும் பகுதியை வழங்க ஏற்பாடு செய்ய முடியாதா? அரசு முகமையால், கொள்முதல் தீவிரமாக்கப்பட முடியாதா? அல்லது நமது இலக்குகளை அடைவதற்கான நம் சாதனங்கள் ஏதாவது இருக்கின்றனவா? நம் நாட்டிற்குப் பெரும் கேடு விளைவிக்கும் இந்த வெளிப்படையான அநீதியை மேலும் மேலும் பார்த்துக் கொண்டிருப்பது சாத்தியமில்லை என்றாகி விட்டது.

1951 ஜூலை 22ஆம் தேதியிட்ட ஒரு கடிதத்திலிருந்து

திட்ட ஆணையத்தின் அறிக்கை, கட்சி ஆவணம் அல்ல என்பதை நான் கூற வேண்டும், ஆனால் அது, ஓர் ஆண்டிற்கு மேலாக இந்த விஷயத்திற்குக் கவனத்துடனான சிந்தனையைச் செலுத்தியும், மாநில அரசுகள் மட்டுமின்றி, பல்வேறு குழுக்கள் மற்றும் கட்சிகளின் சார்பாளர்களையும் கலந்து ஆலோசித்த, அந்த நபர்களின் அதிகாரப்பூர்வ அமைப்பு தந்த மதிப்பீடும், பரிந்துரைகளும் ஆகும். ஆகவே அவர்களின் அணுகுமுறை கண்டிப்பாக கட்சி சார்பற்றது. அவர்கள் முன் மொழிய இருக்கும் திட்டத்திற்கு மிகப்பெரிய அளவிலான ஒப்புதலைப் பெறுவதற்கான அவர்களின் பெருவிருப்பால் முறைப்படுத்தப் பட்டது. அந்தத் திட்டம் நமது ஆதார வளங்களால் தேவையான அளவு கட்டுப்படுத்தப்படுகிறது, ஆகவே அடுத்த ஐந்து ஆண்டுகளின் போது, நம் உண்மையான வலுவான ஆதாரங்கள் பற்றிய கவனமான ஓர் ஆய்வு செய்யப்பட்டு உள்ளது. இதுபோன்ற ஆய்வு துல்லியமாக இருக்க முடியாது. எந்த ஒரு மோசமான விளைவும், அந்த ஆதாரங்களைப் பாதித்து விடும். ஆயினும், அவ்வப்போது மாறுகின்ற, மறுஆய்வுக்கு உட்படுகிற இதுபோன்ற உத்தேச மதிப்பீடுகள் அடிப்படையில் மட்டுமே திட்டமிடல் மேற்கொள்ளப்பட முடியும். திட்ட ஆணையம், அவர்கள் முன் வைத்த இலக்குகளை அடைவதற்கான எந்த ஓர் உண்மையான பெரிய முயற்சியிலும், பரந்த அளவு பொதுமக்கள் ஒத்துழைப்பை ஈடுபடுத்த வேண்டும் என்ற கருத்தில் உறுதியாக இருக்கிறது. கட்சி எவ்வளவு பெரியதாக இருப்பினும், திட்டம், நடைமுறையில் ஒரு தேசியத் திட்டமாக இருக்க வேண்டும் அதாவது ஒரு கட்சியின் திட்டத்தைவிட மேலான ஒன்றாக இருக்க வேண்டும். வேறு விதமாகச் சொல்வதென்றால், திட்டத்தின் முக்கியக் கொள்கைகள், பெரும் அளவில் ஏற்கத் தக்கதாகவும், அவற்றை நடைமுறைப் படுத்துவதில் இணைந்து பணிபுரிவதற்கான ஒரு விருப்பமும் இருக்க வேண்டும். சில பேர் அல்லது குழுவினர், இன்னும் மேலே போவதற்கு ஆசைப்படலாம். அந்த இலக்கிற்காக பணிபுரிய அவர்களுக்கு முழுமையான சுதந்திரம் இருக்கிறது.

திட்ட ஆணையம், அவர்கள் சொல்வது போல, ஓர் ஐந்தாண்டுத் திட்டத்திற்கான பூர்வாங்க நகலை வரைந்திருக்கிறது. அவர்கள், அரசாங்கத்திடமிருந்தும்,

அதிகாரப்பூர்வமற்ற அமைப்புகளிடமிருந்தும் விமர்சனங்களக் கோரி இருக்கிறார்கள். இவைகளைப் பெற்றவுடன், அவர்கள் திட்டத்தை இறுதிப்படுத்த விரும்புகிறார்கள். பிறகு அதன் நடைமுறைப் படுத்தல் பற்றிய முக்கியமான கேள்வி எழுகிறது. கடந்த காலத்தில் நாம், திட்டமிட்ட நிலையிலையே தொடரும் மிகவும் அதிகமான திட்டங்களை வைத்திருக்கிறோம். அவைகளை நடைமுறைப் படுத்த எந்த அமைப்பு முறையும் உருவாக்கப்படவில்லை. ஆகவே, நாம் கருத்தில் கொள்ள வேண்டிய முக்கியமான அம்சம், நடைமுறைப் படுத்தல் மற்றும் அதற்கான அமைப்பு முறை பற்றியதாகும். ஆணையம், தாங்களாகவே இதைச் சமாளிக்கிறார்கள். அரசாங்கம் தன் முழு ஆலோசனையையும் அதற்கு வழங்க வேண்டும். திட்டத்தை சமர்ப்பித்த உடன், இல்லாமல் போகக்கூடிய ஏதோ ஒன்றல்ல திட்ட ஆணையம். அது எப்போதும் போல அல்லது சற்றே வேறுபட்ட அமைப்பாகத் தொடர்ந்து இருக்க வேண்டும்.

1952 ஜூன் 16ஆம் தேதியிட்ட ஒரு கடிதத்திலிருந்து

நாம் சந்திக்க வேண்டிய முக்கியமான பிரச்சினைகளுக்கிடையே நிலப் பிரச்சினை இருக்கிறது. இது நமது பிரச்சினை மட்டும் அல்ல ஆனால் ஆசியாவின் பெரும் பகுதிகளின் பிரச்சினை. கடந்த பல ஆண்டுகளாக, ஜமீன்தார்முறை ஒழிப்புக்காக நாம் நிற்கிறோம். சட்ட நீதிமன்றங்களால் நாம் பிடித்து நிறுத்தப்பட்டோம் ஆனால் இறுதியில் அந்த வழி ஏறக்குறைய தெளிவாகத் தெரிகிறது. நமது மாகாணங்களில் பல இந்தத் திசையில் முன்னரே வெகு தூரம் சென்று விட்டார்கள். ஜமீன்தார்முறை ஒழிப்பு நோக்கி இதுவரை எந்த நடவடிக்கைகளையும் எடுக்காத மாநிலங்கள் வெகு விரைவாக அவ்வாறு செய்வதற்குக் கவனத்தை ஈர்க்க நான் விரும்புகிறேன். அனைத்து முன்னேற்றத்திற்கும் இது அடிப்படையான ஓர் ஆயத்தப் பணியாகும். இது நடைமுறை மற்றும் உளவியல் அடிப்படையிலும் அவ்வாறு ஓர் ஆயத்தப் பணியாகும். முக்கியமான மாற்றத்தின் ஓர் அடையாளமாக இது ஆகிவிட்டது. இதில் இன்னும் நீண்ட காலத்திற்கு தாமதத்தை நம்மால் தாங்கிக்கொள்ள முடியாது.

ஆகவே, ஜமீன்தார்முறை ஒழிப்பு என்பது மிகவும் அவசியமானது. ஆனால் அதுவே நிலப்பிரச்னையைத் தீர்த்து விடாது என்பதை எப்போதும் நினைவில் கொள்ள வேண்டும். அது ஒரு தேவையான பூர்வாங்க நடவடிக்கை, சீர்திருத்தத்திற்கான தடையை நீக்குதல் மற்றும் ஒரு நியாயமான நில முறைமையை அறிமுகப்படுத்தல் ஆகும். ஆகவே, பெரும்பாலும் அதற்குப் பின்னர் உடனடியாக வர வேண்டிய அடுத்த கட்ட நடவடிக்கை குறித்து நாம் கவனமாகக் கருத்தைச் செலுத்த வேண்டும். திட்ட ஆணையத்தின் தலைவர் என்ற முறையில் இது பற்றி தனியாக உங்களிடம் பேசுவேன். அடுத்த நடவடிக்கைகள் பற்றிய உங்கள் கருத்துக்களை அறிவதற்கு உங்களை நான் கேட்பேன். மற்ற விஷயங்களைப் போலவே இதில் சமூக நீதியும் அதே நேரத்தில் மிக அதிகமான உற்பத்தியும் தான் நமது இலட்சியம் சமூக நீதியைக் கொண்டு வர முயற்சிப்பதில், உற்பத்தியை நாம் குறைத்தால், பிறகு சமூக நீதியே உறுதி அற்றதாகிவிடும். போதுமான அடித்தளம் இல்லாததாகி விடும். சமூக நீதி இல்லாத மிக அதிக உற்பத்தி மட்டுமே தன்னளவில் தவறு என்பது மட்டுமல்ல, ஆனால் அதுவும் உறுதியற்றது என்பதோடு போதுமான பலமான அடித்தளம் அற்றதும் ஆகும். பிறகு இதை எவ்வாறு நாம் செய்வது? நீங்கள் கருத்தில் கொள்ள வேண்டிய கேள்வி அதுதான். ஜமீன்தார்முறை முடிவுக்குக் கொண்டு வந்த பிறகும், நில உடைமையில் பெரிய அளவு ஏற்றத்தாழ்வு அங்கே தொடரும். நமது உற்பத்தி சாதனங்களுக்கு எந்தத் தீங்கும் ஏற்படாதவாறு, இதைக் கொஞ்சம் கொஞ்சமாக சமப்படுத்த முயற்சிப்போமா? அப்படி என்றால் எப்படி அதைச் செய்வோம்? நாம் கிராமக் கூட்டுறவு இயக்கத்தை நோக்கமாகக் கொள்வோமா அல்லது பெரிய அளவு கூட்டுறவுப் பண்ணைகளையா அல்லது தனியார் நில உடைமையையா? இவையும் மற்றும் இவை போன்ற பிரச்சினைகளும் தீர்க்கப்பட வேண்டும். இந்தியாவில் நிலைமைகள் பெரும் அளவில் வேறுபடுகின்றன. நமது இறுதி இலட்சியம் எல்லா இடங்களிலும் ஒன்றாக இருந்தாலும், பெரும்பாலும் பொதுவான ஒரே விடை அனைத்து மாநிலங்களுக்கும் பொருந்தாது. நீங்கள், இந்த விஷயங்கள் குறித்து உடனடியாக உங்கள் கவனத்தைச் செலுத்தவும், உங்கள் கருத்துக்களை நான் அறிந்திடச் செய்யவும் நான் விரும்புகிறேன்.

1952 அக்டோபர் 17ஆம் தேதியிட்ட ஒரு கடிதத்திலிருந்து

நேற்றும் இன்றும் ஐந்தாண்டுத் திட்டத்தைக் கொண்ட திட்ட ஆணையத்தின் நகல் அறிக்கையை விவாதித்துக் கொண்டிருக்கிறோம். நகல் அறிக்கையே மிகவும் விரிவாக இருக்கிறது. இவ்வளவு பெரிய அறிக்கையை அதன் பன்மடங்கு அம்சங்களிலும் பரிசீலிப்பது எளிதானது அல்ல. இயல்பாகவே, அதில் உள்ள சில முக்கியமான விஷயங்களின் மேல் நாங்கள் கவனம் குவித்தோம். நகல் திட்டத்தில், நமது பொருளாதாரம் குறித்து தேவையற்ற சாகசங்களை மேற்கொள்ளாமல், எவ்வளவு தூரம் நம்மால் சாத்தியமான அளவுக்குப் போக முடியுமோ அவ்வளவு தூரம் போவதற்கு நாங்கள் முயற்சிக்கிறோம். நாம் நமது ஆதாரங்களை அட்டவணைப் படுத்தி, நம்மிடம் உள்ள இதுபோன்ற புள்ளியியல் மற்றும் வேறு தகவல்கள் ஆகியவற்றைப் பயன்படுத்தி, அவைகள் என்னென்ன என்று மதிப்பீடு செய்ய முயற்சிக்கிறோம். எப்படியாயினும், மனிதக் காரணிகளை மதிப்பிடுவதோ அல்லது வகைப் படுத்துவதோ எளிதல்ல. எதையும் நம்பிக்கையுடனும், உற்சாகத்துடனும் எடுத்துக் கொள்ளும் ஒரு வகை மக்கள் கணக்கிட முடியாத ஒரு பெரும் அளவு ஆற்றலைக் கொண்டு வருகிறார்கள். அதனால் இந்த மாபெரும் முயற்சியை நாம் சமாளிக்கும் விதத்தையே அதிகம் சார்ந்திருக்கிறது. அரசுகளின் திறமையையும், ஆழ்ந்த ஆர்வத்தையும் அது சார்ந்திருக்கிறது; இரண்டு ஆண்டுகளுக்கும் மேலான கடுமையான உழைப்பின் விளைவான இந்தத் திட்டத்தின் முழுமையையும், முக்கியத்துவத்தையும் எவ்வாறு நாம் நமது மக்களைப் பாராட்டும்படி செய்ய முடிகிறது என்பதை மேலும் அதிகமாக அது சார்ந்திருக்கிறது. அது நமது திட்ட ஆணையத்தின் உறுப்பினர்களான ஒரு சில நபர்களால் உருவாக்கப்பட்டு, முன் வைக்கப்பட்ட ஒரு வெறும் திட்டமல்ல. உறுதியாக, பெரும் எண்ணிக்கையிலான மக்களின் ஒரு கூட்டு முயற்சியின் விளைவே அது. திட்ட ஆணையம் இந்தியாவில் ஒவ்வொரு முக்கியமான குழுவையும் கலந்து ஆலோசித்தது மேலும் திட்டத்தின் பல்வேறு அம்சங்களையும் அவர்களுடன் விவாதித்தது. ஓர் ஆண்டுக்கு சற்று முன்னால், அவர்கள் நகல் திட்டத்தின் சுருக்கத்தை வெளியிட்டார்கள். இது பெரிய அளவிலான கவனத்தையும், அதே போன்று பெரிய அளவிலான விமர்சனத்தையும் ஈர்த்தது. இந்த

விமர்சனத்தை ஆணையம், பல விவரங்களில் திட்டத்தை திருத்தி அமைக்க, சாதகமாக எடுத்துக் கொண்டது. இவ்வாறு திட்டம் உண்மையில், ஒரு ஜனநாயக அணுகுமுறை மற்றும் பரந்த விவாதம், பரிசீலனை ஆகியவற்றின் விளைவே ஆகும்...

ஒரு வகையில், இந்தத் திட்டம் இறுதி செய்யப்படும். இந்தியாவில் உள்ள நாம் அனைவரும் அதற்கு செயல்வடிவம் கொடுக்க கடும் முயற்சி மேற்கொள்வோம். ஆனால் திட்டம் பற்றிய உண்மையான இறுதி முடிவு என்பது இருக்க முடியாது ஏனெனில் அது செயல்படும் போது ஏற்படும் வளர்ச்சியை சார்ந்திருக்கிறது மேலும் அதைச் செயல்படுத்தும் போது, நாம் திரட்டும் அனுபவத்திலிருந்து நாம் கற்றறிய வேண்டும். நாம் திட்டத்தை உறுதியாகப் பின்பற்ற வேண்டும் ஆனால் அவ்வாறு தேவைப்படும் சூழ்நிலைகளில் நாம் அத்துடன் எதையும் சேர்க்கவோ அல்லது அதை மாற்றவோ தயங்கக் கூடாது. நமது ஆதார வளங்கள் வரையறுக்கப் பட்டவை. இந்தப் பிரச்சினையில் நமது விருப்பத்திற்கு நெருக்கமாக அவை எங்கும் வருவதில்லை. ஆனால் தற்போது எளிதில் கணக்கிடப்பட முடியாத வழிகளால், நமது ஆதார வளங்களுடன் நிறைய சேர்ப்பதற்கு நம்மால் கண்டிப்பாக முடியும் என்பது முற்றிலும் சாத்தியமாகும். நமது மனித ஆற்றலின் பயன்பாட்டின் வேறு சில வடிவங்களால் இது இயலக் கூடும், ஏனெனில் உழைப்பு என்பது இறுதியில் மூலதனமே. ஓர் உரிய முயற்சியால், பல வழிகளிலும் சேமிப்பை நாம் ஊக்குவிக்க முடியும். வளர்ச்சி நோக்கங்களுக்கு இதை பயன்படுத்த வேண்டும். இந்தச் சேமிப்புக்கு மேலும் ஊக்கம் கொடுக்கும் வகையில், சம்பந்தப்பட்ட பகுதிக்கான வளர்ச்சிக்கு இந்தப் பணத்தைப் பயன்படுத்த வேண்டும். ஆகவே, மத்திய அரசு அல்லது மாநில அரசுகளின் வளர்ச்சிக்கான கடன்களையும், சேமிப்புத் திட்டங்களையும், அரசின் முயற்சியால் மட்டுமே கொண்டு செல்லப்படுபவையாக இல்லாமல், பொதுமக்கள் ஆதரவின் முழுமையான அளவை, தேவையாகக் கொண்டவையாகப் பார்க்க வேண்டும். இவ்வாறு பெறப்பட்ட பணம் மற்றும் உழைப்பிற்கு அப்பால், இந்தியாவில் இருக்கும் பல கோடிக்கணக்கான மக்களுக்கு அவர்கள் - புதிய இந்தியாவைக் கட்டியெழுப்புவதன் பிரம்மாண்டமான இந்த சாகசத்தில் ஒரு

கூட்டுப் பங்குதாரர் - என்ற உணர்வை அளிப்பதற்கு நாம் விரும்புகிறோம்

1952 அக்டோபர் 29ஆம் தேதியிட்ட ஒரு கடிதத்திலிருந்து

நமது ஐந்தாண்டுத் திட்டத்தை இறுதிப்படுத்துவதில் நாங்கள் இப்போது ஈடுபட்டிருக்கிறோம். எந்தத் திட்டமும், நாட்டின் பொருளாதாரத்தைக் கட்டுப்படுத்தும் ஒரு முயற்சியை உள்ளடக்கியது. இந்தப் பொருளாதாரத்தின் அடிப்படைக் காரணி உணவு தான். நாம் உணவுப் பொருள்கள் விலைகள் உயராமல் கட்டுக்குள் வைக்க வேண்டும். இப்போதைய மட்டத்திலிருந்து அவைகளைக் கீழிறக்க நாம் முயல வேண்டும் என்று அதற்குப் பொருள். எந்த வகையிலும் அவை உயர்ந்து போக அனுமதிக்கப்படக் கூடாது, ஏனெனில் நாம் கொண்டிருக்கும் குறிக்கோள் அனைத்தையும் அது சீர்குலைத்து விடும். இரண்டாவதாக, நாம் எந்த அவசர நிலையையும் அல்லது விலைகளை உயர்த்துவதற்கான ஒரு போக்கையும் சந்திக்கும் வண்ணம் கையில் பெரும் அளவு இருப்பை எப்போதும் வைத்திருக்க வேண்டும். பெரிய அளவு இருப்பை நாம் வைத்திருக்க வேண்டும் எனில், போதுமான அளவு உணவு தானியங்களைக் கொள்முதல் செய்ய வேண்டும். சில வகைக் கொள்முதல் இவ்வாறு தொடர வேண்டும். கொஞ்சம் கொஞ்சமாக உணவு தானியங்களின் இறக்குமதிகளை, அவைகள் நமது செல்வாதாரங்களுக்குக் கடும் இழப்பாக இருப்பதால், குறைத்துக் கொள்ளவும் வேண்டும். எப்போதும் மேலே குறிப்பிடப்பட்ட காரணிகளைக் கருத்தில் கொண்டு, தேர்ந்தெடுத்த இடங்களில் எந்த அளவு கட்டுப்பாடுடான பங்கீட்டை நாம் தொடர்வது என்பது தகுதிகள் அடிப்படையில் பரிசீலனை செய்யப்பட வேண்டிய ஒரு விஷயம் ஆகும்.

ஆகவே, என்ன நேர்ந்தாலும், சில அடிப்படை கட்டுப்பாடுகள் தொடர வேண்டும். நாம் கட்டுப்பாடுகளுக்கு ஒரு முற்றுப்புள்ளி வைத்திருக்கிறோம் என்று கருதுவது தவறாகும். ஒரு திட்டமிட்டப் பொருளாதாரத்தின் சாரமே அதுதான். இந்த வரையறைகளுக்குள், உணவுப் பிரச்சினையின் எந்த அம்சத்தையும் அத்துடன் ஒரு பகுதி கட்டுப்பாடு நீக்கம் என்ற பிரச்சினையையும் நாம் கருத்தில் கொள்கிறோம்...

பாகிஸ்தானில் என்ன நேர்ந்தது என்பதை மனதில் கொள்வது நல்லது. பெரும் விளைச்சல் தந்த பல ஆண்டுகளுக்குப் பிறகு, அதிகளவு உணவு உபரி இருந்த வேளை, ஒரு மோசமான ஆண்டு தொடர்ந்து வந்தது. பாகிஸ்தானின் ஒட்டுமொத்த உணவுப் பொருளாதாரமும் நொறுங்கத் துவங்கியது. முந்தைய ஆண்டுகள் மிக நன்றாக இருந்த போதிலும், இந்த ஆண்டு உணவு குறித்த பெரும் சிக்கலை பாகிஸ்தான் அடைந்தது. இதிலிருந்து நாம் பாடத்தைக் கற்க வேண்டும். குறுகிய கால இடைவெளியில் நாம் சிந்திக்கக் கூடாது. அதிர்ஷ்டவசமாக, நமது உணவு நிலைமையில் உறுதியான முன்னேற்றங்கள் இருந்து வருகின்றன. விலைகளைப் பொறுத்த மட்டில், சில விரும்பத்தகாதப் போக்குகள் இருந்த போதிலும், இப்போதைய முன்னேற்றத்தை, எதிர்காலத்திற்காகத் தருவதற்கு நாம் வாய்ப்பாக எடுத்துக் கொள்ள வேண்டும்.

1952 நவம்பர் 20ஆம் தேதியிட்ட ஒரு கடிதத்திலிருந்து

உணவில் தன்னிறைவு என்பது நமது இலட்சியமாக இருந்து வருகிறது. பெரும்பாலும் மிகவும் குறிப்பாக, சில பேரழிவுகளைச் சந்திக்க வேண்டிய தருணங்களைத் தவிர, இறக்குமதிகள் கிடையாது என்பது அதன் பொருள். இயன்ற அளவு விரைவாக நமது இறக்குமதிகளைக் குறைப்பது, இப்போது ஒரு முக்கியமான பிரச்சினையாக வந்துள்ளது ஏனெனில், இந்தப் பிரச்சினை, நமது அனைத்து வளர்ச்சித் திட்டங்களோடு பிணைக்கப் பட்டிருக்கிறது. அதிமாக நாம் இறக்குமதி செய்ய, வளர்ச்சியில் குறைவாக நாம் முதலீடு செய்கிறோம். ஆகவே, நாட்டில் உணவு நிலைமையைக் கட்டுக்குள் கொண்டு வர முடியும் என்பதற்கேற்ப, கையில் போதுமான இருப்பை எப்போதும் வைத்திருக்கக் கவனம் செலுத்திய வண்ணம், நாம் நமது இறக்குமதிகளைக் குறைக்க அனைத்து முயற்சிகளையும் எடுக்க வேண்டும். மற்றவற்றிற்கு இடையே, சம்பந்தப்பட்ட மற்ற சலுகைகளுக்கு உட்பட்டு, எவ்வளவு அதிகமான கொள்முதலை செய்ய முடியுமோ, அந்த அளவு செய்ய வேண்டும் என்பதுதான் இதன் பொருள்.

குறிப்பாக, அரிசி இறக்குமதி பிரச்சினை தொல்லை தருவதாக இருக்கிறது ஏனெனில் வெளிநாட்டிலிருந்து வரும் அரிசி, கோதுமை இறக்குமதியை விட நமக்கு மிக அதிகமான

செலவு ஏற்படுத்துகிறது. உலகில் அரிசி உற்பத்தி செய்யும் மிக மிகப் பெரிய நாடுகளுள் நாமும் ஒன்று. ஆகவே, அரிசியில் பற்றாக்குறையுடன் நாம் இருக்க வேண்டும் என்பது புதிரான ஒன்று. அரிசியில் நமது ஒட்டுமொத்தப் பற்றாக்குறை சுமார் இரண்டு விழுக்காடு என்று நான் நம்புகிறேன். மிகப் பெரும் உற்பத்தியாலும், மிகச்சிறந்த வினியோகம் மற்றும் வீணாவதையும், தவறான பயன்பாட்டையும் தடுப்பதன் மூலமாக இந்தப் பற்றாக்குறையைச் சரி செய்வது, நிச்சயமாக நமது ஆற்றலில் இருக்க வேண்டும். தேவைப் பட்டால், நான் முன்னர் செய்தது போல, கோதுமை உண்பவர்கள், அரிசியை விட்டு விட்டு அதை அரிசி உண்ணும் மாநிலங்களுக்கு ஒதுக்க வேண்டும் என்ற ஒரு வேண்டுகோளைக் கூட மீண்டும் வைக்கலாம். இந்த அரிசிப் பிரச்சினையில், குறிப்பாக நான் உங்கள் ஒத்துழைப்பைக் கோர வேண்டும் ஏனெனில் அது நம் அனைத்து வளர்ச்சித் திட்டத்துடனும், நம் அடிப்படை பொருளாதாரத்தின் வலிமையுடனும் நெருக்கமுடன் பின்னிப் பிணைந்திருக்கிறது. நாம் இறக்குமதியைக் குறைப்பதால், அதிகமான வளர்ச்சித் திட்டங்களை மேற்கொள்ள முடியும். மிகச்சிறப்பான அம்சங்களுடன் அரிசியை நாம் பயன்படுத்தினால், நமது நாட்டில் பெரும்பாலும் போதுமான அரிசி இருக்கும் என எனக்கு சொல்லப்பட்டது. ஆனால், அரிசி தேவைப்படும் பற்றாக்குறை பகுதிகளுக்கு, போதுமான உபரி அரிசியை, அரிசி உற்பத்தி செய்யும் மாநிலங்களில் சிலவற்றிலிருந்து பெறுவதில், நமக்கு சில சிக்கல்கள் ஏற்பட்டன. இந்த விஷயத்தில் எங்களுக்கு நீங்கள் உதவிடவும், உங்கள் மாநிலத்திலிருந்து எவ்வளவு அதிகம் முடியுமோ அவ்வளவு அரிசியை எங்களுக்கு முடிந்த அளவு கிடைப்பதற்கு ஏற்பாடு செய்யவும் உங்களை நான் மன்றாடிக் கேட்டுக் கொள்கிறேன்.

நாட்டின் பொருளாதாரத்தைக் கட்டுக்குள் கொண்டு வருவதற்கான நமது அடிப்படைக் கொள்கையை இப்போது மட்டுமல்ல, பின்னாலும் தொடர வேண்டும் என்று நாம் திரும்பத்திரும்ப சொல்லி வருகிறோம். அதே நேரத்தில், சில பகுதிகளுக்குள், கட்டுப்பாட்டைத் தளர்த்தும் திசையில் ஓரளவுக்குப் போயிருக்கிறோம். கோட்பாட்டிற்கு என்பதைத் தவிர, இது பற்றி எந்த முரண்பாடும் இல்லை. கட்டுப்பாடுகள், பயனுள்ளதாக இருக்க வேண்டும் என்பதற்காக, பயனற்றுப்

போகுமாறும், ஒரு பெரிய அளவு துன்புறுத்தக் கூடியதாகவும் எல்லா இடங்களிலும் முழுவதும் பரவச் செய்யக் கூடாது. சிறந்த கட்டுப்பாடு என்பதன் பொருள், முக்கியமான இடங்களைக் கட்டுப்படுத்துவதும், வரையறுக்கப்பட்ட பகுதிகளில் சுதந்திர வாணிபத்தை அனுமதிப்பதும் ஆகும். பொருளாதாரக் கட்டுப்பாடு முழுவதுமாக இருக்கும் யதேச்சாதிகார நாடுகளில் கூட, ஒரு சுதந்திரச் சந்தை செழித்து வளர எப்போதும் ஒரு களம் இருக்கிறது. இந்த வரையறுக்கப்பட்ட சுதந்திரச் சந்தை நிலைமையின் அடிப்படைக் கட்டுப்பாட்டைப் பாதிக்கக் கூடாது என்பதையே நாம் பார்க்க வேண்டும். அதற்கு உட்பட்டும், மற்ற விஷயங்களைக் கருத்தில் கொண்டும், சிறு கட்டுப்பாடுகளை நீக்குவதில் நமக்கு முற்றிலும் நியாயம் இருக்கிறது. கொள்முதல் குறித்துங் கூட, பெரும் உற்பத்தியாளர்களைத் திறம்படக் கையாள்வதும், சிறு உற்பத்தியாளர்களை அந்த நிலையிலிருந்து விடுவிப்பதும் பொதுவாகச் சிறந்தது. முக்கியமான பகுதிகளை எவ்வளவு தூரம் நம் பொறுப்பில் வைத்திருக்கிறோம் என்பதும், அவசர நிலையை அல்லது தவறான விநியோகத்தை எதிர்கொள்ள எவ்வளவு தூரம் நாம் பெரிய அளவில் கையிருப்பைப் பெற்றிருக்கிறோம் என்பதும் பிரச்சினையின் உண்மையான முக்கியத்துவம் ஆகும். எனவே கட்டுப்பாடுகள் மற்றும் கட்டுப்பாடு தளர்த்தல் ஆகிய பிரச்சினையின் கோட்பாடு அடிப்படையிலான கருத்தியல்கள் எந்த முக்கியத்துவமும் கொண்டவை அல்ல. நமது அடிப்படைக் கொள்கையை பற்றிப் பிடித்தோமென்றால், பல சிறிய விஷயங்களில் நாமே நமக்குள் தளர்த்தவும், சரிசெய்து கொள்ளவும் முடியும் அதனால் அந்த அடிப்படைக் கொள்கைக்கு இன்னும் அதிகமாக உதவி செய்யவும், அதே நேரத்தில், பொதுமக்கள் துன்புறுதலைக் குறைக்கவும் முடியும்.

1952 டிசம்பர் 22ஆம் தேதியிட்ட ஒரு கடிதத்திலிருந்து

நாடாளுமன்றத்தில் ஐந்தாண்டுத் திட்டத்திற்கு ஒப்புதல் தந்ததன் மூலம், இந்தத் திட்டத்திற்கு இறுதி உத்திரவாதத்தை நாம் அளித்திருக்கிறோம் மேலும் இப்போது அதை நடைமுறைப்படுத்தும் நேரம் வந்து விட்டது. நடைமுறைப் படுத்தல் என்பது எல்லா காலங்களிலும் போய்க் கொண்டு

இருக்கிறது. ஐந்து ஆண்டுகளில் இரண்டு ஆண்டுகள் முடிந்து விட்டன. இருப்பினும், ஒரு மிகவும் நேர்மறையான, கவனக் குவிப்புடனான, ஒருங்கிணைந்த ஒரு புதிய அணுகுமுறையை நாம் உண்டாக்க வேண்டும். இன்னும் குறிப்பாக, பொதுமக்கள் ஒத்துழைப்பை சார்ந்து நாம் இருக்க வேண்டும்.

இந்த வகையில், மாநில அரசுக்கு ஒரு தனிப்பெரும் பொறுப்பு வந்திருக்கிறது. பயணத்தின் அடுத்த கட்டத்தை துவங்குவதற்கு முன்னால் ஓய்வெடுக்க நமக்கு சிறிதும் இடைவெளி இல்லை. பொறுப்பு வாய்ந்த இடங்களில் உள்ள நம்மில் எவருக்கும் ஓய்விடம் என்பது இல்லை, ஏனெனில் உலகமும், இந்தியாவும் முன்னால் போய்க் கொண்டிருக்கின்றன. நாம் தாமதித்தால், நாம் பின்னுக்குத் தள்ளப்பட வாய்ப்பு இருக்கிறது.

செய்ய வேண்டிய முதல் காரியம், இந்தத் திட்டத்திற்கு அல்லது அதன் முக்கிய அம்சங்களுக்கும் அதன் அடிப்படைக் கண்ணோட்டத்திற்கும் பரந்து பட்ட விளம்பரத்தை தருவதுதான். இதற்கான போதுமான விஷயங்களை உங்களுக்குக் கொடுப்பதற்கு திட்ட ஆணையம் நம்பிக்கையுடன் இருக்கிறது ஆனால் அதற்காகக் கூட நாம் காத்திருக்கக் கூடாது. அவர்கள் தயாரித்த அச்சடிக்கப்பட்டத் தொகுப்பில் போதுமான விஷயம் இருக்கிறது. இந்தியாவில் இப்பவும் மிகச்சிறந்த அணுகுமுறை என்பது, பொதுக் கூட்டம் மற்றும் குழு விவாதம் மூலமாக தனிப்பட்ட முறையில் அணுகுவது என்பதை நாம் கருத்தில் கொள்ள வேண்டும். நாடாளுமன்றமும், பெரும்பாலான மாநில சட்டசபைகளும் அமர்வில் இல்லாத இப்போது, உறுப்பினர்கள் தங்களது தொகுதிகளுக்குப் போக வேண்டும். இந்த ஐந்தாண்டுத் திட்டத்தின் பொருள் பற்றிய ஒரு தீவிர இயக்கத்தை நடத்த வேண்டும். துரதிர்ஷ்டவசமாகவும், காரணமின்றியும் பெரும்பான்மையான எதிர்க்கட்சிக் குழுவினர் திட்டத்தை விமர்சிக்கின்றனர் அல்லது கண்டனம் கூட செய்கின்றனர். நமது செல்வாதாரங்கள் தொடர்பாக, ஒரு நபர் போதுமான அளவுக்கு வெற்றி பெறவில்லை என்றும், அளவுக்கதிகமாகப் போய்விட்டோம் என்றும் அதை விமர்சித்த வண்ணம், அவர்கள் முற்றிலும் முரண்பாடான காரணங்களுக்காக, அவ்வாறு செய்கிறார்கள். இந்தத் திட்டத்தில் நம்பிக்கை கொண்டவர்களின் பொறுப்பு இவ்வாறு மிகவும் அதிகமாகி இருக்கிறது.

இந்தத் திட்டத்தில் அவர்களின் சொந்தப் பகுதியிலும், அவர்கள் என்ன செய்ய முடியும் என்பதிலும் முக்கியமாக மாநிலங்களிலும், மாவட்டங்களிலும் உள்ள மக்கள் இயல்பாகவே ஆர்வமுடன் இருப்பார்கள். இந்தப் பகுதி விளக்கப்பட வேண்டும், ஆனால் அணுகுமுறை என்பது எப்போதும் ஓர் அனைத்திந்திய அணுகுமுறையாகவே இருக்க வேண்டும். ஒட்டுமொத்த நாட்டிற்கான இந்தத் திட்டத்தின் மாபெரும் கருத்துருவாக்கம் விளக்கப் படுவதற்கான ஒரு முயற்சி மேற்கொள்ளப்பட வேண்டும். இந்தத் திட்டத்திற்குப் பின்னால், இந்திய ஒற்றுமை மற்றும் இந்திய அனைத்து மக்களின் ஒரு வலிமை வாய்ந்த ஒத்துழைப்பு முயற்சி பற்றிய கருத்துருவாக்கம் இருக்கிறது. அது வலியுறுத்தப்படவும், இந்தியாவின் ஒரு பகுதி, மற்றொரு பகுதியுடன் கொண்டிருக்கும் இடைத் தொடர்பு சுட்டிக் காட்டப்படவும் வேண்டும். இந்த அணுகுமுறையை மேற்கொண்டால், இந்தியாவின் முக்கிய நோயை அல்லது பலவீனத்தை நாம் சமாளிப்போம், அதாவது இந்த நாட்டில் நாம் அடிக்கடி நேருக்கு நேர் சந்திக்கும் பிளவுண்டாக்கும் போக்குகளையும், குறுகியக் கண்ணோட்டம் ஆகிய நோயை சமாளிப்போம். ஒட்டுமொத்த இந்தியாவின் இந்தச் சமச்சீரான சூழ்நிலையையும், ஒன்றுடன் மற்றொன்று அதிகத் தொடர்பு கொண்ட அதன் பலமுனைச் செயல்பாடுகளையும் மேலும் மேலும் சிந்திக்கையில், மாகாணவாதம், வகுப்புவாதம், சாதியவாதம் அத்துடன் மற்ற அனைத்து சீர்குலைவு மற்றும் ஒற்றுமைச்சிதைவுப் போக்குகளின் கோணல் பாதைகளில் நாம் வழிதவறிப் போவதற்கான வாய்ப்பு குறைகிறது. அது ஒரு கடினமான கடமையாகும் ஏனெனில், அதற்கு, பெரும் எண்ணிக்கையிலான மக்களின் சிந்தனைப்போக்கை மாற்றுவது என்று பொருளாகும். அது, திட்டத்தின் எஞ்சியுள்ள இந்த மூன்று ஆண்டுகளுக்குள் நிறைவு செய்ய முடியாத ஒரு கடமையாகும், ஆனால் நாம் இந்தப் போக்குகளை வேரோடு பிடுங்கி எறிந்து ஒரு முற்றுப்புள்ளி வைக்கும் வரை தொடரப்பட வேண்டும்.

ஒரு நீண்ட செயலற்ற காலத்திற்குப் பிறகு, மீண்டும் இந்தியா செயலூக்கம் மிக்கதாய் ஆகி இருக்கிறது. தொடக்கத்தில் அந்த செயலூக்கம், அதன் பின்னால் எப்போதும் பொருளாதாரப் பிரச்சினை இருந்தாலும், ஓர் அரசியல் வடிவத்தை எடுத்தது.

அரசியல் தளத்தில் நாம் வெற்றி பெற்றோம், இப்போது பொருளாதார, சமூகப் பிரச்சினைகளை எதிர் கொள்ள வேண்டும். அடிக்கடி போதுமான அளவு நாம் 'இன்குலாப் ஜிந்தாபாத்' எனக் கூக்குரல் இடுகிறோம். அந்தப் புரட்சி, ஒருபகுதி மட்டுமே அரசியல் சார்ந்த ஒன்று. உண்மையான புரட்சி, பொருளாதார, சமூகப் பிரச்சினைகளையும் கூட பேசுகிறது. ஓரளவுக்கு, ஒரு பெரும் அளவு பொருளாதார மாற்றங்கள் தேவைப்படுகிறது என்பது பரவலாக உணரப்பட்டாலும், இன்னும் போதுமான அளவில், சமூக மாற்றங்களும் நாம் கடந்து போக வேண்டிய புரட்சியின் இன்றியமையாதப் பகுதி என்பது உணரப்படவில்லை.

திட்டம் என்பது விரிவானது அதற்குப் பின்னால், ஒரு பிரம்மாண்டமான அளவு சிந்தனையும், விவாதமும் இருக்கின்றன. அது, மிதமான ஒன்றாக இருந்தாலும், இன்னும் பரந்த அளவு பயனைத் தரக்கூடியதாக இருந்தாலும் மொத்தத்தில், ஓர் எச்சரிக்கையுடனான திட்டம் ஆகும் மேலும் அதை அவ்வாறு நாம் விரும்பினால், எவ்வளவு தூரம் நாம் விரும்புகிறோமோ அவ்வளவுக்கு நாம் அதை எடுத்துச் செல்ல முடியும். நம் அனைவருக்கும் அது ஒரு சவால். அந்த சவாலைச் சந்திக்கிறோம் என்ற அளவில், புதிய இந்தியாவை நாம் கட்டுகிறோம், நமது பணியை நியாயப் படுத்துகிறோம். ஆகவே, இதை முழு உற்சாகத்துடன் முன்னே எடுக்க வேண்டும். நமது பணியில், ஒரு நோக்கம் நிமித்தமாக, சமய போதகர் ஒருவரின் உள்ளுணர்வைப் போன்ற ஒன்றை உட்செலுத்த வேண்டும். இதில் அரசு இயந்திரம் மட்டுமே கருத்தில் கொள்ளப்படுவதில்லை ஆனால் அதை விட இன்னும் அதிகமாக மக்களின் உற்சாகமும், ஒத்துழைப்பும் கருத்தில் கொள்ளப்படுகிறது என்பதை எப்போதும் நினைவில் கொள்ள வேண்டும். ஒரு வலிமைமிக்க நிறுவனத்தின் பங்குதாரர் என்ற உணர்வை, அவர்களும் நாமும் நம் முன்னால் நிறுத்திய அடுத்த இலக்கை நோக்கிச் செல்லும் சக பயணிகளுள் ஒருவராக இருக்கின்ற உணர்வை நமது மக்கள் பெற வேண்டும். திட்டம் என்பது, பொருளாதார, புள்ளியியல் வல்லனர்களின் மற்றும் அவர் போன்றவர்களின் கணக்கீடுகள் மீதான அடிப்படையைக் கொண்டதாக இருக்கலாம் மேலும் இருக்க வேண்டும். ஆனால் தகவல்களும் புள்ளி விவரங்களும் மிக முக்கியமானவையாக

இருந்தாலும், திட்டத்திற்கு உயிரோட்டத்தைத் தருவதில்லை. அந்த உயிர் மூச்சு வேறு வழிகளில் வருகிறது, வெறும் அச்சில் புனிதமாய் வைக்கப்பட்டிருந்த இந்தத் திட்டத்தை, நம் மக்களின் கற்பனையைக் கவ்விப் பிடிக்கும் உயிரோட்டம் நிறைந்த, இன்றியமையாத, ஆற்றல் உடைய ஒன்றாக ஆக்குவது இப்போது நம்மிடம் உள்ளது.

1953 மார்ச் 3ஆம் தேதியிட்ட ஒரு கடிதத்திலிருந்து

ஆற்றல் மிக்க சாகசம் ஒன்றில் இந்தியாவில் நாம் ஈடுபட்டிருக்கிறோம் என்று உலகின் மற்ற பகுதிகளில் மேலும் மேலும் உணரப்படுகிறது. இந்த நாட்டைக் கட்டி எழுப்புவதும், இந்த அளவில் ஒரு ஜனநாயக வழியில், ஏழ்மை மற்றும் வேலையின்மை ஆகிய பிரச்சினைகளைத் தீர்ப்பதும், வேறெங்கும் செய்யப்படாத ஏதோ ஒன்று. இந்தக் கடமையின் அளவும், நாம் வெல்ல வேண்டிய இடர்ப்பாடுகளும் சில நேரங்களில் நம்மை நசுக்கலாம், ஆனால் அதே சமயம், பெரும் பொறுப்புகள் அவற்றுடன் கொண்டு வரும் உற்சாகத்தால் அவை நம்மை நிரப்ப வேண்டும். பெரும்பாலும் அடுத்த ஐந்து முதல் பத்தாண்டுகள் நமக்கு சிக்கலான ஆண்டுகளாகும். இந்தக் காலத்தில் வெற்றிகளை ஈட்டியபடியும், முன்னேறியபடியும் நாம் ஓர் உறுதியான, முற்போக்கான நாடாகத் தொடர்ந்து சென்றால், பிறகு நாம் வெற்றி அடைவோம் மேலும் எதிர்காலத்தில் நாம் அச்சப்பட வேண்டியதில்லை. எடுத்து வைக்கும் அடி, அது இருக்க வேண்டும் என நாம் விரும்பிய அளவுக்கு முற்றிலும் வேகமாக இல்லை என்றாலும், ஓர் உறுதியான அடிப்படையில், தொடர்ந்த முன்னேற்றம் என்னும் சாதாரண உண்மையே, பெரிய அளவு ஜனநாயகப் பணியின் ஒரு வெற்றி ஆகும். நாம் தேக்கமடைந்து விடுவதிலும், மெதுவான முன்னேற்றத்திலும் ஆபத்து இருக்கிறது; அதே அளவு ஆபத்து, சூழ்நிலைகளை விடவும் அல்லது நமது செல்வாதாரங்கள் நம்மைப் போக அனுமதிப்பதை விடவும் வேகமாகப் போக முயற்சிப்பதிலும் இருக்கிறது. பொன்னான வழி என்னும் நடுத்தர வேகம், எப்போதும் கடினமானது.

நமக்கு முன்னால் பொதுநல அரசு என்னும் இலட்சியத்தை உருவாக்கி இருக்கிறோம். குடியரசுத்தலைவர் தன் உரையில் இதைக் குறிப்பிட்டார். பொதுநல அரசு என்றால்,

அனைவருக்குமான பொதுநலம் மற்றும் சமூகத்தின் ஒரு பிரிவினருக்கு மட்டும் ஆன பொதுநலம் அல்ல என்று பொருள். அதன் பொருள், அனைவருக்கும் ஆக்கப்பூர்வமான, இலாபகரமான வேலை மற்றும் வருமானங்களிலும், இன்று இந்தியாவில் இருக்கும் மக்களின் வாழ்க்கை முறைகளிலும் உள்ள ஏற்றத் தாழ்வுகளை நீக்குதல் என்பது ஆகும். நாம் இவைகளுக்குப் பழகிப் போயிருக்கிறோம், ஆனால் இங்கு வரும் ஒவ்வொரு வெளி நாட்டினரும் இப்போது கூட, இந்த மாபெரும் ஏற்றத்தாழ்வுகளால் பாதிக்கப்படுகின்றனர். அவர்களை நாம் இதிலிருந்து எவ்வாறு விடுபடச் செய்வது? நமது நண்பர்களில் சிலர், அது ஏதோ ஒரு மாய வித்தை சார்ந்த தீர்வு என்பது போல, அனைத்து வழி தேசிய மயம் அல்லது உயர்விகித சம்பளங்களைக் குறைப்பது மற்றும் இன்ன பிறவற்றைச் சொல்கிறார்கள். ஒரு சிலருக்குத்தவிர, இந்தியாவில் இப்போது சம்பளம் உயர்வாக இல்லை. எங்கே முடியுமோ, அங்கு நாம் அவற்றை குறைப்பதற்கு முயல வேண்டும். ஆனால் வெறுமனே வறுமையைப் பகிர்வது முன்னேற்றம் என்று பொருள் ஆகாது. மேலே முன்னேறும் பொருட்டு, நாம் சில தரநிலைகளை எங்கேனும் ஓரிடத்தில் பராமரிக்க முயல வேண்டும். அதற்குப் பொருள், சிலருக்கு செல்வமும், எஞ்சிய அனைவருக்கும் வறுமையும் என்பதல்ல, இன்னும் மோசமாக, அதற்குப் பொருள், துரதிர்ஷ்டவசமாக நம் மக்கள் சிலர் மத்தியில் ஓரளவுக்கு இன்னும் பொதுவாக இருக்கும் ஆடம்பரம் என்பதாகும். தேசியமயத்தைப் பொறுத்தவரை, எவ்வளவு தூரம் இது உற்பத்தி கொள்திறனையும் அதேபோல் நம் திட்டத்தின் எளிதான செயல்முறையையும் அதிகரிக்கிறது என்பது தான் உண்மையான சோதனை. என்றாலும், வெறும் தேசியமயம் என்பதே அந்த உற்பத்தி கொள்திறனை அதிகமாக ஆக்குவதில்லை. உண்மையில் அதன் பொருள், அதைக் குறைப்பதாக இருக்க வேண்டும். அதிக பட்சமாக, அதே அளவு உற்பத்தியுடன், உடைமையாளரை மாற்றுவதும், இருக்கின்ற செல்வாதாரங்களை, இழப்பீட்டிற்காக பயன்படுத்துவதும் என்று அதன் பொருளாகும். அரசால் பழைய நிறுவனங்களை ஒரு வகையான கட்டுப்பாட்டிற்கு உட்படுத்தி, அவை இருப்பது போலவே தொடர விட்டு, நமது செல்வாதாரங்களை புதிய அரசு நிறுவனங்களுக்காகப் பயன்படுத்துவது சாலச்சிறந்தது.

இவ்வாறு உற்பத்தி வளர்கிறது. பொதுத்துறையும் அது ஆதிக்கம் செலுத்தவல்ல துறையாக வரும்வரை, வளர்கிறது.

இந்தியாவிலும் அல்லது வேறெங்கிலும் உள்ள இன்றைய பிரச்சினைகளை, முற்றிலும் அறிவுத் துறை சார்ந்த அணுகுமுறையால் அல்லது நேற்றைய பிடிவாதம் நிறைந்த ஒரு மதத்தினால் தீர்க்க முடியாது. நம்மில் பலரும் சோசலிச அணுகுமுறையிலும், சோசலிச இலட்சியங்களிலும் நம்பிக்கை கொண்டிருக்கிறார்கள் என நான் கருதுகிறேன். ஆனால் பத்தொன்பதாம் நூற்றாண்டில் அய்ரோப்பாவில் வளர்த்தெடுக்கப்பட்ட, சில இறுக்கமான சூத்திரங்களின் அடிப்படையில் இவைகளை எண்ணும் போது, இருபதாம் நூற்றாண்டின் இடைப்பட்ட காலத்தில் இந்தியாவுக்கு அவற்றை தேவையெனப் பயன்படுத்த அவசியம் இல்லை. பொருளாதார அறிவியல் கூட மிகவும் நிலையானதாக இல்லை மேலும் நிலைமைகள் பெரிய அளவில் மாறி உள்ளன.

இதுவரை, யதேச்சாதிகார கட்டுப்பாடு மற்றும் ஜனநாயக அணுகுமுறை இன்மை ஆகிய ஓர் இணைப்புடன் ஒன்றாக, கம்யூனிச நாடுகளில் செயல்படுகின்ற, அதுதான் சரியான பதம் என்றால், ஒரு இரத்தக் கலப்பற்ற சோசலிசத்தை நாம் காண்கிறோம். தனிமனித சுதந்திரத்தை நசுக்குவது தவிரவும், நடைமுறையில் அனைத்தும் அரசு கட்டுப்பாட்டில் உள்ள, ஒரு தீவிரமான அளவிற்கு ஆளும் வர்க்கத்தை வளர்க்கின்ற ஒன்றாக அது இருக்கிறது. அந்த வழியில் சில பொருளாதாரப் பயன்கள் சந்தேகமின்றி விளைந்திருக்கின்றன, ஆனால் கொடுக்கப்பட்ட விலை பெரிது. சோசலிசத்தைக் குறிக்கோளாகக் கொண்ட மற்ற நாடுகளில், ஒரு வேறுபட்ட வகையாக இருப்பினும், தவிர்க்க இயலாமல், கலப்பின் தரம் வேறுபட்டதாக இருந்தாலும், ஒரு வகையான கலப்புப் பொருளாதாரம் இருக்கிறது. உண்மையில், ஒரு ஜனநாயக சமூகத்தில், பொதுத்துறை வளர்ந்து ஒரு ஆதிக்கம் செலுத்த வல்ல பங்குதாரராக இருந்தாலும், கலப்புப் பொருளாதாரம் என சொல்லப்படுகிற ஒன்று தவிர்க்க இயலாதது என நான் கருத முனைகிறேன். தனியார் துறை முக்கியமான இடத்தை எப்படி வகித்தாலும், முக்கியமான தொழில்கள் பொதுத் துறையில் இருக்கப் போகின்றன. ஒரு திட்டமிட்டப் பொருளாதாரத்தில், தனியார் துறையும் தேசியத் திட்டத்திற்கு இணங்க வேண்டும் எனவே ஓரளவுக்கு

கட்டுப்படுத்தப்படும் என்று நாம் வகுத்திருக்கிறோம். நாம் எந்தத் திட்டத்தைப் போட வேண்டி இருந்தாலும், அது வெளிப்படையாக இருக்கத் தோன்றுகிறது. ஆனால் இது ஒரு சிக்கலுக்கு இட்டுச் செல்கிறது. தனியார் துறை ஒரு வேறுபட்ட கண்ணோட்டத்தையும், அணுகுமுறையையும் கொண்டிருக்கிறது மேலும் மிக அதிகமான கட்டுப்பாடு இருந்தால், அது எளிதாக இயங்க முடியாது. இவ்வாறு அது பொதுத்துறையோடும் அது போலவே தனியார் துறையோடும் இணைந்திருக்கும் அனுகூலங்களைப் பெற முடியாமல் போகிறது. ஒருநாள் சில தொழிலதிபர்கள் என்னைப் பார்க்க வந்தார்கள் மேலும் ஐந்தாண்டுத் திட்டத்துடன் முழுவதும் ஒத்துழைப்பதில் மிகவும் மகிழ்ச்சியாக இருப்பதாக அவர்கள் சொன்னார்கள். ஆனால் பல்வேறு தடைகளுடனும், கட்டுப்பாடுகளுடனும் செயல் திறனோடு வேலை செய்வது கொஞ்சம் கொஞ்சமாக அவர்களுக்குக் கடினமாக ஆகி விட்டது. ஒரு தொழிலை செயல்திறனற்ற நிலையில் தனியார் துறைக்கு விடுவதை விட, அது முழுவதுமாகப் பொதுத்துறையால் எடுத்துக் கொள்ளப் படுவது மிகச் சிறந்தது என்று அவர்கள் சொன்னார்கள். இவர்கள் அனைவரும் ஓரளவுக்கு மிகைப்படுத்திக் கூறினர், ஆனால் இவர்கள் கூறியதில் கொஞ்சம் உண்மை இருந்தது என நான் கருதுகிறேன். பொதுத்துறையில் ஒரு தொழிலை கையகப் படுத்துவதும், அதை அப்படியே வைத்து ஒழுங்கு படுத்துவதும், தனியார் துறைக்கு விடப்பட்ட தொழில்களுக்கு எங்கும் செல்வதற்கான சில சுதந்திரத்தை, உண்மையில் சில அடிப்படை ஆலோசனைகளுக்கு உட்பட்டு, அனுமதிப்பதும் மிகவும் சிறந்தது. இந்த விஷயங்களை, அவைகளைப் பற்றி நாம் யோசிக்க வேண்டும் என்பதற்காக, நான் உங்களுக்குக் குறிப்பிடுகின்றேன்.

செல்வாதாரங்களைப் பொறுத்தவரை, நாம் முக்கியமாக நமது சொந்த நாட்டையும், நம் சொந்த மக்களையும் சார்ந்திருக்க வேண்டும் என்பது தெளிவாகிறது. வெளிநாட்டிலிருந்து பெரும் அளவில் உதவியை வரவேற்கக் கூடும் ஆனால் அது நம்மை நீண்ட தூரம் கொண்டு செல்லாது. நாம் அதை அடைய முடிந்தால், இந்த நாட்டில் போதுமான அளவு பெற்றிருக்கிறோம் என்று நான் உணர்கிறேன். அது சிதறிக் கிடக்கிறது என்பதுதான் சிரமமாக இருக்கிறது

மேலும் அது எளிதில் அடையக் கூடியதல்ல. உண்மையில் நாம் சிறு சேமிப்புத் திட்டத்தைப் பெற்றிருக்கிறோம். அது முக்கியமாக ஊக்குவிக்கப்பட வேண்டும். ஆனால் பெரும்பாலும் சில கூடுதல் அணுகுமுறை, மிகப்பெரிய அளவில் செல்வாதாரங்களை நாம் பயன்படுத்துமாறு கொண்டு வந்து சேர்க்கும். கிராமப்புற வங்கிகளை ஒரு பெரிய அளவில் நாம் கொண்டிருந்தால், விவசாயிக்குக் கடன் கொடுக்கும் முகமைகளாகப் பணியாற்றுவதோடு மட்டுமின்றி, இவ்வாறாகப் பழைய வணிகரை அகற்றியவாறு, அவைகள் சிறிய அளவில் திரட்டப்பட்ட பணத்தை ஈர்க்க முடியும், அது மொத்தத்தில், ஒரு மிகப் பெரிய தொகையாக சேரும்.

1953 செப்டம்பர் 28ஆம் தேதியிட்ட ஒரு கடிதத்திலிருந்து

திட்டமிடல் இப்போது தவிர்க்க முடியாததாகி விட்டது. அமெரிக்க அய்க்கிய நாடுகளில் உள்ள தனியார் வணிக நிறுவனங்களின் தீவிர ஆதரவாளர்கள் கூட திட்டமிடலை, இன்னும் குறிப்பாக வளர்ச்சி அடையா நாடுகளில், ஏற்றுக்கொள்ள கட்டாயப்படுத்தப் படுகிறார்கள். ஆனால் இன்னமும் தொடரும் கேள்வி: என்ன வகையான திட்டம் மேலும் குறிக்கோளாகக் கொள்ளப் பட்டிருக்கும் இறுதி நோக்கங்கள் என்னென்ன? அரசுகள், முதலாளித்துவ நாடுகள் என்று முன்னால் அழைக்கப்பட்ட நாடுகளில் கூட, திட்டமிடுவது மட்டுமல்ல அரசாங்கப் பணிகளை நீட்டிக்கவும் வேண்டியிருக்கிறது. தனியார் நிறுவனம் மேலும் மேலும் அரசு நிறுவனத்தால் சுற்றி வளைக்கப்படுமாறு வந்திருக்கிறது. அந்தத் தனியார் நிறுவனம், அரசு நடவடிக்கை மூலம் கட்டுப்படுத்தப்படவும் கடுமையாகப் பாதிக்கப்படவும் செய்கிறது. தனியார் நிறுவனம் பற்றிய பத்தொன்பதாம் நூற்றாண்டின் கருத்தாக்கம் முழுவதுமாக மங்கி மறைந்து போனது, அரசுக் கட்டுப்பாட்டை நோக்கி, மேற்கத்திய நாடுகளில் ஒரு வியக்கத்தக்க மாற்றம் நிகழ்ந்தது. உலக மூலதனச் சந்தை இனி இருக்காது, மேலும் உலக வணிகம் பல்வேறு வகையான வழிகளில் வரைமுறைப் படுத்தப்படுகிறது, நிர்வகிக்கப் படுகிறது மேலும் கட்டுப்படுத்தப்படுகிறது.

திட்டமிடல் தவிர்க்க முடியாதது என்றால், எதற்காக நாம் திட்டமிட வேண்டும்? என்ன வகையான சமூக அமைப்பை

நாம் பார்வையில் கொள்வது? அதிகமான விவாதம் நடக்கிறது. ஒரு பெரும் அளவில், இந்தப் பிரச்சினைகளை விவாதிப்பதில் ஆர்வம் காட்டப்படுகிறது. சில பேர் குறிப்பாக, அமெரிக்காவில், இந்த உலகத்தை, கம்யூனிச உலகம் மற்றும் கம்யூனிசமற்ற உலகம் என்று பிரிக்க விரும்புகிறார்கள். அது, ஒன்று அரசியலிலும் அல்லது பொருளாதாரத்திலும் சிறிதும் நியாயமற்ற ஓர் எளிமைப்படுத்துதல் ஆகும். இரண்டிற்கும் இடையே நிறைய தரவேறுபாடுகள் உள்ளன. ஒரு சில நாடுகள் தவிர்த்து, சோசலிசத்தின் பொதுவான அணுகுமுறை ஏற்றுக்கொள்ளப் படுகிறது. கம்யூனிச சோசலிசம் அல்லது சமூக ஜனநாயகம் என்று அழைக்கப்படுபவற்றை நாம் கொண்டிருக்கிறோம். ஆனால் மொத்தத்தில், பயன்படுத்தப்படும் அணுகுமுறையும், வழிமுறைகளும் உறுதியாக வேறுபட்டிருப்பினும், இரண்டின் இறுதி வடிவங்களும் மிகவும் வேறுபட்டதல்ல. இந்தியாவில், மிகமிக முற்போக்கான குழுக்களும், உண்மையில் காங்கிரசும் ஏறத்தாழ துல்லியமான சொற்களில் கடந்த முப்பது ஆண்டுகளுக்கும் மேலாக சோசலிசம் பற்றிப் பேசுகிறார்கள். இந்தியாவின் தனிப்பட்ட பண்புகளையும், கண்ணோட்டத்தையும் கருத்தில் கொண்டு, சமூக ஜனநாயகம் என்ற அடிப்படையில் நாம் அதிகமாக அதைப்பற்றி சிந்திக்கிறோம். காங்கிரஸ், அரசியல் விடுதலைக்காகப் போராடிக் கொண்டிருக்கும் ஒரு மாபெரும் இயக்கமாக, மாறுபடும் பொருளாதாரக் கருத்தியல்களைக் கொண்ட பல்வேறு குழுவினரை அது தன்னகத்தே ஈர்த்தது. ஆனால் ஆதிக்கம் செலுத்தவல்ல அணுகுமுறையும், நோக்கமும் சமூக ஜனநாயகத்தைச் சார்ந்ததாக இருந்தன. சோசலிஸ்டுகள், இறுக்கமாகவும், வறட்டுத் தத்துவ வாதிகளாகவும் இருக்க முனைந்தார்கள் என்பதைத் தவிர, இந்த வகையில் காங்கிரசுக்கும், சோசலிஸ்ட் கட்சிக்கும் இந்தியாவில் முக்கியமான வேறுபாடு ஏதும் இல்லை. கம்யூனிஸ்ட்டுகளைக் கடுமையாக அவர்கள் எதிர்த்தாலும், ஒரு வகையான மார்க்சியவாதிகள் என்று தங்களை அவர்கள் அழைத்தனர்...

இறுதியாக, பொருளாதார முன்னேற்றத்தையும் உள்ளடக்கிய, எவ்வகை முன்னேற்றமும், அந்த முன்னேற்றத்திற்கு மக்களின் விருப்பத்தையும், அவர்கள் வாழ்கின்ற சமூக அமைப்பையும் சார்ந்திருக்கிறது. அந்த அமைப்பு

- அரசியல், சமூகம், பொருளாதாரம், சட்டம் மற்றும் அவை போன்ற அடிப்படையிலான அமைப்பு - இந்த முன்னேற்றத்திற்கு உதவிகரமாக இருக்கிறதா அல்லது அதைத் தடுக்கிறதா? அய்ரோப்பாவிலும், அமெரிக்காவிலும், பொருள் வகை முன்னேற்றத்தின் மாபெரும் யுகம், மதத்தால் ஊக்கமளிக்கப்பட்ட, முன்னரே தீர்மானிக்கப்பட்ட விதியிலான பழைய நம்பிக்கை, தன் சுற்றுச்சூழலைக் கட்டுப் படுத்தவும், அதை மாற்றவும் முடிந்த மனிதனின் ஆற்றலில் உள்ள நம்பிக்கைக்கு இடமளித்த போது, வந்தது. இதுதான் நவீன அறிவியல் கண்ணோட்டத்தின் பரவல் ஆகும். இதுபோன்ற ஒரு பின்னணி மாற்றத்திற்கும், முன்னேற்றத்திற்கும் உதவியது. மறுபுறம், மக்களில் ஒரு சாரார், விதியில், முன் தீர்மானத்தில், நமது செயல்பாடுகள் மீதான விண்மீன்களின் தாக்கத்தில், சோதிடத்தில் மற்றும் அது போன்ற பலவற்றில் நம்பிக்கை வைத்த வேளையில், வெளிப்படையாகவே அங்கு முன்னேறுவதற்கும், மாறுவதற்குமான தூண்டுதல் இருப்பதில்லை. அதற்கு சூழ்நிலையும் உதவிகரமாக இல்லை. நான் தற்போதைக்கு, ஜோதிடத்தின், அதற்கு இப்போது இருப்பது போன்ற, நற்பண்புகளை இகழ்ந்துரைப்பதில் ஆர்வம் கொள்ளவில்லை. இந்த மனம் சார்ந்த அணுகுமுறை, மனிதருக்கு ஆற்றலை அளித்து, மாற்றத்தைக் கொண்டு வரும் சூழ்நிலையை உருவாக்குவதில் உதவிகரமாக இருக்காது என்று மட்டும் நான் சொல்லிக் கொள்கிறேன். மீண்டும் நமது பொதுவான சாதியக் கண்ணோட்டத்தையும், பசு பாதுகாப்பையும் எடுத்துக் கொள்வோம். இவை எல்லாமே சில நற்பண்புகளைக் கொண்டவை ஆனால் அவை உறுதியற்ற அம்சங்கள்.. சாதி, சமூகத்தை எதையும் செய்ய விடாது அச்சுறுத்துகிறது, உழைப்பின் இயக்கத்தையும், பணிகளின் மாற்றத்தையும் தடுக்கிறது. பசு பாதுகாப்பு, போதுமான அளவு வழக்கத்திற்கு மாறாக, பசு பாதுகாப்பின்மைக்கு இட்டுச் செல்கிறது. இந்தியாவில் கால்நடை பாதுகாப்பும், கால்நடை இனங்களைப் பெருக்குவதும் மிக முக்கியமானவை ஆகும். ஆனால் இதை அறிவியல் அடிப்படையிலும், ஆக்கப்பூர்வமாகவும் நாம் அணுகினால் மட்டுமே முன்னேற்றத்தை அடைய முடியும். சில எதிர்மறையான, குறுகிய மனங்கொண்ட உணர்வில் அது இயலாது...

எந்த அரசிலும், இன்னும் குறிப்பாக ஒரு ஜனநாயக அரசிலும், மக்களுக்கு உளவியல் அடிப்படையிலான கவர்ச்சி இன்றியமையாதது. அரசு இயந்திரத்தை இயக்கும் மாபெரும் நிறுவனத்தில் அவர்கள் கூட்டாளிகளாக இருக்கிறார்கள் என்றும், மேலும் பயன்கள் மற்றும் கடமைகள் ஆகிய இரண்டிலும் பங்குதாரர்களாக இருக்கிறார்கள் என்றும் அவர்கள் உணர வேண்டும். மக்களிடையே இந்த உணர்வை ஏற்படுத்துவதுதான் ஜனநாயகத்தின் சோதனையாக இருக்கிறது. வயது வந்தவர்களுக்கு வாக்குரிமையின் கீழ் தேர்தல்கள் என்பது இந்த நோக்கத்திற்குப் போதுமானது எனக் கருதப்படுகிறது. அது கொஞ்ச தூரம் செல்லும். ஆனால் விரைவாகப் போகும் ஒரு சூழலில், சொல்லப்படும் இடைவெளிகளில் நடைபெறும் சாதாரண தேர்தல்களை விடவும் வேறொன்று அதிகமாகத் தேவைப்படுகிறது. குறிப்பாக, திட்டமிடலில், மக்கள், திட்டம் என்பது அவர்களுடைய ஒத்துழைப்போடு வளர்த்தெடுக்கப்பட்ட ஒன்று என்றும், அதன் வெற்றிக்கு அவர்கள் பொறுப்பு என்றும் அவர்கள் உணர்வதற்கேற்ப, இந்த உணர்வு உருவாக்கப்பட வேண்டும். முதல் முயற்சியில், திட்டமிடல் என்பது மேலே எங்கோ ஓரிடத்தில் துவங்க வேண்டும் என்பது தவிர்க்க இயலாததாக இருந்தது. அப்படி இருந்தும், நன்கறிந்தபடி, ஒரு பெரிய அளவில் கருத்துக்கேட்பு நடந்தது. எதிர் காலத்தில், கிராமத்தில் உள்ள மீச்சிறு அமைப்பும், அது குறித்த பிரச்சினைகள் தொடர்பாகத் தன்னிடம் கருத்து கேட்கப்பட்டது என்றும், இவ்வாறாகத் திட்டத்தை உருவாக்குவதிலும் அல்லது மாற்றம் செய்வதிலும் உதவி செய்கிறோம் என்றும் அவர்கள் உணரும் வண்ணம் ஏதோ ஒரு முறையை நாம் உருவாக்க வேண்டும். திட்டத்தை நடைமுறைப் படுத்திட, இது மேலும் மேலும் அவசியமாகிறது. அதிகாரப்பூர்வ அணுகுமுறை தேவை என்றாலும், போதுமானது ஆகாது. மேலும் அது, அதிகாரப்பூர்வமற்ற அணுகுமுறையோடும், ஒத்துழைப்பிற்கான பரந்த முயற்சியோடும் இணைக்கப்பட வேண்டும். நாம் இப்போது பெரும்பாலான மாநிலங்களில், அதிக எண்ணிக்கையில் பஞ்சாயத்துகளைக் கொண்டிருக்கிறோம். திட்டமிடல் மற்றும் அதன் நடைமுறைப் படுத்தல் என்னும் வலைப்பின்னலுக்குள் (network) இந்தப் பஞ்சாயத்துகள் கொண்டு வரப்பட முடியும் என்றால், அது கிராமவாசியின் வாசற்படிக்கு திட்டத்தை கொண்டு சேர்க்கும்.

ஜனநாயகம் என்பது அரசியல் சமத்துவம் ஆகும். ஒரு முற்போக்கான பொருளாதார சமத்துவம் என்றும் அது பொருள் படும். மாபெரும் வேறுபாடுகள் இல்லாத, அனைவருக்கும் வாய்ப்பு வருகின்ற ஒரு சமுதாயத்தை வளர்த்தெடுப்பதே நாம் ஏற்றுக்கொண்ட குறிக்கோள்கள் ஆகும். எந்த சொந்த நலன்களும், சொந்தச் சலுகைகளும் சமூகத்தின் இது போன்ற ஒரு திட்டத்துடன் பொருந்தாது. இருந்த போதும், நமது அரசமைப்புச் சட்டமும், அவ்வாறு மேலும் நமது பொருளாதார, சமூக அமைப்பும், பழக்க வழக்கங்களும், பல வகைகளிலான சலுகையையும், சொந்த நலனையும் பாதுகாக்கின்றன. வரலாற்றுச் சூழலில், அவைகளுக்கு கொஞ்சம் நியாயம் இருக்கிறது, ஆனால் அவைகள் காலத்திற்கு ஒவ்வாதவை மற்றும் மக்களுக்கு மாறாத எரிச்சல் ஊட்டுபவை ஆகும். ஒரு பொருளாதாரப் பார்வையில், அதிக வேறுபாட்டை அவை உருவாக்காது, ஆனால் அவை, மோதல் மற்றும் விரக்தியின் ஒரு சூழலை உருவாக்குகின்றன மேலும் நமது பணியின் குறுக்கே இவ்வாறு வருகின்றன. பழைய சலுகையின் இந்த எச்சங்கள் போயாக வேண்டும் என்பதில் எனக்கு சந்தேகம் இல்லை. மக்களில் ஒரு சாராராக, இந்தப் பிரச்சினையை அமைதியாகவும், ஒத்துழைப்போடும் தீர்க்கும் ஞானம் நமக்கு இருக்கிறதா என்பது தான் கேள்வி.

1953 டிசம்பர் 1ஆம் தேதியிட்ட ஒரு கடிதத்திலிருந்து

தாமஸ் பெயினின் (*Thomas Paine*) கடிதங்கள் சிலவற்றை இப்போது தான் நான் படித்துக் கொண்டிருந்தேன். தாமஸ் பெயின் ஓர் இலக்கிய வாதி மட்டும் அல்ல ஆனால் மாபெரும் ஃபிரெஞ்சுப் புரட்சி, அமெரிக்கப் புரட்சி என இரண்டிலும் முக்கியப் பங்கை ஆற்றிய ஒரு மனிதர் என்று உங்களுக்கு நினைவிருக்கும். அமெரிக்காவில் ஜனவரி, 1783 இல் எழுதப்பட்ட ஒரு கடிதத்தில், அவர் சொன்னார்: –

> ‘நமது சுதந்திரத்தைப் பற்றிக் குறைவாகவும், நமது ஒன்றிணைப்பைப் பற்றி அதிகமாகப் பேசுவதும் முற்றிலும் சிறந்தது. ஏனெனில் ஒன்றியம் நேர்மையாக துவங்கப்பட்டால், நமது சுதந்திரம் பாதுகாப்பாக வைக்கப்படும். முன்னது தாய், பின்னது பால்மணம் மாறா பச்சிளம் குழந்தை. ஒன்றுக்கான ஊட்டச்சத்து இன்னொன்று வழியாக வருகிறது, மேலும்

தாயை வறுமையில் உழல விடுவது, அவள் குழந்தையைப் பட்டினி போடுவதாகும்.

உலகில் இது போன்ற மகிழ்ச்சிக்கான பல வழிகளைக் கொண்ட ஒரு நாடு எங்காவது இருக்கிறதா? நிலத்தின் எஜமானர்களாக, அரசாங்கத்தின் உரிமையாளர்களாக, அந்நியர்க்கு அடிபணிந்ததன் கெடுதல்களிலிருந்து தளை அகற்றப்பட்டவர்களாக மேலும் இறையாண்மையுள்ள நாடுகளால் மதிக்கப்படுபவர்களாக, செல்வச்செழிப்பை பெறுவதற்கு மட்டுமே நாம் தகுதி படைத்தவர்கள் மேலும் அதை அடைதல் என்பதும் நிச்சயம்.

ஆனால் எந்தப்பணிக்கும், இடர்ப்பாடுகளை விளைவித்து இடையூறு செய்வது பெரும்பாலும் சில மனிதர்களின் துரதிர்ஷ்டவசமான இயற்பண்பாக எப்போதும் இருந்தது மேலும் எப்போதும் இருக்கும். அவர்கள் மூளையின் இயற்கையான வார்ப்பு, வாதம் செய்வதற்கே; அவர்களுடைய குறிப்பிட்ட ஆசையாக அல்லது அவர்களின் உடனடி நலனாக இல்லாத எதுவும் எல்லையற்ற பேரழிவுகளாய் நிச்சயமாகப் பெரிதாக்கப்பட வேண்டும். பயங்கரமானதாகக் காட்டப்பட வேண்டும். இதுபோன்ற மனிதர்கள், தீப்பொறி கொண்டு பேரரசுகளை வீழ்த்திட முனைபவர்கள். மேலும் அவர்களின் ஒவ்வொறு சிறு ஏமாற்றத்திற்குள்ளும் பொதுமக்கள் அழிவின் நிரந்தரம் அடங்கியுள்ளது. பிழை மற்றும் விபத்தின் மீது தங்கள் பிரபலமாவதற்கான நம்பிக்கையைக் கட்டுகிறார்கள். தவறுகளைப் புகழ்ந்தும், மற்றவர்களின் மதிப்பீடுகளைக் குழப்பியும் வாழ்கிறார்கள், இன்னும் உண்மையைக் கண்டறியாமலும் அல்லது அதை ஏற்றுக்கொள்ள விரும்பாமலும், அவர்கள் புதிய முரண்பாடுகளுக்குள் சிக்குகிறார்கள் அல்லது அதிருப்தியால் வரும் ஆத்திரத்தில் பின்வாங்குகிறார்கள்.'

வட அமெரிக்காவின் பதின்மூன்று மாநிலங்கள் சுதந்திரமடைந்த பிறகு உடனே எழுதப்பட்ட, இந்தச் சொற்கள் அனைத்தும், இன்று நம்மீது ஓரளவு செல்வாக்கு செலுத்துகின்றன.

1954 ஆகஸ்ட் 5ஆம் தேதியிட்ட ஒரு கடிதத்திலிருந்து

நிலச்சீர்திருத்தத்தின் ஒட்டுமொத்தக் கொள்கை, உண்மையாக உழுபவரின் மீதான சுமையைப் போக்குவது தவிரவும், நிலத்திலிருந்து வரும் வருமானத்தை விவசாயிகள் இடையே மிகவும் சமமாக அதிகரிக்கவும், இவ்வாறு அவர்களுக்கு மேலும் வாங்கும் சக்தியை அளிப்பதற்கும் தான். இந்த வழியில் உள்நாட்டுச் சந்தை விரிவடையும் மேலும் நாட்டின் உற்பத்தி சக்திகள் வளர்ச்சி அடையும். நமது நுகர்வை நாம் அதிகரித்தால் ஒழிய, நமது உற்பத்தியை அதிகரித்துக் கொண்டு போக முடியாது. அதிக எண்ணிக்கையிலான மக்களிடையே வாங்குவதற்கான அடிப்படை நிதி ஆதாரம் இருந்தாலொழிய, நமது நுகர்வை நாம் அதிகரிக்க முடியாது...

கிராமப்புற மக்கள் தொகையை நமது சமூக வளர்ச்சி மற்றும் தேசிய விரிவாக்க சேவைத் திட்டங்கள் மூலமாக, மேம்படுத்த நாம் உறுதியான முயற்சி எடுத்து வருகின்றோம்... முன்னேற்றம் என்பது கற்பனை செய்ததைவிட ஆழமாகவும், மிகப் பரவலாகவும் அதிகரிக்கும் என நான் கருதுகிறேன். ஆனால் அந்த முன்னேற்றம் கூட, நிலம் மற்றும் சிறு தொழில் வளர்ச்சி ஆகிய இரண்டு குறித்தும், மேலும் அதிகமான சிலவற்றையும் வேண்டுகிறது. நம்மிடம் உள்ளது போன்ற சாதனங்கள் மூலம் மக்களுக்கு மிக அதிகமான வாங்கும் சக்தியை அளிக்க வேண்டும் என அது வேண்டுகிறது. தொழில்நுட்ப வளர்ச்சி, மிகவும் தேவை என்றாலும், அது மட்டுமே உதவி செய்யாது.

நமது நிலம் தொடர்பான சட்டம், சில கோட்பாட்டியல் அணுகுமுறைகள் மற்றும் அதே போல் நாம் பெற்றிருந்த தகவல்களை அடிப்படையாகக் கொண்டது. அந்தத் தகவல்கள் முற்றிலும் போதாதவை. இந்தப் பிரச்சினைக்கான எந்த ஒருங்கிணைந்த, செயல்முறை சார்ந்த அணுகுமுறையும் இப்போது முழுக்க முழுக்க விவரங்கள் மற்றும் தகவல்களை அடிப்படையாகக் கொண்டது என்பது தெளிவாகி விட்டது...

நாம் நோக்கமாகக் கொள்ளாத வெளிப்படையான விளைவுகளை உண்டாக்குகின்ற மேலும் நமது சட்டத்தின் மூலம் விளைந்த இரண்டு மாற்றங்களை நிலத்தின் மீது கொண்டு வந்திருப்பதாகத் தோன்றுகிறது. ஒன்று, சில இடங்களில், பழைய குத்தகை வசூல் செய்யும் நில உடைமையாளர், ஒரு

வகையான பண்ணை இயக்குனர் அல்லது ஒரு முதலாளித்துவ விவசாயியாக மாற்றம் பெற்றிருப்பது. திரும்பத்திரும்ப, அவர் சில நேரங்களில் நகரங்களில் வேறு வேலைகளில் ஈடுபடுகிற, விவசாயத்திற்கு வராத விவசாயியாகவே தொடர்ந்து இருக்கிறார். ஆனால், ஒரு சொந்தக்காரர் அல்லது மற்றவரை நிலத்துடன் இணைக்கும் ஏதோ ஒரு ஏற்பாட்டின் மூலம், அதனுடனானப் பிடியைத் தொடர்கிறார். பண்ணைகளில் கூட்டுறவு இயக்கங்கள் என்பது இன்னொரு ஆர்வம் மிக்க வளர்ச்சி. இந்தக் கூட்டுறவு இயக்கங்கள் என்று அழைக்கப்படுபவைக்கும், கூட்டுறவு முறைமைக்கும் எந்தத் தொடர்புமில்லை. அவை, உண்மையில் சில விவசாயிகளின் கூட்டுப் பங்காண்மை (*Partnerships*)களாகும்.

நிலம் குறித்த நமது சரியான குறிக்கோள், உண்மையான சாகுபடியாளரை அதன் உரிமையாளராக ஆக்குவதாக இருக்க வேண்டும் என்று எனக்குத் தோன்றுகிறது. மேலும், குறிப்பிட்ட எண்ணிக்கையுள்ள சாகுபடியாளர்கள், களப்பணி மற்றும் அதைத் தொடர்ந்த நடவடிக்கைகள் என இரண்டிலும் உண்மையான கூட்டுறவு நோக்கங்களுக்காகவும், ஒன்று சேர வேண்டும் என்பதும் சரியான குறிக்கோள். இந்தக் கூட்டுறவு இயக்கங்களின் வடிவம் வேறுபடலாம் மேலும் அவைகள் பற்றி இறுக்கமாக இருக்க வேண்டிய அவசியம் இல்லை. அனைத்து இடைத் தரகர்களை நீக்குவது என்ற முதல் செயல்முறை மேலும் சாகுபடியாளர், உரிமையாளராக ஆவது ஆகியவை, ஓர் உளவியல் அடிப்படையிலான மாற்றத்தை ஏற்படுத்தும் மேலும் சில உறுதியான யதார்த்தமான நன்மைகளையும் பெறும். கூட்டுறவுப் பண்ணை முறையின் இரண்டாவது செயல்முறை, மிகச்சிறந்த முறைகளை மேற்கொள்வதால் ஏற்படும் நன்மை மூலம், பெருமளவு உற்பத்தியைக் கொண்டு வர உதவும்.

1954 செப்டம்பர் 15ஆம் தேதியிட்ட ஒரு கடிதத்திலிருந்து

உண்மையில், முதலில் எழுந்த கேள்வியே நோக்கம் பற்றியது, அதாவது நாம் குறிக்கோளாகக் கொண்டிருந்த சமூக நோக்கம் பற்றியது. அந்தக் குறிக்கோள் ஐந்து ஆண்டுகளில் அல்லது பத்தாண்டுகள் அல்லது அதற்கு மேலுங்கூட எட்டப்பட வாய்ப்பில்லாமல் போகலாம். ஆனால் அது பற்றி நாம்

தெளிவாக இருக்க வேண்டும் ஏனெனில் அதன் பிறகுதான் இந்த வழியில் நாம் தேவையான நடவடிக்கைகளை எடுக்க முடியும். இறுதியில் ஒரு சோசலிசப் பொருளாதாரத்தைப் பெறுவதே நமது நோக்கமாக இருக்கும் என்று நான் அதை எடுத்துக் கொள்கிறேன். அதன் பரந்த பொருளில் அன்றி, எந்தத் தத்துவார்த்தப் பொருளிலும் நான் அந்தச் சொல்லைப் பயன்படுத்தவில்லை. அந்தப் பொருளாதாரம் அதைப் போலவே எந்தத் திட்டமிடலும் உறுதியான இலக்குகளுடன் போதுமான தகவல்களை அடிப்படையாகக் கொண்ட ஓர் ஒருங்கு திரட்டப்பட்ட அணுகுமுறையை வேண்டுகின்றது. குறைந்த பட்சம் முக்கியமான இடங்களில், பல்வேறு விதமானக் கட்டுப்பாடுகளை அது வேண்டுகிறது. நாம் சோவியத் ஒன்றியம் அல்லது சீனாவில் கூட இருப்பதைப் போல் யதேச்சாதிகார வழிகளில் போக முடியாது என்பது தெளிவாகத் தெரிகிறது. ஆகவே, மிக அதிகமான கட்டாயப்படுத்தல் இல்லாமல் ஜனநாயகத் திட்டமிடல் மூலம் எவ்வளவு தூரம் நமது நோக்கத்தைச் சாதிக்க முடியும் என்பதுதான் நமக்கான பிரச்சினை ஆகும். இந்தப் பிரச்சினைக்கு ஒரு யதேச்சாதிகார அணுகுமுறையாலும், ஒரு பெரிய அளவிலான கட்டாயத்தாலும் அடையக் கூடிய பிரமிக்கத்தக்க அந்த விளைவுகளை, இந்த வகைத் திட்டமிடல் அளிக்காமல் போகலாம். அப்படி இருந்தும், ஜனநாயக அணுகுமுறையை, நாம் வளர்த்தெடுத்த சில விழுமியங்கள் மற்றும் தரங்களின் காரணத்தால், தேர்ந்தெடுக்கிறோம். அந்த அணுகுமுறை கூட, நாம் நோக்கமாகக் கொண்ட இலக்கிற்கு நம்மை அழைத்துச் சென்றால் மட்டுமே போதுமானது.

சோவியத் ஒன்றியத்திலும், சீனாவிலும் போல மிகப் பெரிய சரிவிலிருந்தும், பழைய முறைமையின் ஒரு முழுமையான தகர்விலிருந்தும் தான், நாம் அறிந்த யதேச்சாதிகாரத் திட்டமிடலின் முக்கிய எடுத்துக்காட்டுகள் நடக்கத் தொடங்கின என்பதை நாம் நினைவிற்கொள்ள வேண்டும். மேலும் சோவியத் ஒன்றியம் இருபது அல்லது முப்பது ஆண்டுகளாக உலகின் மற்ற பகுதியிலிருந்து பெரும் அளவிற்குத் துண்டிக்கப்பட்டு இருந்தது மேலும் இவ்வாறு தன்னைச் சார்ந்தே இருக்க வேண்டி கட்டாயப்படுத்தப் பட்டது என்ற உண்மையிலிருந்தும் அவை நடந்தன. பாதிப்பில் மிகப் பெரும்

விலையை அவர்கள் தந்தார்கள் ஆனால் அவர்கள் எதை நோக்கமாகக் கொண்டார்களோ அதை சாதித்ததில் வெற்றி பெற்றார்கள். சீனாவிலுங்கூட, உள்நாட்டுப் போரின் பல பத்தாண்டுகள் மற்றும் அது போன்றவைகளுக்குப் பிறகு, நிலைமை மிகச் சிறப்பான ஒன்றாக ஆகியது. இந்தியாவில் நாம் ஒரு வேறுபட்ட நிலைமையைச் சந்திக்க வேண்டும். ஆயினும், அவர்களின் வழிமுறைகளையும், கொள்கைகளையும் ஏற்காமலே, சோவியத் ஒன்றியத்திலும் அதேபோல சீனாவிலும் அடைந்த அளவுக்கு நிறைய பயன் அடைய முடியும்.

மேற்கத்திய தொழில்மயப்படுத்தப்பட்ட நாடுகளுடன் ஒப்பிடுவதை விடவும் சில வகைகளில் சோவியத் ஒன்றியத்துடனும், சீனாவுடனுமான ஒப்பீடு நமக்கு மிகவும் உதவிகரமாக இருக்கிறது. ஒரு தொழில்மயப் படுத்தப்படாத, முன்னேற்றம் அடையாத நாடு என்ற வகையிலும் மேலும் இதுபோன்ற நாடுகளின் பிரச்சினைகள், மேற்கத்திய தொழில்மயப்படுத்தப்பட்ட நாடுகளில் உள்ள பிரச்சினைகளில் இருந்து வேறுபட்டவை என்ற வகையிலும் நாம் சிந்திக்க வேண்டும்.

நீண்ட கால ஓட்டத்தில், எந்த நாட்டிலும், அதிலும் குறிப்பாக இந்தியாவில், அமைதியான ஜனநாயக அணுகுமுறையே மிகச் சிறந்தது என்று நான் ஏற்றுக் கொள்கிறேன். இந்தியாவில், குறுகிய கால ஓட்டத்தில் கூட, இதுதான் மிகச்சிறந்தது என்று நான் சொல்வேன் ஏனெனில், வேறெந்த அணுகுமுறையும், மோதல்களுக்கும் மிகப்பெரிய சச்சரவுகளுக்கும் இட்டுச் செல்லும். இது ஆக்கப்பூர்வமான வேலைக்குக் குறுக்கே வரும். ஆகவே, நமது அணுகுமுறை, இந்த வழிகளில் இருக்க வேண்டும், ஆனால் இலட்சியம் ஒரு சோசலிசப் பொருளாதாரமாகவே இருக்க வேண்டும். இதற்கிடையில், பெருமளவு உற்பத்திக்கும், அத்துடன் பெருமளவு வேலை வாய்ப்புக்கும் பாடுபட வேண்டும். இந்த இரண்டும் ஒன்றாக இணைக்கப்பட வேண்டும். வெளிநாட்டு உதவியை மிக அதிகமாக சார்ந்திருக்க நாம் முடியாது என்பதையும் நாம் நினைவில் கொள்ள வேண்டும்... அந்நிய முதலீடுகள், திட்டத்தின் கட்டமைப்புக்குள் பொருந்தும் அளவில், ஏற்றுக் கொள்ளப்பட முடியும். அவை அளவுக்கதிமான நிதிக்கான கடமைகள் என்று ஆகாது. உண்மையில், இதோடு கூட, அரசியல்

தேசியத் திட்டமிடலும் வளர்ச்சியும் | 245

அம்சமும் உள்ளது. அந்நிய உதவி, அரசியல் சிக்கல்களையும் இறுதியாக பெரும்பாலும் பொருளாதாரக் கட்டுப்பாட்டு நடவடிக்கையையும் கொண்டு வருகிறது. ஆகவே, இந்த முதலீடு முக்கியமாக ஆதாய நோக்கத்தின் அடிப்படையில் இல்லாமல், நமது திட்டத்தின் தேவைகளைப் பூர்த்தி செய்வதாக இருப்பதால், சேமிப்பு மற்றும் முதலீட்டிற்கான நமது ஆற்றல் பற்றிய கேள்வி எழுகிறது.

மிகவும் முக்கியத்துவம் வாய்ந்த ஓர் அம்சம் இருக்கிறது, அது பயிற்சி பெற்ற பணியாளர்களின் போதுமான வரவை நாம் பெறுவது. நாம் மேற்கொள்ள விரும்பும் பல்வேறு விதமான அனைத்து நடவடிக்கைகளுக்கும் பயிற்சி பெற்ற இந்த நபர்களைப் பெறவில்லை எனில், நமது முன்னேற்றம் நின்று விடும். பயிற்சி என்பது, சில சமயங்களில் ஆண்டுக்கணக்கில் என, காலத்தை எடுத்துக் கொள்கிறது. ஆகவே, நாம், நமது திட்டம் வளர்கையில் அவர்கள் தயாராக இருப்பதற்கேற்ப, போதுமான அளவில் நம் மக்களுக்கு பயிற்சி அளிக்க வேண்டும். முன்னரே இதற்கு ஓரளவு கவனத்தை நாம் செலுத்தி இருக்கிறோம், ஆனால் இது போதுமானதாக இல்லை என நான் அஞ்சுகிறேன். நமக்கு இதுபோன்ற நூற்றுக்கணக்கான, ஆயிரக்கணக்கான பயிற்சி பெற்ற ஆட்கள் தேவைப்படுகிறார்கள். நமது தேசியப் பொருளாதாரத்தின் பல்வேறு துறைகளில் தேவையான எண்ணிக்கையை தோராயமாகக் கண்டறிவதற்காக, வெறும் முரட்டடியான ஊகத்தை நாம் செய்ய முடியாது. மற்றப் பிரச்சினைகளைப் போலவே, இந்தப் பிரச்சினையையும் நாம், நிபுணத்துவம் வாய்ந்த புள்ளியியல் கண்ணோட்டத்திலிருந்து அணுக வேண்டும்...

கடந்த மூன்று ஆண்டுகளாக அல்லது அதற்கு மேலாக, திட்டமிடலைப் பற்றி நாம் பேசியும் எழுதியும் வருகிறோம். நாம் திட்ட - உள்ளுணர்வு கொண்டதாய் நாட்டை ஆக்கி இருக்கிறோம். அது ஓர் ஆதாயமே. ஆனால், மத்தியில் அல்லது மாநிலங்களில் உள்ள நம்மில் பலர், திட்டமிடலின் முக்கியத் தேவை பற்றியும், அதற்குத் தேவையான புள்ளியியல் பற்றியும் முழுதும் புரிந்து கொண்டிருக்கிறார்களா என்பதில் சில சமயங்களில் நான் சந்தேகம் கொள்கிறேன். உண்மையில், நமது மற்ற வேலைகளுக்குக் குறுக்கே அது வருவதாக,

திட்ட ஆணையத்தின் மீது சில நேரங்களில் விமர்சனம் வருகிறது. இந்தத் திட்டமிடும் பழக்கத்தை வளர்த்ததுதான், கடந்த சில ஆண்டுகளின் போது, நாம் செய்த மிகப் பெரிய பணிகளுள் ஒன்று என்று நான் கருதுகிறேன். அது பற்றி நாம் ஓரளவு மெதுவாகப் போகிறோம் என சொல்லலாம். இந்த மிகப்பரந்த, பலதிறப்பட்ட நாடான இந்தியாவின் சூழ்நிலையைப் பொறுத்தவரை, எதிர்காலப் பணி பற்றிய ஓரளவுக் கருத்தை நாம் உருவாக்கி இருக்கிறோம் மேலும் அப்பணிக்கான அடித்தளங்களை இட்டிருக்கிறோம் என்று நான் கருதுகிறேன். வேகமாக அடியெடுத்துச் செல்வது இப்போது நம் கையில் உள்ளது. திட்டமிடலின் அவசியத்தை நாம் உணர்ந்து கொண்டால், மேலும் முழு அளவுக்கு அதனுடன் ஒத்துழைத்தால் மட்டுமே அதைச் செய்ய முடியும். திட்டமிடல் என நான் சொல்லும் போது, வெறும் பணி ஏற்பாடுகள், திட்டப்பணிகள் மற்றும் முன்னுரிமைகள் பற்றிய ஒரு பட்டியல் என்ற பொருளில் சொல்லவில்லை மாறாக உண்மையான திட்டமிடல் என்ற பொருளில் சொல்கிறேன்.

1954 டிசம்பர் 24ஆம் தேதியிட்ட ஒரு கடிதத்திலிருந்து

மக்களவை, பொருளாதாரக் கொள்கை தீர்மானத்தை கருத்தில் கொள்கையில், குறிக்கோளாகக் கொள்ள வேண்டிய சமுதாயத்தின் மாதிரி, சோசலிச வடிவில் இருக்க வேண்டும் என்ற திருத்தத்தை பெரும்பாலும் ஒருமனதாகக் கொண்டு வந்து நிறைவேற்றியது என்பதை நீங்கள் பார்த்திருப்பீர்கள். இதற்குப் பொருள், கோட்பாட்டு மாதிரியிலான இறுக்கமான ஏதோ ஒன்றை கடைப்பிடிப்போம் என்பதல்ல, ஆனால், பொதுவாகப் பேசினால், அங்கே சமத்துவத்திற்கான அணுகுமுறை உள்ள, உற்பத்தி சாதனங்களை அரசு சொந்தமாக அல்லது கட்டுப்பாட்டில் வைத்திருக்கும் ஒரு குறிப்பிட்ட வகை சமுதாயத்தை குறிக்கோளாகக் கொண்டிருக்கிறோம் என்று பொருள். அரசு, எல்லாவற்றையும் சொந்தமாக்கிக் கொள்ள வேண்டும் என்று இதற்குப் பொருளல்ல, ஆனால் அது அனைத்து கேந்திரமான பகுதிகளைச் சொந்தமாக அல்லது கட்டுப்பாட்டில் வைத்திருக்க வேண்டும். எப்போதும் பொது மற்றும் தனியார் துறைகள் பற்றிய விவாதம் நடந்து கொண்டிருக்கிறது. அந்த விவாதம், பிரச்சினைக்கு ஓரளவு

வித்தியாசமான அணுகுமுறைகளை வெளிப்படுத்துகிறது. ஆனால் அந்த விவாதமே, உண்மைத் தன்மைகளுக்குத் தொடர்பில்லாமல், யதார்த்தங்களுக்குப் புறம்பாக முனைகிறது. உற்பத்தியைப் பெருக்குவது, வேலையின்மையைக் குறைப்பது மேலும் அதே நேரத்தில், நாம் நோக்கமாகக் கொண்ட அந்த மாதிரியான சமுதாயம் நோக்கி உறுதியாகப் போவது என்ற நடைமுறைக் கண்ணோட்டத்திலிருந்து, இந்த விஷயங்களைக் கருத்தில் கொள்வது நமக்கு மிகச் சிறந்ததாகும். நாட்டில் இப்போது உள்ள நிலைமையை எப்போதும் நாம் கருத்தில் கொள்ள வேண்டும் மேலும் நமக்கு உதவும் ஒவ்வொரு அம்சத்தையும் சாதகமாக எடுத்துக் கொள்ள வேண்டும். தற்போதைய இந்தச் சூழ்நிலையில், தனியார் துறை கணிசமான அளவுக்கு உதவ முடியும் என்பதில் நான் சந்தேகம் கொள்ளவில்லை ஆகவே, நமது திட்டமிடல் மற்றும் பொதுவான கட்டுப்பாட்டின் பரந்த வரையறைகளுக்குள் உதவிட, அது அனுமதிக்கப்படவும், ஊக்கப்படுத்தவும் கூட வேண்டும்.

அடிக்கடி விவாதிக்கப்படும் இந்தப் பிரச்சினையின் இன்னொரு அம்சம், இப்போதுள்ள தொழில்களை தேசியமயப்படுத்துவது பற்றியது. சோசலிஸ்ட் கட்சி, நம் அனைத்து நோய்களையும் போக்கும் அருமருந்து என்பது போல், இதன் மீது மிகப்பெரும் அழுத்தத்தை இடுகின்றது. நமது சொந்தக் கொள்கை, திரும்பத்திரும்ப அறிவிக்கப்படுகிறது. வரையறைக்கு உட்பட்ட செல்வாதாரங்களுடன், இது தேவை எனக் கருதப்படும் வேளையைத் தவிர, தற்போது இருக்கின்ற தொழில்கள் மீது அரசுக் கட்டுப்பாட்டை அடைவதற்கு மட்டுமே நாம் அவற்றைப் பயன்படுத்துவதில் எந்தப் பொருளும் இல்லை. இருக்கின்ற இந்த செல்வாதாரங்களை, மிகவும் தேவைப்படுகின்ற புதிய ஆலைகளில் பயன்படுத்துவது, மிகவும் சிறப்பாக இருக்கும். அந்தப் புதிய ஆலைகள் அரசால் சொந்தமாக்கிக் கொள்ளப்பட முடியும்.

இந்த நாட்டில் அனைத்து வகைகளிலான முயற்சிகளையும், நிறுவனங்களையும் நாம் சாதகமாக ஆக்கிக் கொள்ள நாம் விரும்புகிறோம். முற்றிலும் ஓர் அரசு மாதிரியின் மீது சார்ந்திருக்கக் கூடிய அளவிற்கு நாம் போதுமான அளவிற்கு வளரவில்லை. அத்துடன், பொதுத் துறைக்கும், தனியார்

துறைக்கும் இடையே ஒரு வகையான போட்டி ஏற்படுவதில் சில அனுகூலங்கள் இருக்கின்றன. இது பொதுத்துறையைத் திருப்திகரமான அளவில் வைத்திருக்கும். பொதுத்துறை வளர வேண்டும் மேலும் அது களத்தில் ஆதிக்கம் செலுத்தும் என்பதில் சந்தேகம் இருக்க முடியாது.

மக்களில் பலர், பொதுத்துறையின் விரைவான வளர்ச்சியைக் காண ஆர்வமாக இருக்கின்றனர். சிலர் தனியார் துறையையும், தொழிலையும் முடிவுக்குக் கொண்டு வருவது பற்றி கூட பேசுகின்றனர். ஆனால், எதிர் பாராத அளவுக்கு, இன்று எங்கே பொதுத்துறை இயங்குகிறதோ, அங்கே, சிறு விஷயங்களுக்குக் கூட, நிரந்தரமான விமர்சனம் இருக்கிறது. அன்றொரு நாள், பொதுத்துறையைக் கண்காணிக்க, பாராளுமன்றத்தில் ஒரு சட்டப்பூர்வ குழு வேண்டும் என்ற ஒரு முன்மொழிவு வைக்கப்பட்டது. அந்த முன்மொழிவு உடனே சரியாக நிராகரிக்கப்பட்டது. பொதுத்துறை திறம்பட செயல்பட வேண்டும் என்றால், அதற்கு சுதந்திரமும், தூண்டுதலும் அளிக்கப்பட வேண்டும். இல்லை என்றால், ஒரு துறையின் வேலைமுறையோடு பிணைக்கப்பட்ட தடைகள் மற்றும் தாமதங்களுடன், ஒரு வழக்கமான அரசுத்துறை ஆகிவிடும். இரண்டு வழிகளிலும் ஒருவர் அதைப் பெற முடியாது. இந்தக் காரணத்திற்காகவே, நெடுங்காலத்திற்கு முன்பே, நமது முக்கிய அரசு நிறுவனங்கள், தன்னதிகாரமுள்ள கழகங்கள் என்ற வடிவத்தில், அவர்களின் பணியில் அன்றாடத் தலையீடின்றி, இயங்குவதற்கு நாம் தீர்மானித்தோம்.

1955 செப்டம்பர் 27ஆம் தேதியிட்ட ஒரு கடிதத்திலிருந்து

என்னை மிகவும் கவலையடையச் செய்வது, நமது கல்வித் தரங்களின் வேகமான, தொடர்ந்த சரிவு. எப்படி இந்தத் தரங்கள் வீழ்ச்சி அடைகின்றன என்பது வியப்புக்குரியது. இந்த முறை தொடரும் என்றால், மற்ற வளர்ச்சிப் பாதைகளில் நமது முயற்சிகள் இருப்பினும், நாம் ஒரு மூன்றாம்தர நாடாக ஆகி விடுவோம் என்பதுதான் அதன் எளிய பொருளாகும். நமது பல்கலைக்கழகங்களில் புதிதாக நுழைந்தவர்கள் அத்துடன் நமது பொதுத் தேர்வுகளுக்காக வந்தவர்களில் இந்தச் சரிவு வெளிப்படையாக இருக்கிறது. கடந்த காலத்தில் தங்களின் உயர்ந்த தரங்களுக்காக பெருமை அடைந்த இது போன்ற

பல்கலைக்கழகங்கள் கூட இப்போது தாழ்நிலைக்குப் போய்க் கொண்டிருக்கின்றன. நமது ஆசிரியர்களுள் பலர் எந்த வகையிலும் நன்மதிப்பைத் தூண்டவில்லை. ஆசிரியர்கள் இடையே பெரும்பாலும் ஆராய்ச்சி செய்வது என்பது இல்லாமல் போய்விட்டது. உண்மையில், அவர்களுள் சிலர், ஒரு பதவியை அடைவற்கான தந்திரச் செயலிலும், ஆதரவைத் திரட்டுவதிலும் அல்லது பல்கலைக்கழகங்களில் அரசியலில் ஈடுபடுவதிலும் மிகவும் பரபரப்பாக இருக்கிறார்கள். ஆசிரியர்களே இந்த வழியில் செயல்படும் போது நாம் மாணவர்களை குறை சொல்ல முடியாது.

பெரும்பாலும், பல காரணங்கள் இந்தச் சீரழிவுக்கு இட்டுச் சென்றுள்ளன. பல்கலைக்கழகங்களுக்குச் செல்லும் மாணவர்கள் விரிவுரைகளைப் புரிந்து கொள்கின்ற மற்றும் எந்த மொழியிலும் சரியாக எழுதுகின்ற ஆற்றலும் இல்லாமல் இருப்பது அவைகளுள் ஒன்றாகத் தோன்றுகிறது. ஆங்கிலத்திலிருந்து இந்திக்கும் அல்லது வேறு எந்த இந்திய மொழிக்கும் மாறுவது என்பது, குறைந்த பட்சம் தற்சமயம், ஒவ்வொரு மொழியையும் அறியாமையில் முடிகின்றது. எழுதப்படுகின்ற ஆங்கிலத்தின் பாணி, வருந்தத் தக்கதாக இருக்கிறது. எந்த வகையிலும் அது ஆங்கிலமே அல்ல. பெரும்பாலும் இந்தி பேசும் மாநிலங்களில் தவிர வேறெங்கும் இந்தி போதுமான அளவு அறியப்படவில்லை.

இந்த அனைத்திற்குமான முடிவு, வெறும் ஓர் அரைகுறை அறிவுடனான ஒன்றுமறியாத ஒரு தலைமுறை என்பது நிச்சயம். இலக்கியம் மற்றும் கலாசார அம்சங்களுக்கு முற்றிலும் அப்பால், நமது முன்னேற்றத்திற்கான முக்கியமான பாடங்களில் பலவற்றைப் பொறுத்தவரை, தகுதியான மனிதர்களை நாம் கண்டறிய இயலாது என்பது தெளிவாகிறது. நம் அய்ந்தாண்டுத் திட்டத்தில், பயிற்சி பெற்ற பணியாளர்கள் இல்லாமல் போகின்ற நிலையே முழுமுதல் இடர்ப்பாடு. சில சிறப்பான பாடங்களில், அவர்களுக்கு நாம் கொஞ்சம் துவக்க நிலையிலான பயிற்சியை அளிக்கலாம் ஆனால் எந்த உயர்நிலைப் பயிற்சிக்கும், ஏதேனும் ஒரு மேனாட்டு மொழியில் ஒரு நல்ல அறிவு என்பது அவசியமாகிறது. அறிவியல், தொழில் நுட்பம், பொறியியல், பொருளாதாரம், மருத்துவம், பாதுகாப்பு மற்றும் பல்வேறு பாடங்களுக்கான போதுமான நூல்களை,

நம் இந்திய மொழிகளில் நாம் பெறவில்லை. உண்மையில், இந்த நூல்களைத் தயாரிக்க நாம் முயல வேண்டும் ஆனால் நூல்கள் வேண்டுவதற்கேற்ப எளிதில் தயாரிக்கப்பட முடியாது மேலும் மொழிபெயர்ப்பு திருப்திகரமாக இருக்கும் என்பது அரிது. எப்படியாயினும், நூற்றுக்கணக்கான, ஆயிரக்கணக்கான தொழில் நுட்ப நூல்களை மொழிபெயர்க்க முடியும் என்பது இயலாத ஒன்று. அறிவியல் பணியை, ஒன்றுக்கு மேற்பட்ட மேனாட்டு மொழியை அறியாமல், யாரும் முறையாக செய்ய முடியாது. இது மற்ற பல்வேறு பாடங்களுக்கு கூடப் பொருந்தும். சாதாரணமாக, உண்மையில், அய்ரோப்பாவில் ஒரு கற்றறிந்த நபர், இரண்டு அல்லது மூன்று மொழிகளை மிக நன்றாக அறிந்தவராகக் கருதப்படுவதோடு மேலும் சிலவற்றைப் படிக்கவும் கூடியவராக இருக்கிறார்...

நமது பல்கலைக்கழகங்களின் நிர்வாகம் கூட கணிசமான அளவுக்கு பலவீனமாகி விட்டது என்ற துரதிர்ஷ்டவசமான உண்மையை, நான் இங்கு குறிப்பிடவில்லை. மோதல்கள், ஆர்ப்பாட்டங்கள் மற்றும் ஆசிரியர்கள், மாணவர்கள் என இரு சாராருக்கும் இடையேயான அரசியல் சண்டைகள் ஆகியவற்றுக்கு எப்போதும் எதிராகவே நாம் இருக்கிறோம். இது பெரிதும் ஆசிரியர்கள் மற்றும் நிர்வாகத்தினரின் கீழான தரங்களின் காரணமாகவே என்று நான் கருதுகிறேன். ஆசிரியர் தானே மாணவனை உருவாக்குகிறார். என்னைக் கவலையுடன் ஆழ்த்துகின்ற இன்னொரு சாத்தியமும் இருக்கிறது. நம் கற்பிக்கும் முறையில் வந்துள்ள இந்தப் புதிய வளர்ச்சிப் போக்குகள், இந்தியாவில் ஒற்றுமையின் பந்தத்தைக் குறைக்கவும், ஒவ்வொரு மொழி அடிப்படையிலான பகுதியையும், மற்றொன்றிலிருந்து பிரிக்கவும் வாய்ப்பு உள்ளது. அதுதான் அக்கறையுடன் கருத்தில் கொள்ள வேண்டிய ஒன்று.

1956 அக்டோபர் 14ஆம் தேதியிட்ட ஒரு கடிதத்திலிருந்து

சோசலிசத்தை துல்லியமாக வரையறுப்பது எளிதான விஷயமல்ல, ஏனெனில், சோசலிஸ்டுகளே தங்களின் வரையறுப்புகளில் வேறுபடுகிறார்கள். இந்தக் கடிதத்தில், ஓரளவு சிக்கலான இந்தப் பிரச்சினைக்குள் நுழைய நான் முடிவு செய்யவில்லை, ஆனால் நாம் கருத்தில் கொள்ள வேண்டிய சில விரிவான கருத்துக்களைச் சுட்டிக்காட்ட நான் விரும்புகிறேன். சோசலிசம்

என்பது, சமத்துவ சமுதாயம், அதாவது அனைவருக்கும் சமத்துவம் என்றும் அதைவிட வேறொன்றும் இல்லை என சில பேர் நினைக்கிறார்கள். சோசலிசம், உறுதியாக, வேறுபாடுகளை நீக்கவும், அனைவருக்கும் சம வாய்ப்புகளைத் தரவும் முயல்கிறது. ஆனால் சோசலிசம் இதைவிட மிகவும் மேலானது. நவீன முதலாளித்துவத்தில் தொழில் புரட்சி சேர்ந்து வந்த பிறகுதான் இந்தச் சொல்லே பயன்பாட்டுக்கு வந்தது. உண்மையில், முதலாளித்துவத்தைப் போலவே, முதல்முறையாக, சமூகத்தின் உற்பத்திக் கருவியை விரைவாக அதிகப்படுத்தியும், அதனால் இருந்த செல்வத்தை பெருமளவில் பெருக்கவும் செய்த தொழில் புரட்சியின் ஒரு குழந்தையாக இது இருந்தது. மனிதகுல வரலாற்றில் முதன் முறையாக, அனைவரின் நல்வாழ்வுக்கான ஒரு நடவடிக்கையின் நம்பிக்கையாக, கருத்திற்கொள்ள வந்தது. பல்வேறு கோட்பாடுகள், அதை எவ்வாறு அடைவது என்பதற்காக முன்வைக்கப்பட்டன. மார்க்ஸ், முதலாளித்துவத்தின் துவக்க நாட்களை, குறிப்பிடத்தக்க நுண்ணோக்குடன் ஆய்வு செய்தார். அங்கே கொஞ்சம் கொஞ்சமாக சிலரது கைகளில் எப்போதும் செல்வக் குவிப்பும் மற்றும் பெரும் எண்ணிக்கையிலான மக்களுக்கு எப்போதும் துயரமும் இருக்கும் என்று வருவதுரைத்தார். கம்யூனிச யுகத்தில், முன்னே வரும் புரட்சியில் இது முடிவடையும். முலாளித்துவத்தில் நெருக்கடி வரும் ஒவ்வொரு காலத்திலும் இறுதியில் இந்தப் புரட்சி நடைபெறும் என்று அவர் எதிர் பார்த்தார்.

பல வழிகளில், அவருடைய ஆய்வில் மார்க்ஸ், சரியென நிரூபிக்கப் பட்டிருக்கிறார் ஆனால் மற்ற சில வழிகளில், அவர் தவறெனவும் நிரூபிக்கப் பட்டிருக்கிறார். முதலாளித்துவம் நீடிக்கிறது, செழிப்படையச் செய்கிறது மேலும் மேற்கத்திய தொழில்மயப் படுத்தப்பட்ட சமூகங்களுக்கு இன்னும் உயர்வான தரங்களை விளைவாகத் தருகிறது. ஆனால் முதலாளித்துவத்தின் புதிய நிலை, பழைய நிலையிலிருந்து குறிப்பிடத்தக்க வகையில் வேறுபட்டிருந்தாலும், பெரும் ஏகபோகங்களை நோக்கிப் போய்க் கொண்டிருக்கிறது என்பதைப் பொறுத்தவரை, அது மார்க்ஸிய பகுப்பாய்வை உறுதிப்படுத்துகிறது. மிகவும் தொழில்மயப் படுத்தப்பட்ட நாடுகளில், ஒரு சில பெரிய கூட்டு நிறுவனங்கள் வளர்ச்சி

அடைந்துள்ளன மேலும் அபரிமிதமான அதிகாரத்தைப் பிரயோகிக்கின்றன. தனியார் நிறுவனங்களுக்கு சாதகமான முக்கியமான வாதமே, அது பெரிய அளவிலான போட்டியை ஊக்கப்படுத்தியது என்பதாக இருந்தது. இந்த ஏகபோகங்களின் வளர்ச்சியால், போட்டிக்கான களம் மேலும் மேலும் குறைவாக ஆகிவிட்டது. பழைய போட்டிமிகுந்த பொருளாதாரத்தின், சுய - ஒழுங்கு படுத்தும் பண்பு, செயல் இழந்து விட்டது.

ஏகபோக முதலாளித்துவத்தின் இந்த வளர்ச்சி இருப்பினும், ஒரு குறிப்பிட்ட அளவுக்கு, முதலாளித்துவம், மார்க்ஸுக்கு முன்பு இல்லாத இரு வளர்ச்சிப் போக்குகளால் கட்டுப்பாட்டிற்குள் வைக்கப் பட்டிருக்கிறது. ஒன்று, வயது வந்தோர் வாக்குரிமைக்கு இட்டுச் செல்லும் ஜனநாயக அரசின் வளர்ச்சி, மற்றொன்று தொழில்மயப் படுத்தப்பட்ட நாடுகளில் வலிமை வாய்ந்த தொழிற்சங்கங்களின் வளர்ச்சி ஆகும். இவை இரண்டும், சராசரி மனிதனின் தரங்களை உயர்த்துவதிலும், முதலாளித்துவத்தின் கொள்ளையடிக்கும் பண்பை தடுத்து நிறுத்துவதிலும் உதவி செய்தன. இவ்வாறு, முதலாளித்துவம், ஒரு கணிசமான மாற்றத்திற்கு உட்பட்டிருக்கிற போது, சோசலிசத்தின் கருத்துருவாக்கமும், புதிய சூழ்நிலைகளுக்குத் தன்னை தகவமைத்துக் கொள்ள வேண்டும். தனியார் ஏகபோகங்கள் தொடர்ந்து நீடிக்கின்ற வரை, சமூகத்தின் எந்த சோசலிசக் கட்டமைப்பும் வளர்வதற்கு சாத்தியமில்லை. ஆகவே, முக்கியமான உற்பத்தி சாதனங்களைக் கட்டுப்படுத்துவதும், இந்த ஏகபோகங்கள் வளர்ச்சி பெறுவதிலிருந்து தடுப்பதும், சமூகத்திற்கு அவசியமாகிறது. அவ்வாறு இருந்த போதிலும், தொடர்ந்து வரும் தொழில்நுட்ப வளர்ச்சியால் உதவி செய்யப்படும் முதலாளித்துவத்தின் அடிப்படைப் பண்பே, இந்த ஏகபோகங்களை வளர்ப்பதுதான்.

தொழில்நுட்ப வளர்ச்சியின் அசுர வேகமும், இறுதியில் அணுசக்தியில் வந்து முடிந்துள்ள சக்தியின் புதுப்புது ஆதாரங்களின் வெளிப்பாடும் மனதில் கொள்ள வேண்டிய மற்றொரு அம்சம் ஆகும். இதற்கு முன்னால் பெரும் தாக்கத்தைப் பிரயோகிப்பதும், அத்துடன் உண்மையில் மேலும் மேலும் மிகப்பெரிதாய் வளர்வதும் ஏகபோக முதலாளித்துவத்திற்கு மிக மோசமான ஒன்றாக இருக்கும் போது, சக்தியின் இந்தப் புதிய

ஆதாரம் அதனால் கட்டுப்படுத்தப் படுவதற்கான வாய்ப்பு, மோசமான ஆபத்துகளைக் கொண்டு வருகிறது.

உயர்ந்த தொழில்மயப் படுத்தப்பட்ட நாடுகளில் கூட, முதலாளித்துவம், கணிசமான அளவுக்கு மாறும்போது, ஒட்டுமொத்தமாக, எதிர் காலத்தில் சமூகத்திற்கு ஆபத்து உண்டாக்கும் அளவுக்கு சமீபத்திய தொழில்நுட்பத்தை, தன் வலிமையை அதிகரிப்பதற்காகப் பயன்படுத்தும் ஏகபோக நிலையை அடைந்திருக்கிறது என்பதுதான் இது அனைத்தின் விளைவாக இருக்கிறது. இந்தியாவில், நிலைமை அந்த அளவுக்கு வளர்ச்சி அடையவில்லை மேலும் வித்தியாசமாக இருக்கிறது. இந்த ஆபத்துகளுக்கும், முடக்கங்களுக்கும் இட்டுச் செல்லும் ஒரு பாதையை நாம் பின்பற்றுவது மூடச்செயலாகும்.

இந்த அடிப்படை அம்சத்தை கருத்தில் வைக்க முயற்சிக்கையிலும், இப்பவும் கேந்திர முக்கியத்துவம் இல்லாத நடுநிலைக் களங்களில் தனியார் நிறுவனங்கள் வளர்வதை அனுமதிப்பதிலும் ஓர் அறிவார்ந்த வழியை நாம் மேற்கொண்டு இருக்கிறோம். கொஞ்சம் கொஞ்சமாக, பொதுத்துறை முழுமையாகவும், ஒப்பீட்டளவில் பெரிதாகவும் என இரு வகையிலும் வளரும், மேலும் நாட்டின் ஒட்டுமொத்தப் பொருளாதாரமும், அதனால் கட்டுப்படுத்தப்படும். இந்தியாவில் நாம் என்ன செய்திருக்கிறோம் என்பதை, ஆசியாவில் மற்ற பல நாடுகளில், மிகவும் குறிப்பாக மேற்கு ஆசியாவில், என்ன நடந்து கொண்டிருக்கிறது என்பதோடு ஒப்பிடுவது சுவாரசியமானது. உதவியாகவும், எண்ணெய் உற்பத்தியிலிருந்து வந்த இலாபமாகவும், மிகப்பெரிய அளவுக்கான பணம் இந்த நாடுகளுக்குக் கொடுக்கப் பட்டிருக்கிறது. இந்தத் தொகை, சில வளர்ச்சிகளுக்கும், இலேசான வகைத் தொழில்களின் வளர்ச்சிக்கும் மேலும் நுகர்வோர் பொருள்களின் அதிகப்படியான நுகர்ச்சிக்கும் செலவிடப் பட்டிருக்கிறது. மக்களின் பொதுவான படிநிலையில் அங்கே அடிப்படையான மாற்றம் ஏதும் இல்லை. எந்தவொரு எதிர்கால முன்னேற்றத்திற்கும் ஓர் அடிக்கல் கூட இடப்படவும் இல்லை. விளைவாக, இந்த பெரும் தொகை பெரிய அளவில் வீணடிக்கப்பட்டிருக்கிறது. இதிலிருந்து நாம் கற்றுக்கொள்ள வேண்டும்.

1957 ஆகஸ்ட் 1ஆம் தேதியிட்ட ஒரு கடிதத்திலிருந்து

நமது திட்டமிடலின் அடிப்படைக் கொள்கையே வேளாண் உற்பத்தி என்று நான் திரும்பவும் சொல்வேன். தொழில் வளர்ச்சிக்கான உபரிப்பொருள்களை, வேளாண்மையிலிருந்து அவைகள் வந்தால் ஒழிய, நாம் எப்போதும் பெற முடியாது. மறுபக்கம், நமது உணவு உற்பத்தியில் நாம் பற்றாக்குறைகளை அடைந்தால், நமக்கு வலிமை சேர்க்க வேண்டிய உபரிக்குப் பதிலாக, நாம் பெற்றிருக்கும் வலிமை கூட தேய்கின்ற நிலையை அடைவோம். இந்தப் பிரச்சினை எவ்வளவு முக்கியமானது என்று இப்போது உணரப்படுகிறது என நான் கருதுகிறேன். ஆனால் போதுமான அளவு உணரப்படவில்லை என்ற உணர்வு இன்னும் எனக்கு இருக்கிறது. இரண்டாவது அய்ந்தாண்டுத் திட்டத்திற்கான நமது உணவு உற்பத்தியின் இலக்கை மிகுந்த சிரமத்துடன் நாம் உயர்த்தினோம்...

உணவு உற்பத்திக்கு அடுத்தாற்போல், இது போலவே உணவு தானியங்களின் விலை பற்றிய பிரச்சினை மிகவும் இன்றியமையாததாகிறது. உண்மையில் இவை இரண்டும் நெருக்கமாக பிணைக்கப் பட்டிருக்கின்றன. உணவு தானியங்களின் விலைகள் ஏறினால், பிறகு நமது திட்டமிடலின் ஒட்டுமொத்தக் கட்டமைப்பும் மீட்கமுடியாதபடி பாதிக்கப்படும். அதற்குப் பொருள், ஏழை விவசாயியை நாம் பாதிப்படையச் செய்ய வேண்டும் என்பதல்ல. அவருக்கு நாம் ஒரு நியாயமான விலையைத் தர வேண்டும் என்று அதற்குப் பொருள், வேறொன்றுமில்லை மேலும் இடைத்தரகர்கள் இலாபமீட்டுவதற்கு நாம் முற்றுப்புள்ளி வைக்க வேண்டும். உணவு தானியங்களின் விலையை எப்படி நாம் ஓர் ஏற்கத்தக்க மட்டத்தில் வைக்க முடியும்? எல்லா காலமும், ஒரு பெரிய அளவிலான உணவு தானிய இருப்பு இருக்குமாறு செய்வதுதான் ஒரே நடைமுறையாக இருக்கும் எனத் தோன்றுகிறது, மேலும் இயற்கைப் பேரழிவு, பெருவெள்ளம், கடும்பஞ்சம் போன்றவற்றைச் சந்திக்கத் தயாராக இருக்கவும் இதுவே சரியென்று தோன்றுகிறது. அதுதான் நமது நீண்ட காலக் குறிக்கோளாக இருக்கிறது. ஆனால் அதை அடைவதற்கு நாம் தவறி விட்டோம். வெளிச்சந்தையில் உணவு தானியங்களை அரசு வாங்க வேண்டியிருந்தால், பெரும் அளவு உணவு தானிய இருப்பை பராமரிப்பது என்பது இயலாது. வெளிச்சந்தைக்குள்

அரசு போகும் அந்தக் கணத்திலேயே, விலைகள் எகிறி விடும். ஆகவே அரசுக்கான வேறு ஒரே நடவடிக்கை, கட்டாயமாக, நிலையான மற்றும் ஏற்கத்தக்க விலைகளில் உணவுதானியக் கொள்முதல் நடக்கச் செய்வது மட்டுமே...

உணவு உற்பத்தியில் ஆனாலும் அல்லது வேறு பல விஷயங்களில் ஆனாலும், நீங்கள் அறிந்தது போல, சமூக வளர்ச்சித் திட்டத்திற்கு நாம் அதிக முக்கியத்துவம் தருவதில் ஈடுபாடு காட்டுகிறோம். அதிக உற்பத்தி என்பதை விட அந்தத் திட்டம், அதிகமான ஒன்றை உள்ளடக்குகிறது. அது ஒரு குறிப்பிட்ட தத்துவத்தின் வெளிப்பாடு. அது, நமது மக்கள் மீதும், வாய்ப்பு தரப்பட்டால், சிறப்பாகச் செய்யும் அவர்கள் திறமையின் மீதுமான நம்பிக்கையைச் சார்ந்தது. நமது மக்கள், அதாவது, இறுதியாக நமது பரந்த கிராம மக்கள் தொகுதி, சிறப்பாக செய்ய முடியவில்லை என்றால், பிறகு நமது அனைத்து திட்டமிடலும் வீணாகப் போய்விடும். ஜனநாயகத்தின் பொருள், மக்களிடம் நம்பிக்கை அதோடு சேர்த்து, சந்தேகமின்றி, மற்றும் பல விஷயங்கள். சமூக வளர்ச்சி திட்டம் என்பது தற்சார்பை, சுயமரியாதையை மற்றும் கூட்டுறவை மக்களிடையே வளர்ப்பதுதான். அது அதிகமாக விமர்சிக்கப்படுகிறது, மேலும் அந்த விமர்சனங்கள் பெரும்பாலும் உண்மையாக இருக்கின்றன. ஆயினும் அது இந்தியாவில் நாம் செய்து கொண்டிருக்கும் மிகமிகப் பெரிய விஷயம் அதோடு நம் எதிர் காலத்திற்கான மிகமிகப் பெரிய நம்பிக்கை. அந்த நம்பிக்கை, வெறும் பொருள்வகை முன்னேற்றங்கள் சிலவற்றில் மட்டும் காணப்படுவது இல்லை, மாறாக, மக்களை உருவாக்குவதில் இருக்கிறது, பிறகு அவர்கள், தாங்களே முன்னேற்றிக் கொள்ளும் திறமையுடன் வருவார்கள்.

கூட்டுறவுக்கான இந்த அடிப்படை தத்துவம்தான், ஒட்டுமொத்த சமூக வளர்ச்சி இயக்கத்தின் பின்னால் இருக்கிறது. இந்த இயக்கம், அது வளரும் போது, அந்தப் பகுதியில், அரசுக் கட்டமைப்பையே மாற்றும் வகையில் அனைத்து நடவடிக்கைகளையும் பெரும்பாலும் சேர்த்து விடும். கிராமப் பஞ்சாயத்திலும் - கிராம வாழ்க்கையின் இரண்டாம் நிலையில் உள்ள நிர்வாகம் மற்றும் பொருளாதார ரீதியான - கிராமக் கூட்டுறவை அடிப்படையாகக் கொண்ட சமூக வளர்ச்சி இயக்கத்தையே நாம் எப்போதும் சிந்தித்துப் பார்க்கிறோம்.

ஆயினும், நாம் பெற வேண்டிய கூட்டுறவு இயக்கத்தின் வகை பற்றி குழப்பம் இருக்கிறது என்று நான் கண்டறிகிறேன். ஒரு கூட்டுறவு அமைப்பு என்பது அதிகாரப்பூர்வமற்ற அமைப்பாக இருக்க வேண்டும் என்பது எப்போதும் என் சொந்தக் கருத்து. அது மக்களின் திறமையை வளர்க்க வேண்டும். தங்களைச் சார்ந்து நிற்பதற்கு அவர்களுக்குக் கற்பிக்க வேண்டும். மேலும் ஒரு கூட்டுறவு அமைப்பு என்பது ஒரு வகையான மிகப்பெரிய குடும்பமாக இருக்க வேண்டும், அதாவது கூட்டுறவு அமைப்பின் உறுப்பினர் இடையே நெருக்கமான உறவுகள் இருக்க வேண்டும் என்பதும் எனது கருத்து. அது மிகவும் பெரியதாக இருந்தால், நெருக்கம் என்பது இல்லாது போய்விடும். அதிகாரப்பூர்வமானதாக அது ஆக்கப்பட்டால், பிறகு தற்சார்பு மற்றும் சுயவளர்ச்சியின் கூறு இல்லாமல் போய்விடும். ஒரு கூட்டுறவு அமைப்பு என்பது, வெறும் கடன் தரும் ஒரு நிறுவனமோ அல்லது ஒரு வங்கியோ அல்ல. தன் வாழ்வாதாரத்தை அதன் உறுப்பினர்களிடமிருந்து பெற்றுக்கொண்டு, அவர்களுக்கு சிலவற்றைத் திரும்பத் தருகின்ற, வாழ்வையும், ஆன்மாவையும் அதனுள் கொண்ட ஒன்றாக அது இருக்கிறது, இருக்க வேண்டும். இது தான் தத்துவார்த்த அணுகுமுறை என்பது.

1958 ஜூலை 13ஆம் தேதியிட்ட ஒரு கடிதத்திலிருந்து

பழைய நாகரிகங்கள், அவை கொண்டிருந்த பல விழுமியங்களோடும், போதாது என வெளிப்படையாகவே நிரூபித்தன. புதிய மேற்கத்திய நாகரிகமும், அதன் அனைத்து வெற்றிகளுடனும், சாதனைகளுடனும் மேலும் அதன் அணுகுண்டுகளுடனும் கூட, போதாது என்றே தோன்றுகிறது, ஆகவே, நமது நாகரிகத்தில் ஏதோ ஒரு தவறு இருக்கிறது என்ற உணர்வு வளர்கிறது. உண்மையில், முக்கியமாக நமது பிரச்சினைகள், நாகரிகத்தின் பிரச்சினைகளாக இருக்கின்றன. மதம் ஒரு குறிப்பிட்ட ஒழுக்கம் மற்றும் ஆன்மிக அடிப்படையிலான கட்டுப்பாட்டை அளித்தது; அது மேலும் மூடநம்பிக்கையையும், அதன் சமூகப் பயன்பாடுகளையும் நீடித்திருப்பதற்கான முயற்சியையும் கூட செய்தது. உண்மையில், அந்த மூட நம்பிக்கைகளும், சமூகப் பயன்பாடுகளும் உண்மையான மத உணர்வைச்

சிக்கவைக்கவும், மூழ்கடிக்கவும் செய்தன. ஏமாற்றம் தொடர்ந்தது. இந்த ஏமாற்றத்தின் விளைவாகக் கம்யூனிசம் வந்து, ஒரு வகையான நம்பிக்கையையும், ஒரு வகையான கட்டுப்பாட்டையும் அளிக்கிறது. ஒரு குறிப்பிட்ட அளவு வெற்றிடத்தை அது நிரப்புகிறது. சிறிதளவில், மனிதனின் வாழ்வுக்கு திருப்தியை அளிப்பதன் மூலம் அது வெற்றி பெறுகிறது. ஆனால் அதன் வெளிப்படையான வெற்றி இருப்பினும், ஓரளவு அதன் இறுக்கமான தன்மையால், அது தோற்கிறது, ஆனால், இன்னும் அதிகமாக, மானிட குணத்தின் சில முக்கியமான தேவைகளை அது புறக்கணித்ததால், தோற்றது. முதலாளித்துவ சமூகத்தின் முரண்பாடுகளைப் பற்றி கம்யூனிசத்தில் பெரும் பேச்சு இருக்கிறது. அந்த ஆய்வில் உண்மையும் இருக்கிறது. ஆனால், கம்யூனிசத்தின் இறுக்கமான சட்டகத்திற்குள்ளேயே, முரண்பாடுகள் வளர்வதை நாம் காண்கிறோம். அது, தனிமனித சுதந்திரத்தை நசுக்குவது கடுமையான எதிர்வினைகளைக் கொண்டு வருகிறது. வாழ்வின் ஒழுக்கம் மற்றும் ஆன்மிக நெறி மீதான அதன் அவமதிப்பு, மனிதனிடம் அடிப்படையாக இருக்க வேண்டியவற்றைப் புறக்கணிக்கிறது என்பது மட்டுமின்றி, மானிடப் பண்பிலிருந்து தரங்களையும், விழுமியங்களையும் பறிக்கவும் செய்கிறது. வன்முறையுடனான அதன் ஒருங்கிணைப்பு மனிதர்களிடம், குறிப்பிட்ட ஒரு தீய மனப்போக்கை ஊக்குவிக்கிறது.

சோவியத் ஒன்றியத்தின் சாதனைகள் பலவற்றிற்காக, நான் மிகப்பெரிய அளவில் பாராட்டுகிறேன். இந்த மகத்தான சாதனைகளுள், குழந்தைக்கும், சாதாரண மனிதனுக்கும் கொடுத்திருக்கும் மதிப்பும் ஒன்று. அங்கே இருக்கும் கல்வி மற்றும் சுகாதார முறைமைகள் பெரும்பாலும் உலகிலேயே மிகச்சிறந்தவை. ஆனால், தனிமனித சுதந்திரத்தின் மீதான அடக்குமுறை அங்கே இருப்பதாக, சரியாகவே சொல்லப்படுகிறது. இருப்பினும், அதன் அனைத்து வகையான வடிவங்களிலும் கல்வி வளர்ச்சியே, ஒரு பிரம்மாண்டமான விடுதலை சக்தியாக, இறுதியில் இந்த தனிமனித சுதந்திரத்தின் அடக்குமுறையைச் சகித்துக் கொள்ளாது. மீண்டும் இது இன்னொரு முரண்பாடு. துரதிர்ஷ்டவசமாக, கம்யூனிசம் வன்முறைக்கான தேவையுடன் மிக நெருக்கமாக ஒருங்கிணைக்கப் பட்டுவிட்டது மேலும் இவ்விதமாக, உலகின்

முன் வைக்கப்பட்ட இந்த இலட்சியம் கறைபடிந்த ஒன்றாக ஆனது. வழிகள் இலக்குகளைச் சிதைக்கின்றன. தவறான வழிகள் மற்றும் வழிமுறைகளின் வலிமை வாய்ந்த தாக்கத்தை நாம் இங்கே பார்க்கிறோம்.

கம்யூனிசம், வன்முறை மீதும், வகுப்பு மோதல் மீதும் தன் அடிப்படையைக் கொண்டிருப்பதாக, சமூகத்தின் முதலாளித்துவக் கட்டமைப்பைக் குற்றம் சொல்கிறது. அந்த முதலாளித்துவக் கட்டமைப்பும், ஜனநாயகம் மற்றும் வேறு சக்திகளால் மாற்றத்திற்கு உள்ளாகி இருக்கிறது மேலும் தொடர்ந்து உள்ளாகிக் கொண்டிருக்கிறது என்றாலும், இது அடிப்படையில் சரியாக இருக்கிறது என்று நான் கருதுகிறேன். இன்னும் வகுப்புப் போராட்டங்களும், சமத்துவமின்மையும் இருந்து கொண்டுள்ளன என்பது வெளிப்படையான உண்மை. எப்படி இதை நீக்குவது என்பதும் அனைவருக்கும் சமமான வாய்ப்புகளுடன் ஒரு வகுப்பு பேதமற்ற சமூகத்தைப் பெறுவது என்பதும் தான் பிரச்சினை. வன்முறை வழிமுறைகளால் இதை அடையமுடியுமா, அல்லது அமைதியான வழிமுறைகளால் இந்த மாற்றங்களைக் கொண்டு வருவதைச் சாத்தியமாக்க முடியுமா? கம்யூனிசம், வன்முறை என்னும் அணுகுமுறையோடு தன்னை உறுதியாக ஒருங்கிணைத்துக் கொண்டுள்ளது. சாதாரணமாக அது உடல் ரீதியான வன்முறையில் ஈடுபடாவிட்டாலும், அதன் மொழி வன்முறையாக இருக்கிறது, அதன் சிந்தனை வன்முறையாக இருக்கிறது மேலும் தொடர்ந்து வற்புறுத்துவதன் மூலமோ, அல்லது அமைதியான ஜனநாயக முறையிலான அழுத்தங்களாலோ மாற்றத்தைத் தேடாமல், பலவந்தப் படுத்தல் மூலமாக அல்லது உண்மையில் அழிவு மற்றும் ஆட்களை அடியோடு அழித்தொழித்தல் ஆகியவற்றின் வெறுக்கத்தக்க வடிவங்கள் மூலமாக மாற்றத்தை தேடுகின்றது. அதே நேரத்தில், அதற்கு ஏற்கத்தக்க இலட்சியம் ஏதுமில்லை...

சோசலிசம், உண்மையில், வேண்டுமென்றே சாதாரண நடைமுறைகளுடன், தலையிட விரும்புகிறது. இவ்வாறு உற்பத்தி சக்திகளை அதிகரிப்பது மட்டுமின்றி, சமத்துவமின்மைகளைக் குறைக்கவும் செய்கிறது. ஆனால் சோசலிசம் என்றால் என்ன? ஒரு துல்லியமான விடையைக் கொடுப்பது கடினமாகும். அதற்கு எண்ணற்ற விளக்கங்கள் இருக்கின்றன. மக்கள் சிலர், சோசலிசம் நன்மையைச் செய்யக்கூடிய, சமத்துவத்தை

நோக்கமாகக் கொண்ட ஒன்று எனப் பெரும்பாலும் மேலோட்டமாகக் கருதுகிறார்கள். அது நமக்கு வெற்றியைத் தராது. இரண்டிற்குமான பரந்த இடைவெளி, சோசலிசத்தின் கருத்துக்கள் பலவும், கொஞ்சம் கொஞ்சமாக, முதலாளித்துவக் கட்டமைப்புடனேயே ஒருங்கிணைக்கப்படுவதால், குறையத் துவங்கி உள்ளது என்பது உண்மை என்று நான் கருதினாலும், சோசலிசம் என்பது, முதலாளித்துவத்தின் அணுகுமுறையிலிருந்து, அடிப்படையில் வேறுபட்ட ஓர் அணுகுமுறை ஆகும். இறுதியாக, சோசலிசம் என்பது வாழ்க்கை நெறி மட்டுமின்றி, சமூகம் மற்றும் பொருளாதாரப் பிரச்சினைகளுக்கான ஒரு குறிப்பிட்ட அறிவியல் அணுகுமுறையும் ஆகும். ஒரு பின்தங்கிய மற்றும் வளர்ச்சி அடையாத நாட்டில் சோசலிசம் அறிமுகப்படுத்தப்பட்டால், அதை உடனடியாக மேலும் பின்தங்கிய நாடாக ஆக்கி விடாது. உண்மையில், பிறகு நாம் ஒரு பின் தங்கிய வறுமையில் வாடும் சோசலிசத்தையே அடைவோம்.

துரதிர்ஷ்டவசமாக, கம்யூனிசத்தின் அரசியல் அம்சங்களுள் பல, சோசலிசம் பற்றிய நமது பார்வையைச் சிதைப்பதற்கு முயல்கின்றன. அதோடு, கம்யூனிசத்தால் வளர்க்கப்பட்ட போராட்ட உத்தி, வன்முறைக்கு ஒரு முக்கியப் பங்கினை அளித்துள்ளது. ஆகவே, சோசலிசம், இந்த அரசியல் கூறுகள் அல்லது வன்முறை தவிர்க்க இயலாமை ஆகியவற்றுக்கு அப்பால், எண்ணிப் பார்க்கப்பட வேண்டும். ஒரு சமூகத்தில் சமூக, அரசியல் மற்றும் அறிவுசார் வாழ்க்கையின் பொதுப் பண்புகள், அதன் ஆக்கப்பூர்வமான வளங்களால் நிர்வகிக்கப் படுகின்றன என அது நமக்குச் சொல்கிறது. அந்த ஆக்கப்பூர்வமான வளங்கள் மாறுவதாலும், வளர்வதாலும், சமூகத்தின் வாழ்க்கை முறையும், சிந்தனையும் அதுபோல மாறுகிறது...

சோசலிச அல்லது முதலாளித்துவ முறையை ஏதோ கண்மூடித்தனமாக ஏற்பதன் மூலமாக, வறுமை திடீரென செல்வக் கொழிப்பாக ஆகி விடாது என்பதை நினைவில் கொள்ள வேண்டும். கடின உழைப்பு மற்றும் நாட்டின் உற்பத்தியை அதிகரிப்பது மற்றும் அதன் விளைபொருள்களைப் பகிர்ந்தளிக்க ஏற்பாடு செய்வது மூலமாக அடைவதுதான் ஒரே வழியாக இருக்க முடியும். அது ஒரு நீண்ட, கடினமான செயல். மோசமான வளர்ச்சி அடைந்த ஒரு நாட்டில்,

முதலாளித்துவ முறை எந்த வாய்ப்பையும் அளித்திடாது. சோசலிச வழியிலான ஒரு திட்டமிட்ட அணுகுமுறை மூலம் மட்டுமே, ஒரு நிதானமான முன்னேற்றம், அது அதிகக் காலத்தை எடுத்துக்கொண்டாலும், எட்டப்பட முடியும். இந்தச் செயல்முறை தொடர்கின்ற போது, நம் வாழ்க்கையும் சிந்தனையும் சிறிது சிறிதாக மாறுகின்றன.

இதற்கு திட்டமிடல் என்பது அவசியம் இல்லையெனில் மிகவும் அளவோடு இருக்கின்ற வளங்களை நாம் வீணாக்கி விடுவோம். திட்டமிடல் என்பது திட்ட முன்வரைவுகள் மற்றும் திட்ட ஏற்பாடுகளின் வெறும் தொகுப்பு என்று பொருளாகாது, ஆனால் அது, சமுதாயம் அனைத்து முனைகளிலும் முன் நோக்கிச் செல்வதற்கேற்ப எப்படி முன்னேற்றத்திற்கான அடிப்படையையும், வேகத்தையும் வலுப்படுத்துவது என்பது பற்றிய ஒரு நன்கு சிந்தித்து முடிவு செய்யும் அணுகுமுறை ஆகும். இந்தியாவில், நாட்டின் பொதுவான வறுமைக்கு அப்பால், சில பெரிய பகுதிகளில் கடும் வறுமையின் பயங்கரமான ஒரு பிரச்சினை நமக்கு இருக்கிறது. எப்போதும் நமக்கு முன்னால் ஒரு கடினமான விருப்பையே நாம் பெற்றுள்ளோம்; அந்த விருப்பம், தேர்ந்தெடுக்கப்பட்ட மற்றும் சாதகமான பகுதிகளில் உற்பத்தி மீது மட்டுமே கவனம் செலுத்துவதா, மாறாக, இவ்வாறு ஒரு கணம் வறுமையான பகுதிகளைப் புறக்கணிப்பதா அல்லது அதே நேரத்தில், பல்வேறு பகுதிகளுக்கு இடையே உள்ள சமத்துவமின்மைகளைக் குறைப்பதற்கேற்ப பின்தங்கிய பகுதிகளையும் முன்னேற்ற முயல்வதா என்பதுதான். ஒரு சமமான நிலை எட்டப்படவும், ஒருங்கிணைந்த தேசியத் திட்டம் உருவாக்கப்படவும் வேண்டும். அந்த தேசியத் திட்டம் இறுக்கமாக இருக்கத் தேவையில்லை. உண்மையில் இறுக்கமாக இருக்கக் கூடாது. எந்த ஒரு வறட்டுத் தனமான கோட்பாட்டின் அடிப்படையிலும் அது இருக்கத் தேவையில்லை; ஆனால் மாறாக யதார்த்தமான உண்மைகளைக் கருத்தில் கொள்ள வேண்டும். இன்றைய இந்தியாவில், தனியார் நிறுவனங்களும், தேசியத் திட்டத்தோடு தேவையான அளவுக்குப் பொருந்தியிருக்க வேண்டும் மேலும் தேவை எனக் கருதப்படும் கட்டுப்பாடுகளையும் கொண்டிருக்க வேண்டும் என்றாலும், பல துறைகளில் அது தனியார்

நிறுவனங்களை ஊக்கப்படுத்தலாம். ஊக்கப்படுத்த வேண்டும் என நான் கருதுகிறேன்.

1960 ஆகஸ்ட் 4ஆம் தேதியிட்ட ஒரு கடிதத்திலிருந்து

நமது மூன்றாவது அய்ந்தாண்டுத் திட்டத்தின் நகல் சுருக்கத்தை நீங்கள் பார்த்திருப்பீர்கள் என்பதில் சந்தேகமில்லை. நாம் மகிழ்வோடு அது பற்றிய குறிப்புகளையும், கருத்துக்களையும் வரவேற்போம். அவைகளைக் கருத்தில் கொள்வோம் என்பதில் அய்யமில்லை. ஆனால் பொதுவாகச் சொன்னால், நமக்கு முன் உள்ள பிரச்சினை, உயர்ந்த கொள்கைகளை வகுப்பதில் அதிகமாக இல்லை ஆனால் அவற்றை நடைமுறைப் படுத்துவதில் தான் இருக்கிறது. நாம் வகுத்த அனைத்தையும் நடைமுறைப் படுத்துவதில் நாம் எப்போதும் வெற்றி பெற்றதில்லை என்று நாம் உணர வேண்டும். இவ்வாறு, நிலச் சீர்திருத்தத்தை, நடைமுறைப் படுத்துவதில் முன்னேற்றம் மெதுவாக நடக்கிறது. இருந்த போதிலும், ஒரு வகையில், நமது வேளாண் முன்னேற்றத்தில் இதுதான் மிகவும் அடிப்படையானது. ஆகவே நாம் வரைந்திருக்கும் திட்டங்களைச் செயல்படுத்துவதில் உங்கள் கவனத்தை செலுத்துவற்கு உங்களை நான் வேண்டிக் கேட்டுக் கொள்கிறேன்.

ஒரு பெரிய அளவிலான கவனம் தொழில் வளர்ச்சி நோக்கி செலுத்தப்படுகிறது. அதாவது, அது இருக்க வேண்டிய அளவுக்கு செலுத்தப் படுகிறது. ஆனால், நமது திட்டத்தின் ஒட்டுமொத்த எதிர்காலமும், மேலும் உண்மையில், தொழில் வளர்ச்சியின் எதிர்காலமும் வேளாண்மையின் முன்னேற்றத்தை சார்ந்திருக்கிறது என்பது உண்மையாக இருக்கிறது. உற்பத்தியைப் பெருக்க, வேளாண்மையில் என்ன செய்ய வேண்டும் என்பதை நாம் அனைவரும் அறிவோம். இருப்பினும், செய்ய வேண்டியது நிறைய இருக்கிறது...

விவசாய வளர்ச்சியின் பின்னணி, நிலச்சீர்திருத்தம், போதுமான அதிகாரங்களுடன் பஞ்சாயத்து சபைகள் அமைக்கப்படுதலும், முறையான செயல்பாடும், அத்துடன் கூட்டுறவு சங்க சேவைகள் ஆகியவை ஆகும். ஒரு கூட்டுறவு அமைப்பு, வெறும் காகிதத்தில் இருக்கும் ஒன்றாக இல்லாமல், உண்மையான கூட்டுறவு அமைப்பாக இருக்க வேண்டும் என்று நான் கூற வேண்டிய

தேவையில்லை. இதுபோன்ற கூட்டுறவின் சாரத்தை தவறவிட்ட, ஏராளமான காகிதக் கூட்டுறவு அமைப்புகள் இன்று நாடெங்கும் இருக்கின்றன. கூட்டுறவு வெற்றி பெறுவதற்கு, அதிகாரப் பூர்வமற்ற பணியையும், வழிகாட்டுதலையும் அடிப்படையாகக் கொண்டிருக்க வேண்டும். அது, அதிகாரிகளைப் பற்றிப் பிடித்துக் கொண்டிருந்தாலும், எப்போதும் அவர்களையே எதிர்பார்த்துக் கிடந்தாலும், வெற்றி பெறாது. உண்மையிலேயே, நமது மற்ற நடவடிக்கைகளுள் பலவற்றிலும் கூட, நாம் மேலும் மேலும் அதிகாரப்பூர்வமற்ற நடவடிக்கை மீது சார்ந்திருக்க வேண்டும் என்று நான் நம்புகிறேன்.

பஞ்சாயத்து சபைகளின் முழுமையான நோக்கமே, அதிகாரமற்றவர்களுக்கு சுமையை மாற்றி விடுவதும், அவர்களின் சொந்த முயற்சியையும், பொறுப்புணர்வையும் வளர்ப்பதுதான். இது எங்கே செய்யப்பட்டதோ, அங்கு முன்னரே ஒரு குறிப்பிட்ட மாற்றம் நடந்து கொண்டிருக்கிறது.

1961 ஜூன் 27ஆம் தேதியிட்ட ஒரு கடிதத்திலிருந்து

நமது மூன்றாவது அய்ந்தாண்டுத் திட்டம், பொதுவான நிலையை உயர்த்தவும், அறிவியல் மற்றும் தொழில் நுட்பத்தின் நவீன ஆன்மாவுடன், நமது வாழ்வை இணைக்கவுமான ஒரு முயற்சியே. அறிவியலும் தொழில் நுட்பமும், அவை செய்த அனைத்து நன்மைகளுடன், அழிவிற்கான திறமையையும் பிரம்மாண்டமான முறையில் அதிகமாக்கி இருக்கின்றன. ஆயினும், ஓர் ஒருங்கிணைந்த உலகை உருவாக்குவதில் நாம் வெற்றி பெற வேண்டும் என்றால், நாம் வெற்றி பெற்றாக வேண்டும் என்பதால், முழுமையான அழிவை நாம் தவிர்க்க வேண்டும் என்றால், இவை இப்போது, அறிவியல் மற்றும் தொழில் நுட்பத்தின் வழியில் மட்டுமே நடந்தேற முடியும்.

இது உலகிற்கு மட்டும் பயன் படுவதில்லை ஆனால் நமது நாட்டுக்கும் பயன்படுகிறது. வறுமை மற்றும் வளர்ச்சி இன்மை, வேலையின்மை மற்றும் மிகவும் தாழ்ந்த தரங்கள் ஆகிய நமது பிரச்சினைகள், இந்த நாட்டில் அறிவியல் மற்றும் தொழில்நுட்ப வளர்ச்சியின் மூலமாக மட்டுமே தீர்க்கப்பட முடியும். நாம் இன்னும் சற்று முன்னே போவோம். பல்வேறு சீர்குலைவுப் போக்குகளுடன், இப்போதைய நமது

இடர்ப்பாடுகளும், அவைகள் மாகாணவாத அடிப்படையில் ஆகட்டும் இல்லையேல் வகுப்புவாதமாகட்டும், அல்லது மொழிவாதம் அல்லது ஜாதி அடிப்படையில் ஆகட்டும், அனைத்தும், பின்தங்கிய சமூக நிலைமைகளின் பின்விளைவுகள். இந்தச் சீர்குலைவுப் போக்குகளால் ஏற்படுத்தப்பட்ட பிரச்சினைகளைத் தீர்ப்பதற்கு தினமும் நம்மால் முடிந்த அளவுக்கு மிகச் சிறப்பாக முயன்று வருகிறோம். ஆனால் உண்மையான தீர்வு, அறிவியல், தொழில் நுட்பம் அதன் தவிர்க்க இயலாத நண்பனாம் கல்வி ஆகியவற்றின் பரந்த அளவிலான பயன்பாட்டில் தான் அடங்கி உள்ளது.

நாம் ஒரு சமூகப் புரட்சியின் யுகத்தில் வாழ்கிறோம் என்றும் நமது பிரச்சினைகள் ஒரு பாரம்பரிய சமூகத்திற்கும், இந்த யுகத்தின் புதிய ஆவேசத்திற்கும் இடையேயான மோதல் என்றும் நாம் உணர்ந்து கொள்ள வேண்டும். இந்தச் சூழலில், இந்தச் சமூகப் புரட்சியை இயன்ற அளவுக்கு விரைவாகக் கொண்டு வருவது நமக்கு மிகமிக முக்கியமானதாக ஆகி உள்ளது. இந்த மாற்றத்தை உருவாக்குவது தான் அய்ந்தாண்டுத் திட்டத்தின் நோக்கமாகும்.

அதற்குப் பொருள், இந்தச் சீர்குலைவுப் போக்குகளை நாம் புறக்கணிக்க வேண்டும். சமூகப் புரட்சி ஏறத்தாழ முடிவுறும் போது, அவற்றை மறைந்து போகவோ அல்லது மங்கிப் போகவோ அனுமதிக்க வேண்டும் என்பது அல்ல. அனைத்து முனைகளிலும் நாம் போராட வேண்டும், ஆனால் அவ்வாறு போராடுகையில், அடிப்படை தீர்வு என்பது, இந்தப் பொருளாதார மற்றும் சமூக மாற்றங்களைக் கொண்டு வருவது தான் என்று நாம் உணர வேண்டும். இதற்கிடையில் நாம் இந்தச் சீர்குலைவுப் போக்குகளைத் தவிர்க்கவும், எதிர்க்கவும் வேண்டும். போரின் கடும் விளைவை நாம் சற்று தவிர்ப்பது என்ற நிபந்தனையின் பேரில், இப் பரந்த உலகில், அறிவியல் மற்றும் தொழில் நுட்ப வளர்ச்சி காரணமாக, நாம் பெரும் முன்னேற்றத்தின் நுழைவாசலில் சற்றே நிற்பது போல, இந்தியாவிலும் நமது சமூகப் பின்தங்கிய நிலையால் ஏற்பட்டுள்ள இந்த மிகப்பெரிய ஆபத்துக்களைச் சற்று தவிர்ப்பது என்ற நிபந்தனையின் பேரில் நாம் ஒரு புதிய பூமியின் எல்லைக்கோட்டில் நிற்கிறோம்.

நாம் சோசலிசம் அல்லது சோசலிச மாதிரியிலான சமூகம் என்பதை நமது குறிக்கோளாக வகுத்திருக்கிறோம். அதை நாம் விரைவாக அடைய முடியாது ஏனெனில், நாற்பது கோடிக்கும் அதிகமான மக்களின் ஒரு பின்தங்கிய, வளர்ச்சியற்ற மற்றும் பாரம்பரிய சிந்தனையுள்ள நாட்டில், அந்தச் சமூகத்தை உருவாக்குவது மிகக்கடுமையான பணியாகும். ஆனால் நாம் செய்வது அல்லது திட்டமிடுவது எதுவாக இருந்தாலும், நாம் எப்போதும் அந்தக் குறிக்கோளை கருத்தில் கொள்ள வேண்டும். ஒவ்வொரு நடவடிக்கையையும் அதற்கேற்ப முடிவு செய்ய வேண்டும். சில குழுக்களும், கட்சிகளும் திட்டத்தின் இந்தக் குறிக்கோளை நேருக்கு நேரான வழியில் எதிர்க்கிறார்கள், மற்றவர்கள், சோசலிசம் பற்றி ஆரவாரமாக, பெரும்பாலும் அதைப் புரிந்து கொள்ளாமலும், உறுதியாக அதன் உரிய பொருளில் இல்லாமலும், பேசுகிறார்கள். இந்தப் பரந்த சோசலிச அணுகுமுறையையும், நமது திட்டமிடலையும் எதிர்ப்பவர்கள் முழுமையான பிற்போக்குத் தனத்தை பிரதிநிதித்துவப் படுத்துகிறார்கள். பொதுவெளியில் அவர்கள் வருவது என்பது, தேசத்தின் வளர்ச்சிக்கான ஓர் அறிகுறி ஏனெனில், பிரச்சினைகளைத் தீர்ப்பதற்கு அது உதவுகிறது. அவர்கள் இந்திய மக்களைப் புரிந்து கொள்ள இயலவில்லை ஏனெனில் அவர்கள் ஒட்டுமொத்த நாட்டிற்கு எதிராக, இந்தியாவின் வாழ்வுக்கும், தேவைகளுக்கும் எதிராகப் போய்க் கொண்டிருக்கிறார்கள். ஆனால் சில நேரங்களில், நமது மனங்களில் ஓரளவுக்குக் குழப்பத்தை ஏற்படுத்துவதில் அவர்கள் வெல்கிறார்கள். உண்மையில், நம் சிந்தனையில் ஒரு தெளிவு இல்லாமையே நமது முழுமுதல் இடராக இருக்கிறது.

இரண்டாவது இடர்ப்பாடும், இன்னும் முக்கியமான ஒன்றும், நமது திட்டங்களை முறையாக செயல்படுத்துதலில் போதாமை என்பதாகும். நாம் நன்கு திட்டமிடுகிறோம். கொள்கைகளில் மிகச் சிறந்தவற்றையே நாம் வகுக்கிறோம் என்பது இந்தியாவிலும், வெளிநாடுகளிலும் நம்மை விமர்சிப்பவர்களால் கூட, பொதுவாக அங்கீகரிக்கப்படுகிறது. நடைமுறைப் படுத்துவதில்தான் சிக்கல் வருகிறது. ஆகவே எதிர்காலத்தில் நடைமுறைப்படுத்தல் என்ற இந்தப் பணியிலும், வேளாண்மை, பஞ்சாயத்து நிர்வாகம் மற்றும் கூட்டுறவுத் துறைகளில் ஆனாலும், அல்லது சிறிய மற்றும் பெரிய

தொழிலில் ஆனாலும், நம் திட்டத்தில் வகுத்திருப்பதை செயல் படுத்துவதிலும் கவனம் செலுத்தப்பட வேண்டும். நாம் அமைத்த பொதுத்துறை நிறுவனங்கள் அனைத்தும் மிகப்பெரிய சாதனைகள் ஆகும், ஆனால் அவைகள், 'அஞ்சல் அலுவலக சோசலிசம்' (Post Office Socialism) என்று ஒரு புகழ்பெற்ற துறைவல்லுனரால் விளக்கப் படுகின்றன.[2]

இதன் பொருள் என்ன? எனக்கு முற்றிலும் உறுதியாகத் தெரியாது. ஆனால், அதன் வருமானத்தையும், செலவினத்தையும் சமன் செய்ய வேண்டிய, தபால் அலுவலகத்தைப் பார்ப்பது போலவே, அவற்றைப் பார்க்கிறோம் என்று பொருள் என, பரவலாக நான் கருதுகிறேன். அது போதுமான அளவுக்கு நல்லதல்ல. செல்வாதாரங்களைப் பெருக்குவதில் நமக்கு உதவ வேண்டும் என்பதுதான் பொதுத்துறை நிறுவனங்களின் நோக்கமாகும். சாதாரணமாக தனியார் முதலாளிகளுக்குப் போயிருக்க வேண்டிய இலாபங்கள், பொதுக் கருவூலத்திற்கு வந்து சேர வேண்டும் மேலும் இருக்கின்ற நிதியோடு, மேற்கொண்டு முதலீட்டிற்காக, சேர வேண்டும். இது செய்யப்பட வேண்டும் என்பதும், உண்மையில் இதுதான் எந்தப் பொதுத்துறை நிறுவனத்தின் வெற்றிக்குமான சோதனை என்பதும் மிகமிக முக்கியமானவை ஆகும். இலாபம் ஈட்டுவது, ஒரு தனியார் அக்கறை. ஒரு பொதுத்துறையின் அக்கறை அல்ல என்ற பழைய சிந்தனை முற்றிலுமாக நிராகரிக்கப்பட வேண்டும். நமது பொதுத்துறை நிறுவனங்கள் மகத்தான திறனுடனும், மகத்தான இலாபத்துடனும் இயக்கப்பட வேண்டும்.

---

2 1959 இல் இந்தியாவுக்கு வருகை புரிந்த ஜான் கென்னத் கால்பிரெய்த், இலாபமின்றி, இழப்பிருக்காது என்ற நம்பிக்கையுடன், குறிப்பிட்ட திறனுமின்றி, சிந்தனையில் தெளிவான ஒரு நோக்கமும் இன்றி இயக்கப்படும் பொதுத்துறை நிறுவனங்களை அஞ்சலக சோசலிசம் என்று விவரித்தார்.

4
போரும் அமைதியும்

'நாம் போரைத் தூண்டுபவர் அல்லர் என்பதும், வேறெந்த நாட்டை அல்லது மக்களை விட நாம் அமைதியை வலுவாக நேசிப்பவர்கள் என்பதும் நன்கறிந்த ஒன்று. நாம் போரைத் தவிர்ப்போம் ஏனெனில், போர் ஓர் அச்சுறுத்தும் நிகழ்வு. அது முன்னேற்றத்தின் வழியில் குறுக்கே வருகிறது அத்துடன் கசப்பான தடங்களை அதன் பின்னால் விட்டுச் செல்கிறது. ஆனால் நிகழ்வுகள், ஒன்று மற்றொன்றை அடுத்தடுத்து விரைவாகத் தொடர்கிறது. நமது பொறுமை அதிக பட்சம் சோதிக்கப்படுகிறது.'

விடுதலை அடைந்தபோது, முழுமை அடையாத ஜம்மு காஷ்மீர், ஹைதராபாத் மற்றும் ஜுனாகத் இணைப்பிலிருந்து துவங்கி 1962 இல் சீனப் போர் வரை, நேருவின் ஆட்சிக்காலம் பல சமயங்களில் இராணுவ பலத்தைப் பயன்படுத்துவதில் ஈடுபட்டது. நேருவின் இலட்சிய சிந்தனை, அனுபவமின்றியும், பலவீனமாகவும் இருப்பதாக அடிக்கடி விமர்சிக்கப் பட்டாலும், பின்வரும் பகுதிகள், அவருடைய யதார்த்தம் மற்றும் போர் மீதான அவருடைய வெறுப்பிற்கான காரணங்கள் என இரு அம்சங்களையும், பதிவு செய்கின்றன. பாகிஸ்தான் உடனான நிரந்தர பதட்டத்துடனான உறவிலிருந்து சிறிது சிறிதாக மோசமாகிய சீனாவின் உறவு வரை விளக்கியபடி, இந்தப் பதிவுகள், போரின் ஆபத்து நிறைந்த பின்விளைவுகள் மற்றும் உலகப் பேரழிவுக்கான அதன் பலம் ஆகியவற்றின் மீதான நேருவின் கவலையைக் காட்டுகின்றன. எந்த மோதலுக்கும் போர் என்பது ஒரு மோசமான தீர்வு, மேலும் நேரு, இராணுவ நடவடிக்கை சில நேரங்களில் தேவையாகிறது ஆனால் எப்போதும் கடைசி நடவடிக்கையின் ஒரு கருவி என்று நேரு கருதினார். நேரு, எந்த ஒரு ஆயுத மோதலின் ஆற்றல் மிக்க உலகளாவிய விளைவுகளையும், அம்மோதல் அகில உலக நிகழ்வுப் போக்குகளை எவ்வாறு வடிவமைக்கிறது மேலும் அது எவ்வாறு வடிவமைக்கப்படுகிறது என்பதை அங்கீகரித்த வண்ணம், எப்போதும் ஏற்றுக் கொள்கிறார் என்பதையும் நாம் காண்கிறோம்.

***

1948 பிப்ரவரி 5ஆம் தேதியிட்ட ஒரு கடிதத்திலிருந்து

பாதுகாப்பு கவுன்சிலில் காஷ்மீர் பிரச்சினை, நமக்கு பெரும் சிக்கலைத் தந்துள்ளது. இராணுவ நிலைமை பெரிதும் மாறவில்லை. ஆனால் வல்லரசுகளின் அணுகுமுறை வியப்பளிக்கிறது என்று நான் ஒத்துக் கொள்ள வேண்டும். அவற்றில் சில, பாகிஸ்தானுக்காக, செயலூக்கமிக்க ஒருசார்பைக் காட்டுகின்றன... காஷ்மீர் பிரச்சினை நியாயமாக விவாதிக்கப்

படுவதில்லை மேலும்... இந்தியாவுக்கு எதிராகத் தருவதற்கு கணிசமான அழுத்தம் கொண்டு வரப்படுகிறது. நாம் பொறுத்துக் கொள்ள வேண்டிய மற்றொரு கடும் சுமை இது. அகில உலக அரசியல் மற்றும் அய்க்கிய நாடுகளின் இந்த உயர்ந்த பகுதிகளில் செயல்கள் செய்யப்படுகின்ற முறை ஆகியவற்றில் நமது அனுபவம், அதிகபட்ச ஏமாற்றத்தை அளிக்கிறது. இவை அனைத்தும் எதிர்காலத்தில் நமது அகில உலக உறவுகளைப் பாதிக்கும் என்பதில் அய்யமில்லை. ஓர் அமைதியான தீர்வை அடைவதற்கு நாம் முயற்சித்த போதும், தொடர்ந்து முயலும் போதும், அடிப்படையான அம்சங்களில் விட்டுக் கொடுப்பதற்கு எதுமாதிரியான நோக்கமும் நமக்கில்லை என்று உங்களுக்கு நான் சொல்ல வேண்டும். நம் மீது நம்பிக்கை வைத்திருக்கும் காஷ்மீர் மக்களுக்கு நாம் துரோகம் இழைக்க முடியாது, மேலும் கும்பல்வாதத்திற்கு நாம் சரணடைய முடியாது.

1948 பிப்ரவரி 20ஆம் தேதியிட்ட ஒரு கடிதத்திலிருந்து

காஷ்மீர் பிரச்சினை மீது இராஜதந்திர ரீதியாக, நாம் கிட்டத்தட்ட ஒரு சிக்கலை எட்டியுள்ளோம். பாதுகாப்பு கவுன்சிலுக்கான நமது தூதுக்குழு இப்போது தான் திரும்பி உள்ளது மேலும் அவர்களுடன் ஆலோசனையில் நான் ஈடுபட்டிருக்கிறேன். நியூயார்க்கில் விதிவிலக்கான சிக்கல்களுக்கு எதிராக, அவர்கள் வாதிட வேண்டி இருந்தது மேலும் மிக நல்லதொரு பணியை அவர்கள் செய்துள்ளனர், குறிப்பாக, நிதானம் மற்றும் கண்ணியத்தோடு சேர்த்து சிறந்த மனவுறுதியைக் காட்டிய கோபால் சாமி அய்யங்கார் அப்பணியைச் செய்துள்ளார். அவர், செதால்வத் மற்றும் சேக் அப்துல்லா ஆகிய அனைவரும் என்னிடம் சொன்னது அனைத்தையும், வல்லரசுகள் செயலூக்கமுள்ள ஒருபக்கச் சார்பைக் காட்டினர் என்று என் சென்ற கடிதத்தில் நான் உங்களுக்குத் தெரிவித்த கருத்தை, உறுதி செய்தன. இந்த அணுகுமுறைக்கான காரணங்களை ஒருவர் அனுமானிக்க மட்டுமே முடியும், ஆனால் நான் திரட்ட முடிந்ததைப் பொறுத்தவரை, முற்றிலும் பல்வேறு வகையான காரணங்கள், அவற்றுள் ஒன்று கூட காஷ்மீர் பிரச்சினையின் நியாயங்களோடு தொடர்பில்லாத வகையில், இந்தப் போக்கிற்கு இட்டுச்

சென்றதாகத் தோன்றுகிறது. பாலஸ்தீனப் பிரிவினைக்காக வாக்களித்து அதனால் அரேபியர்களின் அனுதாபங்களை இழந்த அமெரிக்கர்கள், எண்ணெய் நிலைமை மற்றும் மத்திய கிழக்கில் போருக்கான சாத்தியப்பாடு என்னும் நோக்கில், அவர்களுக்கு இன்றியமையாத அரேபியர்களின் ஆதரவை மீண்டும் வெல்வதற்கு ஆவலோடு இருப்பதாகத் தோன்றுகிறது. ஆகவே அவர்கள் வெளிப்படையாக, சொற்ப தந்திரத்துடன், பாகிஸ்தானை ஆதரித்துக் கொண்டிருக்கிறார்கள். முஸ்லிம் நாடுகளைப் பொறுத்தவரை, அய்க்கியப் பேரரசு, *(U.K.)* அமெரிக்க அய்க்கிய நாடுகளைப் போல மிகவும் பெரும்பாலும் அதே நிலையில் இருப்பதாகத் தோன்றுகிறது; மேலும், அது, பொருளாதார வளங்களுக்காக, அமெரிக்க அய்க்கிய நாடுகளைப் பெரிதும் சார்ந்திருக்கிறது. பாகிஸ்தான் உள்நாட்டு பலவீனத்தால் உருக்குலைந்தால், அந்தச் சூழ்நிலை, சோவியத் ருஷ்யாவால், அமெரிக்க அய்க்கிய நாடுகளுக்கும், அய்க்கிய முடியரசுக்கும் ஆபத்தான தீங்கு விளைவிக்குமாறு, பயன்படுத்தப்படும் என்ற அச்சம் கூட மேற்கத்திய நாடுகளின் மனங்களில் இருக்கும் எனத் தோன்றுகிறது. தன்னை அரசியல் ரீதியாக, மாகாணங்களையும், மாநிலங்களையும் ஒருங்கிணைப்பதன் மூலம் விரைவாகப் பலப்படுத்திக் கொண்டிருக்கும் இந்தியா, ஆசியாவில் ஒரு சக்தி மிக்க காரணியாக ஆகிக் கொண்டிருக்கிறது என்ற உண்மையில் கொஞ்சம் அச்சமிருக்கிறது என்பதையும் மேலும் இந்த வளர்ச்சி விரும்பப் படவில்லை என்பதையும் வியக்கத்தக்க வகையில் நான் கேள்விப்பட்டிருக்கிறேன். ஆனால் வல்லரசுகளின் அணுகுமுறைக்கு இந்தக் காரணங்கள் ஒட்டுமொத்த பொறுப்போ அல்லது இல்லையோ, நம்மை நோக்கிய அவர்கள் தரப்பிலான அலட்சியத்திலிருந்தும், விரோதத்திலிருந்தும் நாம் தெளிவாகக் கணக்கிட்டுக் கொள்ள வேண்டும். ரஷியாவைப் பொறுத்தவரை, தற்போது நிலைமைகளை வெறுமனே கூர்ந்து நோக்கிக் கொண்டிருப்பதாகத் தோன்றுகிறது; மேலும் அதன் சொந்த நலனைப் பொருந்தி இருப்பதால் சந்தேகமின்றி காலப்போக்கில் தன் காயை நகர்த்தும். பாதுகாப்புக் கவுன்சிலில் மற்ற நாடுகளை விட நமது நிலையின் மிக அதிகமானப் புரிதலை அது காட்டியது என எனக்குச் சொல்லப்பட்டது, ஆனால் அது இருதலைக்கொள்ளி எறும்பு போல் *(is in a cleft stick)* இருக்கிறது ஏனெனில் கிரீஸ் மற்றும் கொரியா குறித்து, காஷ்மீரில் நமது நிலைக்கு ஆதரவு என்பதோடு ஒவ்வாத ஒரு நிலையை

எடுத்து விட்டது. மற்றொரு புறம், கிரீஸிலும், கொரியாவிலும் அமெரிக்காவின் நிலை, காஷ்மீர் குறித்து இதுவரை அவர்கள் எடுத்திருக்கும் நிலையோடு எந்த வழியிலும் பொருந்தாது. எப்படியாயினும், நாம் சுதந்திரம் அடைந்தோம் என்பதும், நமது சொந்த அயல்நாட்டு உறவுகளைப் பராமரிப்பதற்கான ஓர் ஆசையும், முகாம்களுடனான இணைப்பிலிருந்து விடுபட்டதும், அதிகார அரசியலின் அருவருக்கத்தக்க சக்திகளுக்கு எதிராக நம்மை விரைந்தும், திடீரென்றும் கொண்டுவந்து நிறுத்தி உள்ளது என்பது தெளிவாகிறது. ஆயினும் நாம் சோர்வடைய வேண்டியதில்லை. அமைச்சரவை, தற்போதைய அகில உலகச் சூழ்நிலையின் வெளிச்சத்தில், ஒட்டுமொத்த காஷ்மீர் பிரச்சினையை, கவனமாகக் கருத்தில் கொள்ளும்; மேலும் நாம் எடுக்க இருக்கும் இதுபோன்ற எந்த ஒரு முடிவும், உள்நாட்டு அரசியல் நிலைமையின் மீது பாதிப்புக்களை உண்டாக்க வாய்ப்பிருக்கிறது.

1948 ஏப்ரல் 15ஆம் தேதியிட்ட ஒரு கடிதத்திலிருந்து

முக்கியமாக, இட்டேகத் - உல் - முசல்மீன் மற்றும் மாநிலத்தின் நகரங்களிலும், கிராமப்புறப் பகுதிகளிலும் பெரும் அச்சத்தைப் பரப்பிய, அவர்களின் தொண்டர் படையான இரஸாக்கர்கள் ஆகியோரின் நடவடிக்கைகளால், ஹைதராபாத், இப்போது இருப்பதை விட மிகவும் முக்கியமான பிரச்சினையாகவே ஆனது. 'இட்டேகத்தின்' தலைவர், வியக்கத்தக்க வகையில் பொறுப்பற்ற சொற்பொழிவுகளை ஆற்றிக் கொண்டிருக்கிறார். நிலைமை மிக மோசமாக சீரழிந்து கொண்டிருக்கிறது. ஓர் அமைதியான தீர்வைக் கண்டறிவது என்பது, அதில் சற்று தாமதம் ஏற்பட்டாலும், இந்திய அரசின் கொள்கையாக இருந்து வருகிறது. ஆனால் அனைத்து விதமான இந்த வளர்ச்சிப் போக்குகள் உள்ளேயும், ஹைதராபாத் மாநிலத்தின் எல்லைகளிலும் நடந்து கொண்டிருக்கையில், செயலற்று இருப்பது வரவர கடினமாக ஆகிக்கொண்டிருக்கிறது. நான் இதை எழுதும்போது, ஹைதராபாத் பிரதம அமைச்சர் மீண்டும் டெல்லி வந்துள்ளார் மேலும் எங்கள் பேச்சுவார்த்தையின் முடிவு என்னவாக இருக்கும் என எனக்குத் தெரியாது. ஹைதராபாத் மக்கள், கொஞ்சம் கொஞ்சமாக வன்முறையையும், அடக்குமுறையையும் கையாளுகின்ற, மக்கள் தொகையில்

மிகப் பெரும்பான்மையானவர்களின் உயிர்களையும், உடைமைகளையும் அச்சுறுத்துகின்ற, ஒரு யதேச்சாதிகார, நிலப்பிரபுத்துவ ஆட்சியின் கீழ் தொடர்ந்து வாழ முடியாது. இந்தியா முழுவதும், ஒவ்வொரு மாநிலமும் பெருமளவில், பொறுப்புள்ள அரசாங்கத்தை அறிமுகப்படுத்தி உள்ளது. சில மாநிலங்கள் மாகாணங்களாக ஒன்றிணைந்துள்ளன, சில மாநிலங்கள், மாகாணங்களைப் போல இந்திய ஒன்றியத்தின் முக்கிய அலகுகளாக உருவாவதற்கு தாங்களாகவே ஒன்றாகக் குழுவாகி உள்ளனர். பெரிய மாநிலங்களில் சில, அலகுகளாக, ஆனால் பொறுப்பான அரசாங்கத்துடன் தொடர்கின்றன. ஒரே விதிவிலக்கு ஹைதராபாத் மட்டும் தான் அங்கே எந்த மாதிரியான மாற்றமும் இல்லை. பாகிஸ்தானோடு இணைந்த வடமேற்கில் உள்ள மாநிலங்களும் அவற்றின் உள் நிர்வாகத்தில் எந்த மாற்றமுமின்றி இருக்கின்றன என்பதையும் நான் சொல்லியாக வேண்டும்.

ஒரு ஜனநாயக இந்தியாவில், ஹைதராபாத் அது இருப்பது போல, ஒரு நிலப்பிரபுத்துவத் தீவாகத் தொடர்ந்து இருக்க முடியாது என்பது பகிரங்கமானது. அதேபோல், பூகோள மற்றும் பொருளாதார ரீதியாக என இரு வகைகளிலும் இந்தியாவிலிருந்து தானே நிலைதடுமாறி துண்டித்துக் கொள்ள முடியாது என்பதும், ஒரு சிறிய அளவிலான சிறுபான்மையினர், ஒரு பெரிய அளவிலான பெரும்பான்மையினரை மேலாதிக்கம் செய்ய முடியாது என்பதும் தெளிவாகிறது.

1948 ஆகஸ்ட் 3ஆம் தேதியிட்ட ஒரு கடிதத்திலிருந்து

ஹைதராபாத் பற்றி நாம் என்ன செய்யப் போகிறோம் என்பது அடிக்கடி கேட்கப்படும் கேள்வியாக இருக்கிறது. நாட்டில் நிலவும் பொறுமை இன்மையையும், எரிச்சலையும் நான் நன்கு புரிந்து கொள்ள முடியும். நிஜாம் அரசாங்கமும், இரஸக்கர்களும் நடந்து கொள்ளும் முறை ஆத்திரமூட்டுவதாக இருக்கிறது. பழைய விதிமுறை (*Old formula*) செயலற்றுப் போய்விட்டது என்பது மட்டுமல்ல, அங்குள்ள தற்போதைய அரசாங்கம் மாற்றப்பட்டால் மேலும் இரஸக்கர்கள் தடைசெய்யப்பட்டு அடக்கப்பட்டால் ஒழிய, நாம் பேச்சு வார்த்தைக்குக் கூட போகப் போவதில்லை என்பதையும் நாம் தெளிவாக்கி இருக்கிறோம்...

நாம் சொல்லக் கூடியது எல்லாம் நாம் எந்த ஒரு திடீர் நடவடிக்கையையும் எடுக்க விரும்பவில்லை மேலும், கவனமாகவும், ஆழ்ந்து சிந்தித்து எடுக்கும் எந்த ஒரு நடவடிக்கையின் அனைத்து பின்விளைவுகள் பற்றிய முழு விபரங்களோடும் முன்னே செல்ல வேண்டும் என்னும் அதே வேளையில், நாம் நீண்ட காலத்திற்கு அதைபோல் நடவடிக்கை எடுப்பதைத் தவிர்க்க முடியாது என்பதுதான். பொருளாதார மற்றும் வேறு சில நடவடிக்கை முன்னரே எடுக்கப்பட்டு வருகிறது. ஹைதராபாத் அரசாங்கத்தின் சில உறுப்பினர்களின் வீரமான பேச்சுக்கள் இருப்பினும், இது பலன்தரத் துவங்கி உள்ளது. ஹைதராபாத் நிலைமையை மாற்றக்கூடிய ஏதாவது நடந்தால் அல்லாது மேற்கொண்டு நடவடிக்கை சந்தேகமின்றி எடுக்கப்படும். ஆனால் ஒவ்வொரு நடவடிக்கையும் அனைத்திந்திய சூழ்நிலையில் பார்க்கப்பட வேண்டும். இந்தியாவின் ஒட்டுமொத்த நிலைமையை, அதன் குறிப்பிட்ட ஒரு பகுதியை கருத்தில் கொள்கையில், எந்த ஓர் அரசாங்கமும் மறக்க முடியாது. எந்தச் சூழ்நிலையிலும், ஹைதராபாத்தின் சுதந்திரத்திற்கான உரிமையை நாம் அனுமதிக்க முடியாது. நான் அறிந்தவரை, ஓர் அரசால் அனைத்துப் பக்கங்களிலும் சூழப்பட்ட ஒரு நிலப்பகுதியிலான பிரதேசம், சுதந்திரம் அடைந்ததாக வரலாற்றில் நிகழ்வும் இல்லை. கண்டிப்பான சட்டப்படியும், அத்துடன் உண்மையிலும் என இரு வகையில் ஹைதராபாத்தின் சுதந்திரம் என்ற கருத்து சற்று அபத்தமானது...

காஷ்மீர், ஹைதராபாத் மற்றும் பாகிஸ்தான் நிலைமையை நோக்கும் போது, எந்த ஒரு கணத்திலும் ஒரு மிகப்பெரிய சிக்கல் நம்மை எதிர் கொள்ளலாம் என்ற வேளையில், இரண்டாம் தரமான விஷயங்களில் பிணைத்துக்கொள்ள நம்மை நாம் அனுமதிக்கக் கூடாது என்பது தெளிவாகிறது. மாகாண அரசாங்கங்கள், இந்தச் சூழ்நிலையைத் தங்கள் கண் முன்னே நிறுத்த வேண்டும் என்றும், எந்த ஒரு சாத்தியமான நிகழ்வுப் போக்கிற்கும் மன ரீதியாகவோ அல்லது வேறு வகையிலோ தயாராக இருக்க வேண்டும் என நான் கேட்டுக் கொள்வேன். நாம் போரைத் தூண்டுபவர் அல்லர் என்பதும் வேறெந்த நாட்டையும் அல்லது மக்களையும் விட அமைதியை வலுவாக நேசிப்பவர்கள் என்பதும் நன்கறிந்த ஒன்று. நாம் போரை தவிர்ப்போம் ஏனெனில் போர் அச்சுறுத்தக்கூடிய ஒரு நிகழ்வு.

அது, முன்னேற்றத்திற்குக் குறுக்கே வருகிறது அத்துடன் அதன் பின்னே கசப்பான தடங்களை விட்டுச் செல்கிறது. ஆனால் நிகழ்வுகள் ஒன்றன் பின் ஒன்றாக அடுத்தடுத்து விரைவாகத் தொடர்கின்றன. நமது பொறுமை அதிக பட்சமான அளவுக்கு சோதிக்கப்படுகிறது.

1950 ஏப்ரல் 8ஆம் தேதியிட்ட ஒரு கடிதத்திலிருந்து

என்னாலும், பாகிஸ்தான் பிரதம அமைச்சராலும் கையெழுத்திடப்பட்ட ஒப்பந்தத்தின் நகல்[1] தனித்தனியாக உங்களுக்கு அனுப்பி வைக்கப் பட்டிருக்கிறது. இந்த ஒப்பந்தம் முக்கியமாக கிழக்கு வங்காளம், மேற்கு வங்காளம், அஸ்ஸாம் மற்றும் திரிபுரா பற்றி அலசுகிறது. ஆனால் பொதுவாக பாகிஸ்தான் மற்றும் இந்தியாவில் சிறுபான்மையினரின் முழுமையான பிரச்சினை பற்றியே அது ஆர்வம் காட்டுகிறது.

நமது நாட்டின் வரலாற்றில் ஒரு சிக்கலான தருணத்தில், இந்த முக்கியமான பிரச்சினைகளைப் பரிசீலிக்க நாம் சந்தித்தோம். நாங்கள் செங்குத்துப் பாறையில் ஊசலாடிக் கொண்டிருந்தோம் என்றுதான் அதைச் சொல்ல வேண்டும். சமீபத்திய நிகழ்வுகளின் முக்கியத்துவமும், எதிர்காலத்தின் மிக மோசமான சாத்தியப்பாடுகளும் இந்தச் சந்திப்பிற்கான மிகப்பெரும் முக்கியத்துவத்தை அளித்தன. உலகின் முதன்மையான நாடுகளில், அதில் மிகவும் அதிகமான ஆர்வம் எடுத்துக் கொள்ளப்படுகிறது. வெளிநாடுகளில் உள்ள மக்கள், இந்தியாவில் அல்லது பாகிஸ்தானில் உள்ள

---

[1] ஏப்ரல் 8, 1950 அன்று கையெழுத்திடப்பட்ட நேரு—லியாகத் அலி கான் உடன்பாட்டின்படி, சிறுபான்மையினரின் அர்ப்பணிப்பும், விசுவாசமும், தாங்கள் குடிமக்களாக இருக்கும் அரசுடன் இருக்க வேண்டும், மேலும் தங்கள் குறைகளைக் களைவதற்கு, அவர்கள் நாட்டின் அரசைத்தான் நாட வேண்டும் என்று இந்தியா மற்றும் பாகிஸ்தான் அரசுகள் வலியுறுத்தின. இரண்டு அரசுகளும், சிறுபான்மையினருக்கு முழுமையான குடியுரிமை சமத்துவத்தையும், கிழக்கு வங்காளம், மேற்கு வங்காளம், அஸ்ஸாம் மற்றும் திரிபுராவிலிருந்து வந்த புலம் பெயர்ந்தவர்களுக்கு, அனைத்து வசதிகளும் நீட்டிக்கப்படுவதையும் உறுதிப்படுத்த ஒத்துக்கொண்டன. உடன்பாடு, ஒவ்வொரு அரசும், வகுப்புக் கலவரங்களின் அளவு மற்றும் அதற்கான காரணங்கள் குறித்து விசாரணை நடத்தவும், அறிக்கை தரவும் ஒரு விசாரணை ஆணையத்தை அமைக்கவும் நிபந்தனை இட்டது. நம்பிக்கையை மீண்டும் கொண்டு வர, இரு அரசுகளும், ஒவ்வொரு அரசிடமிருந்தும் ஒரு அமைச்சரென இரண்டு அமைச்சர்களை, தேவையெனக் கருதும் காலம் வரை, பாதிக்கப்பட்ட பகுதிகளில் இருக்கவும், கிழக்கு வங்காளம், மேற்கு வங்காளம் மற்றும் அஸ்ஸாமில் தனியாக சிறுபான்மையினர் ஆணையங்களை அமைக்கவும் பிரதிநிதிகளாக நியமித்தன.

கோடிக்கணக்கான மக்களின் விதி குறித்து மிகவும் அக்கறை உடையவர்களாக இருக்கிறார்கள் என்பதற்காக அல்ல, இந்த விஷயம் பரந்த அளவில், அகில உலக முக்கியத்துவம் உடையது என்று அவர்கள் உணர்ந்ததால் மட்டுமே அவ்வாறு ஆர்வம் காட்டப்படுகிறது.

ஏழு நாட்கள் தொடர்ந்து, களைப்படையும் அளவிலான விவாதங்களுக்குப் பிறகு, ஓர் ஒப்பந்தத்தை அடைந்துள்ளோம். இந்த ஒப்பந்தத்தின் சில அம்சங்களை விமர்சிக்கவும் அல்லது இங்கும் அங்குமாக ஒரு முன்னேற்றம் இருந்திருக்க வேண்டும் என்று கருத்து சொல்லவும் வாய்ப்பு இருக்கிறது. ஆனால் கணக்கில் கொள்ள வேண்டியது, ஒப்பந்தத்தில் உள்ள எந்த ஒரு விளக்கமும் அல்ல, ஆனால் ஓரளவுக்கு அதன் அடிப்படையான உணர்வும், எதிர்கால சாத்தியங்களுக்கு மட்டுமே என்பது தெளிவாகிறது. ஒரு மிகப்பெரிய தடையை நாம் தாண்டி இருக்கிறோம், பல தடைகள் தொடர்கின்றன. கிழக்கு மற்றும் மேற்கு வங்காளம் அத்துடன் அஸ்ஸாமில் சமீபத்தில் நடந்த நிகழ்வுகளை விளக்கமாக நாம் விவாதித்தாலும், நமக்கு முன் எப்பொழுதும் இந்திய - பாகிஸ்தான் உறவுகளின் அடிப்படை பிரச்சினையை நாம் பெற்றுள்ளோம். இந்த இரண்டரை ஆண்டுகளில், இவைகள் நமக்கான உறவுகளைத் சிதைத்து விட்டன மேலும் ஓரளவு அழிவு நம்மை முன்னரே பாதித்திருக்கும் வேளையில், அவர்கள் ஒரு முடிவுக்கு வந்து விட்டனர் அத்துடன் ஒரு மிகப் பெரிய பேரழிவு நடக்கப் போவதாகத் தோன்றியது. இது முடிவு எடுக்கப்பட வேண்டிய ஒரு கட்டம். ஒன்று நாம் இந்தப் பேரழிவு நோக்கிப் போக வேண்டும் அல்லது எதிர்த்திசை நோக்கி நாம் திரும்பியாக வேண்டும். இந்த ஒப்பந்தம் அந்த எதிர்த்திசையிலான ஒரு திருப்பத்தைக் காட்டுகிறது. இந்த ஒப்பந்தம் குறித்து நான் நம்பிக்கையுடனோ அல்லது அவநம்பிக்கையுடனோ இல்லாது இருக்க விரும்புகிறேன். அதன் விளைவுகள் என்னவாக இருக்கும் என்பதை எதிர்காலம் காட்டும். ஆனால் ஒப்பந்தம் வந்தது என்பதும் மேலும் நிகழ்வுகளின் போக்கை மிகவும் நம்பிக்கை தரும் ஒரு திசை நோக்கி திருப்புவதற்கான இது, தீர்மானகரமான, உண்மையான முயற்சி என்பதும் ஒரு நல்ல விஷயம் என நான் முற்றிலும் உறுதியாக சொல்கிறேன். பேரழிவைத் தரும் சம்பவங்கள் ஊடாக வாழ்கின்ற அல்லது கடக்கின்ற, எதிர்

காலம் பயங்கர இருளாய் இருக்கின்ற கோடிக்கணக்கான மக்களுக்கு அது உடனடி நிவாரணத்தைக் கொண்டு வரும். அந்த நிவாரணமே நன்றி செலுத்தப்படக் கூடிய ஒன்று. இந்த நிலையை வலுப்படுத்திக் கொள்ளவும் மேலும் பெரும்பாலும் சரியான திசையில், இந்த மிகமிகக் கடினமான பிரச்சினையைத் தீர்ப்பதற்கு உதவிடவும் நமக்கு நேரம் இருக்கிறது.

ஒப்பந்தத்தின் குறிப்பிட்ட உட்பிரிவுகளின் தகுதிகள் பற்றிய எந்த ஒரு நபரின் கருத்துக்கள் எப்படி இருந்தாலும், ஒப்பந்தம் கையெழுத்திடப் பட்டதற்குப் பின், நாம் எதிர் கொள்ள வேண்டிய நிலை தெளிவாக இருக்கிறது. ஒவ்வொரு கண்ணோட்டத்திலிருந்தும், ஒப்பந்தம் நிச்சயமாக சிறப்பான ஒன்று என்றும் அது ஓர் எதிர்காலத் தீர்வுக்கான அடிப்படையை இடுகிறது என்றும் தனிப்பட்ட முறையில் நான் கருதுகிறேன். ஆனால் எந்த நிகழ்விலும், அது, மிகச்சிறந்த முடிவுகளுக்காக நாம் பணி புரிவதற்கு நமக்கு ஒரு பிடியைத் தரக்கூடிய ஒன்று. மேலும் இதிலிருந்து முழுப்பலனையும் நாம் அடையாவிட்டால், அது துரதிர்ஷ்டவசமானது. ஓர் உடன்பாட்டிற்கு வந்ததும், நம்மில் அனைவராலும், சிறந்த உணர்வால், மேலும் அதை ஒரு உயிர்த் துடிப்பு உள்ள ஒன்றாக ஆக்குவதற்கான கண்ணோட்டத்தில், இது ஏற்றுக்கொள்ளப்பட வேண்டும். ஒரு பெரிய அளவிலான மோதலுக்கு, அது கொண்டு வருவது எதுவாக இருப்பினும் வேண்டுமென்றே வழி வகுக்கலாம் என்பதைத் தவிர, வேறெந்த வழியும் இல்லை மேலும் வேறெந்த மாற்றும் நிற்பதற்கு இடம் ஏதும் கிடையாது. நம்மால் முடிந்த அளவுக்கு, அந்த மோதலைத் தவிர்க்க வேண்டும் என்பதை ஒவ்வொருவரும் ஏற்றுக் கொள்கிறார்கள் என்று அதை நான் எடுத்துக் கொள்கிறேன். அவ்வாறாயின், பிறகு தேவையின் காரணமாக இந்த உடன்பாட்டிற்கு முழு ஆதரவை அளிக்கவும், அதை பொருள் உணர்ந்தும், நோக்கம் உணர்ந்தும் நடைமுறைப்படுத்த வேண்டும்.

1950 ஏப்ரல் 15ஆம் தேதியிட்ட ஒரு கடிதத்திலிருந்து

இந்த உடன்பாடு குறித்து ஒருவருடைய பார்வை எப்படியிருப்பினும், எனக்கு ஒரு விஷயம் முற்றிலும் தெளிவாகத் தெரிகிறது. சர்தார் பட்டேல் சென்ற மாலை, காங்கிரஸ் கட்சிக்கு ஆற்றிய உணர்ச்சி மிக்க உரையில்,

இந்த அம்சத்தின் மீது பெரும் அழுத்தத்தை இட்டார். இந்த உடன்பாட்டை அடைந்தவுடன், நமது மரியாதையும், சுய நலனும் ஆகிய இரண்டும் இந்த உடன்பாட்டை முழுமையாக நடைமுறைப்படுத்த வேண்டும் என வேண்டுகிறது என்பது உண்மை. அவ்வாறு செய்யாமல் இருப்பது, நமக்கு அவப்பெயரை ஏற்படுத்துவதோடு, பெருமளவில் நமக்கு இன்னலையும் தரும். அவ்வாறு செய்வதற்கு அரை மனதோடு முயல்வது, இன்னும் மோசமானது ஏனெனில், நாம் அவப்பெயரை பெறுவதன்றி வேறெந்தப் பயனையும் பெறவே மாட்டோம். ஆகவேதான், உடன்பாடு பற்றி உற்சாகமின்றி இருக்கின்றவர்களுக்குக் கூட இருக்கும் சரியான ஒரே வழி அதன் நடைமுறைப்படுத்தலுக்காக பணி புரிவது மட்டுமே ஆகும். உடன்பாட்டின் சில அம்சங்கள் ஓரளவு வித்தியாசமாக இருக்கிறது என்பதும் இல்லை என்பதும் ஒப்பீட்டளவில் சிறியதொரு விஷயமே. இன்றியமையாத விஷயம் அதனுள்ளே இருக்கும் உணர்வும், அந்த உணர்வை செயலாக மாற்றுவதில் உள்ள முயற்சியும் ஆகும். நமது பக்கத்தில் அல்லது பாகிஸ்தான் பக்கத்தில், அந்த உணர்வு இல்லையெனில், பிறகு உடன்பாடு தோல்வி அடைந்து விடும். அந்த உணர்வின் தீவிரத்தன்மை அங்கே இருக்கும் என்றால், அதன் சில உட்கூறுகள், அவை இருக்க வேண்டிய அளவுக்கு நன்றாக இல்லை எனினும், பிறகு அது பெரிதும் ஒரு விஷயமாக இருக்காது. இறுதிக்கட்ட ஆய்வில், இது நம் மீதான நம்பிக்கை பற்றிய சோதனையே. சிலர் பாகிஸ்தான் மீதான நம்பிக்கை அல்லது அதன் மீது நம்பிக்கை இல்லாமை பற்றிப் பேசுகிறார்கள். நிச்சயமாக அது முக்கியமான ஒன்று தான். ஆனால் முக்கியமாக அது நம் மீதான நமது சொந்த நம்பிக்கை மற்றும் உறுதி குறித்த பிரச்சினை ஆகும். நமக்கு நம்பிக்கையும், அந்த உடன்படிக்கைக்கு உண்மையாகவும் இருந்தால், பிறகு வெளிப்படையான தோல்வியிலிருந்து கூட நாம் வெற்றியை வென்றெடுக்க முடியும். வேறுவிதமாகச் சொல்வதென்றால், இந்தக் கண்ணோட்டத்திலிருந்து பார்க்கையில், நமது சொந்த தோல்வியன்றி, வேறு தோல்வி அங்கே இருக்க முடியாது.

சிலருக்கு இது புதுமையாகத் தோன்றலாம், ஏனெனில் நினைவுகள் குறுகிய காலம் கொண்டவை, மேலும் காந்திஜி நமக்குக் கற்பித்த பாடங்களுள் பலவற்றை முன்னரே நாம் மறந்து விட்டோம். இப்போது மிகவும் பழங்காலமாய்த் தோன்றும் அந்த நாட்களில், நமது செயல்பாட்டை, எதிரிகள்

செய்தது மூலம் பார்க்காமல், நம் சொந்த நம்பிக்கையாலும், வலிமையாலும் அளந்தோம். அந்த எதிரி, கட்டுப்படுத்த இயலாது வெளியே இருக்கிறார் மேலும் நம் ஒவ்வொரு நடவடிக்கையையும் எதிர்க்கிறார். நாம் விரும்பும் முழுமையான முடிவை அது தராது போயினும், சரியான நடவடிக்கையே எப்போதும் வலுப்பெறுகிறது என்பது நாம் கற்ற பாடமாக இருந்தது. அந்தச் சரியான நடவடிக்கை, முடிவுகளை ஏற்படுத்தும் பொருட்டு, அதன் மீதான நம்பிக்கை மற்றும் நம் மீதான உறுதி ஆகியவற்றின் மீது அடிப்படையைக் கொண்டிருக்க வேண்டும்...

உடன்பாடு கையெழுத்தாவதற்கு முன், போர் மட்டுமே உண்மையான மாற்றாக இருந்தது. எவ்வளவு தான் அதிகமாக நாம் போருக்கு எதிராக இருந்தாலும், தற்போதைய உலக நிலைமையில், நாம் அதை ஒதுக்க முடியாது. நாம் அதை ஒதுக்க முடிந்தால், நாம் தரை, கப்பல் மற்றும் விமானப் படை ஆகிய எதையும் வைத்திருக்க வேண்டியதில்லை. ஆகவே எவ்வளவுதான் விரும்பத் தகாததாக அது இருந்தாலும், இது போன்ற எந்த எதிர்பாராத நிகழ்வுக்காகவும் நாம் தயாராக இருக்க வேண்டும். ஆனால் இது போன்ற ஒரு போரின் விளைவுகள் குறித்து நாம் தெளிவாக இருக்க வேண்டும். அதைப்பற்றி பேசுகின்ற பெரும்பாலான மக்கள், இந்த விளைவுகள் என்னவாக இருக்கும் என்பதைப் பெரும்பாலும் உணரவில்லை. இந்த விளைவுகளை எண்ணிப் பார்ப்பதே பயங்கரமாக இருக்கிறது. ஆனால் அவைகளுக்கு அப்பால், நமக்கு முன் உள்ள உடனடிப் பிரச்சினையை எவ்வளவு தூரத்திற்கு போர் தீர்த்து வைக்க இயலும்? கடந்த காலங்களில் போர் அவ்வாறு செய்திருந்தாலும், நவீன உலகில் போர் எந்தப் பிரச்சினையையும் தீர்ப்பதில்லை என்று அடிக்கடி சொல்லப்படுகிறது. போர் போன்ற நடவடிக்கைகளால் இந்தியாவில் நாம் சந்திக்கின்ற பிரச்சினையை எவ்வளவு தூரம் நாம் தீர்த்துள்ளோம் என்பதைப் புரிந்து கொள்வது எந்த வழியிலும் எளிதானது அல்ல. போர் மூலம் எதிர்ப்பதற்கு நாம் கட்டாயப்படுத்தப் பட்டால், நமக்கு வேறெந்த வழியும் இருக்காது. அதன் மீது நமக்கு கசப்பான வெறுப்பு இருப்பினும், இந்த பயங்கரமான தொடர் நடவடிக்கையை நாம் ஏற்றுக் கொண்டாக வேண்டும். ஆனால் அது, எதிர்பாராத மற்றும்

பேரழிவைத் தரும் அனைத்து வகையான விளைவுகளுக்கு இட்டுச் செல்லும் ஒரு விரக்தியின் வெளிப்பாடாகவே இருக்கும். அதனால் எந்த ஒரு மாற்று தானே வந்தாலும், நாம் அதை கைக்கொள்ள வேண்டும். அந்த மாற்று, நாம் விரும்பிய வகையிலான வெற்றியை நமக்கு உறுதிப்படுத்தாமல் இருக்கலாம்; அது நமது தற்கால பிரச்சினைகளுக்கு ஒரு தீர்வாகும். ஆனால் அது நம்மை எங்கோ கொண்டு சென்றாலும், அது பயன்மிக்கது. ஒரு தீர்வை நோக்கி மேலும் முன்னேறுவதற்கு அங்கு எப்போதும் சாத்தியம் இருக்கிறது.

என்னைப் பொறுத்தவரை, நேர்மறையாகவும், எதிர்மறையாகவும் ஆக இரண்டிலும் சரியான நடவடிக்கை எடுத்துள்ளோம் என்பதிலும், மேலும் வேறெந்த நடவடிக்கையும் தீவிரமான தீங்கு தரும் என்பதிலும் என் சிந்தனை முற்றிலும் தெளிவாக இருக்கிறது.

இந்த உடன்படிக்கை பற்றியும், அதைச் சூழ்ந்த சூழ்நிலைகள் பற்றியும் அடிக்கடி நான் பேசி இருக்கிறேன். நான் சொல்லியிருந்த எதுவும், சாதாரணமாக அரசியல் வாதிகள் சொல்வதைப் போல நமது தவறுகளை மறைப்பதற்கும், நமது செயலுக்கான சில சாக்கு போக்குகளைக் கண்டறிவதற்கான முயற்சி இல்லை. அது என்னுடைய ஆழ்ந்து உணர்ந்த சிந்தனைகளின் வெளிப்பாடே. இந்த சில மாதங்களின் போது நாம் எதிர் கொண்ட இந்தக் கடினமான சூழ்நிலை குறித்து நாம் அனைவரும் தீவிரமான கருத்தை அளித்தோம். நம் வரலாற்றில் ஒரு சிக்கலான தருணத்தில், இந்த இன்றியமையாத பிரச்சினைகள் குறித்த முடிவுக்கான பொறுப்பை எடுத்துக் கொண்ட நம்மைச் சார்ந்தவர்கள், ஒரு கடும் சுமையைத் தாங்கினார்கள். இந்தப் பிரச்சினைக்காக அவர்களுடைய முழுமையான சிந்தனையையும், இதயத்தையும் அளிக்க வேண்டி வந்தது. நாம் சரியான செயலைச் செய்துள்ளோம் என நான் உறுதியாக நம்புகிறேன். இதை அதிகபட்ச முடிந்த அளவு தொடர வேண்டும் என்ற நம்பிக்கையிலும் அதே அளவு உறுதியாக இருக்கிறேன். நமது முயற்சியில் தோல்வி அடையுமாறு நேர்ந்தால், அது நமது துரதிர்ஷ்டமாக இருக்கும். ஆனால் அவநம்பிக்கையாளர்களும் தீய சக்திகளின் தீர்க்கதரிசிகளும் சொல்வது அனைத்தும் இருப்பினும், நாம் ஏன் தோல்வி அடைய வேண்டும் என்பதில் நான் எந்தக்

காரணத்தையும் காணவில்லை. எந்த ஒரு நிகழ்விலும், முடிவு எடுக்கப்பட்டு விட்டது எனில் அதிலிருந்து நாம் பின்வாங்க முடியாது. முடங்கிக் கிடப்பது முட்டாள் தனமானது. ஆகவே நாம் முன்னோக்கி சென்றாக வேண்டும். நம் முழு வலிமையோடு அவ்வாறு செல்ல வேண்டும். பாகிஸ்தான் என்ன செய்யும் அல்லது செய்யாது என்பதிலிருந்து நம்மைக் காத்துக் கொள்ள வேண்டும் என்பது மட்டுமல்ல, நம்மிடமிருந்தும் நம்மைக் காத்துக் கொள்ள வேண்டும். ஏனெனில், கடந்த காலத்தில் நடந்தது போலவே, பாகிஸ்தானும், நாமும் மானிடப் பண்புகளின் ஒரு முழுமையான சீரழிவை நோக்கி நேராகப் போய்க் கொண்டிருக்கிறோம். அந்தச் சீரழிவிலிருந்து எந்த நன்மையும் வர முடியாது...

பாகிஸ்தானைத் திருப்தி படுத்துகிறோம் என நாம் குற்றம் சுமத்தப்படுகிறோம். இந்தச் சொல் வெறுக்கத்தக்கதும், அசிங்கமானதும் ஆகும். அரசாங்கத் தரப்பிலிருந்தோ அல்லது, மக்கள் தரப்பிலிருந்தோ திருப்தி படுத்துதல் வருகிறது என நான் பார்க்கவே இல்லை. போர் இல்லாத எதுவும் திருப்திப்படுத்துதல் என்றால், அப்போது நாம் அநேகமாக திருப்திப்படுத்தி இருக்கிறோம் எனலாம். பாகிஸ்தான் நம்மை திருப்திப்படுத்த முயன்றுள்ளது என்று சொல்வதும் அதே அளவுக்கு உண்மையானது. காட்டுமிராண்டித் தனத்திற்கு மீண்டும் ஒரு திரும்புதலை தடுப்பதற்கான ஒரு முயற்சியைத் திருப்திப்படுத்துதல் என்று சொன்னால், அப்போது ஒருவேளை அந்தக் குற்றச்சாட்டு உண்மையாக இருக்கலாம். ஆனால் நெடுங்காலத்திற்கு முன்பாகவே காந்தியின் பள்ளியில், கண்ணியத்துடன் உறுதியாக இருக்க முடியும், மேலும் நட்பின் கரத்துடன் மோதுவதைக் கூட எப்போதும் விலக்கிக் கொள்ள முடியாது என்று நாம் கற்றிருக்கிறோம். அது பலவீனமல்ல, ஏனெனில் அது அவ்வாறு இருந்தால், பிறகு காந்தி பலவீனமானவர் என்று அழைக்கப்பட்டு இருப்பார். மேலும் இப்போதும் நாம் அறிந்தவர்களுள் அவர்தான் மிகமிக வீரமான மனிதர் என்றும், உயர்ந்த கொள்கை பற்றியதாக இருப்பவற்றில் அவர் எப்போதும் விட்டுக் கொடுத்ததில்லை என்றும் நாம் அனைவரும் அறிவோம். ஒரு பேரரசை நம்மில் சிறிதளவு எண்ணிக்கை கொண்டவர்கள் எதிர்த்து நின்ற, மேலும் நம் முகங்களில் ஒரு புன்னகையுடனும், நம் மனங்களில்

எந்தக் கெட்ட எண்ணமும் இல்லாமல் அதை எதிர்த்து நின்ற அந்த காலத்திலிருந்து எவ்வளவு தூரம் நாம் விலகி வந்து விட்டோம்! அப்போது வெளியே இல்லாது, வலிமை நம்முள் உறைந்து கிடந்தது மேலும் எவரும் நம்மை இறுதியில் தோற்கடிக்க முடியவில்லை.

1950 மே 2ஆம் தேதியிட்ட ஒரு கடிதத்திலிருந்து

கடந்த இரு வாரத்தில், அதற்கு முந்தைய இரு வாரத்தைப் போல, உயர்ந்தோங்கி நின்ற அம்சம், வங்காள நிலைமை என்று அழைக்கப்பட்டது தான். ஏப்ரல் 8 ஆம் தேதியின் உடன்பாட்டிலிருந்து வெளிவந்த முடிவுகளை ஒவ்வொரு இடத்திலிருந்தும் மக்கள் நம்பிக்கை மற்றும் அச்சத்தின் வெவ்வேறு நிலைகளுடன் கவனித்தார்கள். மேற்கொள்ள வேண்டிய சில சோதனைகள் இருப்பினும், இந்த விளைவுகளை அளப்பது என்பது கடினமாகவே இருக்கிறது. ஒரு வெளிப்படையான சோதனை, வெளியேற்றச் (Exodus) சோதனையே. துவக்கத்தில், வங்கத்திலும், அஸ்ஸாமிலும் இரண்டு வழிகளிலும் வெளியேற்றத்தில், ஒரு நியாயமான குறிப்பிடத்தக்க சரிவு இருந்தது. பிறகு மீண்டும் எண்ணிக்கை கூடியது மேலும் இப்போது மிகப் பெரிய அளவில் இல்லை எனினும், இந்த எண்ணிக்கைகள் கீழே போவதற்கான ஒரு போக்கு காணப்படுகிறது.

இரண்டு முரண்பட்ட சக்திகள் களத்தில் இருக்கின்றன. ஒன்று, தங்குவது அல்லது திரும்புவது பற்றிய மக்களின் அதிகரித்த நம்பிக்கை. மற்றொன்று பயம், தற்போது உள்ளதைப்போல அதிக அளவில் இல்லை எனினும், எதிர்காலம் பற்றியது ஆகவே புலம் பெயர்வதற்காக தற்போதைய நிலைமைகளைப் பயன்படுத்திக் கொள்வதில் இருக்கிறது. இவ்வாறு உடன்படிக்கையும் அதைத் தொடர்ந்து நடப்பவையும் சிறிதளவு நம்பிக்கையை நிச்சயமாகக் கொண்டு வருகின்ற போது, அதே சமயம் மக்களின் புலம் பெயர்தலுக்கும் அது பயன்படுகிறது ஏனெனில் அவ்வாறு செய்வதற்கான சூழ்நிலைகள் மிகவும் எளிதாக இருக்கின்றன மேலும் போதுமான அளவில் நகைகள் உள்பட மற்ற அசையும் சொத்துக்களை எடுத்துச் செல்லப்படவும் முடியும். போவது என்பது நன்றாக இருக்கையில், எல்லையைக் கடந்து போவது என்னும் ஓர் உணர்வு அங்கே இருக்கிறது.

ஆயினும், ஒரு நியாயமாகக் கருதத்தக்க எண்ணிக்கையிலான இந்துக்கள் மேற்கு வங்கத்திலிருந்து கிழக்கு வங்கத்திற்கு திரும்பிக் கொண்டிருக்கின்றனர் என்பது போதுமான அளவிற்கு வெளிவராத ஓர் உண்மையாகும். இவ்வாறு கிழக்கு வங்கத்திலிருந்து மேற்கு வங்கத்திற்கு இந்து புலம்பெயர்வோர்களின் வெகு சமீபத்திய எண்ணிக்கை ஒரு நாளைக்கு சுமார் 12,000 ஆக இருக்கிறது. மேற்கு வங்கத்திலிருந்து கிழக்கு வங்கத்திற்கு திரும்பிச் செல்லும் இந்துக்கள் ஒரு நாளைக்கு 3,000 க்கும் 4000 க்கும் இடையிலான எண்ணிக்கையில் இருக்கிறார்கள். அது அதிகமாகாது எனினும், ஓரளவு கணிசமான எண்ணிக்கை தான். முஸ்லிம்களைப் பொறுத்தவரை, அவர்களுடைய வெளியேற்றம் மேற்கு வங்கத்திலிருந்து எப்போதும் இருப்பதை விட மிகவும் குறைவாகவே இருக்கிறது. உண்மையில், உ.பி. மற்றும் இராஜபுதனத்திலிருந்து மேற்கு பாகிஸ்தானுக்கு முஸ்லிம்களின் புலம்பெயர்தல் என்பது மிகவும் அதிகமாக உள்ளது நமக்கு பெரிய அளவில் கவலையை ஏற்படுத்தி உள்ளது.

உடன்படிக்கையும், அதைத் தொடர்ந்து நடந்தவையும் இந்தியா மற்றும் பாகிஸ்தானின் ஒட்டுமொத்த சூழ்நிலையையும் மாற்றி உள்ளன. கோடிக்கணக்கானவர்களுக்கு உடனடி நிவாரணத்தையும், எதிர்காலத்திற்கான ஓரளவு இலேசான நம்பிக்கையையும் அது கொண்டு வந்தது. உடன்படிக்கையை நடைமுறைப் படுத்த இரு தரப்பு அரசாங்கங்களும் தங்கள் அதிகபட்ச முயற்சியை மேற்கொண்டு இருக்கிறார்கள் என்பதும் உண்மை. எனக்கு வந்திருக்கும் அனைத்து தகவலும், அதே போன்று என்னுடைய தனிப்பட்ட நோக்கும் பாகிஸ்தான் அரசு, உடன்படிக்கையை நடைமுறைப் படுத்துவதில் தீர்மானமாக இருக்கிறது என்பதைக் காட்டுவதாகவே இருக்கின்றன. கராச்சியில், சமீபத்தில் அந்த மாநகருக்கு நான் சென்றபோது, ஒரு குறிப்பிட்ட அளவு பொதுமக்களின் உற்சாகத்தை நானே நேரே கண்டேன்...

ஏப்ரல் 8 ஆம் தேதிய உடன்படிக்கையின் விளைவுகள் என்னவாக இருப்பினும், உலகம் முழுவதும் நமது கவுரவத்தை அது உயர்த்தி இருக்கிறது என்பதில் எந்தச் சந்தேகமும் இருக்க முடியாது. அது நம் மீதான நம்பிக்கையை நமக்குத் தந்தும் இருக்கிறது, ஏனெனில் நம் சொந்த, எந்த உதவியுமில்லா முயற்சிகளுடனும், மூன்றாவது

நபர் ஒருவரைச் சார்ந்தில்லாமலும் இந்தப் பிரச்சினையை நாம் தீர்த்திருக்கிறோம். உணர்ச்சி வசத்தால் கொந்தளித்திருந்த, போரின் விளிம்புக்குச் சென்ற இரு நாடுகள், தாங்களாகவே நிறுத்திக்கொண்டு, வேண்டுமென்றே ஒரு வேறுபட்ட திசையில் நடக்கின்றனர் என்பது மிகவும் அரிது. இறுதியில் மக்களுக்காக கணக்கில் கொள்ள வேண்டிய ஓர் உண்மையான விஷயம், அம் மக்களின் உள்ளார்ந்த வலிமையே. உடன்படிக்கைக்கு முன்னர் நடைபெற்றுக் கொண்டிந்த செயல்முறைகள், அந்த வலிமையை ஒடுக்கின மேலும் பாகிஸ்தானுக்கு உண்டாக்கியது போலவே நமக்கும் பயத்தையும், வெறுப்பையும் உண்டாக்கின. அந்த செயல் முறைகளை நிறுத்துவது மட்டுமே போதுமான நலம் பயக்கும் மேலும் எதிர்காலத்தில் மேற்கொண்டு முன்னேறுவதற்கு நம்மை வலுப்படுத்தும்.

நாம் சந்திக்க வேண்டிய பிரச்சினைகள் பல இருக்கின்றன, ஆனால் தற்போதைக்கு மிகமிக முக்கியமான, அடிப்படையான பிரச்சினை, உளப்பூர்வமாகவும், எழுத்துப் பூர்வமாகவும் இந்த உடன்படிக்கையை நடைமுறைப் படுத்தலில் இருக்கிறது. உளப்பூர்வமாக என்பதில் அழுத்தம் தர நான் விழைகிறேன் ஏனெனில் எழுத்துப் பூர்வமாக என்பது அதிகம் உதவாது. கடந்த சில வாரங்களில் மிகமிக மகிழ்ச்சியூட்டும் அம்சம், உளவியல் ரீதியான மாற்றமாக இருக்கிறது. இது நடைமுறை அடிப்படையிலான விளைவுகளை விடவும், மிகமிக முக்கியமான ஒன்றாகும். இந்தப் புதிய சூழ்நிலையை நாம் சாதகமாக்கிக் கொள்ள வேண்டும். பழைய நிலைக்குத் திரும்ப அதை அனுமதிக்கக் கூடாது. அரசுகளும், அரசு இயந்திரமும் இதில் மிகப் பெரும் அளவில் உதவிட முடியும். அவர்கள் அனைவரும் ஓர் உறுதியான போராடும் வைராக்கியத்துடனும், நாம் ஆதரிக்கின்ற கொள்கைகளில் ஓர் உறுதியான நம்பிக்கையுடனும் இருந்தால் மட்டுமே அவர்கள் உதவுவார்கள்.

1950 நவம்பர் 1ஆம் தேதியிட்ட ஒரு கடிதத்திலிருந்து

காஷ்மீரில் ஒரு பொது வாக்கெடுப்பு பற்றிய பெரிய அளவிலான ஒரு பேச்சு நடைபெறுகிறது. நீங்கள் அறிந்தது போல, நீண்ட காலத்திற்கு முன்பாகவே அதற்கு நாம் ஒத்துக் கொண்டோம். என்னைப் பொறுத்தவரை, நியாயமான ஒரு

பொது வாக்கெடுப்பு, ஷேக் அப்துல்லா அரசுக்கும், கட்சிக்கும், இந்தியாவுடனான இணைப்பிற்கும் பெரும்பான்மை முடிவைத் தரும் என்பதில் எனக்கு சிறிதும் அய்யமில்லை. பொது வாக்கெடுப்பைக் கட்டுப்படுத்தி நடத்துவதற்கான நிபந்தனைகள் குறித்த சிக்கல் இருக்கிறது. பாகிஸ்தான் விரும்பியவாறு நடந்தால், அது காஷ்மீரை, ஒரு பெரிய அளவிலான கலவரத்திற்கும், சீர்குலைவுக்கும் இட்டுச் செல்லும். மதத்தின் அடிப்படையில், கசப்பான, வன்முறை மிக்க, மிக மோசமான மதவெறிப் பிரச்சாரத்திற்கான களமாக மாற்றும். நாம் எதிர் நோக்கியிருந்த பொதுவாக்கெடுப்பு அந்த வகையைச் சேர்ந்தது இல்லை, மேலும் அதனால் தான் நாம் நிபந்தனைகள் மீது பெருமளவு அழுத்தம் இடுகின்றோம். நமக்கு வியப்பாகத் தோன்றிய ஒரு முன்மொழிவை ஐ.நா. மத்தியஸ்தர், டிக்ஸன் முன்வைத்தார். அந்த முன்மொழிவு, பொது வாக்கெடுப்புக்கு முன்னரே காஷ்மீர் பள்ளத்தாக்கையும் மற்ற பகுதிகளையும், ஒரு வகை அரை பாகிஸ்தானாக மாற்றுவதில் முடியும். இது இயல்பாகவே, வலிமை மிக்க ஓர் உளவியல் அடிப்படையிலான எதிர்வினையையும், பாகிஸ்தான் பாதிக்கு வந்துவிட்டது, கொஞ்ச காலத்திற்குப்பின் முழுவதுமாக வந்து விடும் என்ற எண்ணத்தையும் உருவாக்கும். உண்மையில் இது ஒரு பொது வாக்கெடுப்பிற்கான மிகமிக நியாயமற்ற ஏற்பாடாகவே இருக்கும். அதற்கு நாம் ஒத்துக் கொள்ள முடியாது என மிகத் தெளிவாகக் கூறி விட்டோம். ஐ.நா.பாதுகாப்பு கவுன்சிலின் புதிய முன்மொழிவான, கவுன்சிலின் நிரந்தரம் அல்லாத உறுப்பினர்களைக் கொண்ட ஒரு குழுவை அமைப்பது என்பது இந்தச் சூழ்நிலையை சந்திப்பதற்கான ஒரு வினோதமான வழியாக இருக்கிறது. அனைத்து வகை ஆணையங்கள் மற்றும் விசாரணைகள் நடந்து முடிந்துள்ளன. இப்போது தென் அமெரிக்க மற்றும் வேறு நாடுகளின் பிரதிநிதிகள் சிலர், நியூயார்க்கில் உட்கார்ந்து கொண்டு, பிரச்சினையைக் கையிலெடுத்து தீர்க்க வேண்டும் என்று முன்மொழியப் பட்டுள்ளது. இது பெரும்பாலும் மேலும் அதிகமாக பொய்யான அனுமானங்களிலும், தவறான நடைமுறையிலும் நம்மை சிக்க வைக்கும் என்பதைத் தவிர வேறொன்றுக்கும் இட்டுச் செல்லாது என்பது வெளிப்படை. ஓர் அமைதியான தீர்வைக் கண்டறிவதற்கான நமது மிக அதிகமான வேட்கையில், மேலும் மேலும் நம்மை பிணைத்துக் கொள்ள திரும்பத்திரும்ப நம்மை

நாமே அனுமதித்தோம். ஐ.நா. தீர்மானங்களைப் பாதுகாப்பு ஏற்பாடுகளுடனும், தயக்கங்களுடனும் ஒத்துக் கொண்டோம். அந்தப் பாதுகாப்பு ஏற்பாடுகளும், தயக்கங்களும் மறக்கடிக்கப் பட்டுள்ளன அல்லது கவனத்தில் கொள்ளப்படவில்லை. தயக்கங்களின்றி பழைய தீர்மானங்களின் படி நாம் செயல்பட வேண்டி அவ்வப்போது நாம் கேட்டுக் கொள்ளப் படுகிறோம். இவையனைத்தின் காரணமாக, இந்த வழுக்குகின்ற மற்றும் நழுவுகின்ற போக்கு, இனியும் தொடர்ந்து செல்ல நாம் அனுமதிக்க முடியாது என்ற முடிவுக்கு நாம் வந்திருக்கிறோம். சம்பந்தப்பட்ட பிரிவினருக்கு இடையேயான ஓர் ஒப்பந்தம் மூலமே தீர்க்கப்பட முடியும் மேலும் வெளியாள் ஒருவர் செய்ய முடிவதெல்லாம் இதைக் கொண்டு வருவதற்கான உதவியே ஆகும். கடந்த காலத்தில் அந்த உதவிகூட எந்த மாபெரும் முடிவுகளையும் உருவாக்கவில்லை. இதுபோன்ற ஒரு தீர்வுக்கு மாற்று ஒன்று போராக அல்லது தொடரும் ஒரு தேக்க நிலையாக மட்டுமே இருக்கும்.

நம்மைப் பொறுத்தவரை, இதையோ அல்லது வேறெந்தப் பிரச்சினையையோ போர் மூலம் முடிவு செய்ய நாம் விரும்பவில்லை. பாகிஸ்தானால் நாம் தாக்கப்பட்டால் ஒழிய, காஷ்மீர் பிரச்சினைக்காக நாம் போருக்குப் போக மாட்டோம் என்று நான் பொதுவெளியில் அறிவித்து விட்டேன். இது போன்ற ஒரு அறிக்கையைத் தருவதற்கு பாகிஸ்தான் பிரதம அமைச்சரை நான் அழைத்தேன். ஆனால் அவர் அவ்வாறு செய்யத் தயங்கியதுடன், அனைத்து விதமான பொருத்தமற்ற வாதங்களை வைத்திருக்கிறார். காஷ்மீர் பிரச்சினைக்கு அப்பால், பாகிஸ்தானுக்குப் பொதுவான ஒரு போர் - இல்லை (*no - war*) என்ற பிரகடனத்தை நாம் முன் மொழிந்தோம். அதுவுங்கூட, ஒவ்வொரு தரப்பின் கண்ணோட்டம் திரும்பத்திரும்ப வலியுறுத்தப்பட்ட நீண்ட ஒரு கடிதப் போக்குவரத்தில் சிக்கிக் கொண்டுள்ளது. நமது கண்ணோட்டம் எளிமையானது: எந்த ஒரு தகராறின் தீர்வுக்காகவும், ஒருவருக்கொருவர் எதிராக போருக்குப் போக மாட்டோம் என்றும் பேச்சு வார்த்தைகள், மத்தியஸ்தம், கட்டாய நடுவர் தீர்ப்பு அல்லது ஏதோ ஒரு சர்வதேச தீர்ப்பாயத்தின் பார்வைக்கு அனுப்புவது ஆகிய வழிமுறைகளை நாடுவோம் என்றும் இரு நாடுகளும் அறிவிக்கட்டும். கட்டாய நடுவர் தீர்ப்புக்கும் அல்லது

தீர்ப்பாயத்தின் பார்வைக்கு அனுப்புவதும், நீதிமன்றத்தால் நீதி வழங்க முடியாத சில வகை அரசியல் தகராறுகளுக்குப் பொருந்தாது என்பது தெளிவு. எனவே காஷ்மீருக்கு அவைகள் பொருந்தாது.

1951 ஆகஸ்ட் 1ஆம் தேதியிட்ட ஒரு கடிதத்திலிருந்து

U.K. மற்றும் U.S.A. அரசுகள் ஐ.நா. பாதுகாப்புக் கவுன்சிலிலும், வேறு இடங்களிலும், காஷ்மீர் குறித்து கவனத்துடன் பின்பற்றும் கொள்கையை விடவும் கடந்த மாதங்களில் அல்லது கடந்த ஆண்டுகளின் போது கூட மிக அதிகமாக என்னை வியப்படையச் செய்தது வேறொன்றும் இல்லை. சூழ்நிலையின் புற உண்மைகளுடனான பார்வையை செலுத்துவதில் நான் முற்றிலும் இயலாதவன் அல்ல என நான் நம்புகிறேன். அவ்வாறு பார்ப்பதற்கு நான் முயன்றுள்ளேன் மேலும் இந்த விஷயத்தில் சில வெளிநாடுகள் நமக்கு ஏன் மிகவும் எதிர்ப்பாக இருக்க வேண்டும் என்பதை நான் புரிந்து கொள்ள முடியவில்லை. இந்தத் தகராறின் தகுதிப்பாடுகளுடன் (merits) கொஞ்சம் தொடர்புள்ள ஏதோ ஒரு அடிப்படைக் காரணம் இருக்க வேண்டும். நீண்ட காலத்திற்கு முன்பாக, U.K. மற்றும் U.S.A. அரசுகள், காஷ்மீர் பாகிஸ்தானுக்குப் போக வேண்டும் என்ற முடிவுக்கு வந்தனர் என்பது தெளிவு. இந்தப் பிரச்சினையின் தகுதிப்பாடுகளுடன் அதற்கு எந்தத் தொடர்பும் இல்லை. அந்த முடிவுக்கு வந்ததால், இயல்பாகவே அவர்கள் பின்பற்றிய கொள்கை, அந்த நோக்கத்தை முன்னெடுத்துச் செல்வதாகவே இருக்கிறது. அவர்கள் இந்த முன் மொழிதலோடு ஏன் துவங்கினார்கள்? இதை நாம் கண்டறிய வேண்டும் என்றால், பெரும்பாலும், பிரிட்டிஷ் அரசாங்கம் முஸ்லிம் லீக்கையும் இந்தியாவில் பிரிவினையையும் தூண்டிய பிரிவினைக்கு முன்பான நாட்களுக்கு நாம் திரும்பிச் செல்ல வேண்டும். நாம் மேலும் திரும்பிச் சென்று, மத்திய கிழக்கில் நிலப்பிரபுத்துவ மற்றும் பிற்போக்கு ஆட்சிகளுக்கு ஆதரவு தரவும், சில சமயங்களில் இஸ்லாமிய உலகின் ஒற்றுமை (Pan - Islamism) என்ற கருத்திற்கு அல்லது ஓர் இஸ்லாமிய முகாமுக்கு உதவிடவும் அவர்களை இட்டுச் சென்ற U.K. இன் கொள்கையைப் புரிந்துகொள்ள முயல வேண்டும். பண்டைய நாட்களில் இது ஜாரிய ரஷியாவிற்கு எதிராக

இருந்தது. பின்னாளில், கம்யூனிஸ்ட் ரஷியா, ஒரு பெரும் ஆபத்தாக வந்தது. உண்மையில், மத்திய கிழக்கில் எண்ணெய் இருந்தது. இந்தியா மற்றும் தூரக் கிழக்கு நாடுகளுக்கான வழிகள் பாதுகாக்கப்பட வேண்டியிருந்தது. முதல் உலகப் போருக்குப் பின்னர், ஆஃப்கானிஸ்தானிலிருந்து துருக்கி வரையிலான பெரும் பகுதி முழுவதும் ஏறத்தாழ பிரிட்டிஷ் ஆக்கிரமிப்பின் கீழ் இருந்தது. திருவாளர். வின்ஸ்டன் சர்ச்சில், ஒரு மத்தியக் கிழக்கு பேரரசின் உருவாக்கத்திற்கு யோசனை கூடத் தெரிவித்தார். ஆனால் மற்ற நிகழ்வுகள் நடந்தேறின. பலவீனமான, ஓர் உள்நாட்டுப் போரை எதிர்நோக்கிய, ஆனாலும் ஒரு புதுவிதமான பலத்துடன் ஓர் அரசாக, புதிய சோவியத் ரஷியா அங்கிருந்தது. கமால் அட்டாடர்க், துருக்கியிலிருந்து நேச நாட்டு ஆக்கிரமிப்புப் படைகளை வெளியே விரட்டி அடித்தார். பின்னர் பிரிட்டிஷாரால் ஆதரிக்கப்பட்ட கிரீஸ் இராணுவத்தைத் தோற்கடித்தார். ஈரானில் ரசா ஷா பஹ்லவி ஆதிக்கம் பெற்றவரானார். அரபு நாடுகளில், அனைத்து விதமான புதிய சூழ்நிலைகள் எழுந்தன. ஈராக் பரவலாக பிரிட்டிஷ் கட்டுப்பாட்டில் தொடர்ந்து இருந்தது.

அவ்வாறு இருந்தும், மத்தியக் கிழக்குப் பிராந்தியங்களை ஒரு விதமான கட்டுப்பாட்டில் வைப்பதற்கான முயற்சிகள் தொடர்ந்தன. ஆசியா முழுவதும் புதிய, வலிமை வாய்ந்த சக்திகள் எழுந்து கொண்டிருப்பதையும், அவற்றை இராணுவ நெருக்கடி அல்லது பொருளாதாரத் தூண்டுதல்கள் என்னும் பழைய முறைகளால் சமாளிக்க முடியாது என்பதையும் மேற்கத்திய நாடுகளின் இராஜதந்திரிகளாலும் கொள்கை வகுப்பாளர்களாலும் கொஞ்சமும் உணரப்படவில்லை. மேற்கத்திய நாடுகள் இந்தச் சக்திகள் பற்றிய அறிவின்மையோடு எவ்வாறு இருந்து வருகிறார்கள், மேலும் ஓரளவுக்கு இன்று கூட இருக்கிறார்கள் என்பது வியப்பாகத் தோன்றுகிறது. எதிர்கொள்ள வேண்டிய கம்யூனிஸ்ட் அபாயம் பற்றி அவர்கள் பேசும் வேளையில், அவர்களது இந்தச் சூழ்நிலையின் ஆய்வு முழுமையானது என அவர்கள் எண்ணுவதாகத் தோன்றுகிறது. சந்தேகமின்றி, கம்யூனிஸ விரிவாக்கம் எதிர் கொள்ளப்பட வேண்டும். ஆனால் அது பிற்போக்கு மற்றும் நிலப்பிரபுத்துவ ஆட்சியாளர்களின் ஆதரவோடு போதுமான

அளவுக்கு எதிர்கொள்ளப்பட முடியாது. அய்ரோப்பிய மற்றும் அமெரிக்கக் கொள்கைகள் தோல்வி அடைந்துள்ளன என்ற நிலை இருக்கிறது. சீனாவில் பிற்போக்கு கோமிண்டாங் ஆட்சியை U.S. ஆதரித்து இன்னலுக்கு ஆளாகியது. இப்போது கூட, ஃபார்மோசாவில் அந்த ஆட்சியின் மிச்ச சொச்சங்களை அவர்கள் ஆதரிக்கிறார்கள்.

மத்திய கிழக்குக் கொள்கையின் இந்தச் சூழலை ஒருவர், பிரிவினை வாதத்தையும், இறுதியில் பாகிஸ்தானைக் கட்டியெழுப்பவும் இந்தியாவில் ஊக்கப்படுத்திய பழைய பிரிட்டிஷ் கொள்கையுடன் பொருத்திப் பார்க்க முடியும். இந்த மத்திய கிழக்கு இஸ்லாமிய முகாமின் ஒரு பகுதியாக பாகிஸ்தான் ஆக வேண்டி இருந்தது. சந்தேகமின்றி இஸ்லாம் ஒரு பெரும் சக்தியாக இருக்கும் வேளையில், அரசியல் தளத்தில், ஆசிய நாடுகளின் புதிய தேசியவாதங்கள் ஒரு மிகப் பெரும் சக்தியாக இருந்தன என்பது உணரப்படவே இல்லை. சந்தேகமின்றி, இப்போது உள்ள சூழ்நிலையைப் போல, இந்தியா முக்கியமான ஒன்றாகக் கருதப்பட்டது, கருதப்படுகிறது. ஆனால், இந்தியா, அதன் சொந்தமான ஒரு தற்சார்புக் கொள்கையைப் பின்பற்றுவதால், இந்தியாவின் கொள்கை பற்றி ஏதோ ஒரு நிச்சயமற்ற தன்மை இருக்கிறது. பாகிஸ்தான், அதன் உரத்த பேச்சு எல்லாம் இருந்த போதிலும், சூழ்நிலைக்கேற்ப மாறக் கூடியது மேலும் கட்டுப்படுத்துவதும் எளிது. ஆகவே மேற்கு ஆசியாவில் உள்ள நாடுகளின் இஸ்லாமிய முகாமின் மையமாக பாகிஸ்தான் இருக்க வேண்டியிருந்தது. பாகிஸ்தான் மூலமாக, இந்த முகாம் மிகமிக எளிதாகக் கட்டுப்படுத்த முடியும் என்ற நிலையும் இருந்தது. ஆகவே இந்த நோக்கத்திற்காக பாகிஸ்தானை உள்ளும், புறமும் கட்டியெழுப்ப வேண்டியது இன்றியமையாததாக ஆனது. இந்த முடிவுக்காக, U.K. இன் பரவலான நன்கு நிறுவப்பட்ட விளம்பர இயந்திரம் வேலை செய்தது. பாகிஸ்தான் விளம்பரம் செய்வதற்கு ஏதுமில்லை ஏனெனில், மற்றவர்கள் அதன் வேலையை மிக அதிகமான திறமையோடும், முழுமையாகவும் செய்தனர். அது செய்ய வேண்டியது எல்லாம், அதற்காக இடப்படும் பொதுவானக் கொள்கைகளோடு அது ஒத்துப் போகும் என்பதைத் தெளிவு படுத்துவது மட்டுமே. பாகிஸ்தானுக்குள், பாதுகாப்புப் படைகளிலும், குடிமைப் பணிகளிலும் என

இரண்டிலும் ஒரு குறிப்பிடத்தக்க எண்ணிக்கையில் பிரிட்டிஷ் அதிகாரிகள், கிட்டத்தட்ட அவர்கள் அனைவரும் பழைய காலனிய முறையில், தொடர்ந்தார்கள். அங்கே அவர்கள் கொள்கைகளிலும், அன்றாட நடவடிக்கைகளிலும் கூட ஆளுமை செலுத்தினார்கள்.

பாகிஸ்தான் கட்டியெழுப்பப்பட வேண்டும் எனில், அதற்கு கூடுதல் பலம் தருவதற்கும், சோவியத் ஒன்றியத்தை தொடும் எல்லைப்புறப் பகுதி கட்டுப்பாட்டின் கீழ் இருப்பதற்கேற்பவும், காஷ்மீர் பாகிஸ்தானுக்குப் போக வேண்டும் என்பது தேவையானது ஆயிற்று. எனவேதான் பாகிஸ்தான் குறித்த U.K. இன் அடிப்படைக் கொள்கை அப்படி ஆனது. இது பழைய கொள்கையிலிருந்து வருகிறது. காஷ்மீர், முஸ்லிம்களை முதன்மையாகக் கொண்டிருக்கிறது என்றும் ஆகவே பாகிஸ்தானுக்குப் போக வேண்டும் என்றும் சாதாரண கூற்றின் அடிப்படையில் அதை நியாயப்படுத்துவதும் எளிது.

U.K. இன் மத்திய கிழக்கு மற்றும் இந்தியா பற்றிய கொள்கைகளின் பின்னணியை U.S.A. பெற்றிருக்கவில்லை. ஆனால் இது போன்ற பிரச்சினைகளில், அவர்கள் U.K. இன் அறிவுரையைப் பின்பற்றி மேற்கொண்டு சென்றார்கள். இது மிக மிக எளிதானதும் கூட ஏனெனில், அவர்கள் U.K. உடன், மேலும் பெரும்பாலும் இன்னும் அதிகமாக, பல்வேறு கொள்கைகள் குறித்தும் அவர்களுடைய ஆளுமை வட்டத்திற்குள் பாகிஸ்தானை வைத்திருப்பது மிகவும் எளிது அதே வேளையில் இந்தியா என்பது ஒரு நிச்சயமற்ற மற்றும் இது சம்பந்தமாக கூடிய வரையில் நம்பமுடியாத ஒன்று எனவும் உணர்ந்தார்கள். இதனாலும் கூட, U.K. மற்றும் U.S.A. ஆகிய இருவரும், பாகிஸ்தானை எப்படி முன்னேற்ற வேண்டும் என்ற அவர்களது கருத்துக்களோடு ஒன்றிப் போகாத ஆஃப்கானிஸ்தானிடம் எரிச்சலுற்றார்கள். தொடர்ச்சியாக அதன் மீது அழுத்தத்தை, பாகிஸ்தானோடு ஒரே வரிசையில் நிற்கும் பொருட்டு அழுத்தத்தை அது தாங்குமாறு கொண்டு வந்தார்கள். ஆஃப்கானிஸ்தான் அவ்வாறு செய்வதற்கு மறுத்தது. பக்தூனிஸ்தான் பிரச்சினை காரணமாக, பாகிஸ்தானுக்கு எதிராகத் தொடர்ந்து இருந்தது.

ஆசியாவில் வெவ்வேறு விதங்களில் *U.K.* வும் *U.S.A.*வும் பின்பற்றும் ஒட்டுமொத்தக் கொள்கையும் சில இடங்களில், சில தருணங்களில் சில வெற்றிகளை எதிர் கொள்ளலாம். ஆனால் இது அடிப்படையில் தவறாகக் கருதப்பட்டது ஏனெனில், மிகப்பெரிய காரணியை அதாவது ஆசியாவின் பல்வேறு நாடுகளில் ஆண்களும் பெண்களுமாகப் பெருந்திரளைக் கவர்ந்த புதிய எழுச்சிகள் என்ற காரணியைக் கருத்தில் கொள்ள அது தவறி விட்டது. தூரக் கிழக்கில் இந்தக் கொள்கை ஒரு தேக்கத்திற்கு இட்டுச் சென்றது; ஈரானில் அது *U.K.*விற்கு மிகப் பெரும் நெருக்கடிகளை உண்டாக்கியது. எனது கடந்த கடிதத்தில் நான் உங்களுக்கு சுட்டிக் காட்டியது போல, ஈரானில் எண்ணெய்த் தகராறு என்பது மிகவும் பெரிதாக இருக்கும் ஏதோ ஒன்றின் புறத் தோற்றமே.

கடந்த கால மற்றும் தற்போதைய கொள்கைகளைப் பற்றி நான் செய்த பகுப்பாய்வு, இந்தியா குறித்தும் குறிப்பாக காஷ்மீர் குறித்தும் உள்ள நிலைமையை ஒரு சிறிது புரிந்து கொள்ள உங்களுக்கு உதவும் என நான் நம்புகிறேன். நமது பிரச்சாரத்திற்காக நாம் அடிக்கடி பழி சுமத்தப்படுகிறோம் மேலும் விமர்சனத்தில் சில சந்தேகமின்றி நியாயமானது தான். அதை நேரம் உண்மையில் சிக்கனமாக இருக்கவும், வெளி நாடுகளில் பணத்தை வீணாக்காமல் இருக்கவும் நாம் அறிவுறுத்தப் படுகிறோம். இரு வழிகளிலும் நாம் அதை அடைய முடியாது. உண்மையில் பாகிஸ்தான் அதன் பிரச்சாரத்திற்காக பணத்தை அந்நிய நாடுகளில் பல திசைகளிலும் வீசி எறிகிறது, மேலும் நாம் விரும்பத்தக்கது எனக் கருதாத பல வழிமுறைகளைப் பயன்படுத்துகிறது. ஆனால் முக்கியமாக நமது தற்சார்புக் கொள்கையைப் பின்பற்றினால், நாம் பெற்றிராத, பெற முடியாத மற்ற நாடுகளின் பரவலான பிரச்சார இயந்திரங்களின் ஆதாயங்களை அவர்கள் பெறுகிறார்கள். இது, உண்மையில் ஒரு சிக்கலான நிலைமையை விவரிக்கின்ற எளிமையான வழியாகும். எப்படி ஆயினும், இறுதிப் பகுப்பாய்வில், *U.K.* யிலும் அத்துடன் *U.S.A.* யிலும் பாகிஸ்தானை விட இந்தியா மிக அதிக மதிப்புடையதாக முழுமையாக அறியப்பட்டது.

1952 ஜூன் 16 ஆம் தேதியிட்ட ஒரு கடிதத்திலிருந்து

காஷ்மீரில் அரசியலமைப்புச் சபையின் சமீபத்திய முடிவுகள் இந்தியா எங்கும் மிகப் பெரும் ஆர்வத்தைக் கிளப்பி உள்ளன. கடந்த நாலரை ஆண்டுகளின் மற்றும் அதற்கு மேலான காலத்தின் போது, காஷ்மீரில் போரும் மற்ற நிகழ்வுப் போக்குகளும் இந்தியா முழுதும் உள்ள மக்களை அந்த அழகான பள்ளத்தாக்கு பற்றிய உணர்வைத் தெளிவாக ஆக்கி உள்ளன. இந்தியாவின் ஒரு பகுதியாக மட்டுமே நாம் அதில் ஆர்வம் காட்டவில்லை நமது உணர்வுகள் தூண்டவும் படுகின்றன. ஆகவே அங்கே நடக்கும் எதுவும் மற்ற இடங்களில் நடப்பவைகள் ஏற்படுத்துகின்றவற்றை விட மிக அதிகமாக சில வழிகளில் நம்மைப் பாதிக்கிறது. ஆகவே, அங்கே சமீபத்தில் நிகழ்ந்தவை பெருமளவில் ஓர் ஆர்வத்தை இந்தியா எங்கும் ஏற்படுத்தி இருக்கிறது என்பதைப் புரிந்து கொள்வது எளிது. சில தவறான புரிதல்கள் அங்கே இருந்தன. ஒருமுறை தவறான புரிதல்கள் வந்து விட்டால், அவற்றை நீக்குவது எளிதல்ல. காஷ்மீர் தலைவர்கள் இந்தியாவோடு முற்றிலும் நியாயமாக நடந்து கொள்ளவில்லை என்றும் இந்தியாவிலிருந்து ஒரு உடைவைக் கூட சிந்தித்திருக்க வேண்டும் என்றும் சில பேர் நினைத்தார்கள். இயல்பாகவே இந்த சிந்தனை மிகவும் வலி மிகுந்தது. உண்மையில், ஒரு விஷயம் நிச்சயமானது என்றால், அது தலைவர்கள் மட்டும் இன்றி காஷ்மீரின் பெருந்திரளான மக்களும் கூட இந்தியாவுடன் இணைக்கப்படவும், இந்தியாவுடன் காஷ்மீரின் இணைப்பைத் தொடரவும் விரும்பினார்கள் என்பதுதான். நம்மைப் பொறுத்தவரை, நமது உணர்வுகள் எப்படியிருந்த போதிலும், அது அவர்களது எதிர்காலம் குறித்து தீர்மானிக்க வேண்டியது ஜம்மு காஷ்மீர் மாநிலத்தின் மக்களுக்கானது என்பதை நாம் திரும்பத்திரும்பத் தெளிவாக்கினோம். துயரப்படுத்தவோ அல்லது மற்றவர்கள் மீது சுமையாகவோ நாம் அங்கே இருக்கவில்லை. காஷ்மீரை மிருகத்தனமான படையெடுப்பில் இருந்தும், அழிக்கப் படுவதில் இருந்தும் காப்பாற்ற நாம் அங்கே போவதற்கு அழைக்கப் பட்டோம் என்பதால் அங்கே நாம் இருக்கிறோம். காஷ்மீர் மக்கள் நம்மை விரும்புகிறார்கள் என்பதற்காகவும் மேலும் இணைப்பின் காரணமாக நாம் மேற்கொண்ட பாதுகாப்பிற்கான பொறுப்பினாலும் நாம்

அங்கு தொடர்ந்து இருந்தோம். காஷ்மீரின் தலைவர்களும் மக்களும் இந்தியாவுடனான இந்த இணைப்பு தொடர்வதற்கு ஆர்வமாக இருக்கிறார்கள். அங்கு இந்தக் கருத்தில் பொது வாக்கெடுப்பு நடந்தால், அது இந்தியாவுக்கு சாதகமாக இருக்கும் என்ற என் சிந்தனையில் எந்த அய்யமும் இல்லை.

ஆகவே மற்றப் பிரச்சினைகளை நாம் கருத்தில் கொள்ளும்போது, இந்த முக்கியமான உண்மையை மனத்தில் கொள்ள வேண்டும். காஷ்மீரின் இந்தியாவுடனான இணைப்பு என்பது, துவக்கத்தில் மற்ற மாகாணங்களின் இணைப்பைப் போலவே மூன்று புலங்கள் (subjects) அதாவது பாதுகாப்பு, அயல்நாட்டு விவகாரங்கள் மற்றும் தகவல் தொடர்பு குறித்து மட்டும் இருந்தது என்பதையும் நினைவிற்கொள்ள வேண்டும். மிகவும் பின்னால், மற்ற மாகாணங்கள் வேறு பல புலங்கள் குறித்தும் இணைந்தன. காஷ்மீர் பல்வேறு காரணங்களுக்காக, அது இருந்த இடத்திலேயே தொடர்ந்தது, ஐக்கிய நாடுகள் சபை இந்தப் பிரச்சினையிலிருந்து விலக்கி வைக்கப்பட்டது. நாம் இந்த விஷயத்தில் அவர்களைக் கடந்து முன்நிற்க விரும்பவில்லை என்ற உண்மையும் இவைகளுள் ஒன்றாக இருந்தது. உண்மையில், இந்திய அரசமைப்புச் சட்டத்தில், ஜம்மு காஷ்மீர் மாகாணத்திற்காக, இடைக்கால ஏற்பாடுகளுள், சிறப்பு ஏற்பாட்டை அளித்தோம். சமீபத்தில் காஷ்மீர் அரசியல் அமைப்பு சபை, அரசின் தலைவர் தேர்ந்தெடுக்கப் பட்டவராக இருப்பது பற்றிய வழிகாட்டும் கொள்கையை வகுத்துள்ளது. காஷ்மீர் பிரச்சினையோடு தொடர்பு உள்ளவர்களுக்கு, இது புதிதல்ல. கடந்த ஆண்டு, அரசியலமைப்புச் சபை பிரதம அமைச்சர் ஷேக் அப்துல்லாவால் துவங்கப்பட்ட பொழுது, அவருடைய துவக்க உரையில் நிறைய பேசினார். எப்போதும் நெருக்கமான, உறுதியான இந்தியாவுடனான காஷ்மீரின் இணைப்பை கருத்தில் கொண்டவாறு, இந்த விஷயத்தை எப்படிச் சமாளிப்பது என்பது தான் இப்போது நாம் கருத்தில் கொள்ள வேண்டிய கேள்வி.

1952 ஜூலை 25ஆம் தேதியிட்ட ஒரு கடிதத்திலிருந்து

மற்ற இந்திய மாகாணங்களின் இணைப்பு, முதன்முதலில் நடந்த போது நிறைவடைந்ததைப் போலவே, ஜம்மு காஷ்மீர் மாகாணத்தின் இணைப்பும் நிறைவடைந்தது. ஆனால்

பின்னர் மற்ற மாகாணங்கள், ஒன்றியத்துடன் ஒரு மிக நெருக்கமான ஒருமைப்பாட்டை ஏற்றுக் கொண்டன. காஷ்மீர், இந்தச் சூழ்நிலைகளில், ஏற்கவும் இல்லை, ஏற்கவும் முடியாது. அது, இந்தியாவுடனான அதன் இணைப்பை எந்த வழியிலும் குறைக்கவில்லை. நவம்பர் 1949 வாக்கில், இந்திய அரசியலமைப்புச் சட்டம் இறுதிப் படுத்தப்பட்டுக் கொண்டிருந்த வேளையில், இந்த விஷயம் நம் முன் வந்தது. சர்தார் பட்டேல் அப்போது அதைக் கவனித்து வந்தார். நமது அரசமைப்புச் சட்டத்தில் ஜம்மு காஷ்மீர் மாகாணத்திற்கு, இடைக்கால ஏற்பாடாக இருப்பினும், ஒரு சிறப்பான இடத்தை அவர் தந்தார். அரசமைப்புச் சட்டத்தின் 370 ஆவது பிரிவிலும், 1950 ஜனவரி 26 ஆம் தேதி வெளியிடப்பட்ட குடியரசுத் தலைவர் ஆணையிலும் இது சேர்க்கப்பட்டது. இந்தப் பிரிவுக்கும், இந்த ஆணைக்கும் ஏற்ப, நமது அரசமைப்புச் சட்டத்தின் சில பிரிவுகள் மட்டுமே காஷ்மீர் மாகாணத்திற்குப் பொருந்தும். அந்த நிலைமை தொடர்ந்தது, இன்னும் தொடர்கிறது. ஜம்மு காஷ்மீர் மாகாணத்தின் அரசமைப்புச் சபை, தங்களுடைய அரசமைப்புச் சட்டத்தை இறுதிப்படுத்த இப்போது கூடவில்லை என்றால், இது போலவே இன்னும் கொஞ்ச காலத்திற்கு இது தொடர்ந்தாக வேண்டும்...

இது சட்டப்பூர்வமான நடைமுறை. ஆனால் இதைவிட மிக முக்கியமானது உளவியல் ரீதியான அணுகுமுறையே. ஆரம்பத்தில் இருந்தே இது சரியென ஒப்புக் கொள்ளப்பட்டது. காஷ்மீர் மக்கள் மீது எந்த விதமான கட்டாயமும் இருக்கப் போவதில்லை என்று தொடக்கத்திலிருந்து நாம் சொல்லி இருக்கிறோம். தீர்மானிக்க வேண்டியது அவர்களே. இந்தியாவை விட்டு விலக அவர்கள் விரும்பினால், அது எவ்வளவு அதிகம் நமக்கு வருத்தமாக இருப்பினும், அவர்கள் அவ்வாறு செய்ய முடியும். வேறு ஏதாவது கொள்கையை நாம் மேற்கொண்டால், அது நமது அடிப்படைக் கொள்கைகளுக்கும், காஷ்மீர் மக்களுக்கும், உலகிற்குமான நமது உறுதிமொழிகளுக்கும், எதிரானதாகும். அத்துடன், பாகிஸ்தான் நமக்கு எதிராகக் கொண்டு வந்த குற்றச்சாட்டுகளை நியாயப்படுத்துவதும் ஆகும். இதனால் தான் தங்கள் எதிர்காலத்தைத் தீர்மானிக்கவும், நமது அரசியலமைப்புச் சட்டத்தின் பல்வேறு பிரிவுகளை எந்த அளவுக்கு ஏற்பதுவுமான காஷ்மீர் மக்களின் உரிமை

மீது நாம் எப்போதும் அழுத்தம் கொடுத்து வந்துள்ளோம். வேறு சொற்களில் சொல்வதெனில், மற்ற பலரையும் போல இந்தியாவின் அரசியலமைப்பின் ஒரு பகுதியாக இருக்கும் வேளையில், அவர்களைப் பொறுத்தவரை, மாகாண சுயாட்சியின் இப்போதைய அளவு என்பது மற்ற மாகாணங்களில் இருப்பதை விடவும் ஓரளவு மிக அதிகமாகும். எதிர்காலத்தில் இதை மாற்றுவது அவர்களுக்கும், நமக்கும் பொதுவானது.

யதார்த்தத்தில், நம்மை ஒன்றாக வைத்திருப்பது சட்டமோ அல்லது அரசியலமைப்போ அல்ல, மாறாக இருபுறமும் உள்ள மக்களின் உணர்வுகளும், அத்துடன் அவர்களின் பொதுவான இலட்சியங்களும், நோக்கங்களுமே ஆகும். அதுவே அடிப்படையான பிணைப்பு. நாம் செய்கின்ற ஒவ்வொன்றும் அந்த நிலைப்பாட்டிலிருந்து முடிவு செய்யப்பட வேண்டும். இந்தக் கண்ணோட்டத்திலிருந்து பார்க்கையில், தற்போதைய காஷ்மீர் அரசாங்கத்திற்கு எதிராக ஜம்மு மாகாணத்தின் பகுதிகளில் நடக்கும் கிளர்ச்சிகள் அடிப்படையில் தவறான புரிதலால் நடப்பவை, ஏனெனில் அந்தப் பிணைப்பை அது தளர்த்த முயல்வதோடு, மாறாக காஷ்மீரில் உள்ள பெரும் எண்ணிக்கையிலான மக்களை, அவர்கள் எதிர்காலம் குறித்து அச்சுறுத்தவும் செய்கிறது.

ஷேக் அப்துல்லாவுடனும் அவரது சகாக்களுடனுமான பேச்சு வார்த்தைகள் நீண்ட நெடிதாய் இருக்கின்றன. சில சமயங்களில் களைப்படையவும் செய்கின்றன. ஆனால் நாம் இந்தச் சிக்கலான பிரச்சினைகளை நட்பான மற்றும் தோழமையான முறையில் அணுகுவதால், அவைகள் குறித்து உண்மையான சிக்கல் ஏதும் இல்லை. துரதிர்ஷ்டவசமாக, பரவலான செய்தி ஊடகங்களின் பிரச்சாரத்தால், மக்கள் பலரின் மனங்களில் சந்தேகம் மற்றும் அய்யப்பாட்டின் பனித்திரை ஒன்று எழுந்தது. இது அகற்றப்பட்டு விட்டது என்றும் மேலும் ஒருவருடன் மற்றவர் முழு நம்பிக்கையுடன் இணைந்து நாம் தொடர்ந்து பணிபுரிய முடியும் என்றும் நான் மகிழ்ச்சி அடைகிறேன். இந்திய ஒன்றியத்தின் ஒரு பகுதியாக இருக்கின்ற காஷ்மீர் மாகாணத்தில் அரசியல் அல்லது மற்ற எந்த அடிப்படையில் நமக்கு முக்கியத்துவம் இருப்பினும் (மேலும் நம்மில் இருவருக்கும் முக்கியத்துவம்

மிகப் பெரியதாக இருக்கிறது), நட்பிலும் நம்பிக்கையிலும் மட்டுமே கூட்டுப் பங்காண்மை என்பது ஜீவித்திருக்க முடியும். அப்போது மட்டுமே அதற்கு கொஞ்சம் மதிப்பிருக்கும். இந்த அடிப்படையின் மீதுதான், கடந்த காலத்தில் நாம் நடந்து வந்திருக்கிறோம். இது உயரிய பலன்களைத் தந்துள்ளது. இந்த அடிப்படையில் தான் எதிர்காலத்தில் முன்னே செல்லவும் நாம் திட்டமிட்டிருக்கிறோம்.

1952 ஆகஸ்ட் 2ஆம் தேதியிட்ட ஒரு கடிதத்திலிருந்து

சீனா ஒரு வல்லரசாக உருவாகி இருப்பது தான் உண்மையில் இன்றைய நாளில் மேலோங்கி இருக்கும் அம்சங்களுள் ஒன்றாகும். இது பழைய சமச்சீரான நிலையை முற்றாக நிலை குலைத்திருக்கிறது. நடந்து முடிந்த போரும், இந்த பழைய சமச்சீர் நிலையை சீர்குலைப்பதில் முடிந்துள்ளது. இரண்டு வல்லரசுகள் உண்மையில் அதிலிருந்து வெளி வந்துள்ளனர் - U.S.A யும், U.S.S.R- உம். இந்தக் கண்ணோட்டத்திலிருந்து பார்த்தால், மற்ற அனைத்து நாடுகளும் இரண்டாம் தரமானவை. ஒரு குறிப்பிட்ட அளவு, இவைகளைச் சார்ந்து நிற்பவை.

புதிய சீனா, பழைய சமநிலைத் தன்மையைக் குறிப்பாக, தூரக் கிழக்கிலும், ஆசியாவின் மற்ற பகுதிகளிலும் மேலும் நிலைகுலையச் செய்தது. இன்றைய காலகட்டத்தில் மிகப் பெரிய உண்மை அது. அதை உணராதது அல்லது கண்டு கொள்ளாமல் இருப்பதன் பொருள், யதார்த்தத்தைப் பாராது நமது கண்களை மூடிக் கொள்வதாகும். இந்தப் புதிய வல்லரசின் தோற்றத்தைக் கண்டு கொள்ள மறுப்பதால், அய்க்கிய நாடுகள் சபை எப்போதும் அதிகரிக்கும் இடர்பாடுகளில் சிக்கிக் கொண்டு விட்டது. சீனாவின் புதிய ஆட்சியை விரும்புவது அல்லது வெறுப்பது என்பது பிரச்சினை அல்ல. அதிர்ஷ்டவசமாக நமக்கு, துவக்கத்திலிருந்தே மிகவும் யதார்த்தமான பார்வையை மேற்கொண்டோம். அதற்கேற்ப நம்மைத் தகவமைத்துக் கொண்டோம். இந்தப் புதிய வளர்ச்சிப் போக்கின் சில விளைவுகளை நாம் ஒட்டுமொத்தமாக விரும்பவில்லை. நமக்கு இடையே 2,000 மைல்கள் எல்லைப்புறத்தைக் கொண்ட இந்தப் புதிய வல்லரசை அண்டை நாடாகக் கொண்டிருக்கிறோம் என்பதைக் கணக்கில் கொள்ளும் அளவுக்கு, நமக்கு அது ஒரு முக்கியமான விஷயமாக ஆகி

விட்டது. அங்கு உள்ளார்ந்த ஆபத்துகள் இருக்கின்றன மேலும் அவற்றுக்கு எதிராக, நம்மை நாம் காத்துக்கொள்ள வேண்டும். இந்த ஆபத்துகள், சீனா கம்யூனிச நாடாக இருப்பதால் அல்ல, மாறாக ஒரு வல்லரசு வளர்ந்து நமது எல்லைக்குள் பரவும் என்பதால். இந்த உண்மைக்கு ஏற்றாற்போல் நமது கொள்கையை மாற்றி அமைக்க வேண்டும். நாம் அண்டை நாட்டிடம் நட்புறவோடு இருக்க விரும்புகிறோம், ஆனால் அதே நேரத்தில், நமது முக்கியமான சொந்த நலன்களில் உறுதியாக இருக்க விரும்புகிறோம். இந்த நலன்கள் முக்கியமாக அல்லது குறிப்பிடுமாறு அல்லது திபெத்தைப் போல நாம் வரையறுக்க முடியாத இடங்களில், மாற்றங்களுக்கு ஏற்ப நம்மைச் சரிசெய்து கொள்ள நாம் தயாராக இருக்க வேண்டும். ஆனால் முக்கியமான விஷயங்களில், விட்டுக் கொடுப்பது என்பது இருக்க முடியாது. இந்தக் காரணத்தினால் தான் பாராளுமன்றத்தில் நான், பல தருணங்களில், மக்மோகன் கோடு என்று அறியப்பட்ட, திபெத்துடனான நமது எல்லைக்கோடு தான் நமது நிலையான, திட்டவட்டமான எல்லை என்றும், அதில் எந்த மாற்றத்தையும் பரிசீலிக்க நாம் தயாராக இல்லை என்றும் அறிவித்திருக்கிறேன். இன்னும் கொஞ்சம் மேலே சென்று, நமது பாதுகாப்பு கண்ணோட்டத்திலிருந்து, தோராயமாகப் பேசினால், நமது எல்லை இமயமலைத் தொடர்தான் என்றும் அறிவித்திருக்கிறேன். அதாவது, இமயமலைத் தொடரைத் தாண்டி நேபாளத்திற்குள் கூட எந்த ஊடுருவலையும் நாம் சகித்துக்கொள்ள முடியாது.

நமது வடகிழக்கு எல்லையில் எந்த ஆக்கிரமிப்பையும் எதிர்பார்ப்பதற்கான மீச்சிறு காரணம் இருக்கிறது என்று எந்த நேரத்திலும் நான் நினைத்ததில்லை என்பதை நான் சொல்லியாக வேண்டும். சற்று தெளிவான சிந்தனை, திபெத்தையும், இமயமலைத் தொடரையும் கடப்பதும், இந்தியா மீது படையெடுப்பதும் எந்த இராணுவத்திற்கும் மிகப்பெரிய அளவிற்குக் கடினமான பணி என்பதைக் காட்டும். திபெத் மிகமிகக் கடினமான, வாழ்நிலைக்கு ஒவ்வாத நாடுகளுள் ஒன்று. ஓர் இராணுவம் ஒருவேளை அதைக் கடக்கலாம் ஆனால் தளவாடங்களை எடுத்துச் செல்வதும், அதற்கு உணவளிப்பதும் மேலும் மேலும் கடினமானதாகும். எந்த ஒரு பெரிய அளவிலான படை நடமாட்டத்திற்கும் பருவ நிலை

கூட ஓர் எதிரியாக இருக்கும். இதைத் தவிரவும், ஆக்கிரமிப்பு என்ற அடிப்படையில் இந்த வழியில் சீனா ஏன் சிந்திக்க வேண்டும் என்பதற்கான குறிப்பிடத்தக்கக் காரணம் ஏதும் இல்லை. துரதிர்ஷ்டவசமாக உலகப்போர் வந்தால், அந்தப் போரின் முதன்மையான அரங்கங்கள் வேறெங்கோ இருக்கும் - அய்ரோப்பாவில், மத்திய கிழக்கில் மேலும் தூரக் கிழக்கில். ஒரு நாடும், திபெத்தின் பனிபடர்ந்த வனாந்திரத்தில் சிக்கிக் கொண்டு, அதனால் அதன் செல்வாதாரத்தையும், சக்தியையும் வீணாக்கும் அளவுக்கு முட்டாளாகப் போவதில்லை. இருப்பினும், ஓர் ஆக்கிரமிப்புக்காக மிக அதிகம் என்றில்லாமல், எல்லையில் சில வகையான படிப்படியான பரவல் அல்லது ஊடுருவல் காரணமாக நாம் மிகவும் கவனமாக இருக்க வேண்டும். அதற்கேற்ப நடவடிக்கைகளை நாம் எடுத்துள்ளோம்.

நமது அடிப்படைக் கொள்கை, நமது நலன்களை உறுதியுடன் எப்போதும் காப்பது என்பதற்கு உட்பட்டு, சீனாவுடன், நட்பு ரீதியான உறவுகளைப் பராமரிக்கத் தொடர்கிறது. சீன அரசாங்கம் இந்தக் கொள்கையின் இரண்டு அம்சங்களையும் புரிந்து கொள்ளும் மேலும் அதைப் பாராட்டும் என்று நான் நம்புகிறேன். சீனாவில் இந்தியாவை நோக்கி, ஓர் உறுதியான நட்புறவு உணர்வு இருக்கிறது என்றும் நான் கருதுகிறேன். ஓரளவு வரலாற்றுக் காரணங்கள், ஓரளவு ஓர் ஆசியக் கண்ணோட்டம் மேலும் ஓரளவு சந்தேகமின்றி உலக நிலைமை குறித்த அவர்களின் மதிப்பீடு ஆகியவைதான் அதற்கான காரணங்கள். திபெத்தில் நமது நிலை குறித்து சமீபத்தில் சீன அரசாங்கத்துடன் சற்றுப் பேசினோம். திபெத் மீதான சீனாவின் மேலதிகாரத்தால், சில விளைவுகள் ஏற்படுகிறது. ஜியான்ட்சே மற்றும் யாட்டுங் போல, திபெத்திய நகரங்களில் நாம் நீண்ட காலம் சில பாதுகாப்பு அரண்களைப் பராமரிக்க முடியாது. திபெத் பலவீனமாகவும், பாதுகாப்பு அளிக்க முடியாததாக இருப்பதாலும், நமது வணிக வழிகளைப் பாதுகாக்க அந்த அரண்கள் அங்கே நிறுவப்பட்டன. லாசாவில் உள்ள நமது பிரதிநிதி, திபெத் இனிமேல் சுதந்திர நாடாக இருக்காது என்பதால், கொஞ்ச காலத்தில் கான்சல் ஜெனரலாக (Consul - General) ஆகி விடுவார். இந்தப் பிரச்சினைகள் மற்றும் இதுபோன்ற பிரச்சினைகளைத் தீர்த்துக்கொள்ள எந்த இடர்ப்பாடும் இனி இருக்காது.

1952 ஆகஸ்ட் 26ஆம் தேதியிட்ட ஒரு கடிதத்திலிருந்து

பழைய அதிகாரச் சமநிலை எவ்வாறு முழுவதும் தகர்க்கப் பட்டது என்பதை முற்றிலும் உணர்ந்தவர்கள் வெகு சிலரே. நாம் ஒன்று புதியதோர் சமநிலையை உருவாக்குகிறோம் அல்லது போருக்குப் போகிறோம். ஆயுதங்களைக் குவிப்பது மட்டுமே ஒரு சமநிலையை உருவாக்க முடியாது. அது, வெறுப்புக்கும், முற்றிலும் புரிந்துகொள்ள இயலாமைக்கும் இட்டுச்செல்லும் அச்சத்தை அதிகமாக்குகிறது. தெளிவின்றி அமைதி பற்றிப் பேசுவதும், உயர்ந்த நன்னெறி மற்றும் அறநெறிக் கோட்பாடுகளை முன் வைப்பதும் நமக்குப் போதாது. சூழ்நிலையை, அதன் அனைத்து தாக்கங்களிலும், புறநிலை சார்ந்தும், நடைமுறை சார்ந்தும் புரிந்து கொள்ள வேண்டும் மேலும் அதன்பின் முடிவுகளுக்கு வர வேண்டும். நம்மில் ஒருவரும், எவ்வளவுதான் நாம் வலிமை மிக்கவர்களாக இருப்பினும், உலகை நமது வகைக்கேற்றவாறு (pattern) வார்க்க முடியாது. மாபெரும் நாட்டின் அதிகாரத்தில் உள்ளார்ந்த வரையறுப்புகள் உள்ளன. ஒருவரின் சொந்த பலத்தை மிகைப்படுத்துவதும், எதிரியின் பலத்தைக் குறைத்துப் பார்ப்பதும் ஆபத்தானது. இராணுவ ரீதியாகவோ அல்லது பொருளாதார ரீதியாகவோ நமது வரையறைக்குட்பட்ட ஈடுபாடுகள் குறித்து நாமே இந்தப் பார்வையைக் கொண்டிருக்க வேண்டும். யார் பொறுப்புடன் இருக்க வேண்டும் என்று கருதப்படுகிறார்களோ, அந்தச் சில பேர், போர் பற்றி, அதுதான் அனைத்துத் தீங்குகளையும் போக்க வல்லது என்று பொறுப்பின்றி பேசுகிறார்கள். நமது மிகமிக மோசமான பிரச்சினைகளுள் ஒன்று, கிழக்கு வங்காளத்தில் உள்ள சிறுபான்மையினரின் பிரச்சினை. கடந்த காலத்தில், பாகிஸ்தான் அரசாங்கம் குறிப்பாக நடுத்தர வர்க்கங்களை நசுக்குகின்ற ஒரு கொள்கையைப் பின்பற்றியது என்பதில் எந்தச் சந்தேகமும் இல்லை. ஏப்ரல் 1950 ஒப்பந்தம் நிச்சயமாக சில முன்னேற்றங்களைக் கொண்டு வந்தது, ஆனால் செயல்முறை தொடர்கிறது மேலும் அங்கு பெரிய அளவில் துயரம் நீடிக்கிறது. இராஜ தந்திர தளத்தில் இந்தப் பிரச்சினையை கையாள நாம் முயல்கிறோம். வேறு ஒரே தளம் போர்க்களம் தான், வேறு எதையாவது அது செய்தாலும், அந்தப் பிரச்சினையை தீர்க்காது என்று நான் உறுதியாக நம்புகிறேன். இருப்பினும், முக்கிய தலைவர்கள்,

போருக்கு மட்டுமே இட்டுச் செல்வதற்கு நாம் மேற்கொள்ள வேண்டிய வழிமுறைகளைப் பற்றி பேசுகிறார்கள். ஒவ்வொரு கண்ணோட்டத்திலும், மிகவும் குறிப்பாக சிறுபான்மையினர் சம்பந்தப்பட்ட கண்ணோட்டத்திலும், மிகவும் பொறுப்பற்ற விஷயம் வேறு எதையும் நான் கற்பனை செய்ய முடியாது. சில சமயங்களில், நாம் திருப்திப்படுத்தும் ஒரு கொள்கைக்காக குற்றம் சுமத்தப்படுகிறோம் மேலும் பாகிஸ்தானோடு கடுமையாக இருக்க வேண்டும் என கேட்டுக் கொள்ளப்படுகிறோம். நம்மை குற்றம் சுமத்துபவர்கள், காட்டும் கடுமை என்பது கடுமையான, மனம் நோகச் செய்யும் மொழியைப் பயன்படுத்துவது தான். ஒரு பண்பட்ட தேசம் நடந்து கொள்ளும் முறை அது அல்ல, அது இராஜ தந்திர நடைமுறையும் அல்ல. ஒரு நாடு தனது பலத்தைப் பாதுகாக்கிறது மேலும் அந்தப் பலத்தால், சில சமயங்களில் கடும் நடவடிக்கை எடுக்க முடிகிறது. அந்த நடவடிக்கையும் கூட, அந்த நாட்டின் வலிமையாலும், செல்வாதாரங்களாலும் தவிர்க்க இயலாதவாறு, வரையறுக்கப படுகிறது. அது மிரட்டல்கள் விடுவதில்லை. மனம்நோகச் செய்யும் மொழியைப் பயன்படுத்துவதும் இல்லை.

இன்றைய உலகில், நாம் அமைதிக்கும், போருக்கும் இடையில் ஒருவகையான இரண்டும்கெட்ட நிலையில் வாழ்கிறோம். பழைய சமநிலைகள் முழுவதும் நிலைகுலைந்த சூழலில், எந்த ஒரு புதிய சமநிலைத் தன்மையும் அவற்றின் இடத்தை நிரப்பவில்லை. ஒரு நீண்ட காலத்திற்கு, அய்ரோப்பா, உலகின் அரசியல் மையமாக இருந்தது. பிறகு அமெரிக்கா, கருத்தில் கொள்ளுமாறு வந்தது மேலும் அய்ரோப்பாவும், வட அமெரிக்காவும் இரண்டு முக்கிய மையங்கள் ஆகின. இப்போது மேற்கத்திய அய்ரோப்பா, பின்னுக்குப் போய்விட்டது. இரண்டு முக்கிய அதிகார மையங்களாக, வாஷிங்டனும், மாஸ்கோவும் சொல்லப்படுகின்றன. அதே நேரத்தில் காலனிய அரசியல் என்ற வரம்புக்கு வெளியே பெரியதொரு அளவுக்கு, ஆசியாவில் மாபெரும் மாற்றங்களும், புரட்சிகளும் அப்பெருங்கண்டத்தை ஆட்கொண்டிருக்கின்றன. சீனா ஒரு மாபெரும் வல்லரசாக எழுந்திருக்கிறது. சோவியத்துடனான அதன் கூட்டணி, உலக விவகாரங்களில் மாஸ்கோவின் பலத்தைக் கூட்டி உள்ளது. இருப்பினும், சீனாவும் ரஷியாவும் ஒவ்வொரு விஷயத்திலும் ஒன்றிணைந்து செயல்படத் தேவையில்லை, ஏனெனில்

அவற்றின் தேசிய நலன்களில் அவ்வப்போது மோதல்கள் நிச்சயம் வந்து கொண்டிருக்கும் என்பதை நினைவில் கொள்ள வேண்டும்.

அணுயுகம் வந்து கொண்டிருப்பதால், ஒரு வெளியுறவுக் கொள்கையை மேலும் கொண்டு செல்லும் ஒரு சாதனமாக போர் இருப்பது நின்று போய் விட்டது, ஏனெனில் போர் என்பது உலக அழிவுக்கான ஓர் ஆயுதமாக ஆகி இருக்கிறது. இன்று ஒரு போருக்கான ஏதாவது நியாயம் இருக்க முடியும் என்றால், அது முழுதும் தற்காப்புக்காக அல்லது ஆக்கிரமிப்புக்கு எதிரான சுய பாதுகாப்புக்காக மட்டுமே இருக்க முடியும். இது போன்ற ஓர் ஆக்கிரமிப்பு அல்லது ஒரு நாட்டின் இருப்பிற்கேயான ஒரு சவால் இருக்கும் இடத்தில், அந்தச் சவாலை சந்தித்தாக வேண்டும். இல்லை என்றால், நாடு சிதறிவிடும்.

உலகின் இந்த ஆபத்தான, அச்சுறுத்தும் நிலைமையில், நாம் என்ன செய்ய வேண்டும்? நாம் ஒரு முக்கியப் பாத்திரத்தை வகிக்க முடியாது, ஆனால் நாம் ஒருவேளை, பேரழிவைத் தீவிரப்படுத்துவதிலோ அல்லது தவிர்ப்பதிலோ கொஞ்சம் சிறிய பங்கை வகிக்கலாம். உலக மேலாதிக்கத்திற்கான முக்கியப் போட்டியாளர்களுள் ஒருவரோடு நாம் அணி சேர்ந்தால், பேரழிவைத் தவிர்ப்பதில் நாம் கொண்டுள்ள இதுபோன்ற கொஞ்சம் செல்வாக்கையும் விட்டு விடுவோம். அந்தப் பொருளில், நாம் அதை விரைவு படுத்துகிறோம். நாமும், இந்த வழியில் பணியாற்றும் இது போன்ற வேறு நாடுகளும், குறைந்த பட்சம், அந்த போர் அச்சத்திலிருந்து ஒரு பகுதியைக் காக்க முடியும். நிகழ்வுகளைக் கொஞ்சம் அமைதித்தன்மையோடும், புற உண்மைகளோடும் நாம் காணமுடியும், அத்துடன் அமைதியின் பக்கம் நமது ஆதரவை அவ்வப்போது தர முடியும். இவ்வாறாக, இந்தப் பிரச்சினையை குறுகிய தேசிய நலன் அல்லது உலக அமைதி என்னும் பெரும்நலனின் கண்ணோட்டத்தில் நாம் பார்த்தாலும், நாம் பின்பற்றக்கூடிய ஒரே கொள்கை, அதிகாரக் குழுக்களோடு கூட்டு சேராமை என்ற ஒன்றும் மேலும் அனைத்து நாடுகளோடும் நட்புடனான உறவுகளைப் பேணுவதற்கு முயலுவதும் ஆகும்.

1952 நவம்பர் 20ஆம் தேதியிட்ட ஒரு கடிதத்திலிருந்து

பாகிஸ்தானுடன் கடுமையாக நாம் இருக்க வேண்டியிருக்கிறது. சுய மரியாதையின் முக்கிய நலன்கள் பாதிக்கப்பட அனுமதிக்க முடியாது. ஆனால் அதே நேரத்தில், பாகிஸ்தானுடன் எப்போதும் பகைமைப் போக்கிலேயே நாம் வாழ முடியாது என்பதையும் நாம் நினைவில் கொள்ள வேண்டும். அவ்வாறு செய்வது என்று நாம் கருதினால், பிறகு வளர்ச்சி மற்றும் முன்னேற்றத்திற்கான அனைத்து எண்ணங்களையும் நாம் விட்டு விடவேண்டும். இந்தியா மற்றும் பாகிஸ்தான் போன்ற இரு நாடுகளும், தங்களுக்கிடையேயான பகைஉணர்வைத் தொடர்வது என்பது, இரண்டு நாடுகளையும் அழித்துவிடும் மேலும் அந்நியத் தலையீட்டைக் கோரும் என்ற அளவுக்கு நெருக்கமாக இணைக்கப் பட்டுள்ளன. நாம் பாகிஸ்தானுக்கு மிகப்பெரிய அளவில் சேதத்தை உண்டு பண்ணலாம். போரில் அதைத் தோற்கடிக்கவும் செய்யலாம். ஆனால் அந்தத் தீவிரமான நடவடிக்கை எடுக்கப்படும் என்றால், இரண்டு நாடுகளும் அழிக்கப்படும். எந்த ஒரு வெளியார் தலையீட்டிற்கும் எதிராக நிற்பதற்கு, நாம் போதுமான வலுவாகக்கூட இருக்க மாட்டோம். ஆகவே நாம், கடுமையாக இருக்க வேண்டிய வேளையில், ஒரு சமயம் அல்லது வேறு சமயத்தில், நாம் ஒருவரோடு ஒருவர் மிகவும் நெருங்கி வரவும், நண்பர்களாக ஆகவும் வேண்டும் என்பதை எப்போதும் நாம் நினைவிற்கொள்ள வேண்டும் என்பதை உணரவேண்டும். இதுபோன்ற ஒரு கொள்கை, உடனடியாக மிகவும் கவர்ச்சிகரமாகத் தோன்றாது இருக்கலாம். ஆனால் இதுதான் சரியான மற்றும் புத்திசாலித்தனமான ஒரு கொள்கை. அதுதான் கிழக்கு பாகிஸ்தானில் உள்ள சிறுபான்மையோருக்கு நன்மைதரக் கூடியதாக இருக்கும் என்பதில் நான் சந்தேகம் கொள்ளவில்லை. தற்போது பாகிஸ்தானில் செயலூக்கமுடைய தலைவர்கள் ஒருவரும் இல்லை என்பது மிகமிக துரதிர்ஷ்டவசமானது. ஏதோ ஒரு தீவிரவாதக் குழு ஏற்காது என்னும் அச்சத்தால் சரியான நடவடிக்கை எடுக்கத் தீர்மானிக்க முடியாத அல்லது துணியாத ஒரு பலவீனமான அரசாங்கத்துடன் கையாள்வது என்பது எப்போதும் கடினமானது. அரசியல் மற்றும் பொருளாதார நிலைமைகள் பாகிஸ்தானில் மோசமடைந்து வருகின்றன என்ற உண்மையே, அந்த அரசாங்கத்தை மேலும் வலுவிழக்கச்

செய்கிறது. ஆயினும், ஒரு நாட்டின் மக்கள் இருக்கிறார்கள். இறுதியில் அவர்கள் தான் எதையும் தீர்மானிக்கிறார்கள் என்ற இது போன்ற விஷயத்தை நாம் எப்போதும் நினைவில் கொள்ள வேண்டும். அவ்வப்போது பாகிஸ்தான் மக்கள் செய்வதைப் போல, அவர்கள் அவ்வப்போது உற்சாகம் பெற்று எழுந்து, அதிக பட்ச அளவுக்கு வேலை செய்ய வேண்டும். ஆனால் பாகிஸ்தானில் உள்ள பெரும் எண்ணிக்கையிலான மக்கள், இந்தியாவுடன் மிகுந்த நட்பும், ஒத்துழைப்புமான உறவுகளைப் பெறுவதை விரும்புவார்கள் என்பதில் எனக்கு சிறிதும் அய்யமில்லை. இந்தப் போக்கை நாம் ஊக்குவிக்க வேண்டும். உருவாகும் எந்த நெருக்கடி நிலையையும் சமாளிக்க எப்போதும் தயாராக இருந்த வண்ணம், அதை அடைய பாடுபட வேண்டும். இவ்வாறு, தற்காலம் மற்றும் எதிர்காலத்தின் அடிப்படையில், சரியான செயலை நாம் செய்வது மட்டுமல்ல, மாறாக மிகவும் நடைமுறை சாத்தியமுள்ள, பயனுள்ள வழியை மேற்கொள்ளவும் வேண்டும். பாகிஸ்தானின் தந்திரக் கொள்கையின் மலிவான போலிகளாக நாம் ஆக முடியாது. நாம் ஒரு முதிர்ச்சி அடைந்த தலைமை கொண்ட முதிர்ச்சி அடைந்த நாடு என்று நான் நம்புகிறேன். ஆகவே, நாம் ஒரு தெளிவான நோக்கத்தோடும், தவறான செய்கையை அவசரப்பட்டு செய்வதற்கு நம்மை அனுமதிக்காமலும் நாம் பணிபுரிய வேண்டும்.

1953 ஜனவரி 27ஆம் தேதியிட்ட ஒரு கடிதத்திலிருந்து

ஜம்மு கிளர்ச்சி, முன்னதாக அதைப்பற்றி நான் உங்களுக்கு எழுதியிருக்கிறேன், மீண்டும் ஒரு குறிப்பிடத்தக்க முட்டாள்தனமான, சிறுபிள்ளைத்தனமான சம்பவம் ஆகும். சாதாரண புத்திசாலித்தனம் உள்ள ஒரு நபர் கூட, இந்தக் கிளர்ச்சி, ஜம்மு மற்றும் இந்தியா என இருவரின் நலன்களுக்கு ஆபத்தானது என நிரூபிக்கும். பாகிஸ்தான் தன் கைப்பாவையாக்கி இதனைப் பயன்படுத்திக் கொள்ளுமாறு அதற்கு உதவும் என்பதைக் காண முடியும். இருப்பினும், வெளியுலகுக்கு, இந்தியாவுடன் மிக நெருக்கமான ஒற்றுமை என்ற பெயரில் அது நடத்தப்படுகிறது. நீங்கள் அறிந்தது போல, ஒட்டுமொத்த ஜம்மு காஷ்மீர் மாநிலத்தின் பிரச்சினை மிகமிக சிக்கலானது. இன்று அது சர்வதேச விவகாரங்களுடன்

பிணைக்கப் பட்டிருக்கிறது. எந்த ஒரு அமைப்பும் நமக்குப் பாதகமாக, சர்வதேசக் காரணிகள் மீது பாதிப்பை அவசியம் ஏற்படுத்தியாக வேண்டும் என்று ஒரு போராட்டத்தைத் துவங்குவது, அறிவின்மையின் உச்சம் ஆகும். இருப்பினும், இந்தியாவில் சில வகுப்புவாத அமைப்புகள் குறிப்பாக, ஜனசங்கம், ஆர்.எஸ்.எஸ். மற்றும் அகாலி தளம் போன்றவை இந்தக் கிளர்ச்சிக்கு ஆதரவாக தங்கள் முழு பலத்தையும் பிரயோகிக்கிறார்கள். இந்த அமைப்புகளின் குறிக்கோள், ஜம்முவுக்கு உட்பட்டதல்ல என்பதும் மேலும் அவர்கள் மிகப்பெரிய விளையாட்டுக்குத் திட்டமிடுகின்றனர் என்பதும் தெளிவாகிறது. இந்திய அரசாங்கத்தின் மீதான வெறுப்பும், அது பின்பற்றும் மதச்சார்பற்ற கொள்கையும், அதற்கு ஆபத்து உண்டாக்குவதற்காக, பெரும்பாலும் ஜம்மு காஷ்மீர் மாநிலத்தின் உடனான நமது உறவுக்குத் தீங்கு செய்வதற்குக் கூட அவர்கள் தயாராக இருக்கிறார்கள் என்னும் அளவிற்கு மிகப் பெரியது. சில மாதங்களுக்கு முன், நீண்ட பேச்சு வார்த்தைகளுக்குப் பின்னர், நாம் ஜம்மு காஷ்மீர் அரசாங்கத்துடன் ஓர் உடன்பாட்டிற்கு வந்தோம். இது பாராளுமன்றத்தால், ஒப்புதல் அளிக்கப்பட்டது என்பதை நீங்கள் நினைவில் வைத்திருப்பீர்கள். இந்தக் கிளர்ச்சியின் நோக்கம், அந்த உடன்பாட்டைச் சீர்குலைப்பதே. தேசியக் கண்ணோட்டத்திலும், அத்துடன் சர்வதேசக் கண்ணோட்டத்திலும் பார்க்கையில், அது மோசமானது. இந்தியாவுடன், மிகவும் நெருக்கமான இணைப்பிற்கு ஜம்மு மாகாணத்தை கேட்பது என்பது, ஜம்மு காஷ்மீர் மாநிலத்தின் சீர்குலைவை, அதிலிருந்து வரும் அனைத்து தீங்கான விளைவுகளோடு, ஊக்கப்படுத்துவது ஆகும். உண்மையில் ஜம்மு மாகாணம் கூட சிதறுண்டு போகும். காஷ்மீர் பள்ளத்தாக்கு தொடர்பான நமது நிலை, தவிர்க்க இயலாது, பெரும் அளவில் வலுவிழந்துள்ளது. உண்மையில், அந்தச் சீர்குலைவு நடந்தால், பள்ளத்தாக்கில் நமக்கென்று எந்த நிலையும் இருக்காது. இப்போது கூட, ஜம்மு கிளர்ச்சி, பள்ளத்தாக்கில் மோசமான விளைவை ஏற்படுத்தி உள்ளது.

ஆனால், ஜம்மு அல்லது காஷ்மீர் மீதான விளைவைத் தவிர்த்து கூட, இந்தக் கிளர்ச்சி அடிப்படையில் மிகவும் வகுப்பு வாதம் சார்ந்தது. அதற்கு எவ்வழியில் சரணடைவதும் நாம் பின்பற்றி

வரும் அனைத்திந்தியக் கொள்கைக்கு முற்றிலும் எதிரானது என்று பொருளாகும். இப்போதைய இந்திய அரசாங்கம் பணிபுரிகின்ற வரை, இது நடக்க முடியாது. துரதிர்ஷ்டவசமாக பல பேர் இந்த அனைத்து விளைவுகளையும் உணரவில்லை. ஏராளமான விஷயங்களில், நம்முடனான உடன்பாட்டின் மூலம், மற்ற மாநிலங்களை விடவும், ஜம்மு காஷ்மீர் மாநிலம் ஓரளவுக்குப் பரவலான தன்னாட்சியைப் பெற்றிருக்கிறது என்பது உண்மை. எனினும் அவ்வாறு செய்வதற்கு நாம் மிகவும் விரும்பினாலும், இது புறக்கணிக்க முடியாத சில வரலாறு, அரசியல் மற்றும் சர்வதேச அடிப்படையிலான காரணிகளின் விளைவு ஆகும். நெருக்கமான ஒன்றிணைப்புக்கான வழி வற்புறுத்தலால் அல்லது கட்டாயத்தின் பேரில் ஒரு முயற்சியாக நடக்கும் இது போன்ற ஒரு கிளர்ச்சியால் அல்ல, மாறாக சட்டம் மற்றும் அரசமைப்பு மூலமல்லாத மற்ற பல வழிகளில் நெருக்கமான பிணைப்பை வளர்ப்பதால் மேலும் ஒருவர் மீது மற்றவரின் நம்பிக்கை மற்றும் ஒருவரை மற்றவர் சார்ந்திருத்தல் என்ற உணர்வால் தான். இந்த உணர்வுதான், இந்தக் கிளர்ச்சியால் கலக்கமடையப் போகிறது.

ஜம்மு காஷ்மீர் மாநிலத்தில் நிலச்சீர்திருத்தம் இயல்பாகவே, காஷ்மீர் பள்ளத்தாக்கில் மற்றும் ஜம்முவில் என இரண்டிலும், பழைய நிலப்பிரபுத்துவக் கூறுகளைக் கடுமையாகத் தாக்கியது. ஜம்முவில் சில பேர் பெரும்பாலும் அதிகமாகப் பாதிக்கப் பட்டார்கள் ஏனெனில் பள்ளத்தாக்கில் உள்ள நிலம், ஜம்மு மாகாணத்தின் சில நிலத்தை விட மிகவும் மதிப்பு வாய்ந்தது மேலும் அதிக செழிப்பானது. எனவே ஒரே மாதிரியான உச்ச வரம்பு ஓரளவுக்கு ஜம்முவில் இந்த நபர்களில் சிலருக்கு மிகவும் பாதகமாக இருக்கும். அத்துடன், இந்தியாவில் மற்ற பழைய சுதேச மாநிலங்களில் செய்யப்பட்டது போல காஷ்மீர் மாநிலத்தின் படைகளில் ஒரு பகுதியைக் கலைத்துவிடுவது என்ற உண்மையும் இருக்கிறது. இயல்பாகவே, இது சில இடர்ப்பாடுகளைத் தரலாம், மேலும், இந்திய அரசாங்கத்தில் நாம் இந்தக் கலைக்கப்படுகின்ற பணியாளர்களின் கோரிக்கைகளை பரிசீலிப்பதில் இன்னும் மெதுவாகவே இருக்கிறோம். அது நமது பாதுகாப்பு அமைச்சகத்தின் பொறுப்பே அன்றி ஜம்மு காஷ்மீர் அரசாங்கத்தின் பொறுப்பு அல்ல. இந்த விஷயத்தை விரைவுபடுத்த நாம் முயற்சி எடுத்து வருகிறோம்.

ஜம்மு காஷ்மீர் மாநிலத்தில் மகாராஜாவின் ஆட்சியின் கீழ், ஜம்மு மக்கள், மாநிலத்தில் தாங்கள் ஆளும் வர்க்கமாக இருப்பது என்ற ஓர் உணர்வில் இருந்தார்கள். அவர்கள் மகாராஜாவின் வம்சத்தைச் சேர்ந்தவர்கள். உண்மையான காஷ்மீரி இந்துவாக அல்லது முஸ்லீமாக இருந்தாலும், காஷ்மீர் மாநிலப் படைகளில் அனுமதிக்கப்படாத வேளையில், அவர்கள் இராணுவத்தில் எடுத்துக் கொள்ளப்பட்டார்கள். இந்தியாவுடன் இம் மாநில இணைப்பிலிருந்து, இந்த நிலைமை முற்றிலும் மாறி விட்டது. மாநிலத்தில் ஜம்மு இனிமேல் ஆதிக்கம் செலுத்தும் கூட்டாளியாக இருக்க முடியாது. கோட்பாட்டளவில் அது ஒரு சமமான கூட்டாளியாக இருக்கும், ஆனால் ஓரளவுக்கு அதிகமான கவனத்தை ஜம்மு மாகாணத்தை விட காஷ்மீர் பள்ளத்தாக்கின் வளர்ச்சிக்கு செலுத்த வேண்டும் என்பது உண்மை. அந்த விஷயத்தை சரி செய்ய முடியும், சந்தேகமின்றி சரிசெய்யப்படும். உண்மையில் இடர்ப்பாடு என்பது நிதிநிலையில் தான் இருக்கிறது. ஜம்மு மக்கள் பணிகளுக்கு எடுக்கப்படுவது இல்லை போன்ற அடிப்படையற்ற அனைத்து வகையான குற்றச்சாட்டுகள் முன்வைக்கப்பட்டன. இந்துக்கள், மாநிலத்தின் பணிகளிலிருந்து வேண்டும் என்றே தள்ளி வைக்கப்பட்டார்கள் என்பது இதன் பொருள் என பெரும்பாலான மக்கள் எண்ணினார்கள். இது வெளிப்படையாக உண்மையன்று. மாநிலத்தில் பொறுப்புள்ள பதவிகளை வகிக்கும் இந்துக்களின் எண்ணிக்கை மிகவும் கணிசமாக உள்ளது. உண்மையில், சில மாற்றங்கள் தவிர, பழைய சேவைகள் தொடர்கின்றன. ஜம்முவில் உள்ள இந்துப் பணியாளர்களில் சிலர், காஷ்மீர் பள்ளத்தாக்கில் இருந்து வந்தவர்கள் என்பது உண்மை. இப்போது போல, முன்பு இதற்கான காரணம், காஷ்மீர் இந்துக்கள், வேலைகளுக்கு, வழக்கத்திற்கு மாறான ஏற்புத்தன்மை உடையவர்களாக இருந்தார்கள். கல்வி அறிவைப் பொறுத்தவரை மிகவும் அதிகமாக முன்னேறியவர்களாக இருந்தார்கள். இந்தியாவின் மற்ற பகுதிகளிலும் கூட, மற்ற சுதேச மாநிலங்களையும் உள்ளடக்கி, செல்வச் செழிப்புடன் இருந்தார்கள். ஜம்மு மக்களில் ஒரு பகுதி, அரசுப் பணிகளை மதியாத இராஜபுத்திரர்களாக இருந்தார்கள், ஒன்று அவர்கள் வணிகர்களாக இருந்தார்கள் மேலும் ஒரு பகுதி நிலப்பிரபுக்களாக இருந்தார்கள் அல்லது மாநிலப் படைகளில் இருந்தார்கள். கல்வி அடிப்படையில் பொதுவாக

அவர்கள் பின் தங்கியிருந்தனர். மாநிலத்தில் நடந்த மாற்றங்கள் இவ்வாறு தவிர்க்க முடியாமல் அவர்களைப் பாதித்தது. இது மாநில அரசின் தவறல்ல. கடந்த அய்ந்தாண்டுகளாக தயார் செய்யப்பட்ட மாநில இராணுவம், மிக அதிகமாக ஜம்மு மக்களை குறிப்பாக, இராஜபுத்திரர்களைக் கொண்டிருந்தது. காஷ்மீரிகள், எந்த வடிவிலும் ஆயுதங்கள் தொடர்பானத் தொழிலை அன்புடன் மேற்கொள்ளவில்லை. மீண்டும், பாகிஸ்தானோடு பிரச்சினை துவங்கியதிலிருந்து, காஷ்மீர் உடனான அனைத்து வணிகமும் ஜம்மு வழியாகவே நடந்தது. முன்னதாக, இதில் பெரும்பாலானவை இராவல்பிண்டி பாதை வழியாகவே நடந்தது. இவ்வாறு ஜம்மு வணிகர்கள் முன்பு வகித்த இடத்தை விடவும், இப்போது மிக மிக முக்கியமான ஒரு இடத்தைப் பிடித்திருந்தனர். இருப்பினும், இந்தக் கிளர்ச்சியின் போது மிகமிக வேகமாகக் குரல் எழுப்பியவர்களுள் அவர்களும் இருந்தார்கள். கடந்த சில ஆண்டுகளின் போது, ஜம்மு மாநகரம் மிகப் பெரியதாக விரிவடைந்துவிட்டது மேலும் கணிசமான விகிதத்தில், இடம்பெயர்ந்தவர்கள் அங்கே இருக்கிறார்கள். அங்கே தங்குவதற்கான இடவசதியில் இடர்ப்பாடு இருக்கிறது. இன்னும் அதிகமான இடர்ப்பாடு தண்ணீர் வழங்குவதிலும் இருக்கிறது. வேலையின்மை இருக்கிறது. இந்தியாவில் மற்ற பெரு நகரங்களில் இவையெல்லாம் பொதுவான இடர்ப்பாடுகள்தான். இவைகளைச் சமாளிக்க நம்மால் முடிந்த அளவுக்கு முயன்று வருகிறோம்.

பாராளுமன்றம் மீண்டும் கூடும்போது, இந்திய வகுப்புவாத அமைப்புகள், அதிக அளவு சிக்கலை இயன்ற அளவுக்கு உண்டாக்க கடுமையான முயற்சியை செய்வார்கள் மேலும் ஆர்ப்பாட்டங்கள் மற்றும் அது போன்றவற்றை நடத்துவார்கள் என்பதற்கு சாத்தியம் இருக்கிறது. முழுக்கமுழுக்க பொறுப்பின்மையின் இந்த வெளிப்பாட்டைக் கண்டு நான் மிகவும் கவலை அடைகிறேன். தேசிய அளவில் எந்தவித இழப்பு ஏற்படுத்தியும் இந்திய அரசாங்கத்தை பலவீனப்படுத்துவது என்னும் மிகப் பெரிய நோக்கம் இதில் இருக்கிறது என்று ஒருவர் உணர்ந்தால் மட்டுமே, ஒருவர் இதைப் புரிந்து கொள்ள முடியும். இதற்கு நாம் அடிபணிய முடியாது. இந்த வகுப்புவாத வளர்ச்சிப் போக்குகளை, எங்கே அவை நிகழ்ந்தாலும், நமது அனைத்து வலுவுடன் நாம் எதிர்கொள்ள வேண்டும்.

1953 ஆகஸ்ட் 22ஆம் தேதியிட்ட ஒரு கடிதத்திலிருந்து

காஷ்மீரில் சமீபத்திய சம்பவங்கள், காஷ்மீர் மாநிலத்திற்கு மட்டுமே சந்தேகத்திற்கிடமின்றி முதன்மையான முக்கியத்துவம் வாய்ந்ததாக இல்லை, மாறாக ஒட்டுமொத்த இந்தியாவிலும், ஒரு குறிப்பிட்ட அளவு உலக அளவிலும் அவ்வாறு இருக்கிறது. ஓர் இடிமின்னலின் எதிர்பாராத் தன்மையுடன் நிகழ்வுகள் நடந்ததாகத் தோன்றியது என்ற உண்மையே, இந்த அதிகமான முக்கியத்துவத்திற்குக் காரணம். திடீர்த்தன்மையுடன் சில சம்பவங்கள் நடந்துள்ளன என்பது உண்மையே. எப்போதும் நிகழ்வுகளுக்கு அப்பால் நீண்ட காலமாக நிலைத்திருக்கும், அடிப்படையான காரணங்கள் இருக்கின்றன. மூன்று மாதங்களுக்கு முன்பு, கடந்த மே மாதத்தில், இரண்டு நாட்களுக்கு நான் காஷ்மீர் சென்றிருந்தேன். இது நான் இங்கிலாந்துக்கு செல்வதற்கு முன்பு நிகழ்ந்தது. அங்கே உள்ள நிலைமைகளையும், பலவழிகளில் நடந்திருக்கும் சீரழிவையும் பார்த்து நான் வியப்பும் ஏமாற்றமும் அடைந்தேன். நீண்ட காலம் நமது சகாக்களாக இருந்தவர் இடையே ஒற்றுமை சிதைவதற்கும், உள் மோதலுக்குமான செயல்முறை (process) அங்கு இருந்தது. ஷேக் அப்துல்லா எப்படி மாறி விட்டார் என்பதைக் காண்கையில், நான் வழக்கத்திற்கு மாறான மனக்கலக்கமுற்றேன். அப்போது நான் செய்ய முடிந்தது எல்லாம், ஷேக் அப்துல்லாவையும் மற்றவர்களையும், இந்த ஒற்றுமை சிதைவதற்கான வேலை தொடர்வதை அனுமதிக்கக் கூடாது என்றும் நிலைமையை மேலும் சிக்கலாக்கும் எந்த நடவடிக்கையையும் எடுக்க வேண்டாம் என்றும் பணிந்து கேட்பதே. அய்ரோப்பிவிலிருந்து நான் திரும்பி வரும்வரை அவர்கள் எதுவும் செய்யக் கூடாது என்றும் அப்போது நம்மை எதிர்நோக்கி உள்ள வெவ்வேறு விதமான பிரச்சினைகளையும் முழுமையாக விவாதிக்க முடியும் என்று அவர்களைக் கேட்டுக் கொண்டேன். இங்கிலாந்தில் நான் இருந்த போது, காஷ்மீரில் கவலைதரும் சூழ்நிலைகள் பற்றிய செய்திகள் தொடர்ந்து வரப் பெற்றேன். டெல்லியில் என்னைப் பார்ப்பதற்கு ஷேக் அப்துல்லாவை அழைத்தது தான் நான் திரும்பிய உடன், செய்த உடனடி நடவடிக்கைகளுள் ஒன்று. முன்னதாக ஆக்ராவில் அ.இ.கா.கமிட்டிக் கூட்டத்திற்கு அவரை அழைத்திருந்தேன். அவர் ஆக்ராவிற்கு வர முடியாது ஆனால் டெல்லியில் பிறகு

என்னைப் பார்ப்பதற்கு முயற்சிப்பதாக சொன்னார். ஆயினும், திரும்பத்திரும்ப அழைப்பு விடுத்தும், டெல்லிக்கு அவர் வரவில்லை. அவர் பக்ஷி குலாம் முகம்மதுவையும், பின்னர் மீர்ஷா அஃப்சல் பேக்கையும் அனுப்பி வைத்தார், ஆனால் அது திருப்தி அளிக்கவில்லை.

இதற்கிடையில், நிலைமை, ஓர் இறுதிக்கட்ட நெருக்கடியை நோக்கி ஓய்வின்றி நகர்ந்தது. அங்கே அரசு செயல்படவில்லை மேலும் அமைச்சர்கள் ஒருவருக்கொருவர் எதிராகப் பேசினர். இருபதாண்டுகளுக்கு மேலான உழைப்பிற்குப் பிறகு கட்டப்பட்ட தேசியக் கட்சி உடையத் துவங்கியது. மக்கள் குழப்பமும், அச்சமும் அடைந்தார்கள். காஷ்மீருக்கு இந்த ஆண்டு அதிக அளவில் போன பார்வையாளர்கள், வரவிருக்கும் இந்த நெருக்கடியை உணர்ந்து, பள்ளத்தாக்கை விட்டு விலகிச் சென்றார்கள். இந்தப் பார்வையாளர்களுக்கு காஷ்மீரின் கைவினைப் பொருட்களை விற்பதற்கான நம்பிக்கையோடு, அதில் அவர்களுடைய அனைத்தையும் முதலீடு செய்த பெரும் எண்ணிக்கையிலான சிறு கடைகாரர்கள், எதிர்பாராத திகைப்படைந்தார்கள்.

காஷ்மீரிலிருந்து வந்த மக்களை நாங்கள் சந்தித்தோம். என்னுடைய சகாக்களுள் சிலர், என் வேண்டுகோளின் பேரிலும், வேறு விதமாகவும், அங்கே போய்விட்டு திரும்பி வந்து அறிக்கை தந்தார்கள். ஒவ்வொரு கட்டத்திலும் தந்த அறிக்கை அதற்கு முன்னதான ஒன்றை விட மோசமாக இருந்தது. இந்த வழியில் செயல்படுவது இயலாத ஒன்று என்பது தெளிவாகியது. அரசு செயல்பட முடியவில்லை மேலும் ஒவ்வொன்றும் சிதறிக் கொண்டிருந்தது. ஷேக் அப்துல்லாவின் அணுகுமுறை மேலும் மேலும் வெறுப்படையச் செய்வதாக இருந்தது. அவர், காஷ்மீரில் ஒவ்வொன்றையும் நிலைகுலையச் செய்வதில் தீர்மானமாக இருப்பதாகத் தெரிந்தது. உண்மையில், ஒரு நண்பருடனான உரையாடலின் போது, மாநிலத்திற்கு தீ வைக்கப் போவதாக, அவர் சொன்னார். அதனால் அவர் என்ன சொல்ல வந்தார் என்பது எனக்குத் தெரியவில்லை. ஆனால், சமநிலை இழந்ததைப் போல பெரும்பாலும் செயல்பட்ட அவரது மனநிலையை அது காட்டியது. அதனால் நாம் வரவிருக்கும் ஒரு பேரழிவு பற்றிய மாறாத அச்சத்தில் பணிபுரியத் துவங்கினோம். அது மிகவும் கடினமான, துயரம்

நிறைந்த சூழ்நிலை ஆகும். அதிலிருந்து வெளிவர எளிதான வழி இல்லை. நிலைமைகள் அப்படியே இருக்குமாறு தொடர்வதற்கு அனுமதிப்பது துயரத்தை வரவழைப்பதாகும், மேலும் எந்த ஒரு நிகழ்விலும், ஒரு நிலைமையைச் சமாளிப்பதில் அது ஒரு பலவீனமான வழி ஆகும். அதைத் தடுப்பதற்கான ஏதேனும் நடவடிக்கைகளை எடுப்பது என்பதும் பிரச்சினையை வரவழைப்பது ஆகும். விருப்பத்தேர்வு (choice) என்பது, நமது வாழ்வில் எப்போதும் உள்ளது போல, குறைவான தீங்குகளுள் ஒன்றைத் தெரிவு செய்வது என்பதாகும்.

ஏதாவது செய்தாக வேண்டும் என்று திரும்பத்திரும்ப நமக்கு சொல்லப்பட்டது. அமைச்சரவையின் பெரும்பான்மையினர் ஒரு கருத்தைக் கொண்டிருக்கிறார்கள், மேலும் பிரதம அமைச்சர் உள்ளிட்ட சிறுபான்மையினர் இன்னொரு கருத்தைக் கொண்டிருக்கிறார்கள் என்று நமக்கு தெரிவிக்கப்பட்டது; அந்த பெரும்பான்மையினர், தேசிய மாநாட்டின் (National Conference Party) செயற்குழுவில் கணிசமான பெரும்பான்மையினரையும், அதே போல் அநேகமாக, மாநாட்டிலும், அரசியலமைப்புச் சபையிலும் கட்டுப்படுத்தினார்கள். நமது முதல் அறிவுரை ஏதாவது தீர்வு, ஒத்துழைப்புக்காக கண்டுபிடிக்க வேண்டும், ஏனெனில் வேறு ஏதாவது நடவடிக்கை துரதிர்ஷ்டவசமான முடிவுகளுக்கு இட்டுச் செல்லும் வாய்ப்பிருக்கிறது. இது இயலாது என்றால், பிறகு, செயல்படக்கூடிய, ஒரே கருத்தைக் கொண்ட, பல வேறுபட்ட கருத்துக்களைக் கொள்ளாத ஓர் அரசாங்கம் உருவாக்கப்பட வேண்டும். அந்தச் செயல்முறை என்பது முழுக்க முழுக்க அரசமைப்பு சார்ந்தது. அமைச்சரவை பிளவுபட்டால், அது பதவி விலக வேண்டும் மேலும் நிர்வாகத்தினின்றும் வெளியேற வேண்டும். அத்துடன் மேலும் இன்னொரு அமைச்சரவை அமைக்கப்பட வேண்டும். அரசமைப்பு நடைமுறையுடன் பொருந்தக்கூடிய உரிய வழியில் இது செய்யப்பட வேண்டும் என்று நாம் வற்புறுத்தினோம். எல்லா வகையிலான இடர்ப்பாடுகளும் எழலாம் என நாம் உணர்ந்தோம். சாத்தியமாகும் ஒவ்வொரு விளைவையும் நாம் சமாளிக்க முடியாது. எப்படி இருப்பினும், நமது இராணுவம் ஈடுபடுத்தப்படக் கூடாது என்பதில் நாம் ஆர்வத்துடன் இருந்தோம். நாம் கறாரான தடைஆணைகளை அதற்கேற்ப பிறப்பித்தோம்.

சில நாட்களாக, மேற்கொண்டு சிதைந்து போவதற்கான போக்குகள் நடந்தேறின. பிறகு, அமைச்சரவையின் பெரும்பான்மையினரின் கண்ணோட்டத்தைப் பிரதிபலிக்கிற ஓர் உறுப்பினரின் பதவி விலகலுக்கான ஷேக் அப்துல்லாவின் கோரிக்கையின் விளைவாக, அமைச்சரவைக்கு இறுதி நெருக்கடி வந்தது. நிகழ்ச்சிகள் அடுத்தடுத்து வேகமாகத் தொடர்ந்ததன் விளைவாக, அப்துல்லா அமைச்சரவை கலைப்பு, பிரதம அமைச்சராக பக்ஷி குலாம் முகமது பதவி ஏற்பு மேலும் பின்னர், ஷேக் அப்துல்லாவையே கைது செய்தல் என்பதில் முடிந்தன. இந்த நிகழ்வுகளை, அவை நடந்து முடிந்த பிறகு நாம் அறிந்தோம். அந்தக் கட்டத்தில், எதையும் சொல்வது நமக்குக் கடினமாக இருந்தது ஏனெனில், அதனால் ஏற்படும் சூழ்நிலையை அந்த இடத்திலேயே சமாளித்தாக வேண்டும். இங்கிருந்து நாம் சொல்லக் கூடிய எதுவும் குழப்பத்தை மேலும் அதிகமாக்குவதில் மட்டுமே முடியும் மேலும் ஒருவரையும் பொறுப்பேற்க வைக்க முடியாது. ஆகவே, நிகழ்வுகள் நடக்கையில், நாம் கண்காணிக்க வேண்டி இருந்தது. அப்துல்லா அமைச்சரவை கலைப்புக்குப் பின் அங்கு ஓர் எழுச்சியையும், குடிமக்கள் இடையே கலகத்தையும் ஒரு கணிசமான அளவில் ஷேக் அப்துல்லா ஊக்குவிக்கக் கூடிய ஓர் ஆபத்து இருப்பதாகத் தோன்றியது. இது தவிர்க்கப்பட வேண்டியது ஆகும். எனவே, புதிய பிரதமரான பக்ஷி குலாம் முகம்மதுவால், அவரது கைது செய்ய ஆணையிடும் தவிர்க்க இயலாத அடுத்த நடவடிக்கை எடுக்கப்பட்டது.

ஒரு நிகழ்வுக்குப் பிறகு புத்திசாலித்தனமாக இருப்பது எளிது. ஆனால் நிகழ்வுகள் ஒன்று மற்றதை விஞ்சும் வண்ணம் அடுத்தடுத்து வேகமாக ஒன்றன்பின் ஒன்றாகத் தொடரும் போது, அவற்றின் போக்கை அதிகம் நிறுத்துவது அல்லது மாற்றுவது கடினமாகும். இறுதி நெருக்கடிக்கு இட்டுச் சென்ற இந்தச் சீரழிவு எவ்வாறு, எப்போது துவங்கியது? அதை வரையறுப்பது கடினம், ஆனால் பின்னணியில் இருந்த மிகமிக பலம் வாய்ந்த சக்திகளுள் ஒன்று ஷேக் அப்துல்லாவின் மனதில் மட்டுமின்றி பள்ளத்தாக்கில் வாழ்ந்த மக்களின் மனங்களிலும் பெரும் பாதிப்பை ஏற்படுத்திய பிரஜா - பரிஷத் - ஜன சங்கத்தின் கிளர்ச்சி ஆகும். இந்தக் கிளர்ச்சி அவர்களைக் கசப்படையச் செய்தது. ஜனசங்கமும், அதன் ஆதரவாளர்களும்

இந்தியாவில் நிலவும் உணர்வைப் பிரதிபலிக்கிறார்கள் என அவர்களுக்குத் தோன்றியது. இது அவர்களை அச்சுறுத்தியது. மக்கள் வேறு திசைகளில் செல்லத் துவங்கினார்கள். குறிப்பாக ஷேக் அப்துல்லா, வெறுப்படைந்தார். அவரது பிடிப்பை இழந்தார். நாம் ஷேக் அப்துல்லாவை, தடம் புரண்டு போனதற்காகவும், நீண்ட காலம் அவர் நின்ற கொள்கைகளை மறந்ததற்காகவும் விமர்சனம் செய்ய முடியும் ஆனால் அது, முதலில் படிப்படியாகவும், பிறகு மாறாக திடீரென்றும் நம்மை எதிர்கொண்ட ஒரு சூழ்நிலையைப் புரிந்து கொள்ள அதிகம் உதவாது. இந்த நிலைமை, முக்கியமாக பல மாதங்களாக டெல்லியில், பஞ்சாபில் மேலும் இந்தியாவின் சில பகுதிகளில் நடந்து கொண்டிருந்த இந்த வகுப்புவாதக் கிளர்ச்சியின் விளைவு. கோடையில் இந்தியாவுக்கு வந்த ஆயிரக்கணக்கான காஷ்மீர் தொழிலாளர்கள், அவர்களின் இதயங்களில் வெறுப்புணர்வோடு திரும்பிச் சென்றனர். அதை கிராமங்களுக்கு அவர்கள் பரப்பினார்கள். தவறான செயலின் ஆபத்தான விளைவை இங்கே நாம் பார்க்கிறோம். இந்தக் கிளர்ச்சியை நம்மில் சிலர் திரும்பத்திரும்பப் பாராளுமன்றத்திலும், மற்ற இடங்களிலும் கண்டனம் செய்தார்கள் என்பது உண்மை ஆனால் பலர், அதில் உள்ளார்ந்து இருக்கும் ஆபத்துக்களை உணராமல், தெளிவின்றி அதற்கு அனுதாபம் காட்டினார்கள் என்பதும் உண்மை. அதனால், அந்த பின்விளைவுகளால், அந்த ஆபத்துக்களால் நாம் பாதிப்படைய வேண்டியிருக்கிறது.

சூழ்நிலை, நிறுத்தப்பட முடியாத ஏதோ ஒரு தவிர்க்க இயலாத சோகமாக, வளர்ந்தது. அது மிக மோசமாக என்னை உணர வைத்தது. நான் வருத்தம் அடைந்தேன், ஏனெனில் நடந்தவற்றில் பலவும், நன்றாக இல்லை, மேலும் பின்விளைவுகளின் ஒரு நீண்ட தடம் அதிலிருந்து தடையின்றி தொடரும். காஷ்மீர் மக்கள் சொந்த எதிர்காலத்தை தாங்களே தீர்மானிக்க வேண்டும் என்று நாம் செய்ததை, செய்ய வேண்டும் என்பதை நாம் நம்புகின்ற வேளையில், வெளிப்படையாக நமக்கெதிராக தராசுத் தட்டை சாய்க்கின்ற செயல்கள் நடந்து போயின. எப்போதும் தேவையானது புத்திசாலித் தனமான நடவடிக்கை என்பதை உணராமல், நமது நண்பர்களுள் சிலர் எப்போதும் அவர்கள் அழைக்கும் 'கடுமையான நடவடிக்கை'யை எடுக்கக் கோரினார்கள்.

இங்கே இந்த விஷயத்தில் வகுப்பு வாதத்தின் துரதிர்ஷ்டவசமான வெற்றியை நாம் காண்கிறோம். இதை எதிர்த்து நாம் போராடி இருக்கிறோம், ஆனால், இந்தக் குறிப்பிட்ட நிகழ்வில் நாம் தோற்று விட்டோம். அதன் விளைவுகள் ஒட்டுமொத்த இந்தியாவுக்கும் மிகவும் ஆபத்தாக அமையக் கூடும். இந்த காலம் கடந்த நேரத்திலாவது, இந்த வகுப்புவாத மனநிலை எவ்வளவு ஆபத்தானது மற்றும் தீங்கிழைக்கக் கூடியது என்பதையும், இந்த பிற்போக்கு மற்றும் ஒற்றுமையைச் சிதைக்கும் சக்திகளை நாட்டில் ஆட்டம் போட நாம் அனுமதித்தால், ஒரு வலிமையான, முற்போக்கான இந்தியாவைக் கட்டியெழுப்பது எவ்வாறு இயலாமல் போய்விடும் என்பதையும் நாம் உணர்ந்தால், அது சிறிதளவு அனுகூலமாக இருக்கும். மற்றவர்களைக் குற்றம் சொல்வது எந்த நன்மையையும் செய்யாது. மற்றவர்கள் தவறாகப் போவார்கள். எப்போதும் எந்த அளவுக்குச் சரியாக நாம் வேலை செய்கிறோம் என்பதுதான் கேள்வி. நாம் சரியாக செயல்பட்டால், பிறகு மற்றவர்கள் என்ன செய்கிறார்கள் என்பது மிகப்பெரிய விஷயமில்லை.

1953 நவம்பர் 15ஆம் தேதியிட்ட ஒரு கடிதத்திலிருந்து

நான் இப்போது, நமக்கு மிகவும் முக்கியமான இன்னொரு பிரச்சினைக்கு வருகிறேன், அதாவது, பாகிஸ்தானுக்கும், அமெரிக்க அய்க்கிய நாடுகளுக்கும் இடையே வர இருக்கின்ற இராணுவ ஒப்பந்தம் அது. சுதந்திர நாடுகளுக்கு இடையேயான இதுபோன்ற ஓர் ஒப்பந்தத்தின் குறுக்கே நாம் வரமுடியாது. ஆனால் அதனால் நாம் மிகப்பெரிய அளவில் பாதிக்கப்படுகிறோம். ஆகவே நாம் அதைப் புறக்கணிக்க முடியாது... அமெரிக்க செய்தித் தாள்களும், பருவ இதழ்களும் *(Journals)* அதனால் நிரம்பிக் கிடக்கின்றன. அவர்கள் வெளிப்படையான திருப்தியுடன், பாகிஸ்தானில் ஒரு பெரிய அளவிலான, நன்கு - ஆயத்தப்படுத்தப்பட்ட ஓர் இராணுவத்தைக் கட்டமைப்பது பற்றி பேசுகிறார்கள். 'நியூயார்க் டைம்ஸ்' பத்து இலட்சம் ஆட்கள் என ஓர் எண்ணிக்கையைச் சொல்கிறது. ஒரு முக்கியமான வாராந்திர இதழ் 'யு.எஸ்.நியூஸ் & வேர்ல்ட் ரிப்போர்ட்', 'பாகிஸ்தான், பிரார்த்தனைக்கு கடவுளின் பதிலைப் போலத் தோன்றுகிறது' என்று சொல்கிறது ஏனெனில், மத்திய கிழக்கில் கம்யூனிசத்துடன் சண்டையிட

இந்த பெரும் அளவு இராணுவத்தை அது வழங்கும். அமெரிக்கர்கள் வேறெதையும் எண்ணிப்பார்க்க முடியாது ஆனால் உலகம் முழுவதும் தளங்களைப் பெறுவது பற்றியும், அவர்களுக்காக சண்டையிட வேறு இடங்களிலிருந்து மனிதசக்தியைப் பெறுவதற்கு தங்களது பணபலத்தைப் பயன்படுத்துவது பற்றியும் எண்ணிப் பார்க்க முடியும். அது போல, அமெரிக்கர்கள் தவிர, தற்போது அய்ரோப்பாவில், ஆஃப்ரிக்காவில், ஆசியா மற்றும் ஆஸ்திரேலியாவில் அமெரிக்க தளங்கள் உள்ள அனைத்து இடங்களையும் உலக வரைபடத்தில் குறிப்பது சுவாரசியமாக இருக்கும். அமெரிக்க அரசியலில் இராணுவ அணுகுமுறை, ஆதிக்கம் நிறைந்ததாக இருக்கிறது மேலும் மனிதர்களைக் கணக்கில் கொள்வது மற்றும் சற்று வேறுபடுத்திப் பார்ப்பது என்பதில் அங்கே பெரும்பாலும் ஒரு முழுமையான அறியாமை நிலவுகிறது. இறுதியில் அய்ரோப்பா மற்றும் தூரக் கிழக்கின் முக்கியப் பிரச்சினைகள், கம்யூனிசத்திற்கு எதிரான இந்த மாபெரும் சண்டையில், மனிதசக்தியை வழங்கும் என சொல்லப்படுகிற ஜெர்மனி, ஜப்பான் என இரண்டும் மீண்டும் ஆயுதபாணி ஆவது குறித்து திரும்பி உள்ளன. இதற்கிடையில், உலகின் பல்வேறு பகுதிகளில் உள்ள மக்கள் திரள்கள், குறிப்பாக ஆசியாவிலும், ஆஃப்பிரிக்காவிலும் கம்யூனிசத்தில் அல்லது கம்யூனிச எதிர்ப்பில் என்பதை விடவும் தங்களது சொந்த விடுதலையில் மிகுந்த ஆர்வம் கொண்டிருப்பவர்கள், இந்த வளர்ச்சிப் போக்குகளை வெறுக்கிறார்கள்.

என்ன நேர்ந்தாலும், பாகிஸ்தானுக்கும், அமெரிக்க அய்க்கிய நாடுகளுக்கும் இடையிலான ஓர் இராணுவ ஒப்பந்தம், உலகின் இந்தப் பகுதியில் ஒட்டுமொத்த சமநிலையையும் மாற்றுகிறது. மிகவும் குறிப்பாக இந்தியாவைப் பாதிக்கிறது. பாகிஸ்தானை ஆயுதபாணி ஆக்குவது, அமெரிக்கா அதை விரும்பினாலும், இல்லை என்றாலும், பரவலாக இந்தியாவுக்கு எதிராக இருக்கிறது அல்லது இந்தியாவுக்கு எதிராகப் பயன்படுத்தப்படப் போகிறது என்பது இந்தியாவில் எதிர்வினையாக இருக்கப் போகிறது என்பதை அமெரிக்கா உணர வேண்டும். பெரும்பாலும் அவர்கள், உண்மையில் அவர்களது செய்தித்தாள்களுள் சில சொல்வதைப் போல, இந்தியா இது போன்ற முறையில் மிரட்டப்பட வேண்டும்

என்றும் அதன் பரந்த கொள்கைகளில் அவர்களோடு அணிவகுக்குமாறு செய்ய வேண்டும் என்றும் நினைக்கிறார்கள். நடைமுறையில், பாகிஸ்தானுக்கும், அமெரிக்காவுக்கும் இடையேயான இது போன்றதொரு கூட்டணி, இந்தியாவின் மீது, அதன் கூட்டு சேராக் கொள்கையை மாற்றுவதற்கு அதைக் கட்டாயப் படுத்தும் விதமாக மாபெரும் அழுத்தத்தைக் கொண்டு வரும் என்று அவர்கள் கற்பனை செய்கிறார்கள். மாறாக, அது ஓர் அனுபவ முதிர்ச்சி அற்ற பார்வை ஏனெனில் இந்தியா மீதான இதன் விளைவு, எதிரான ஒன்றாக இருக்கும், அதாவது அமெரிக்காவிற்கு எதிரான மிகப்பெரிய வெறுப்பை ஏற்படுத்தும் ஒன்று. அச்சுறுத்தல் அல்லது வற்புறுத்தல் அல்லது வலுக்கட்டாயப் படுத்தலின் கீழ் செயல்படுவது என்பதற்கு நாம் பழக்கப்பட்டவர்கள் அல்ல.

சந்தேகமின்றி இந்த வளர்ச்சிப் போக்கு ஆபத்தாக இருந்தாலும், அது பற்றி பதட்டம் அடைவதற்கு நமக்கு எந்தத் தேவையும் இல்லை மேலும் எதுவும் திடீரென நடக்கப்போவது இல்லை. இவை எல்லாம் நேரம் எடுக்கும். மேலும் சந்தேகமின்றி, பாகிஸ்தானுடன் ஒப்பந்தம் முழுமையாக நிறைவு பெறுவதற்கு முன் நிறைய விஷயங்கள் நடக்கும். போதுமான அழுத்தத்தைக் கொண்டு வரும் அளவுக்கு அவை போதுமான வலிமையோடு இல்லை என்றாலும், பாகிஸ்தானிலும் கூட கணிசமான அளவு வெறுப்பும், எதிர்ப்பும் பாகிஸ்தான் அரசாங்கத்தின் மீது அங்கே இருக்கும். அமெரிக்காவுக்கு எண்ணற்ற பல தளங்கள் பாகிஸ்தானால் வழங்கப்படும் போது, ஒரு வகையில் பாகிஸ்தான் ஓர் அமெரிக்கக் குடியேற்ற நாடாக ஆகிறது மேலும் உறுதியாக அமெரிக்காவுக்கு ஒரு சார்பு நாடாக ஆகிறது. அமெரிக்காவின் இராணுவ வலிமையைக் கூட்டுவதாக இருப்பது போல இது தோன்றினாலும், மாறாக மற்ற அம்சங்களில் அது அவர்களின் பலவீனத்திற்குக் கூட இட்டுச் செல்லும். அமெரிக்கா, பழைய பிரிட்டனைப் போல, பின்னோக்கிய, பிற்போக்குத் தனமான ஆட்சிகளையே பெரிதும் விரும்புகிறது ஏனெனில் அவர்களை மிக எளிதாக அவர்கள் சமாளிக்க முடியும் என்பது வெளிப்படையானது. ஓர் 'இஸ்லாமிய'க் குடியரசாக ஆவதற்கான மேலும் மேற்கு ஆசியாவின் தலைவனாகும் பாகிஸ்தானின் வாய்ப்பில், அவர்கள் மாறாக மிகவும் மகிழ்ச்சியாக இருந்தார்கள் என

நான் சொல்கிறேன். இஸ்லாம், கம்யூனிசத்திற்கு எதிரானது. அமெரிக்காவிற்கு அது போதுமானது என்ற கண்ணோட்டம் நன்கு மக்கள் கவனத்தை ஈர்த்தது. மத்தியக் கிழக்கில் அய்க்கியப் பேரரசு (U.K), அதன் கொள்கையில் தோல்வி அடைந்தது ஏனெனில், இந்த பிற்போக்கு சக்திகளை அது நம்பி இருந்தது. அய்க்கியப் பேரரசு தோல்வியுற்ற இடத்தில், அமெரிக்க அய்க்கிய நாடுகள் வெற்றி பெறுவதற்கான சாத்தியம் இல்லை.

1953 டிசம்பர் 1ஆம் தேதியிட்ட ஒரு கடிதத்திலிருந்து

உலகம் முழுவதும் ஒவ்வொரு கண்டத்திலும், ஒவ்வொரு கடலிலும் அமெரிக்கத் தளங்கள் இன்று பரவச் செய்வதில் முடிந்த அமெரிக்க விரிவாக்கக் கொள்கை பற்றி நான் குறிப்பிட்டிருந்தேன். உலகின் பல்வேறு பகுதிகளில் கிட்டத்தட்ட இது போன்ற நாற்பது தளங்கள் இருக்கின்றன என நான் நம்புகிறேன். மற்றொரு பக்கம், சோவியத் ஒன்றியம் மற்றும் புதிதாக ஒன்றிணைக்கப்பட்ட மற்றும் வலிமை வாய்ந்த சீன அரசின் விரிவாக்கமும் இருக்கிறது. அதற்கு எதிராகவும் கூட நாம் நம்மை காத்துக்கொள்ள வேண்டும். அவர்களுள் ஒருவரிடமிருந்தும் இந்தியாவுக்கு தற்போது எந்த பயமும் இல்லை. ஆனால் நாம் எதிர்காலத்திற்காக தயார் செய்ய வேண்டும். எந்த ஒரு முகாமின் எந்த நாடுகளுடனும் சேர்ந்து ஓர் ஆயுதப் போட்டியைத் துவங்குவதன் மூலம் நாம் அவ்வாறு செய்ய முடியாது. நம்மால் தாங்க முடியாது மேலும் அது தவறான முறை. நாம் இறுதியாக பல்வேறு காரணிகளை மட்டுமே சார்ந்திருக்க முடியும், அவற்றுள் முதன்மையானது உள்நாட்டு கூட்டிணைவுத் திறனும், தீரா பெருவிருப்பு மற்றும் சிந்தனையின் வலிமையும் ஆகும். மற்றொரு காரணி உலகில் படைகளின் சமநிலைத் தன்மை. நீங்கள் அறிந்தது போல, நாம் சீனாவுடன் இப்போது 1900 மைல்கள் நீண்டுக் கிடக்கும் ஓர் எல்லைக் கோட்டை பெற்றிருக்கிறோம். இதுதான் ஒரு பக்கம் பெருங்காடுகளாலும் மிகக் கடினமான தேசத்தாலும், மற்றொரு பக்கம் திபெத்தின் வாழ்வதற்கே தகுதியற்ற நிலப்பகுதியாலும் சூழ்ந்துள்ள இமாலய மலைத் தொடர்களுடன் விளங்கும் உலகின் மிகமிகக் கடினமான எல்லைக்கோட்டுப் பகுதி ஆகும். இது எவருக்கும் கடந்து போவதற்கு எளிதான பகுதி அல்ல. அதே நேரத்தில், அணு யுகத்தில், எல்லைப்புறங்கள் கணக்கில்

கொள்ளப்படுவது இல்லை. ஒவ்வொரு தேசத்துடனான நமது மிகச்சிறந்த கொள்கை, நட்பு என்ற ஒன்றும், நமது உரிமைகளைக் காப்பதில் உறுதி என்பதும் ஆகும். திபெத்தில் உள்ள சில பிரச்சினைகள் குறித்து விரைவில் சீன அரசாங்கத்துடன் பேச்சு வார்த்தை நடத்தப் போகிறோம். அந்தப் பிரச்சினைகள் முதன்மையாக, வணிகம், புனித யாத்திரை மற்றும் நாம் அங்கே பெற்றிருந்த சில பழங்காலச் சலுகைகள் தொடர்புடையவை. திபெத்தில் சீனாவின் இறையாண்மையை ஒருமுறை நாம் தெரிந்து கொண்ட பின் இவற்றுள் எதுவும் எந்த ஒரு பெரும் முக்கியத்துவமும் பெறாது. அடிப்படையான முக்கியத்துவம் என்னவெனில், நமது எல்லைக் கோடுதான். அதில் நாம் உறுதியாக இருக்க வேண்டும். உண்மையில், இந்த விஷயத்தை விவாதிக்க நாம் முன்மொழியவில்லை. சீன அரசாங்கத்துடனான நமது பேச்சு வார்த்தையில், நட்புடனும் அதே நேரத்தில் உறுதியுடனும் இருப்போம் என நாம் நம்புகிறோம்.

1954 ஜூலை 1ஆம் தேதியிட்ட ஒரு கடிதத்திலிருந்து

கடைசியாக நான் உங்களுக்கு எழுதியதிலிருந்து, கடந்த வாரத்தின் அல்லது மாறாக இருவாரத்தின் முக்கிய நிகழ்வு, சந்தேகமின்றி, இந்தியாவுக்கு சீனப் பிரதமர் சூ யென் - லாயின் வருகையே...

திரு. சூ யென் - லாயின் வருகை, சுற்றியுள்ள சூழ்நிலைகளுக்கு அப்பால், ஒரு வரலாற்று முக்கியத்துவம் வாய்ந்த நிகழ்வாக இருந்தது. ஆசியாவின் இரு பெரும் நாடுகள் இந்த விதமாக சந்திப்பது என்னும் உண்மையே, இயல்பாக உலகின் கவனத்தை ஈர்த்தது. இந்திய மக்கள் இதன் முக்கியத்துவத்தை உணர்ந்தார்கள் என்பது வெளிப்படையாகத் தெரிந்தது. டெல்லியில் மற்றும் ஆக்ராவிற்கு அவருடைய குறுநேர வருகையின் போது, அவர் பெற்ற வரவேற்பு, மனமார்ந்தும், அவரை மிகவும் கவர்வதாகவும் அமைந்தது. பத்திரிகைகள் மற்றும் அரசியல்வாதிகள் மட்டுமின்றி, பொதுமக்களுங்கூட உணர்ந்த ஏதோ ஒன்று நிகழ்ந்து கொண்டிருந்தது. இந்தியாவும் சீனாவும் ஒன்றாக வருவது, அவற்றின் கருத்து வேறுபாடுகள் இருப்பினும், ஆசியாவில் மேலும் பெரும்பாலும் உலகிற்கும் கூட ஒரு முக்கிய நிகழ்வாக இருந்தது. ஒன்று இந்தியா

அல்லது சீனா தன்னையோ அல்லது தன் கொள்கையையோ மற்றவருக்கு கீழ்ப்படிய வைப்பதற்கான முயற்சி இது என்று ஒரு சில பேர் நினைத்தார்கள். நமது வெவ்வேறு விதமான அணுகுமுறைகளுடன், சர்வதேச விவகாரங்களின் பல அம்சங்களில் ஒத்துழைப்புக்கான ஒரு சாத்தியப்பாடு இருக்கிறதா என்பதுதான் எண்ணமாக இருந்தது. ஆசியாவின் எதிர்கால நிகழ்வுகளின் போக்கு, உலகைக் குறிப்பிடாது, எதிர்கால இந்திய, சீன உறவால் கடுமையாகப் பாதிக்கப்படும் என்பது தெளிவாகிறது. இது பகைமை என்ற ஒன்றாக அல்லது செயலற்றுப் போன சகிப்புத் தன்மை என்ற ஒன்றாக அல்லது சில பொதுவான நோக்கங்களுக்கான ஓரளவு ஒத்துழைப்பு என்ற ஒன்றாக இருக்குமா? இன்றைய பிரச்சினைகள் முக்கியமானவை என்ற போதிலும், இது இன்றைய ஒரு பிரச்சினை மட்டும் அல்ல, மாறாக வரவிருக்கும் ஆண்டுகளில் நீண்ட காலத்திற்கு இழுக்கும் பிரச்சினை. ஒரு நீண்ட தூரம் பொதுவான எல்லைக்கோட்டைக் கொண்ட அண்டை நாடுகளாக இருப்பது உண்மை. இவ்விரு நாடுகளும், அவர்களுடைய வழிமுறைகளும், கொள்கைகளும் வெவ்வேறாக இருப்பினும், சமீபத்தில் விடுதலை பெற்று எழுந்தவை என்பதும் கூட உண்மை. அவற்றுள் ஒவ்வொன்றும், தாங்களாகவே அந்நிய ஆதிக்கத்திலிருந்து விடுபட்டு, அதன் சொந்த வழியில் தங்களை அறிந்து கொள்ளவும், தங்கள் சொந்தத் தனித்தன்மையை மீட்டெடுக்கவும் முயன்று வருகிறது. அவர்களுடைய பெரும் நிலப்பரப்பும், ஆசியாவில் எதிர்காலத்தில் அவர்கள் முக்கியப் பாத்திரம் வகிக்க வேண்டியதன் தவிர்க்க இயலாமையும் வெளிப்படையான உண்மை ஆகும். இருவரும் வெவ்வேறு வழிகளில், தங்களை மேம்படுத்திக் கொள்ளவும், உள்நாட்டு வலிமையை அதிகரிக்கவும், அரசியல், சமூகம் மற்றும் பொருளாதார அடிப்படையில் வளரவும் முயன்று கொண்டிருக்கிறார்கள். இவை எல்லாம் பொதுவான அம்சங்கள். பொதுமை இல்லாத அம்சம், மேலும் இது முக்கியமான ஒன்று, சீனா, மிகப்பரவலாக, கம்யூனிச வழியையும், இந்தியா பாராளுமன்ற ஜனநாயக வழியையும் மேற்கொண்டுள்ளன. இந்த முக்கியமான வேறுபாடு இருந்தும் கூட, உரிமை இழந்தோரை உயர்த்துவது மற்றும் அவர்களது சமூக அமைப்புகளில் இருந்து வந்த பெரும் சமத்துவம் இன்மைகளைக் களைவது என்ற அடிப்படையில்

சிந்திப்பதில் மீண்டும் ஒரு பொதுவான அம்சம் இருக்கிறது. இரண்டிலும் உள்ள இன்னொரு பொதுமையற்ற அம்சத்தில் இருந்து வெளிவந்த மற்றொரு முக்கியமான பொதுவின்மை (uncommonness), அமைதிவழி முன்னேற்றத்தின் மீதான இந்தியாவின் அழுத்தம் மற்றும் சீனா, மிகக் கடுமையான மற்றும் அதிக வன்முறை வழியைப் பின்பற்றுதல் என்பதாகும்.

இந்த இரு மாபெரும் மற்றும் இன்றியமையாத நாடுகளும், மோதலுக்குள் வராமல் ஒருவரை ஒருவர் தாங்களே சரிசெய்து கொள்ளவும், சிறிதளவு ஒத்துழைக்கவும் கூட முடியுமா, அல்லது இது சாத்தியமாகாது ஆகவே நாம் நேரடியான அல்லது மறைமுகமான பகைமையை எதிர்கொள்ள வேண்டுமா என்பது ஒரு முக்கியமான கேள்வியாக - இதற்கு எதிர்காலம் தான் போதுமான பதிலைத் தர முடியும் - இந்தக் கேள்விக்கான பதில் மீதுதான் ஆசியாவின் எதிர்காலம் சார்ந்து நிற்கிறது. உண்மையில், ஒருசார்பான பதில் இருக்க முடியாது. உலகில் உள்ள அனைத்து நல்லெண்ணமும், இந்தியத் தரப்பிலிருந்து ஒத்துழைப்புக்கான விருப்பமும் கூட இருந்தும், சீனா குறைந்த பட்சம் பாதி வழியாவது வந்தால் ஒழிய, இந்த ஒத்துழைப்பு என்பது இருக்க முடியாது.

சீனப்புரட்சியின் வெற்றிக்கும், புதிய சீன அரசாங்கம், 1949, அக்டோபர் 1 ஆம் தேதி அன்று அமைந்ததற்கும் பின்பு உடனே இந்த உணர்வு எனக்கு வந்தது...

புதிய சீன அரசாங்கம் எவ்வாறு வளர்ச்சி பெறும். அதனுடன் நட்புரீதியான உறவுகளைக் கொள்வது சாத்தியமாகுமா என்பதெல்லாம் அப்போது நாம் அறியவில்லை. எந்தக் கட்டத்திலும், நமது பங்கிற்கு, உள்நாட்டிலும், வெளிநாட்டிலும் நமது சொந்த நிலை மற்றும் கொள்கை என்ன என்பதை அதற்கு தெளிவாக்கும் வண்ணம், அதைச் சந்திக்க கொஞ்சமாவது நாம் போக வேண்டும் என்பது எனக்கு விரும்பத் தக்கதாய் தோன்றியது. அதாவது சீனாவுடனான அணுகுமுறை, நட்பு ரீதியாகவும் அத்துடன் உறுதியாகவும் இருக்க வேண்டும். 1949ஆம் ஆண்டின் கடைசி நாள் அன்று புதிய சீன அரசாங்கத்தை நாம் அங்கீகரித்தோம் என நினைக்கிறேன் மேலும் அய்க்கியப் பேரரசும் (U.K) வேறு சில நாடுகளும் அதன் பின்னர் உடனே தொடர்ந்தனர். கம்யூனிச நாடுகள்

நீங்கலாக, மற்ற நாடுகளை அவர்கள் நடத்தியதை விடவும் மிக சிறப்பாக நம்மை சீன அரசாங்கம் நடத்தியது. நமது தூதுவர் அவர்களுடன் நல்ல உறவில் இருந்தார், ஆனாலும் என் மனதில் சீன அரசாங்கம் என்ன செய்யக்கூடும் என்பது பற்றி எப்போதும் ஓர் உறுதியற்ற உணர்வு இருந்தது. அங்கே திபெத் பிரச்சினை இருந்தது. திபெத்தின் மீது சீனா தன் இறையாண்மையை நிலை நிறுத்தும் என்பது தெளிவாக இருந்தது. பல நூறு ஆண்டுகளாக, இதுதான் சீனாவின் கொள்கையாக இருந்து வந்தது. இப்போது ஒரு வலிமை வாய்ந்த சீன அரசு அமைக்கப்பட்ட வேளையில், இந்தக் கொள்கை தவிர்க்க இயலாது நடைமுறைப் படுத்தப்படும். எந்த வழியிலும் நாம் அதை நிறுத்த முடியாது, உண்மையில் அவ்வாறு செய்வதற்கு முயற்சி செய்வதற்கான எந்த ஒரு சட்ட ரீதியான நியாயமும் நமக்கு இல்லை. நாம் நம்பக் கூடியது எல்லாம், சீன இறையாண்மையின் கீழ் திபெத்துக்கு ஓரளவு தன்னாட்சி உரிமை கொடுக்கக் கூடும் என்பதே.

பிரிட்டிஷார் அங்கே பெற்றிருந்த சில சிறப்புச் சலுகைகளைத் திபெத்தில் நாம் தொடர்ந்து பெற முடிந்தது என்பது நினைவிற் கொள்ளப்பட வேண்டும். நடைமுறையில், பழைய பிரிட்டிஷ் அரசாங்கத்தின் சில விரிவுபடுத்தும் கொள்கைகளுக்கு நாம் பின்தொடர்பவர்களாக இருந்தோம். அந்தச் சலுகைகளை எல்லாம் நாம் தொடர்ந்து வைத்திருப்பது நமக்கு சாத்தியமில்லை ஏனெனில் எந்த சுதந்திர அரசாங்கமும் அந்த நிலையை ஏற்றுக்கொள்ளாது. இவ்வாறாக, நமது வணிக வழிகளைப் பாதுகாக்கும் பொருட்டு திபெத்தில் குறைந்த எண்ணிக்கையில் துருப்புக்களை நாம் கொண்டிருந்தோம். கூடுமானவரை நாம் இந்தத் துருப்புக்களை அங்கே வைத்திருக்க முடியாது. நமது மற்ற சலுகைகள் வணிகம் மற்றும் தகவல் தொடர்பு சம்பந்தப்பட்டவை. இந்தியாவின் உண்மையான செல்வாக்கு, எப்படி ஆயினும், அடிப்படையற்ற ஏதோ ஒன்று ஆனால் முக்கியமானது. இதுதான், ஓரளவுக்கு தெளிவற்றும், உடன்பாட்டின் மூலம் ஒட்டுமொத்தமாக நியாயப்படுத்த இயலாத நிலையிலும் இருந்த திபெத் அரசாங்கத்திற்கு, இந்தியப் பிரதிநிதியின் அறிவுரை மீதான நம்பிக்கையாக இருந்தது. திபெத் அரசாங்கம் நம் பிரதிநிதி மேல் நம்பிக்கையுடன் இருந்தது, இதற்கு ஓரளவு காரணம், பிரிட்டிஷார் ஆதிக்கத்தின்

பழைய நாட்களில் இருந்து இந்தப் போக்கு ஒரு வழக்கமாகவே இருந்தது ஓரளவு மற்றொரு காரணம், சீனா மிக உறுதியுடன் பிரச்சினைக்குள் வந்துவிடும் என்று அவர்கள் அஞ்சினார்கள். எழுந்துள்ள புதிய சூழ்நிலைகளில் இந்த செல்வாக்கை கூடுமானவரை பயன்படுத்த இயலாது. நாம் செய்ய முடிந்தது எல்லாம், திபெத்திய தன்னாட்சிக்கு ஆதரவாக நமது இராஜதந்திர செல்வாக்கைப் பயன்படுத்துவது தான். நாம் மிக அதிக அளவு வேறுபாட்டை ஏற்படுத்த இயலாது என்பதை அறிந்த வண்ணம், நம்மால் முடிந்த அளவு தந்திரமாகச் செய்தோம். ஆயினும், நமது நடவடிக்கைகளுக்கு சிறிதளவு செல்வாக்கு இருந்தது. ஓரளவுக்கு திபெத் மீதான சீனாவின் படையெடுப்பைத் தாமதப்படுத்தியது.

திபெத்தில் சீனாவின் அதிகார வளர்ச்சியை எதிர்ப்பதற்கு எந்த வழியிலும் திபெத்திற்கு நாம் உதவிசெய்ய முடியாது என்பது வெளிப்படையானது. இது ஒட்டுமொத்தமாக, நடைமுறை அரசியலின் எல்லைக்கு அப்பாற்பட்டது மேலும் அது மிகவும் சந்தேகத்திற்குரிய சட்ட முறைமையாக இருக்கிறது. திபெத்திய அரசாங்கத்திற்கு இந்த நிலைமையை நாம் விளக்கினோம். நமது நட்புறவையும், வெளிப்படையான வரையறைகளுக்குள் அவர்களுக்கு உதவுவதற்கான நமது விருப்பத்தையும் உறுதிப்படுத்தி இருக்கிறோம். படிப்படியாக, சீனர்கள் திபெத்தில் பல்வேறு முக்கிய இடங்களில் தங்களை நிலைநிறுத்தினர். மேலும் திபெத்திய அரசாங்கத்தையும், அதன் நடவடிக்கைகளையும் கட்டுப்படுத்தும் நிலையில் இருந்தார்கள். ஆயினும், உள்ளூர் வாழ்க்கை முறையில் அதிகம் தலையிடாமல் இருக்க அவர்கள் கவனம் எடுத்துக் கொண்டனர். அவர்களுடைய சமூக நிலைமைகளில், அவைகள் மிகுந்த நிலப்பிரபுத்துவ முறையைச் சார்ந்திருந்தும், எந்த வழியிலும் தலையிடவில்லை. இயல்பாகவே அவர்கள் சாலைகள் மற்றும் பிறவற்றை அமைத்தார்கள். விமான தளங்களை நிறுவினார்கள் ஏனெனில் தகவல் தொடர்புகள் திபெத்தில் மிக மோசமாக இருந்தன. திபெத்துடனான நமது எல்லைக் கோட்டின் மீது சீன துருப்புக்களின் கவனக் குவிப்பு இருப்பதாக வெகுவான பேச்சு இருக்கிறது. சில சீன துருப்புகள் எல்லைக் கோட்டிலும், திபெத்தின் பல்வேறு பகுதிகளிலும் இருக்கிறார்கள் என்பது தவிர, இதில் அதிக உண்மை ஏதும்

இல்லை. மொத்த எண்ணிக்கை அதிகமாக இல்லை. பரவலாக இருக்கிறார்கள். உண்மையில் திபெத்தின் முக்கிய அரணே அதன் மிகக் கடினமான நிலப்பகுதியும், பருவ நிலையின் வாழத் தகுதியற்ற இயல்பும் தான். வெளியிலிருந்து வரும் பெரும் அளவிலான மக்களுக்கு அங்கே வாழ்வது அவ்வளவு எளிதான விஷயமல்ல. திபெத்தில் இந்த சீன இராணுவத்தின் தயாரிப்புகளைப் பற்றி நாம் அடிக்கடி செய்திகளைக் கலீம்பாங்கிலிருந்து பெறுகிறோம். கலீம்பாங்க் எல்லா விதமான ஒற்றர்களுக்கும் தாய்வீடு என்பதையும், இந்த நபர்கள் திரட்டும் தகவல்கள் முற்றிலும் நம்பமுடியாதவை. திபெத்தை விட்டு நீங்கிச் செல்லும் சில புலம்பெயர்வோரிடம் இருந்து அது வழக்கமாக வருகின்றது.

திபெத்துக்குள் எவ்வளவு தூரம் நாம் செல்ல முடியும் எவ்வளவு தூரம் செல்ல இயலாது என்பது பற்றி நமது மனங்களில் தெளிவாக இருந்த வண்ணம், நாம், நமக்கு முக்கியமான ஒரு விஷயத்தின் மேல் கவனம் செலுத்தினோம். இது திபெத்துடனான நமது எல்லை பற்றியது. அந்த எல்லையை அடைய நமது படைகளுக்கு வாரங்களும், இன்னும் மாதங்கள் கூடப் பிடிக்கும். இருப்பினும், இந்த விஷயம் குறித்து யாருடனும் பேரம் பேச நாம் தயாராக இல்லை மேலும் பாராளுமன்றத்திலும், மற்ற இடங்களிலும் மக்மோகன் கோடு உள்ளிட்ட இந்த எல்லைக்கோடு ஓர் உறுதியான ஒன்று அத்துடன் விவாதத்திற்கு உட்பட்டதல்ல என்பதை நான் வெளிப்படையாக அறிவித்தேன். உண்மையில், நான் இன்னும் மேலே சென்று, பாதுகாப்புக் கண்ணோட்டத்தில் இருந்து திபெத்துடனான நேபாளத்தின் எல்லையும் நமது பாதுகாப்புக் கோடு என நாம் கருதுவதாகவும் சொன்னேன். இதை எல்லாம், நமது அணுகுமுறை பற்றி சீன அரசாங்கம் எந்த சந்தேகங்களும் கொள்ளக்கூடாது என்பதற்கேற்ப வேண்டுமென்றே சொன்னேன். இந்தப் பிரச்சினை தொடர்பாக, சீன அரசாங்கத்தைக் குறிப்பிட்டுப் பேசுவது தேவை என்று நான் நினைக்கவில்லை ஏனெனில், அதுவே நம் பக்கம் கொஞ்சம் சந்தேகத்தை தோன்றச் செய்யும்.

முதல் இரண்டு அல்லது மூன்று ஆண்டுகளின் போது, ஒட்டுமொத்தமாக நம்மை நோக்கிய சீன அரசாங்கத்தின் அணுகுமுறை, எரிச்சலூட்டுமாறு நாம் அறிந்த பற்பல சிறு

சம்பவங்கள் நடந்த போதும், நன்றாக இருந்தது. துவக்கத்தில் இந்தியாவில் சில விஷயங்களின் மீது வழக்கமான கம்யூனிசக் கண்டனம் கூட இருந்தது. அவர்களது சிந்தனைகளில் எங்கோ ஓர் மூலையில், பிரிட்டிஷார் கொள்கையுடன் இன்னும் நாம் பிணைக்கப்பட்டு இருக்கிறோம் என்ற அவர்கள் எண்ணினார்கள். ஆயினும் கொஞ்சம் கொஞ்சமாக, நமது சொந்தமான ஒரு சுதந்திரமானக் கொள்கையைப் பின்பற்றிக் கொண்டிருக்கிறோம். எவரிடமிருந்தும் நாம் ஆணைகளைப் பெறுவதில்லை என்ற புரிதல் வந்தது. நாம் சான் ஃப்ரான்சிஸ்கோ ஒப்பந்தத்தில் கையெழுத்திட மறுத்த போது அந்தத் தேதியிலிருந்து இந்த மாற்றம் தேதியிடப் படலாம். பீகிங்கில் இருக்கும் நமது தூதர்களைப் பொறுத்தவரை, எப்போதும் அவர்கள் சிறிது கவனிப்புடன் நடத்தப் பட்டார்கள்.

பிறகு கொரிய யுத்தமும் பின்னர் கொரியாவில் போர்நிறுத்தமும், போர்நிறுத்தத்திற்குப் பிந்தைய காலத்தில் நாம் மேற்கொண்ட பாத்திரமும் வந்தன. கொரியாவில் நமது பிரதிநிதிகளால் அதிகம் செய்யப்பட்ட எதுவுமே சீனர்களால் விரும்பப்படவில்லை. ஆனால், மொத்தத்தில் நமது நல்லெண்ண நோக்கங்களை அவர்கள் எதிர்க்கவில்லை. இந்த நேரத்தில் நாம் திபெத் பற்றிய நமது பேச்சு வார்த்தைகளைத் தொடங்கினோம் அவை இறுதியில் உடன்பாடு வருவதற்கு இட்டுச் சென்றன. இந்த உடன்பாட்டை பெரும்பாலானவர்கள் நிச்சயமாக ஒரு நல்ல விஷயம் என அங்கீகரித்தார்கள். சிலர், சிலவற்றை விட்டுவிட்டோம் அதை நாம் செய்திருக்கக் கூடாது என்ற அடிப்படையில் விமர்சித்தார்கள். உண்மையாக, நாம் வைத்திருந்த அல்லது வைக்க முடிந்த எதையும் விட்டுவிடவில்லை. வெளிப்படையாக, திபெத் நமது செல்வாக்கின் கீழ் இருப்பது போல எண்ணி திபெத்துக்குள் நாம் இயங்க முடியாது. நிலைமையின் வெளிப்படையான சில உண்மைகளை நாம் கண்டுணர்ந்தோம் மேலும் வணிகம், இந்தியாவுக்கும், திபெத்துக்கும் இடையிலான புனித யாத்திரை வழிகள் மற்றும் இன்ன பிறவற்றில் உடன்பாட்டுக்கு வந்தோம். விட்டுக் கொடுப்பது என்பதே கிடையாது. இந்த உடன்பாட்டின் முக்கியமான இரண்டு அம்சங்கள் பின்வருவன:

1) மறைமுகமாக, நமது நீண்ட எல்லைக்கோட்டுப் பிரச்சினை தீர்க்கப் பட்டிருக்கிறது; மேலும்

2) ஆக்கிரமிப்பு மற்றும் தலையீடு செய்யாமை மற்றும் பிற கொள்கைகள் நிலை நிறுத்தப்பட்டுள்ளன.

புதிய சீன அரசாங்கத்துடன், அது நிறுவப்பட்டதில் இருந்து, நமது உறவுகளின் இந்த நீண்ட வரலாறைத் தந்திருக்கிறேன் ஏனெனில், நீங்களும் மற்றவர்களும் இந்த நிகழ்வுகளை மனதில் கொள்ள வேண்டும் என நான் விரும்புகிறேன். அந்த உறவுகள் தற்செயலாக வளர்ந்து விடவில்லை மாறாக துவக்கத்திலிருந்தே, சரியாக பின்பற்றப்பட்ட நிலைநிறுத்தப்பட்ட ஒரு கொள்கையால் விளைந்தது. அந்தக் கொள்கை, நான் மீண்டும் சொல்கிறேன், உறுதியான ஒன்று ஆனால் நட்பு அடிப்படையிலான அணுகுமுறை, நமது கொள்கையை உயர்த்தவும், நமது நலன்களைக் காக்கவும் அதே நேரத்தில் சாத்தியமான இடங்களில் சீனாவுடன் ஒத்துழைப்பு நல்கவுமான ஒன்று. இந்தக் கொள்கை, தற்போது சரியான ஒன்றாக மட்டுமல்ல, மாறாக எதிர்காலத்தில் முறையான ஒன்றும் ஆகும். இந்தியாவும், சீனாவும் இன்று மட்டும் அண்டைநாட்டுக் காரர்கள் அல்ல மாறாக அவ்வாறு தொடர்ந்து இருக்கவும் போகிறார்கள். ஆகவே நாம் அந்த எதிர்காலத்திற்காகவும் அடிப்படைகளை இட வேண்டும். ஆசியாவின் கண்ணோட்டத்தில், அது சரியாக இருப்பதாகத் தோன்றுகிறது மேலும் உலகக் கண்ணோட்டத்திலும் அப்படியே இருப்பதாகத் தோன்றுகிறது. இயல்பாகவே, அந்தக் கொள்கை, ஒரு தரப்பாக பின்பற்றப்பட முடியாது. அது, சீனா ஒவ்வொரு கட்டத்திலும் என்ன செய்யும் என்பதை சார்ந்திருக்கும்...

கடந்த மற்றும் தற்போதைய நிகழ்வுகளின் இந்தச் சூழ்நிலையில் தான், சூ யென் - லாய் டெல்லிக்கு வந்தார். தினந்தோறும் நாங்கள் நீண்ட விவாதங்களை மேற்கோண்டோம். நாங்கள் மொழிபெயர்ப்பாளர்கள் மூலம் பேசினோம் மேலும் ஒவ்வொன்றும், அது மொழிபெயர்க்கப்பட வேண்டும் என்பதற்கேற்ப எழுதிக் கொள்ளப்பட்டது. இது அதிக நேரம் எடுத்தது. எப்படியோ ஒரு வகையில், ஏற்கத்தக்க முறையில் பேசப்பட்ட எல்லாவற்றின் முழுப்பதிவையும் பெறுவதற்கு இது சாதகமாக அமைந்தது. சரியாக துவக்கத்திலிருந்தே, நமது பேச்சு வார்த்தையில் இறுக்கமான நிலை இல்லாமல் இருந்தது மேலும் சூழ்நிலை நட்புறவோடு இருந்தது. பெரும்பாலான ஆசிய நாடுகளைப் பற்றி - பர்மா, இந்தோனேசியா, சிலோன் அத்துடன்

மேற்கு ஆசிய நாடுகள் பற்றி என்னும் பொருளில் - அவர் நன்கு அறிந்திருக்கவில்லை என்றும் அவற்றைப் பற்றி அவருக்கு நான் சொல்வதற்கு விரும்புவதாகவும் அவர் என்னிடம் சொன்னார். ஒருமுறைக்கு மேலாக, இந்தியா சீனாவை விடவும், பொருளாதார மற்றும் தொழில் அடிப்படையில் மிகவும் முன்னேறியதாக இருக்கிறது என்றும் அவர் சொன்னார். எந்த விஷயத்திலும் அவர் மேம்பட்ட நிலையில் இருப்பது போன்ற அணுகுமுறையை மேற்கொள்ளவில்லை என்பதைக் காட்டவே நான் இதைக் குறிப்பிடுகிறேன். அவர் மிகவும் அதிகமாக எதையும் ஏற்றுக் கொள்பவராக இருந்தார். இந்தியாவைப் பற்றியும், இந்த அனைத்து நாடுகள் பற்றியும் தெரிந்து கொள்ள விரும்பினார். உண்மையில், குறிப்பாக இந்தியாவுடன் நட்புக்காகவும், ஒத்துழைப்புக்காகவும் ஆர்வமுடன் இருந்தார். இந்தியாவுக்கும், சீனாவுக்கும் ஆசியாவில் ஆற்ற வேண்டிய முக்கியப் பங்கிருக்கிறது என்றும், மேலும் இந்த நோக்கத்திற்காக, ஒத்துழைக்க வேண்டியது இன்றியமையாததாக இருக்கிறது என்றும் அவர் உணர்ந்தார். ஆசியாவின் சில நாடுகள் சம்பந்தமாக, அவற்றைப் பற்றி அறிந்து கொள்வதிலும் அவர்களுடைய நம்பிக்கையைப் பெறுவதிலும் நாம் மிகவும் சிறந்த ஒரு நிலையில் இருக்கிறோம் என்பதை அவர் கண்டுகொண்டார். ஆசியாவின் இந்த நாடுகளில் பலவும் சீனா மற்றும் இந்தியா என்னும் இந்த இரண்டு வலிமைமிக்க நாடுகளின் மீது சற்று அச்சம் கொண்டவையாக இருக்கின்றன என்பதை அவருக்குச் சுட்டிக் காட்டினேன். இந்தியாவில் நம்மைப் பொறுத்தவரை, நாம் அனைத்து அச்சங்களையும், அய்யம் கலந்த பயங்களையும் பாகிஸ்தானிடமிருந்து கூட, போக்குவதற்கு ஆர்வமுடன் இருந்தோம். ஆஃப்பிரிக்காவின் பல பகுதிகளிலும் கூட, நமது மக்களும், நலன்களும் பரவிக் கிடந்தனர். ஆஃப்பிரிக்க மக்களை அவர்கள் எந்த வகையிலும் சுரண்டக் கூடாது, மாறாக அவர்களுக்கு உதவ வேண்டும் என்பதுதான் அங்குள்ள நமது மக்களுக்காக நாம் வகுத்த கொள்கை. அதோடு அவர்கள் ஆஃப்பிரிக்காவில், ஆஃப்பிரிக்கர்களால் விரும்பப்படா விட்டால், அங்கே அவர்களுக்கு எங்கும் இடமிருக்காது. சூ யென் - லாய், அவருடைய அண்டை நாடுகள் சம்பந்தமாக, அவர் பின்பற்ற விரும்புவதும் துல்லியமாக அதே கொள்கைதான் எனக் கூறினார். அவர்கள்

மீது எந்த ஆக்கிரமிப்புத் திட்டங்களும் சீனாவுக்குக் கிடையாது என்று அவர்களைச் சமாதானப்படுத்தவும், வெளிநாடுகளில் வாழும் சீனர்கள் உரிய முறையில் நடந்து கொள்ள வேண்டும் என்றும் சொல்ல விரும்பினார். கடல்கடந்து வாழும் இந்த சீனர்கள் குறித்து, எனக்குப் புதிதாக இருந்த சிலவற்றை அவர் சொன்னார். முன்னதாக, சீனாவின் அனைத்து அரசாங்கங்களும் கடல்கடந்து வாழும் சீனர்களை, அவர்கள் அவ்வாறு இருக்க விரும்பினாலும், விரும்பவில்லை என்றாலும், தங்கள் நாட்டவர்கள் என்று உரிமை கோரியிருந்தனர். சூ யென் - லாய், அரசியல் அடிப்படையில் பேசினால், வெளிநாடுகளில் வாழும் சீனர்கள், ஒன்று அந்த நாட்டுக்குடிமகன் என்பதை ஏற்றுக்கொண்டு, சீனாவிலிருந்து தங்களைத் துண்டித்துக் கொள்ள வேண்டும் அல்லது சீன நாட்டவர்களாகத் தொடர்ந்தால், மற்ற நாட்டின் அரசியலில் எந்த வழியிலும் தலையிடக் கூடாது என்று சொன்னார். இது அனைத்தும், இந்த பல்வேறு நாடுகளுடனும் நட்பு அடிப்படையிலான உறவை வளர்ப்பதற்கும், அவர்கள் மனங்களில் உள்ள அனைத்து அய்யம் கலந்த அச்சங்களை நீக்குவதற்குமான அவருடைய பெரும் விருப்பத்தை எனக்கு புலப்படுத்தியது. உண்மையில், இது அனைத்தும் இறுதியில் வரவிருக்கும் எதிர்காலத்தை எதிர்பார்த்து அமைந்த புத்திசாலித்தனமான செயல் திட்டமாகவே இருக்கக் கூடும். உள்ளார்ந்த நோக்கங்களை ஒருவரும் தேர்ந்துரைக்க முடியாது. ஆனால் சூ யென் - லாய், அவர் சொன்னது குறித்து முற்றிலும் நேர்மையாக இருந்தார் என எனக்குத் தோன்றியது. தொழில் அடிப்படையிலும், வேறு வகையிலும் தன் சொந்த நாட்டை முன்னேற்றுவதன் மீதும் மேலும் எந்த இடர்ப்பாடுகளிலும் சிக்கிவிடக் கூடாது என்பதிலும் அவரது சிந்தனை உறுதியாக இருந்தது. குறிப்பாக அவர் எப்போதும் ஆசியாவைப் பற்றியும், ஆசியாவில் இந்தியா மற்றும் சீனாவின் பொறுப்பு பற்றியும் சிந்தித்துக் கொண்டிருந்தார்.

பெரும்பாலும் நமது விருப்பத்திற்கு எதிராக, சர்வதேச விவகாரங்களில் ஒரு முக்கியமான பாத்திரத்தை நாம் வகித்து வருகிறோம். ஒரு குறிப்பிட்ட அளவுக்கு, எதிர்காலத்தில் அமைதியைக் காப்பது நம்மை முழுவதும் சார்ந்திருக்கும். ஆகவே நாம் பின்பற்றும் கொள்கைகளில் நாம் முற்றிலும்

தெளிவாக இருக்க வேண்டும். இந்தக் கொள்கைகள் பாராளுமன்றத்திலும், மற்ற இடங்களிலும் திரும்பத்திரும்ப விரிவான தகவல்களுடன் சொல்லப்பட்டு இருக்கின்றன. இந்தியாவில் பெரும்பான்மையான மக்களால் இந்தக் கொள்கைகள் ஒப்புக் கொள்ளப்பட்டு இருக்கின்றன என்பதில் எந்தச் சந்தேகமும் இல்லை. ஆனால், சில சமயங்களில், எனக்கு மிகவும் அறிவற்றவைகளாகத் தோன்றும் விமர்சனம் வருகிறது. ஆகவே, நமது சிந்தனைகளில் தெளிவாக இருக்க வேண்டும் என்பது நமக்கு அவசியமாகிறது. வெளியில் நமது கொள்கை போரைத் தடுக்க வேண்டும் என்பது ஏனெனில், இன்று அதுதான் முக்கியமாகக் கருதத்தக்க ஒன்றாக இருக்கிறது. போர் வந்தால், மற்ற அனைத்துக் கொள்கைகளும் அடித்துச் செல்லப்படும் மேலும் நாம் இருளடைந்த, முன்பின் அறியாத படுபாதாளத்தில் வீழ்ந்து விடுவோம். இந்தக் கொள்கையை முன்னெடுத்துச் செல்கையில், அனைத்து நாடுகளுடனும் நட்பு அடிப்படையிலான உறவுகளைக் காத்திட நாம் வேண்டுகிறோம், ஆனால் தவிர்க்க இயலாதவாறு, சில நடவடிக்கையை ஆதரிக்கிறோம் வேறு சிலவற்றை எதிர்க்கிறோம்.

போருக்கு இட்டுச் செல்லும் ஒவ்வொன்றையும் தவிர, அய்ரோப்பாவில் நடக்கும் எதுவும் நம்மை முழுமையாக அக்கறை கொள்ளச் செய்வதில்லை. ஆசியாவில் நடப்பவை நம்மை அக்கறை கொள்ளச் செய்கின்றன. நாம் அதன் ஒரு பகுதியாக இருக்கிறோம். ஆசியா, பெருங்கொந்தளிப்பு மற்றும் அரசியல், சமூகம் மற்றும் பொருளாதாரத்தில் மாற்றம் வரும் நிலைமையில் இருக்கிறது. இந்தக் கண்ணோட்டத்தில் இருந்து பார்க்கையில், தற்போது இயக்கமற்றுக் கிடக்கும் ஒரே பகுதி மேற்கு ஆசியா மட்டுமே, இதில் நான் மேற்கு பாகிஸ்தானையும் சேர்க்க வேண்டும். உண்மையில் மக்கள் செயலற்றுப் போகவில்லை மேலும் அவர்களது சிந்தனைகள் கூட துடிப்புடன் இருக்கின்றன, ஆனால் இந்தக் கணத்தில், அங்கே முக்கியமான எதுவும் நிகழவில்லை. கடந்த தேர்தல்களின் போது, கிழக்குப் பாகிஸ்தானில் சில நிகழ்ச்சிகள் நடந்தன ஆனால் அவை இரக்கமற்ற வகையில் நசுக்கப்பட்டன. அந்த அடக்குமுறை வென்றதா அல்லது தோல்வியுற்றதா என்பதை அது இன்னும் சில மாதங்கள் அல்லது ஓராண்டில் காட்டும். இறுதியாக, உண்மையில் அது வெல்ல முடியாது.

மிகவும் தோராயமாக, இன்று உலகை நாம் ஐந்து பகுதிகளாகப் பிரிக்கலாம்:

1. அமெரிக்க அய்க்கிய நாடுகள் மற்றும் துருக்கி, ஃபிலிப்பைன்ஸ், தாய்லாந்து போன்ற அதன் கொள்கைகளை எதிரொலிக்கும் சில நாடுகள்.

2. அமெரிக்கக் கொள்கையோடு நெருக்கமாக இணைந்தும் ஆனால் அடிக்கடி அதோடு உடன்படாமலும், தற்போது அதை முழுமையாகப் பின்பற்ற முடியாமலும் உள்ள இங்கிலாந்து மற்றும் ஃபிரான்ஸ் போன்ற சில மேற்கு அய்ரோப்பிய நாடுகள்.

3. கம்யூனிஸ்ட்டு நாடுகள் மற்றும் முக்கியமாக சோவியத்து ஒன்றியமும், சீனாவும்.

4. அடிப்படையில் நடுநிலையான கொள்கையுடைய இந்தியாவும், ஒரு குறிப்பிட்ட அளவுக்கு பர்மாவும், இந்தோனேசியாவும். ஒரு நடுநிலைக் கொள்கையைப் பின்பற்றுவன என்னும் பொருளில், சூ யென் - லாய், தென் கிழக்கு ஆசியா மாதிரியிலான நாடுகள் என்று அடிக்கடி குறிப்பிட்டார். லாவோஸும், கம்போடியாவும் இந்த தென் கிழக்கு ஆசிய மாதிரியை ஏற்றுக் கொள்ள வேண்டும் என்று அவர் சொன்னார்.

5. அவர்களின் சொந்தமான நிரந்தரக் கொள்கையின்றி, நெருக்கடியின் கீழ் செயல்பட உடன்படும் நிலையில் உள்ளவை போன்ற மற்ற நாடுகள்.

கடந்த சில ஆண்டுகளாக, அமெரிக்க அய்க்கிய நாடுகளின் கொள்கை மீண்டும் மீண்டும் அடைந்த தோல்வியின் ஒரு பதிவாகவே இருக்கிறது. இதற்கான காரணம் வெளிப்படையானது. ஏனெனில், அமெரிக்க அய்க்கிய நாடுகள், சீனாவின் புதிய அரசு போன்ற உண்மைகளை ஒத்துக்கொள்ள மறுக்கிறது. முக்கியமாக இதன் காரணமாக, கொரியப் போர் நடந்தது மேலும் இந்தோ சீனப் போர் நீடிக்கின்றது. அமெரிக்க எதிர்ப்பு இல்லையென்றால், ஓராண்டு அல்லது ஈராண்டுக்கு முன்பே, இந்தோ சீனாவில் ஒரு தீர்வு வந்திருக்கும். இப்போது வரவிருக்கும் தீர்வை விடவும் ஃபிரான்ஸுக்கு மிகவும் சாதகமான ஒரு தீர்வும் வந்திருக்கும் என்பதில் துளியும்

சந்தேகமில்லை. ஆஸ்திரேலிய வெளியுறவுத் துறை அமைச்சர், திரு,கேஸி, அமெரிக்காவின் கொள்கை என்னவென்று என்னைக் கேட்டார். அவருக்குத் தெரியாது என்று அவர் சொன்னார், கம்யூனிசத்திற்கு எதிர்ப்பாக இருப்பது என்ற எதிர்மறை உண்மையைத் தவிர, எனக்கும் அது தெரியாது. அந்த எதிர்மறையானக் கொள்கை, குறிப்பாக ஆசியாவில் பல இடங்களில், கம்யூனிசத்தை வலுவடையச் செய்வதற்கு இட்டுச் சென்றது, ஏனெனில் அது, அமெரிக்க அய்க்கிய நாடுகளை, காலனிய மற்றும் பிற்போக்கு ஆட்சிகளோடு, அணிசேர வைத்தது. இன்று அமெரிக்கக் கொள்கைக்கு, மிகமிகப் பலமான ஆதரவாளர்கள், சியாங் கெய் - ஷேக், சிங்க்மன் ரீ மற்றும் பாவோ தெய். வட ஆஃப்பிரிக்காவில், மொராக்கோ மற்றும் துனீஷியாவிலும் கூட, காலனியம் ஆதரிக்கப்படுகிறது.

1954 நவம்பர் 15ஆம் தேதியிட்ட ஒரு கடிதத்திலிருந்து

எனது சீனப் பயணத்தின் போது, சீனத் தலைவர்களுடன் பற்பல பேச்சு வார்த்தைகளை நான் மேற்கொண்டேன். பிரதமர் சூ யென் லாயுடன் தனியே நீண்ட பேச்சு வார்த்தைகளை நடத்தினேன். தலைவர் மா வோ உடனும் அவரது சகாக்களோடும் இணைந்த பேச்சு வார்த்தைகளையும் நடத்தினேன்... ...... தலைவர் மா வோ, கடந்த இரண்டு உலகப் போர்கள் மற்றும் அவற்றின் புரட்சிகர விளைவுகள் பற்றி சற்று விளக்கமாகப் பேசினார்.சீனாவிடம் அணு குண்டுகளோ, மிகமிகச் சமீப கால வகையிலான வேறு எந்தக் கருவிகளோ இல்லை என்று சுட்டிக் காட்டினார். ஆனால், U.S.S.R. மற்றும் U.S.A. இருவரும் வைத்திருக்கிறார்கள். இறுதியில் மக்கள்தான் இன்றியமையாதவர்கள் மேலும் தீர்மானிக்கும் சக்திகள் ஆவர். போரைத் துவக்கிய நாடுகள் தோற்கடிக்கப் பட்டனர், தற்காப்புக்கு என நின்றவர்கள் வென்றார்கள் என்பது தான் இரண்டு உலகப் போர்களின் அனுபவம் என்று அவர் குறிப்பிட்டார். சில நாடுகளில் புரட்சியும், சில நாடுகளின் விடுதலையும் மற்றொரு விளைவு. எனவே, துரதிர்ஷ்டவசமாக இன்னொரு உலகப் போர் நடந்தால், பேரழிவைத் தரக்கூடியதாக இருந்தாலும், அது ஆக்கிரமிப்பாளர்களின் தோல்விக்கு இட்டுச் செல்லும் மேலும் கூடுமானவரையில் வேறு புரட்சிகர மாற்றங்கள் நடந்தேறும். போர் வந்தால், அதற்கு அவர்

அச்சப்படவில்லை, ஆனால், உலகிற்கு ஏற்படுத்தும் அதன் பேரழிவு மிக்க விளைவுகளுக்காகவும் மேலும் அவர்கள் நாடுகளின் வளர்ச்சிக்குத் தடையாக வரும் என்பதாலும் அவர் அதை விரும்பவில்லை.

தலைவர் மா வோவின் ஆய்வோடு நான் முழுமையாக உடன்படவில்லை ஆனால், போர் என்பது தவிர்க்கப்பட வேண்டும். போருக்கு இட்டுச் செல்லும் ஒவ்வொரு நடவடிக்கையும் கூட தவிர்க்கப்பட்டாக வேண்டும் என்பதில் அவருடன் நான் முற்றிலும் உடன்பட்டேன்...

இப்பவும் பர்மாவின் சில பகுதிகளையும், இந்தியாவின் பகுதிகளையும் கூட சீனப் பிரதேசத்திற்குள் இருப்பது போன்று காட்டும் சீன வரைபடங்கள் பற்றி நான் குறிப்பிட்டேன். இந்தியாவைப் பொறுத்தவரை, இந்த விஷயம் குறித்து நாம் மிகவும் அக்கறை கொள்ளவில்லை, ஏனெனில் நம் எல்லைகள், முற்றிலும் தெளிவாக இருக்கின்றன மேலும் அவை விவாதத்திற்கான விஷயம் இல்லை என்று மேலும் கூறினேன். ஆனால், இந்தப் பழைய வரைபடங்களைப் பலபேர், சாதகமாக எடுத்துக் கொள்கிறார்கள். சீனா, ஓர் ஆக்கிரமிப்பு நோக்கத்தைக் கொண்டுள்ளது இல்லையெனில் ஏன் பழைய வரைபடங்களைப் பயன்படுத்துவதைத் தொடர வேண்டும் என்று வாதிக்கிறார்கள். பர்மாவிலும் இது அச்சத்தை ஏற்படுத்தி உள்ளது.

பிரதமர் சூ, இந்த வரைபடங்கள், பழையவை மேலும் சீனா புதிய வரைபடங்களை வரைய எந்த திட்ட வரைபடத் தயாரிப்பையும் (Surveying) செய்யவில்லை என்று பதில் அளித்தார். மங்கோலிய மற்றும் சோவியத்து ஒன்றியத்துடனும் கூட அவர்களது எல்லைகள் இன்னும் தெளிவாக பிரிக்கப்படவில்லை மேலும் அதில் குறைபாடுகளும் உள்ளன. அவ்வாறு இருக்கக் கூடும் என்று நானும் குறிப்பிட்டேன். இந்தியாவைப் பொறுத்தவரை, நான் திரும்பவும் சொல்கிறேன், நமது எல்லைகளைப் பற்றி எந்தச் சந்தேகமும் இல்லை. அவை பற்றி நான் கவலை அடைந்தது இல்லை. ஆனால், நமது வரைபடங்களில், திபெத்தின் ஒரு பகுதி, இந்தியாவின் பகுதியாகக் காட்டப்பட்டால், சீனா எவ்வாறு நினைக்கும் என்று நான் எண்ணிப் பார்த்தேன்.

1959 அக்டோபர் 1ஆம் தேதியிட்ட ஒரு கடிதத்திலிருந்து

இந்தியாவுக்கும், சீனாவுக்கும் இடையே எழுந்துள்ள இந்தப் பதட்டம், உண்மையில் நமக்கு மிகவும் கவலை தரக் கூடியது. நாம் தற்போது எச்சரிக்கை அடைய வேண்டும் அல்லது ஏதேனும் ஆபத்தான விளைவுகளுக்காக அச்சமடைய வேண்டும் என்று அதற்குப் பொருளல்ல. முன்னோக்கக் கூடிய, எதிர்காலத்தில், இதுபோன்ற எந்த ஒரு நிகழ்வுப் போக்கிற்கான வாய்ப்பு இருப்பதாக நான் கருதவில்லை. ஆனால், இந்தியாவும், சீனாவும் நட்பை முறித்துக் கொண்டன. எல்லையில் பேச்சளவில் அமைதி தொடர்ந்தாலும், அது ஒரு வகையான இராணுவத் தயார் நிலையுடனான ஓர் அமைதியே என்பதுதான் அடிப்படை உண்மையாக இருக்கிறது அத்துடன், எதிர்காலம் தொடர்ந்த பதட்டத்துடன் இருக்கப் போவதாகத் தோன்றுகிறது. இந்த எதிர்காலம்தான் என்னை வாட்டுகிறது, ஏனெனில் அது மனம் மற்றும் உடல் அடிப்படையிலான துன்பத்தை நம் நாட்டிற்குக் கொடுக்கும், மேலும் அது நமது அடிப்படைக் கொள்கைகளை ஓரளவு பாதிக்கும். அந்தக் கொள்கைகள் சரியாகவே இருக்கின்றன. அவைகளை ஏன் மாற்ற வேண்டும் என்பதற்கான எந்தக் காரணத்தையும் நான் பார்க்கவில்லை. எந்த நேரத்திலும், கொள்கையில் எந்த மாற்றத்தையும் செய்வது தவறாகப் போய்விடும்; அமைதிவழி உடன்பாடுகளையும், கூடுமானவரை உலகளாவிய பெரும் தாக்கத்தை ஏற்படுத்தும் ஆயுதக்குறைப்பையும் நோக்கமாகக்கொண்டு, ஒரு புதிய தகவமைப்பை நோக்கி உலகம் நகர்வதாகத் தோன்றும் தற்போதைய காலகட்டத்தில், கொள்கையில் இது போன்றதொரு மாற்றம் மிகவும் துரதிர்ஷ்டவசமானதும், தேவையற்றதும் ஆகும். அந்தக் கொள்கையை நாம் பற்றிப்பிடிக்க வேண்டும் என்பதை நான் உறுதியாக நம்புகிறேன். சில பேருக்கு, இது மாறாக வழக்கத்திற்கு எதிராகவும், நிலைமைகளின் யதார்த்தங்களோடு ஒத்துப்போகாமலும் இருப்பது போலத் தோன்றலாம். நாம் பின்பற்றிய அந்தக் கொள்கைகள் எல்லாம் தற்காலிகமானவை மேலும் சந்தர்ப்பவாதம் கொண்டவை, அத்துடன், மாறுகின்ற காலங்களுக்கு ஏற்ப மாறக் கூடியவை என்று அந்த வாதத்திற்குப் பொருள் ஆகும். சந்தேகமின்றி, எந்தக் கொள்கையும் மாற்ற முடியாததாகவும், நெகிழ்வற்றும் இருக்க முடியாது; புறச்சூழலின் யதார்த்தங்களுக்குப் பொருந்துமாறு அவ்வப்போது அது

மாற்றப்பட வேண்டும். ஆனால், நான் நம்புவதைப் போன்று அந்தக் கொள்கைகள் சில உறுதியான கோட்பாடுகளை அடிப்படையாகக் கொண்டிருக்கும் என்றால், அப்போது சில கணநேர மற்றும் சந்தர்ப்பவாத ஆதாயங்களுக்காக அந்தக் கோட்பாட்டை நாம் கைவிடுவது என்ற கேள்விக்கு இடம் இல்லை.

இவ்வகையில், நாம் இந்த அடிப்படைக் கொள்கைகளைத் தொடர வேண்டும். அதே சமயம், எல்லையின் நிகழ்வுப் போக்குகளைக் கையாளுவதில், உறுதியைக் காட்ட வேண்டும். பலவீனம் மற்றும் பயத்தின் மூலம் எந்தக் கோட்பாடும், எந்தக் கொள்கையும் பின்பற்றப்பட முடியாது. சீனா மீது, அந்த நாடு பெரியது மற்றும் சக்திமிக்கதாய் இருப்பதால், எனக்கு எந்த பயமும் இல்லை. சீனா, சந்தேகமின்றி, உடல்வலிமையில் வளரும். அப்படி இருப்பினும், பயம்கொள்வதற்கு நமக்கு எந்த அவசியமும் இல்லை, மேலும் உண்மையில், அச்சம் என்பது எப்போதும் ஒரு நல்ல நண்பனாக இருக்க முடியாது. ஆனால்,நாம் எல்லா நேரத்திலும் விழிப்புடன் இருக்க வேண்டும் மேலும் நமது கொள்கையின் தொடர்ச்சியை, உறுதித் தன்மையுடன் சமநிலைப்படுத்த வேண்டும்.

இந்த அனைத்து எல்லைத் தகராறுகளுக்கும் அப்பால், விரிவடைகிற, பல்வேறு திசைகளிலும் ஊடுருவுகின்ற மேலும் தன் வளர்கின்ற வலிமையில் முற்றிலும் பெருமை கொள்கின்ற, ஒரு வலிமையான, ஒன்றுபட்ட சீனா என்பது ஓர் அடிப்படை பிரச்சினையாக இருப்பதாக எனக்குத் தோன்றுகிறது. சீனாவின் வரலாற்றில், இதுபோன்ற விஷயம் பல தருணங்களில் நடந்துள்ளது. இது போன்ற கம்யூனிசம் என்பது ஓர் அதிகப்படியான அம்சம் மட்டுமே; வரலாற்றிலும், தேசியக் குணாம்சங்களிலும் ஆழப் புதைந்திருக்கும் உண்மையான காரணத்தைக் கண்டறிய வேண்டும். ஆனால் இந்த இரண்டு மாபெரும் நாடுகளும், இதற்கு முன் எப்போதும் ஒரு வகையான மோதலுக்கு நேருக்கு நேர் வந்ததில்லை என்பது உண்மை. அவர்களின் பெரும் நில அளவாலும், உண்மையான அல்லது உள்ளார்ந்த வலிமையாலும், இந்தச் சூழ்நிலையில், ஆபத்து இருக்கிறது, இப்போது ஆபத்தில்லை, மாறாக எதிர்காலத்தில் இருக்கிறது. அந்த ஆபத்து வேறு நிகழ்வுப் போக்குகளாலும், அமைதியை நோக்கி படிப்படியாக நகரும் உலகத்தாலும்

குறைக்கப்படலாம். ஆனால், ஒரு குறிப்பிட்ட அளவுக்கு, சீன அரசின் மக்கள் தொகை பெருக்கத்தின் பிரமிக்கத்தக்க விகிதத்தால், இந்த ஆபத்து இனியும் தொடரும். மக்கள்தொகை தவிரவும், நம்மிடம் இல்லாத ஓர் உறுதியான ஒருமைப்பாடு சீன மக்களிடையே இருந்து வந்தது இப்போதும் இருக்கிறது. ஆயினும், ஆபத்தை எதிர்கொள்கையில், இந்தியாவில் இப்போது நமக்கு இருப்பதைவிட மிகப்பெரும் நெருக்கமான ஒற்றுமை உண்டாகும் என்பதில் எனக்கு சந்தேகமில்லை. பெரும்பாலும், இந்தப் புதிய, துரதிர்ஷ்டமான வளர்ச்சிப்போக்கின் நல்ல விளைவுகளில் அது ஒன்றாக இருக்கலாம்.

எந்த ஒரு நிகழ்விலும், நாம் உறுதியாகவும், விழிப்போடும் இருக்க வேண்டும், மேலும் அமைதியாகவும், உணர்வுகளை வெளிக்காட்டாமலும் இருக்க வேண்டும், அதோடு, உண்மையான வலிமை, கடுமையான மொழியிலிருந்து வராது, அல்லது நமது ஆயுதம் தாங்கிய படைகளை அதிகரிப்பதால் கூட வராது, மாறாக, நமது நாட்டின் பொதுவான வளர்ச்சியிலிருந்து, பெரிய அளவிலான தொழில்மயப் படுத்தல் மற்றும் ஒற்றுமையிலிருந்து வருகிறது. ஆகவே நாம் நமது ஐந்தாண்டுத் திட்டங்கள் மற்றும் அவை போன்றவைகள் மூலமாக, இந்தியாவின் வளர்ச்சி மற்றும் முன்னேற்றத்தின் அடிப்படை பிரச்சினைக்கு மீண்டும் நாம் திரும்புகிறோம். சூழ்நிலைகளால், நாம் பெரியதொரு அளவில் சிந்திக்கவும், ஒப்பீட்டளவில் மேலோட்டமான நடவடிக்கைகளிலும், சிறுசிறு மோதல்களிலும் நமது தேசிய சக்தியை வீணாக்காமல் இருக்கவும் வற்புறுத்தப்படுகிறோம்...

எல்லை பற்றிய, சிறு முரண்பாடுகள் முக்கியமானவையாக அல்லது முக்கியமல்லாதவையாக இருக்கலாம். ஆயினும் நாம் சந்திக்க வேண்டியது, மிக ஆழமானதும், அதிக ஆபத்தானதும் ஆகும். சில கணிசமான பகுதிகளில், மிகவும் குறிப்பாக வட கிழக்கு எல்லைப்புற மாகாணத்தில் (N.E.F.A) ஒரு தேவையாக இருக்கிறது. தடை அரணாய் விளங்கும் இமயமலைத் தொடரின் இந்தப் பக்கம் கீழிறங்கி வருவதற்கு சீனா விரும்புகிறது என்பது இதன் முழுப் பொருள் ஆகும். இது இரண்டு தேவையுடனான முக்கிய அம்சங்களைக் கொண்டது : ஓர் அந்நிய நாடு, இமயமலைத் தொடரின் இந்தப் பக்கம் இறங்கி வந்தால், நமது அடிப்படையான பாதுகாப்பு மிகப்பெரிய ஆபத்துக்கு உள்ளாக்கப்படுகிறது என்பது ஒன்று;

மற்றொன்று, காலம் காலமாக, இந்தியாவின் உயிர்நாடியாக இருந்து வரும் மன உணர்வு, நொறுக்கப்படுகிறது. அந்த மன உணர்வு, இமயமலைத் தொடர்களுடன் தொடர்பு கொண்டது. பாராளுமன்றத்தில் நான் சொன்னது போல, இமயமலைத் தொடரை, பின்விளைவுகள் எதுவாக இருப்பினும், யாருக்கும் பரிசாக நாம் கொடுக்கப் போவதில்லை. கிட்டத்தட்ட, மற்ற எதையும் விட, இமயமலைத் தொடர்கள், இந்தியாவின் சிந்தனையிலும், வாழ்விலும் மிகவும் இன்றியமையாத பகுதியாக இருக்கின்றன. தற்போதைய அதிநவீன ஆயுத யுகத்திலும் கூட, அவைகள் நமது பாதுகாப்புக்கு அவசிமானதாகும்; நமது கலாசார பாரம்பரியத்திற்கு அவைகள் இன்றியமையாதவை.

1959 அக்டோபர் 26ஆம் தேதியிட்ட ஒரு கடிதத்திலிருந்து

நாம் தற்போது ஓரளவுக்குக் கடினமான சூழ்நிலையைச் சந்தித்தாக வேண்டும். ஆனால் எனக்கு மிகவும் பெரும் அளவு கவலை தரக் கூடியது, கொஞ்சம் கொஞ்சமாக தானே விரித்து நீளும் எதிர்காலம் தான். எந்தப் பயத்துடனும் இல்லாமல், மாறாக நிச்சயமாக பெருங்கவலையுடன் நான் இதைப் பார்க்கின்றேன். நாம் அச்சமடைவதற்கு எந்தக் காரணமும் இல்லை, மேலும் எந்த நிகழ்விலும், அச்சத்துடனான அணுகுமுறை தவறான ஒன்றாகும், சில அடிகளை நாம் வாங்கியிருந்த போதும், நம்மைக் காத்துக் கொள்ளும் அளவுக்குப் போதுமான வலிமையுடன் நாம் இருக்கிறோம் என்று நான் கருதுகிறேன். ஆனால், இந்தியாவுக்கும் சீனாவுக்கும் இடையே பதட்டத்தை தொடர்வதற்கான மற்றும் வலுமிக்க மோதலுக்கான கருத்தை நான் விரும்பவில்லை. இது, சீனாவின் மீதான எனது பெரும் விருப்பத்தின் காரணமாக இல்லை, மாறாக இந்தியாவின் மீதும், அமைதியின் மீதுமான பெரும் விருப்பமே காரணம். வலிமை மிக்க ஒரு நாட்டுடன், நீண்ட ஒரு எல்லை மீதான நிரந்தர முரண்பாட்டின் சுமை என்பது மிகப்பெரிது. அதைவிடவும், மோசமானது, அது தூண்டிவிடுகின்ற, தவறான வழிகளில் நம்மைச் சிந்திக்குமாறு இட்டுச் செல்கின்ற பகைமை உணர்வுதான்.

நமது சொந்த நாட்டுக்காரர்களுள் சிலர் மற்றும் வெளிநாட்டு மக்கள் ஆகிய இருசாரராலும், நான் கேள்விக்கு உள்ளானேன்: இனியும் கூட்டு சேராத மற்றும் சமாதான சகவாழ்வு என்னும்

கொள்கையை நீங்கள் கடைப்பிடிக்கப் போகிறீர்களா? நமது கொள்கை தோல்வி அடைந்து விட்டது என்று சிலர் சொல்கிறார்கள். நான் முற்றிலும் ஏற்கவில்லை. தோல்வி அடைவதற்கு அப்பால், இந்தக் கொள்கை, ஒரு வகையில், உலகம் முழுவதும் குறிப்பிடத்தக்க வெற்றியைப் பெற்றது. ஏதோ சிறிய அளவில், வலிமை மிக்க அரசுகளான அமெரிக்க அய்க்கிய நாடுகளுக்கும், சோவியத்து ஒன்றியத்திற்கும் இடையில் நடந்தது போல, மேற்கத்திய உலகில் நடந்து கொண்டிருக்கும் சாதகமான வளர்ச்சிப் போக்குகளுக்கு பங்கினை ஆற்றியது என்று நான் கருதுகிறேன். உண்மையில் வேறு பல அம்சங்கள் இருக்கின்றன. ஆனால் நாம் சிறிதளவே உதவியிருக்கிறோம். உலகின் எதிர்காலத்திற்கு மாபெரும் முக்கியத்துவம் வாய்ந்தது, மேலும் மறைமுகமாக அது, ஆசியாவில் நிலைமையைப் பாதிக்கவும் கூட செய்கிறது, ஏனெனில், உலக நிலைமையில் வரும் ஒரு பொதுவான முன்னேற்றம், ஆசியாவில் நிலவும் சூழ்நிலைமையின் மேல் தவிர்க்க இயலாமல் எதிர்வினை ஆற்ற வேண்டும். ஆயினும் சீன அரசாங்கத்துடன் நமது நட்புறவுக்கான முயற்சிகள் தோல்வி அடைந்தன என்பது உண்மை. துரதிர்ஷ்டவசமாக, சில உண்மையான, பெரிய அளவிலான உள்ளார்ந்த மோதல் வருவதற்கான சாத்தியம் இருக்கிறது. இது நமது கூட்டுச்சேராக் கொள்கையின் காரணமாக என்று சொல்வது, நிலைமையை முற்றிலும் தவறாகப் புரிந்து கொள்வது ஆகும். வேறெந்தக் கொள்கையும், இது நடப்பதை தடுத்திருக்க முடியாது, ஆனால் அதை விரைவு படுத்தி இருக்கும் மேலும் உலக அமைதியை நாம் முன்னெடுத்துச் செல்வதற்கான பாத்திரம் வகிப்பதை அது மிகவும் சிக்கலாக்கி இருக்கும். இன்றும் கூட, உண்மையில் எந்தக் காலத்திலும், கூட்டுச் சேராக் கொள்கையும், அனைத்து நாடுகளுடனும் சமாதான சகவாழ்வுக்கான ஒரு முயற்சியும் சரியான ஒன்று என்பதில் நான் உறுதியுடன் இருக்கிறேன். அதற்கு, நாம் சுய திருப்தியோடு இருக்கிறோம் அல்லது நம்மை எதிர்நோக்கி வரும் எந்த ஆபத்துக்களையும் சந்திக்கத் தேவையான மற்றும் தகுந்த நடவடிக்கைகளையும் எடுக்காமல் இருக்கிறோம் என்று பொருளல்ல.

இதற்கு ׀׀ாற்று, பனிப்போரில் நாம் குதிப்பதும், அதனால் நம்மை ஒவ்வொரு வகையிலும் பலவீனமாக்கிக் கொள்வதும்,

மேலும் அதே நேரத்தில் பனிப்போரைப் புரிந்துகொள்வதையும், அதைத் தணிப்பதையும் நோக்கி ஏற்படுத்திய முன்னேற்றத்தை முடமாக்குவதும் ஆகும். சிந்திக்காத நபர்கள் மட்டுமே நமது அடிப்படைக் கொள்கையில் எந்த மாற்றத்தையும் சொல்ல முடியும். நம்மைப் பொறுத்தவரை, உணர்ச்சிவயப்படும் அல்லது பலவீனமாகும் தருணத்தில், பனிப்போரில் தலைமைப் பாத்திரம் வகிப்போரின் அணிகளோடு சேர்வதும், இராணுவ கூட்டணிகளை நாடிச் செல்வதும், உண்மையில், நமது கொள்கைக்கு மட்டுமல்ல, மாறாக இந்தியா எவற்றிற்காக நின்றதோ அவை அனைத்திற்கும் ஒரு சோகமான தோல்வி ஆகும். அப்படி சேர்ந்தாலும், நாம் விரும்பும் அந்த பாதுகாப்பை அடைய முடியாது. உண்மையில், நமது பாதுகாப்பு, மிக அதிகமாக, மோசமான ஆபத்துக்கு உள்ளாக்கப்படும், மேலும் வேறெந்த நாடும், அது எவ்வளவு வலிவுடையதாக இருப்பினும், நம் ஆபத்து நேரத்தில், நமக்கு உதவ முடியாது. துரதிர்ஷ்டவசமாக, இந்தியாவுக்கும் சீனாவுக்கும் இடையே நிலைமை மோசமானால் அல்லது இது ஒரு போருக்கு இட்டுச் சென்றால், எந்த அளவிலும், ஒருவரும் நேரடியாக நமக்கு உதவ முடியாது. பெரும்பாலும் என்ன நேருமெனில், அந்தப் போர், ஓர் உலகப் போராக மாறும் மேலும் அது பெரும் நாசத்தையும், பூண்டோடு அழிவையும் கூட ஏற்படுத்தும்.

1962 டிசம்பர் 22ஆம் தேதியிட்ட ஒரு கடிதத்திலிருந்து

கடைசியாக, நான் உங்களுக்கு எழுதியதிலிருந்து, இரண்டு மாதங்கள் அல்லது சில மாதங்களில் ஒட்டுமொத்த நாட்டையும் குலுக்கி, அதன் பின்னால் ஒரு விரும்பத்தகாத நினைவை விட்டுச்சென்ற சம்பவங்கள், நமது எல்லையில் நடந்து முடிந்துள்ளன. எதிர்பாராமல்,, சீன அத்துமீறல், வெறும் எல்லைப்புற சம்பவமல்ல மாறாக ஒரு பெரும் படையெடுப்பு என்று நாடு எங்கும் உணர்ந்தது. இந்தியாவின் ஒருமைப்பாடு மட்டும் அச்சுறுத்தப்படவில்லை, மாறாக, நமது சுதந்திரமும் கூட, அச்சத்துக்கு உள்ளாக்கப்பட்டது... நமது இராணுவத்தின் தயாரிப்பின்மை பற்றி வெகுவாகப் பேசப்பட்டது. ஓரளவுக்கு இது உண்மையாக இருக்கலாம் ஆனால் இந்த விஷயம் குறித்து உருவாக்கப்பட்ட பொதுவான உணர்வு உண்மையல்ல என்று நான் கருதுகிறேன். பிறகு ஏன் நமது ஆயுதப் படைகள்

கடுமையான பின்னடைவுகளுக்கு உள்ளானார்கள்? உரிய ஆயுதங்களும், கதகதப்பான உடைகளும் இன்ன பிறவும் கூட இல்லாதது பற்றி மக்கள் பேசுகிறார்கள். நமது இராணுவம், பல்வேறு வகையான இயந்திரத் துப்பாக்கிகள் போன்ற தானியங்கி ஆயுதங்களைக் கொண்டிருந்தாலும், தானியங்கி துப்பாக்கிகள் என்ற வகையில், தானியங்கி ஆயுதங்களை வைத்திருக்கவில்லை என்பது உண்மை. அவர்கள் சாதாரண குளிர்கால உடைகளையும் கூட வைத்திருந்தார்கள். துரதிர்ஷ்டவசமாக, மேற்கொண்டு குளிர்கால உடைகளை அவர்களுக்கு அனுப்புவதில் சில இடர்ப்பாடுகளை அனுபவிக்க வேண்டியதாயிற்று ஏனெனில், நாம் அனுப்பிய ஒவ்வொன்றும், வான்வெளியிலிருந்து கீழே போட வேண்டியதாயிற்று. நிலப்பரப்பு, ஆழமான சரிவுகளைக் கொண்ட மலைப்பாங்காக இருந்ததால், வான்வெளியிலிருந்து கீழே போடப்பட்டவைகளில் பலவும் இழக்கப்பட்டன மேலும் அவற்றை மீட்டெடுக்கவும் முடியவில்லை. ஆனால், மொத்தத்தில், குளிர்கால உடைகளும் அல்லது நவீன ஆயுதங்களும் இல்லாதது, எந்தவொரு மிகப் பெரும் விளைவை ஏற்படுத்தியது என்று சொல்ல முடியாது...

நமது பின்னடைவுகளுக்கு முக்கியமான காரணங்கள் சீனாவுடன் சண்டை போட நேர்ந்த நிலப்பரப்பின் தன்மைதான் என்று எனக்குத் தோன்றுகிறது. எதிரிக்கு சாதகமாக இது அனைத்தும் இருந்தது, நமக்கு மிகவும் பாதகமாக அமைந்தது, சாலை வழியாகவோ அல்லது வேறு தகவல் தொடர்பு சாதனங்கள் மூலமோ அதை அடைவது எளிதாக இல்லை என்றிருந்தது, நமக்கு மிகவும் பாதகமாக ஆனது. இவ்வாறு வான்வெளியிலிருந்து கீழே போடுவது மூலம்தான், ஒவ்வொன்றையும் நாம் அனுப்ப வேண்டியிருந்தது. வெடிமருந்துகள், மற்ற தேவையான பொருட்கள், உடைகள் மற்றும் இன்ன பிறவும் இதில் அடங்கும். நமது விமானப் படை, பணியில் மிகச்சிறந்த சேவையைச் செய்தனர், ஆனால் உரிய தகவல்தொடர்பு இல்லாமையே ஒரு பெரிய பாதகமாக இருந்தது. மறுபக்கம், திபெத்திலிருந்து சரியாக நமது எல்லை வரை, சாலை அமைப்பு இருந்ததால், சீனர்கள், அவர்களுக்குப் பின்பலமாக எளிமையான தகவல் தொடர்புகளைப் பெற்றிருந்தனர். முற்றிலும் ஓர் இராணுவக் கண்ணோட்டத்திலிருந்து பார்த்தால், குறைந்தபட்சம் நமது முக்கிய பொருட்களின் மையங்களுடன்

சாலை வழி இணைக்கப்பட்ட, மிகவும் அதிக செயல்திறம் மிக்க பாதுகாப்பு நிலையை நாம் தேர்ந்தெடுத்திருக்க வேண்டும். எப்படியாயினும், இது நமது சொந்த எல்லைக்கு திரும்பி வரவும், சீனர்களை எல்லை நெடுகிலும், பெரும் சண்டை இல்லாமல் அணிவகுத்துச் செல்ல அவசியமானதாக செய்திருக்கும். இது செய்வதற்கு மிகவும் அறிவுடைய செயலாக இருந்தாலும், பின்பற்றுவதற்கு ஓர் இனிமையான செயல் அல்ல.

நமது படைகள் மிகவும் அவசரமாக, கடல் மட்டத்திற்கு நெருக்கமான உயரத்திலிருந்து, சுமார் 14,000 அடி உயரத்திற்கு அனுப்பப்பட்டனர் என்ற உண்மை, நமது இராணுவத்திற்கு இரண்டாவது பெரிய பாதகமாக அமைந்தது. மிக உயர்ந்த இடங்களுக்கு திடீரென மாறும்போது ஏற்படும் விளைவை மலையேறும் பயிற்சியை செய்த எவரும் அறிவார்கள். அது கடுமையான தலைவலிகளையும், உறக்கமற்ற இரவுகளையும் உண்டாக்குவதுடன், பொதுவாக ஒருவரை பலமிழக்கச் செய்யும். மக்களை, மிக உயரமான இடங்களை அவர்கள் அடைவதற்கு முன்னால், பல்வேறு நிலைகளில் அவர்களை அங்குள்ள பருவநிலைக்கு ஏற்ப பக்குவப்படுத்துவது எப்போதும் நல்லது. அவ்வாறு நாம் செய்ய முடியவில்லை ஏனெனில் சீனர்கள் அதற்கு முன்னரே, நமது எல்லையைக் கடந்து வந்து, அவர்களது படைகளை அங்கே குவித்து வைத்திருந்தனர்...

சம்பவத்திற்குப் பிறகு புத்திசாலித்தனமாக இருப்பது எளிது. நடந்த எதையும் விமர்சிப்பது, அதைவிடவும் எளிது. ஆனால், நமது பின்னடைவுக்கு இரண்டு முக்கியமான காரணங்கள், நான் மேலே குறிப்பிட்ட அவை இரண்டும் தான் என்று நான் கருதுகிறேன். நமது தளபதிகளில் சிலர் கடுமையாக விமர்சிக்கப்பட்டனர் மேலும் பணியிலிருந்து ஓய்வு அளிக்கப்பட்டனர். அவர்களைப் பற்றி போதுமான நியாயமின்றி இரக்கமற்ற செய்திகள் சொல்லப்பட்டன. பெருமைக்குரிய மனிதர்களாக, அவர்கள் தங்கள் பதவி விலகலை சமர்ப்பித்தனர் என்பது பெரும்பாலும் சரியே. ஆனால் தவறு அவர்களுடையதல்ல. நடந்து முடிந்த தவறுகள், முன்னெச்சரிக்கையின்றி ஏதேனும் செய்ய வேண்டிய தருணத்தில், பெரும் எண்ணிக்கையில் எதிரி திகைப்படையச் செய்யும் போது, என்ன செய்ய வேண்டும் என்பதைத் தீர்மானிக்க வேண்டிய உள்ளூர் பிரிகேடுகளின்

(தரைப் படையின் ஒரு பிரிவு) படைத் தலைவர்களையும் மற்றும் அவர் போன்றவர்களையும் சார்ந்தது. பதவி விலகிச் சென்ற இராணுவத்தின் தலைமைத் தளபதியும், இராணுவப் பிரிவின் தலைவரும் நேரடிப் பொறுப்பு என்று சொல்வது இயலாத ஒன்று. அவர்கள் தகுதி வாய்ந்தவர்கள் மேலும் வீரம் செறிந்தவர்கள் அத்துடன் அவர்களை, பெரும் எண்ணிக்கையிலான சூழ்நிலைகளால், அவற்றுள் பல அவர்களுடைய கட்டுப்பாட்டிற்கு வெளியே உள்ளவை, நிகழ்ந்த ஒன்றுக்காக அவர்களைக் குற்றம் சொல்வது அவர்களைப் பொறுத்து மிகவும் நியாயமற்றது.

சீனர்கள், பன்னெடுங்காலப் போருக்குப் பின்னர், மலை யுத்தத்தில் நிபுணர்களாக இருக்கிறார்கள். மேலும் இந்த நோக்கத்திற்காக, சிறப்பாக பயிற்சி அளிக்கப்பட்டவர்கள் என்பதும் உண்மை. அவர்களுடைய போரின் முறைகள், முறையான பாரம்பரிய யுத்தம் மற்றும் கெரில்லா யுத்தத்தின் ஒரு கலவையாகும். கொரியாவில், மிகவும் மோசமான ஆயுதங்களுடன், சமீபத்திய நவீன ஆயுதங்களைக் கொண்ட இராணுவங்களுக்கு எதிராக என்ன செய்ய முடியும் என்று அவர்கள் காட்டினார்கள். அதிலிருந்து சீனர்கள் மிகச்சிறந்த ஆயுதங்களைப் பெற்றார்கள். மலை யுத்தத்தில் அவர்களது வழிமுறைகளை முழுமைப் படுத்தினார்கள். கடந்த பல காலமாக, திபெத்தில் இதுபோன்ற ஒரு படையெடுப்புக்கு அவர்கள் தயாராகிக் கொண்டிருந்தார்கள் என்பது வெளிப்படையானது. பெரும் அளவில் பொருள்களை அவர்கள் குவித்தார்கள். அவர்களது துருப்புக்கள் எல்லா நேரத்திலும் ஓர் உயரமான இடத்திலேயே வசித்து வந்தனர்... மிகப்பெரிய அளவில் நம்மைத் தாக்குவதற்கு சீனர்களை இயக்கிய உள்நோக்கங்கள் எவை? அவர்களுடைய எல்லைகளை விரிவுபடுத்துவதற்கான அல்லது அவர்கள் உரிமை கொண்டாடிய பகுதிகளை உடைமையாக எடுத்துக்கொள்வதற்கான ஒரு வெறும் ஆசையே என்று சொல்வது, அதில் ஏதோ ஒன்று இருப்பினும், மொத்தத்தில், ஒரு போதுமான விடை அல்ல. இன்னும் ஓர் ஆழமான காரணம் இல்லாமல், ஆபத்தான பின்விளைவுகளைக் கொண்ட இதுபோன்ற செயலை நாடுகள் மேற்கொள்ள மாட்டார்கள். அழிவுக்கான ஒரு பிரம்மாண்டமான ஆற்றலுடன் அணு ஆயுத நாடுகளான, சோவியத்து ஒன்றியம் மற்றும் அமெரிக்க அய்க்கிய

நாடுகள் ஆகியவற்றால் முறையே தலைமை தாங்கப்படும் நாடுகளின் இரு பெரும் முகாம்களுக்கு இடையில் பனிப்போரின் சூழ்நிலையில் இன்று உலகம் உள்ளது. ஒரு செல்வாக்கு தடுப்பைச் செய்கின்ற, அதே நேரத்தில், அணுஆயுதப் போரையும், இறுதிப் பேரழிவையும் கொண்டு வருகின்ற, வேண்டுமென்றே எடுக்கும் நடவடிக்கை அல்லது ஒரு விபத்துக்கான நிரந்தர ஆபத்தையும் கொண்டு வருகின்ற ஓர் உறுதியான 'அச்சுறுத்தலின் சமநிலை' (Balance of terror) அவர்களுக்கிடையே உருவாகியிருந்தது. இந்த இரண்டு முகாம்களுக்கு இடையே, இரு தரப்பிலும் அச்சம் இருக்கிறது அதன் விளைவு, பெரும் அளவு பேரழிவுக்கான சமீபத்திய ஆயுதங்களோடு தொடர்ந்து ஆயுதபாணியாக்கும் ஒரு முயற்சியே. அவர்களை எதிர்கொள்ளும் பிரச்சினைகளின் அமைதி வழி தீர்வுக்கான முயற்சிகளும் சில அணுகுமுறை மூலம் செய்யப்பட்டன. சமீபத்தில், கியூபா மீதான ஓர் அணு ஆயுதப் போருக்கு மிக அருகில் நாம் வந்தோம். சில நாட்களாக, எந்த நேரத்திலும், உலகின் பல்வேறு பகுதிகளில், மரணத்தையும், பல கோடிக் கணக்கானவர்களுக்கு அல்லது பெரும்பாலும் நூற்றுக்கணக்கான கோடி மக்களுக்கும் கூட அழிவையும் கொண்டுவரும் அணு மற்றும் ஹைட்ரஜன் குண்டுகள் வெடிக்கத் துவங்கும் என பரவலாகத் தோன்றியது. அதிர்ஷ்டவசமாக அந்த நெருக்கடி, இது போன்ற ஒரு போரை சம்பந்தப்பட்ட முக்கியத் தரப்பினர் தவிர்க்க விரும்பியதால், கடந்து போனது. அதிலிருந்து, அங்கு, அது ஒரு பெரிய அளவுக்கு இன்னும் இல்லை என்றாலும், ஒரு குறிப்பிட்ட பதட்டத் தணிவு காணப்படுகிறது. இப்பவும் அது காணக்கூடியதாக இருக்கிறது, மேலும் பல ஆண்டுகளில் முதன் முறையாக, மக்களுடைய நம்பிக்கைகள் புத்துயிர் பெற்றிருக்கின்றன.

கடுமையான ஆயுத பலங்களைக் கொண்ட நாடுகளின் இந்த இரண்டு முகாம்கள் அல்லாமல், ஆயுத பலத்தில் பலவீனமாகவும், ஆனால் அமைதிக்கு சாதகமாக இப்பவும் செல்வாக்கு செலுத்துகின்ற பல நாடுகள், மேலும் எண்ணிக்கையில் அதிகரித்தவாறும் உள்ள நாடுகள், இருக்கின்றன. பெரும்பாலும் அமைதிக்கு சாதகமாக இறுதி முடிவை அவர்களே எடுக்க முடியாது. ஆனால் போர் வெடிக்காமல் தடுக்கக் கூடிய சற்றே அந்த சிறு வேறுபாட்டை கடந்த காலத்தில் அவர்கள் உருவாக்கினார்கள், அவ்வாறு உருவாக்கவும் முடிந்தது.

ஒரு குறிப்பிட்ட அளவுக்கு சமாதான சகவாழ்வுக்கான அடையாளங்களாக அவர்கள் ஆனார்கள். இராணுவ முகாம்களோடு கூட்டு சேராத அவர்களுடைய கொள்கை, சிறிது சிறிதாக, பெரும் முகாம்களாலேயே மேலும் மேலும் பாராட்டப்பட்டனர். அமெரிக்க அய்க்கிய நாடுகள் மற்றும் சோவியத்து ஒன்றியம் ஆகிய இரண்டும் இந்தக் கூட்டு சேராக் கொள்கையையும், சமாதான சகவாழ்வையும், ஒருவர் மீது மற்றவருக்கு இருந்த பயத்தின் காரணமாக, தங்களுக்கு அவற்றை ஏற்றுக் கொள்ள முடியவில்லை என்றாலும், பாராட்டி இருக்கின்றனர். இருந்தும், தவிர்க்க முடியாமல், பெரும்பாலும் உலகம், சமாதான சகவாழ்வை நோக்கிச் செல்கிறது மேலும் அந்தக் குறிக்கோளை அடைய வருவதற்கு முன்னால், போர் உலகை அலைக்கழிக்கவில்லை என்றால், அது அந்தக் குறிக்கோளை நிச்சயம் அடையும்.

ஒவ்வொரு குழுவிலும் உள்ள நாடுகளுள் சில தனிநபர்கள் போர் வெறியர்களைப் போல் சிந்திக்கும் மற்றும் நடந்து கொள்ளும் வேளையில், பெரும்பாலான நாடுகள், அல்லது இரு முகாம்களின் தலைவர்கள் உள்ளிட்டு, கிட்டத்தட்ட அனைவருமே ஒரு போரை விரும்பவில்லை. ஓர் அமைதியான ஏற்பாட்டை வரவேற்கிறார்கள். ஆயுதக் குறைப்பிற்கான பேரார்வமே, இந்தத் தூண்டுதலுக்கான சாட்சியாக இருக்கிறது.

ஆனால், இந்த அமைதி மற்றும் சக வாழ்விற்கான விருப்பத்திற்கு, ஒரு முக்கிய விதிவிலக்கு இருக்கிறது, அது சீனாதான். சீனா, சமாதான சக வாழ்வின் கோட்பாட்டை, சில நேரங்களில், வலியுறுத்தினாலும், நிராகரிக்கிறது. அது, போரின் தவிர்க்க முடியாமையில் நம்பிக்கை கொள்கிறது, ஆகவே உலகில், பதட்டங்கள் குறைவதை அது விரும்பவில்லை. கூட்டுச் சேராமையை அது வெறுக்கிறது மேலும் அது மிகவும் மாறாக, உலகில் வெவ்வேறு நாடுகளிடமிருந்து வெளிப்படையான விலகலைக் கொண்டிருக்கிறது. ஓர் அணு ஆயுதப் போருக்குக் கூட அது அஞ்சவில்லை, ஏனெனில், அடிக்கடி சொல்லப்படுவது போல, சில நூறு இலட்சம் மக்களை இழப்பதையும் அவர்கள் தாங்க முடியும் இருப்பினும் போதுமான எண்ணிக்கையிலான மக்கள் மிஞ்சுவர்.

இந்தக் கருத்து வேறுபாட்டால், சோவியத்து ஒன்றியத்திற்கும், சீனாவுக்கும் இடையே, அவர்கள் இராணுவக் கூட்டாளிகளாக இருந்த போதும், பரந்த மற்றும் அதிகரிக்கும் பிளவு உண்டாகி இருக்கிறது. அவர்கள் ஒருவர் மற்றொருவர் கொள்கைகளைக் கடுமையாகக் கண்டனம் செய்கிறார்கள். இந்தப் பிளவு எவ்வளவு தூரம் போகிறது என்பதும், இறுதியில் இது முறிவில் முடியுமா என்பதும் உலகத்திற்கு வெளிப்படையாகவே மிகவும் முக்கியமானது. உலகில் உள்ள ஒவ்வொரு அதிபர் மாளிகையும், இதில் ஆழ்ந்த ஆர்வத்துடன் இருக்கிறது. இரண்டு மாபெரும் நாடுகளுக்கும் இடையே உள்ள துல்லியமான உறவு குறித்து கண்டறியவும் முயற்சிக்கிறது. சமீபத்தில் இந்த உள்ளார்ந்த மோதல் வெளிப்படையாகவே வந்து விட்டது. பொது வெளியில் ஒருவரை ஒருவர் வசைபாடுவதும் நடக்கிறது.

சீனா, அதன் போர் வெறியோடும், கடந்த பன்னிரண்டு ஆண்டுகளில் முன்னேற்றத்தையும் ஏற்படுத்தி இருந்தாலும், பெரும்பாலும் இன்னும் வளராத ஒரு நாடாகவே இருக்கிறது. ஏறத்தாழ கடந்த மூன்று ஆண்டுகளின் போது, அறுவடைகள் மோசமாக இருந்தன. அதனுடைய போர் இயந்திரம் தற்போது ஓரளவு வலிமையுடன் இருந்தாலும், இது மிகப்பெரிய அளவில் அதைப் பலவீனப்படுத்தியது. ஆயினும் அது, தொழில் வளர்ச்சிதான் வலிமையைக் கொண்டுவரும் என உணர்ந்துள்ளது. இது ஒரு கடினமான, மெதுவான செயல்முறையாகும். எவ்வளவு கடினமாக அது உழைத்தாலும், அதற்கு மிகப் பெரிய அளவில் வெளியிலிருந்து உதவி தேவைப்படுகிறது. கணிசமான அளவில் அது உதவி பெறக் கூடிய ஒரே நாடு சோவியத்து ஒன்றியமே; ஒரு குறிப்பிட்ட அளவு உதவியை கிழக்கு அய்ரோப்பிய கம்யூனிஸ்ட்டு நாடுகளிடமிருந்தும் கூட பெற முடியும். அதன் கருத்தில், ரஷியா, புரட்சிகர தீவிரத்தை மட்டுப்படுத்துவதும், அமைதி மற்றும் சமாதான சக வாழ்வு பற்றிய அதன் சிந்தனையும் சீனாவை மேலும் மேலும் அதிகமாக ஆத்திரப்படுத்துகிறது. இதற்கு ஓரளவு அவர்களின் தத்துவார்த்த வேறுபாடுகளும், ஓரளவுக்கு இது ரஷியாவை, இந்தியாவுக்கும் மற்றும் அது போன்ற நாடுகளுக்கும் அவற்றின் தொழில் வளர்ச்சியில் உதவுவதற்கு இட்டுச் செல்வதும் காரணம். அந்த அளவுக்கு, ரஷியா, சீனாவுக்கு உதவ முடியாது, மேலும் உண்மையில்,

தத்துவார்த்த வேறுபாடுகளால், அதற்கு உதவுவதையே நிறுத்திக் கொண்டது. அதன் தொழில்நுட்பவியலாளர்களையும், வல்லுநர்களையும் சீனாவிலிருந்து விலக்கிக் கொண்டது. உருஷ்யர்களின் உதவியோடு கட்டப்பட்ட தொழிற்சாலைகள் வெறிச்சோடிக் கிடக்கின்றன.

ரஷியாவின் சிந்தனையோடும், தற்போதைய கொள்கையோடும் ஒட்டிப்போவதற்கு சீனாவுக்கு சாத்தியம் இருந்தது, மேலும் இதனால் அதிக உதவியையும் பெரும்பாலும் பெறலாம். ஆனால், இதைச் செய்வதற்கு அவர்கள் மிகவும் கவுரவம் பார்க்கிறார்கள். இந்த விஷயத்தில் தோல்வியை ஒப்புக்கொள்ள பழைய புரட்சிகர பாரம்பரியத்தில், பயிற்சி அளிக்கப்பட்டிருக்கிறார்கள். பிறகு வேறென்ன அவர்கள் செய்ய முடியும்? வேறு வேலை, உலகில் பதட்டங்களை அதிகரிக்கச் செய்வதும், கூட்டுச்சேராமையையும், சமாதான சக வாழ்வையும் காப்பதை மேலும் மேலும் சிக்கலாக்குவதாகவும் இருந்தது. உருஷ்யர்கள் கொள்கையின் மீதான ஒரு நேரடித் தாக்குதல் இது. உண்மையான கூட்டுச்சேராமை என்று ஒன்று இருக்க முடியாது என்பதை அதைப் பின்பற்றும் நாடுகளை முறிப்பதன் மூலமும், அதனால் உலகின் பிளவை அதிகப்படுத்துதல் மூலமும் அவர்கள் நிரூபிக்க முடிந்தால், அந்தக் கொள்கையை நடைமுறைப்படுத்த முடியும். உலகில் இந்தியா தான் முதன்மையான கூட்டுச்சேரா நாடாகச் சொல்லப்பட்டது, மேலும் சமாதான சக வாழ்வின் நன்மைகளை தொடர்ந்து போதிக்கின்ற ஒரு நாடு. இந்தியா அவமானப்படுத்தப்பட்டு தோற்கடிக்கப்படக் கூடும் என்றால் மேலும் ஒருவேளை, மேற்கத்திய சக்திகளின் மற்றொரு முகாமுக்கு துரத்தியடிக்கப்படவும் கூட முடிந்தால், மற்ற நாடுகளுக்கும் கூட்டுச்சேராக்கொள்கையின் முடிவாக *(End)* அது இருக்கும், மேலும் ரஷியாவின் கொள்கையும் சீர்குலைக்கப்பட்டு விடும். பனிப்போர் அதன் உச்சகட்ட உக்கிரத்தில் இருக்கும். ரஷியா, அப்போது சீனாவுக்கு மிகப்பெரிய அளவில் உதவி செய்வதற்கும், பனிப்போரில் முற்றிலும் அதனுடன் உடன்படாத நாடுகளிலிருந்து உதவியை விலக்கிக் கொள்ளவும் கட்டாயப்படுத்தப்படும்.

இது, மிகச்சிறிய கூட்டுச்சேரா நாடுகளுள் பலவற்றை, ஒரு முகாமுக்கும், மற்றொன்றுக்கும் இடையே தேர்ந்தெடுக்கும்

வகையில் அச்சுறுத்தவும் சாதகமாக இருக்கும். ஆசியாவில் சீனாவின் நிலை அப்போது மிகவும் பலம் வாய்ந்ததாக ஆகிவிடும் . அதன் கொள்கை, கம்யூனிச உலகில் வெற்றியடைந்து விடும். ஆகவே, மிகப்பரந்த இந்தக் கொள்கையை மேலும் முன்னெடுத்துச் செல்வதற்கு, இந்தியா சமாளிக்கப்படவும், அவமானப்படுத்தப்படவும் அத்துடன் ஒன்று மேற்கத்திய முகாமுடன் சேர்ந்துவிட வேண்டும் அல்லது சீனாவுக்கு அடிபணிய வேண்டும் என்று கட்டாயப்படுத்தப்பட வேண்டும். இந்த அடிபணிதல் பலம் சார்ந்த மேலாதிக்கத்திற்கு அல்ல மாறாக இன்னும் அதிகமாக மனம் சார்ந்த சரணாகதிக்கு என்று பொருள்.

இந்த மதிப்பீடு சரி என்றால், பிறகு சீனா தன் பரந்துபட்டக் கொள்கையை மேலும் முன்னெடுத்துச் செல்வதற்கு இந்தியா பெரும் தடையாக ஆகிவிடும். சீனா ஒரு மாபெரும் சக்தி மிக்க நாடாக ஆவதற்குக் குறுக்கே தடையாக இருக்கும் இந்தியாவை ஒரு சக்தி மிக்க நாடு என்பதிலிருந்து விலக்குவதே, சீனக் கொள்கையின் ஒரு முக்கிய நோக்கமாக ஆகிவிட்டது, மேலும் கூட்டுச் சேராமையை ஒழிப்பது, குறிப்பாக சீனாவின் கண்ணோட்டத்தில் முக்கியமானதாக ஆகிவிட்டது. சோவியத்துக் கொள்கை தவறானது என்று காட்ட சீனா விரும்பியது. இது நிரூபிக்கப்பட முடிந்தால், பிறகு கம்யூனிஸ்ட்டு நாடுகளும், அவைகளைப் பின்பற்றும் மற்ற நாடுகளும், சீனக் கண்ணோட்டத்திற்கு திசை மாற்றிக் கொள்ளும். அந்த முகாமின் மேலாதிக்கம் உருவாக்கப்படும். அதே நேரத்தில், ஆசிய நாடுகளும், ஆஃப்பிரிக்க நாடுகளும் ஏதாவது ஒரு வழியைத் தேர்ந்தெடுத்தாக வேண்டும். அவற்றுள் பல சீனாவுக்கு அஞ்சும். இத்தகைய சூழ்நிலையில், சோவியத்து மற்றும் கூட்டாளி நாடுகளிடமிருந்து மிக அதிகமான உதவியைச் சீனா பெறும் மேலும் அதன் தொழில்மயப்படுதல் என்பது விரைவாக நடைபெறும். போர் வந்தால், மகிழ்ச்சி. அது வரவில்லை என்றால், கம்யூனிஸ்ட்டு மற்றும் கூட்டாளிகள் முகாமின் வலிமை அதிகரிக்கும். சோவியத்து ஒன்றியமும், சீனாவும் ஒன்றை ஒன்று சார்ந்திருக்கும்.

இந்த ஆய்வு வரையறைக்கு உட்பட்ட ஒன்று. இதில் இயங்கும் வேறு பல அம்சங்களும் கூட இருக்கின்றன. சீனாவில் உள்நாட்டுச் சிக்கல்கள், அதை கண்மூடித்தனமான,

சாகசம் செய்யக்கூடிய ஒன்றாக ஆக்கி இருக்கின்றன. அங்கே அரசாங்கத்தில் தீவிரவாத சக்திகள் பொறுப்பை எடுத்திருக்கிறார்கள். இது போன்ற ஒரு நடவடிக்கை எடுக்கப்பட்டு மேலும் சீனாவின் தொழில் வளர்ச்சி மிகப் பெரிய அளவில் விரைவுபடுத்தப் பட்டால் ஒழிய, அது பலவீனமடையும் மேலும் முன்னேற்றத்தின் வேகம் குறைந்து விடும் என்று அவர்கள் பார்க்கின்றனர். ஆகவே, , சீனாவுக்கு உதவி செய்ய வருவதற்கு ஏற்ப, சோவியத்து ஒன்றியத்தை கட்டாயத்திற்குள்ளாக்கும் ஒரு சூழ்நிலையை உருவாக்குவது தான். இதைத் தடுப்பதற்கான ஒரே வழி. இதைச் செய்வதற்காக, தற்போது இந்தியா, மிகமிகப் பாதுகாப்பான இலக்காகத் தோன்றுகிறது.

1963 ஃபிப்ரவரி 2ஆம் தேதியிட்ட ஒரு கடிதத்திலிருந்து

சீனாவுடனான இந்த அனைத்து சிக்கலுக்கும் முக்கியமாக ஏதோ எல்லை மீதான போராட்டத்தால் என்று நினைப்பது சற்று ஓர் அப்பாவித்தனமாகும். அது ஆழமான காரணங்களைக் கொண்டது. ஆசியாவில் மிகப்பெரிய நாடுகளுள் இரண்டு, ஒரு நீண்ட எல்லை குறித்து ஒன்றோடு மற்றொன்று மோதுகின்றது. அவை பல வகைகளில் வேறுபடுகின்றன. அவற்றுள் ஏதாவது ஒன்று மற்றதை விடவும், இந்த எல்லையில் மற்றும் ஆசியாவிலும் கூட ஓர் மேலாதிக்கத்தை பெறுமா என்பதே சோதனை ஆகும். நாம் எந்த நாட்டையும் ஆதிக்கம் செய்வதற்கு ஆசைப் பட்டதில்லை, மேலும் அவர்கள் நமக்கு இடையூறாக இல்லாமல் அல்லது ஆக்கிரமிப்பு செய்யாமல் இருக்கும் பட்சத்தில், மற்ற நாடுகளுடன் அமைதியாக வாழ்வதில் நாம் மன நிறைவு அடைகிறோம். மற்றொரு புறம், சீனா இதுபோன்ற அமைதியான வாழ்வு என்ற கருத்தை முற்றிலும் விரும்பவில்லை. ஆசியாவில் ஆதிக்கம் செலுத்தும் நிலையைப் பெற விரும்புகிறது. கம்யூனிசம் இங்கே வருவதற்கு நாம் விரும்பவில்லை மேலும் பின்னணியில், கம்யூனிசம் ஒரு முக்கியமான அம்சமாக இருந்தபோதும், கம்யூனிச மோதலை விட இப்பவும் முக்கியமான மோதல், அரசியல் மற்றும் புவியியல் சார்ந்ததாகவே இருக்கிறது. கம்யூனிசமும் கூட, ஒன்று சோவியத்து ஒன்றியத்தாலும், மற்றொன்று சீனாவாலும் பிரதிநிதித்துவப் படுத்தப்பட்டு, கொஞ்சம்கொஞ்சமாக

இரு கூறுகளைக் கொண்டதாக வளர்ந்து கொண்டுள்ளது. சோவியத்து ஒன்றியத்துடன் அமைதியாக வாழ சாத்தியம் இருக்கிறது. ஆனால் சீனாவுடன் அவ்வாறு வாழ்வதற்கு சாத்தியம் இருப்பதாகத் தோன்றவில்லை. இதன் விளைவாகவே இந்த முக்கியமான மோதல்.

இதற்கிடையில், நாம் நன்கறிந்தவாறு, ரஷியாவும், சீனாவும் மோசமான உறவு நிலைகளில் இருக்கின்றன அவை நாளுக்கு நாள் மிகவும் மோசமாகிக் கொண்டிருக்கின்றன. அவர்கள் தத்துவார்த்தமாகவும், மற்ற பல்வேறு வகைகளிலும் வேறுபடுகிறார்கள். ஆனால், மீண்டும் ரஷியாவுக்கும் சீனாவுக்கும் இடையிலான அடிப்படை வேறுபாடு, ஒன்றையொன்று எதிர்கொள்கின்ற மற்றும் தேசிய நலன்கள் குறித்தும், அரசியல் காரணங்களுக்காகவும் மோதலுக்கு உள்ளாகி வருகின்ற இரண்டு பெரிய நிலப்பரப்புகளின் வேறுபாடுதான். கம்யூனிசம் அங்கே இல்லாமல் இருந்திருந்தால், இது இப்பவும் நடந்திருக்கும். கம்யூனிசம், வெளிப்படையாகவே ஓரளவுக்கு அவற்றுக்கு இடையிலான மோதலைக் குறைத்திருக்கிறது. ஆனால் தேசிய நலன்கள், எந்தத் தத்துவார்த்த ஒட்டுறவையும் விட மிகவும் மேலானவை.

இவ்வாறாக, ரஷியாவுக்கும், சீனாவுக்கும் இடையே, இதுபோன்று கம்யூனிசத்தோடு தொடர்பில்லாத காரணங்களுக்காக, ஓர் உள்ளார்ந்த மோதல், ஒரு குறிப்பிட்ட அளவுக்குக் கம்யூனிசம் அந்த மோதலைப் பாதித்தபோதும்கூட, ஓரளவு விரைவாக வளர்ந்து கொண்டிருப்பதை நாம் பார்த்துக் கொண்டிருக்கிறோம். இந்த இரண்டு பெரும் நாடுகளுக்கு இடையிலான இந்த மோதல் அதிகரிக்கும் மேலும் அவர்களுடைய உறவுகள் உலகச் சூழ்நிலையில், ஒரு மாபெரும் பாதிப்பை ஏற்படுத்தும் என்பதாகத் தோன்றுகிறது.

பெரும்பாலும் இது மிகவும் எளிமையான ஓர் ஆய்வு தான். நிச்சயமாக கருத்தில் கொள்ள வேண்டிய மற்ற அம்சங்கள் இருக்கக் கூடும். ஆனால் முக்கியமாக இதுதான் அடிப்படைப் பிரச்சினை என்று நான் கருதுகிறேன்.

5
இந்தியாவும் உலகமும்

'இந்தியா, சம்பவங்களால் சுமத்தப்பட்டு, தவிர்க்க இயலாத வரம்புகளுக்குள், தன் சொந்த சுதந்திரமான கொள்கையை, மற்ற துறைகளைப் போல, அயல்துறை விவகாரங்களிலும் கடைப்பிடிக்க முயற்சித்தது. எந்த நாடும், நூறு விழுக்காடுகள், இது போன்ற விஷயங்களில் சுதந்திரமாக இருக்க முடியாது ஏனெனில், ஒவ்வொரு செயலும் அல்லது கொள்கையும், முன்னரே செய்யப்பட்ட செயல்களிலிருந்தும், உலகில் நடைபெற்றுக் கொண்டிருக்கும் மற்ற விஷயங்களிலிருந்தும் வருகிறது. ஆனால், அந்த வரம்புகளுக்குள், ஒருவர் ஏறத்தாழ சுதந்திரமாக இருக்க முடியும். நாம் இன்னும் சுதந்திரமாக இருக்கவே விரும்புகிறோம். அது ஓர் அறிவார்ந்த அணுகுமுறை மட்டுமல்ல, தற்போதைய பிரச்சினைகளைச் சந்திக்கின்ற ஒரு முக்கியமான நடைமுறை வழியுமாகும் என்று நான் கருதுகிறேன்.'

அவரது வாழ்நாள் முழுதும், நேருவின் எழுத்துக்கள், உலக விவகாரங்களிலும், உலகில் இந்தியாவின் இடம் குறித்தும் ஓர் ஆழ்ந்த ஆர்வத்தை வெளிப்படுத்தின. நூலின் பின்வரும் பகுதிகளில், முதல் அமைச்சர்களுடனான அவரது கடிதப் போக்குவரத்தில், இந்த ஆய்படுபொருள்களின் சிறப்பை நாம் காண்கிறோம். நேரு அதிக உற்சாகத்தோடு, ஆசியாவிலும், ஆப்பிரிக்காவிலும் காலனிய நீக்க செயல்முறை பற்றியும், உலக வரலாற்றில் புதிய தேசங்கள் தங்கள் இடத்தைப் பிடிப்பது பற்றியும், ஒத்துழைப்பைக் கொண்டுவர சாத்தியமான வழிகள் பற்றியும், அகில உலக அரசியலின் நிறுவப்பட்ட அதிகார அமைப்புகளை எதிர்க்கவும் மிகுந்த ஆர்வத்துடன் எழுதினார். சீனா போன்ற புதிய நாடுகளின் எழுச்சியையும், பண்புகளையும் பற்றி, பனிப்போரின் காரணங்களையும், விளைவுகளையும் பற்றி, கொரிய யுத்தம் அல்லது திபெத்துக்கு எதிரான சீன இராணுவ நடவடிக்கை போன்ற அகில உலக நெருக்கடிகள் பற்றி எழுதுகையில், நேரு, உலக வரலாற்றின் விரிவான, கருத்தைக் கவரும் விளக்கத்தை அவருடைய முதல் அமைச்சர்களுக்குத் தந்தார். வேறு எந்த வகையிலும் அவரைக் கவராத அமெரிக்க அய்க்கிய நாடுகள் உள்பட, மற்ற தேசங்களிடமிருந்து இந்தியா கற்கக் கூடிய பாடங்கள் பற்றி, அடக்கத்துடன், அவர் எழுதினார். மிக மிக முக்கியமாக, அவரது 'மையமான கூட்டுச்சேரா அயல்துறைக் கொள்கையை' அவர் விவரித்தார். வெவ்வேறு சூழ்நிலைகளில் அதன் பயன்பாட்டை மதிப்பிட்டும், ஆதரித்தும், நேரு திரும்பத்திரும்ப, சார்பற்று இருப்பது என்ற முடிவு, தன்னலம் சார்ந்த ஒன்று எனக் கூறினார். அதிகாரக் குழுவினரோடு கூட்டு சேர மறுப்பது அகில உலக உறவுகளில் மிகமிக செயலூக்கம் நிறைந்த திட்ட அணுகுமுறையாக இருந்தது.

***

1949 ஜனவரி 17ஆம் தேதியிட்ட ஒரு கடிதத்திலிருந்து

சீனாவில், தேசியவாத சக்திகளின் வீழ்ச்சி வேகமாக வந்து கொண்டிருந்தது. தேசியவாத அரசாங்கம், தெற்கு சீனாவிற்கு பின்வாங்கியாக வேண்டும் என்பதற்கு முற்றிலும் சாத்தியம் இருந்தது. இதன் பொருள், ஒரு கம்யூனிச அல்லது கம்யூனிச ஆதிக்கத்துடனான ஆட்சி, வடக்கு சீனாவின் பெரும் பகுதி முழுவதும் ஏற்படுவது ஆகும்... சீனாவில் கம்யூனிஸ்ட்டுகளின் வெற்றி, அந்த மாபெரும் நாட்டிற்கு மட்டுமல்ல, ஆசியா முழுமைக்கும், உலகிற்கும் கூட பெரும் விளைவுகளை ஏற்படுத்தும். இந்த விளைவுகளை மதிப்பிடுவது கொஞ்சம் கடினம்தான். கருத்துக்கள் வேறுபடுகின்றன. இந்த ஆட்சி நூறு விழுக்காடு கம்யூனிசம் சார்ந்தே இருக்கும் என சில பேர் கருதுகிறார்கள், மற்றவர்கள், இது கம்யூனிசத்திற்கும், சீன மனோபாவம் மற்றும் மேதைமைக்கும் இடையிலான ஒரு சமச்சீர் நிலையில் இருக்கும் எனக் கருதுகிறார்கள். சீன மக்கள் தங்களின் அடிப்படைப் பண்புகளையும், வாழ்க்கை மற்றும் சிந்தனை முறைகளையும் எப்போதும் இழக்க மாட்டார்கள். பெரும்பாலும் ஒரு நீண்டகாலப் பார்வையில், இந்தச் சீன முறை தன்னைப் பாதுகாக்கும் மேலும் தனிப்பட்ட ஒரு சீன வகையிலான கம்யூனிசம் உருவாக்கப்படும் எனலாம்.

சீனா கடும் சிதைவுக்குள்ளான ஒரு நிலையில் இருப்பதால், கம்யூனிஸ்ட்டு சீன மண்ணில், வரும் ஒரு குறிப்பிட்ட காலத்திற்கு, எந்த ஒரு அண்டை நாடு மீதும், எந்த ஆக்கிரமிப்பிற்கான ஆபத்தும் இல்லை. சீனக் கம்யூனிஸ்ட்டுகளின் வெற்றியால், மற்ற நாடுகளில் உள்ள கம்யூனிஸ்ட்டுக் கட்சிகள், பெருமளவில் உற்சாகம் அடைவதற்கான வாய்ப்பு உள்ளது. துவக்கத்தில், சீனாவில் ஒரு கம்யூனிஸ்ட்டு அரசாங்கம், ஓரளவு மிதமாகவும், மற்ற நாடுகளுடன் அதற்கு சிக்கலுண்டாக்கும் எந்தச் செயலையும் தவிர்க்கும் விதத்திலும் செயல்படும் ஒரு வகையான கூட்டணி அரசாங்கமாக இருக்கும். ஆயினும் அவர்களின் பொதுவான அயல்துறைக் கொள்கை, சோவியத்துக் கொள்கையுடன் ஒத்துப்போக வாய்ப்பிருக்கிறது...

சீனாவில் நடைபெறும் நிகழ்ச்சிகள், கொஞ்ச காலத்திற்கு வெளிப்படையாக எதுவும் நடக்காமல் இருந்தாலும், உலகச் சூழ்நிலை மீது சக்திவாய்ந்த எதிர்வினைகளைக் கொண்டதாக

இருக்கின்றன, தொடர்ந்து இருக்கும். ஒரு வகையில், நிலையற்ற அதிகாரச் சமநிலை பாதிக்கப்படுகிறது மேலும் பிரிட்டன், அமெரிக்க அய்க்கிய நாடுகள் மற்றும் அவை போன்ற வேறு நாடுகள், ஒரு புதிய சூழ்நிலையில், புதிய பிரச்சினைகளை எதிர் கொள்ள வேண்டும். வடக்கு சோவியத்து நீங்கலாக, இந்தியா, திடீரென்றும், தவிர்க்க முடியாமலும் ஆசியாவின் மிக மிக முக்கியமான நாடாக வந்திருக்கிறது. ஆகவே, ஒப்பீட்டளவில், உலக விவகாரங்களில், இந்தியாவின் முக்கியத்துவம் அதிகரிக்கிறது. அனைவரின் கண்களும் அதன் மேல் திரும்பி இருக்கின்றன.

இந்தோனேசியா குறித்தும், புது டெல்லியில், ஆசிய மாநாட்டைக் கூட்டியதிலும் இந்தியாவின் பங்கு அகில உலக விவகாரங்களில், அதிலும் குறிப்பாக ஆசியாவில் இந்தியாவின் பாத்திரம் குறித்து உலகின் கவனத்தை மேலும் ஈர்த்திருக்கிறது. அதிகாரம் மிக்க உலக நாடுகளால், ஆசியா கடந்த காலங்களில் புறக்கணிக்கப் பட்டிருக்கிறது என்றும், அந்தப் புறக்கணிப்பிற்காக இப்போது அவர்கள் வேதனைப் படுகிறார்கள் என்றும் கொஞ்சம் கொஞ்சமாக உணரப்படுகிறது. ஆசியாவை எண்ணும்போது, இப்போது அவர்கள் இந்தியாவை எண்ணுகிறார்கள். இந்தியா எடுக்கின்ற அல்லது எடுக்காத நிலையைப் பற்றி எண்ணுகிறார்கள். இவ்வாறு ஒரு பெருஞ்சுமையும் பொறுப்பும் இந்தியா மேல் விழுந்திருக்கிறது. திரும்பத்திரும்ப, வேண்டுமென்றே ஆசியாவில் எந்தத் தலைமையையும் அல்லது வேறு எந்தக் குழுவின் தலைமையையும் கோரவில்லை என்று நாம் பறைசாற்றுகின்றோம், ஆனால் உண்மைகளும், சூழ்நிலைகளும் இந்தியாவை, இந்த வளர்கின்ற உலக நிகழ்வுகளில் ஒரு முக்கியமான பாத்திரத்தை வகிக்க கட்டாயப் படுத்துகின்றன. கவனமான சிந்தனையும் ஒரு சமநிலையான மதிப்பீடும் இதற்கு தேவைப்படுகிறது.

சில சமயங்களில், தனி நபர்களும், செய்தித் தாள்களும் சற்றுக் கடுமையாக, ஆசியாவைக் காப்பதில் ஓர் அறப்போராளியாக வீரத்துடன் முன் நிற்பதாக இந்தியாவைப் பற்றி பேசுகிறார்கள். மேலும் ஒரு கிளர்ச்சி செய்கின்ற முறையிலும், மற்ற நாடுகளுக்கு அச்சுறுத்தல்களாகவும் இல்லாது, ஒரு மாபெரும் நாடு அமைதியாகவும், வலிமையுடனும் செயலாற்ற வேண்டும். இதுபோன்ற நடத்தையின் முறையற்ற தன்மைக்கு அப்பால்,

இந்தியாவும் உலகமும் | 351

அது உண்மைகளோடும், பயனுள்ள நடவடிக்கையை எடுப்பதற்கான இன்றைய இந்தியாவின் திறமையோடும் ஒத்துப்போகக் கூடியதாக இல்லை. ஆகவே, நாம் ஒரு சிறிது எச்சரிக்கையோடும், கலந்து ஆய்வு செய்தும் செல்ல வேண்டும். அதே சமயம், நாம் ஏற்றுக்கொண்டுள்ள கொள்கைகளைப் பின்பற்றவும் வேண்டும்.

இந்தோனேசியா குறித்து நாம் எடுத்த நடவடிக்கை, நமது அயல்துறைக் கொள்கை மற்ற எந்த நாட்டையும் சார்ந்திராமல் இருக்கிறது என்பதை முழுமையாகத் தெளிவு படுத்தியது. அதற்கு, உண்மையில், நாம் தனிமைப்பட்டும், மற்றவர்களுக்கு எதிராகவும் பணிபுரிகிறோம் என்று பொருளல்ல. நாம் இன்னும் காமன்வெல்த் நாடுகள் அமைப்பில் உறுப்பினராக இருந்தாலும், நாம் விரும்பியபடி பணிபுரிய முடியும், பணிபுரிகிறோம் என்று அதற்குப் பொருள். பிரிட்டனுடனும், காமன்வெல்த்தோடும் சில எதிர்கால உறவை நாம் வைத்துக் கொள்வதற்கான சாத்தியத்தை விமர்சிக்கும் மக்கள், அதுபோன்ற உறவு இருந்தாலும், நமது அயல்துறைக் கொள்கையை அது பாதிக்காது என்பதை இப்போது உணர வேண்டும். ஏதோ ஒரு குறிப்பிட்ட நாடுகளின் குழுவினரோடு நம் அணிச்சேர்க்கை என்று அதற்குப் பொருளல்ல.

இந்தோனேசியா குறித்தும், ஆசிய மாநாட்டைக் கூட்டியதிலும் இந்தியா எடுத்த நிலை, டச்சு ஆக்கிரமிப்பிலிருந்து வரக்கூடிய ஆபத்துக்கள் குறித்து மற்ற நாடுகளை விழிப்படையுமாறு கட்டாயப்படுத்தி உள்ளது. இந்த வகையிலான ஆக்கிரமிப்பு எந்த எதிர்ப்புமின்றி போவதற்கு அனுமதிக்கப் பட்டால், ஒரு பெரிய அளவிலான அழிவு ஏற்படும். ஆசிய மாநாட்டை ஒட்டி உங்களுக்கு நான் எழுதுகிறேன், மேலும் அழைக்கப்பட்ட நாடுகளிலிருந்து, சார்பாளர்கள் முன்னரே வந்து கொண்டு இருக்கிறார்கள். அழைக்கப்பட்ட அனைத்து நாடுகளும் நமது அழைப்பினை ஏற்று, ஒரு சார்பாளரையோ அல்லது ஒரு பார்வையாளரையோ அனுப்பி இருக்கிறார்கள்...

எதிர்பார்க்கும் உடனடி குறிக்கோளுக்கு அப்பால், ஒரு பெரும் எண்ணிக்கையில், ஆசிய அரசாங்கங்களை ஒன்றாகக் கொண்டு வந்துள்ள வரலாற்றுச் சிறப்புமிக்க, தனித்துவமான நிகழ்வு, இந்த ஆசிய மாநாடு. ஒருவரை மற்றவர் மிக நெருக்கமாகப்

புரிந்து கொள்வதற்கும், பல துறைகளிலும் ஒத்துழைப்பிற்கான எதிர்கால சாத்தியங்களுக்கும இது இட்டுச் செல்லும் என்பதில் அய்யமில்லை. இந்த மாநாடு அல்லது வேறு எந்த வகையிலான ஒத்துழைப்பும் மற்ற நாடுகளுக்கோ அல்லது குழுவினருக்கோ விரோதமானது என்று பொருள் கொள்ளக் கூடாது என்பதை நாம் தெளிவு படுத்தி இருக்கிறோம். இது சாத்தியமான இடர்ப்பாடுகளைக் கடந்து செல்வதற்கான ஒரு இராஜதந்திர அறிக்கை அல்ல, ஆனால் நாம் நேர்மையாக சிந்திப்பது இந்தியாவிற்கு, ஆசியாவிற்கு மேலும் உலகத்திற்கு நல்லது என்பதை எடுத்துச் சொல்கிறது.

1949 ஏப்ரல் 1ஆம் தேதியிட்ட ஒரு கடிதத்திலிருந்து

மேற்கத்திய அரசுகள், ஆசிய நாடுகள் குறித்த தங்களது கொள்கை, மகிழ்ச்சிக்குரிய ஒன்றாக இல்லை என்பதை கொஞ்சம் கொஞ்சமாக உணரத் துவங்கி உள்ளனர். பிற்போக்கு அரசுகளுக்கு அவர்கள் தரும் ஆதரவு, அந்த அரசுகள் தொடர்வதற்கு உதவவில்லை மேலும் ஆசியாவில் அந்த அரசுகள் மக்களால் மிகவும் விரும்பப் படாதவைகளாகவே ஆகியிருக்கின்றன. இந்தக் கொள்கையை மாற்றிட என்ன செய்ய வேண்டும் என்று அவர்கள் இப்போது கடுமையாக சிந்தித்து வருகிறார்கள். அவர்கள் வந்துவிடும் என அஞ்சுகின்ற மாற்றங்களுக்கு முன் இந்த விஷயத்தில் ஏதாவது பயனுள்ள வகையில் செய்வது இப்போது பெரும்பாலும் அவர்களுக்குப் பயனற்றது.

இந்தோனேசியாவில் இரண்டு கொள்கைகளுக்குமான மோதல் என்பது மிகவும் வெளிப்படையானது. ஒரு பக்கம், மேற்கத்திய அரசுகள், இந்தோனேசியாவில் தேசியவாதத்தின் நல்லெண்ணத்தை வென்றெடுக்க ஆர்வத்துடன் இருக்கிறார்கள். அதன் பொருள் இந்தோனேசியக் குடியரசு, ஏனெனில், அதற்கு மாற்று என்பதன் பொருள், ஆசியாவில் அவர்கள் கொண்டிருக்கும் இது போன்ற சிறிய செல்வாக்கையும் இழப்பது என்றாகும். மறுபக்கம், அவர்களின் அய்ரோப்பிய நாடுகளுக்கான உறுதிமொழிகள், நெதர்லாந்து அரசாங்கத்தைச் சேர்க்கின்ற ஒரு மேற்கு அய்ரோப்பிய முன்னணி, அட்லாண்டிக் ஒப்பந்தம், மற்றும் அது போன்றவற்றை உண்டாக்க அவர்களைத் தூண்டுகின்றன, வேறு விதமாகக் கூறுவதெனில், நெதர்லாந்து

மற்றும் ஃபிரான்ஸ் போன்ற சில காலனிய ஆட்சியாளர்களை அது இணைக்கிறது. இந்தக் காலனிய ஆட்சியாளர்களின் வலிமையைக் கட்டுவது, மேற்கத்திய குழுவினரின் அக்கறையாகி இருக்கிறது. ஒரு குறிப்பிட்ட அளவுக்கு, அந்தக் காலனிய ஆட்சியாளர்களால் காலனியப் பிரதேசங்கள் சுரண்டப்படுவதன் மூலம் இதைச் செய்ய முடிகிறது. எடுத்துக் காட்டாக, காங்கோ, பெல்ஜியத்திற்கு காப்பிடமாக (Preserve) இருக்கிறது, மேலும் அணுசக்திக்கு மிகவும் தேவையான உரேனியத் தாதுப் படிவங்களைப் பெரும்பாலும் மிக அதிக அளவில் கொண்ட மிகவும் வளம் மிக்கக் காப்பிடம் அது. இவ்வாறு, மேற்கு அய்ரோப்பாவில் தங்களின் நிலையை வலுப்படுத்திக்கொள்ளும் நோக்கத்தில், நெதர்லாந்து குறித்து சில அரசுகள் மெதுவாகப் போகவேண்டி இருக்கிறது அதனால், நெதர்லாந்தை பலவீனப் படுத்த விரும்பவில்லை. ஆசியாவில் அவர்கள் நிலையைப் பொறுத்த பார்வையில், இந்தோனேசியக் குடியரசை ஆதரிக்க விரும்புகிறார்கள். அங்கு இந்த உள்ளார்ந்த முரண்பாடு இருக்கிறது. எனவேதான் அவர்களின் இந்த ஊசலாட்டக் கொள்கை.

மிகவும் பரவலான உலகச் சூழலில், அவர்கள் கண்ணோட்டத்தில் இருந்து கூட, ஆசியாவில் தேசிய மற்றும் முற்போக்கு சக்திகளை ஆதரிப்பதும் இன்னும் குறிப்பாக, ஆசியாவில் எந்தக் காலனியச் சுரண்டலையும் ஊக்கப்படுத்தாததும் மிக மிக முக்கியமானது என்பது உண்மை. இது, மேற்கு அய்ரோப்பாவில் மிகச்சிறு ஆதாயங்களில் கிடைப்பதை விடவும் மிக அதிகமானவற்றை இறுதியில் கிடைக்கச் செய்யும்.

இந்தியாவுக்கு, இந்த அனைத்து வளர்ச்சிப் போக்குகளும், சாத்தியக் கூறுகளும் புதிய அல்லது பழைய கேள்விகளைப் புதிய உருவத்தில் நிறுத்துகின்றன. காலனிய சுரண்டலுக்கு ஆதரவான ஒரு கொள்கையுடன் எந்த வகையிலும் நம்மை நாம் இணைத்துக்கொள்ள முடியாது. இது, நாம் எவற்றுக்காக நிற்கிறோமோ அவை அனைத்திற்கும் எதிரானது என்பது மட்டுமல்ல, மாறாக தற்போதையச் சூழ்நிலையில், அது மிகமிக அறிவற்ற மற்றும் தீங்கு விளைவிக்கும் ஒரு கொள்கையும் கூட மேலும் அது இறுதியில் தோல்வி அடையக் கூடியது. எனவேதான் இந்தோனேசியாவில் நமது மிகவும் தனிப்பட்ட அக்கறையை நாம் காட்டுகிறோம். பொருளாதாரச் சீர்திருத்தம், இந்தப் புதிய

சூழ்நிலையை எதிர்கொள்வதற்கு இன்றியமையாதது என்பதை நாம் உணர வேண்டும். இந்தியாவில், நாம் அல்லது நம்மில் சிலர், இன்னும் மாறாத ஒரே பார்வையில், பெரிய மாற்றங்கள் வந்து கொண்டிருக்கின்றன என்பதையும், அவற்றால் நாம் பாதிக்கப்படுவோம் என்பதையும் உணராமல், சிந்திக்க முனைகிறோம். நம்மில் பெரும்பாலான மக்கள், கிட்டத்தட்ட 1950 இன் இறுதியில் அல்லது பெரும்பாலும் 1951 துவக்கத்தில் நடக்க வாய்ப்புள்ள அடுத்த தேர்தல்களைப் பற்றி அதிகமாகக் கவலைப்படுகிறார்கள். சந்தேகமின்றி இந்தத் தேர்தல்கள் நன்றாகவே நடக்கலாம், ஆனால் அவை நடப்பதற்கு முன், நிறைய நடந்து விடலாம். தேர்தல் பற்றிய சிந்தனைகளில் நாம் மூழ்குவதை விட, இப்போது நடக்கின்ற அனைத்தையும், அடுத்த ஓரிரண்டு ஆண்டுகளின் போது நடக்க இருப்பவைப் பற்றியும் சிந்தித்துப் பார்ப்பது நமக்கு மிகச் சிறந்ததாகும். இறுதியாக இந்தியாவின் வலிமையும், உறுதித்தன்மையும் அதன் பொருளாதார நிலையையும், மக்களின் தரத்தை நாம் மேம்படுத்தும் அளவையும் சார்ந்திருக்கும். இது நம் முன்னால் இருக்கும் முக்கியமான பிரச்சினை ஆகும்.

1949 ஏப்ரல் 16ஆம் தேதியிட்ட ஒரு கடிதத்திலிருந்து

இந்தியாவை ஓர் இறையாண்மைக் குடியரசாக ஆக்குவது என்ற முடிவு, காமன்வெல்த்தின் ஒட்டுமொத்தக் கட்டமைப்பைப் பாதித்திருப்பதோடு முக்கியமான கேள்விகளையும் எழுப்பியுள்ளது. காமன்வெல்த்திலிருந்து இந்தியா வெளியேறுவதாக இருந்தால், உண்மையில், அப்போது அதில் தொடர்ந்து இருக்கின்ற மற்ற நாடுகளுக்கு, இப்போதைய காமன்வெல்த் கட்டமைப்பைக் காப்பதில் குறிப்பிடத்தக்க எந்த சிக்கலும் எழாது. ஆனால் இந்தியா இல்லாத காமன்வெல்த், இப்போது இருப்பதிலிருந்து இயல்பாகவே மிகவும் வேறுபட்ட ஒன்றாக இருக்கும். மறுபுறம், இந்தியா ஒரு குடியரசாகக் காமன்வெல்த்தில் தொடர்கிறது என்னும் வேளையில், அப்போது இதுவரை இல்லாமல் இருந்த ஒரு புதிய அம்சம் அதில் அறிமுகப்படுத்தப்படுகிறது. இது இலண்டனில் தீர்மானிக்கப்பட வேண்டிய ஒரு முக்கியப் பிரச்சினை மேலும் அதன் நடைமுறை விளைவுகளுக்கு அப்பால், அது நிச்சயமாக ஒரு வரலாற்று முக்கியத்துவத்தைப் பெற்றிருக்கிறது.

பொதுவாகச் சொன்னால், பிரிட்டன் உள்ளிட்ட பெரும்பாலான காமன்வெல்த் நாடுகள், இந்தியா காமன்வெல்த்தில் தொடர்ந்து இருப்பதற்கு ஆர்வமாக இருக்கிறார்கள் என்று சொல்லலாம். ஆனால், ஒரு குடியரசை அதில் சேர்த்துக் கொள்வதிலிருந்து வரும் பின்விளைவுகளால், அவர்கள் ஓரளவு சிரமத்திற்குள்ளாகலாம். இதுவரை மன்னருக்குக் காட்டும் ஒரு பொதுவான விசுவாசம், ஒரு கட்டுப்படுத்தும் அம்சமாக சொல்லப்பட்ட்து. ஒரு குடியரசான இந்தியா, அரசருக்கு விசுவாசம் காட்ட முடியாது...

பல தருணங்களில் இந்தியாவின் நிலை தெளிவாகச் சொல்லப்பட்டிருக்கிறது. முக்கியமற்ற விவரங்களால் எதுவும் நிகழப் போவதில்லை, ஆனால் அடிப்படை அணுகுமுறை நீண்ட காலமாக அதேபோன்று உள்ளது. இந்தியா, அதன் உள்நாட்டு மற்றும் வெளிநாட்டுக் கொள்கையில் அதன் முழுக் கட்டுப்பாட்டுடன், ஓர் இறையாண்மைக் குடியரசாக இருக்கும் என்பதும், இந்தியக் குடிமகன் இந்தியாவுக்கு விசுவாசம் காட்டுவான் மேலும் வேறெந்த வெளிநாட்டு அதிகாரத்திற்கும் அல்ல என்பதும், மேலே சொன்னவைகளுக்கு உட்பட்டு, தேசங்களின் காமன்வெல்த்துடன் (அது, அக்கணத்திலேயே பிரிட்டிஷ் காமன்வெல்த் என அழைக்கப்படுவது தொடராது) இணைவதற்கு நாம் விரும்புகிறோம்... இந்த வழியில் காமன்வெல்த்துடன் இணைவதற்கு நமது விருப்பத்தை நாம் தெரிவித்திருக்கிறோம் ஏனெனில், இந்தியாவுக்கும், உலக அமைதியின் நோக்கத்திற்கும் திடமான நன்மைகள் இருக்கிறது என்று நாம் உணருகிறோம். ஆனால் இவ்வாறு இணைக்கப்படும்போது, நாம் பிரதிநிதித்துவப் படுத்தும் எந்த முக்கியமான விஷயத்தையும் விட்டுவிட முடியாது அல்லது உள்நாட்டு, வெளிநாட்டு விவகாரங்களில் நமது சுதந்திரத்தில் மிகமிக இலேசானக் கட்டுப்பாடுகளைக் கூட ஏற்க முடியாது. அதுமட்டுமின்றி, எந்த அதிகாரக் குழுவோடும் அணி சேராதிருக்கும் நமது கொள்கையில் பிடிப்போடு இருப்போம் என்று நாம் முன்மொழிகிறோம் என்பதை நான் மீண்டும் முழுமையாகத் தெளிவுபடுத்த விரும்புகிறேன். காமன்வெல்த் அமைப்பு என்பதன் பொருள், தவிர்க்கமுடியாதபடி அணிசேர்வது என்று சிலர் எண்ணுகிறார்கள். உண்மையில் அது முற்றிலும் தவறு. இதுவரையில் காமன்வெல்த்தில் நாம்

இருந்து வருகிறோம், உண்மையில், நாம் ஆட்சியதிகாரம் பெற்றவர்களாக இருந்து வருகிறோம். இருப்பினும் நமது அயலுறவுக் கொள்கையின் சுதந்திரத்தை நாம் காத்து வருகிறோம். எதிர்காலத்தில் அவ்வாறு காப்பதற்கு நாம் இன்னும் மிக வலுவான ஒரு நிலையில் இருப்போம். நாம் மறைமுகமாக, மேற்கத்திய ஒன்றியத்துடன் அல்லது அட்லாண்டிக் ஒப்பந்தத்துடன் அல்லது பசிஃபிக் ஒப்பந்தத்திற்கான ஏதேனும் முன்மொழிவுகளுடன் இணைக்கப்பட்டிருக்கிறோம் என்று எந்த நபரும் நினைப்பது தவறாகும். இதுபோன்ற அனைத்து சிக்கல்களிலிருந்தும் நாம் வெளியே வந்திருக்கிறோம்.

1949 ஆகஸ்ட் 15ஆம் தேதியிட்ட ஒரு கடிதத்திலிருந்து

வெளிவிவகாரங்களின் அரங்கில், நாம் பின்பற்றும் கொள்கை வெற்றியுடன், அதிகாரக் குழுக்களின் அணியில் இல்லாமல் ஒரு தனித்துவமான பங்கை செலுத்துவதற்கு முயலும் வண்ணம் இருக்கிறது. அந்தக் கொள்கை விமர்சிக்கப்படுகிறது. பயனற்றது என அழைக்கப்படுகிறது. மற்றவர்கள், நமது அறிவிப்புகள் அவ்வாறு இருப்பினும், சூழ்நிலைகள் இந்தக் குழுவுடன் அல்லது அந்தக் குழுவுடன் என்று அணிசேர நம்மைக் கட்டாயப்படுத்துகின்றன என்று கூறுகின்றனர். இந்த இரண்டு விமர்சனங்களும் நியாயமற்றவை என்று நான் கருதுகிறேன். நாம் பெரிய அளவில், இந்தச் சிக்கல்களிலிருந்து நம்மை விடுவித்துக் கொள்வதிலும், நமது தெரிந்தெடுத்தப் பாதையைப் பின்பற்றுவதிலும் நாம் வெற்றி பெற்றிருக்கிறோம், எந்த வகையிலும், நமது செயல்பாட்டு சுதந்திரத்தின் குறுக்கே காமன்வெல்த் அமைப்பு நிச்சயமாக வரவில்லை. அது இந்தியாவிற்கும், உலக அமைதிக்கும் நல்லது என்று நான் கருதுகிறேன். யாரேனும் சில பேர், அது ஒருவகை சிக்கலை மறைக்கின்ற மேலாடை என்று கற்பனை செய்தால், அவர்கள்தான் தவறாகப் புரிந்து கொண்டிருக்கிறார்கள். மற்றவர்களை விட சில நாடுகளுடன் நமது பொருளாதார மற்றும் வேறு தொடர்புகள் தவிர்க்க இயலாதபடி மிகச் சிறப்பாகவே இருக்கிறது. ஆனால், அது நமது முக்கியமானக் கொள்கையைப் பாதிப்பதற்கு அனுமதிக்கப்படாது.

இந்த முக்கியமானக் கொள்கையால், அட்லாண்டிக் ஒப்பந்தம் அல்லது மேற்கத்திய ஒன்றியம் போன்ற எந்தப் புதிய

அமைப்போடும் நாம் நம்மை அணி சேர்க்கவில்லை. இதனால் தான், மேலும் ஒரு பசிஃபிக் ஒப்பந்தம் என்ற கருத்தை நாம் ஊக்கப்படுத்தவில்லை. உண்மையில், ஒரு பசிஃபிக் ஒப்பந்தம் என்ற எந்த ஒரு பேச்சும், இந்தோனேசியப் பிரச்சினையும் அதே போல் இந்தோ - சீனப் பிரச்சினையும் தீர்க்கப்படாமல் தொடரும் போது, முற்றிலும் முதிர்ச்சியற்றது. கிழக்கு இந்தியத் தீவுகளிலுள்ள அல்லது இந்தோனேசியக் குடியரசில் உள்ள டச்சு அரசாங்கத்துடன் ஓர் ஒப்பந்தத்தைப் போட நாம் யார்? ஆனால், இது தவிர, இதுபோன்ற ஓர் ஒப்பந்தம், அமைதிக்கு உறுதியளிப்பதற்கு அப்பால், ஒரு மோதலுக்கு நேரடியான ஊக்கம் தருவதாக இருக்கும் என்பது நமது நம்பிக்கை.

ஒவ்வொரு நாடும் அதன் சொந்த அரசியல் மற்றும் பொருளாதாரக் கட்டமைப்பைத் தேர்ந்தெடுத்துக் கொள்ளவும், அகில உலகின் மிகப் பெரும் கூட்டுறவுக் கட்டமைப்புக்குள் அதன் சொந்த வாழ்வை வாழவும் அனுமதிக்கப்பட வேண்டும். தலையிடுவதற்கான எந்த முயற்சியும் நியாயமற்றது மட்டுமல்ல, அது கண்டிப்பாக இடர்ப்பாட்டுக்கும் இட்டுச்செல்லும். ஆகவே, ஒப்பந்தத்தின் மூலம் அல்லது வேறுவகையில் என எந்த வழியிலும், சீனாவில் நடக்கின்ற புரட்சிகர வளர்ச்சிப்போக்குகளில் தலையிட நாம் முயற்சிக்கவில்லை. சீன மக்கள் தான் தங்களது அரசின் வடிவம் அல்லது பொருளாதாரக் கட்டமைப்பு எப்படி இருக்க வேண்டும் என்பதைத் தீர்மானிக்க வேண்டும். நாம் விரும்பினாலும் விரும்பாவிட்டாலும், அவர்கள் முடிவை நாம் ஏற்க வேண்டும். வேறெந்த நாட்டிலும் தலையிட நாம் முயற்சிப்பதில்லை என்னும்போது, நமது விவகாரங்களில், வேறெந்த நாட்டின் தலையீட்டைச் சகித்துக் கொள்ளவும் நாம் தயாரில்லை. நம்முடன் ஒத்துழைக்கத் தயாராக இருக்கும் அனைத்து நாடுகளோடும், நாம் ஒத்துழைக்கத் தயாராக இருக்கிறோம். அவர்கள் என்ன கற்பிக்கிறார்களோ அதை அவர்களிடமிருந்து கற்க நாம் முயற்சிப்போம், ஆனால், நாம் மிகவும் அடிக்கடி பிரகடனப்படுத்திய உயர்ந்த கொள்கைகளோடும், இந்தியாவின் தனித்த தேவைகளோடும் மற்றும் இந்திய மக்களின் மேதைமையோடு ஒத்துப்போகுமாறும், நமது சொந்த வழியில் நாம் போவோம். நம் சொந்த உள்நாட்டுக் கொள்கையிலும், உள்நாட்டு விவகாரங்களிலும், நாம் பெருந்தன்மையோடும்,

சகிப்புத்தன்மையோடும், அமைதிநிறைந்த ஒத்துழைப்புக்கு அர்ப்பணிப்போடும் இருக்கும்போது அயல்துறை விவகாரங்களிலும் அந்த வழியைத்தான் நாம் பின்பற்ற முடியும்.

1949 டிசம்பர் 1ஆம் தேதியிட்ட ஒரு கடிதத்திலிருந்து

[அய்க்கிய நாடுகளுக்கான ஒரு பயணத்தின் போது,] நான் அமெரிக்க மக்களை முழுமையான நட்புடன் அணுகினேன். கடந்து போகும் எந்தக் காற்றாலும் என்னை அடித்துக்கொண்டு போவதற்கு நான் தயாராக இல்லை. ஆனால், நான் எதையும் ஏற்கக் கூடிய மனதோடும், அணுகுமுறையில் வெளிப்படையாகவும் இருந்தேன். இதுபோன்ற சூழ்நிலைகளில் நடப்பது போல, அங்கே கருத்து வேறுபாடு இருந்தபோதிலும், எதிர்வினையும் நட்புடனும், வெளிப்படையாகவும் இருந்தது. தனிநபர்களாக அல்லது நாடுகளாக, எப்போதும் மற்றவர்களை விமர்சிப்பதும், அவர்களிடம் உள்ள குறைகளைச் சுட்டிக் காட்டுவதும், நமக்கு எவ்வளவு தவறானது என மீண்டும் என்னைச் சிந்திக்க அது இட்டுச் சென்றது. மற்ற மக்கள் அல்லது நாடுகளின் நல்ல பண்புகளை எண்ணிப் பார்ப்பது மிகவும் சிறந்தது, ஏனெனில், அவர்களிடமிருந்து நாம் கற்றுக் கொள்ள முடியும். அவைகளை உண்மையில் சுட்டிக்காட்டுவதன் மூலம் அவர்களை நாம் ஊக்கப்படுத்த முடியும். இந்த உளவியல் அடிப்படையிலான அணுகுமுறை நமது வாழ்விலும், நமது கொள்கைகளிலும் நம்மால் ஏற்றுக்கொள்ளப்பட்டால், நமது பிரச்சினைகளில் பெரும்பாலானவை, தீர்வதற்கு எளிதாகிவிடும். நான் மேற்கொண்ட அதுதான் காந்திஜியின் அடிப்படையான அணுகுமுறை, அதனால்தான், நாம் பலவீனர்களாய் இருந்தபோது, நம்மில் சிறந்தவைகளை அவர் வெளிக்கொணர்ந்தார். மனித இயற்கை பற்றிய அந்த மிகச் சிறந்த உணர்வு மற்றும் ஆழ்ந்த புரிதலுக்கு முன்னால், அவருடைய எதிரிகள் கூட கீழ்படிந்தார்கள்...

அதிகாரத்திலும், செல்வத்திலும் மட்டுமின்றி, மற்ற வழிகளிலும் கூட அமெரிக்க அய்க்கிய நாடுகள் ஒரு மாபெரும் நாடு. சில அம்சங்களில், என்னைப் போன்ற ஒரு வெளியாள், அந்தச் சூழலுக்குப் பொருந்தாதவராகவும், ஓரளவு விமர்சிப்பவராகவும் தன்னை உணர்வார். ஆனால், இங்கே இந்தியாவில் அல்லது வேறெங்கும் நமது சிறு மூலையில் உட்கார்ந்து கொண்டு,

மற்றவர்களைப் பொருள்முதல்வாதிகள் என்றும், சர்வ வல்லமை படைத்த டாலர்களை வணங்குபவர்கள் அன்றி வேறில்லை என்றும் அழைத்தவாறு அவர்களின் குறைபாடுகளை விமர்சிப்பது நமக்கு எவ்வளவு முட்டாள்தனம் என்று நான் உணர்கிறேன். அது, ஒரு குறிப்பிட்ட அளவு போதுமான உண்மைதான். ஆனால் அது மிகவும் அரைகுறையான உண்மை மேலும் அது ஒரு நாட்டைப் பற்றி விளக்க ஓர் எளிதான வழி. இதே வழியில், சில பேர் சோவியத் ருஷ்யாவை விமர்சிக்கவும், அதன் மீது அவதூறை வீசவும் செய்கின்றனர். அந்த விமர்சனம் பெரிய அளவில் அடிக்கடி நியாயப்படுத்தப் படுகிறது. ஆனால் அது ஓர் அரைகுறை உண்மையே. ஓர் ஒட்டுமொத்த நாட்டையும், கவனமின்றி அவசரமாக இந்த வகையில் முடிவுசெய்வதன் மூலம் அதற்கும் அல்லது நமக்கும் நாம் நியாயத்தை வழங்கவில்லை. நாம் நமது சிந்தனைகளை வீணே குழப்பிக் கொள்கிறோம். உண்மையின் பல்வேறு அம்சங்களைப் பார்க்காது மூடிக் கொள்கிறோம். அய்க்கிய நாடுகளும், சோவியத் ருஷ்யாவும் பெருமளவில் வேறுபட்டிருப்பதைப் போல, பொதுவாகவும் பல அம்சங்களில் இருக்கிறார்கள் மேலும் இருவரும் மிகப் பெரும் சாதனைகளைத் தங்களின் பெருமையாகக் கொண்டுள்ளார்கள். நாம் அவர்களுடைய சாதனைகளைப் பார்ப்போம். அவர்களின் குறைபாடுகளை அல்லது சிலவற்றை அவர்களின் குறைபாடுகளாகக் கருதி, விமர்சிப்பதற்குப் பதிலாக, அவர்களிடமிருந்து கற்றுக் கொள்வோம்.

நமது அயல்துறைக் கொள்கையை நெறிப்படுத்த பொதுவான இந்த அணுகுமுறை சொல்லப்பட வேண்டும் மேலும், நம் வாழ்வின் பொதுவானப் பார்வையாகவும் இருக்க வேண்டும் என்று நான் விரும்புகிறேன். நமது நங்கூரத்தை நாம் பற்றிப்பிடித்திருக்கிறோம். வெளிப்புற நீரோட்டத்தால் அடித்துச் செல்லப்பட நாம் உடன்படவில்லை. இந்த உலகில், மோசமானவை மிகுந்தும், அச்சம்கொள்ளத் தக்கவை இருந்த போதிலும், நாம் இந்த உலகை அச்சம் நிறைந்த விழிகளால் பார்க்கவில்லை. மற்ற நாடுகளில் உள்ள நல்லவை நோக்கி நமது கவனம் குவிக்கவும், அதனால் நாம் பயன் அடையவும் நாம் முயற்சிக்கிறோம். உலகிற்குள் நகர்ந்து வருகின்ற, உலகை மறு

உருவாக்கம் செய்கின்ற மாபெரும் சக்திகளைப் புரிந்துகொள்ள நாம் முயற்சிக்கிறோம்.

1950 ஜுலை 2ஆம் தேதியிட்ட ஒரு கடிதத்திலிருந்து

இந்தோனேசியா, மலேயா மற்றும் பர்மாவில் எனது பயணம் குறித்து உங்களுக்கு சொல்வதற்கு நிறைய விஷயங்கள் வைத்திருக்கிறேன், ஆனால் கொரியாவில் எழுந்துள்ள தீவிரமான அகில உலக நெருக்கடியிலிருந்து நான் துவங்க வேண்டும் [38 ஆவது இணைகோடு நெடுகிலுமான வட, தென் கொரியாவுக்கு இடையேயான மோதல் சம்பந்தப்பட்டது].

ஐ.நா.பாதுகாப்புக் கவுன்சிலின், தென் கொரியாவிற்கு[1] உதவி செய்ய அதன் உறுப்பினர்களைக் கேட்டுக்கொண்ட தீர்மானத்தை, ஏற்றுக்கொள்ள நாம் முடிவு செய்ததை நீங்கள் அறிவீர்கள். இந்த முடிவு எந்த வகையிலும் எளிதான ஒன்றல்ல. அதற்கு நாம் பெரும் அளவு சிந்திக்க வேண்டியிருந்தது. அடிக்கடி நாம் வலியுறுத்தி வந்த நமது அயல்துறைக் கொள்கை காரணமாக, இந்த சிக்கல்களிலிருந்து நம்மை வெளியே நிறுத்திக் கொள்வதும் மேலும் எந்த வகையான பொறுப்பையும் உறுதியாக எடுக்கக் கூடாது என்பதும் தான் நமது இயல்பான மன உணர்வு. இந்தப் பொதுவான மன உணர்வு வேறு சில உண்மைகளால் நிலைநிறுத்தப்பட்டது. வட கொரியா முழுமையாக வளர்ந்த ஒரு கம்யூனிஸ்ட்டு அரசாக இருக்கும் பொழுது, தென் கொரியா, ஒரு நவீன மற்றும் ஜனநாயக அரசிலிருந்து வெகு தூரத்தில் இருக்கிறது. தென் கொரியாவுடன் மிக அதிகமாக நாம் மறைமுகமாகத் தொடர்பில் இருந்தாலும், இந்த இரண்டு அரசாங்கங்களில் எதையும் நாம் அங்கீகரிக்கவில்லை. கடந்த சில காலமாக, வட கொரியாவுடன் எந்தத் தொடர்பும் இல்லாததால், முழுதும் தென் கொரியாவில் இருந்து செயல்படும் ஐ.நா. வின் கொரிய ஆணையத்தில் ஓர் இந்தியப் பிரதிநிதி இருந்து வருகிறார். உண்மையில் முதல் கொரிய ஆணையம் அதன் தலைவராக ஓர் இந்தியரைக் கொண்டிருந்தது. ஆயினும், கொரிய மோதலிலிருந்து, விலகி நிற்க வேண்டும் என்பது நமது

---

1 அந்தத் தீர்மானம், மற்ற அம்சங்களுக்கு இடையே, வட கொரியப் படைகள், 38 ஆவது இணைகோட்டிற்கு உடனடியான பின்வாங்கலையும், அதோடு உறுப்பு நாடுகள், தாக்குதலை முறியடிப்பதில், தென் கொரியாவிற்கு உதவிடவும் கோரியது.

விருப்பமாக இருந்தது மேலும் வட மற்றும் தென் கொரியா என இரண்டிலும் நடந்த பலவற்றை நாம் ஒப்புக்கொள்ளவில்லை.

ஜனாதிபதி ட்ரூமனால், ஃபார்மோசா, இந்தோ - சீனா மற்றும் பிலிப்பைன்ஸ் பிரச்சினை, கொரியப் பிரச்சினையோடு கலக்கப்பட்டு, மற்றொரு சிக்கலும், இடர்ப்பாடும், எழுந்தது. நமக்கு பிலிப்பைன்ஸுடன் செய்து கொள்ள எதுவுமில்லை ஆனால் சீனா மற்றும் இந்தோ - சீனா குறித்த நமது கொள்கை தெளிவான மற்றும் உறுதியான ஒன்று. அது அமெரிக்க ஐக்கிய நாடுகளின் கொள்கையோடு ஒத்துப்போகாததாக இருந்தது. எனவே இந்தப் பிரச்சினைகளைக் கொரியப் பிரச்சினையோடு கலந்தது, உச்சகட்ட சங்கடமாக அமைந்தது. எப்படி இருப்பினும், இந்தோ சீனாவில் எந்தக் குழுவின் பக்கமும் சேர நமக்கு விருப்பமில்லை. சீனாவில் மக்களின் அரசாங்கத்துடன் ஒரு வகையான நட்பு அடிப்படையிலான உறவுகளை வளர்க்க நாம் துவங்கி இருக்கிறோம். இந்த செயல்முறை தொடர்வதற்கு நாம் விரும்புகிறோம். இந்தப் புதிய சீனாவுடன் எதிரிகளைப் போல நடந்து கொள்ள நாம் விரும்பவில்லை.

கொரியப் போராட்டத்திலிருந்து நாம் தூர விலகி நிற்க இவையெல்லாம் காரணங்கள். மறுபக்கம், பாதுகாப்புக் கவுன்சிலின் உறுப்பினர்களாக, நாம் அமைதியாக இருக்க முடியாது. நாம் சில முடிவுக்கு வரவும், அதை அறிவிக்கவும் வேண்டியிருக்கிறது. தென் கொரியாவின் மீது பெரிய அளவிலான ஆக்கிரமிப்பை வட கொரிய அரசாங்கம் செய்திருக்கிறது என்பதில் சந்தேகம் இருக்க முடியாது என்று நமக்குத் தோன்றுகிறது. இதற்கு முன் என்ன நடந்தது என்று நாம் அறியவில்லை. அங்கே பல எல்லை மோதல்கள் நடந்திருக்கின்றன மேலும் தென் கொரியாவைப் பற்றிய பதிவுகளும் அவ்வளவு நன்றாக இல்லை என்பதற்கு முற்றிலும் வாய்ப்புகள் இருக்கின்றன. ஆனால், அந்த எல்லைப்புற கலகங்களுக்கும், இந்த முக்கிய, நன்கு திட்டமிடப்பட்ட தென் கொரியா மீதான படையெடுப்புக்கும் இடையே எந்த சிறு ஒப்பீடும் இருக்க முடியாது. அவ்வாறு ஆக்கிரமிப்பு நடந்து விட்டது மேலும் அதற்கு சரணடைவது தவறாகும் அத்துடன் அதற்கு, அய்க்கிய நாடுகள் அமைப்பின் சரிவு என்று பொருளாகும். அதேபோல், அது வேறு ஆபத்தான விளைவுகளுக்கு இட்டுச் சென்று விட்டது. பாதுகாப்புக்

கவுன்சிலின் முதல் தீர்மானம் அங்கே இந்த ஆக்கிரமிப்பு நடந்தது என்று அறிவித்தது. நமது பிரதிநிதி அதற்கு ஆதரவாக வாக்களித்தார். இரண்டாவது தீர்மானம் என்ற வகையில் ஏதோ ஒன்று பின்னால் நிறைவேற்றப்பட வேண்டும் என்பதாக ஒரு குறிப்பிட்ட அளவு தர்க்க அடிப்படையில் அது தொடர்ந்தது. ஆகவே சாதாரணமாக, இரண்டாவது தீர்மானத்திற்கு நமது உடனடி ஆதரவைத் தருவதில், குறைந்த பட்சம் கோட்பாட்டு அடிப்படையில், குறிப்பிட்ட எந்த இடர்ப்பாடும் இல்லாமல் இருக்கலாம் ஆனால் நடைமுறையில், அங்கு வெளிப்படையான ஆபத்துகளும் இடர்ப்பாடுகளும் இருந்தன. நான் மேலே குறிப்பிட்ட சில சிக்கல்களும் இருந்தன. 'லேக் சக்சஸ்' என்ற அந்த இடத்திலேயே இந்த விஷயம் குறித்து நமது பிரதிநிதியால் எதுவும் தீர்மானிக்கப் படுவது மிகவும் ஆபத்தானதாக இருந்தது. ஆகவே, நமக்கு சிறப்பான குறிப்பு இல்லாமல், மேற்கொண்டு எந்த நடவடிக்கையும் எடுக்கக் கூடாது என்று அவருக்கு நாம் அறிவுறுத்தினோம். இது, இரண்டாவது தீர்மானம் முன்மொழியப் படுவதற்கு முன்னால் நடந்தது. இந்த இரண்டாவது தீர்மானம், அவசரத்தில் முன்னே கொண்டுவரப்பட்டது. அரசாங்கங்களோடு கலந்து ஆலோசிப்பதற்கு சிறிதும் கால அவகாசம் கொடுக்கப்படவில்லை. அதனால் அது பாதுகாப்புக் கவுன்சில் முன்னால் வந்தபோது, நமது பிரதிநிதி, தன்னுடைய அரசாங்கத்திடமிருந்து அறிவுறுத்தல்களுக்காகக் காத்துக் கொண்டிருப்பதாகவும், இதுபோன்ற அறிவுறுத்தல்கள் வருகின்ற வரை ஓட்டெடுப்பில் தான் கலந்து கொள்ள முடியாது என்று மட்டுமே கூற முடிந்தது. என்னைத் தொலைபேசியில் தொடர்பு கொள்ள ஒரு முயற்சி நடந்தது, ஆனால் அது தோல்வி அடைந்தது. அது வெற்றியடைந்திருந்தாலும், நான் அளிக்கக் கூடிய ஒரே பதில், நாம் அந்த விஷயத்தைக் கவனத்துடன் பரிசீலிக்க வேண்டும் என்றுதான் இருந்திருக்கும். அந்த விஷயம் அவசரத் தேவையாக இருப்பினும், நாம் அதற்கு மிகமிக அதிகக் கவனத்துடனான பரிசீலனையைச் செய்ய வேண்டும். ஒரு முடிவுக்கு நம்மை நாம் தள்ளிவிட்டுவிட அனுமதிக்கக் கூடாது.

நமது அமைச்சரவை, அதன்மீது கவனத்துடனான பரிசீலனையைச் செய்தது மேலும் நீங்கள் அறிந்தது போல, இரண்டாவது தீர்மானத்தை ஏற்றுக்கொள்ளும்

முடிவுக்கு வந்தது. தர்க்கரீதியாகவும், நடைமுறை ரீதியாகவும் நமக்கு வேறு எந்த வழியும் இருக்கவில்லை. எப்படி இருப்பினும் ஏற்றுக்கொண்டதற்கான நம் தீர்மானத்தில், போட்டியாளர்களாகவும், விரோதிகளாகவும் இருக்கும் நாடுகளின் குழுவினரிடமிருந்து எட்ட நிற்கும் நமது அயல்துறைக் கொள்கையிலிருந்து, இது எந்த விலகலுக்கும் உட்படவில்லை என்று முழுமையாக அதைத் தெளிவுபடுத்த நாம் முயன்றோம். ஒரு குறிப்பிட்ட அளவுக்கு, ஒரு சில குழுவினருடன் நாம் அணிசேர வேண்டிய வேளையில், அந்தக் கொள்கையைப் பின்பற்றுவது ஓர் எளிதான விஷயமல்ல. ஆயினும் வேறுபாடு இருக்கின்றது. நாம் அதை வலியுறுத்த முயற்சித்துள்ளோம். ஐ.நா. எடுத்த ஒரு சில நிலைகளை நாம் ஏற்றுக் கொண்டோம் ஏனெனில், அங்கே ஆக்கிரமிப்பு நடந்தது. இந்த ஆக்கிரமிப்பைச் சந்திக்க வேண்டும் என்று நாம் கருதினோம். அதை விட அதிகமாக, அதைச் செய்வதற்கு நாம் தயாரில்லை. இந்தத் தனித்தன்மையை முழுவதும் காப்பாற்ற நாம் முனைகின்றோம். ஃபார்மோசா விவகாரத்திலும் அல்லது இந்தோ - சீன விவகாரத்திலும் சிக்கிக் கொள்வதற்கு நாம் விரும்பவில்லை.

நமது முடிவின் விளைவாக, அய்க்கிய நாடுகளின் பொதுச் செயலர், நம்மையும் அதைப் போலவே மற்ற நாடுகளையும், எந்த வகையான செயலூக்கமிக்க உதவியை நாம் கொடுக்க முடியும் என்று கேட்டுள்ளார். நமது பதிலில், எந்த ஓர் இராணுவ, கடல் மற்றும் வான் வழி செயலூக்கமிக்க உதவியையும் செய்யும் நிலையில் நாம் இல்லை என்று சுட்டிக் காட்டினோம். நமது பாதுகாப்பு இயந்திரம் என்பது உள்நாட்டு பாதுகாப்புக்காக மட்டும் தான். யுத்தத்தின் தொலைதூர அரங்குகளில் நடவடிக்கைகளுக்காக அமைக்கப்பட்டதல்ல. நாம், தொலைதூரம் செல்லும் விரைவுப் படை எதையும் வைத்திருக்கவில்லை, இந்த நோக்கத்திற்கு என ஒதுக்க உதிரியாக, வானூர்திகளும், கடற்கலங்களும் கூட நமக்கு இல்லை. பொருளாதார அடிப்படையிலும், நாம் ஒரு கடினமான நிலையில் இருக்கிறோம். தொலைதூர சாகசங்களை நாம் செய்ய இயலாது.

நான் உங்களுக்கு சொல்ல விரும்பிய இன்னொரு காரணம் இருக்கிறது. இப்போது இருக்கும் சூழ்நிலைகளில், நம்மிடம்

கேட்கப்பட்டது போன்ற செயலூக்கமிக்க உதவியை நாம் அளித்திருந்தால், அமெரிக்க அய்க்கிய நாடுகள் தாங்களாகவே ஏற்றுக்கொண்டுள்ள மற்ற நடவடிக்கைகளில் அதாவது, ஃபார்மோசா மற்றும் அது போன்றவைகளில், அது நம்மையும் ஈடுபட வைத்திருக்கும். நாம் இதற்குத் தயாராக இல்லை. இந்த வகையான உதவியை நாம் அளிக்க முடியாது என்று அய்க்கிய நாடுகளின் பொதுச் செயலருக்கு இவ்வாறு நாம் சுட்டிக் காட்டினோம்: அதிகப் பட்சம், சற்று உண்மையும், நடைமுறை விளைவுகளையும் கொண்ட ஏதோ ஓர் அடையாள உதவியை நாம் அளித்திருக்கலாம் ஆனால் இருப்பினும், அது நம் மீது ஒரு கடும் சுமையாகவும் நம்மை பல சிக்கல்களுக்கு உள்ளாக்கும் ஒன்றாகவும் இருந்திருக்கும்... நிலைமை மிகவும் கடினமான, ஆபத்தான ஒன்றாக, மேலும் மேலும் நாளுக்கு நாள் மாறிக் கொண்டே இருக்கிறது. மிகவும் அச்சம் கொள்ளத்தக்க மூன்றாம் உலகப் போரின் தொடக்கமாக இது இருக்கிறது என்று சிலர் கருதுகிறார்கள். யுத்தம் போன்ற நடவடிக்கைகள், கொரியப் பகுதிக்குள் கட்டுப்படுத்தப் படலாம் என்று மற்றவர்கள் நம்புகிறார்கள். என்ன நடக்கப் போகிறது என்று எனக்குத் தெரியாது. ஆனால் சந்தேகத்திற்கிடமின்றி, அங்கு மிக மோசமான வகையிலான ஆபத்து ஒன்று இருக்கிறது. குறைந்த பட்சம் நாம் செய்ய முடிவதெல்லாம் போர் வரும்போது அல்லது வருவதாக அச்சுறுத்தப்படும் போது, அந்த நாடுகளில் நிலவுகின்ற ஒருவகை திகிலுறச் செய்யும் உணர்வைத் தவிர்ப்பதற்கு முயற்சிப்பதே. நாம் அமைதியாக இருக்க வேண்டும். ஒவ்வொரு பிரச்சினை எழும்போது, நமது கொள்கையையும், இலட்சியங்களையும் கருத்திற்கொண்டு, முடிந்த அளவுக்கு உணர்வுவயப் படாமல், முடிவுசெய்ய வேண்டும். அனைத்து நாடுகளுக்கும், மக்களுக்கும் இது ஒரு சோதனைக் காலமாக இருக்கப் போகிறது, மேலும் இது நேரடியாகவோ அல்லது மறைமுகமாகவோ நமது மற்ற நடவடிக்கைகளில் பெரும்பாலானவற்றைப் பாதிக்க வாய்ப்பிருக்கிறது. உலகின் எதிர்காலத்தை மாற்றக் கூடிய ஒரு சிக்கலின் விளிம்பில் நாம் இருக்கிறோம் என்று சொல்லலாம் மேலும் இது போன்ற சிக்கல், நமது மக்களின் மன வலிமையைச் சோதிக்கிறது. இந்த மாபெரும் பிரச்சினைகள் நம் முன் வரும்போது, நமது இயல்பான அரசியலும், மோதல்களும் முக்கியமில்லாமல் ஆகிவிடுகின்றன. ஆகவே, நாம் சரியான

பார்வையை, தெளிவான சிந்தனையை, சமநிலை உணர்வை, வரும் நாட்களில் நம்மைச் சூழவிருக்கும் பிரச்சினைகளை, போதுமான அளவிற்கு சமாளிக்க, வளர்த்துக்கொள்ள வேண்டும்.

1950 ஜூலை 15ஆம் தேதியிட்ட ஒரு கடிதத்திலிருந்து

கொரிய நிலைமை பற்றி நாம் எடுத்த குறிப்பிட்ட நிலையை விமர்சிப்பவர்கள் பலர் இருக்கிறார்கள். ஆனால், பெரும்பான்மையாக, அந்த நிலைக்கு நாட்டில் பொதுவான ஒப்புதல் இருக்கிறது என்று சொல்வதில் உண்மை இருக்கிறது என நான் கருதுகிறேன். சிக்கல்மிகு தருணங்களில், உணர்வுகள் தூண்டப்படும் போது, நாளுக்கு நாள் முடிவுகள் எடுப்பது என்பது எளிதான விஷயமல்ல. ஒரு குறிப்பிட்டக் குழுவினரோடு அணிசேர்வதும், குறிப்பிட்ட வகையில் சிந்திப்பதும் அவ்வாறு முக்கிய முடிவுகளை அவர்களிடம் விட்டுவிடுவதும் கடினமானதல்ல. நமது சொந்த முடிவுகளை எடுக்க வேண்டுமென்றால், நமது சொந்த தீர்ப்பின் மீதும், நிலைமையின் ஆய்வு மீதும் நாம் சார்ந்திருக்கவும், மேலும் நமது நோக்கங்களையும், இதுவரை நாம் பின்பற்றி வந்த அயல்துறைக் கொள்கையையும் கருத்தில் கொள்ள வேண்டும்.

சில சொற்கள் மிகச்சாதாரணமாகப் பயன்படுத்தப் படுகிறது, அவைகளுள், 'நடுநிலை' என்பதும் இருக்கிறது. அமைதியான காலங்களில், நடுநிலை என்பது எந்தக் குறிப்பிட்ட பொருளும் அற்றது. போரின் போது மட்டுமே ஒரு நாடு நடுநிலையில் இருக்க முடியும். ஆனால், முன்னால் சொல்லப்பட்ட அமைதிக் காலத்தில் கூட, கடைசி உலகப் போர் முடிந்ததிலிருந்து, நாம், ஒரு யுத்தச் சூழ்நிலையிலும், யுத்த எதிர்பார்ப்பிலும் வாழ்ந்து வருகிறோம். அதனால், பனிப்போரில், இந்த அல்லது அந்த நாடு நடுநிலையாக இருப்பதாக மக்கள் பேசுகிறார்கள். நடைமுறையில், எந்த ஒரு குறிப்பிட்ட ஒரே மாதிரியான சூழ்நிலைகளில் நாம் என்ன செய்ய வேண்டும். என்ன செய்யக் கூடாது என்பது பற்றி நாமே தீர்மானிக்கும் உரிமையை நாம் விட்டுவிடவில்லை என்பதுதான் இதன் பொருள் ஆகும். முடிவெடுப்பதற்கான உரிமையை விட்டுவிடுவது, நம் தீர்ப்புக்கான சுதந்திரத்தையும், நடவடிக்கைக்கான சுதந்திரத்தையும் விட்டுவிடுவது என்று பொருளாகும். வேறு சொற்களில் சொல்வதெனில், நம்

அடிப்படை சுதந்திரத்தை விட்டுக் கொடுப்பது என்றும், நாம் விரும்புகின்ற அல்லது விரும்பாத ஒரு கொள்கையோடு இறுகப் பிணைக்கப்பட்டிருக்கும் வேறு ஒரு நாட்டின் துணைக்கோளாக ஆவது என்றும் அதன் பொருள்.

மற்றவற்றில் போல, அயல்நாட்டு விவகாரங்களில், பல நிகழ்வுகளால் நெருக்கடிக்கு உள்ளாக்கப்பட்ட, தவிர்க்க முடியாத கட்டுப்பாடுகளுக்குள் இருந்து கொண்டு, அதன் சொந்த சுதந்திரமானக் கொள்கையைப் பின்பற்றுவதற்கு, இந்தியா முயன்று வருகிறது. எந்த ஒரு நாடும் நூறு விழுக்காடு இதுபோன்ற விஷயங்களில் சுதந்திரமாக இருக்க முடியாது ஏனெனில், ஒவ்வொரு செயலும் அல்லது கொள்கையும், முன்னால் செய்யப்பட்ட செயல்களிலிருந்தும், உலகில் நடந்து கொண்டிருக்கும் மற்ற நிகழ்வுகளிலிருந்தும் தொடர்ந்து வருகிறது. ஆனால் அந்தக் கட்டுப்பாடுகளுக்குள் ஒருவர் ஏறத்தாழ சுதந்திரமாக இருக்க முடியும். நாம் மேலும் சுதந்திரமாகவே இருக்க விழைகிறோம். அது கோட்பாட்டு அடிப்படையிலான அணுகுமுறை மட்டுமல்ல, மாறாக அது தற்போதைய பிரச்சினைகளைச் சமாளிப்பதற்கான புகழ்பெற்ற நடைமுறை வழியும் ஆகும் என்று நான் கருதுகிறேன். அது இயல்பாகவே நமது கடந்த காலத்திலிருந்து தொடர்ந்து வருகிறது. வேறெந்தக் கொள்கையும், ஒரு பெரிய அளவிலான உள் முரண்பாட்டை உருவாக்குவது தவிரவும், நமது இயல்பான வளர்ச்சியின் வழியில் குறுக்கே வந்து, நம்மைத் தடுத்திருக்கும்.

அயல்நாட்டுக் கொள்கை, ஒரு நாட்டின் சில இலட்சியங்களையும், நோக்கங்களையும் சார்ந்து இருக்கலாம், இருக்க வேண்டும். தவிர்க்க இயலாமல், அந்த நாட்டின் நலன்களால் அது நெறிப்படுத்தப்படுகிறது. தெளிவான தன் ஆர்வம், ஒரு குறுகிய அல்லது நீண்ட பார்வையைக் கொண்டிருக்கலாம், மேலும் அயல்நாட்டுக் கொள்கையில், மற்றெதையும் விட மேலாக, குறுகிய பார்வை என்பது ஆபத்தாகும். நிகழ்வுகளின் வேகம், இன்று குறுகிய மற்றும் நீண்ட பார்வைகளை இன்னும் பெரிதுபடுத்திக் காட்டுகிறது ஆகவே, நீண்ட பார்வைகள் மேலும் முக்கியமானவையாக ஆகின்றன. இந்தியாவில், அயல்நாட்டு விவகாரங்களில் சிக்கிக் கொள்வதைத் தவிர்ப்பதற்கு நாம் முயற்சிக்கிறோம் ஏனெனில், நம் சொந்தப் பிரச்சினைகளில் நாம் மும்முரமாக

இருக்கிறோம். ஆனால், அது மற்றப் பிரச்சினைகளிலிருந்து நாம் விலகி நிற்க முடியாதபடி, உலகில் இந்தியாவின் இடம் மற்றும் சுதந்திரத்தின் பின்விளைவு ஆகும். மேலும் குறிப்பாக, ஆசியாவில் நிகழ்பவையால் நாம் நெருக்கமாக இணைக்கப் பட்டிருக்கிறோம். கடந்த சில காலமாக, அமெரிக்கா அல்லது அய்ரோப்பா அல்லது தென் கிழக்கு ஆசியாவில், இன்று உலக நிலைமையில் ஆசியாவின் முக்கியத்துவத்தை சுட்டிக் காட்ட நான் துணிந்திருக்கிறேன். உலகின் நிகழ்வுகளில் செல்வாக்கு செலுத்தும் அளவுக்கு, ஆசியாவில் எந்த நாடும் வளங்கள் அல்லது வேறு வகைகளிலான ஆற்றல்களை வளர்த்துள்ளது என்று அதன் பொருள் அல்ல. ஆசியாவின் மீது படிப்படியானக் காலனியாதிக்கக் கட்டுப்பாடு ஒழிப்பால் வந்த மாற்றம், மேலும் ஆசியா எதிர்கொள்ள வேண்டிய பிரச்சினைகளின் தன்மை ஆகியவை, அமைதிக்காலத்திலும், போர்க்காலத்திலும், உலகின் எதிர்காலத்தைப் பாதிக்கக் கூடிய வகையில் முக்கியமானவையாக இருக்கும் என்று அதற்குப் பொருள். இப்போது கொரியாவில், சவாலும், மோதலும் வந்துள்ளன. கொரியா ஒப்பிடுகையில், முக்கியமற்றதாக இருக்கலாம். பண்டைய நாட்களில், அது 'ஒதுங்கி வாழும் முடியரசு' *(Hermit Kingdom)* என அழைக்கப்பட்டது மேலும் பிறகு, சுதந்திரத்திற்காகப் போராடிய அது, ஜப்பானியப் பேரரசின் வெறும் ஒரு பகுதியாக ஆகியது. ஆனால் கொரியாவில் என்ன நடக்கிறதோ அது உலகைப் பாதிக்கிறது என்பது வெளிப்படையாக இருக்கிறது. அதன் பொருள் உலக யுத்தமாக இருக்கலாம் அல்லது அதன் பொருள், இது உள்ளடக்கிய முழுமையான பதட்டம் மற்றும் பெரும் பயத்துடன் யுத்தத்தின் விளிம்பில் ஒரு நீண்ட காலத்திற்கு நாம் இருப்பது என்றும் இருக்கலாம்.

நமது கொள்கை பற்றிய விமர்சகர்கள் இரு வகைப்படுவர். அவர்களில் பலர், அய்க்கிய நாடுகள் பாதுகாப்புக் கவுன்சிலின், கொரியா மீதான தீர்மானங்களுக்கான நமது ஒப்புதலை ஆட்சேபிக்கிறார்கள் ஏனெனில், அவர்களைப் பொறுத்தவரை, அதன் பொருள், ஒரு சில அதிகாரக் குழுவினருடனான, குறிப்பாக அமெரிக்க அய்க்கிய நாடுகளுடனான தவிர்க்க முடியாத ஒரு அணிச் சேர்க்கை என்பதாகும். மற்றொரு பக்கம், மற்ற விமர்சகர்கள், தூரக் கிழக்கில் ஐ.நா. மற்றும் அமெரிக்க

அய்க்கிய நாடுகளின் செயலை முழுதும் நாம் ஆதரிக்கவில்லை என்றும், நமது ஆதரவை வரையறுத்தோம் மேலும் அதை நிபந்தனைக்கு உட்படுத்தினோம் அதோடு, நமது பாதுகாப்புப் படைகளோடும், மற்றவையோடும் களத்தில் குதிக்கவில்லை என்றும் கூறுகிறார்கள். இவ்வாறு, எந்தத் திட்டவட்டமானக் கொள்கையின் பலனையும் எடுத்துக்கொள்ள நாம் தவறி விட்டோம். இருபுறத்திலிருந்தும், தீங்குகளால் நாம் பாதிக்கப்பட வாய்ப்பு இருக்கிறது.

இந்த இரண்டு விமர்சனங்களும், தவறாகப் புரிந்து கொள்ளப்பட்டவை மேலும் அனைத்து பொருத்தமான உண்மைகளையும் கருத்தில் எடுக்கவில்லை என்று எனக்குத் தோன்றுகிறது. அயல்நாட்டு விவகாரங்களில், ஓர் உறுதியானக் கொள்கையை நாம் பின்பற்றி வருகிறோம். அந்தக் கொள்கை சந்தேகமின்றி இந்தியாவுக்குப் பெருமையைக் கொண்டு வந்திருக்கிறது அதோடு ஒரு சிறிய வகையில், அமைதிக்கான ஒரு செல்வாக்கை நமக்கு உருவாக்கச் செய்திருக்கிறது. நாமும், வேறு சில நாடுகளும் அவ்வாறு செய்யவில்லை என்றால், சந்தேகமின்றி, நாம் எதிர்கொள்ள வேண்டிய உள்நாட்டு இடர்ப்பாடுகளுக்கு அப்பால், போர் மிகவும் அருகில் வந்திருக்கும். எந்த நிகழ்விலும், நாம், நமது மக்களை நம்முடன் கொண்டு செல்ல வேண்டும், மேலும் பெரிய அளவிலான பொதுமக்கள் ஒப்புதலைப் பெறாத எந்தக் கொள்கையையும் நீண்ட காலம் கொண்டு செல்ல முடியாது. கடுமையான உண்மையின் முதல் அடியிலேயே நமது பழைய கொள்கையை மாற்றிக் கொள்வது, சில பகுதிகளிலிருந்து ஒப்புதலைக் கொண்டு வரலாம், ஆனால் அது இந்தியாவுக்கு பெரும் அவப்பெயராக ஆகிவிடும் மேலும் அரங்கேறிக் கொண்டிருக்கும் மாபெரும் நாடகத்தில், அது கொஞ்சமும் மதிப்பைப் பெறாது. அதனால், சூழ்நிலைகளின் அழுத்தத்தால் ஒரு மாற்றம் நிகழ்ந்தாலும், நாம் அந்த அடிப்படைக் கொள்கையைப் பின்பற்ற முயற்சித்தோம்...

தென் கொரியாவில், ஒரு பெரியளவிலான உதவி அமெரிக்க அய்க்கிய நாடுகளால் அளிக்கப் பட்டாலும், அரசியல் சமூகக் கட்டமைப்பு மிகவும் பலவீனமாக இருந்தது. அதனால் அது நிலைகுலைந்து போனதையும் நாம் பார்த்தோம். உண்மையில் நமக்குக் கிடைத்த அனைத்துத் தகவல்கள்படி, இரண்டும் முழுவதும் வேறுபட்டிருந்தாலும், தென் கொரியா, வட

கொரியாவைப் போலவே, ஒரு யதேச்சாதிகார ஆட்சியால் ஆளப்பட்டது. கடந்த சில மாதங்களாக, தென் கொரியாவில், மோசமான சூழ்நிலைகள் மீதான அறிக்கைகளை, எண்ணற்ற ஒருசார்பற்ற பார்வையாளர்கள், நமக்குத் தந்துள்ளனர். ஆகவே, தென் கொரியா பற்றி உற்சாகத்துடன் இருப்பது கடினமான ஒன்றாகும். இந்தோ - சீனாவில் மோதுகின்ற இரண்டு அணிகளிடமிருந்தும், நாம் பிரிந்து நின்றோம். இவைகளில் ஒன்று, ஃப்ரெஞ்சுக் காரர்களால் ஆதரிக்கப் படுகிறது மேலும் இப்போது, ஃப்ரெஞ்சு நாட்டிற்கு இராணுவ உதவியளிக்க அமெரிக்க அய்க்கிய நாடுகள் உறுதியளித்துள்ளது. போரின் இறுதிக் கட்டங்களில் எடுக்கப்பட்ட ஒரு முடிவின்படி, ஃபார்மோசா, சீனாவின் ஒரு பகுதியாக இருந்தது. ஆனால், இப்போது, ஃபார்மோசா, சீனாவுக்குப் போவதற்கானப் பாதையில் தடைகள் போடப்படுகின்றன.

இது அனைத்தும், எப்படி ஓர் உறுதியான கொள்கை, ஆசியாவில் பலவீனமான, பிற்போக்கு சக்திகளுக்கு ஆதரவாகப் போகின்றது என்று காட்டுகிறது. நீண்ட காலப்போக்கில், அந்தக் கொள்கை வெற்றி பெறாது ஏனெனில், ஆசியா, பலவீனமாக இருந்தாலும், முற்றிலும் விழிப்போடும், ஒரு கிளர்ந்தெழும் மன நிலையிலும் இருக்கிறது. ஆகவே, அது ஒரு விவேகமான கொள்கையல்ல. நடைமுறையில், அதை எதிர்க்கின்ற அந்த சக்திகளையே அது ஊக்கப்படுத்துகிறது. அய்ரோப்பாவும், அமெரிக்காவும் இராணுவம் மற்றும் பொருளாதார சக்தியின் அடிப்படையில் சிந்திப்பதை மிக மிக அதிகமாக வழக்கமாய்க் கொண்டிருக்கிறார்கள். ஆயுதங்கள் அல்லது பணத்தின் ஆற்றலை நாம் புறக்கணிக்க முடியாது என்பதில் சந்தேகமில்லை. ஆனால் ஆயுதங்களும், பணமும் செய்யக் கூடியவற்றிற்கு, ஆசியாவின் பகுதிகளில், அவைகள் கோடிக்கணக்கான மக்களின் அப்போது நிலவும் மன நிலைக்கு எதிராகப் போகும் வேளையில், கறாரான கட்டுப்பாடுகள் இருக்கின்றன என்பதைத் திரும்பத்திரும்பக் காண முடிகிறது. இந்தியா, இந்த ஆசியாவின் பிரச்சினைகளை, அரசியல் கண்ணோட்டத்தில் மட்டுமின்றி, உளவியல் கண்ணோட்டத்திலும் புரிந்து கொள்ளும் நிலையில் இருக்கிறது, மேலும் இந்தியா, ஆசியாவின் இந்த நாடுகளால் மதிக்கப்படுகிறது ஏனெனில், நமக்குக் குறிப்பிட்ட தன்னல நோக்கம் எதுவும் இல்லை. ஆகவே,

ஆசியாவின் மனநிலையோடு இணைந்திருக்கும், நமக்கு உகந்ததாக இருப்பதோடு, விவேகமாகவும் இருக்குமென்று நாம் கருதுகின்ற ஒரு கொள்கையை மேற்கொள்ள வேண்டிய ஒரு பெருஞ்சுமையான பொறுப்பு நம்மீது விழுந்திருக்கிறது. மற்றவர்களை, அவர்கள் யாராக இருந்தாலும், கண்மூடித் தனமாகப் பின்பற்றுவது, ஒரு பொறிக்குள் சிக்குவதும் இந்தியாவின் வரலாற்றுப் போக்கைப் பார்க்கத் தவறுவதும் ஆகும். எதிர்காலம் எதைக் கொண்டிருக்கும் என்பதை ஒருவரும் சொல்ல முடியாது. ஆனால், நாம் குறைந்த பட்சம், நம்மால் சிறப்பாக செய்ய முடிந்ததை செய்வதற்கு முயற்சிக்க முடியும்.

1950 அக்டோபர் 16ஆம் தேதியிட்ட ஒரு கடிதத்திலிருந்து

கடைசியாக உங்களுக்கு நான் எழுதியதற்குப் பின்னர் தூரக் கிழக்கில் பதட்டம் ஒரு கணிசமான அளவுக்குத் தணிந்துள்ளது. நிலைமை இன்னும் கடினமாக இருக்கிறது. போர்ப் பகுதி நீட்டிப்பதற்கான சாத்தியப்பாட்டை ஒருவர் நிராகரிக்க முடியாது. ஆனால், இப்போது இதற்கும், அல்லது எந்த அளவிலும் ஐ.நா. படைகளுக்கும், சீனாவிற்கும் இடையே நேரடியான மோதலுக்கும் வாய்ப்பு குறைவாக இருக்கிறது. நீங்கள் அறிந்தது போல, ஓர் அமைதியான தீர்வுக்கு இன்னொரு முயற்சியை எடுக்காமல், 38 ஆவது இணை கோட்டை ஐ.நா. படைகள் தாண்டுவதை நாம் எதிர்த்தோம். தென் கொரியாவில் வட கொரியப் படைகள் வீழ்ச்சிக்குப் பிறகு, ஓர் அமைதிவழித் தீர்வுக்கு முயற்சி எடுப்பது மதிப்புக்குரியதாக இருந்தது. அதன் அளவில் இது விரும்பத்தக்கதும் கூட மேலும் போர் பரவுவதற்கான, மற்ற நாடுகள் அதில் ஈடுபடுவதற்கான ஆபத்தும் இருப்பதால், அமைதிவழித் தீர்வுக்கு முன்னுரிமையும் கொடுக்கப்பட வேண்டும். சீனாவில் உள்ள நமது தூதரிடமிருந்து நாம் பெற்ற அறிக்கைகள், புதிய சீனாவை திரும்பத் திரும்ப ஐ.நா. ஏற்க மறுப்பதாலும், சீனாவைத் தாக்க, ஐ.நா. இணங்கி விடும் என்ற அச்சத்தாலும், சீனாவில் ஆத்திரமும், எரிச்சலும் நிறைந்த உணர்வு இருக்கிறது என்று காட்டுகிறது. 38 ஆவது இணை கோட்டை தாண்டுவது என்பது, சீனாவின் தாக்குதலுக்கான திசையில் இன்னொரு நகர்வு என்று சீன அரசுக்குத் தோன்றுகிறது. சீனாவின் மீது தாக்குதல் என்ற

வகையில் அய்க்கிய நாடுகள் சபையோ அல்லது அமெரிக்க அய்க்கிய நாடுகளோ சிந்திக்கின்றன என்று கருதுவதில் எந்த நியாயமும் இல்லை என நான் நம்புகிறேன். ஆனால், சீன அரசாங்கம் இது நடக்கக் கூடிய ஒன்று எனவும், இப்போதோ அல்லது எப்போதோ நடக்கலாம் என்றும் நம்புகிறது என்பதில் சிறிதும் சந்தேகமில்லை. 38 ஆவது இணை கோட்டைத் தாண்டும் எந்தப் படைகளையும் அவர்கள் எதிர்ப்பார்கள் என்று அவர்கள் முற்றிலும் தெளிவாக அறிவித்துள்ளார்கள்.

இதைக் கருத்தில்கொண்டு, நாம், பிரிட்டிஷ் மற்றும் அமெரிக்க அய்க்கிய நாடுகளின் அரசுகளை, போர் பரவும் அபாயம் பெருமளவில் இருப்பதால், ஒரு திடீர் நடவடிக்கையை எடுக்கக் கூடாது என்று வலியுறுத்தி இருக்கிறோம். எந்த ஒரு நிகழ்விலும், அமைதியான வழிமுறைகளின் அணுகுமுறையை முழுவதுமாகப் பயன்படுத்துவது எப்போதும் சிறந்தது. எப்படியிருப்பினும், ஐ.நா., பிரிட்டன் மற்றும் அமெரிக்காவின் வற்புறுத்தலில், 38 ஆவது இணை கோட்டைத் தாண்டுவதற்கு முடிவெடுத்தது. அதன்படி, ஜெனரல் மெக் ஆர்தருக்கு அறிவுரைகளைக் கொடுத்தது. வட கொரியப் படைகள் சரணடைய மறுத்தது மேலும் எதிர்ப்பதை தொடர்ந்து செய்கிறது. தற்போதைய சூழ்நிலைகளில், ஐ.நா.படைகள், வட கொரியர்களைச் சீனாவின் எல்லை நோக்கி விரட்டியடிக்க உறுதி ஏற்றிருக்கிறார்கள். பெரும்பாலும் போர் அதன் பண்பை மாற்றும். அது அதிகமாகக் கெரில்லா போர் முறையில் இருக்கும். எதிர்பார்த்ததை விடவும் இது மிக நீண்டகாலம் தொடரலாம். ஐ.நா.படைகள், சரியாக சீன எல்லை வரை போகாது ஆனால் வட கொரியாவின் தலைநகரைக் கைப்பற்றிய பிறகு, சீன எல்லையிலிருந்து சற்று தூரத்திற்கு அப்பால் நின்றுவிடும் என்பது சாத்தியமானது. இது, சீனாவுடனான போரின் எந்த ஆபத்தையும் தவிர்க்கும். சீனா என்ன செய்திருக்கிறது அல்லது செய்வதற்கு முனைகிறது என்பது குறித்து நமக்கு எந்தச் செய்தியும் இல்லை. சீன துருப்புகள், வட கொரியாவின் எல்லைக்குள் நுழைந்து, அங்கே ஒரு துண்டு பிரதேசத்தை ஆக்கிரமித்திருக்கிறது என்று சில அறிக்கைகள் சொல்கின்றன.

கொரியாவில் குறிக்கோளைப் பொறுத்தவரை, ஐ.நா அறிவித்ததை, நாம் ஏற்றுக் கொள்கிறோம், அதாவது, ஒன்றுபட்ட கொரியாவில், மக்களால் தேர்ந்தெடுக்கப்பட்ட,

ஒரு சுதந்திரமான, சார்பற்ற அரசை நிறுவுவது என்ற அறிவிப்பு. இந்தத் தேர்தல்கள், ஐ.நா.வின் ஆதரவோடு ஏற்பாடு செய்யப்பட வேண்டும் என்பதையும் நாம் ஒத்துக் கொள்கிறோம். ஆனால் இராணுவ நடவடிக்கைகள் எப்போது முடியும் என்று ஒருவரும் அறிய மாட்டார். போர் துவங்குவது எளிது ஆனால் முடிப்பது கடினம். இதற்கிடையில், கொரியாவின் பெரும் பகுதிகள் மக்கள் வாழ முடியாத இடங்களாக மாறியிருக்கின்றன மேலும் பாதிக்கப்பட்டோர் மிகப்பெரும் அளவில் இருக்கிறார்கள். தலைநகரமான சியோல் மாநகரம் அழியும் நிலையில் இருக்கிறது. வட கொரியாவினர் போரில் தோற்கடிக்கப் பட்டார்கள் என்று காட்டப்பட்ட பிறகு, இந்த துயரத்தை தவிர்க்க அல்லது குறைந்த பட்சம் கட்டுப்படுத்தவே, இன்னும் அதிகமான ஓர் அமைதி நிறைந்த அணுகுமுறையை நாம் பரிந்துரைத்தோம். இது தான் சரியான அணுகுமுறை என்று நான் இப்பவும் உணர்கிறேன் மேலும் இது தாமதப்படுவது நீடிக்குமென்றால், புதிய பிரச்சினைகள் இன்னும் அதிகமாக எழும். போர் நடக்கும் போது, தாங்கள் மனித உணர்வுகளையும், மனித எதிர்வினைகளைப் புரியும் மக்கள் திரள்களைக் கையாளுகிறார்கள் என்பது படைகளைக் கட்டுப்பாட்டுக்குள் வைத்திருப்பவர்களால் அடிக்கடி மறக்கப்படுகிறது. சில தொழில் ரீதியான இராணுவங்களுக்கு உட்படும் பழைய பாணி போர்முறை, ஒட்டுமொத்தமாக, முன்கூட்டி சொல்லப்படும் சில முடிவுகளைக் கொண்டுவந்தது. ஆனால் எந்த நாட்டிலும் அல்லது பகுதியிலும் இப்போது, முழு யுத்தம் என்றழைக்கப்படுகிற போர் நடக்கும் போது, எதிர்காலத்தை அழிக்கும் மக்களின் எதிர்வினைகளை நாம் அடைகிறோம்.

வட கொரியர்களின் அட்டூழியங்கள் பற்றிய அறிக்கைகளை நாம் பெற்றோம். தென் கொரியர்களால் நடத்தப்பட்ட அட்டூழியங்கள் பற்றியும் நாம் அறிக்கைகளைப் பெற்றோம். முற்றிலும் இராணுவ ரீதியான பாதிப்புகள் நீங்கலாக, பல இலட்சக்கணக்கான அப்பாவி மக்கள் படுகொலை செய்யப்பட்டார்கள். மனிதாபிமானப் பார்வையில், கொரியாவில் நடந்து கொண்டிருப்பவை மிகவும் மோசமானது; அது, உலகப் போர் வந்தால், பூமிப்பரப்பின் பெரும் பகுதிகள் மீது என்ன நடக்கும் என்பதை பல மடங்குகள் பெருக்கியவாறு,

நமக்கு ஓர் எடுத்துக் காட்டை தர உதவியிருக்கும். இரண்டு மாபெரும் அண்டை நாடுகளின் - சீனா மற்றும் சோவியத் ஒன்றியத்தின் - ஒப்புதல் இல்லாமல், கொரியா அல்லது தூரக் கிழக்கின் பிரச்சினை பொதுவாக தீர்க்கப்பட முடியாது என்பது மற்றெதுவும் போல் மிகவும் தெளிவாக எனக்குத் தெரிகிறது. ஆகவேதான் அவர்களை ஐ.நா.வில் இணைக்க வேண்டும் என்பது நமது ஆசை. ஐ.நா. முன் U.S.A அல்லது U.K. குழுவினரால் சில தீர்மானங்கள் கொண்டுவரப்படும் போது, நாம் வாக்கெடுப்பை எதிர்த்திருக்கிறோம் அல்லது அதிலிருந்து விலகி நின்றிருக்கிறோம். இந்தத் தீர்மானங்களின் அணுகுமுறை சிறந்த ஒன்று அல்ல. அது அமைதிக்கு இட்டுச் செல்லாது ஆனால் எதிர்கால போர்களுக்கான மேலும் ஒரு தயாரிப்புக்கு இட்டுச்செல்லும் என்று நமக்குத் தோன்றுகிறது. அய்க்கிய நாடுகள் அமைப்பு, நாடுகளின் ஒரு குழுவாக மட்டுமே, அவர்கள் பலராக இருப்பினும், இன்னொரு குழுவுக்கு எதிராக ஒன்றாக அணி சேர்வதாக ஆகிவிடக் கூடாது என்றும் நாம் உணர்ந்திருக்கிறோம். ஐ.நா.வின் ஒட்டுமொத்தக் குறிக்கோளும், அனைத்து நாடுகளையும், ஒருவரோடு ஒருவர் வேறுபட்டிருந்தாலும், உள்ளடக்க வேண்டும் என்பதே. நமது நடவடிக்கை மீது, அதை பாராட்டுபவர்கள் பலர் அங்கே இருந்தபோதும், அய்க்கிய நாடுகளில் பெரும் விமர்சனம் இருக்கிறது. நாம் மேற்கொண்ட பாதை, உலகப் பார்வையிலிருந்து, சரியான ஒன்று என்பது மட்டுமல்ல, இந்தியாவின் பார்வையிலிருந்து, அது நன்மை தரக் கூடிய ஒன்றுமாகும் என்று நான் திருப்தி அடைகிறேன். பல்வேறு விதமான வளர்ச்சிப் போக்குகள் மற்றும் அவற்றின் மீதான நமது சொந்த எதிர்வினைகள் காரணமாக, அகில உலக விவகாரங்களில், இந்தியா முன்னணிக்குத் தள்ளப் பட்டிருக்கிறது மேலும் ஒரு பெரும் பொறுப்பு அதன் மீது விழுந்திருக்கிறது. நாம் நமது பல இலட்சியங்களுக்கு உண்மையாக இருப்போம். அவைகளை, அச்சம் அல்லது நமது பெரும் நன்மைகளை விலையாக்கி கிடைக்கும் சில கணநேர ஆதாயத்திற்காக, பண்டம் மாற்று செய்ய மாட்டோம் என்று ஆழமாகவும், உண்மையாகவும் நம்புகிறேன். பொதுமக்கள் ஞாபகம், இன்னும் சிறப்பாக இந்தியாவைக் குறித்து மற்ற நாடுகளில், குறுகியது, மேலும் தெளிவான சிந்தனைக்குக் குறுக்கே வருமாறு உணர்வுகள் தூண்டப்படுகிறது.

1950 நவம்பர் 1ஆம் தேதியிட்ட ஒரு கடிதத்திலிருந்து

இந்தியாவைப் பொறுத்தவரை, கடந்த இரு வாரங்களின் போது அயல்துறை விவகாரங்களில், திபெத்தில் நடக்கின்றவை மிகமிக முக்கியமான நிகழ்வுகள். கடந்த ஜூலையிலிருந்து திபெத்திய எல்லையில், சீனத் துருப்புக்களின் நடமாட்டங்கள் பற்றிய திரும்பத்திரும்ப வதந்திகள் வந்த வண்ணம் இருக்கின்றன. இது, பிரச்சினையைத் தீர்ப்பதற்கு அமைதிவழிப் பேச்சுவார்த்தைக்கான விருப்பம் பற்றி, பீகிங்கில் உள்ள நமது தூதர் கவனத்தையும் மற்றும் அவர் மூலமாக சீன அரசின் கவனத்தையும் ஈர்ப்பதற்கு நம்மை இட்டுச் சென்றது. இந்த எல்லைப்புற நடமாட்டங்கள் பற்றி ஒரு துல்லியமான தகவலும் இல்லை. பெரும்பாலும் அவைகள் மறுக்கப்படுகின்றன அல்லது எல்லைக்கு மறுபுறம் உள்ள நடமாட்டங்கள் என்று விளக்கப்படுகின்றன. சீனா, ஓர் ஒப்பந்தம் மூலம் பாதுகாப்புப் படைத் தொகுதிகளை வைத்துக் கொள்வதற்கான உரிமையைப் பெற்றிருந்த, அதன் மேற்கு மாகாணங்களில் ஒன்றின் பகுதியாக சீனா கருதுகின்ற, ஓர் இடைப்பட்ட பகுதி, சீனாவுக்கும், திபெத்துக்கும் இடையில் இருக்கிறது. இவைகளில் பல நடமாட்டங்கள் இந்த இடைப்பட்ட பகுதியில் இருப்பதாகத் தோன்றுகிறது. திபெத்தில் தகவல் தொடர்புகள் கடினமாக இருக்கின்றன. செய்தி மெதுவாகப் போகிறது. அதனால், என்ன நடந்து கொண்டிருந்தன என்று அறிவது எளிதானதல்ல.

நமது பங்கிற்கு, நாம் இந்த விஷயம் குறித்து சீன அரசின் கவனத்தை திரும்பத்திரும்ப ஈர்த்து வந்தோம். அமைதியான முறைகளைச் சார்ந்திருக்க அவர்களை வலியுறுத்தினோம். அமைதியான பேச்சுவார்த்தைகளுக்கு தாங்கள் தயாராக இருப்பதாகவும், திபெத் பிரதிநிதிகள் இந்தப் பிரச்சினைக்காக அவர்களிடம் செல்ல வேண்டும் என்றும் பதில் அளித்தார்கள். அதே வேளையில், திபெத்தின் விடுதலைக்காக இராணுவம் தயாராகிக் கொண்டிருப்பது பற்றி அறிக்கைகள் தயாரிக்கப் பட்டன. கடந்த ஆகஸ்ட் துவக்கத்திலேயே இது வெளிப்படையாக அறிவிக்கப்பட்டது. நமது நட்பு அடிப்படையிலான அறிவுரை மற்றும் அகில உலக சூழ்நிலையின் பார்வையில், திபெத்துக்கு எதிரான இராணுவ நடவடிக்கைகள் தவிர்க்கப்படும் என்று நாம் நம்பினோம். பீகிங்கிற்குப் போவதற்கு நாம் திபெத்திய பிரதிநிதிகளை

அறிவுறுத்தினோம், மேலும் சிறிது தயக்கத்திற்குப் பிறகு, அவர்கள் அவ்வாறு போவதற்கு சம்மதித்தார்கள்.

சீன அரசு, திபெத்துக்கு எதிரான இராணுவ நடவடிக்கைகளை முறையாக அறிவித்து விட்டது என்ற செய்தி நமக்கு வந்தபோது, நாம் வியப்பும் துயரமும் அடைந்தோம். உடனடியாக நாம் ஒரு கண்டனக் குறிப்பை சீன அரசுக்கு அனுப்பியதோடு, இந்த நடவடிக்கைகளைத் தொடரவேண்டாம் என்றும், திபெத்திய சார்பாளர்களுக்காகக் காத்திருக்கவும் வேண்டுகோள் விடுத்தோம். அவர்களின் பதில் சுருக்கமாக இருந்தது. சீனாவின் ஒருங்கிணைந்த ஒரு பகுதி என்பதன் மேல் அழுத்தம் கொடுத்தது இவ்வாறாக அது ஒரு உள்நாட்டு விவகாரம் என்றது. அவர்கள் கருத்துப்படி, இந்த உள்நாட்டு விவகாரத்தில் தலையிட எந்த வெளி நாட்டிற்கும் உரிமை இல்லை. அவர்கள் இப்பவும் அமைதிப் பேச்சு வார்த்தைகளுக்கான விருப்பத்தை வெளிப்படுத்தினார்கள், ஆனால் முன்னேறும் துருப்புக்களைத் தடுத்து நிறுத்துவது பற்றி ஏதும் சொல்லவில்லை. இந்தப் பிரச்சினை மீது நாம் மீண்டும் அவர்களுக்கு எழுதியிருக்கிறோம். இந்தக் கடிதத்தை நீங்கள் பெறுவதற்கு முன், நமது கடிதப் போக்குவரத்து செய்திகள் வெளியிடப்படும்.

சீன அரசின் இந்த செயல், நம்மைக் கணிசமான அளவு மனம் புண்படச் செய்து விட்டது மேலும் இந்தப் பிரச்சினை மீதான நமது நீண்ட கடிதத்தொடர்பின் கண்ணோட்டத்தில், ஓர் அவமரியாதையான செயல் என்று நமக்குத் தோன்றுகிறது. அது அடிப்படையில் ஒரு தவறான செயலாகவும், உலகில் நிலவும் பதட்டங்களை நன்கு அதிகரிக்கச் செய்யும் செயலாகவும் நமக்குத் தெரிகிறது. அமைதியான தீர்வுக்கு ஒரு வழி இருக்கையில், அச்சுறுத்தலையும், ஆயுதப் படைகளையும் பயன்படுத்துவது எப்போதும் தவறாகும். வெளிப்படையாக, சீனாவுக்குப் போதுமான எதிர்ப்பை அளிக்க முடியாத, அதற்கு தீங்கை இழைக்க முடியாத நிலையில் இருக்கும் திபெத் போன்ற ஒரு நாட்டிற்கு எதிராக அவ்வாறு செய்வது, இந்த நடத்தையின் தவறை மேலும் அதிகரிக்கச் செய்வது போல நமக்குத் தெரிகிறது. அகில உலகப் பார்வையிலிருந்தும், சீனாவின் சொந்த நலன்களுக்கு எதிராக எதிர்ப்பைக் காட்ட வேண்டியதும் அவசியமாகிறது. பிறகு அது ஏன் அதைச் செய்ய வேண்டும்? இதை நான் அனுமானிக்க வேண்டியதில்லை, ஆனால், தூரக்

கிழக்கில், போருக்கான சூழ்நிலை அதிகரித்திருப்பதாலும், திரும்பத்திரும்ப மஞ்சூரிய நகரங்களின் மீதான குண்டு வீச்சு சம்பவங்களாலும், சீன அரசு, அவர்களுடைய எதிரிகளின் போர் மூலம் அவர்கள் அச்சுறுத்தப் படுகின்றனர் என்று நம்பியது. அந்த உண்மையான அல்லது கற்பனையான எதிரிகளுக்கு எதிராக, நிறைந்த அச்சத்தாலும், ஐயுறலாலும் மற்றும் அதிருப்தியாலும், ஆத்திரம் எழுந்தது, மேலும் கூடுமானவரை, ஒரு கொள்கை மாற்றத்திற்கு அல்லது நீண்ட காலம் எடுத்துக் கொண்டு வருவதை விரைவுபடுத்துவதற்கு இது இட்டுச் சென்றது.

காரணம் என்னவாக இருப்பினும், அவர்களுடைய நோக்கம் என்னவாக இருப்பினும், நமது கருத்துப்படி, சீன அரசு தவறாக மட்டுமல்ல, முட்டாள்தனமாகவும் செயல்பட்டுள்ளது, மேலும் அதற்கும், குறிப்பிட்ட அளவுக்கு நமக்கும், உலக சமாதானத்தின் நோக்கத்திற்கும் தீங்கு செய்துள்ளது என்று நான் கருதுகிறேன். நீங்கள் அறிந்தது போல, புதிய சீனாவுடன் நட்புடன் இருக்க தொடர்ந்து நாம் முயற்சி செய்தோம். அதன் நலன்களுக்காக அய்க்கிய நாடுகள் சபையிலும், மற்ற இடங்களிலும் தொடர்ந்து போராடினோம். இவ்வாறான, புதிய நிகழ்வுப் போக்குகள், நமது நட்பு அடிப்படையிலான உறவுகளை அவசியம் பாதிப்படையச் செய்யும். நமது பொதுவான கொள்கையையும், அத்துடன் உலகச் சூழ்நிலை பற்றிய நமது முடிவையும், அவை சில கொள்கைகளின் அடிப்படையிலானவை என்பதால், நாம் மாற்ற முனையவில்லை. எந்த வகையிலும் சீனாவுக்கு தீங்கு விளைவிக்கவும் விரும்பவில்லை, ஆனால் எதிர்காலத்தில் நாம் எடுத்து வைக்கும் ஒவ்வொரு அடியையும் கவனமாகப் பரிசீலிக்க வேண்டும்.

1950 நவம்பர் 17ஆம் தேதியிட்ட ஒரு கடிதத்திலிருந்து

சமீபத்திய சம்பவங்கள், உலகில் அதிகாரச் சமநிலையில் ஒரு பெரும் வேறுபாட்டை உருவாக்கியுள்ளது. ஒரு வலிமை வாய்ந்த, மைய அதிகாரத்திற்குட்பட்ட சீனாவின் எழுச்சி, ஒரு மிக மிக முக்கியமான காரணியாக இருக்கிறது. இது அமைதிக்கு அல்லது போருக்கு ஆதரவாக இருக்கப் போகிறதா என்பதில் கருத்துக்கள் வேறுபடுகின்றன. ஆனால் அதன் எழுச்சி பற்றிய உண்மை போதுமான அளவுக்கு வெளிப்படையாக இருக்கிறது.

இவ்வாறு பழைய சமநிலை என்பது நிலைகுலைந்து விட்டது என்பதில் யாரும் சந்தேகம் கொள்ள முடியாது. சிக்கல் நிறைந்த இந்த நாட்களில், உலக விவகாரங்களில் முக்கியத்துவம் அடைவது சாதகமான ஒன்றல்ல. சீனா ஒரு வல்லரசாகவும், சோவியத்துகளுக்கு நட்பு நாடாகவும் வெளியே வருமானால், முந்தைய கணக்கீடுகள் அனைத்தும் மறு பரிசீலனைக்குட்படுத்த வேண்டியதாகும். இந்தியாவில் நமக்கும், ஆசியாவில் மற்ற நாடுகளுக்கும் இது ஒரு குறிப்பிட்ட முக்கியத்துவத்தைக் கொண்டது. கம்யூனிஸ்ட்டுகளின் தலைமையிலான ஒரு மாபெரும் நாடு, ஆசியாவில் ஒரு முக்கியமான பங்கை வகிக்கும் என்ற உண்மையால், இந்த முக்கியத்துவம் வருகிறது. கம்யூனிசத்திற்கு நட்புடனான சக்திகள் இதனால் தங்கள் வலிமையில் பெரும் பிடிப்பை பெற்றனர். ஆனால், இந்தச் சூழ்நிலைகளில், மற்றவற்றைப் போல, அடிக்கடி கம்யூனிசத்தை மேற்கோள் காட்டுவது, மற்ற நீண்ட காலக் காரணிகளை நாம் பார்க்கத் தவறுமாறு செய்துவிடும். இவைகளில், இந்தியாவிற்கு முக்கியமானவைகளில் ஒன்று, இந்திய எல்லை பற்றிய சீன அரசின் அணுகுமுறை என்பதாகும். ஆசியாவில், சோவியத் எல்லைகளுக்கு அப்பால், இந்தியாவும், சீனாவும் மிகமிகப் பெரிய, ஆற்றல் வளம் மிக்க நாடுகள். கடந்த காலத்தில் இவை இரண்டும் மிகப் பெரிய பங்கை ஆற்றியுள்ளன. அவற்றின் அண்டை நாடுகளில் தாக்கத்தை ஏற்படுத்தி உள்ளன. ஒன்றின் தாக்கம், மற்றொன்றின் தாக்கத்தை அதிகமான தளங்களில் ஒத்திருந்தன ஆனாலும் அவர்களுக்கிடையே அடிப்படையில் மோதல் ஏதும் இல்லை. இந்தப் பெரும் நாடுகளும் தங்களைப் பொறுத்து ஓர் உலகமாக இருந்தது, மேலும் அவ்வப்போது, பெரும் அளவிலான பிரச்சினைகள் இருந்தாலும், சில படையெடுப்பாளர்கள் குறுக்கே வந்த வேளை தவிர, அவைகள் பெரும்பாலும் அவற்றின் எல்லைகளுக்கு உட்பட்டே இருந்தன. அப்படி இருந்தும், இரு நாடுகளும் அந்தப் படையெடுப்பாளர்களை உட்கிரகித்து, இந்திய அல்லது சீன மனிதநேயக் கடலுக்குள் அவர்களை மூழ்கச் செய்யக்கூடிய அளவுக்கு பிரம்மாண்டமான திறமையைப் பெற்றிருந்தன. இந்த இரு நாடுகளின் தன்மயமாக்கும் ஆற்றல் பிரம்மாண்டமானது. ஒருவரோடொருவர் மோதும் சூழ்நிலை வந்ததில்லை, அவர்களின் நலன்கள் முரண்பட்டால், ஒவ்வொருவரையும் கலாசார அல்லது மற்ற வகைகளில்

அவை எவ்வாறு பாதித்தது என்பதற்கான உண்மையான சோதனை என்றும் வந்ததில்லை. தென் கிழக்கு ஆசியாவில், அவர்கள் இருவரும் செயல்பட்டு தங்கள் தாக்கத்தின் நிரந்தர அடையாளங்களை விட்டுச் சென்றனர். இருப்பினும், அந்தக் கலாசாரம் மற்றும் வேறெந்தத் தாக்கங்களுக்கு இடையேயான மோதல் பற்றிய எந்த ஒரு ஆதாரமும் இல்லை. தென் கிழக்கு ஆசியாவின் ஒவ்வொரு நாட்டிலும் வெவ்வேறு அளவுகளில் தங்களுக்குள் தகவமைத்துக் கொள்ளும் நடைமுறை இருந்தது. அங்கே ஒரு சில சிறு மோதல்கள் இருந்தாலும், இந்த நீண்ட நெடிய வரலாற்றுக் காலத்தின் போது இந்தியாவும், சீனாவும் உண்மையில் போரில் ஈடுபட்டதில்லை என்பது கவனிக்கவும், நினைவிற்கொள்ளவும் வேண்டிய ஓர் உண்மையாகும். ஒருவகையில், உண்மையில், அவற்றிற்கு இடையே இருந்த தூரம் ஒரு காரணம் ஏனெனில், அவற்றின் எல்லைகள் ஒன்றையொன்று தொட்டவாறு இருந்தாலும், இன்னும் வெகு தூரத்திலேயே அவர்கள் இருந்தார்கள், மேலும் இமாலயத் தடுப்பு அரண் இடையே இருந்தது. ஆனால் அதைவிட மேலான ஒன்று அதற்கு இருந்தது. மிக இளமையான, வளர்ச்சி குறைந்த மக்களை கருணையோடு பார்ப்பது போல மற்றவர்களைப் பார்த்த வண்ணம், ஒட்டுமொத்தமாக, இருவரும் அவர்களின் பாரம்பரியத்தால் பெருமையுற்றும் மேலும் அதில் திருப்தியும் அடைந்த அமைதியான நாடுகள்... திபெத்தின் நிகழ்வுப் போக்குகள், ஓரளவுக்கு மக்களை எதிர்பாராதவிதமாக, இந்தியாவுடன், சீனா நீண்டதொரு பொதுவான எல்லைக் கோட்டைக் கொண்டிருக்க வேண்டும் என்று உணரச் செய்தன, மேலும் இந்தப் புதிய சீனா, பழையதினின்றும் பெரும்பாலும் மிகவும் வேறுபட்டதாக இருந்தது. அத்துடன், இமாலயத் தடுப்பு அரணும் வழக்கமாக அது இருப்பதைப் போல முற்றிலும் அதிக விளைவை ஏற்படுத்துவதாக இல்லை. சீனா, அதன் புதிதாய் உருவான வலிமை மற்றும் முனைப்புடன் மேலும் ஓர் உறுதியான முரட்டுத்தனத்துடன், சரியாக இந்தியாவின் எல்லைகள் வரை வரும் வேளை என்ன நடக்கும்? இரண்டிற்கும் இடையே அமைதி இருக்குமா அல்லது பதட்டமும், மோதலும் வருமா? கம்யூனிசத்திற்கு அப்பாலும், இந்தப் புதிய கேள்வி எதிர்காலத்தில் நம்மை எதிர்நோக்கியது. கூடுதலாக, கம்யூனிசம் என்பது அதன் முக்கியத்துவத்தை அதிகப்படுத்தியது, ஏனெனில் மக்களில் பலரும், ஆயுதம் தாங்கிய ஆட்களின்

தாக்குதலை விடவும் அதிகமாகக் கம்யூனிசக் கருத்துக்களின் ஊடுருவலுக்கு அஞ்சினர்...

சீனாவுடன் நமது தற்போதைய அல்லது எதிர்கால உறவுகள் எப்படியிருந்த போதிலும், சீனாவை நாம் புரிந்துகொள்ள வேண்டும் என்பது தான் மிகவும் முக்கியமானது. ஏறத்தாழ நாற்பது ஆண்டுகளாக இடைவிடாமல் நடத்திய போராட்டத்தாலும், போரினாலும் விளைந்த ஒன்றை அங்கே நாம் பார்க்கிறோம். இந்தப் போர்கள் சீனாவை பெரிய அளவிற்கு அழித்து விட்டது. ஆனாலும் அவைகள் அதை புதிதாகவும் வார்த்திருக்கின்றன, அவற்றிலிருந்து கடுமையானதும், உறுதியானதுமான ஒன்று வெளிவந்துள்ளது. இந்த ஏதோ ஒன்று, அதன் அடிப்படையான சீனப்பண்பை இழந்து விட்டதா அல்லது காலம் காலமாக சீனாவும், சீன மக்களும் புகழுடன் இருக்கக் காரணமான அந்த தேசியத் தனித்தன்மை, இன்னும் தொடர்கிறதா? எந்த ஒரு நிகழ்விலும், இந்தக் கலவை எதைப் போல் இருந்தது? ஆசியாவின் விதி மற்றும் உலகின் விதியும் கூட அதனால் பலமாகப் பாதிக்கப்பட இருந்தது. அதை விரும்புவதும் அல்லது வெறுப்பதும் போதுமானதாக இருக்காது. உணர்ந்து கொள்ளவும், புரிந்து கொள்ளவுமான ஓர் உண்மை அது. இந்தத் தெளிவான உண்மையால், இந்தப் புதிய அரசை அங்கீகரிப்பது தான் சரியான வழி என்று நாம் உணர்ந்தோம். ஆனால் அங்கீகாரத்தை விட இன்னும் அதிகமாக ஏதோ ஒன்று அவசியமாக இருந்தது; அதை நாம் புரிந்து கொள்ள வேண்டியதாயிற்று... விஷயங்களின் இந்த புதிய வடிவில், இயலும் என்றால், நட்பு அடிப்படையிலான உறவுகளை மேற்கொள்வது இந்தியாவுக்கும், சீனாவுக்கும் முக்கியமானது. நீண்ட கால ஓட்டத்தில், வேறெந்த ஒன்றும் நமது இரு நாடுகளுக்கு மட்டுமின்றி, ஒட்டுமொத்த ஆசியாவிற்கும் மோசமானதாகவே இருக்கும். இப்போதுள்ள பிரச்சினைகளின் சூழ்நிலையில், இரு நாடுகளும் நட்பு அடிப்படையிலான உறவுகளை மேற்கொள்வது சாத்தியமான ஒன்றா என்பது தெளிவாக இல்லை. ஆனால், தற்போதைய மற்றும் எதிர்கால நலன்களுக்காக, முயற்சி செய்யப்பட வேண்டும். ஒருவரோடு மற்றவரின் எந்தத் தலையீட்டையும் அது மேற்கொள்ளாது. பரந்த சகிப்புத்தன்மை மற்றும் புரிந்துகொள்ளல் என்ற

உணர்வாலும், நம் சம்பந்தப்பட்ட நாடுகளின் அத்துடன் மனிதாபிமானத்தின் பரந்த அளவிலான நலன்கள் அதைக் கோருகின்றன என்ற நம்பிக்கையாலும் மட்டுமே அது மேற்கொள்ளப்பட முடியும்...

கொரியப் போர் புதிய சிக்கல்களைக் கொண்டு வந்தது. இந்த இரு நாடுகளும், கடினமான கேள்விகளுக்கு அன்றாடம், பதில்களைத் தர வேண்டி வந்தது. நாம் அதை, ஆக்கிரமிப்பு மற்றும் உலக அமைதி என்ற பரந்த அடிப்படையில் எண்ணிப்பார்த்தோம்; சீனா மிக நெருக்கமாகப் பாதிக்கப்பட்டது ஏனெனில், அந்தப் போராட்டம் அதன் சொந்தச் சகோதரர்களுக்கு இடையேயானது. அந்தப் போர், அதன் சொந்த சுதந்திரத்தின் மீதான ஒரு தாக்குதலுக்கான சாத்தியமான முன்னுரை என்று அதற்குத் தோன்றியது. இருவரும் ஒரே அரசியல் பள்ளியிலிருந்து வெளி வந்தவர்கள் என்பதால் அதன் அனுதாபங்கள் முழுக்கமுழுக்க வட கொரியர்களோடு இருந்தன. ஆயினும், மோதல் பரவாது என்று நம்பப்பட்டது, மேலும் ஒட்டு மொத்தமாக, சீனா அமைதியாக இருந்தது. மாறாக, வட கொரியப் படைகளின் சரிவு, நிலைமையைத் திடீரென மாற்றியது, மேலும் உடனடியாக, 38 ஆவது இணைகோட்டைத் தாண்டுவது பற்றிய பிரச்சினை எழுந்தது. கண்ணுக்குத் தெரியாத, செயற்கையான இந்தக் கோடு ஓர் அடையாளமாக ஆகியது. சீனா, இந்தக் கோடு தாண்டப்படுவதற்கான சாத்தியப்பாட்டிற்கு கடுமையாக எதிர்ப்பை தெரிவித்தது. அந்த நேரத்தில் அது என்ன சொன்னதோ, அது பற்றி எந்தச் சந்தேகமும் இருக்க முடியாது. அதன் சொந்த பாதுகாப்பு அச்சுறுத்தப்படுகிறது என்று அது உணர்ந்தது. அதன் தெளிவான, வெளிப்படையான செய்திகளை நாம் வரப்பெற்றோம் மேலும் அவற்றை மற்ற மாபெரும் அரசுகளுக்கு அனுப்பி வைத்தோம். பிரச்சினையின் சரியானவை மற்றும் தவறானவைகளுக்கு அப்பால், உலகப்போர் அந்தரத்தில் தொங்கிக் கொண்டிருந்தது என்பதால், எதையும் துணிந்து செய்ய முடியாத சூழ்நிலை இருந்தது. இருப்பினும், ஆபத்தான செயல்கள் செய்யப்பட்டன. இவை அனைத்தும் ஏமாற்று வேலை என்று சொல்லப்பட்டது. மேற்கத்திய உலகில் இந்தியா எண்ணற்ற விமர்சகர்களைக் கொண்டிருந்தது மேலும் ஒரு சில அச்சுறுத்தல்களால் எளிதாக ஏமாற்றப்படக் கூடிய அளவுக்கு, அரசியல் கலையில்

சாதாரணமானவர்களாகவும், அனுபவமற்றவர்களாகவும் நாம் கருதப்பட்டோம். இப்போது, இன்று அது ஏமாற்று வேலை அல்லது ஒரு போர் என்பதை விட மேலான ஒன்று என்று உலகம் அதைப் பார்க்கிறது. அத்துடன் ஒரு புதிய, மிகமிகக் கடினமான நிலைமை எழுந்துள்ளது.

வட கொரியாவில் இவை அனைத்தும் நடந்து கொண்டிருக்கும் வேளையில், திபெத் முக்கியத்துவம் பெற்று விட்டது. சீனப் படைகள் அதன் உள்ளே புகுந்து விட்டது. நாம் அதை வியப்புடனும், அதிருப்தியோடும் அறிந்து கொண்டோம். இந்தப் பிரச்சினை பற்றி அனைத்தையும் நாம் அவர்களுக்குச் சொல்லி, அவர்கள் நமக்குச் சொன்ன பிறகும், சீன அரசுத் தரப்பில் இந்த நடவடிக்கை எடுத்தது முற்றிலும் சரியானதல்ல என்று நமக்குத் தோன்றுகிறது. இது நமக்கு முழுவதும் நியாயமற்றதாகத் தோன்றுகிறது, ஏனெனில், திபெத், சீனாவுக்கு ஆபத்தான ஒன்றாக இருக்க முடியாது மேலும் திபெத், அமைதியான பேச்சுவார்த்தைகளுக்கு விருப்பமுடையதாக இருந்தது. மேலும் இந்த சிறு பொறி, பெரு நெருப்பாகப் பரவும் உடனடி ஆபத்தும் அங்கே இருந்தது. இந்தியா மீதான சீனாவின் உண்மையான அணுகுமுறை என்ன என்பது குறித்து நாம் வியப்புற்றோம். வேண்டுமென்றே நமது விருப்பங்களைப் புறக்கணிப்பதற்காக இந்தியாவின் நட்புறவு பற்றி கொஞ்சமும் கவலைப்படவில்லையா? எந்த பின்விளைவுகளுக்கும் கவலைப்படாதது போல, உண்மையில், ஒரு முரட்டுத்தனமான உத்திக்கான மன நிலையில் அது இருக்கிறதா? மக்கள் மன நிலையைச் சிக்கல் நிறைந்த தருணங்களில், அவர்களின் சொந்தப் பாதுகாப்பு அச்சுறுத்தப்படுவதாக அஞ்சும்போது, உட்புகுந்து பார்ப்பது கடினமானது. ஆனால், அதை எந்தக் கண்ணோட்டத்தில் பார்த்தாலும், திபெத் மீதான இந்தப் படையெடுப்பு தவறானதும் முட்டாள்தனமானதும் ஆகும். இயல்பாகவே, இந்தியா அதன்மீது ஆத்திரம் கொண்டது. மேலும் நட்புறவுக்கான நமது சமீபத்திய முயற்சிகளின் மீது ஓர் அடி விழுந்துள்ளது. அந்த ஆத்திர உணர்வு இன்னும் இருக்கிறது. அத்துடன் ஒரு குறிப்பிட்ட அச்சமும் சேர்ந்துள்ளது. நமது எல்லைகளுக்கு சமீபத்திய ஆபத்து இருக்கிறது என்று நான் கருதவில்லை. எந்த நிகழ்விலும், பயப்படத்தக்க அளவு நாம் வலிமை குன்றியும் இல்லை. ஆயினும், நாம் அதிகமாக

எல்லைப்புற தன்னுணர்வு மிக்கவர்களாய் ஆக வேண்டும். நம் நாட்டிற்கு வந்து சேரும் மலைக் கணவாய்களைக் காக்க அறிவுப்பூர்வமான அனைத்து நடவடிக்கைகளையும் எடுக்க வேண்டும். ஆனால், இந்த விஷயம் குறித்து மக்கள் மனக்குழப்பம் அடையவும் அல்லது உணர்வு வயப்படவும் கூட எந்தக் காரணமும் இல்லை.

திபெத்தைப் பொறுத்து, அது தன் சுயாட்சியைத் தக்க வைத்துக் கொள்ளும் என்ற நம்பிக்கை இன்னும் நமக்கு இருக்கிறது மேலும் நாம், இராஜதந்திர (Diplomatic means) வழிகளில் அதற்காகப் பாடுபடுவோம். மிகச்சிறந்த வழிகள் வேறெதுவுமில்லை. நமது எல்லை, அதாவது மக்மகான் எல்லைக்கோட்டைப்² பொறுத்தவரை, நாம் உறுதியாக இருக்கிறோம் மேலும் அதன் எந்த வகையான மீறலையும், நாம் பொறுத்துக் கொள்ளப் போவதில்லை. லாசாவில் நமது பணி மற்றும் வேறெங்குமான நம் வணிக மையங்கள் போன்ற மற்ற பிரச்சினைகள், சூழ்நிலைகளைச் சார்ந்திருக்கும். அவற்றின் மீதாக போருக்கு நாம் போகப் போவதில்லை.

வரலாற்றுக் கண்ணோட்டத்தில் மீண்டும் பார்க்கையில், சீனாவும், இந்தியாவும் அதிக நட்புறவு கொள்வதைத் தடுப்பதில் மேற்கத்திய நாடுகளுக்கான ஆர்வம் இருக்கிறது என்பது புரியும். வியக்கத்தக்க வகையில், இந்த நட்புறவு சோவியத் ஒன்றியத்திற்கும் பிடித்தமானதல்ல என்று நான் கருதுகிறேன். ஆகவே நமது உறவுகளைச் சீர்குலைக்கும் எதற்கும், உறுதியான ஓர் ஊக்கம் இந்த நாடுகளால் தரப்படுகிறது. திபெத், கொரியா இரண்டிலும், ஒரு கடினமான, இக்கட்டான நிலைமையை நாம் சந்திக்க வேண்டும். ஓரளவுக்கு தனித்தக் கொள்கையைப் பின்பற்றுவதாலும், தகுதிகள் அடிப்படையில் ஒவ்வொரு பிரச்சினையின் மீது முடிவு செய்வதாலும், அடிக்கடி நாம் பொதுவெளியில் அறிவிப்பது போன்று, அவ்வாறு செய்ய வேண்டி உள்ளது. அய்யமின்றி, திபெத்தில் நடைபெறும் நிகழ்ச்சிகள், நமது கொள்கைக்கு ஓர் அடியாக இருந்தாலும், அதையே தொடர்ந்து பின்பற்றுவோம்.

---

2 1914இல் சிம்லாவில், இந்தியா, திபெத் மற்றும் சீனாவுக்கு இடையே, இந்தியாவிற்கும், திபெத்துக்கும் இடையிலான சுமார் 850 மைல்கள் கொண்ட முக்கியமான எல்லை முறைப்படுத்தப்பட்டது. அது, இந்திய அரசின் பிரதிநிதி, சர். ஹென்றி மக்மகான் (1862–1949) பெயரில், மக்மகான் எல்லைக்கோடு என்று அறியப்பட்டது.

1951 ஆகஸ்ட் 31ஆம் தேதியிட்ட ஒரு கடிதத்திலிருந்து

ஒப்பந்தத்தில் (சான் ஃப்ரான்சிஸ்கோவில் கையெழுத்திடப்பட்ட, ஜப்பானுடனான அமைதி ஒப்பந்தம்), இந்தியா கையெழுத்திடாதது, ஒரு புதுமையான, பெரும் தாக்கத்தை ஏற்படுத்தும் முக்கியத்துவம் வாய்ந்தது. இந்த உண்மையால், நமது முடிவின் மீது, கணிசமான எரிச்சல், அய்க்கிய நாடுகளில் (USA) நிர்வாக வட்டாரங்களில், ஏற்படக் காரணமானது. உண்மையில், அமெரிக்க அரசின் பதில், அரசுகளுக்கு இடையிலான கடிதப் போக்குவரத்தில் வழக்கத்தில் இல்லாத ஒரு பாணியிலான மொழியில் இருந்தது.[3] ஓரளவு நாம் அதன் மீது எரிச்சலுற்றோம் என்பதை நான் ஒத்துக் கொள்கிறேன், ஆனால் மிகுந்த யோசனைக்குப் பிறகு, நமது பதிலில், கடுமையான மொழியைப் பயன்படுத்தக் கூடாது என்று முடிவு செய்தோம்[4]...

நமது பொதுவான கொள்கை, எந்தக் குழு அல்லது நாட்டுக்குப் பக்கமும் நிற்கவோ அல்லது எதிர்க்க வேண்டும் என்பதற்காக எந்தக் குழுவை அல்லது நாட்டை எதிர்க்கவோ நோக்கம் கொண்டதில்லை. இடர்ப்பாடுகள் மற்றும் தவறான புரிதல்கள் இருப்பினும், போட்டி நாடுகளுடன், நட்பு அடிப்படையிலான

---

3 ஜப்பானுடன் தனியாக ஓர் அமைதி ஒப்பந்தத்தை ஏற்படுத்த வேண்டும் என்ற இந்தியாவின் முடிவுக்கு வருத்தம் தெரிவித்தவாறு அமெரிக்க அய்க்கிய நாடுகள், 'ஒவ்வொருவரும், மற்றவரிடம் இருப்பதாக ஒவ்வொருவருக்கும் தோன்றும் குறைபாடுகளை ஒத்துக்கொள்ள விரும்பினாலன்றி, அமைதிக்கான ஒன்றுபட்ட நடவடிக்கை இருக்க முடியாது' என்று அதன் ஆகஸ்ட் 26ஆம் தேதிய குறிப்பில் கூறியது. உண்மையில் உடன்பாடு, ஜப்பானால் ஏற்றுக்கொள்ளப்படும் வேளையில், சுதந்திர நாடுகளின் அமைப்புக்கு மத்தியில், இந்த உடன்பாடு, ஜப்பானுக்கு, பெருமையையும், சமத்துவத்தையும் திரும்ப மீட்டுத்தர இயலாததாக இருக்கிறது என்று இந்தியா கருதுகிறது என்பதில் அது வியப்பைக் காட்டியது. தைவான் மீதான இந்திய அரசாங்கத்தின் நிலைப்பாட்டில் உள்ள ஒரு முரண்பாட்டைப் பார்க்கவும் அந்தக் குறிப்பு கேட்டுக் கொண்டது. குரில் (Kurile) மற்றும் ரியூகியூஸ் (Ryukyus) தீவுகளுக்கு 'வெவ்வேறு சோதனைகளைப் பயன்படுத்துகிறது' என்று இந்தியா மீது குற்றமும் கூட சுமத்தியது, ஏனெனில் குரில் தீவுகளின் இறையாண்மை உரிமையை சோவியத்து ஒன்றியத்திற்கு மாற்றிக் கொடுப்பதை இந்தியா விரும்பும் வேளையில், அய்க்கிய நாடுகள் சபையின் மேற்பார்வையில், அமெரிக்க அய்க்கிய நாடுகளின் அதிகாரத்தின் கீழ் ரியூகியூஸ் தீவுகள் வருவதை அது விமர்சிக்கிறது.

4 1951 ஆகஸ்ட் 26 ஆம் தேதிய பதிலில், இந்திய அரசாங்கம், உடன்பாட்டில் கையெழுத்திடாமல் இருப்பதற்கான இந்தியாவின் 'உள்ளார்ந்த, மறுக்க முடியாத' உரிமையைச் சற்று மீண்டும் வலியுறுத்தியது. ஜப்பானுடனான தனியான உடன்பாடு, சான் ஃபிரான்சிஸ்கோவில் கையெழுத்திடப்பட இருக்கும் நகல் உடன்பாட்டின் அம்சங்களுக்கு எதிராகப் போகாது என்றும் கூறியது.

உறவுகளை வைத்துக்கொள்ள நாம் முயன்றிருக்கிறோம். இதில் ஒரு மிகப் பெரிய அளவிலான வெற்றியை நாம் பெற்றிருக்கிறோம். ஆனால், திரும்பத்திரும்ப மேலெழுந்து வருகின்ற பிரச்சினைகள், உலகில் போர் மற்றும் அமைதி என்னும் விரிந்த பார்வையிலிருந்து, முடிவு செய்யப்பட வேண்டும். துரதிர்ஷ்டவசமாக, அச்சத்தால், மேற்கத்திய நாடுகள், ஜெர்மனி, ஜப்பான். ஸ்பெயின் மற்றும் அவை போன்ற நாடுகளில் உள்ள ஃபாசிச மற்றும் இராணுவ சக்திகள் நோக்கி மேலும் மேலும் சாய்ந்து வருகின்றனர். பழைய தலைமையின் கீழ் ஜெர்மனி மீண்டும் ஆயுதபாணி ஆவதும், பழைய இராணுவத் தலைமையின் கீழ் ஜப்பானும், முன்மொழியப்பட்டு மீண்டும் ஆயுதபாணி ஆவதற்கான ஏற்பாடுகளும் ஊக்கப்படுத்தப் படுகின்றன. அமெரிக்காவிற்குக் கூட கொஞ்சமும் நன்மை செய்யாத ஓர் ஆபத்தான போக்கு இது. எந்த நிகழ்விலும், இரு பக்கமும் உள்ள தீவிரமான சக்திகள் முன்னுக்கு வந்து கொண்டிருப்பது தான் நடக்கின்றது. உருஷ்யப் பக்கம், கம்யூனிச விரிவாக்கத்தை நாம் காண்கிறோம்; மற்றொரு பக்கம், பிற்போக்கு சக்திகள் ஒன்றாக இணைவதை நாம் காண்கிறோம். இடைப்பட்ட குழுவினர் மறைந்து போக முயற்சிக்கின்றனர். இந்தியா, சோவியத் அல்லது வேறு கம்யூனிஸ்ட்டு நாடுகளுடன் அணி சேர முடியாது, இந்த இராணுவ ரீதியான அல்லது ஃபாசிசக் குழுவினருடனும் அணி சேர முடியாது. இந்த அற்புதமான தனிமையில் வாழ்வது என்பதும் கடினம். இந்தியா தனிமைப்படவில்லை மேலும், நடைமுறையில், உலகம் முழுதும் உள்ள ஒரு விரிந்த மக்கள் வட்டம், நாம் பின்பற்றுகிற பொதுக் கொள்கையை வரவேற்கின்றனர். போரைத் தடுப்பதற்கான நம்பிக்கையைத் தருகின்ற ஒன்றாக அதைக் கருதுகின்றனர். அகில உலக சுற்றிவளைப்புகளிலிருந்து, விலகி இருப்பது நமது விருப்பம் எனினும், ஒரு குறிப்பிட்ட தலைமை, நாம் மேற்கொண்டுள்ள, மேல் நாடுகளிலுள்ள கணிசமான எண்ணிக்கை கொண்ட மக்களுக்கு, அதிலும் குறிப்பாக ஆசியாவில் உள்ளவர்களுக்கு மிகவும் ஈர்ப்பாக இருக்கின்ற கொள்கையைப் பின்பற்ற நம் மீது அழுத்தம் கொடுக்கிறது.

1952 மே 4ஆம் தேதியிட்ட ஒரு கடிதத்திலிருந்து

துனீசிய விவகாரம், காலனிய ஆதிக்கத்திலிருந்து விடுதலை என்னும் கண்ணோட்டத்தில் முக்கியமானதாக இருந்ததால், அதிலும் குறிப்பாக நமது வற்புறுத்தலினால், ஒரு பெரும் முக்கியத்துவத்தை, எடுத்துக் கொண்டது. பாதுகாப்புக் கவுன்சிலில், இந்தப் பிரச்சினை மீதான ஒரு விவாதத்திற்கு, சில இலத்தீன் அமெரிக்க நாடுகளின் ஆதரவோடு, ஒரு பெரும் எண்ணிக்கையிலான ஆசிய மற்றும் ஆப்பிரிக்க நாடுகளால் வைக்கப்பட்ட வேண்டுகோள், அந்தக் கவுன்சிலால் நிராகரிக்கப் பட்டது என்பது நமக்கு மிகவும் அசாதாரணமாகத் தோன்றியது. இந்தப் பிரச்சினையின் தகுதிகளுக்கு முற்றிலும் அப்பால், இது ஒரு தீவிரமான விஷயம் ஏனெனில் அது அய்க்கிய நாடுகளின் ஒட்டுமொத்த எதிர்காலத்தைப் பாதிக்கிறது. இந்தப் பிரச்சினை, முன் எப்போதையும் விட, அய்க்கிய நாடுகள் அமைப்பு, கொஞ்சம் கொஞ்சமாக, அது எப்படி வழக்கமாக இருக்க வேண்டும் என்பதிலிருந்து, முக்கியமான மாற்றத்திற்கு உள்ளாகிக் கொண்டிருக்கிறது என்று காட்டுகிறது. உலகின் அனைத்து தேசங்களும் ஓரளவு சுதந்திரமான செயல்பாட்டை பெறும் ஓர் அமைப்பாக அது துவங்கப்பட்டது. அது ஓர் உலகளாவிய மன்றமாக இருந்திருக்க வேண்டும். சில குறிப்பிட்ட விஷயங்களில், வல்லரசு நாடுகள் தடுப்பதிகாரத்தைப் *(Veto)* பெற்றிருக்க வேண்டும் என்று வகுத்துக் கூறுவதன் மூலம், யதார்த்த உண்மைகள் ஒப்புக்கொள்ளப் பட்டது என்பது உண்மை. இது நியாயமற்றதாகத் தோன்றலாம், ஆனால், அதுதான் உண்மையான நிலைமையைப் புரிந்துகொள்ளுதல் என்பதாகும், ஏனெனில் ஒரு வல்லரசு நாட்டிற்கெதிரான தடை நடவடிக்கைகளை, உலகப் போரைத் தூண்டாமல் எடுப்பது சாத்தியமில்லை. அய்க்கிய நாடுகள், அமைதிக்கான ஓர் அங்கமாக, தடுப்பதிகாரத்தை அளித்ததன் மூலமும், கவுன்சில் மேஜையைச் சுற்றி நடக்கும் விவாதங்கள் மட்டுமே, போரைத் தடுப்பதில் ஒரு சக்தி வாய்ந்த காரணியாக இருக்கும் என்ற நம்பிக்கையிலும், இந்த ஆபத்தை தடுத்தது.

புதிய சீனாவை, அய்க்கிய நாடுகள் அமைப்பிற்கு வெளியே நிறுத்துவதில், இதுவரை வெற்றிபெற்றிருக்கும் முயற்சி, அய்க்கிய நாடுகள் அமைப்பின் உலகளாவிய தன்மையைக் குறைப்பதில் முதல் முக்கியமான நடவடிக்கை ஆகும். அவ்வாறு

செய்யும்போது, உண்மைகளும் புறக்கணிக்கப்பட்டது, ஏனெனில், முக்கியமாக, புதிய சீனா, ஓர் உறுதியான, நன்கு நிலைநாட்டப்பட்ட உண்மை என்பது மட்டுமல்ல, வேகமாக ஒரு வல்லரசாக ஆகிக் கொண்டிருக்கும் நாடும் ஆகும். இதன் காரணமாக, ஐ.நா. அது முன்பு இருந்ததைவிட வேறொன்றாகக் குறைந்து விட்டது, மேலும் அமைதிக்கான இந்த மாபெரும் அமைப்பே, போருக்குள் இழுத்துச் செல்லப்பட்டது. ஆக்கிரமிப்பு நிறுத்தப் பட வேண்டும் என்பது உண்மை. ஆனால் சறுக்கல் தொடர்ந்தது மேலும் உலகம், ஆதிக்க முகாம்களாக, அவற்றுள் ஒன்று அய்க்கிய நாடுகளுடன் சேர்க்கப்பட்டும், பிரிவது என்பதும் வளர்ந்தது. அட்லாண்டிக் ஒப்பந்தம் என்பது, அட்லாண்டிக் சமூகத்தின் பாதுகாப்புக்கு என்று ஆனது. இப்போது இது துருக்கி மற்றும் கிரீஸ் போன்ற அட்லாண்டிக்கிற்கு வெகு தொலைவில் உள்ள நாடுகளையும் சேர்க்கிறது. அத்துடன், அட்லாண்டிக் ஒப்பந்தம், கொஞ்சம் கொஞ்சமாக, அட்லாண்டிக் எல்லையோர சில நாடுகளின் பாதுகாப்பை உறுதிசெய்யும் ஒன்றாக மட்டுமின்றி, அவற்றின் காலனிய உடைமை நாடுகளின் உத்தரவாததாரராக (Guarantor) ஆவதாகவும் தோன்றுகிறது. இவ்வாறு, அய்க்கிய நாடுகள் மறைமுகமாக, தற்போதைய காலனிய வடிவங்களின் பாதுகாவலனாக ஆகியிருக்கிறது. கோட்பாட்டளவில், இது அப்படி இருக்க முடியாது. உண்மையில், சாசனம் முற்றிலும் வேறுபட்டக் கொள்கைகளை வகுத்திருக்கிறது, ஆனால் நடைமுறையில் இந்தப் படிப்படியான மாற்றமும், மறுசீரமைப்பும் அங்கே வருகிறது.

துனீசியப் பிரச்சினை, ஓரளவு தெளிவாக, இந்த சமீபத்திய வளர்ச்சிப் போக்கை விளக்குகிறது. ஒரு காலனிய ஆட்சிக்கு எதிரான ஒரு தேசிய இயக்கத்தின் ஒரு தெளிவான எடுத்துக் காட்டு துனீசியா என்பதில் சந்தேகம் எதுவும் இருக்க முடியாது. ஆனால், இந்த எளியப் பிரச்சினை, மாபெரும் நாடுகளின் போட்டிகளால், சிக்கலாகியது. இதன் விளைவாக, இந்த மாபெரும் நாடுகளில் ஒரு சில நாடுகள், தேசிய இயக்கத்திற்கு எதிராக, காலனிய நாடுகளுடன் அணி சேர்கின்றன. ஆனால், இந்தப் பிரச்சினையின் நியாயங்களுக்கு அப்பால், பாதுகாப்புக் கவுன்சிலில் ஒரு விவாதம் கூட தடுக்கப்பட வேண்டும் என்பது அசாதாரணமாகத் தெரிகிறது. இவ்வாறாக,

நடைமுறையில், ஆசியாவிலும், ஆப்பிரிக்காவிலும் உள்ள அனைத்து நாடுகள், தென் அமெரிக்காவில் உள்ள சில நாடுகள் ஆகியவற்றின் விருப்பங்கள் புறக்கணிக்கப்படுகின்றன மேலும் ஒதுக்கப்படுகின்றன. உலகின் பாதிக்கு மேல் மக்கள் தொகையைப் பிரதிநிதித்துவப் படுத்தும் இந்த நாடுகளின் நிலைமை அய்க்கிய நாடுகள் அமைப்பில் இக்கட்டாக ஆகிக்கொண்டு வருகிறது. அய்க்கிய நாடுகள் அமைப்பு, ஒன்றிரண்டு அல்லது மூன்று வல்லரசு நாடுகளின் முடிவுகளை வெளியிட உதவும் ஒரு சாதனமாக மேலும் மேலும் மாறி வருவதாகத் தோன்றுகிறது. இந்த வளர்ச்சிப் போக்கை நியாயப்படுத்த, எந்த மாதிரியான வசதியான காரணங்கள் முன்வைக்கப்பட்டாலும், நீண்ட கால ஓட்டத்தில், அது ஓரளவுக்குக் கூட நன்றாக இருக்க முடியாது. ஒரு தவறான போக்கை, மிகச்சிறந்த காரணங்கள், நியாயப்படுத்துவதில்லை. இதனால், அய்க்கிய நாடுகளின் எதிர்காலம் பாதிக்கப்படுகிறது.

1952 ஜூன் 16ஆம் தேதியிட்ட ஒரு கடிதத்திலிருந்து

நமது அயல்துறைக் கொள்கை பற்றி நாம் தெளிவாக இருக்க வேண்டும் என்பது முக்கியமானது. சில பேர், அதிலிருந்து கொஞ்சம் மாற்றம் அல்லது வேறுபாடு இருப்பதாக நினைத்தார்கள். உண்மையில், நாம், நமது கொள்கையில் உறுதியாக இருக்கிறோம் மேலும் நாம் அவ்வாறு இருக்க தொடர்ந்து முயல்கிறோம். மக்கள், ஏதோ ஒரு முரண்பட்ட நிகழ்விலிருந்து, மதிப்பீடு செய்தவாறு, தவறான முடிவுகளுக்கு வருகிறார்கள். அமெரிக்க அய்க்கிய நாடுகளிடமிருந்து, நாம் உதவி பெற்றால் அல்லது அவர்களோடு மற்றபடி நட்புறவுடன் இருந்தால், நடந்து கொண்டிருக்கும் பனிப் போரில், அந்தக் குறிப்பிட்ட நாடுகளின் குழுவினர் நோக்கி நாம் சாய்ந்து விட்டதாகச் சொல்லப்படுகிறோம். சீனாவுக்குக் கலாசார தூதுக்குழுவை அனுப்பினாலும், சீனாவின் புதிய ஆட்சியின் நடவடிக்கைகளில் சிலவற்றுக்கு நமது பாராட்டைத் தெரிவித்தாலும், நாடுகளின் மற்றொரு குழுவினர் நோக்கி சாய்ந்து விட்டதாகச் சொல்லப்படுகிறோம். உண்மையில், நமது கொள்கையின் வரையறைகளுக்குள், இந்த நாடுகளின் இரண்டு குழுவினருடனும் நட்புறவோடும், ஒத்துழைக்கவும் நம்மால் முடிந்த அளவுக்கு முயற்சிக்கிறோம். அய்க்கிய முடியரசுடன்

(U.K) அரசியல், கலாசார மற்றும் பொருளாதார அடிப்படையில் நெருக்கமான உறவுகளைக் கொண்டுள்ளோம். கடந்த காலத்திலிருந்து அது நமது மரபல்ல ஆனால் இன்று அது நம் நலன் சார்ந்தது. நமது ஒட்டுமொத்த அரசியல் கட்டமைப்பு, அய்க்கிய முடியரசின் அரசியல் கட்டமைப்பைப் பின்பற்றி பெருமளவில் வடிவமைக்கப் பட்டிருக்கிறது. அவர்களின் மொழியைப் பரந்த அளவில் நாம் பயன்படுத்துகிறோம். ஆகவே, அந்தத் தொடர்புகள் தொடர வேண்டும் என்பது இயல்பானது. ஏதோ ஒரு வழியில், நாம், அய்க்கிய முடியரசிற்கு நம்மை பணிய வைத்து விட்டோம் என்று கிஞ்சித்தும் பொருளல்ல. தற்போதைய விவகாரங்களில் நன்கு அறிமுகமான எவரும் காணத்தக்கவாறு, காமன்வெல்த் உறவு கூட நம் கொள்கை அல்லது செயல்பாட்டின் முழுமையான சுதந்திரத்தை கொஞ்சம் கூட குறைக்கவில்லை.

சில பேர், நாம் காமன்வெல்த்துடன் இணைக்கப்பட்டிருப்பதால், நமது கடமையிலிருந்து தவறி விட்டோம் என்று நினைப்பது என்னை வியப்படையச் செய்கிறது. நீண்ட காலத்திற்கு முன்பாக, நாம் சுதந்திரமாக மட்டுமல்ல, குடியரசாக ஆவதற்கும் உறுதியேற்றோம். நமது உறுதிமொழியை நாம் நிறைவேற்றி இருக்கிறோம். இந்தியக் குடியரசுக்கு ஒரு முறையான கூட்டணி மூலம் தன்னை ஒரு நாட்டுடன் அல்லது நாடுகளின் ஒரு குழுவுடன், சில உறுதிமொழிகள் இதில் உள்ளடங்கி இருந்தாலும், ஒன்றிணைத்துக் கொள்வதை, நமது சுதந்திரத்திற்கு தடையாக வருகின்ற ஒன்று எனக் கருதப்பட வேண்டியதில்லை. இதுபோன்ற ஒரு கூட்டணியுடன் இருக்கும் ஒன்றிணைப்பை விட காமன்வெல்த்துடன் இருக்கும் ஒன்றிணைப்பு மிகமிகக் குறைவாகவே இருக்கும். அது முற்றிலும் விதிகள் ஏதுமற்ற நட்பு அடிப்படையிலானது மேலும் எந்த உறுதிமொழிகளும் அங்கு இல்லை. அது நமக்கு சில நன்மைகளைக் கொண்டு வருகிறது. ஏன் அதை விட்டுவிட வேண்டும் என்னும் அளவுக்கு, எனக்குத் தெரிந்தவரை, எந்த மாதிரியான காரணமும் இல்லை. எங்கே நமது கொள்கை அய்க்கிய முடியரசின் கொள்கையுடன் அல்லது காமன்வெல்த்தின் எந்தவொரு உறுப்பினரின் கொள்கையுடன் வேறுபடுகிறதோ, அங்கு நமது கொள்கையை நாம் பின்பற்றுகிறோம். காமன்வெல்த்தின் ஓர் உறுப்பினரான தென் ஆப்பிரிக்காவைப் பொறுத்தவரை, நாம்

இராஜீய உறவுகளைக் கூட பெற்றிருக்கவில்லை. ஒரு வகையான மோதல் தொடர்கிறது. அகில உலக விவகாரங்களில், அய்க்கிய முடியரசு மற்றும் காமன்வெல்த்துடனான நமது தொடர்பு, ஒரு குறிப்பிட்ட திசையில் இட்டுச் செல்ல அவர்கள் நம்மீது செல்வாக்கு செலுத்துவதை விட மிகமிக அதிகமாக நாம் அவர்கள் மீது செல்வாக்கு செலுத்தச் செய்கிறது.

அமெரிக்க அய்க்கிய நாடுகளுடன், அய்க்கிய முடியரசுடன் இருக்கும் அளவுக்கு நெருக்கமாக இல்லையெனினும், நமது தொடர்புகள் என்பது மிதமான அளவு நெருக்கத்துடன் உள்ளன, அவர்களுடன் நாம் வணிகம் செய்கிறோம். அவர்களிடமிருந்து நாம் உதவியைப் பெறுகிறோம். அங்கே நாம் நிறைய மாணவர்களைப் பெற்றிருக்கிறோம். நான் முன்னர் சுட்டிக் காட்டியது போல, எந்த நாட்டிலிருந்தும் கணிசமான உதவியைப் பெறுவதில் எப்போதும் ஒரு சில ஆபத்து உள்ளடங்கி இருக்கிறது. ஆகவே நாம் கவனத்துடன் இருக்க வேண்டும். மிகவும் அதிகமான அளவுக்கு நாம் வேண்டுகின்ற உதவியைப் பெறக்கூடாது என்பது மூடச்செயலாகும், ஏனெனில் நம்மையே சார்ந்து நாம் இருக்க முடியாது.

சோவியத் ஒன்றியத்துடன் நமது தொடர்புகள் நட்புறவோடு இருக்கின்றன ஆனால் நெருக்கமாக அல்ல, அதாவது, அதிக வாணிபத்தையோ, அல்லது வேறு தொடர்புகளையோ நாம் பெறவில்லை. நாம் அதுபோன்ற தொடர்புகளைத் தவிர்த்தோம் என்பதால் அல்ல, ஆனால் விஷயங்களின் இயல்பான போக்கில், அவர்களைக் கையாள்வது நமக்கு மிகவும் கடினம் என்பதால்தான் பெற முடியவில்லை. ஒரு வாய்ப்பு வரும்போது நாம் அதைப் பயன்படுத்துவோம். சீனாவுடன், ஓரளவு, இதே அம்சங்கள் பொருந்தும். அரசின் வடிவங்களில் வேறுபாடுகள் இருந்தாலும், வெவ்வேறு விதமான சூழ்நிலைகள், இந்தியாவையும், சீனாவையும் ஒன்றை நோக்கி மற்றொன்றை ஈர்க்கிறது என்பது உண்மை என நான் கருதுகிறேன். இது பூகோளம் மற்றும் வரலாறு அடிப்படையிலும், இன்னும் நான் சொல்வதென்றால், அத்துடன் எதிர்காலத்தின் அடிப்படையிலும் நீண்ட காலம் தொடர்ந்து செய்ய வேண்டிய முயற்சி ஆகும். இதில் ஏன் நாம் எச்சரிக்கையாக இருக்க வேண்டும் என்று நான் பார்க்கவில்லை. இங்கும் நாம் கவனத்துடன் இருக்க வேண்டும்.

கடந்த காலம் மற்றும் எதிர்கால வரலாறு என இரண்டின் ஒரு முன்னோக்குப் பார்வையில், தற்போதைய வரலாறைப் பார்க்க வேண்டும் என்பதுதான் இதன் பொருள். அவற்றின் பெருவிருப்பங்களோடும், மோதல்களோடும், பெரும்பாலான நாடுகள், இந்த முன்னோக்குப் பார்வையை வளர்த்துக் கொள்வது என்பது, தற்கால வரலாறில் மிக அதிகமான சிக்கலாகும். நமக்கென்று தனிப்பட்ட நற்பண்பை நாம் கோரவில்லை. ஆனால், நாம் இருக்கின்ற இடம் காரணமாக, தொலைதூரப் பார்வையில் விஷயங்களைப் பார்ப்பதிலும், அதற்கேற்ப நமது கொள்கையை வடிவமைப்பதிலும், நாம் பெரும்பாலும் நல்லதொரு நிலையில் இருக்கின்றோம்...

1952 செப்டம்பர் 10ஆம் தேதியிட்ட ஒரு கடிதத்திலிருந்து

நேபாளத்தின் அரசர் சமீபத்தில் இந்தியாவுக்கு வருகை புரிந்தார்...

நேபாளம், போதுமான பின்னணியும், தயாரிப்பும் இன்றி, ஒரு ஜனநாயகக் கட்டமைப்பை கட்டியெழுப்ப முயன்ற ஒரு நாட்டிற்கு, ஓரளவுக்கு குறிப்பிடத்தக்க எடுத்துக் காட்டாகும். முழுமையான யதேச்சாதிகாரம் மற்றும் ஆதிக்க ஆட்சியின் ஒரு நூறு ஆண்டுகளுக்குப் பிறகு, நேபாளத்தின் மக்கள் திடீரென விடுதலையை உணர்ந்தார்கள் அதோடு தளைகள் வீழ்ந்தன. இந்த போதை அவர்கள் தலைகளுக்குள் ஏறி, அந்தச் சுதந்திரத்தின் கட்டுப்பாடுடனான பயன்பாட்டிற்கு இட்டுச் செல்லாமல், ஒவ்வொன்றும் தத்தம் சொந்தத் திசையில் இழுக்கின்ற அனைத்து வகையான சீர்குலைவு சக்திகளும், சிறு சிறு குழுக்களும் வளர்வதற்கு இட்டுச் சென்றது. நேபாள காங்கிரஸ், ஒரு முக்கியமான அமைப்பு ஆகவே அது ஓர் உறுதியான காரணி ஆகும். மற்றொரு உறுதியான காரணி அரசர். துரதிர்ஷ்டவசமாக, நேபாளக் காங்கிரசும், இரண்டு அல்லது மூன்று குழுக்களாகப் பிளந்து கிடக்கிறது. எந்தக் குழு ஆகப் பெரியது என்பது பொருளற்றது ஏனெனில், இந்தப் பிளவு படுத்தும் வேலை, நாடு முழுவதும் அமைப்பை வலுவிழக்கச் செய்கிறது. மாறாக, கூர்க்கா லீக் போன்ற பிற்போக்கு குழுக்கள், ஒப்புநோக்கத்தக்க முக்கியத்துவம் பெற்று வளர அனுமதிக்கிறது.

ஒரு நாட்டில் ஒற்றுமை என்பது, தகவல் தொடர்புகள் போன்ற ஸ்தூலமான சில காரணிகள் மீது சார்ந்து இருக்கிறது என்பது உண்மை. தகவல் தொடர்புகள் போதாமை எங்கு இருக்கிறதோ, அங்கு அரசு இயந்திரம் பலவீனமாக இருக்கிறது. திரட்டப்பட்ட தேசிய இயக்கங்கள் கூட திறம்பட செயல்படுவதில்லை. உள்ளூர் அதிகாரிகள், ஒரு பெருமளவு தீர்மானிக்கும் அதிகாரத்தைப் பெறுகிறார்கள். தண்டனை விலக்குடன், நடக்கவோ அல்லது தவறாக நடக்கவோ செய்கிறார்கள். பிரபலமான உள்ளூர் தலைவர்கள், உயர்ந்த நிலைக்குப் போய் விடுகிறார்கள். அவர்கள் ஒரு பெரும் அமைப்பின் கட்டுப்பாட்டில் இல்லாமல் இருக்கிறார்கள். நேபாளம், காத்மண்டு அமைந்திருக்கும் சிறிய பள்ளத்தாக்கு நீங்கலாக, முற்றிலும் தகவல் தொடர்பின்றி இருக்கிறது. பொதுவெளி செயல்பாட்டிற்கான எந்தத் துறையிலும் இருக்கும் பயிற்சி பெற்ற ஊழியர்களின் பற்றாக்குறைக்கு அப்பால், அதுதான் தற்போது நேபாளத்தின் ஸ்தூலமான பலவீனம். பிறகு வெவ்வேறு திசைகளில், ஒரு குறிப்பிட்ட அளவுக்கு இழுத்துச் செல்லும் வெவ்வேறு வகையான மக்கள் அங்கு இருக்கிறார்கள். நேவார்கள் என்னும் பள்ளத்தாக்கில் வசிக்கும் மக்கள் இருக்கிறார்கள்; மலைவாழ் மக்கள் இருக்கிறார்கள், அவர்கள் கூர்க்காக்கள்; இந்தியாவை ஒட்டி, தெராய் மக்கள் அங்கு இருக்கிறார்கள். இறுதியாக சொல்லப்பட்ட, தெராய் மக்கள், ஸ்தூலமாகவும், பண்பாட்டு அடிப்படையிலும், இந்தியாவுக்கும் மிகமிக நெருக்கமாக இருக்கிறார்கள். மேலும் ஓரளவுக்கு, நமது தேசிய இயக்கங்களால், தாக்கம் பெற்று இருக்கிறார்கள். மலைகளில் கூர்க்கா மக்கள் துண்டிக்கப்பட்டு இருக்கிறார்கள்; நேபாளத்தில் சமீபத்திய அரசியல் மாற்றங்களில், நேவார்கள், ஒரு மிதமான அளவு முக்கியப் பங்காற்றினர், ஏனெனில் அவர்கள் தலைநகரிலும், அதைச் சுற்றியுள்ள பகுதிகளிலும் இருக்க நேர்ந்தது, மேலும் மற்றவர்களை விடவும், அதிகமாக, வளர்ச்சிப் போக்குகளில் செல்வாக்கு செலுத்த முடிந்தது. மற்றவர்கள் விழிப்புற்று எழுந்தால், அவர்கள் ஒரு பெரும் வேறுபாட்டை உருவாக்குவார்கள். மேலும் விழிப்புணர்வு உண்டாக்கும் வேலை துவங்கி இருக்கிறது. இதனால், நேபாளத்தில் முழுமையாக சமநிலை என்பது இல்லாமல் ஆகிவிட்டது. கடந்த ஒன்றரை ஆண்டுக் காலத்தில் ஒரு விதமான சமநிலையைக் காக்க நமது முயற்சிகள் இருந்தன.

ஆனால், துரதிர்ஷ்டவசமாக, தனிப்பட்ட சிறு போட்டிகள், மீண்டும் இந்த சமநிலையைச் சீர்குலைத்திருக்கிறது. நாம் நேபாளத்தில் தலையிட்டதால் அல்ல, ஆனால் சூழ்நிலைகள், அரசர் நிர்வாகப் பொறுப்பை தவிர்க்க முடியாதபடி எடுக்கும்படி செய்ததே காரணம். அந்தக் கணத்தில் அவ்வாறு செய்வதற்கு ஒரு குழுவிற்கும் போதுமான வலிமை இல்லை. இப்போது கூட, நிர்வாகப் பொறுப்பில் அமர்த்தப்பட்டால், இன்னொரு சமபலமுள்ள குழு அல்லது குழுக்கள் அதை எதிர்த்து, கலகத்தை உருவாக்கும். இந்தச் சூழ்நிலைகளில், அரசர் பொறுப்பை எடுக்க வேண்டி வருகிறது. அவர் அவ்வாறு செய்ததால், நாட்டில் ஓரளவு அமைதி நீடிக்கிறது அத்துடன் முன்னரே செய்யப்பட்ட சிறிதளவு செயல்களும் ஒட்டு மொத்தமாகப் பாராட்டப்படுகிறது. உண்மையில், எதிர்ப்பும், விமர்சனமும் இருக்கிறது.

தகவல் தொடர்பின் முக்கியத்துவத்தை நான் மேலே குறிப்பிட்டிருந்தேன். இன்று, தகவல் தொடர்புகளில் பல்வேறு வகையான பிரம்மாண்டமான முன்னேற்றங்கள்தான், இந்த யுகத்தின் உலகம் முழுவதும் ஆதிக்கம் செலுத்தும் காரணி. இதுதான், முன் எப்போதையும் விட, உலகை மிக நெருக்கமாக ஒன்றாகப் பின்னியது. இதுதான், அமைதி வழியிலான முன்னேற்றத்திற்கும், அத்துடன் ஒட்டுமொத்த பேரழிவுக்கும் மிகப் பெரும் அளவுக்கு வசதிகளை அளித்தது. உலகின் முன் உள்ள மாற்று, ஒன்றாக அல்லது வேறாகத்தான் இருக்க வேண்டும் எனத் தோன்றுகிறது, வேறு விதமாகச் சொன்னால், சுதந்திர நாடுகள் ஒன்றுடன் ஒன்று ஒத்துழைப்பதன் அடிப்படையில் இறுதியில் ஒரு வகையான உலக முறைமையை வளர்த்தெடுப்பது அல்லது ஒரு வல்லரசின் கீழ் உலக ஆட்சி அதிகாரத்தை அமைப்பது என்பதுதான் மாற்றெனத் தோன்றுகிறது. உண்மையில் மூன்றாவது சாத்தியப்பாடு ஒன்று உள்ளது மேலும் அது, பிரம்மாண்டமான பேரழிவுக்குப் பின் வரும் வெறும் குழப்பம் தான். உண்மையில், உலகளாவிய ஆட்சியதிகாரத்தை எட்டுவதற்கான எந்த ஒரு வல்லரசு நாட்டின் முயற்சியும், இறுதி முடிவு எப்படிப் பட்டதாக இருப்பினும், இந்த அழிவுக்கும், குழப்பத்திற்குமே இட்டுச்செல்லும்...

தகவல் தொடர்பின் வளர்ச்சி, ஒரு பிரச்சினையைச் சமாளிப்பதை மிகவும் எளிதாக்குகிறது. அது தானே, பிரச்சினையைத் தீர்ப்பதில்லை. பிரச்சினை, வேலை மற்றும் நிரந்தரப் பணியைத் தேடுவதில், பெரிய அளவில் உற்பத்தி செய்வதில், மிகப் பெரும் செல்வத்தை மற்றும் மூலதன உருவாக்கத்திற்கான மற்றும் முதலீடு செய்வதற்கான மிகப் பெரும் திறனை வளர்ப்பதில், இவ்வாறாக ஒரு மிக விரைவான வளர்ச்சியின் அளவை எட்டுவதில் என பொருளாதாரம் தொடர்புடையதாகவே இருக்கிறது. அந்த வேகத்தின் அளவு, இந்தியா போன்ற நாடுகளில், துரதிர்ஷ்டவசமாக, வரையறுக்கப் பட்டதாகவே இருக்கிறது ஏனெனில், முதலீட்டில் இடுவதற்கான உபரி நிதி நம்மிடம் கொஞ்சமும் இல்லை. ஆயினும், அந்த வேகத்தை அதிகப்படுத்த வேண்டும் மேலும் அதைச் செய்வதற்கு ஏதோவொரு வழியைக் கண்டறிய வேண்டும். பழமையான முறைகள் குறுக்கே வருமென்றால், பிறகு வேறு முறைகள் மேற்கொள்ளப்பட வேண்டும். உலகம் இன்று, ஒரு வகையான வேகப் போட்டியை, நாடுகளுக்கு இடையே மட்டுமின்றி, ஒரு நாட்டிற்குள் அத்துடன் உலகத்தில் பல்வேறுவிதமான சக்திகளுக்கு இடையேயும், காண்கிறது. இந்த வேகக் குறைவு, பின்னடைவை அடைந்து, பேரழிவைச் சந்திக்கும். தகவல் தொடர்பில் வரும் பிரம்மாண்டமான முன்னேற்றத்தால் வளரும் உலகின் இன்றியமையாத ஒற்றுமை, அதன் ஆபத்துக்களையும் கொண்டுவருகிறது. இந்த வெவ்வேறு விதமான சக்திகள் எல்லாக் காலங்களிலும், ஒன்றின் மீது மற்றொன்று பாதிப்பை ஏற்படுத்துகின்றன.

1952 டிசம்பர் 4ஆம் தேதியிட்ட ஒரு கடிதத்திலிருந்து

அகில உலகக் களத்தில் கடந்த பதினைந்து நாட்களின் முக்கிய நிகழ்வு, அய்க்கிய நாடுகள் சபையில் நமது கொரியா பற்றிய தீர்மானம் ஆகும். அரசியல் விவகாரக் குழுவில் இது முன்னரே அதிகப்படியான பெரும்பான்மையால் நிறைவேற்றப்பட்டது. அது பொதுச் சட்ட சபையிலும் நிறைவேற்றப்பட்டு விடும் என்பதில் அய்யமில்லை. பெரும்பான்மை என்பது மிக அதிகமாகவே இருக்கிறது இருந்தபோதிலும் நிலைமையின் மீது நான் மகிழ்ச்சியாக இல்லை. கொரியப் பிரச்சினை துவங்கியதிலிருந்து, அங்கே அமைதி, சம்பந்தப்பட்ட முக்கிய

குழுக்களின் சம்மதத்தோடு மட்டுமே, நிலைநாட்டப்பட முடியும் என்பது நமது நம்பிக்கையாக இருந்தது. உண்மையில், புதிய சீனாவை அங்கீகரிக்க மறுத்ததில், சில நாடுகள், குறிப்பாக, அமெரிக்க அய்க்கிய நாடுகள் செய்த தவறு, அதைத் தொடர்ந்து நடந்த அனைத்திற்குமான முக்கியக் காரணங்களில் ஒன்றாகும். தூரக் கிழக்கில், அமைதி, ஆர்வமுள்ள முக்கிய அரசுகளின் உடன்பாட்டினால் மட்டுமே, நிலைநிறுத்தப்பட முடியும் என்பது வெளிப்படையானது. இவைகளுள், வெளிப்படையாக, சீனாவும், சோவியத் ஒன்றியமும் உள்ளன. இதனால்தான், நாம், சீனாவைக் கண்டனம் செய்து அதை ஓர் ஆக்கிரமிப்பாளர் என்று அழைக்கும் முயற்சிகளில் நம்மை அணி சேர்க்க நாம் மறுத்தோம். இதற்கு தீர்வு நோக்கி செல்வது எனப் பொருளல்ல, மாறாக, பெரும் மோதலை நோக்கிச் செல்கிறோம் என்று பொருள் ஆகும்.

ஆகவே, தூரக் கிழக்கில், அய்க்கிய நாடுகள் சபையில், ஒரு பெரும்பான்மை என்பது பிரச்சினை அல்ல, ஆனால் சம்பந்தப்பட்ட மேற்கத்திய மற்றும் கிழக்கத்திய நாடுகளுக்கிடையிலான பொதுவான ஒப்பந்தம் என்பதுதான் பிரச்சினை. துரதிர்ஷ்டவசமாக, சீனா நமது தீர்மானத்தை ஏற்கவில்லை. சோவியத் ஒன்றியத்தைப் பொறுத்தவரை, ஐ.நா.வில் உள்ள அவர்களின் பிரதிநிதி, அதற்கெதிராக மிகக் கடுமையான மொழியைப் பயன்படுத்தினார். அந்த மொழி பெரும்பாலும் கொஞ்சமேனும் புறக்கணிக்கப்பட வேண்டும், ஏனெனில் அது ஒரு பழக்கமாகிவிட்டது. ஆனால், சோவியத் ஒன்றியமும், சீனாவும் இந்தத் தீர்மானத்தை எதிர்க்கின்றன மேலும் அவர்களின் ஒப்புதல் இல்லாமல், கொரியாவில் அமைதி இருக்காது என்ற உண்மை தொடர்கிறது.

பிறகு ஏன் இந்தத் தீர்மானத்தை நாம் தொடர்ந்து கொண்டு சென்றோம்? இரண்டு காரணங்களுக்காக : ஒன்று, அவ்வாறு செய்யாதிருப்பது, ஒரு மோசமான, ஆத்திரமூட்டுகிற தீர்மானம் நிறைவேற்றப் படுகிறது என்று பொருளாகும், அது நிலைமையைப் பெருமளவுக்கு மோசமாக்கி இருக்கும். மற்றொன்று, சீனாவால் ஏற்றுக்கொள்ளப்படவில்லை என்றாலும், நமது தீர்மானம், இன்னும் தீர்வுக்கான, மேலும் பிரச்சினையைக் குறைந்த பட்சம், ஒரு புதிய அடிப்படையில் பரிசீலிப்பதற்கான கதவுகளை திறந்து வைத்திருக்கிறது.

எப்படியிருப்பினும், இது ஒரு பரிந்துரை மட்டுமே. இதுபோன்று அதிக எண்ணிக்கையிலான நாடுகள் அதை ஆதரித்தும், அது அய்க்கிய நாடுகள் சபையில், ஒரு குறிப்பிடத்தக்க அளவு அமைதிக்கான உணர்வை தட்டியெழுப்பும் சூழலில், பெரும்பாலும் அந்தத் தீர்மானத்தைப் பிந்தையக் கட்டத்தில் நாம் விலக்கிக் கொள்ள முடியாது. கண்டிப்பான சட்டப்பூர்வப் பார்வையில், அதை நாம் விலக்க முடியுமா அல்லது முடியாதா என்பது எனக்குத் தெரியாது. ஆனால், விலக்கிக் கொள்ளுதல் என்பது, பெரும்பாலும் எதிர்காலத்திற்கான நம்பிக்கையை விட்டுவிடுவது என்றும், நம்மீது பெரும் அவப்பெயரைக் கொண்டுவந்து சேர்க்கும் என்றும் பொருளாகும். ஆகவே, நாம், முடிந்த அளவுக்கு, சிறந்த முறையில் அதை தொடர்ந்து கொண்டு செல்ல வேண்டும். கடும் சொற்கள் எதையும் பயன்படுத்துவதிலிருந்து நாம் விலகியிருந்தோம் என்பதையும், நமக்கெதிராக கடும் சொற்கள் சோவியத்துகளால் பயன்படுத்தப்பட்ட போதும், விவாதத்தை ஒரு நட்பு அடிப்படையிலான அளவிலேயே நாம் நடத்த முயன்றோம் என்பதையும் நீங்கள் பார்த்திருப்பீர்கள்.

இந்த விஷயத்தில், சீனாவின் அணுகுமுறையிலும், ரஷியாவின் தீவிரத்திலும் நான் வியப்படைந்தேன் என்பதை நான் ஒத்துக் கொள்கிறேன். இந்த விவகாரத்தில் சரியாகத் துவக்கத்திலிருந்தே, சீனாவுடன் நெருங்கிய தொடர்பை வைத்திருந்தோம். கடந்த சில மாதங்களாக, அவர்களுடன் தகவல் பரிமாற்றம் செய்து கொண்டும், சில வழிகளைக் காண ஆய்வு செய்யவும் முயன்று கொண்டிருந்தோம். சீன அரசாங்கம், உண்மையில் மிகச் சிறப்பாக அய்க்கிய முடியரசு போல, ஓரளவுக்கு அமெரிக்க அய்க்கிய நாடுகளைப் போல, நம்மை ஊக்குவித்தது. எந்த ஒரு பகுதியையும், சங்கடப்படுத்தும் வகையிலான நடவடிக்கையை எடுக்க நாம் விரும்பவில்லை. இவ்வாறு நாம் கவனத்தோடு சென்றாக வேண்டும். சீன அரசாங்கம், சிறிது காலத்திற்கு முன்பு கூட, உறுதியாக, நமது முயற்சிகளைத் தொடரக் கேட்டுக் கொண்டது. உண்மையில், எந்தக் குறிப்பிட்ட முறைக்கும் அவர்கள் தரப்பிலிருந்து, ஏதோவொரு ஒப்புதல் இருந்தது என்று பொருளல்ல. அவர்கள் எப்போதும், தன்னிச்சையான மீள்குடியேற்றத்திற்கான (voluntary repatriation) தங்களது ஆட்சேபணை மீது, மிகப்பெரும் அளவிலான அழுத்தத்தைச்

செலுத்தி வந்தனர். சீனாவிடமிருந்தும் அத்துடன் மேற்கத்திய நாடுகள் சிலவற்றிடமிருந்தும் அவ்வப்போது வெளிவரும் வெவ்வேறு விதமான ஆலோசனைகளைத் தொடர்ந்து நாம் சென்றோம்.

நாம் எடுத்த முதல் நடவடிக்கை, நம் தீர்மானத்தின் அடிப்படையாக அமைய வேண்டிய சில கொள்கைகளை வகுத்தது. இந்தக் கொள்கைகள், நியூயார்க்கில், மிக முக்கியமான சில நாடுகளின், குறிப்பாக, பிரிட்டன், அமெரிக்கா மற்றும் ரஷியா ஆகியவற்றின் பிரதிநிதிகளோடு, நமது தூதுக்குழுவால் விவாதிக்கப்பட்டது. உண்மையில், சீனா அங்கு இல்லை, ஆனாலும் நாம் இந்தக் கொள்கைகளை சீன அரசுக்குத் தெரியப் படுத்தினோம்.அவர்கள் நமக்கு எந்த பதிலையும் தரவில்லை. எந்த வகையிலும் தங்களை ஈடுபடுத்திக் கொள்ளவில்லை. ஆனால், அவர்கள் அவற்றை எதிர்க்க மாட்டார்கள் என்ற ஒரு கருத்தை நாம் உறுதியாக அறிந்து கொண்டோம். உண்மையில், பல நாட்களாக எந்த ஒரு பதிலும் இல்லாததே, நம்மை இந்த முடிவுக்கு இட்டுச் சென்றது.

பிந்தையக் கட்டத்தில், நாம் அந்தத் தீர்மானத்தை, அந்தக் கொள்கைகளின் அடிப்படையில் முறையாக வரைந்தோம். உடனடியாக, இந்த முழுத் தீர்மானத்தையும், சீன அரசுக்குத் தெரிவித்தோம். மீண்டும் உடனடி பதில் இல்லை. இதற்கிடையில், தீர்மானம், அமெரிக்க அரசு வழியாகக் கசிந்து விட்டது. அது கொண்டுவரப் படுவதற்கு முன்பே ஓர் அமெரிக்க செய்தித் தொடர்பாளர் அதை நிராகரித்து விட்டார். எப்படியிருப்பினும், அய்க்கிய முடியரசு, அதை பலமாக ஆதரித்தது மேலும் பல நாடுகளும் அவ்வாறே செய்தன. உண்மையில், அதற்கு மாறாக, அமெரிக்கா ஓரளவுக்குத் தனிமைப் படுத்தப்பட்டது அத்துடன், நமது தீர்மானம் ஐ.நா.வில் பெற்ற பலம்வாய்ந்த ஆதரவாலும், அங்கு அது கிளப்பிய பொதுவான அமைதி மீதான உணர்வாலும், ஒரு பெரிய அளவுக்கு அதன் அணுகுமுறையை மாற்றிக் கொள்ள கட்டாயப்படுத்தப்பட்டது. முதல் முறையாக, ஒரு முக்கியமானப் பிரச்சினையில், பிரிட்டனும், அமெரிக்காவும் வெளிப்படையாக கருத்துவேறு பட்டனர்.

இதே நேரத்தில், சோவியத் ஒன்றியம் மற்றும் சீனத் தரப்பில் அமைதியே நிலவியது. நமது தூதுக்குழு, பிறகு தீர்மானத்தில், ஓரளவுக்கு, அமெரிக்காவால் எழுப்பப்பட்ட ஆட்சேபணைகளைச் சமாளிக்க, கொஞ்சமும் முக்கியமில்லாத, மிகச் சிறிய சில மாற்றங்களைச் செய்தனர். அப்படியிருந்தும் கூட, அமெரிக்க அய்க்கிய நாடுகள் நம்மீது திணித்த பல கருத்துக்களை நாம் நிராகரித்தோம். ஓரளவுக்கு அமெரிக்க அய்க்கிய நாடுகளைத் திருப்திப் படுத்த எடுத்த இந்த முயற்சி, ஒருவேளை சோவியத் ஒன்றியத்தை ஆத்திரங்கொள்ளச் செய்திருக்கும்.

ஆனால், யதார்த்தத்தில், அதற்கான காரணங்கள் மிகவும் ஆழமானது. மாறுபட்ட காரணங்களுக்காக, சோவியத் ஒன்றியமும், அமெரிக்காவில் சில வலிமை வாய்ந்த பிரிவினரும், அவர்களின் சொந்த அடிப்படை நிலைப்பாட்டிற்கு கெடுதல் எதுவும் செய்யாத ஒரு தீர்வுக்காக, பதட்டமின்றி இருந்தார்கள். சீனாவின் இறுதி அணுகுமுறை, குறைந்த பட்சம், சோவியத்தின் அறிவுரையால் அல்லது அழுத்தத்தால், கட்டுப்படுத்தப் பட்டது என்பதை ஒருவர் அறிய முடியும்.

1955 ஏப்ரல் 28ஆம் தேதியிட்ட ஒரு கடிதத்திலிருந்து

ஆசிய - ஆப்பிரிக்க மாநாடு, மிகப்பெரும் கவனத்தை ஈர்த்த உலகளாவிய நிகழ்ச்சி ஆகும். உலகின் ஒவ்வொரு நாடும் அதை மிகக் கூர்ந்தும், சில நேரங்களில், அச்சத்துடனும் கவனித்தது.

மற்ற நாடுகளிலிருந்து பார்வையாளர்கள் பலர், இங்கு ஏதோ ஒரு தகுதியில் வந்தனர். சில உளவுப்பிரிவு ஆட்களும், சார்பாளர்களாக வந்திருந்தனர். இந்த நோக்கத்திற்காக, அமெரிக்க அய்க்கிய நாடுகள், சில காலத்திற்கு முன்பு, ஒரு புதிய துறையைத் துவங்கியிருந்தது. தூரக்கிழக்கு விவகாரங்களில் வல்லுநர்களைத் திரட்டியிருந்தது. இந்தோனேசியத் தூதராலயத்தில் அவர்களின் ஊழியர்களை அதிகப்படுத்தி இருந்தது. பல புதிய தனி நபர்களும் கூட வெளியிலிருந்து பார்க்கவும், பிரதிநிதிகளைச் சந்திக்கவும் வந்திருந்தனர். இதில் காலனியப் பிரதேசங்களில் இருந்த விடுதலை இயக்கங்களின் பிரதிநிதிகள் அத்துடன் பெரும் வல்லரசு நாடுகளிலிருந்து வந்த ஆண்களும், பெண்களும் அடங்குவர்.

வந்திருந்த பிரதிநிதிகள், அரசியல் அல்லது மற்ற அனைத்து வகையான கண்ணோட்டங்களையும் பிரதிநிதித்துவப் படுத்தினர். சிலர் நேட்டோவிற்கு அல்லது சீட்டோவிற்கு (NATO Or SEATO) உறுதியாகக் கடமைப்பட்டவர்கள். இவ்வாறாக, இராணுவ ஒப்பந்தங்கள் மற்றும் கூட்டணிகளின் அமெரிக்க முறைமையின் அங்கங்களாக இருந்தனர். அந்த மாநாடு குறித்து அவர்கள் முழுமையாக விளக்கம் அளிக்கப்பட்டனர். பெரும்பாலும் விளக்கமாக அவர்கள் அமெரிக்க நிலையை எடுத்துரைத்தனர். இரு நாடுகள் அதாவது சீனா மற்றும் வியட்நாம் ஜனநாயகக் குடியரசு ஆகியவை, கம்யூனிஸ்ட்டுகள்.

இந்தியாவும், பர்மாவும் அவர்களின் கொள்கைக்கேற்ப, ஒரு சுதந்திரமான நிலையை எடுத்தனர். இந்தோனேசியாவும், எகிப்தும் வழக்கம்போல் அவர்களை ஆதரித்தனர். பங்குபெற்ற மற்ற நாடுகளில் பெரும்பாலானவை, சில உள்நாட்டுப் பிரச்சினைகளில் கூர்மையான ஆர்வம் காட்டினர். ஆனால், உலக விவகாரங்களில் தெளிவற்ற எண்ணங்களுடன் இருந்தனர். சில நேரங்களில் இந்தியாவின் நிலையை அவர்கள் ஏற்றுக் கொண்டதாகத் தோன்றியது, ஆனால் மிகவும் அதிக தூரம் அதில் சென்றுவிடக் கூடாது என்ற நெருக்கடியில் இருந்தது போலக் காணப்பட்டனர். இந்த நாடுகளில் பல, ஒன்று, அமெரிக்காவிடமிருந்து உதவியைப் பெற்றனர் அல்லது அதைப் பெறுவதற்காக எதிர்பார்த்துக் கொண்டிருந்தனர்.

சீனாவின் பிரதமர், சூ - யென் - லாய், பொதுவெளி மற்றும் மாநாடு என இரண்டிலும் பெரும் கவனத்தை ஈர்த்தார். இது இயல்பானது ஏனெனில், தூரக் கிழக்குப் பிரச்சினையில் அவர் பெரும் பங்கு ஆற்றியவர் என்பது மட்டுமின்றி, மாறாக, மக்கள் பார்த்திராத புதிரான, புகழ்பெற்ற மனிதரும் ஆவார். மாநாட்டிலும் அதன் குழுக்களிலும் அவர் தானே திறமையுடனும், நடுநிலையுடனும் நடத்தினார். அவர் பேசும் பொழுதெல்லாம், கட்டுப்படுத்தும் திறனுடன் பேசினார். பிரதிநிதிகளைச் சந்திக்க அவர் குறிப்பிட்ட கடும் முயற்சிகள் எடுத்தார். தூதுக்குழுக்களின் தலைவர்களால் அளிக்கப்பட்ட பல விருந்துகளுக்கு அவர் சென்றார். அவர்களுடன் தனி உரையாடல்களையும் அவர் நடத்தினார். எந்த முக்கியமான முன்மொழிவையும் அவர் முன் வைக்கவில்லை ஆனால், அவர் நிற்கின்ற எந்தக் கொள்கைக்கும் எதிராக இருப்பதாக எதுவும்

அவருக்குத் தோன்றினால், அதை ஆட்சேபித்தார். மாநாடு வெற்றி பெற வேண்டும் என்பதில் அவர் வெளிப்படையான ஆர்வத்துடன் இருந்தார் ஆகவே, முடிந்த அளவுக்கு அரவணைப்போடு இருக்க முயன்றார். சில நேரங்களில் நிகழ்ந்த வெறுப்பூட்டும் நடத்தையை எதிர் கொண்ட போதும், அவர் பொறுமையுடன் இருந்தார். ஒரே ஒரு முறை, குழு ஒன்றில், சற்று நேரம் தன் நிதானத்தை இழந்தார். சீனா அச்சுறுத்தப்பட முடியாது என்று கூறினார். இந்தியாவுடனும், பர்மாவுடனும் இயற்கையிலேயே மிக நெருக்கமானத் தொடர்புகளைக் கொண்டிருந்தார். மொத்தத்தில், அவரால் ஈர்க்கப்பட்ட பிரதிநிதிகள் மீது மிகவும் நல்லதொரு எண்ணத்தை உருவாக்கினார். அவருக்கு முற்றிலும் எதிராக இருந்தவர்களும், தங்களுடைய நடத்தையால், அவரை எரிச்சலடையச் செய்ய முயன்றவர்களும் கூட, நிச்சயமாக, அவரால் ஈர்க்கப்பட்டார்கள். அவர்கள் அவ்வாறு சொன்னார்கள். தூதுக்குழுக்களின் ஒரு சில தலைவர்களுடனான தனிப்பட்ட சந்திப்பொன்றில், ஃபார்மோசா, கொரியா, திபெத் மற்றும் கம்யூனிசம் இன்ன பிற பற்றி பல கேள்விகள் அவரிடம் கேட்கப்பட்டன. அந்த கேள்வி கேட்பு நிகழ்வை அவர் நன்றாகவே முடித்தார். அங்கிருந்த, அவருடைய மிகக் கடும் எதிர்ப்பாளர்களில் சிலரே, அவர் தரப்பு வாதம், மோசமான ஒன்றல்ல என்று உணர்ந்தனர்.

துருக்கி, பாகிஸ்தான், ஈராக், லெபனான் மற்றும் ஈரான் ஆகியோர் மாநாட்டிலும், குழுக்களிலும் முரட்டுத்தனமாக இருந்தவர்கள். அவர்கள் முழுவதும், சில சமயங்களில் முரட்டுத்தனமாகவும், தூய்மையான அமெரிக்கக் கோட்பாட்டை பிரதிநிதித்துவப் படுத்தினர். தாய்லாந்தும், பிலிப்பைன்ஸும் அவர்களை முழுவதுமாக, ஆனால் மிக அமைதியாக ஆதரித்தனர். சிலோனும் அதே வழியைப் பின்பற்றியது. ஆனால் அந்தப் பிரதம அமைச்சர், கிழக்கு அய்ரோப்பிய நாடுகள் மீதான சோவியத்துகளின் மேலாதிக்கத்தை விமர்சித்த ஒரு சொற்பொழிவு தவிர மற்றபடி அமைதியாகவே ஆதரித்தார்.

எகிப்திய பிரதமர், குழுக்களில் முக்கியமான பங்காற்றினார். உடன்பாடு வருவதற்கு உதவினார். சிரியாவும், ஆஃப்கானிஸ்தானும் கூட கணிசமான பங்கை செலுத்தினர்.

ஜோர்டானும், சவூதி அரேபியாவும் மொத்தத்தில் மிதமாக நடந்து கொண்டனர்.

இந்த வகையில் ஈராக்கும், லெபனானும் அவர்களோடு நெருங்கி வரக் கூடியவர்களாக இருந்தபோதும், பெரும்பாலும் தூதுக்குழுக்களில் மிகவும் முரட்டுத்தனமாக இருந்தவை துருக்கி மற்றும் பாகிஸ்தானுடயவை ஆகும்.

பர்மியப் பிரதமர் உ நூ, அவருடைய வழக்கம் போல், நீண்ட உரைகளை ஆற்றவில்லை. ஆனால் அவர் பேசியது பொருத்தமாகவும், வெளிப்படையான உண்மையாகவும் இருந்தது. அவர் தன் மீதான ஒரு நல்ல எண்ணத்தை உருவாக்கினார். இந்தியாவின் சார்பில் நான் மூன்று முறை சற்று அதிகமாக அரசியல் குழுவில் பேசினேன். பொது மாநாட்டின் நிறைவு அமர்விலும் பேசினேன். தீர்மானங்கள் எழுப்பிய குறிப்பிட்ட கருத்துக்கள் மீது மட்டுமின்றி, இந்தியாவின் அயல்துறைக் கொள்கையின் தத்துவம் மற்றும் அணுகுமுறை பற்றியும் நான் விளக்கினேன். அந்த உரைகள், ஒரு கருத்தை உருவாக்கியதுடன், பிரதிநிதிகளைச் சிந்திக்க வைத்தது என்று நான் கருதுகிறேன்.

மாநாட்டின் அரசியல் குழுவிலும் அதன் துணைக்குழுக்களிலும், நீண்ட, போதுமான விவாதங்கள் நடந்தன. நான் சொன்னது போல, பிரதமர் சூ - யென் - லாய், இணக்கமாக இருந்ததுடன், எந்த சர்ச்சைக்குரிய பிரச்சினையையும் கொண்டு வரவில்லை. ஓர் ஒப்பந்தத்தைக் கொண்டு வருவதுதான் அவருடைய குறிக்கோளாக இருந்தது. பாகிஸ்தான் மற்றும் குறிப்பாக துருக்கியின் குறிக்கோள், முடிந்த அளவுக்குப் பல தடைகளை ஏற்படுத்துவதாகவே தோன்றியது. ஒப்பந்தத்தில் அல்லது மாநாட்டின் வெற்றியில் ஆர்வம் கொண்டவர்களாக அவர்கள் காணப்படவில்லை. உண்மையில், குழுவில் ஒரு கட்டத்தில், பாகிஸ்தான், எந்த ஓர் ஒப்பந்தமும் எட்டப்படுவதைத் தடுப்பதற்கும் மேலும் அதனால் மாநாடு தோல்வியடையும் வகையிலும் அச்சுறுத்தியது. பெரும்பான்மை வாக்குகளால் முடிவுகள் என்ற பிரச்சினையே அங்கு இல்லை. உண்மையில், கருத்தொருமிப்பு என்பது தான் விதி, இந்த விதி, ஒரு சிறிய குழுவிற்கு, முன்னேற்றத்தை தடுப்பதை மிக எளிதாக்கியது.

இந்தப் பின்னணியில், எந்த முடிவுகளுக்கும் வருவது எவ்வளவு கடினம் என்பதை நன்கு உணரமுடியும். ஆகவே, இறுதியில், நாங்கள் ஒருமனதாக ஏற்றுக் கொள்ளப்பட்ட, ஒரு கூட்டறிக்கையை வெளியிட்டோம் என்ற உண்மை, குறிப்பிடத்தக்கது. இந்த கூட்டறிக்கை சற்று வேறுவிதமாக இருந்திருக்கலாம் என்று எங்களில் சிலர் விரும்பியிருக்கக் கூடும் ஆனால், நாங்கள் வெற்றி பெறுவதில் அதிக நாட்டம் கொண்டிருந்தோம் மேலும் பல விஷயங்களை ஏற்றுக்கொண்டோம். இவ்வாறாக, மாநாடு, வலுக்கட்டாயத்துடன் வெளியிடப்பட்ட, ஒரு கண்மூடித்தனமான கருத்துக்களின் மோதலைப் பிரதிநிதித்துவப் படுத்தியது. அதே சமயம், சில பொதுவான கருத்துக்களைக் கண்டறிவதிலும், இறுதியில், ஒருமனதாகத் தீர்மானிப்பதிலும், ஓர் அற்புதமான திறமையையும் வெளிப்படுத்தியது. மக்கள், உண்மையில், தங்கள் மனங்களில், சந்தேகங்களைச் சுமந்து சென்றிருக்கலாம்.

நிலைமையை ஒட்டுமொத்தமாகப் பார்க்கையில், இந்த மாநாடு ஒரு குறிப்பிடத்தக்க வெற்றி என்று எனக்குத் தோன்றுகிறது. வெளியிடப்பட்ட கூட்டறிக்கைக்கு முற்றிலும் அப்பாற்பட்டு, அது, இந்த பல்வேறுவகையான, வேறுபட்டிருக்கின்ற அனைத்து நாடுகளும் ஒன்றாக நெருங்கி வருவதை, அவற்றின் பிரதிநிதிகள் ஒருவரை ஒருவர் அறிந்து கொள்வதை, மேலும் ஒருவரிடமிருந்து மற்றவர் சிலவற்றைக் கற்பதை, அத்துடன், பல்வேறு வேறுபாடுகள் இருப்பினும், இறுதியில் அவர்களிடையே நிறைய பொதுவான அம்சங்களைப் பெற்றுள்ளனர் என்று கண்டுகொண்டதை, பிரதிநிதித்துவப் படுத்தியது. இவ்வாறு ஆசிய, ஆப்பிரிக்க நாடுகளுக்கிடையில், பொதுவான நோக்கங்கள் பற்றிய ஓர் உணர்வு, மேலும் மேலும் தெளிவாகியது. ஆசியாவிலும், அல்லது ஆப்பிரிக்காவிலும் அனைத்தும் நன்றாக உள்ளது என்றும், அல்லது நமது கருத்து வேறுபாடுகள் தீர்க்கப்பட்டு விட்டதாகவும் நாம் கற்பனை செய்யக் கூடாது. வெளிநாட்டு வற்புறுத்தல்கள், இராணுவ ஒப்பந்தங்கள், நிதி உதவி மற்றும் அது போன்றவை இல்லையெனில், அவைகள் கரைந்து விடும் என்பதில் எனக்கு அய்யமில்லை. ஆயினும், இந்த நாடுகளுக்கிடையே பொதுவான இந்த உணர்வை உருவாக்க உதவியதை நோக்கி கொஞ்ச தூரம்

நாம் சென்றிருக்கிறோம் என்பதில் அய்யம் இருக்க முடியாது. ஆசிய, ஆப்பிரிக்க மக்கள் மீது, மேலும் அத்துடன் அய்ரோப்பா மற்றும் அமெரிக்காவில் உள்ள மக்கள் மீதும், இந்த மாநாட்டின் உளவியல் அடிப்படையில் ஏற்பட்ட தாக்கம் என்பதுதான் மிக முக்கியமானது. இந்தத் தாக்கம், கணிக்க முடியாதது எனினும், பரந்த அளவிலான விளைவுகளைக் கொண்டது.

1955 ஜூலை 20ஆம் தேதியிட்ட ஒரு கடிதத்திலிருந்து

சோவியத் ஒன்றியத்தில் குடிமக்கள் சுதந்திரம், *(Civil Liberty)* நாம் அதை அறிந்தது போல அல்லது அந்தச் சொல் குறிப்பது போல, அங்கே இல்லை என்று சொல்வதற்கு எந்த ஆதாரமும் தேவை இல்லை. இப்போதைய ஆட்சியைப் பொதுவெளியில் எதிர்க்கின்ற நபர்களுக்கு பாதுகாப்பில்லை. ஏதோ ஒரு வழியில் அவர்கள் தண்டிக்கப்படவும் அல்லது தடுப்புக் காவலில் வைக்கப்படவும் வாய்ப்புள்ளது. அரசு மற்றும் நிர்வாகத்தின் அரசியல் கட்டமைப்பு, நமக்கு பழக்கமாகி இருக்கும் ஒன்றிலிருந்து, முற்றிலும் வேறுபட்டது, மேலும் இந்த மாபெரும் வேறுபாட்டால், அதைப் புரிந்து கொள்வது அல்லது அதைச் சரியாகக் கணிப்பது சற்றுக் கடினமாக இருக்கிறது. நம் சொந்த சிந்திக்கும் முறையினால், அது பற்றிய புறநிலை சார்ந்த பார்வையை மேற்கொள்வது கூட அதே அளவு கடினமானது.

பொருளாதாரக் கட்டமைப்பைப் பொறுத்தவரை, மானிட அமைப்பில், ஒரு முழுமையான புதிய சோதனை என்று அதைச் சொல்ல வேண்டும். அதை நடுநிலையோடு மதிப்பீடு செய்வதற்கு ஒரே வழி, கம்யூனிசத்தின் வலுக்கட்டாயப்படுத்தும் உத்தியை மறப்பது அல்லது ஒதுக்கி விடுவது, மேலும் முற்றிலும் ஒரு பொருளாதார முறைமையாக அதைப் புரிந்துகொள்ள முயற்சிப்பதும் ஆகும். ஆனால், சோவியத் ஒன்றியத்தில், பின்னணியின் ஓர் உண்மையான புரிதலைப் பெறுவதற்காக, இரண்டு உண்மைகளை மனதில் கொள்ள வேண்டும். ஒன்று, அந்த பெரும் பரப்பின் வெளிப்படையான வரலாற்றுப் பின்னணி: புரட்சிக்கு முன்பான யதேச்சாதிகார ஆட்சி, அப்போதைய முழுமையான குடிமக்கள் சுதந்திரமின்மை, நாட்டின் பின் தங்கிய நிலை, அதிலும் குறிப்பாக வேளாண் வகுப்பினரின் பின் தங்கிய நிலை, அதாவது பசுமையான நினைவில் இருந்த ஒரு காலம் வரையிலான பண்ணை

அடிமை முறையின் தொடர்ச்சி. கடந்த காலத்தில், சோவியத் ஒன்றியத்தின் பல்வேறுபட்ட பகுதிகளில், உண்மையில் நிலைமைகள் மிகப் பெரும் அளவு வேறுபட்டிருந்தன. அதன் மத்திய ஆசியப் பகுதிகளில், பின்தங்கிய நிலை மிகவும் மோசமாக இருந்தது. இந்தக் கடந்த காலத்திலிருந்துதான், சோவியத் ஒன்றியம் வெளிப்பட்டது.

1917 நவம்பர் போல்ஷ்விக் புரட்சியிலிருந்து எப்போதும் சோவியத் ஒன்றியத்தின் தலைவர்களும், மக்களும் ஆபத்தாலும், பகைவர்களாலும் சூழப்பட்டிருப்பதாக ஓர் உணர்வைப் பெற்றிருந்தார்கள் என்பது, நினைவிற்கொள்ள வேண்டிய மிக முக்கியமான இரண்டாவது விஷயம். இந்தக் காலத்தில், உள்நாட்டுப் பிரச்சினைகளுக்கும், இடர்ப்பாடுகளுக்கும் அப்பால், ஓர் உள்நாட்டுப் போர் மற்றும் அந்நிய நாட்டு அரசுகளின் தலையீடு என இரண்டு பெரும் போர்களை அவர்கள் கடந்து சென்றார்கள். முதல் பத்து ஆண்டுகள், முதல் உலகப் போர், உள்நாட்டுப் போர் மற்றும் தலையீட்டுப் போர்க் காலமாக இருந்தன. இருபதுகளின் நடுவில், சோவியத் ஒன்றியம் சில வகைகளில் மிகமிகத் தாழ்ந்த நிலையில் இருந்தது. பிறகு ஐந்தாண்டுத் திட்டங்கள் இன்ன பிற என்று, கட்டியெழுப்பும் காலம் துவங்கியது. முப்பதுகளின் இறுதியில், சோவியத் ஒன்றியத்திற்கு சற்று தாமதமாகப் பரவி, உயிர், உடைமை என இரண்டுக்கும் பயங்கரப் பேரழிவைக் கொண்டு வந்த இரண்டாவது உலகப் போர் வந்தது. அதற்கு முந்தையப் பத்தாண்டுகளில் கட்டியெழுப்பப்பட்ட ஏராளமானவை அழிக்கப்பட்டன. இரண்டாம் உலகப் போர் முடிந்த பிறகு உடனே, எப்போது வேண்டுமானாலும் மூன்றாம் உலகப் போராக உருவெடுக்கக்கூடிய அச்சுறுத்தலுடன், பனிப்போர் துவங்கியது... இவ்வாறாக, 1917 புரட்சியிலிருந்து எப்போதும் சோவியத் ஒன்றியம், ஒரு போர் பயம் என்றழைக்கப்பட்ட மன நோயால் பாதிக்கப்பட்டு இருந்தது. இது போன்ற ஒரு போரில் ஈடுபட்ட ஒரு நாட்டின் மீதான போரின் விளைவுகளை நாம் அறிவோம். உயர்ந்த ஜனநாயக நாடுகள் கூட, போர்க் காலத்தில் அவற்றின் குடிமக்கள் உரிமைகளை அடக்கியிருக்கிறார்கள், மேலும் இராணுவ நிர்ப்பந்தம் உள்ளிட்ட பல வகையான நிர்ப்பந்தங்கள், தினசரி வாழ்வின் ஒரு பகுதியாக ஆயின. ஆகவே, சோவியத் ஒன்றியத்தின் உளவியல் அடிப்படையிலான

பின்னணியை, இப்போது மட்டுமின்றி, அதன் கடந்த முப்பத்தெட்டு ஆண்டுகள் இருப்பின் போதும் புரிந்து கொள்ள வேண்டுமானால், அது போர் நெருக்கடியில் அல்லது போர் பற்றிய அச்சத்தின் கீழ் இருந்ததாக, நாம் அதைக் கருத்தில் கொள்ள வேண்டும். அது மற்ற நாடுகள் நோக்கிய அதன் கொள்கையில் பாதிப்பு ஏற்படுத்தியதோடு, ஒன்றியத்திற்கு உள்ளே, இயல்பான சுதந்திரங்களையும் கட்டுப்படுத்துவதில் முடிந்தது. அவ்வப்போது, உளவு பற்றிய பீதிகளும் அங்கே வலம் வந்தன. மக்கள் பலர், பெரும்பாலும் ஒன்றுமறியாத பெரும் எண்ணிக்கையிலான அப்பாவி மக்கள் உள்ளிட்டு, பாதிக்கப்பட்டனர். அச்சத்தால் எழுந்த இவை அனைத்தும் ஒரு குறிப்பிட்ட வகையான நபரைப் பதவியில் உயர்த்தக் கூடிய ஓர் உறுதியான உளவியலை உருவாக்கியது. சோவியத் ஒன்றியத்தில், நாம் மிகக் கடுமையான மற்றும் கொடுமையான, மிகச் சமீபத்தில் ஏற்றுக் கொள்ளப்பட்ட எடுத்துக் காட்டான பெரியாவைப் (Beria) போன்ற, தலைவர்களைப் பெற்றோம். இவை அனைத்தும், இயல்பான நிலைமைகள் என்றழைக்கப்பட வேண்டிய அமைப்பைத் தடுத்தது. பெரிதும், சிறிதுமான ஒவ்வொரு புரட்சியும், கொஞ்சம் கொஞ்சமாக ஓய்ந்திருக்கிறது. புரட்சியின் ஆதாயங்கள் அல்லது அவற்றில் பல தொடர்கின்றன, மேலும் புரட்சியின் அத்துமீறல்கள் மறைந்து போயின. மாபெரும் ஃப்ரெஞ்சுப் புரட்சி, பயங்கரமான அத்துமீறல்களைக் கடந்து சென்றது. அது ஓர் எதிர்ப் புரட்சியாலும், நெப்போலியனாலும் பின் தொடரப்பட்டது. பின்னாளில், ஃப்ரான்ஸ், அந்தப் புரட்சியின் ஆதாயங்களில் பலவற்றைத் தக்கவைத்துக் கொண்டபோதும், அய்ரோப்பாவின் மிகவும் எழுச்சியற்ற, பழைமைவாத நாடுகளுள் ஒன்றாக ஆகியது. வெளிப்படையாகவே, இந்த வகையில் நிலைமை சரியாவதற்கான ஒரு முழுமையான வாய்ப்பைச் சோவியத் ஒன்றியம் என்றும் பெறவில்லை. ஆகவே, இயல்புநிலைக்குத் திரும்புவது தாமதம் ஆகிறது.

மீண்டும் ஃப்ரெஞ்சுப் புரட்சிக்கு கவனத்தை திருப்புவோம். ஃப்ரெஞ்சுப் புரட்சியின் இலட்சியங்கள், அய்ரோப்பாவை ஒரு நூறு ஆண்டுகளுக்கு மிகுந்த ஆற்றலுடன் பாதித்தது. சுமார் அறுபது ஆண்டுகள், அந்தப் புரட்சிக்குப் பிறகு, அய்ரோப்பாவில் புரட்சிகளின் ஆண்டு என்றழைக்கப்பட்ட

ஓர் ஆண்டே வந்தது - 1848. அந்தப் புரட்சிகள் ஏறத்தாழ ஒடுக்கப்பட்டன. ஆனால், ஃப்ரெஞ்சுப் புரட்சியின் அந்த இலட்சியங்கள் நீடித்தன மேலும் கொஞ்சம் கொஞ்சமாக, பல்வேறு வழிகளில், அய்ரோப்பாவில் மாபெரும் மாற்றங்களைக் கொண்டு வந்தன. இத்தாலி விடுதலை அடைந்தது. புதியதோர் ஜெர்மனி எழுந்தது மேலும் அது போன்ற பல நிகழ்வுகள். எதிர்பாராத வகையில், ஃப்ரெஞ்சுப் புரட்சி நடந்து கொண்டிருந்தபோது, மேற்கு அய்ரோப்பா முழுவதும் மெல்ல மெல்ல வந்து கொண்டிருந்த ஒரு மிகப்பெரும் புரட்சியை - தொழிற்புரட்சியைப் புறக்கணித்தது என்ற வகையில், அது காலம் கடந்த ஒன்றாக இருந்தது. அதனால், பத்தொன்பதாம் நூற்றாண்டில், ஃப்ரெஞ்சுப் புரட்சியின் அரசியல் மற்றும் மானுடத் தத்துவங்களும், அத்துடன் தொழிற்புரட்சியால், உருவாக்கப்பட்டுக் கொண்டிருந்த புதிய தொழிற்சமூகங்களும் மேற்கு அய்ரோப்பாவையும் அமெரிக்காவையும் வடிவமைக்கத் துவங்கின. ரஷியா இந்த இரண்டின் வரையறைக்கும் வெளியே இருந்தது...

(சோவியத் ஒன்றியத்தில்) ஓர் ஆர்வமும், நிகழ்வுகளின் தனித்துவமான சேர்க்கையும், புரட்சி மற்றும் ஒரு பொருளாதாரக் கோட்பாட்டின் பயன்பாடு அத்துடன் செயல்பாட்டின் ஓர் புதிய உத்தி ஆகியவற்றுக்கு வெற்றியைக் கொண்டு வந்தன. மார்க்சிசம் என்ற அந்தப் பொருளாதாரக் கோட்பாடு, பத்தொன்பதாம் நூற்றாண்டின் முதல் பாதியில் இங்கிலாந்தில், தொழில் நிலைமைகள் பற்றிய ஒரு குறிப்பிடத்தக்க ஆய்வினைப் பெருமளவில் அடிப்படையாகக் கொண்டது. செயல்பாட்டின் உத்தி, அப்போது அய்ரோப்பாவில் செயல்பட்டு வந்த சில சக்திகள் மற்றும் பாரீஸ் கம்யூனின் போது நடந்த நிகழ்ச்சிகளைப் போன்ற சில நிகழ்ச்சிகளிடமிருந்து பெறப்பட்டது. மார்க்ஸ் தன்னுடைய வழிமுறைகளின் பயன்பாட்டை, ரஷியா போன்ற ஒரு பின் தங்கிய நாட்டில், எண்ணிப் பார்க்கவில்லை. ஆனால் ஒரு ஊழல் மிகுந்த, திறமையற்ற, ஓய்ந்து போன யதேச்சாதிகாரம், போரில் தோல்வி, அதன் தொடர்ச்சியாக வந்த துயரம், நிர்வாகம் மற்றும் பொருளாதார முறைமையின் செயலிழப்பு, அத்துடன் ஒரு நுண்ணறிவு மிக்க தலைவர் லெனின் என்ற அனைத்தின் சேர்க்கை, அந்த வெற்றிக்கு இட்டுச் சென்றது...

கிழக்கு அய்ரோப்பாவில், இரண்டாம் உலகப் போருக்குப் பின், சோவியத் ஒன்றியம், மாபெரும் வலிமை பெற்ற நிலையில் இருந்தது. பெரும்பாலும் விரிந்து பரவ, குறிப்பாக ஸ்லாவிய பகுதிகளின் மீது பரவ, அதற்கு பழைய ஜாரிச ஆசைகள் இருந்தன. அதன் எல்லைகளுக்கு அருகில், கூடுமானவரை அதிகமான நட்பு நாடுகளை பெறுவதன் மூலம், எதிர்காலத்தில் தன்னைப் பாதுகாத்துக் கொள்ளவும் ஆசை இருந்தது. அவர்களுடைய ஆதரவின் கீழ், ஒரு கம்யூனிஸ்ட்டு ஆட்சியை அங்கு அமைப்பது, ஒரு நட்பு நாட்டைப் பெறுவதில் மிக எளிதான வழியாக அவர்களுக்குத் தோன்றியது. லாட்வியா, லிதுவேனியா போன்ற சில சிறிய நாடுகள் அந்தக் கணமே சேர்க்கப்பட்டன. இந்த நவீன உலகத்தில் இந்தச் சிறிய நாடுகளுக்கு, தாங்கள் தனித்து அவ்வாறு இருப்பது கடினமாக இருந்தது. பெரும் வல்லரசின் ஆதரவின் கீழ் அவர்கள் இருக்க வேண்டியிருந்தது மேலும் ரஷியா வெகு அருகில் இருந்தது, அவர்களைத் தன் மடியில் தாங்கிக் கொண்டது. ஜெர்மனியை கைக்கொண்டது முக்கிய இரு போட்டியாளர்களுக்கும் ஒரு மிகப் பெரிய பரிசு ஆகும். முடிவில் அது பிரிக்கப்பட்டது.

சோவியத் ஆட்சியின் நீட்சி, அதற்கு பாதுகாப்பை அளிப்பதற்குப் பதிலாக, அது, மிக அதிகமான பிரச்சினைகளுக்கும், மோதல்களுக்கும் இட்டுச் சென்றது. சோவியத் ஒன்றியத்தின் விரிவாக்கம் மீதான மேற்கத்திய நாடுகளின் அச்சங்களும், பீதிஉணர்வுகளும், அவர்களை, அய்ரோப்பாவில் மட்டுமின்றி, உலகம் முழுவதும் தாங்களாகவே ஒன்று திரள்வதற்கு இட்டுச் சென்றன. பனிப்போர் துவங்கியது. அதே நேரம், அறிவியல், தொழில் நுட்ப வளர்ச்சிகள், அணுகுண்டுகளுக்கும், ஹைட்ரஜன் குண்டுகளுக்கும் கொண்டு சென்றன. இரண்டு முக்கியக் குழுவினரும், மீண்டும் ஆயுதம் தரிப்பதற்கான, மிகவும் குறிப்பாக, பெருந்திரள் கொலைக்கான இந்தப் புதிய வழிமுறைகளை வளர்ப்பதற்கான போட்டியைத் துவங்கினர். துவக்கத்தில், மேற்கத்திய கூட்டாளிகள், வானில் மிகவும் வலிமையோடு இருந்தபோது, சோவியத் ஒன்றியம், தரைப் பகுதியில், வலிமையுடன் இருந்தது. கொஞ்சம் கொஞ்சமாக, சோவியத் ஒன்றியம், வான் வெளியிலும் தன்னை ஈடுபடுத்திக் கொண்டது மேலும் பெரும்பாலும் அது முன்னோக்கியும் சென்றது அத்துடன் ஹைட்ரஜன் குண்டுகளைப் பொறுத்தவரை,

அது மாபெரும் முன்னேற்றத்தையும் கூட உண்டாக்கியது. இதற்கிடையில், இருநூறுக்கும் மேலான ஆயுத தளங்களின் தொடர்ச்சங்கிலி, சரியாக ஆர்க்டிக் கடலிலிருந்து கீழ்நோக்கி, சோவியத் ஒன்றியத்தையும், சீனாவையும் முழுதும் சுற்றியவாறு, மேற்கத்திய கூட்டாளிகளால், முக்கியமாக அமெரிக்க அய்க்கிய நாடுகளால் அமைக்கப்பட்டன. அத்துடன், ஜெர்மன், மீண்டும் ஆயுதம் தரிப்பது என்ற பிரச்சினை கிளப்பப் பட்டது.

இவ்வாறு, ஒருபுறம், சோவியத் ஒன்றியத்தின் மாபெரும் ஆற்றல், மேற்கத்திய நாடுகளை அச்சுறுத்திய வேளையில், சோவியத் ஒன்றியமும் அதே அளவு, அணு ஆயுத தளங்களின் இந்தத் தொடர்ச்சங்கிலியாலும், மேலும் இன்னும் அதிகமாக, ஜெர்மன் மீண்டும் ஆயுதபாணி ஆவதற்கான சாத்தியக்கூறுகளாலும், அச்சுறுத்தப் பட்டது. நமது சொந்த வாழ்நாளிலேயே, இருமுறை, ரஷியாவும், கிழக்கு அய்ரோப்பிய நாடுகளும் ஜெர்மன் இராணுவங்களால், படையெடுக்கப்பட்டு, பேரழிவுக்குட்பட்டன. இந்த நாடுகளிலுள்ள மக்கள், இந்த இராணுவங்களால் ஏற்பட்ட பெரும் பாதிப்பு மற்றும், பேரழிவின் பசுமையான நினைவுகளைக் கொண்டிருக்கிறார்கள். அத்துடன், கோடிக்கணக்கான மக்கள், முக்கியமாக யூதர்கள், அங்கே கொல்லப்பட்டார்கள் என்று அகில உலக ஆணையம் கண்டுபிடித்த, வாயு அறைகளைக் கொண்ட பயங்கரமான வதை முகாம்கள் அங்கே இருந்தன. இவைகளுள் ஒன்றை நான் போலந்தில் கண்டேன் மேலும் அது ஒரு பயங்கரமான, பெரும்பாலும் காணச்சகிக்க முடியாத காட்சி ஆகும். இவ்வாறாக, கிழக்கு அய்ரோப்பா முழுவதும், யூகோஸ்லேவியா உள்பட, ஜெர்மன் மறு ஆயுதத் தரிப்பு பற்றிய அச்சம் இருக்கிறது. எண்பது ஆண்டுகளில், மூன்று ஜெர்மன் படையெடுப்புகளால் பாதிக்கப்பட்ட ஃப்ரான்ஸிலும் அந்த அச்சம் இருக்கிறது. ஃப்ரான்ஸுக்கு இரட்டை பயம் இருக்கிறது: ஒரு பக்கம் சோவியத் ஒன்றியத்தால், மறுபுறம் மீண்டும் ஆயுதபாணியாகும் ஜெர்மனியால். மேலும் ஃப்ரெஞ்சுக் கொள்கைகள், இந்த இரண்டு அச்சங்களுக்கிடையே தேர்ந்தெடுக்க வேண்டிய கட்டாயத்துள்ளாகி இருக்கின்றன.

இவ்வாறாக, ஜெர்மனி மற்றும் ஜெர்மன் மறுஆயுதம் தரிப்புப் பிரச்சினையை ஒட்டி, உலகம், அய்ரோப்பாவில், போர் விளிம்பு நோக்கி, கொஞ்சம் கொஞ்சமாக

விலகிப்போய்க் கொண்டிருக்கிறது. தூரக் கிழக்கில் நிலைமை இன்னும் அதிகமாக ஆபத்தான பின்விளைவுகளைக் கொண்டதாக ஆகியிருக்கிறது. ஆனால், அதே நேரத்தில், அனைத்து நாடுகளிலுமுள்ள மக்களுக்கும், அவர்களுடைய தலைவர்களுக்கும், ஆட்சியாளர்களுக்கும் கூட, ஒரு புதிய உலகப் போர், கற்பனைக்கெட்டாத அழிவையும், கேட்டையும் தருகின்ற ஒன்று என்ற ஓர் உணர்வு வந்துள்ளது. அந்த அச்சம், ஒரு பயன் தரும் தடுப்பாக செயலாற்றி இருக்கிறது மேலும் அது, மனிதர்களின் மன நிலையை, பெரும்பாலும் முன் எப்போதும் இல்லாதபடி, அமைதி பற்றிய தேடலுக்கு மாற்றுவதற்கான கருவியாகவும் பெரும்பாலும் இருந்திருக்கிறது. குறிப்பாக அய்ரோப்பாவில் உள்ள மக்களுக்கு, கிழக்காகவோ அல்லது மேற்காகவோ இருப்பினும், போர் என்பது அவர்கள் அறிந்த, பாதிப்பை ஏற்படுத்திய ஒன்று. மீண்டும் அதை அவர்கள் விரும்பவில்லை...

நான் சொன்னது போல, நாம் நன்கறிந்த, குடிமக்கள் சுதந்திரம் அங்கு இல்லை. ஆனால் இந்த குடிமக்கள் சுதந்திரம் இல்லாதது, மக்களுள் மிகப் பெரும்பான்மையினரால் உணரப்படுகிறதா என்று நான் ஓரளவு சந்தேகப் படுகிறேன். ஓரளவு, அவ்வாறு இருப்பது ஏனெனில், அவர்கள் எந்தக் காலத்திலும், குடிமக்கள் சுதந்திரத்தை அறிந்ததில்லை. இதற்கு ஓரளவுக் காரணம், குடிமக்கள் சுதந்திரம் என்ற புலப்படாதக் கருத்து வடிவம் குறித்த அக்கறையை விடவும், அவர்களின் வாழ்க்கை நிலைமைகள் பற்றிய அக்கறையே ஒவ்வொரு நாட்டிலும் மக்களுக்கு இருக்கிறது என்பதாகும். சோவியத் ஒன்றியத்தில், இப்போது உள்ள சூழ்நிலைகள் மீது அதிருப்தி கொண்ட மக்கள் பலர் இருக்கிறார்கள் என்று நான் கருதுகிறேன். ஆனால், நான் கொண்ட பொதுவானதொரு அபிப்பிராயம், மன நிறைவு என்ற ஒன்று, ஏனெனில், நடைமுறையில் ஒவ்வொருவரும் ஈடுபாட்டோடும், வேலையில் மும்முரமாகவும் இருக்கிறார்கள். புகாரளிப்பதற்கு ஒருவருக்கும் நேரமிருப்பதாகத் தெரியவில்லை, அல்லது புகார்கள் ஏதும் இருப்பின், அவைகள், பெருமளவில் சாதாரணமான சிறிய விஷயங்கள் பற்றியே இருக்கின்றன.

நடைமுறையில், அய்ம்பது வயதிற்குக் கீழ் ரஷியாவில் உள்ள ஒவ்வொருவரும், அதாவது, பெரும்பாலும் அனைத்து சுறுசுறுப்பான மக்கள்தொகையும், சோவியத் அமைப்பின்

கீழ், வளர்ந்துள்ளனர். பிரச்சாரத்தால் மட்டுமின்றி, மேலும் அதிகமாக அவர்தம் முழுமையான சுற்றுப்புறச்சூழலாலும் கூட முழுவதும் முறைப்படுத்தப் பட்டுள்ளனர் என்பதை நினைவிற்கொள்ள வேண்டும். சில வயதான மக்கள், புகாரளிக்கவும், மிகப் பழைய நாட்களை எண்ணிப்பார்க்கவும் செய்யலாம் ஆனால், மிகவும் பழைய நாட்களுக்கு திரும்புதலுக்கான ஒரு குறிப்பிடத்தக்க ஆசை, சோவியத் ஒன்றியத்தில் இருக்குமா என்று நான் மிகவும் அய்யம் கொள்கிறேன். பொருளாதார முறைமையில், எந்த முக்கியமான மாற்றமும் நடக்க முடியும் என்பது நம்புதற்குரியது என நான் கருதவில்லை. சிறிய மாற்றங்களும், தழுவல்களும் இருக்கலாம், மேலும் பெரும்பாலும் இருக்கும், ஆனால் தொழிலும், நிலத்திலும் அடிப்படையான பொருளாதாரக் கட்டமைப்பு என்பது தொடரும். இந்தக் கட்டமைப்பை அமைக்கையில், இன்னும் குறிப்பாக நிலங்களை ஒன்றிணைப்பதில் (கூட்டுப்பண்ணை ஆக்குவதில்-மொ-ர்), மானுடத் துயர் மூலம் ஒரு பிரம்மாண்டமான விலை கொடுக்கப்பட்டது. அந்த விலை கொடுக்கப்பட்டதால், முற்றிலும் ஒரு புதிய கட்டமைப்பு எழுந்தது மேலும் அது நன்றாக நிறுவப்பட்டிருக்கிறது. இதன் மீது திரும்பிப் போவது என்பது இருக்க முடியாது. சமீபத்தில் மாற்றங்கள் நிகழ்ந்திருக்கும் கிழக்கு அய்ரோப்பாவின் மற்ற கம்யூனிஸ்ட்டு நாடுகளுள் சிலவற்றிற்கு இது பொருந்தாமல் போகலாம்.

சோவியத் ஒன்றியத்தில் இவ்வாறாக, ஒரு புதிய வகையான சமுதாயம் வளரத் தலைப்பட்டது. அது உயர்நிலை சமுதாயமாக, எண்ணிக்கையிலும், புதிய நகரங்கள், மாநகரங்கள், தொழிற்சாலைகள் மற்றும் அது போன்ற பலவற்றை அமைப்பதிலும் விரிவடைந்தது மட்டுமின்றி, அது வாழ்கின்ற சுற்றுப்புறச் சூழ்நிலையில் நம்பிக்கை வைக்குமாறு, ஒழுங்குபடுத்தவும் பட்டது. இந்தச் சமுதாயம் கொஞ்சம் கொஞ்சமாக தொழில் நுட்ப மயமானதுடன், ஓரளவுக்கு நன்கு படித்த சமூகமாகவும் ஆகியது. போர்கள் அல்லது பெரிய குழப்பங்கள் இல்லையெனில், அதன் தரங்கள் தவிர்க்க முடியாதவாறு, உற்பத்தி அதிகரிப்போடு உயர்ந்து விடும். எந்த அளவுக்கு அரசியல் தடையும், குடிமக்கள் சுதந்திரம் இல்லாமையும் தொடரும் என்பதை நான் சொல்ல இயலாது.

போர் மற்றும் தாக்குதல் பற்றிய பயம் தொடருமென்றால், இயல்பான நிலைக்கான ஒரு முற்போக்கான அணுகுமுறையும், ஓர் அளவு தனிநபர் சுதந்திரமும் அதன் தொடர்ச்சியாக வரக் கூடும் என்று நான் கற்பனை செய்கிறேன். மேற்கத்திய நாடுகளுள் சிலவற்றில் அறியப்பட்ட தனி நபர் சுதந்திரத்தின் வகைக்கு இது இட்டுச் செல்லும் என்று நான் கருதவில்லை, ஆனால் ஒரு நன்கு கற்ற, நல்ல பயிற்சி பெற்ற சமுதாயம், நீண்ட காலத்திற்கு தனிநபர் சுதந்திரம் மீதான பல தடைகளுக்கு இணங்கிப் போக வாய்ப்பில்லை.

நான் கம்யூனிசம் பற்றி ஒன்று அதன் உத்தியையோ அல்லது அதன் கோட்பாட்டையோ, விவாதிக்கவில்லை, ஆனால் பல்வேறு நிகழ்வுகளின் நெருக்கடியின் கீழ் சோவியத் மக்களின் படிப்படியான முன்னேற்றத்தின் பார்வையில், ஓரளவு எண்ணிப் பார்க்கிறேன். லெனினால், ரஷியாவில் பயன்படுத்தப்பட்ட மார்க்ஸிசம், பெரும்பாலும் ஓரளவுக்கு மார்க்ஸ் தானே சிந்தித்ததிலிருந்து வேறுபட்டதாக இருந்தது. ஸ்டாலின் இதை இன்னும் அதிகமாக மாற்றினார், மேலும் சோவியத் ஒன்றியத்தில், மாறிவரும் சூழ்நிலைகளுக்கு ஏற்ப, இந்த மாறுகின்ற வழிமுறைகள் தொடரும் என்பதில் எனக்கு அய்யமில்லை. கம்யூனிஸ்ட்டு அல்லாத நாடுகளில், கம்யூனிஸ்ட்டுக் கட்சிகள் பிடிவாதமாக இருக்கின்றன. மாறிவரும் யதார்த்தத்தோடு தொடர்பின்றி இருக்கின்றன. சோவியத் ஒன்றியத்தில் இதுபோன்ற கட்டாயம் இல்லை ஏனெனில் அங்கே கம்யூனிசத்தின் மேல்மட்டப் பூசாரிகள் எந்த மாதிரியான விளக்கத்தையும் அளிப்பதில், சுதந்திரமாக இருக்கிறார்கள். ஒரு சோசலிஷ அல்லது ஒரு கம்யூனிச சமுதாயத்தின் இன்றியமையாத அடிப்படை, தொடர்ந்திருக்கும், ஆனால் அதன் வெளிப்புறக் கட்டமைப்பு, காலத்திற்குக் காலம் மாறுபடலாம் என்று நான் கருதுகிறேன். அத்துடன், இயல்புநிலை உள்ளே வருமெனில், வேறெங்கும் கம்யூனிச ஆக்கிரமிப்புப் பண்பு மற்றும் தலையீட்டின் ஒரு தொடர்ச்சியை எதிர்பார்ப்பதற்கு எந்தக் காரணமும் இல்லை. உண்மையில் எப்போதும், மாபெரும் வல்லரசுக்கு எல்லையை விரிவுபடுத்துகின்ற, அதன் விருப்பத்தை மற்றவர்கள் மேல் திணிப்பதற்கு முயற்சிக்கின்ற போக்கு இருந்து கொண்டிருக்கும்.

1955 ஆகஸ்ட் 2ஆம் தேதியிட்ட ஒரு கடிதத்திலிருந்து

விரிவாகப் பேசினால், உலக நிலைமையைப் பொறுத்தவரை, இரண்டு முக்கியப் பிரச்சினைகள், அய்ரோப்பாவில் ஜெர்மனி மற்றும் தூரக்கிழக்கு பிரச்சினைகளின் சிக்கல் - கொரியா, ஃபார்மோசா மற்றும் இந்தோ - சீனா பற்றிய பிரச்சினைகள் தான். அய்ரோப்பாவில் பல்வேறு வளர்ச்சிப் போக்குகளால், அதிலும் குறிப்பாக ஜெர்மனியில் நிகழ்பவைகளால், மேற்கத்திய முகாம், சோவியத் முகாமோடு ஒப்பிடுகையில், பெரிதும் வலுவான நிலையில் இருக்கிறது. எப்படியிருப்பினும், தூரக்கிழக்கில் இந்த நிலைமை தலைகீழாக இருக்கிறது. சீனாவும் அதன் அணிகளும், முக்கியமாக பூகோள அமைப்பின் காரணமாக, அரசியல் மற்றும் இராணுவம் என்ற இரு அடிப்படையிலும், பெரிதும் ஒரு வலுவான நிலையில் இருக்கின்றனர். இதனால், அமெரிக்க அய்க்கிய நாடுகள், ஜெர்மன் பிரச்சினைக்கு முன்னுரிமை தருவதிலும், அடுத்த சில ஆண்டுகளில் எதுவும் நடக்கும் என்ற நம்பிக்கையில், தூரக்கிழக்குப் பிரச்சினையைத் தொடாமல் விடுவதிலும் ஆர்வம் காட்டுகிறது. ஆயினும், தூரக்கிழக்கில் பிரச்சினையை எவ்வளவு காலத்திற்கு வேண்டுமானாலும் அப்படியே இருக்குமாறு விட்டுவிடலாம் என்று எண்ணிப்பார்ப்பது இயலாததாக இருக்கிறது. ஆயினும், கடற்கரை தீவுகளான க்யூமாய் மற்றும் மாட்சு தீவுகளை அமைதியான முறையில் சீனாவிடம் ஒப்படைத்தால், பிறகு தூரக்கிழக்கில் உள்ள நிலைமையின் வேகம் குறைந்து, கடும் பதட்டமான ஒன்று என்பது நிற்பதற்கான சாத்தியம் உள்ளது. பிரச்சினை தொடரும், ஆனால் கொஞ்சம் சாவகாசமாக அதைக் கையாள முடியும். கொஞ்சம் கொஞ்சமாகத் தேய்ந்து வரும் சியாங் கெய் - ஷேக் மற்றும் அவரது குழுவினர் மூலம், ஃபார்மோசா பிரச்சினை தானே தீர்க்க முயல்வதற்கு முற்றிலும் சாத்தியம் இருக்கிறது. ஃபார்மோசா அல்லது தைவானுக்கு இறுதியான தீர்வு, சீனாவுடன் போவதாகத்தான் இருக்க முடியும். ஃபார்மோசாவில் ஒரு பகை அரசை, சீன அரசு சகித்துக்கொள்ள முடியாது மேலும் வரலாறு மற்றும் கலாசாரத் தொடர்புகள் இரண்டும், சீனாவின் உரிமைக்கோரலை ஆதரிக்கின்றன. சீனாவின் ஃபுக்கின் மாகாணத்திலிருந்து, சீன மொழி பேசுகின்ற மக்கள் தான், மிகப் பெரும்பான்மையான ஃபார்மோசா மக்கள். அநேகமாக, ஃபார்மோசா மக்கள் ஒரு

வகையான தன் ஆட்சியை விரும்புவார்கள். சீன அரசின் ஒரு பகுதியாக அவர்கள் ஆகும்போது, ஓரளவு சுயாட்சி, அவர்களுக்கு அளிக்கப்பட வேண்டும் என்பது சிந்திக்கத் தக்கது.

ஆகவே, ஃபார்மோசாவைப் பொறுத்தவரை, ஒரே நடைமுறை நடவடிக்கை என்பது, கடற்கரை தீவுகள், சியாங் கெய் - ஷேக் படைகளால் அப்புறப்படுத்தப்பட்டு, அமைதியான முறையில் சீன மக்கள் அரசுக்கு மாற்றப்பட வேண்டும். பிரிட்டிஷ் அரசாலும், வேறு சில அரசுகளாலும் பரிந்துரைக்கப்பட்ட நடவடிக்கையும் இதுதான். பீகிங், இலண்டன், ஒட்டாவா மற்றும் வாஷிங்டனில் நடைபெற்ற முறைசாரா பேச்சுவார்த்தைகளில், இந்தத் திசை வழியில்தான் இந்தியாவின் முயற்சிகள் நெறிப்படுத்தப் பட்டன. சியாங் கெய் - ஷேக் உடனான கூட்டணியால், வாஷிங்டன், இதை எதிர்த்தது. ஆனால், க்யூமாய் மற்றும் மாட்சு ஒப்படைக்கப்படுவதால், அந்தக் கூட்டணி கூட உண்மையில் பாதிக்கப்படுவதில்லை. இந்த ஒப்படைப்பின் உண்மையான விளைவு, சியாங் கெய் - ஷேக்கின் கவுரவம் மற்றும் மன உறுதியின் இழப்பாகவே இருக்கும். உலகளாவிய பதட்டங்கள் குறையுமாறு தொடர்ந்தால், அமெரிக்காவில் சியாங் கெய் - ஷேக் ஆதரவு வட்டம் வலிமையுடன் இருப்பதால், முன்னே இருக்கும் இடர்ப்பாடுகளை ஒருவர் குறைவாக மதிப்பிட முடியாது என்ற போதிலும், ஒருவர், சீனாவுக்கு க்யூமாய் மற்றும் மாட்சுவை மாற்றிக் கொடுக்கும் இந்தச் செயல்முறையை எதிர்பார்க்கலாம்,

மக்கள் சீன அரசை அய்க்கிய நாடுகள் சபையிலும் அத்துடன் பாதுகாப்புக் கவுன்சிலிலும் சேர்த்துக் கொள்வதும் தூரக்கிழக்குப் பிரச்சினையின் மிக முக்கியமானதொரு அம்சமாக இருக்கிறது. இதை எதிர்த்து, அமெரிக்க அய்க்கிய நாடுகள் தொடக்கத்திலிருந்து கடுமையான அணுகுமுறையை எடுத்து வருகிறது, ஆனால் உலகின் கருத்து, இந்த விஷயத்தில் கணிசமாகத் திசை மாறி இருக்கிறது. கடந்த ஜூனில், சான் ஃப்ரான்சிஸ்கோவில் நடந்த அய்க்கிய நாடுகளின் பத்தாவது ஆண்டு விழா அமர்வில், சீனாவின் இணைப்பு குறித்து கடந்த காலத்தில் எதிர்த்தவர்களிடமிருந்து கூட சாதகமான பல குறிப்புரைகள் வந்தன. ஆகவே செப்டம்பர் அல்லது அக்டோபரில் அய்க்கிய நாடுகள் சபையின் அடுத்த கூட்டத்தில்,

இந்த வழியிலான சில முற்போக்கு நடவடிக்கையை ஒருவர் பெரும்பாலும் எதிர்பார்க்கலாம். அமெரிக்கத் தலைவர்களின் மனதில், மக்கள் சீன அரசைச் சேர்த்துக் கொள்வது என்ற நேர்மறை அம்சம் இல்லை, ஆனால் மாறாக, சியாங் கெய் - சேக்கை விலக்குவது என்பதுதான் இப்போது உண்மையான இக்கட்டாக இருக்கிறது. சீனா அய்க்கிய நாடுகள் சபையில் சேர்க்கப்பட வேண்டும் ஆனால் பாதுகாப்புக் கவுன்சிலில் அல்ல என்றும், மேலும் பாதுகாப்புக் கவுன்சிலில் இந்தியா அதன் இடத்தை எடுத்துக் கொள்ள வேண்டும் என்றும் அதிகாரப்பூர்வமற்ற முறையில், அமெரிக்க அய்க்கிய நாடுகளால் ஆலோசனைகள் தரப்பட்டிருக்கின்றன. உறுதியாக, இதை நாம் ஏற்க முடியாது, ஏனெனில் அது சீனாவுடன் மோதலுக்கான ஒன்று என்று பொருள் மேலும் சீனா போன்ற ஒரு மாபெரும் நாடு, பாதுகாப்புக் கவுன்சிலில் இல்லாதிருப்பது, மிகவும் நியாயமற்றது. ஆகவே, இந்த யோசனையைத் தந்தவர்களுக்கு, நாம் இந்த யோசனயை ஏற்க முடியாது என தெளிவாக்கி விட்டோம், நாம் இன்னும் கொஞ்சம் அதிகமாகவே சென்று, ஒரு மாபெரும் நாடாக இந்தியா, அங்கு இருக்க வேண்டும் என்றாலும், இப்போதுள்ள சூழ்நிலையில் பாதுகாப்புக் கவுன்சிலில் நுழைவதற்கு ஆர்வம் கொள்ளவில்லை என்றும் கூறிவிட்டோம். சீனாவுக்கு, அதன் உரிய இடத்தை எடுக்க வைப்பது தான் எடுக்க வேண்டிய முதல் நடவடிக்கையாக இருக்கிறது. அதன் பிறகு, இந்தியாவின் பிரச்சினை தனியாக பரிசீலிக்கப்பட வேண்டும்.

6
புகழுரைகள்

பின்வரும் பகுதிகள், மகாத்மா காந்தி, சர்தார் பட்டேல், ஆசஃப் அலி மற்றும் ரஃபி அஹமது கித்வாய் ஆகியோரின் மறைவு குறித்து, நேருவின் கருத்துக்களை உள்ளடக்குகின்றன. இந்தியாவுக்கு அவர்களுடைய சேவையையும், வரவிருக்கும் சோதனைகளையும் நேருவுக்கு நினைவூட்டியவாறு, ஒவ்வொரு நபரின் இறப்பும், சுய சிந்தனை மற்றும் உள்ளார்ந்த விசாரணைக்கான ஒரு வாய்ப்பை அளிக்கிறது.

***

1948 ஃபிப்ரவரி 5ஆம் தேதியிட்ட ஒரு கடிதத்திலிருந்து

இறுதியாக உங்களுக்கு நான் எழுதிய வேளை, காந்திஜி தன் உண்ணா நோன்பின் நடுவே இருந்தார். அதிலிருந்து இரண்டு வாரங்களுக்கும் சற்று அதிகமான நாட்கள் கழிந்தன, இருப்பினும் அது நீண்ட இடைவெளியிலான காலங்களுக்கு முன்னால் நடந்ததைப் போல தோன்றுகிறது ஏனெனில், பல்வேறு விஷயங்கள் நடந்து விட்டன மேலும் நாம் அனைவரும், அதிர்ச்சியையும், சொல்ல முடியாத வேதனையையும் அனுபவித்தோம். நடந்த சம்பவத்தின் வேகமும், அளவும் நம்மை ஒரு கணம் நிலைகுலைந்து போகச் செய்தன, அப்படி இருந்தும், நாம் நடவடிக்கை எடுக்க வேண்டும் அதையும் உடனே எடுக்க வேண்டும் என்று உடனடியாக உணர்ந்தோம்.[1]

நாம் எடுத்த சில நடவடிக்கையை நீங்கள் முன்பே அறிவீர்கள். இந்த சோகம் குறித்து இந்திய அரசாங்கத்தால் வெளியிடப்பட்ட தீர்மானத்தை நீங்கள் பார்த்திருக்க வேண்டும் மேலும் ராஷ்ட்ரீய சுயம் சேவக் அமைப்பை நாம் தடை செய்திருக்கிறோம் என்பதை அறிவீர்கள். விசாரணைகள் நடந்து கொண்டிருக்கின்றன. ஆனால், இந்தப் படுகொலை, வெறும் தனி ஒரு மனிதன் அல்லது ஒரு சிறிய குழுவின் செயல் கூட அல்ல என்பதைக் காட்ட முன்னரே போதுமானவை வெளிச்சத்திற்கு வந்துவிட்டன. அவருக்குப் பின்னால் ஓரளவு பரவலான அமைப்பு இருந்தது.

---

1 1948 ஜனவரி 30 அன்று மஹாத்மா காந்தி படுகொலை செய்யப்பட்டார்.

திட்டமிட்ட வெறுப்பு மற்றும் வன்முறைப் பிரச்சாரம் நீண்ட நெடுங்காலமாக மேற்கொள்ளப்பட்டது என்பது தெளிவு. ஒரு நீண்ட நெடுங்காலத்திற்குப் பின்னால், இந்தியாவில் முதன்முறையாக அரசியல் படுகொலையை அதுவும் மிகமிக உயர்ந்த மட்டத்தில் நாம் பார்த்திருக்க வேண்டும் என்பது குறிப்பிடத்தக்கது. இதுபோன்ற படுகொலையால் நேர்ந்த காந்திஜியின் மரணத்திற்கு அப்பாலும், அரசியல் நோக்கங்கள் நிறைவேற, இந்த வழிமுறையை மேற்கொள்ளும் மக்கள் இந்த நாட்டில் இருக்கிறார்கள் என்ற உண்மை, மிகமிக ஆபத்தான செய்தியாகும். பெரும்பாலும், நாட்டில் இதுபோன்ற வெவ்வேறு விதமான சக்திகளைக் கையாளுவதில் நாம் மிகவும் பெருந்தன்மையோடு இருந்திருக்கிறோம். அதற்காக நாம் பாதிக்கப்பட்டுள்ளோம், இந்தப் பிரச்சினையை முற்றிலும் பற்றிப் பிடித்து, போதுமான அளவில் அதைச் சந்தித்தாக வேண்டும். அரைகுறை நடவடிக்கைகள் என்பது இருக்க முடியாது.

சம்பந்தப்பட்ட குறிப்பிட்ட ஒரு குழுவினர் ஆட்சியைப் பிடிப்பதற்காக, பல நபர்களின் கொலைகளில் ஈடுபட்டும் பொதுவான சீர்குலைவை ஊக்கப்படுத்தியும் வேண்டுமென்றே ஒரு திடீர் வன்முறைக் கலகத்திற்கு திட்டமிடப் பட்டதாகத் தோன்றுகிறது. மாகாணங்கள் சிலவற்றிற்குப் பரவுமாறு, இந்தச் சதி, ஓரளவு பரவலான ஒன்றாகத் தோன்றுகிறது. அதன் பரவலான பாதிப்புகளை பற்றி உங்களை எச்சரிப்பது தவிர, இது பற்றி இப்போது மேலும் அதிகமாக சொல்வது எனக்கு முறையாகாது.

குடிமைச் சமூகத்தின் சுதந்திரத்தின் மீதும் ஜனநாயக முறைமைகளின் மீதும் நம்பிக்கை உடைய ஒருவனாக நான் இருக்கிறேன் மேலும் இருந்து வருகிறேன், ஆனால், அதனுடைய அடிப்படையே, தீவிரவாத நடவடிக்கைகளால், சவால் விடப்படும்போது, ஜனநாயகம் பற்றி பேசுவது அபத்தமானது; கொலை மற்றும் வன்முறை மூலம் ஆட்சியைப் பிடிக்க விரும்புவர்களுக்கு குடிமைச் சமூக சுதந்திரத்தை அளிப்பது என்பதும் அதற்கு சமமான அபத்தமானது. ஆகையால், பொதுவாக மக்களிடமிருந்து அனைத்து சுதந்திரமும் பறிக்கப்படக் கூடாது என்னும் பொருட்டு, குழுவினரின் மற்றும் தனி நபர்களின் சில சுதந்திரங்களைக் கட்டுப்படுத்த நாங்கள் நடவடிக்கை எடுக்க வலியுறுத்தப் பட்டோம். ஆகவே, இந்த

ஆபத்தான சூழ்நிலையைச் சந்திக்கவும், நம்முடன் மோதும் இந்தத் தீயசக்தியை வேரோடு பெயர்த்தெறிய கூடுமான நடவடிக்கையை எடுக்க உங்களுக்கு நான் பரிந்துரைப்பேன். நம்மை எதிர்ப்பவர்கள், நேர்மையற்றவர்கள் என்பதை நாம் நினைவிற்கொள்ள வேண்டும். அவர்கள் ஒன்றை சொல்வார்கள் வேறொன்றை செய்வார்கள். இந்தச் சதியுடன் தொடர்புடையதாக நம்பப்படுகிற குறிப்பிடத்தக்க சில நபர்களிடமிருந்து நான் இரங்கற்செய்திகளை வரப்பெற்றேன். ஆகவே, நான் எந்த நபரின் சொல்லையும் அப்படியே எடுத்துக் கொள்ள முடியாது. பல (கொலை - மொ-ர்) முயற்சிகள் மேற்கொள்ளப்பட்டன என்பது பரவலாக நன்கு தெரிந்த ஒன்று, மேலும் இவை, அரசாங்கத்தின் அனைத்து வகை இடங்களிலும், சேவைத் துறைகளிலும், மற்றவற்றிலும் இந்த சதிகாரர்களின் இரகசிய தளங்களை அமைப்பதில் சில வெற்றிகளைப் பெற்றன. நாம், இவைகளைக் களையெடுத்து, நமது நிர்வாகம் மற்றும் சேவைத் துறைகளைத் தூய்மை படுத்தியாக வேண்டும்.

கொலை பற்றிய மக்களின் எதிர்வினை புரிந்துகொள்ளக் கூடியதே. காந்திஜியின் படுகொலையை, இனிப்புகள் வழங்கியும், முழக்கங்கள் எழுப்பியும் கொண்டாடுவதற்கான துணிச்சலையும், அற்பத் தனத்தையும் எந்த ஒரு நபரும் இந்தியாவில் பெற்றிருப்பது என்பது, மிகவும் இழிவானது. இதைக் கண்டு மக்கள் திரள் கோபமடைந்து, தங்கள் சொந்த விருப்பின்படி நடவடிக்கை எடுத்தால், அதை நான் புரிந்து கொள்ள முடியும். ஒரு குறிப்பிட்ட அளவுக்கு பாராட்டவும் கூட முடியும். ஆனால், எந்த ஒரு பரவலான சீர்குலைவும், எதிரிகளுக்கு ஆதரவாக உதவுகிறது. அரசாங்கம், எடுக்க வேண்டிய, எடுத்துக் கொண்டிருக்கும் இது போன்ற நடவடிக்கையை பலவீனப் படுத்துகிறது. துரதிர்ஷ்டவசமாக, சில நபர்கள் இந்தச் சீர்குலைவை ஊக்கப்படுத்துகிறார்கள். சில குறிப்பிட்ட நோக்கங்களுக்காக அதைத் தங்களுக்கு சாதகமாகப் பயன்படுத்திக் கொள்கிறார்கள். தன்னிச்சையான செயலை சற்று நேரம் ஒருவர் புரிந்துகொள்ள முடியும், ஆனால் இந்த உணர்வை சாதகமாக்கிக் கொள்வதை ஒருவர் பாராட்ட முடியாது. இது போன்ற செயல், பெருமளவிலான குடிமைச் சமூகத்தில் பெரும் மோதலுக்கும், பிரச்சினைகளின் குழப்பத்திற்கும் மட்டுமே இட்டுச் செல்லும். இந்திய வாழ்வின்

பிரவாகத்தை கலங்கிடச் செய்யும் பல எதிரும் புதிருமான நீரோட்டங்களை இன்று நாம் கொண்டிருக்கிறோம். பிரிட்டிஷ் ஆட்சியின் முடிவு, பல சக்திகளை விடுவித்தது மேலும் பயங்கரமான பஞ்சாப் பேரழிவை நாம் கண்டோம். இந்த சக்திகளில் சில, அந்தப் பேரழிவைச் சாதகமாக்கிக் கொண்டு பலத்தைப் பெருக்கினார்கள் மேலும் இப்போது இந்தத் தீய செயலை அவர்கள் செய்திருக்கிறார்கள். இந்தியாவின் பிரம்மாண்டமான ஒற்றுமை படுத்தும் சக்தியான மஹாத்மா காந்தியின் மரணம் மீண்டும் நமது அரசியல் மற்றும் சமூக உறவை பலவீனப்படுத்தி விட்டது. நாம் ஒன்றாக இணைய வேண்டும். பொதுவான பேரழிவை எதிர்கொள்ளும் பொருட்டு, நமது சிறு கருத்து வேறுபாடுகளைக் கட்டுப்படுத்த வேண்டும் என்பதுதான், இந்த நேரத்தில், மிகவும் இன்றியமையாதது...

காந்திஜியின் சாம்பல்களின் ஒரு சிறுபகுதியைக் கொண்ட ஒரு கலசம், உங்கள் ஆளுநருக்குக் கொடுக்கப்பட்டு இருக்கிறது. உங்களிடம் இதைக் கொடுக்க அவர் கேட்டுக் கொள்ளப்பட்டு இருக்கிறார். சாம்பல்களின் பெரும் பகுதி, ஃபிப்ரவரி 12 ஆம் தேதி அன்று, அலகாபாத்தில், கங்கை, யமுனை சங்கமத்தில் ஆழ்த்தப்படப் போகிறது. சாம்பலின் சில பகுதி, அதே நாளில், முடியும் என்றால், இந்தியாவின் மற்ற பெரும் நதிகளில் ஆழ்த்தப்பட வேண்டும் என்று சொல்லப்பட்டுள்ளது. இந்த நோக்கத்திற்காக, உங்கள் ஆளுநர் மூலம், இந்த சாம்பல்களை உங்களுக்கு நாங்கள் அனுப்பி வைத்துள்ளோம். இந்த நிகழ்ச்சிக்கு தேவையான ஏற்பாடுகளை நீங்கள் செய்வீர்கள் என்று நான் நம்புகிறேன்.

1948 மார்ச் 3ஆம் தேதியிட்ட ஒரு கடிதத்திலிருந்து

கடந்த இரு வாரங்களாக, மகாத்மா காந்தியின் மரணம் தந்த அதிர்ச்சியிலிருந்து மெதுவாக நாம் மீண்டு வருகிறோம். அதிலிருந்து முற்றிலும் நாம் என்றும் மீள முடியாது, ஆனால் தவிர்க்க இயலாமல், நமது வழக்கமான நடவடிக்கைகளை நாம் தொடர வேண்டும் என்று வாழ்க்கை வேண்டுகிறது. கடந்த இந்த மாதம் முழுவதும், காந்திஜியின் மரணம் குறித்து, குவிந்த அனுதாபச் செய்திகளாலும், இரங்கல் செய்திகளாலும் நான் மூழ்கடிக்கப் பட்டேன். தனிப்பட்ட வகையில், கடிதங்கள் நீங்கலாக, பதினையாயிரம் தொலைவரிச்

செய்திகள் (Telegrammes) வரப்பெற்றேன், மேலும் இவைகளுள் பெருவாரியானவை அயல்நாடுகளிலிருந்து வந்திருந்தன. காந்திஜியின் மரணத்திற்கு உலகம் எதிர்வினை ஆற்றிய விதம் வியக்கத் தக்கதாக இருக்கிறது. அவர் வாழ்வில் மாபெரும் மனிதராக இருந்ததால், அவரது மரணமும், அதன் முறையும் எவ்வளவு வலிமை வாய்ந்த ஒரு மனிதன் நம்மை விட்டுப் பிரிந்தார் என்று உடனடியாக உலகை உணர வைத்தது. வரப்பெற்ற செய்திகளில் பலவும், சம்பிரதாயத்திற்கு அப்பாற்பட்டவை. அவைகள் இதயத்திலிருந்து வந்த சோகம் நிறைந்த, சொல்வன்மை மிக்க அஞ்சலிகள். காந்திஜியின் உலகளாவிய தன்மையை, முன்னர் எப்போதும் உணர்ந்ததை விடவும் இன்னும் அதிகமாக இன்று நாம் உணர்கிறோம், மேலும் இவ்வாறு நாம், தீவிரமான தேசியவாதியாக, இருப்பினும் முழுமையான சர்வதேசியவாதியாக இருந்த ஒரு மனிதரின் ஆர்வமூட்டும் முரண்பாட்டை நாம் பார்க்கிறோம். இந்த பிரம்மாண்டமான சர்வதேச கவர்ச்சி கொண்ட எவரும், அவர் உண்டாக்கிய குறிப்பிடத்தக்க எதிர்விளைவை, தூண்டியிருக்க முடியாது.

அவரது தெளிவான ஆளுமை இன்னும் நம்மை சூழ்ந்திருந்தாலும், காந்திஜி போய் விட்டார், மேலும் சுமை இப்போது நம் மீது விழுந்துள்ளது. இந்தச் சுமையை நாமே நமக்குள் சரிசெய்து கொண்டு, முடிந்த அளவு திறமையுடன், நாம் அதை தாங்கிச் செல்ல வேண்டும். இடர்ப்பாடுகள் இருந்த போதும், நம்மை எதிர்நோக்கி வரும் பல தடைகளையும் கடப்பதில் நாம் வெற்றி அடைவோம் என்பதில் எனக்கு சந்தேகமில்லை...

1950 டிசம்பர் 18ஆம் தேதியிட்ட ஒரு கடிதத்திலிருந்து

மூன்று நாட்களுக்கு முன்பு, சாதாரணமாக இந்தக் கடிதத்தை உங்களுக்கு நான் எழுதிய வேளையில், நம் மீதும், இந்தியா மீதும் ஒரு பலத்த அடி விழுந்தது.[2] அதிலிருந்து மீள நமக்கு நீண்ட காலம் ஆகும், அப்படி இருந்தும், சர்தார் வல்லபாய் பட்டேலை அறியவும், அவருடன் பணிபுரியவும் வாய்ப்பு பெற்றவர்களுக்கு, எப்போதும் ஒரு வெறுமை உணர்வு இருந்து கொண்டிருக்கும். மாபெரும் மனிதர்கள் காலமாகி விட்டார்கள், நமது போராட்டத்தில், நம்மை வழி நடத்திய மாவீரர்கள்

---

2 1950 டிசம்பர் 15 அன்று பம்பாயில் வல்லபாய் பட்டேல் மரணமடைந்தார்.

பிரிந்து சென்று விட்டனர். நாம் அனைவரும், கிட்டத்தட்ட தனிமையாகவும், வெற்று வெளியில் இருப்பதாகவும் உணர்கிறோம். எஞ்சியிருப்பவர்கள் மீது சுமையும் பொறுப்பும் கடுமையாகக் கூடுகின்றன.

சர்தார் பட்டேல், தன் குறிக்கோள்களையும், பலவகையான நடவடிக்கைகளையும் அடைவதில், உறுதியான சிந்தனையுடைய ஒரு விசித்திரமான கலவை. இந்த அனைத்து நடவடிக்கைகளிலும், அவருடைய வலுவான முத்திரையை பதித்துச் சென்றுள்ளார். மத்திய அரசாங்கம் மற்றும் ஒவ்வொரு மாநில அரசாங்கம் ஆக இரண்டும், இந்த மூன்று அல்லது நான்கு ஆண்டுகளின் போதும், ஒரு வலிமைமிக்க, வழிகாட்டும் கரத்தின் முத்திரையை உணர்ந்தார்கள். அதனால், மத்தியில் எங்களுடைய அன்றாடப் பணியில் அவரை இழப்பது போல, உங்கள் பணியிலும் அவரை இழப்பீர்கள். அவர் இல்லாமல் நீங்கள் அப்பணியைச் செய்ய வேண்டும், ஏனெனில் அவரது இடத்தை நிரப்ப அங்கு வேறு யாருமில்லை.

துக்கமும், பேரிடரும் நம்மீது பெருஞ்சுமையாய் அழுத்தும் அல்லது நம்மை சூழ்ந்து நிற்கும். ஆனால் முடிந்த அளவு திறமையோடு, நம் பொறுப்பில் விடப்பட்ட பணியை நாம் தொடர்ந்து செய்ய வேண்டும். உண்மையில் ஒவ்வொரு பேரிடரும் நமது ஆண்மைக்கும் (Manhood), தேசியத் தன்மைக்கும் (Nationhood) சவாலாக இருக்கிறது, மேலும் ஒரு தனி மனிதனும் அல்லது ஒரு தேசமும், இறுதியாக, இந்தச் சவாலை ஏற்றுக்கொள்ளும் முறையில்தான் மதிப்பிடப் படுகிறார்கள். ஒட்டுமொத்த உலகமும் இன்று ஒரு பெரிய கேள்விக் குறியாகவும், ஒரு சவாலாகவும் இருக்கிறது. இதனுடன் நமது சொந்த பிரச்சினைகளையும், இடர்ப்பாடுகளையும் நாம் சேர்த்தாக வேண்டும். ஒரு தேசம், அவ்வப்போது, தீயை வெற்றிகரமாகத் தாண்டினால் மட்டுமே, அது உண்மையில் முன்னேற முடியும் என்பது உண்மையாக இருக்கிறது. இந்த வழிமுறையால்தான் நாம் விடுதலையை அடைய முடிந்தது. ஒருவேளை இந்த வழிமுறை நின்றுவிட்ட காரணத்தால்தான், நாம் கனிவானவர்களாகவும், சோம்பேறிகளாகவும் ஆகிவிட்டோம். உலகில் நம்மைச் சுற்றிலும் ஆர்வமூட்டும் காட்சிகளை நாம் காண்கிறோம். மனிதர்கள் இலட்சியமாகக் கொண்ட, அதற்கெனப் போராடுகின்ற வெற்றி கூட, அடிக்கடி தேசத்திற்கு

உண்மையான முன்னேற்றத்தைக் கொண்டு வருகின்ற அந்த முக்கியமான பண்பின் சீரழிவுக்கு இட்டுச் செல்கிறது. தோல்வி அல்லது வெற்றி அடையாமை என்பது மாபெரும் ஆற்றலுக்கு தூண்டுகோலாகும். போரில் வென்றவர்கள் எட்டிப்பிடித்து தாங்கள் இன்னும் மேலே செல்ல முயலுகிறார்கள். அவர்கள் என்ன பெற்றார்களோ, அதில் திருப்தி அடையாமல், பெரும் இலட்சியத்தை நோக்குகிறார்கள். இவ்வாறு அவர்கள் சிக்கலில் மாட்டி, வெற்றிக் கனியை இழக்கிறார்கள். தோல்வியுற்றவர்கள், தங்களை விரக்தியின் வெகு ஆழத்திலிருந்து மேலே இழுத்து வந்து வெற்றி காண்கிறார்கள். உறுதியாக, வெற்றி என்பது மோசமானது, தோல்வி என்பது சிறந்தது என்று அதற்குப் பொருளல்ல. ஆனால் அதற்குப் பொருள், வெற்றி மற்றும் தோல்வி ஆகிய இரண்டும், இறுதியாக சில உள்ளார்ந்த பண்புகளைச் சார்ந்திருக்கிறது என்று நான் கருதுகிறேன் மேலும் இது இல்லாமல் போனால், பிறகு வேறு எதிர்பாராத விளைவுகள் பின்தொடர்கின்றன.

இன்று நான் உலகைச் சுற்றிப் பார்க்கும்போதும், நமது சொந்த நாட்டின் நிலைமையைக் கருத்தில் கொள்ளும் போதும், இந்தவிதமான சிந்தனைகளுக்கு நான் இட்டுச் செல்லப்படுகிறேன். நாம் மாபெரும் இரு புதிய மற்றும் பழைய பாரம்பரியத்தைப் பெற்றிருக்கிறோம். ஆனால் அதற்கேற்ப நாம் வாழவில்லை மேலும் மந்தமாகவும், சோம்பேறியாகவும், கட்டுப்பாடு இல்லாமலும் வளர்ந்து விட்டோம். சிந்தனை மற்றும் செயலில் ஒரு பொதுவான சகோதரத்துவத்துடன் முன்னேறுவதற்கான மாபெரும் தூண்டுதல் தேவைப்படுகிறது. கட்டுப்பாடு மற்றும் ஒருங்கிணைந்த செயல்பாட்டின் இந்தப் பண்புதான், சர்தார் பட்டேலின் வாழ்வு மற்றும் பணியின் மாபெரும் பலமாகும், மேலும் இதைத்தான், எல்லாவற்றுக்கும் மேலாக, அவரிடமிருந்து நாம் கற்க வேண்டும். நாம் அதை முடிந்த அளவு நன்மைக்கு பயன்படுத்திக்கொள்ள முடியும் போது மட்டுமே, நம்மில் பலர், நமது இளவயதுப் பருவத்தில் அறிந்த, ஒரு நோக்கத்திற்காக சேவை புரிதலின் கொழுந்து விட்டெரியும் இலட்சியத்தை, திரும்பவும் நமது மனங்களுக்குக் கொண்டு வர முடியும் போது மட்டுமே இந்தியா நேர்த்தியான இயற்பொருள்களைப் *(Fine Material)* பெறுகிறது என்பதில் நான் உறுதியாக இருக்கிறேன். மேல் நாட்டிலிருந்து, மிக அதிகமான இயந்திரங்களையோ, அல்லது இன்னும் உணவு

மற்றும் வேறு பொருள்களையோ, அவைகள் விரும்பத் தக்கவை என்ற போதிலும், நாம் விரும்பவில்லை; நாம் விரும்புவதெல்லாம் ஒரு நோக்கத்துடனான, சாதிப்பதற்கான வேட்கையுடனான, ஒருவருடன் மற்றவர் மிகவும் அதிகமான குறைகளைக் காணாமல், ஒன்றுபட்டு பணிபுரிவதற்கான திறமையுடனான ஆண்களையும், பெண்களையும் தான். கடந்து போன நாட்களில், நாம் விமர்சிக்கப் படுவதும், வெறும் பேச்சாளர்களின் நாடன்றி, செயல்படும் மனிதர்கள் இல்லாத நாடு என்று அழைக்கப் படுவதும் வழக்கமாக இருந்தது. காந்திஜி வரத் துவங்கிய பின், அந்த விமர்சனம் மங்கிப் போனது. நாம் இப்போது முந்தையப் பழக்கத்திற்கு திரும்பிக் கொண்டும் அந்த விமர்சனங்களை நியாயப் படுத்திக் கொண்டும் இருக்கிறோமா?

1953 ஏப்ரல் 8ஆம் தேதியிட்ட ஒரு கடிதத்திலிருந்து

சர்வதேச நிகழ்வுகள், எவ்வளவு முக்கியமானதாக இருப்பினும், தொலைவில் நிகழ்கின்றன மேலும் தனிப்பட்ட சோகம் நம்மை மிகவும் பாதிக்கிறது... ஆசஃப் அலி, நமது தூதுவர் - அமைச்சர், பெர்னில் (Berne), ஏப்ரல் இரண்டாம் நாள் விடியலில் திடீரென்று இறந்தார்... ஆசஃப் அலியின் உடல் டெல்லிக்குக் கொண்டுவரப்பட்டு, அவரது இறுதிச் சடங்கு நேற்று நடைபெற்றது. அரசு அனைத்து வழியிலும் அவரை கவுரவித்தது, ஆனால் அந்த இறுதிச் சடங்கின் முக்கியத்துவம், அவருக்காக பெரிதும் துக்கப்பட்ட பெருந்திரளான டெல்லி குடிமக்களிடமிருந்து வந்தது.

ஆசஃப் அலி கடந்த ஆறு ஆண்டுகளில், அரசின் பல உயர்ந்த பொறுப்புகளில் பணிபுரிந்தார். அவர் மத்திய அமைச்சரவையின் மூத்த அமைச்சராக, வாஷிங்டனில் நமது முதல் தூதுவராக, ஒரு மாகாணத்தின் ஆளுநராக, பெர்ன், ஆஸ்திரியா மற்றும் வாட்டிகனில் நமது தூதுவர் - அமைச்சராக இருந்தார். ஆனால் இந்தியாவின் பொது வாழ்வில், அவரது இடம், இந்த உயர்ந்த பதவிகளையும் கூட கடந்து அப்பால் நின்றது, ஏனெனில் முதல் உலகப்போரின் முடிவிலிருந்து, இந்தியாவின் விடுதலைக்கான போராட்டத்தில் இணைத்துக் கொண்ட பழைய குழுவினருள் ஒருவராக அவர் இருந்தார். ஒவ்வொரு கண்ணோட்டத்திலிருந்தும் பார்க்கையில், அவரது இழப்பு மிகப் பெரியது இன்னும் குறிப்பாக, கடந்த பல

பத்தாண்டுகளின் போது, அவரது சகாக்களாக, தோழர்களாக இருந்தவர்களுக்கு, அவரது இழப்பு மிகமிகப் பெரியது.

அவர் ஒருவகையில், துரதிர்ஷ்டவசமாக, கடந்த காலத்தின் ஒரு விஷயம் என வேகமாக ஆகிக்கொண்டிருக்கும் டெல்லியின் பல்வேறுபட்ட பழைய கலாசாரத்தின், அடையாளமாக இருந்தவர். அடிப்படையில் அவர் டெல்லியைச் சேர்ந்தவர். ஆகவே, டெல்லி வாழ் மக்கள் அவரிடம் மிகவும் நெருக்கமாக இருந்தனர். டெல்லி கலாசாரத்தின் உண்மையான பிரதிநிதியாக இருந்தார், ஆயினும் அவருடைய சிந்தனை, நவீனமாகவும், செயலூக்கம் உடையதாகவும் இருந்தது. மென்மையானவராக, எதிலும் நிறைவை எதிர்பார்ப்பவராக, டெல்லி மற்றும் இந்தியாவின் பழைய தலைவர்களான ஹக்கிம் அஜ்மல் கான் மற்றும் டாக்டர்.M.A. அன்சாரி ஆகியோரின் பாரம்பரியத்தில் வளர்க்கப் பட்டவரான அவர் டெல்லியிலும் மற்ற இடங்களிலும் 1947 ஆகஸ்ட்டு மற்றும் செப்டம்பரில் நடைபெற்ற சம்பவங்களினால் ஆழ்ந்த வேதனை அடைந்தார். அவரும், டெல்லியும் எவற்றுக்காக நின்றார்களோ, அவை அனைத்தும் அந்த பயங்கரமான நாட்களில் மறுக்கப்பட்டதாகவே தோன்றுகிறது. அதனால், அவர், மற்றவர்களைப் போலவே, நமது போராட்டங்களின் வெற்றிக்குப் பரிசாக வந்த விடுதலையில் பெருமகிழ்ச்சி அடையும் வேளையில், மனதிற்குள் மறைக்கப்பட்ட பல வடுக்களைச் சுமந்து சென்றார். ஆங்கிலம், உருது என இரண்டிலும் அவர் நேர்த்திமிகு எழுத்தாளர். மேலும் உருதுவில் அவருடைய கவிதைகள் மற்றும் மேடை நாடகங்கள் சிலவும், குறிப்பிடத் தக்கவை. கிட்டத்தட்ட மூன்று ஆண்டுகளாக, அவரும், நானும், வேறு சிலரும் அஹமதுநகர் சிறையில் மிகமிக நெருக்கமான தோழமையுடன் வாழ்ந்தோம். ஒரு மனிதனைப் பற்றி தெரிந்து கொள்வதற்கு அவனுடன் சிறையில் இருப்பதை விட வேறு சிறந்த வழி இருக்க முடியாது. நமது நற்பழக்கங்களும் அத்துடன், குறைபாடுகளும் இறுக்கமான மற்றும் இயல்புக்கு மாறான தனிமைச் சிறையின் சூழ்நிலையில்தான் வெளிவருகிறது. ஆசஃப் அலி சில காலம் அங்கே நோய்வாய்ப் பட்டிருந்தார். அதற்குப் பின்னால் ஒரு பஞ்சாப் சிறைக்கு மாற்றப்பட்ட நேரத்தில், அவரை கலக்கமுறச் செய்த கடும் நோயால் பாதிக்கப்பட்டார். படிப்படியாக அவர் மீண்டார், ஆனாலும் அய்யமின்றி, அவர் அந்தப் பாதிப்பிலிருந்து முற்றிலும் மீளவே இல்லை. நமது தேசிய

வாழ்வின் உருவாக்கம் மற்றும் மாற்றம் அடையும் காலத்தின் போது, இந்தியாவில் கணிசமான அளவு அவர் இல்லாமல் போனதாலும், இன்னும் அதிகமாக, பிரிவினையும் அதற்குப் பிறகும் டெல்லியின் வாழ்க்கை அமைப்பில் அது கொண்டு வந்த மாற்றங்களும் தந்த அதிர்ச்சியினாலும், ஆசஃப் அலி, பொருந்தி இருந்தாலும், அவருக்குப் பழக்கமாகிப் போன ஏதோ ஒன்றை இழந்ததுபோல, கிட்டத்தட்ட, அவர் மீதான கவர்ச்சியை இழந்தார். பெர்ன், வியன்னா மற்றும் வாட்டிகனில் அவரது வெகு சமீபத்திய பணியை அவர் விரும்பினார் என்று நான் நம்புகிறேன். அவர் நமக்கு நீண்ட மற்றும் சுவாரசியமான கடிதங்களையும், அறிக்கைகளையும் அனுப்பினார். அடுத்த ஜூனில் சுவிட்சர்லாந்தில், லூசெர்ன் என்னுமிடத்தில் நாம் நடத்தத் திட்டமிட்டிருந்த ஒரு மாநாட்டை அவர் எதிர் நோக்கி இருந்தார். இந்த மாநாடு, அய்ரோப்பாவில் நமது தூதுக் குழுவினரின் தலைவர்களுக்கானது. இதுபோன்ற மண்டல மாநாடுகளை நாம் நடத்தி வருகிறோம் மேலும் அவை உதவிகரமாக இருப்பதைக் காண்கிறோம். குறிப்பாக லூசெர்ன் மாநாட்டிற்கு ஆசஃப் அலி பொறுப்பேற்று இருந்தார். அதற்கான ஏற்பாடுகளைச் செய்வதில் ஒரு தனிப்பட்ட அக்கறை எடுத்துக் கொண்டார். அங்கே அவரையும் மற்றவர்களையும் நான் சந்திப்பேன். சர்வதேச விவகாரங்களில் மாறிக் கொண்டிருக்கும் இந்த நிலைமை பற்றி விவாதிப்பேன் அத்துடன் அவற்றைப் புரிந்துகொள்ள முயற்சிப்பேன் என்று லூசெர்னுக்கான இந்த பயணத்தை நானே மிகவும் எதிர்பார்த்துக் கொண்டிருந்தேன். நடைமுறையில் எந்த முன்னெச்சரிக்கையுமின்றி, தாங்கக்கூடிய உடல்நலத்துடன் அவர் இருப்பதாகத் தோன்றிய வேளையில் திடீரென அவர் இறந்தார். ஒரு நாள் முன்னர்தான் அவருடைய மனைவி அவரை சென்று அடைந்தார். பெரும்பாலும் நீடித்த, இன்னல் நிறைந்த நோய்வாய்ப்படுதல் இல்லாமல், இது போன்று இறப்பது மிக நல்லது. அதிர்ச்சியும், துக்கமும் மற்றவர்களுக்கே.

1954 நவம்பர் 15ஆம் தேதியிட்ட ஒரு கடிதத்திலிருந்து

இந்த ஆறு வாரங்களில், நிறைய நிகழ்வுகள் நடந்தேறி விட்டன. ரஃபி அஹமது கித்வாயின் மரணம் ஒரு மாபெரும் அடியாகும். மனிதர்களை அளப்பது என்பது எப்போதும் எளிதல்ல ஏனெனில், இது போன்ற அளவிடலுக்கு ஒரே மாதிரியான அளவீடுகள் இல்லை. ரஃபி அஹமது கித்வாய், குறிப்பாக மதிப்பீடு செய்வதற்கு,

கடினமான ஒரு நபர், ஏனெனில், மற்றவர்களினின்றும் அவர் மாறுபட்டவர். மரணத்திற்குப் பிறகு பொதுமக்கள் அதை எப்படி எதிர்கொண்டனர் என்ற ஒரு பரிசோதனை நடந்தது. அவர் இறந்த போது, நான் இந்தியாவில் இல்லை, ஆனால் அவருடைய மரணம், நாடு முழுவதும், ஓர் அசாதாரண அளவு துக்கத்தைப் பொதுமக்கள் மத்தியில் தூண்டிவிட்டது என்று எனக்கு சொல்லப்பட்டது. மிகவும் குறிப்பாக, டெல்லியில் அவரது இறுதிச் சடங்கு ஊர்வலம், பல்வேறு கருத்துக்களை உடைய மக்களை பெருவாரியான எண்ணிக்கையில் ஈர்த்தது. இதை அறிந்த போது, நான் வியப்படையவில்லை ஏனெனில், கடின உழைப்பு மற்றும் திறமையினால் மட்டுமே, நமது நாட்டு மக்களின் மனங்களில் நீங்கா இடம் பிடித்த வெகு சிலரில் அவர் ஒருவர். அடிப்படையில் அவர் மக்களின் நாயகன். ஆகவேதான் அவர் மீது மக்கள் அதிக ஈடுபாடு கொண்டனர், அது மற்றவர்கள் மனதில் எரிச்சலை உண்டாக்கியது. முப்பத்தைந்து ஆண்டுகளுக்கு முன் ஒத்துழையாமை இயக்கத்தின் ஆரம்ப துவக்கங்களிலிருந்து நான் அவரை அறிவேன். நாங்கள், எங்களுக்கு வந்த அனைத்து உயர்வுகளுக்கும், தாழ்வுகளுக்கும் இடையே நீண்ட காலம் இணைந்து பணிபுரிந்தோம். சிறையில் நாங்கள் ஒன்றாக இருந்தோம், வெளியே போராட்டங்களிலும் நாங்கள் ஒன்றாக இருந்தோம், பின்னர் அரசாங்கத்திலும் ஒன்றாக இருந்தோம். ஓர் அரசியல்வாதி மேடைப் பேச்சுக்கு நன்கு பழக்கமானவர் என்பது நன்கு அறிந்ததே. பெரும்பாலும் அதை விரும்பவும் செய்வார். நமது அமைப்பில் மிகமிக முக்கியப் பங்காற்றினாலும், ரஃபி அஹமது பல ஆண்டுகளாக எப்போதும் மேடைப் பேச்சைத் தவிர்த்தார். அவருக்கு மேடைப் பேச்சு என்பது ஓரளவுக்கு எப்போதும் ஒரு சோதனையாக இருந்தது மேலும் இயலுமென்றால் அதை அவர் தவிர்த்தார். சிறு குழுக்களை அவர் விரிவுபடுத்தினார். அவர் கடுமையான அமைப்பு வேலைகளில் கவனம் செலுத்தினார். தனிப்பட்ட முறையில் உத்தரப் பிரதேசத்தில் மற்றும் இந்தியாவில் கூட அதிகமான நபர்களை நான் அறிந்த மற்ற யாரையும் விட அதிகம் தெரிந்தவர். அவர் ஒரு விசுவாசம் மிக்க நண்பர் மேலும் ஆபத்தில் இருக்கும் எவருக்கும் உதவி செய்வதில் எப்போதும் ஆர்வம் உடையவராக இருந்தார். உதவிக்காக எண்ணற்ற மக்கள் அவரிடம் வந்தார்கள். ஒருவர் கூட திருப்பி அனுப்பப்படவில்லை.

இந்தப் பண்புகள் தான் ஏராளமான அவரது தோழர்களுக்கு மட்டுமல்ல, பெரும்பாலான மக்களுக்கும் அவரை பிரியத்திற்குரியவர் ஆக்கின. ஆனால் இந்தப் பண்புகளுக்கும் அப்பால், தனிச் சிறப்பு மிக்க திறனும், விரைந்து புரிந்து கொள்ளவும், கிரகித்துக் கொள்ளவுமான அறிவும் இருந்தன. மக்கள் என்ன நினைக்கிறார்கள் என்பதை உணரவும், துணிச்சலான நடவடிக்கைகளை எடுக்கவும் அவருக்கு முடிந்தது.

உண்மையில் அவர் ஒரு முஸ்லிம் ஆனால் அவரை எந்தச் சமூகத்திற்கும் உட்பட்டவர் என்ற அடிப்படையில் ஒருவர் என்றும் நினைத்ததில்லை. சொல்லின் மிகச் சிறந்த பொருளில் சொல்வதெனில், அவர் ஓர் இந்திய தேசபக்தர். அவரது தேசபக்தி, ஒட்டுமொத்த மக்களையும் தழுவியது. அவர் எப்போதும் மக்கள் நலன் என்ற அடிப்படையில் சிந்தித்தார். விதிகள் அல்லது ஒழுங்குமுறைகளின் எந்தப் பிரிவோ அல்லது மத்திய அமைச்சரவையில் அமைச்சராகப் பணிபுரிவதோ, அவருடைய வழக்கத்திற்கு மாறான உணர்வை அடக்கமுடியவில்லை.

எண்ணற்ற நபர்களுக்கு அவர் உதவினார், அவருக்கு மட்டும் அவர் எதுவும் செய்யவில்லை. அவர் வைத்திருந்த நிலத்தை, அவருடைய குத்தகைதாரர்களுக்குக் கொடுத்து விட்டார். அவரது சொந்த கிராமம், உத்தரப் பிரதேசம், பாராபங்கி மாவட்டத்தில் உள்ள மசௌலியில் உள்ள அவரது வீடு, சில பகுதிகள் ஒரு கூரை கூட இல்லாமல், பாழடைந்த கட்டடமாக தொடர்ந்து இருக்கிறது. அதைக் கவனிக்க அவருக்கு நேரமோ அல்லது பணமோ இல்லை.

இதுபோன்ற ஒரு மனிதர் எங்கும் தனித்துவமானவர். இன்றைய இந்தியாவில், அவருடைய இழப்பு உண்மையிலேயே பெரிது. ஒரு நண்பன் அல்லது தோழன் போய் விட்டான் என்பதற்காக மட்டுமல்ல, இந்தியாவில் முயற்சியும், துணிச்சலும் எப்போதையும் விட மிகவும் தேவையாக இருக்கின்றன என்ற ஒரு கட்டத்திற்கு வந்திருக்கிறோம் என்பதற்காகவும்தான், குறிப்பாக நான் அதை உணர்கிறேன்.

❏❏❏

தெரிவு செய்த நூற்பட்டியல்

Primary Works and Selections: Jawaharlal Nehru

An Autobiography. New Delhi: Penguin Books, 2004 (London: John Lane, 1936)
A Bunch of Old Letters, New Delhi: Penguin Books, 2005 (Asia Publishing House,1958)
The Discovery of India, New Delhi: Penguin Books, 2012 (Calcutta, Signet Press, 1946).
The Essential Writings of Jawaharlal Nehru. Ed's Sarvepalli Gopal and Uma Iyengar. New Delhi: Oxford University Press, 2002. Two volumes.
Glimpses of World History. New Delhi : Penguin Books, 2004 (Allahabad: Kitabistan, 1934 - 35).
India's Foreign Policy: Selected Speeches: September, 1946 - April 1961. Delhi Publications Division, 1961.
Jawaharlal Nehru: An Anthology. Ed. Sarvepalli Gopal. New Delhi: Oxford University Press, 1980.
The Oxford India Nehru. Ed. Uma Iyengar. New Delhi: Oxford University Press, 2007.
Peace and India. London: India League, 1938.
Selected Works of Jawaharlal Nehru (First Series). Delhi : Jawaharlal Nehru Memorial Fund, 1972 - 1982. Fifteen volumes.
Selected Works of Jawaharlal Nehru (Second Series). Delhi : Jawaharlal Nehru Memorial Fund, 1984 - Present. Fifty - one volumes completed so far.
Soviet Russia : Some Random Sketches and Impressions. Allahabad: Ram Mohan Lal, 1928.
The Unity of India: Collected Writings, 1937 - 1940. London: L.Drummond, 1941.

Biography and Political Ideas

Akbar.M.J. *Nehru : The Making of India.* New Delhi: Roli Books, 2002.
Brecher, Michael. *Nehru: A Political Biography.* New Delhi: Oxford University Press, 1959.

Brown, Judith. *Nehru: A Political Life*. New Haven : Yale University Press, 2003.

Crocker, Walter. *Nehru: A Contemporary's Perspective*. Noida: Random House India, 2009.

Dhavan, Rajeev and Thomas Paul. *Nehru and the Constitution*. Bombay: N.M.Tripathi, 1992.

Gopal, Sarvepalli. ' The Mind of Jawaharlal Nehru'. In *Imperialists, Nationalists, Democrats : The Collected Essays*. Ed. Srinath Raghavan. Ranikhet: Permanent Black, 2013.

_____. *Jawaharlal Nehru: A Biography*. New Delhi: Oxford University Press, 1975 - 84. Three volumes.

Guha, Ramachandra. ' An Asian Clash of Civilizations? The Sino - Indian Conflict Revisited'. In *Patriots and Partisans*. New Delhi: Penguin Books, 2012.

_____. 'Jawaharlal Nehru: A Romantic in Politics'. In *Makers of Modern Asia*. Ed. Ramachandra Guha. Cambridge: Harvard University Press, 2014.

_____. 'Verdicts on Nehru: The Rise and Fall of a Reputation'. In *patriots and Partisans*. New Delhi: Penguin Books, 2012.

Kennedy, Andrew Bingham . *The International Ambitions of Mao and Nehru: National Efficacy Beliefs and the Making of Foreign Policy*. Cambridge: Cambridge University Press, 2012.

Khilnani, Sunil. 'Nehru's Faith', *Economic and Political Weekly* 4793, 30, November, 2002.

_____. ' Nehru's Judgement' in *Political Judgement : Essays for John Dunn*. Ed's Richard Bourke and Raymond Geuss. Cambridge: Cambridge University Press, 2009.

King, Robert D. *Nehru and the Language Politics of India*. New Delhi. Oxford University Press, 1997.

Moraes, Frank. *Jawaharlal Nehru*. New York: Macmillan, 1956.

Nanda, B.R. *Jawaharlal Nehru: Rebel and Statesman*. New Delhi: Oxford University Press, 1995.

_____. *The Nehrus: Motilal and Jawaharlal,* New Delhi: Oxford University Press, 1984 (London: George Allen & Unwin 1962).

Raghavan, Srinath. *War and Peace in Modern India: A Strategic History of the Nehru Years*. Ranikhet: Permanent Black, 2010.

Tharoor, Shashi. *Nehru: The Invention of India*. New Delhi: Penguin Books, 2003.

Wolpert, Stanley. *Nehru: A Tryst with Destiny*. New York: Oxford University Press, 1996.

Zachariah, Benjamin. *Nehru*. London: Routledge, 2004.

The Nehru Years

Austin, Granville. *Working a Democratic Constitution: A History of the Indian Experience*. New Delhi: Oxford University Press, 1999.

Brass, Paul R. *The Politics of India since Independence*. Cambridge: Cambridge University Press,1990. Second Edn.

Chakravarty, Sukhamoy. *Development Planning: The Indian Experience*. Oxford: Clarendon Press, 1987.

Frankel, Francine R. *India's Political Economy 1947 - 2004*. New Delhi: Oxford University Press, 2005. Second Edn.

Galanter, Marc. *Competing Equalities: Law and the Backward Classes in India*. New Delhi: Oxford University Press, 1984.

Guha, Ramachandra. *India After Gandhi: The History of the World's Largest Democracy*. Delhi: Picador, 2007.

Hanson, A.H. *The Process of Planning: A study of India's Five Year Plans,* 1950 - 1964, Oxford; Oxford University Press, 1966.

Jaffrelot, Christophe. *Religion, Caste and Politics in India*. New York: Columbia University Press, 2011.

Jayal, Niraja Gopal, and Pratap Banu Mehta (eds). *The Oxford Companion to Politics in India*. New Delhi: Oxford University Press, 2010.

Joshi, P.C. *Land Reforms in India: Trends and Perspectives*. Bombay: Allied Publishers, 1975.

Khilnani, Sunil. *The Idea of India*. New Delhi: Penguin Books, 1997.

Kothari, Rajni. *Politics in India*. Delhi : Orient Longman,1970.

Merillat, H.C.L. *Land and the Constitution in India*. New York: Columbia University Press,1970.

Misra, B.B. *Government and Bureaucracy in India, 1947 - 1976*. New Delhi:Oxford University Press,1986.

Morris - Jones, W.H. *Parliament in India*. London: Longmans, Green, 1957.

_____. *The Government and Politics of India*. London: Hutchinson, 1967.

Rudolph, Lloyd I.,and Susanne H. Rudolph. In *Pursuit of Lakshmi: The Political Economy of the Indian State*. Chicago: University of Chicago Press, 1987.

Tomlinson, B.R. *The Economy of Modern India: From 1860 to Twenty First Century*. Cambridge: Cambridge University Press, 2013. Second Edn.

நன்றி அறிதலும் நூலாசிரியர் குறிப்பும்

இராமச்சந்திர குஹாவுடனான ஓர் உரையாடலாக இந்த நூல் துவங்கியது. அவர் தந்த ஆழ்ந்த உற்சாகத்தாலும், உதவிடும் பெருவிருப்பாலும் மேலும் பல சிக்கலான கட்டங்களில் அவருடைய மென்மையான வழிகாட்டுதலாலும் இது சாத்தியமாக்கப்பட்டது. பல்வேறு வகையிலான உதவிகளுக்காக, நேருவின் வாழ்வும், சிந்தனைகளும் தந்த படிப்பினைகளையும் சேர்த்து, டேவிட் ஆர்மிட்டேஜ், கேசவ குஹா, தேவேஷ் கபூர், சுனில் கில்னானி, நீல் மைத்ரா, பிரதாப் பானு மேத்தா, தின்யார் பட்டேல், ஜெய் பிரசாத், மற்றும் ரொனொஜாய் சென்; குறிப்பாக பிபின் அஸ்பத்வர், ஆனந்த் பத்மநாபன், ஸ்ரீநாத் ராகவன், ஜோனாதன் ஷைனின், வினய் சீத்தாபதி, மற்றும் அலெக்ஸ் ட்ராவெல்லி ஆகியோருக்கு நான் நன்றியுடையவனாக இருக்கிறேன். தொடக்கம் முதல் முடிவு வரை, பெங்குயினில், இந்தச் செயல் திட்டத்தைப் பேணி வளர்த்தெடுத்த நந்தினி மேத்தாவுக்கு நான் பெரிதும் கடன் பட்டிருக்கிறேன்; துவக்கம் முதலே இதை உற்சாகத்தோடு நேசித்த சிகி சர்காருக்கு; மேலும் கடுமையான பிழைகளைத் தடுக்குமாறு கவனத்துடன் நகல் திருத்தம் செய்த ரிச்சா பர்மன் மற்றும் சிபானி பிரேம் குமாருக்கும். அனைத்திற்கும் மேலாக, எனது குடும்பத்தார்க்கு, அவர்களுடைய ஆதரவுக்காகவும், சகிப்புக்காகவும், நான் கடமைப் பட்டிருக்கிறேன்.

பதிப்புரிமை அனுமதிக்காக, பிரதம அமைச்சர் அலுவலகம், இந்திய அரசு, மற்றும் ஜவஹர்லால் நேரு நினைவு நிதியத்திற்கும் நான் நன்றி சொல்கிறேன். 1985க்கும் 1989க்கும் இடையே ஜவஹர்லால் நேரு நினைவு நிதியத்தால் அய்ந்து தொகுதிகளாக வெளியிடப்பட்ட Letters to Chief Ministers: 1947 – 1964 (G. பார்த்தசாரதியால் தொகுக்கப்பட்டது) என்னும் முழுமையான திரட்டிலிருந்து இந்த நூலில் கடிதங்கள் தேர்வு செய்யப்பட்டன. இந்த நூலிலுள்ள பகுதிகள் மூலம் நேருவையும், அவரது கருத்தையும் பற்றி மேலும் புரிந்து கொள்ள முயலுகின்ற வாசகர்கள், அந்த முழுமையான பதிப்பை பார்க்க வேண்டும். சில குறிப்புகள் மூலத்திரட்டிலிருந்து கடனாகப் பெற்றவை.